నేను సేవ చేసిన

న్యాయ వ్యవస్థ

పి.జగన్‌మోహన్ రెడ్డి

తెలంగాణ
పబ్లికేషన్స్

THE JUDICIARY I SERVED

నేను సేవ చేసిన న్యాయవ్యవస్థ

Firt Edition: December, 2024

Copies : 1000

Cover Design:

ruganba@gmail.com

Publisher:

Telangana Publications

For Copies:

Telangana Publications

1st floor, H.No.1-1-80/15,

RTC X Roads, Musheerabad,

Hyd-20, Ph: ***8639972160***

telanganapublications2022@gmail.com

Price : **Rs. 350/-**

ISBN 978-81-971678-8-1

9 788197 167881 >

విషయ సూచిక

అధ్యాయం - I

న్యాయవాది అయ్యాను

నేను న్యాయవాది అవడానికి దారితీసిన కారణాలను, న్యాయవాద వృత్తిలో శిష్యరికం, బార్ కు వెళ్ళడం, తర్వాత ముంబయి, చెన్నై, హైదరాబాద్ లో న్యాయవాదిగా పనిచేయడం, హైదరాబాద్ హై కోర్ట్‌కు న్యాయమూర్తిగా బాధ్యతలు స్వీకరించడం వంటి విషయాలను ఈ పుస్తకంలో ప్రస్తావించాలా? వద్దా? అనే ప్రశ్నలతో నాలో నేనే పలు సందర్భాల్లో తర్జన భర్జన అయ్యాను. పలు దఫాలుగా నాలోనేనే చర్చించుకున్నాను. ఇంకో మాటలో చెప్పాలంటే న్యాయస్థానంలో నా ప్రస్థానం గురించి చెప్పాలన్నప్పుడు న్యాయవాద వృత్తిలో నా అనుభవాలు కూడా ప్రస్తావించాలా? ఆ అనుభవాలు, ఆ తర్వాత హై కోర్ట్ జడ్జిగా, ప్రధాన న్యాయమూర్తిగా, సుప్రీం కోర్టు న్యాయమూర్తిగా నా జ్ఞాపకాలలో నా న్యాయవాద వృత్తి అనుభవాలు కూడా చేర్చాలా? వద్దా అని కూడా తర్కించుకున్నాను.

న్యాయవాద వృత్తి కూడా న్యాయ వ్యవస్థలో భాగమే అనడంలో నాకెలాంటి సందేహం లేదు. న్యాయమూర్తులు కోర్టులో న్యాయనిర్ణేత స్థానంలో కూర్చున్నట్టే న్యాయవాదులు కూడా ఆ న్యాయస్థానాల్లో భాగస్వాములే అని నా ప్రగాఢ విశ్వాసం. గతంలో నేను రాసిన The Revolutions I Have Lived Through అనే నా స్వీయ చరిత్రలో నా న్యాయవాద విద్యాభ్యాసం నుండి న్యాయవాదహోవృత్తి, న్యాయమూర్తి పదవి వరకూ అనేక విషయాలు ప్రస్తావించాను కాబట్టి ఇప్పుడు మరోసారి ఆ విషయాలన్నీ ప్రస్తావించడం పునశ్చరణం అవుతుందేమో అనే సందిగ్ధం కలిగింది. గతంలో చెప్పిన విషయాలన్నీ ఇప్పుడు ఈ పుస్తకంలో మళ్ళీ వివరించాల్సి వస్తే అదో పెద్ద గ్రంథమే అవుతుంది అని అలోచించి, ఈ పుస్తకాన్ని కొంతమేరకు పరిమితం చేశాను. పూర్తివివరాలు కావాలనుకునే పాఠకులు ఇంతకుముందు నేను రాసిన పుస్తకం చదివితే సరిపోతుంది అని అనుకుని ఈ పుస్తకాన్ని గతంలో ఎక్కడ ముగించానో అక్కడినుండి ప్రారంభించాలని నిర్ణయించాను. అయితే నా మునుపటి పుస్తకంలో

చెప్పిన కొన్ని విషయాలను సంక్షిప్తంగా చెప్పడం మంచిదని కూడా అనిపించింది. అందువల్ల నా అనుభవాల సమాహారాన్ని కొనసాగించాలని, మహనీయులు హైదరాబాద్ నిజాం తమ ప్రభుత్వంలో ముఖ్య లేఖకుని పదవికి నన్ను ఆహ్వానించడం, డివిజినల్ మరియు సెషన్స్ జడ్జి పదవులు నేను అంగీకరించడం, ఆ తర్వాత హైదరాబాద్ హై కోర్టులో ఖాళీగా ఉన్న పూర్తిస్థాయి జడ్జి పదవిని అదనపు జడ్జి హోదాలో నేను1948లో స్వీకరించడం, తిరిగి పోలీసు చర్య అనంతరం పూర్తిస్థాయి జడ్జి సెలవు నుండి తిరిగి రావటంతో నేను మళ్ళీ నా డివిజినల్ మరియు సెషన్స్ జడ్జి పదవిలోకి సికింద్రాబాద్ రావడం, ఆతర్వాత నా విధి నిర్వహణ వంటి విషయాలు చెప్పాలనిపించింది. ఈ విషయాలు, తదనుగుణంగా దాదాపు ఒక శతాబ్ద కాలంలో నాలుగోవంతు సాగిన నా వృత్తిలో అంశాలు ప్రస్తావిస్తున్నాను.

నా చిన్నతనం నుండి ప్రతి అన్యాయాన్నీ ప్రశ్నిస్తూ, నిరసిస్తూ ఉండేవాణ్ణి. అయితే న్యాయవాదులు అన్యాయవాదులనే ప్రచారం తరచూ వింటుండడం వల్ల న్యాయవాదులపై, న్యాయవాద వృత్తిపై నాకు కొంత ఏవగింపు ఉండేది. అయితే నాకు వైద్య వృత్తిపట్ల విపరీతమైన ప్రేమ ఉండేది. అప్పట్లో హైదరాబాద్ సైన్యంలో వైద్యులు డాక్టర్ వసంతరావు, డాక్టర్ బి.ఎస్ రాజ్ గార్లు నన్ను వైద్యవృత్తి పట్ల ప్రభావితం చేశారు అనే చెప్పాలి. (ఆ ఇద్దరూ మా కుటుంబ వైద్యులు కావడం వల్ల వారిప్రభావం నాపై ఎక్కువే ఉండేది. డాక్టర్ బి.ఎస్ రాజ్ గారు నాకోసారి ఆపరేషన్ చేశారు. డాక్టర్ వసంత రావు గారు కొంతకాలం నాకు వైద్యం చేశారు. అయితే నేను ఉన్నత చదువులకోసం ఇంగ్లాండ్ వెళ్ళినప్పుడు ఎందుకో వైద్యవృత్తి పట్ల కొంత నిరాసక్తత మొదలైంది. ఇంటికి తిరిగివచ్చే సమయంలో బెర్లిన్‌లో జరిగిన కుస్తీ పోటీల్లో నా అన్నగారు చనిపోవడంతో కలత చెందిన మా అమ్మగారు సుదీర్ఘకాలం సాగే వైద్య విద్యాభ్యాసం కోసం నన్ను ఎక్కువకాలం వదిలి ఉండడానికి ఇష్టపడలేదు. అందువల్ల నేను బికామ్ డిగ్రీలో చేరి ఆ తర్వాత వ్యాపారం చేద్దామనుకున్నా. అయితే బికామ్ చదువుతున్నప్పుడు పఠ్యాంశలుగా ఉన్న వాణిజ్య చట్టాలు, రాజ్యాంగ చట్టాలు చదవాల్సి వచ్చింది. అప్పుడే ఈ చట్టాలపట్ల కొంత ఇష్టం మొదలైంది. అప్పుడే స్థానికంగా ఉన్న కోర్టులకు వెళ్ళి అక్కడ న్యాయమూర్తులు క్రిమినల్, సివిల్ కేసుల విచారించే తీరు గమనించి బ్రిటిష్ న్యాయవావస్థ పట్ల ఆకర్షితుడినయ్యా. నేను 1931లో సెలవులకు భారతదేశం వచ్చినప్పుడు హైదరాబాద్ కోర్టులో మా బావగారు అయన బంధువు మధ్య జరిగిన ఒక వివాదంలో ప్రముఖ న్యాయవాదులు వాదప్రతివాదనలు చేయడం

నన్ను బాగా ఆకర్షించింది. హైదరాబాద్ హై కోర్టు జడ్జి గా, ప్రధాన న్యాయమూర్తిగా తర్వాత కాలంలో పనిచేసిన శ్రీ ఆర్.ఎస్ నాయక్ మా బావగారి తరపున, మరో న్యాయవాది సర్ తేజ్ బహదూర్ సప్రూ మా బావగారి బంధువు తరపున వాదనలు వినిపించారు. ఈ ఇద్దరు గొప్ప న్యాయవాదుల వాదప్రతివాదనలు నన్ను చాలా ప్రభావితం చేశాయి.

ఆ తర్వాత ఇంగ్లాండ్‌లోని లీడ్స్ నగరంలో రౌండ్ టేబుల్ సమావేశాలకు హాజరైన మొహ్మద్ అలీ జిన్నా గారిని కూడా కలిసే అవకాశం వచ్చింది. నేను భారతీయుల సంఘాలకు అధ్యక్షుడిగా ఉన్న సమయంలో మహ్మద్ అలీ జిన్నా లీడ్స్ నగరం సందర్శించారు. అయన న్యాయవాదిగా సాధించిన విజయాలు, అయన నాకు ఇచ్చిన సలహా నన్ను ప్రభావితం చేశాయి. "రెడ్డి, నీకు తలనొప్పి, కడుపునొప్పి, లేక మరే ఇతర శారీరక బాధ ఉన్నప్పుడు, నీకు ఎలాంటి మందు ఇచ్చినా కాదనకుండా తీసుకుంటావు. ఆ మందు వైద్య విద్యార్థి ఇచ్చినా, ఇంకొకరు ఇచ్చినా అది నీ జీవితం ప్రమాదంలో పడుతుందేమో అనే ఆలోచన లేకుండా తీసుకుంటావు. కానీ, నీ ఆస్తి కానీ, నీ స్వేచ్ఛ కానీ, వివాదంలో ఉండి నీకు మానసిక బాధ కలిగించినప్పుడు నువ్వు ఏదో ఒక న్యాయవాది అని కాకుండా మంచి న్యాయవాది, ఉత్తమ న్యాయవాది ఎవరో అని ఆలోచించి ఎంపిక చేసుకుంటావు. అలాంటి న్యాయవాది కోసం ఒకవేళ నీ భార్య వంటిమీద నగలు తాకట్టు పెట్టవలసి వచ్చినా క్షణం కూడా వెనుకాడవు. నువ్వు ఒకవేళ న్యాయవాదివి కావాలనుకుంటే అలాంటి ఉత్తమ న్యాయవాదిగా తయారవ్వు," అని మహ్మదాలీ జిన్నా నాకు సలహా ఇచ్చారు. అయన నాకు ఇంకో సలహా కూడా ఇచ్చారు. "నువ్వు న్యాయవాద వృత్తి చేపట్టిన తర్వాత నీ సహాయం కోసం వచ్చే ప్రజలకు అందుబాటులో ఉండేందుకు ఒక నిర్దిష్ట ప్రదేశం ఏర్పాటు చేసుకోవాలి. నీకోసం ఎవరూ అక్కడా, ఇక్కడా వెతుక్కోవలసిన పరిస్థితి ఉండకూడదు. నీకు ఏమీ పని లేకపోయినా నువ్వు ఆ నిర్దిష్ట ప్రదేశంలోనేహాఉండాలి. నీకు వేరే పని లేకపోయినా నువ్వు ఆ నిర్దిష్ట ప్రదేశంలోనే ఉండాలి. చట్టాలగురించి, ఇతర అంశాలగురించి ఎప్పటికప్పుడు తెలుసుకుంటూ, జ్ఞానాన్ని పెంచుకుంటూ ఉండాలి. న్యాయవాద పుస్తకంలో, చట్టాల్లో, కోర్టు తీర్పులో, ఏవీ కాకపోతో ఆనాటి దినపత్రికో చదువుతూ కనిపించాలి. ఏమైనా కానీ నువ్వు ఆ నిర్దిష్ట ప్రదేశంలో ఉండాలి. నువ్వు అక్కడే ఉంటావనే విషయం చాలామందికి తెలియాలి. నువ్వు ఎక్కడ ఉంటావో అనే అనుమానాలు కలగనివ్వకూడదు," అంటూ మరో సలహా ఇచ్చారు. ఈ సలహాలకు

నేను ఆయనకు కృతజ్ఞుడనే. అప్పటికి అయన భారతదేశ ఐక్యతకు భిన్నమైన నిర్ణయం ఇంకా తీసుకోలేదు.

ఇలా న్యాయవాద వృత్తి పట్ల నాలో ఆసక్తి పెరుగుతున్న సమయంలోనే న్యాయవాద విద్యా ప్రొఫెసర్, శ్రీ హ్యూగ్స్ (Professor Hughes) పరిచయం అయి నాకు కేంబ్రిడ్జి విశ్వవిద్యాలయంలో న్యాయవాద వృత్తిలో చేరేందుకు సహకరించారు. ఒకరోజు తరగతులు పూర్తయిన తర్వాత ప్రొఫెసర్ హ్యూగ్స్ నన్ను పిలిచారు. "రెడ్డి, ప్రొవిన్సియల్ విశ్వవిద్యాలయంలో నువ్వు ఏం చేస్తున్నావు? నువ్వు రెండు పెద్ద విశ్వవిద్యాలయాల్లో ఒకదానిలో చేరాల్సింది," అన్నారు. అయితే నేను నా కారణం చెప్పాను. విశ్వవిద్యాలయ దరఖాస్తు భారత కార్యాలయానికి పంపిస్తారని, అక్కడ అధికారులు వారి ఇష్టాయిష్టాల మేరకు కొంత అపోహలతో ఉండొచ్చని, నాకు అవకాశం కల్పించకపోవచ్చని చెప్పాను. "ఎక్కువగా ఆలోచించకు. నువ్వు ఏ విశ్వవిద్యాలయానికి వెళ్లాలనుకుంటున్నావు?" అని అడిగారు. "కేంబ్రిడ్జి" అని చెప్పాను. అయితే అయన ఆక్స్ఫర్డ్ విశ్వవిద్యాలయంలో పనిచేస్తున్నందువల్ల "కేంబ్రిడ్జి ఎందుకు?" అని అడిగారు. నేను చిన్ననాటినుండి కేంబ్రిడ్జి విద్యావిధానంలో పెరిగానని అందువల్లే కేంబ్రిడ్జి కోరుకున్నానని చెప్పాను. "ఏ కాలేజీ" అని అడిగారు. "నాకు తెలియదు" అని బదులిచ్చా. ట్రినిటీ హాల్ కాలేజీ అయన నిర్ణయించారు. మూడు వారాల్లో ట్రినిటీ కాలేజినుండి ఇంటర్వ్యూకి రావలసిందిగా అక్కడి సీనియర్ ట్యూటర్ నుండి నాకు పిలుపొచ్చింది. ఇంటర్వ్యూ తర్వాత నన్ను కాలేజీలో చేర్చుకున్నారు. నాపట్ల ప్రొఫెసర్ హ్యూగ్స్ కనపర్చిన శ్రద్ధ నాకు ఆశ్చర్యం కలిగించింది. అప్పట్లో క్రీడలు, ఇతర అంశాలపట్ల నేను చూపించిన శ్రద్ధ, సాధించిన విజయాలు, అప్పుడప్పుడు నా విజయాలపట్ల పత్రికల్లో వచ్చిన వార్తలు బహుశా ఆయనకు నాపై శ్రద్ధకలిగేలా దోహదపడి ఉండొచ్చు. అందువల్లే నేను ఉత్తమ విశ్వవిద్యాలయంలో ఉంటే మంచిదని అయన భావించి ఉండొచ్చు. నేను ఇంగ్లాండ్ పైలట్ లలో పిన్నవయసు వాడిని. విశ్వవిద్యాలయంలో పోల్ వాల్ట్ పోటీల్లో గెలుపొందేవాడిని. అంతే కాదు బ్రిటిష్ జట్టులో సభ్యుణ్ణి కూడా. పైగా అప్పటికే కలర్స్ అఫ్ యూనివర్సిటీస్ అథ్లెటిక్ యూనియన్ అవార్డు పొందాను. పత్రికల్లో నాగురించి కొన్ని వ్యాసాలు కూడా వచ్చాయి. వాటిలో ఒకటి చివరి పేజీల్లో పొందుపర్చాను. అది ఏప్రిల్ 6, 1933లో యార్క్ షైర్ ఈవెనింగ్ పోస్ట్ (Yorkshire Evening Post) పత్రిక ఫ్లైయింగ్ కిట్ తో ఉన్నహొహొనా

ఫొటోతో సహా "యూతోసోఫీ" (YOUTHOSOPHY) శీర్షికన "యార్క్ షైర్ లో అత్యంత యువ పైలట్" (Yorkshired's Most Youthful Pilot) అనే వార్త రాశారు.

ఇక న్యాయవాద వృత్తి చేపట్టాలని నిర్ణయించి కేంబ్రిడ్జి విశ్వవిద్యాలయంలో చేరినతర్వాత నేనెప్పుడూ వెనుతిరిగి చూడలేదు, ఈ వృత్తి ఎంచుకున్నందుకు చింతించలేదు. నా చదువులో ప్రతి స్థాయిలోనుహొప్రొఫెసర్ గుట్రిచ్, హైదరాబాద్ రాష్ట్రానికి కౌన్సెల్ గా ఉన్న సర్ వాల్టర్ మొంక్టోన్, వాటి ప్రఖ్యాత ఉపాధ్యాయులు నాకు వెన్నుదన్నుగా ఉండేవారు. అలాగే న్యాయవాద విద్య పూర్తయిన తర్వాత కోర్టుకు నమోదు చేసుకున్న తర్వాత నేను శిష్యరికం చేసిన ప్రఖ్యాత న్యాయవాది, కోర్టుకు వినతులు తయారు చేయడంలో సిద్ధహస్తుడు పి.బి మొర్లే వంటి వారు నా ప్రతి మెట్టుకు సహకరించారు.

నా సీనియర్ న్యాయవాదులతో కలిసి కింగ్స్ బెంచ్, ఛాన్సరీ, కోర్ట్ ఆఫ్ అప్పీల్స్, ది హౌస్ అఫ్ లార్డ్స్ మరియు ప్రివై కౌన్సిల్ హాజరయ్యే అవకాశం కలిగింది. నన్ను బాగా ప్రభావితం చేసిన ముగ్గురు వ్యక్తుల పరిచయ భాగ్యం కూడా నాకు కలిగింది వారికి నేనెంతో కృతజ్ఞుడను. వారిలో ఒకరు ప్రివై కౌన్సిల్ సభ్యులు, పంజాబ్ హై కోర్ట్ మాజీ ప్రధాన న్యాయమూర్తి సర్ షాదీ లాల్. అయన నాపట్ల అపారమైన ప్రేమ చూపించేవారు. అయన కుమారుడు నరేంద్ర నాకు మంచి మిత్రుడు. ఇద్దరం ఇన్ అఫ్ కోర్ట్ - గ్రేయ్స్ ఇన్, లో సర్ షాదీ లాల్ న్యాయవాది కాగా, లార్డ్ అట్కిన్ న్యాయమూర్తి. కొన్నిసార్లు సర్ షాదీ లాల్ తన ముసాయిదా అభిప్రాయాలను నాకు చూపించి చదవమని చెప్పేవారు. నేను చదివిన తర్వాత అది నాకు అర్థమైందో లేదో అడిగేవారు. "అర్థమైంది" అని చెప్పగానే "ఏం అర్థమైంది" అని అడిగేవారు. నేను చెప్పిన తర్వాత అయన అనేవారు, "కోర్టు తీర్పులు సరళమైన భాషలో క్లయింట్ తో సహా అందరికి సులువుగా అర్థమయ్యేలా ఉండాల"ని చెప్పేవారు. "రెడ్డి, కేసు తయారు చేయడంతో పాటు ఒకవేళ సీనియర్ వాదనలు చేయలేని పరిస్థితుల్లో కేసును కొనసాగించే విధంగా సంసిద్ధంగా ఉండాలి" అని కూడా ఆయన చెప్పారు.

నేను కృతజ్ఞతగా ఉండే మరో వ్యక్తి సర్ వాల్టర్ మోక్టోన్. నేను శ్రీ బి.పి మొర్లే ఛాంబర్లో చదివే అవకాశం ఆయనే కల్పించారు. చట్టం గురించి చూసే ముందు కేసులో ప్రతి అంశాన్ని జాగ్రత్తగా చూసుకోవాలని, సాక్షాలను క్షుణ్ణంగా విశ్లేషించి, కేసులో ఏది నిరూపించగల అంశమో, ఏది నిరూపించలేని అంశమో స్పష్టంగా అవగాహనతో ఉండాలని అయన ఎప్పుడూ చెప్తుండేవారు. ఆ తర్వాత మాత్రమే

చట్టంలోని అనుకూల, ప్రతికూల అంశాలను కూడా చూసుకొని ఆమేరకు మనం కేసు ఎలా నిరూపించగలమో నిర్ధాంచుకోవాలి చెప్పేవారు.

ఇక నా జీవితాన్ని ప్రభావితం చేసిన మూడో వ్యక్తి శ్రీ కాంప్ బెల్. అయన పంజాబ్ హై కోర్టు మాజీ న్యాయమూర్తి మరియు కేంబ్రిడ్జి విశ్వవిద్యాలయంలో హిందూ, ముస్లిం చట్టాల అధ్యాపకుడు. ఆయనే నన్ను ముంబాయి హై కోర్టు ప్రధాన న్యాయమూర్తి సర్ జాన్ బెమౌంట్ కి పరిచయం చేశారు. వీరి గురించి నేను ఇంతకుముందు రాసిన The Revolutions I Have Lived Through అనే పుస్తకంలో వివరంగా ప్రస్తావించాను.

నేను ముంబాయి లోని సీనియర్ న్యాయవాది సర్ జెంషెడ్జీ కంగా ఛాంబర్లో చేరేందుకు సర్ జాన్ బెమౌంట్ సహాయం చేశారు. సర్ జెంషెడ్జి కంగా దగ్గర జూనియర్ గా పనిచేసే అవకాశం రావడం నా అదృష్టంగా భావించాను. అక్కడ పనిచేయడం వల్లే ఈ రంగంలో అనేకమంది ప్రముఖులతో పరిచయాలు ఏర్పడ్డాయి. నేను న్యాయవాదంలో మెళుకువలు ఆయనదగ్గరే నేర్చుకున్నాను. ఆయనతో పాటు ప్రముఖ న్యాయవాదులు సర్ చిమన్ లాల్ సెతల్వాద్, అయన కుమారుడు ముంబయి అడ్వకేట్ జనరల్ అయిన మోతిలాల్ సెతల్వాద్, కల్ట్ మాన్, డి బహదూర్జి, భూలాభాయ్ దేశాయ్, కన్హయా లాల్ మున్షి, అడ్వకేట్ జనరల్ సర్ కెన్నెత్ కెంప్ వంటి మహనీయుల ప్రజ్ఞా పాటవాలు నన్నెంతగానో ప్రభావితం చేశాయి. నేను కింగ్ ఎంపరర్ తరపున జస్టిస్ నిస్సేర్వాన్జీ సమక్షంలో ముంబైలోనే నేను నా తొలికేసు వాదించాను. ఒక పాత నేరస్తుడిపై మోపిన నేరాన్ని నేను విజయవంతంగా వాదించి నిరూపించాను. ఇంగ్లాండ్, అమెరికాలో 12 మందితో ఏర్పాటయ్యే జ్యూరీ భారతదేశంలో తొమ్మిది మందితో ఏర్పాటవుతుంది.

ఒక యేడాది తర్వాత నేను నా ప్రాక్టీస్ మద్రాసుకు మార్చాను. అక్కడ ప్రముఖ న్యాయవాది శ్రీ దొరైస్వామి అయ్యర్ దగ్గర జూనియర్ గా పనిచేశాను. అయన ఒక కళాశాలలో న్యాయశాస్త్ర అధ్యాపక బాధ్యత నిర్వహించడమే కాక, ఒరిజినల్ సైడ్ ప్రొసీజర్ కూడా. తన కేసులను క్షుణ్ణంగా విశ్లేషించి తన వాదనను స్పష్టంగా చెప్పేవారు. కేసు ఎలా సిద్ధం చేసుకోవాలో అనే ఆయనే నాకు నేర్పించారు. కోర్టుల్లో నా విజయానికి తోడ్పడిన అనేకమంది సీనియర్ న్యాయనిపుణుల్లో అయ్యర్ కూడా ఒకరు. అయితే శ్రీ అరబిందో అనుచరుడిగా అయన న్యాయవాద వృత్తినుండి వైదొలిగి పాండిచ్చేరి

అరబిందో ఆశ్రమానికి వెళ్లిపోవడంతో ఆయనదగ్గర ఎక్కువకాలం శిష్యరికం చేసే అవకాశం లభించలేదు.

క్రోస్ ఎగ్జామినేషన్ సంబంధించిన కీలక, ప్రాథమిక అంశాలు అయ్యర్ వద్దే నేర్చుకున్నాను. ప్రత్యేకించి ఎలాంటి ప్రశ్నలు అడగాలి, ఎంతమేరకు అడగాలి, రాబట్టే సమాధానాలు, సమాచారం పట్ల న్యాయమూర్తి సంతృప్తిగా కనిపిస్తున్నారా అనే అంశాలు గమనంలో ఉంచుకోవడం అయ్యర్ గారి దగ్గరే నేర్చుకున్నాను. కొన్ని ప్రముఖ కేసుల్లో నేను వాదించాను. మైసూర్ ప్రధాన న్యాయమూర్తి శ్రీ డి.ఆర్సీ రెయిలీ సమక్షంలో వనపర్తి ఆర్బిట్రేషన్ కేసు కొంత ముఖ్యమైనది. ప్రముఖ న్యాయవాది, Mayen's Hindu Law సంపాదకులు, అఖిల భారత కాంగ్రెస్ అధ్యక్షుడు ఎస్ శ్రీనివాస అయ్యంగార్ మా బావగారి మేనల్లుడి తరపున కేసు వాదించగా మరో ప్రముఖ న్యాయవాది మద్రాస్ అడ్వకేట్ జనరల్ సర్ అల్లాడి కృష్ణస్వామి అయ్యర్, నా సీనియర్ న్యాయవాది ఎస్ దొరైస్వామి అయ్యర్ మా బావగారి తరపున వాదించారు. అలాగే మరికొన్ని ముఖ్యమైన కేసుల్లో నేనుకూడా వాదించాను. ముఖ్యంగా వెంకటగిరి కేసు, పుంగనూరు జమిందార్ కేసు వంటి వాటిలో ప్రముఖ న్యాయవాదులు శ్రీ శ్రీనివాస అయ్యంగార్, శ్రీ అల్లాడి కుప్పుస్వామి అయ్యర్, శ్రీ వెంకట సుబ్బారావు గారి సహచరులు శ్రీ రాధాకృష్ణయ్య వంటి వారితో కలిసి కేసుల్లో వాదనలు చేశాను.

శ్రీ దొరైస్వామి అయ్యర్ అరబిందో ఆశ్రమంలో పనిచేసేందుకు వెళ్లిపోయిన తర్వాత మద్రాసులో ఒక కార్యాలయాన్ని ఏర్పాటుచేసుకున్నాను. నాతోపాటు నా జూనియర్ మరియు గతంలో నేను పనిచేసిన ఒక సీనియర్ లాయర్ శిష్యుడు అయిన శ్రీ కె.రాజగోపాల్ నాతో భాగస్వామిగా చేరారు. మద్రాసు నుండి హైదరాబాద్ కు వచ్చే ముందే నేను కొన్ని సివిల్ మరియు క్రిమినల్ కేసులు వాదించాను. జాట్ ప్రోల్ సక్సెస్సన్ కేసులో అప్పట్లో వైస్రాయ్ కౌన్సిల్‌లో సభ్యుడు, కలకత్తాలో ప్రముఖ న్యాయవాది శ్రీ ఎన్.ఎన్ సర్కార్ తో కలిసి వాదనల్లో పాల్గొన్నాను. అలాగే గోల్కొండ సిగరెట్ కంపెనీ కేసులో ప్రముఖ న్యాయవాదులు శ్రీ బి.ఎల్ మాథుర్ మరియు సర్ సుల్తాన్ అహ్మద్ గార్లకు వివరాలు అందించాను. శ్రీ బి.ఎల్ మాథుర్ భారత అడ్వకేట్ జనరల్ గా పనిచేశారు. గతంలో శ్రీ దొరైస్వామి అయ్యర్ వద్ద నేర్చుకున్నట్టే కేసు వివరాలు సమగ్రంగా పేర్చడం ఇక వాదించడానికి ఏమీ లేదనే అభిప్రాయం కలిగేలా కీలక అంశాలు పగడ్బందీగా పేర్చి కూర్చడం శ్రీ ఎన్.ఎన్ సర్కార్ దగ్గర నేర్చుకున్నాను. కేసుకు సంబంధించిన పూర్తిసమాచారం, పూర్వాపరాలతో సమగ్రంగా సమర్థవంతంగా

వాదనలు వినిపించి న్యాయమూర్తిని సంతృప్తి పర్చగలిగితే ఆపైన ఎప్పటికప్పుడు న్యాయశాస్త్ర పరిజ్ఞానం పెంచుకుంటుంటే న్యాయవాది భవిష్యత్తు బంగారుబాట అవుతుంది. నా అదృష్టం ఏమంటే నా ప్రాక్టీస్ ప్రారంభంలోనే ప్రముఖ న్యాయవాదులతో పరిచయాలు కలగడం, వారి సూచనలూ, సలహాలు నేను ఎప్పటికప్పుడు స్వీకరించి అనుసరించడం నాకు బాగా కలిసొచ్చిన అంశాలు. ప్రధానంగా కేసు తయారు చేయడంలో, సమగ్ర వివరాలు సేకరించడంలో, వాదప్రతివాదనలు వినిపించడంలో, వాస్తవాలు రాబట్టడంలో నాకు అందిన సలహాలు, సూచనలు నా వృత్తి నైపుణ్యాన్ని పెంచుకునేందుకు ఎంతో ఉపయోగపడ్డాయి. సరిగ్గా ఇలాంటి సమయంలోనే హైదరాబాద్ నిజాం సంస్థానంలో ఆర్థిక మంత్రిగా ఉన్న సర్ అక్బర్ హైదర్ నన్ను ఆహ్వానించారు. తాము హైదరాబాద్‌లో ఒక వాణిజ్య బ్యాంకు ప్రారంభించే ఆలోచనలో ఉన్నామని తెలిపారు.

సర్ అక్బర్ కుమారులైన ఆలీ. ఇక్బల్, మొహ్మద్, పాఠశాలలో నా సహ విద్యార్థులు. ఇంపీరియల్ బ్యాంకు అఫ్ ఇండియాలో ఆలీ ఉన్నతాధికారిగా పనిచేస్తున్నారు. ఆయనే నిజాం సర్కార్ ప్రతిపాదించిన కొత్త బ్యాంకు కార్యదర్శిగా రాబోతున్నారు. ఈ కారణాలవల్లే నేను మద్రాసు నుండి హైదరాబాద్ రావలసి వచ్చింది. హైదరాబాద్ స్టేట్ బ్యాంకు బిల్ రూపొందించడంలోఇంపీరియల్ బ్యాంకు నుండి వచ్చిన శ్రీ ఆర్.ఎస్ పఠాన్‌కు సహకారం అందించాను. అప్పటికి హైదరాబాద్ రాష్ట్రంలో ఉన్న చట్టాలన్నీ ఉర్దూ భాషలో ఉన్నందువల్ల ఈ స్టేట్ బ్యాంకు బిల్లు కూడా ఉర్దూలోనే రూపొందించవలసి వచ్చింది. శ్రీ పఠాన్ ఆంగ్లంలో రూపొందించిన నమూనా బిల్లు యథాతథంగా ఉర్దూలో తర్జుమా చేయడంలో నా కృషి ఉంది. బిల్లు నమూనా పట్ల అక్బర్ సంతృప్తి వ్యక్తం చేసిన తర్వాత అది చట్టంగా అమలులోకి వచ్చింది. బ్యాంకు ప్రారంభించగానే శ్రీ పఠాన్ బ్యాంకు మేనేజింగ్ డైరెక్టర్ గానూ ఆలీ కార్యదర్శిగానూ బాధ్యతలు తీసుకున్నారు. ఈ బ్యాంకు న్యాయ సలహాదారుగా అనధికారికంగా మొదటి రెండుమూడేళ్ళు పనిచేశాక అధికారికంగా సలహాదారు బాధ్యతలు అప్పగించారు. ఆమేరకు అవసరాన్ని బట్టి బ్యాంకు న్యాయసలహాదారుగా పనిచేసేవాణ్ణి. ఏదైనా బ్యాంకు తరపున కోర్టులో కేసు వాదించినప్పుడు బ్యాంకు నాకు నా ఫీజు చెల్లించేది. బ్యాంకు మేనేజింగ్ డైరెక్టర్ మరియు బ్యాంకు సిబ్బందికి నా పనివిధానం నచ్చింది. నేను బ్యాంకు న్యాయ సలహాదారుగా ఉన్నంత కాలం బ్యాంకుపై ఎలాంటి కేసులూ లేకుండా చూసేవాణ్ణి. యుద్ధ సమయంలో హైదరాబాద్

ప్రభుత్వం కొన్ని సంస్థలను ఏర్పాటు చేసింది. ఆహార పదార్థాలు సేకరించడం వాటిని ప్రజలకు అందుబాటులోకి తేవడం కోసం ది హైదరాబాద్ వాణిజ్య కార్పొరేషన్ ను ప్రభుత్వం ఏర్పాటు చేసింది. ఆ తర్వాత హైదరాబాద్ నుండి ముంబాయి, ఢిల్లీ, మద్రాస్ నగరాలకు విమానాలు నడిపేందుకు డెక్కన్ ఎయిర్వేస్ సంస్థను ప్రభుత్వం ప్రారంభించింది. అలాగే బంగారం తవ్వి తీసేందుకోసం హుట్టి గోల్డ్ మైన్స్ కార్పొరేషన్ ఏర్పాటు చేసింది. ఈ సంస్థల ఏర్పాటుకోసం ప్రభుత్వం న్యాయపరమైన సలహాలూ, సూచనలూ నా నుండి తీసుకుంది. అలాగే ఈ సంస్థలు అన్నిటికీ నన్ను అధికారికంగా న్యాయ సలహాదారుగా నియమించింది. ఈ సంస్థలే కాకుండా వనపర్తికి చెందిన రాజా రామ్ దేవ్, జాట్ ప్రోల్ కు చెందిన రాజా సాహెబ్, రాజా ధనరాజ్ గిరి, నర్సింగ్ గిరిజి వంటి వారికీ నేను న్యాయ సలహాదారుగా పనిచేస్తున్నాను. అలాగే సింగరేణి సంస్థకు కూడా నేనే న్యాయ సలహాదారు. ఇంకా డెక్కన్ కార్డుబోర్డు కంపెని వంటి అనేక ప్రైవేట్ కంపెనీల ఏర్పాటుకు నేను న్యాయ సలహాలు ఇచ్చాను.

రెండో ప్రపంచ యుద్ధ సమయంలో 1939-45 మధ్య కాలంలో హైదరాబాద్ నిజాం ప్రభుత్వ చరిత్రలో మొదటిసారిగా ఆదాయపన్ను ప్రవేశపెట్టారు. అప్పటివరకూ హైదరాబాద్ నిజాం ప్రభుత్వ బడ్జెట్ కేవలం భూములపై వచ్చే ఆదాయం, ఎక్సయిజ్ పన్ను, కస్టమ్స్ పన్ను, పోస్టల్ ఆదాయం, జాగీర్ల నుండి వచ్చే ఆదాయం మాత్రమే. ఆదాయపన్ను ప్రతిపాదనను అనేకమంది వ్యతిరేకించారు, ప్రత్యేకించి జాగీర్ దార్లు తీవ్రంగా ప్రతిఘటించారు. తమకు కూడా ఆదాయం భూమి పన్ను మాత్రమే అనీ, తమ ఆదాయాలు అంతంత మాత్రమే అనీ, ఇప్పుడు ఆదాయపన్ను విధిస్తే జాగీర్ సంస్థానాల ఆదాయాలు కూడా పడిపోతాయని, ఆర్థిక భారంతో సంస్థానాలు, మరీ ముఖ్యంగా సాలార్ జంగ్, పైగాస్, అలాగే హిందూ సంస్థానాలైన గద్వాల్, వనపర్తి, అమరచింత, సిర్నాపల్లి వంటివి దెబ్బతింటాయని ఆందోళన రేగింది. ఈ జాగీర్లన్నిటికి స్వంత పోలీసు, స్వంత న్యాయస్థానాలు, రెవిన్యూ సంస్థలు ఉన్నప్పటికీ వాటిలో సిబ్బంది నియామకాలు మాత్రం నిజాం ప్రభుత్వ ఆమోదంతోనే జరగాల్సి ఉంది. యుద్ధ కాలంలో ఆర్థిక వెసులుబాటు కోసం బ్రిటిష్ ప్రభుత్వం ఆదాయపన్ను ప్రవేశపెట్టింది. వ్యక్తుల ఆదాయం, సంస్థల ఆదాయంపై పన్ను విధించింది. ఇదే పద్ధతిలో నిజాం ప్రభుత్వం కూడా (ఆదాయంద్వారా వచ్చే అదనపు లాభంపైన పన్ను) Dasturul Amal Zayed Munafa పేరుతో ఆదాయపన్ను చట్టాన్ని తెచ్చింది. అప్పటికి హైదరాబాద్ లో ఆదాయం పన్ను చట్టం ఇదే మొదటిది కావటంతో న్యాయవాదులకు,

అకౌంటెంట్లకు ఈ చట్టం పట్ల అవగాహన కొరవడింది. అందువల్ల బ్రిటిష్ ఇండియా నుండి పన్నుల చట్టాల్లో నిపుణులైన అనేకమంది న్యాయవాదులు, ఆడిటర్లు, అకౌంటెంట్లు హైదరాబాద్ కు వలస వచ్చారు. అయితే హైదరాబాద్ నిజాం ప్రభుత్వం తెచ్చిన ఆదాయపన్ను చట్ట ఉర్దూలో ఉండడంవల్ల, ఈ వలసవచ్చిన నిపుణులకు ఉర్దూ రాకపోవడంవల్ల పెద్ద చిక్కే వచ్చింది. నేను అప్పుడే పన్నుల చట్టాల పట్ల దృష్టి పెట్టిన కారణంగా ఉర్దూలో ఉన్న ఆదాయపన్ను చట్టాన్ని నేను ఆంగ్లంలోకి తర్జుమా చేసి, న్యాయవాదులు, ఆడిటర్లు, అకౌంటంట్లు, ప్రభుత్వ, ప్రైవేట్ సంస్థలకు అందుబాటులోకి తెచ్చాను. స్థానిక ప్రముఖ వ్యాపారవేత్త, మీర్ లైక్ ఆలీ (తర్వాత కాలంలో హైదరాబాద్ రాష్ట్రాన్ని అత్యంత అవమానకరంగా పోలీస్ యాక్షన్ ద్వారా కేంద్రం దాడి చేయకముందు హైదరాబాద్ ప్రధానమంత్రిగా బాధ్యతలు నిర్వహించారు) అప్పట్లో హైదరాబాద్ ఛాంబర్ అఫ్ కామర్స్ అధ్యక్షునిగా ఉండేవారు. నేను ఆంగ్లంలోకి తర్జుమా చేసిన చట్టాన్ని ఛాంబర్ అఫ్ కామర్స్ తరపున ప్రచురించేందుకు అంగీకరించారు. ఈ పుస్తకాన్ని నేనే ప్రచురించి కొంత డబ్బులు సంపాదించే అవకాశం ఉన్నప్పటికీ దాని ఛాంబర్ ద్వారా ప్రచురింపజేసి లాయర్లు, చార్టర్డ్ అక్కౌంటెంట్లు, ఇతరులకు సహాయం చేద్దామనే లక్ష్యంతో ఈ నిర్ణయం తీసుకున్నా. రాష్ట్రంలో అదనపు ఆదాయ పన్ను చట్టంపై నేను రాసింది ఒక్కటే పుస్తకం కావటంతో అది విస్తృత ప్రచారం పొందింది. ఒకరోజు సీనియర్ న్యాయవాది, ఆ తర్వాత కాలంలో రామకృష్ణా రావు ప్రభుత్వంలో మంత్రిగానూ, సంజీవ రెడ్డి ప్రభుత్వంలో ఉప ముఖ్యమంత్రిగానూ బాధ్యతలు నిర్వహించిన కొండా వెంకట రంగా రెడ్డి నాకు స్వయంగా ఫోన్ చేశారు. తన క్లయింట్ సంబంధించిన ఆదాయ పన్ను విషయంలో కొంత స్పష్టత కోసం నన్ను సంప్రదించేందుకు మరిన్ని వివరాలు తెలుసుకునేందుకు నా దగ్గరకు రావాలని అనుకుంటున్నట్టు తెలిపారు. ఈ మాటతో ఆశ్చర్యం వ్యక్తం చేస్తూ నేనే వస్తానని చెప్పాను. అయితే ఆయనే వస్తానని చెప్పి, ఆమేరకు ఆయనే నా కార్యాలయానికి వచ్చారు. అదనపు ఆదాయం పన్ను చట్టం కొత్తది కావడం, అది ఉర్దూలో ఉండడం, పైగా కొన్ని చట్ట రూపకల్పనలో సరికొత్త పదజాలం ప్రయోగించడంతో అస్పష్టత ఏర్పడి చట్టాన్ని పూర్తిగా అర్థం చేసుకోవడం న్యాయవాదులకు కొంత ఇబ్బందిగా ఉండేది. అయితే కొంత చర్చ, వివరణల అనంతరం తన క్లయింట్ అదనపు ఆదాయంపై పన్ను విషయంలో సమస్యను శ్రీ రంగారెడ్డి సులువుగానే అర్థం చేసుకోగలిగారు. నేను చేసిన ఇలాంటి పనులవల్ల 1943లో నిజాం ప్రభుత్వం కంపెనీ చట్టం, జీవిత భీమా చట్టం ప్రతిపాదించే కమిషన్‌లో ఒక సభ్యునిగా నన్ను

నియమించారు. కమిషన్ సభ్యులుగా పలువురు సీనియర్ న్యాయవాదులు, ప్రత్యేకించి నాకంటే అనేక దశాబ్దాలుగా పనిచేస్తున్న దివాన్ బహదూర్ అరవమాడు అయ్యంగార్ మరియు అబ్దుల్ హస్సన్ సయ్యద్ అలీ వంటివారు ఉన్నారు. ఈ రెండు ప్రతిపాదిత చట్టాల విషయంలో నేను కొన్ని సూచనలు చేయగా ప్రభుత్వం వాటిని ఆమోదించింది. వీటిలో ఒకటి కంపెనీల యాజమాన్యంలో ఆర్థిక బాధ్యతలు లేని సభ్యుల పాత్ర. అయితే ఈ సంస్థల్లో ప్రతిపాదిత ప్రాజెక్టుల్లో పెట్టుబడులు పెట్టేందుకు ఇతరులను ఒప్పించడం వరకే ఈ యాజమాన్యం బాధ్యతలో ఉన్న వ్యక్తుల ప్రధాన కర్తవ్యం అయినందువల్ల వాళ్ళు కంపెనీ ప్రమోటర్లుగా నియమితులవుతారు. అయితే కంపెనీ ఏర్పాటులో కంపెనీకి సంబంధించిన క్రయ, విక్రయాల్లో వీరు భాగస్వాములవుతారు. మరో రకంగా చెప్పాలంటే పాలతో ప్రమేయం లేకుండానే వారికీ వెన్నపూస లభిస్తుంది. స్వయం వ్యయం లేని ఇలాంటి ప్రమోటర్ల కారణంగానే అనేక కంపెనీలు ఆర్థికంగా దెబ్బతింటున్నాయి. ఈ సమస్యకు పరిష్కారంగా నేనో ప్రతిపాదన చేశాను. ఏ వ్యక్తి అయినా లేక సంస్థ అయినా యాజమాన్య బాధ్యత చేపట్టాలంటే కంపెనీలో కనీసంగా మూడో వంతు పెట్టుబడి పెట్టాలని, ఈ పెట్టుబడి సదరు వ్యక్తి లేదా సంస్థ ఆ బాధ్యతలు నిర్వర్తించినంతకాలం కొనసాగాలనేది నా ప్రతిపాదన. ఈ పెట్టుబడి మూడో వంతుకు కంటే తగ్గితే సదరు వ్యక్తి లేదా సంస్థ యాజమాన్య బాధ్యతనుండి తప్పుకోవాల్సి వస్తుంది. ఈ ప్రతిపాదన విప్లవాత్మకమైనది. అప్పటికే అనేక కంపెనీల్లో యాజమాన్య బాధ్యతల్లో బ్రిటిష్ సంస్థలు, అధికారులు ఉన్నందువల్ల భారత ప్రభుత్వం కూడా ఇలాంటి నిబంధన గురించి ఆలోచించలేదు. నిజాం ప్రభుత్వం ఈ నిబంధనలతో 1947 కంపెనీల చట్టాన్ని రూపొందించింది. ఈ చట్టాన్నే భారత ప్రభుత్వం 1954 లోనో 1955 లోనో దేశవ్యాప్తంగా అమలులోకి తెచ్చింది.

రాష్ట్ర హై కోర్ట్, రెవిన్యూ కోర్టుల్లో నా న్యాయవాద వృత్తి బాగానే ఉన్నప్పటికీ ఎందుకో నాకు వృత్తిపరమైన సంతృప్తి కనిపించలేదు. హై కోర్టులో కేసు విచారణకు వచ్చి నేను పూర్తి సమాచారంతో సంసిద్ధంగా వాదనకు హాజరైనప్పుడు ప్రత్యర్థి ఏవో చిన్న కారణాలు చూపి కేసు వాదనలు వాయిదా కోరేవారు. కోర్టులో కేసుల క్రమం అలహాబాద్ హై కోర్ట్ లాగా ఆనాటి కేసుల పట్టికలో ఏదైనా ఒక కేసు ఏ కారణం వల్లగాని వాయిదా పడితే ఆ పట్టికలో కేసులు మొత్తం వాయిదాపడి సంబంధిత న్యాయవాదులకు మరుసటి వాయిదా తేదీ తెలపడం మంచి పద్ధతిగా నేను వ్యకిగతంగా భావించాను. అయితే ఇరుపార్టీలు అంగీకరించిన ప్రకారం తదుపరి వాయిదాలో

కేసు విచారణకు వస్తుందన్న నమ్మకం లేదు. ఈ కారణంగా తరచూ కేసు వాయిదాలు పడుతుంటే న్యాయవాదిలో ఉత్సాహం సన్నగిల్లిపోతుంది. ఈ పద్దతే సిటీ సివిల్ కోర్టులు, జిల్లా కోర్టుల్లో కూడా అవలంభించేవారు. కేసులు వాయిదాలు వేస్తూ నిరుత్సహానికి గురిచేసేవారు. మరీ విచారకరమైన విషయం ఏమంటే క్రిమినల్ మరియు హత్య కేసులను కూడా సివిల్ కోర్టులు లేదా క్రిమినల్ కోర్టుల్లో విచారణ వాయిదాల మీద వాయిదాలు వేస్తూ కాలం పొడిగించేవాళ్ళు. అంతేకాక సాక్షుల వాగ్మూలం ఎప్పటికప్పుడు నమోదుచేసేవారు కాదు. ఆరోజు విచారణలో ఎంతమేరకు సాక్షి ఇచ్చిన వాంగ్మూలం నమోదు చేసేవారో అంతమేరకే చేసి కేసు విచారణ మరో 15 రోజులకు వాయిదా వేయడంతో సాక్షులు కూడా నెలల తరబడి కోర్టుల చుట్టూ తిరగటం తప్పనిసరి అయ్యేది. ఈ పద్ధతిలో ఒక కేసు విచారణ పూర్తికావడానికి ఎన్ని సంవత్సరాలు పడుతుందో ఎవరైనా ఇట్టే అంచనా వేయొచ్చు.

నేను చాలా సందర్భాల్లో కేసుకు సంబంధించిన వివరాలు, సంబంధిత చట్టాలు, తీర్పుల పుస్తకాలూ పట్టుకొని కోర్టుకు వెళ్ళి, తీరా కేసు విచారణ వాయిదా పడి ఆ పుస్తకాలూ అన్ని మోసుకుంటూ నిరుత్సాహంగా తిరిగి వచ్చేవాడిని. నేను ఇంగ్లాండ్ లో గానీ, ముంబాయిలో గానీ లేదా చెన్నయ్ లో గానీ నేను చూసిన పద్దతి వేరు. ఒక సారి కేసు లిస్టులోకి వచ్చిందంటే ఎట్టి పరిస్థితుల్లోనూ అది లిస్టునుండి తొలగించబడేది కాదు. లిస్టులో కేసులు వరస క్రమంలో విచారణ పూర్తయి జాబితా నుండి తొలగిపోయే కొద్దీ జాబితాలో కొట్టకేసులు చేర్చేవారు. ఎవరైనా కేసు విచారణ వాయిదా కోరితే కేవలం అలాంటి సందర్భాల్లో అలాంటి కేసును నాటి జాబితాలో తదుపరి క్రమసంఖ్యలో చేర్చేవారు. ఈ క్రమ పద్దతిలో కేసుల విచారణ ఉన్నప్పుడు న్యాయవాదికి తన కేసు విచారణ ఎంతసమయం పడుతుందో తోటి న్యాయవాదులతో మాట్లాడుకుంటే తేలిగ్గానే తెలిసేది. కొన్ని సందర్భాల్లో లిస్ట్ "పతనం" అయిన సందర్భాల్లో, అంటే కేసులో ఇరుపక్షాల వారూ రాజీకి అంగీకరించినప్పుడు, లేదా కక్షిదారుల్లో ఒకరు మరణించినప్పుడు, లేదా ఒక సహేతుకమైన కారణంతో విచారణ వాయిదా పొడినప్పుడు మన కేసు మనం అనుకున్న సమయం కంటే ముందుగానే విచారణకు రావచ్చు. ఇలాంటి సందర్భాల్లో న్యాయవాది ముందుగానే సంసిద్ధంగా ఉండడం వల్ల కేసు విచారణ త్వరగా పూర్తవుతుందనే సంతోషం కలుగుతుంది. ఇలాంటి పరిస్థితుల్లో నా కేసు ఏ సమయానికి విచారణకు వస్తుందో నాకొక అంచనా ఉండేది కాబట్టి ఆ సమయానికి నేను కోర్టుకు హాజరయ్యేవాణ్ణి. లేదా ఏదైనా కొత్త

కేసు లేదా దరఖాస్తు చేయాలన్నప్పుడు లేదా తాత్కాలిక ఉత్తర్వులు పొందవలసి వచ్చినప్పుడు కోర్టుకు హాజరయ్యేవాణ్ణి. లేదంటే నా ఆఫీస్‌లో కూర్చొని నా కేసుల వివరాలు చూసుకోవటమో లేదా నేను న్యాయ సలహాదారుగా ఉన్న సంస్థల వ్యవహారాలు చేసుకోవడమో వంటి పనులు పూర్తిచేసుకునేవాడిని. నా కక్షిదారులకు నేను ఎక్కడ ఉంటానో తేలిగ్గా తెలిసేది. నేను నా కార్యాలయంలో గానీ, కోర్టులోగానీ ఉండేవాణ్ణి. ఈ రకంగా నేను అందుబాటులో ఉండడంతోపాటు నా సమయాన్ని పూర్తిగా కేసులపై వెచ్చించేవాణ్ణి. అలాగే కక్షిదారులకు సులువుగా అందుబాటులో ఉండేవాణ్ణి. అంతేకాని గ్రంథాలయంలోనో, మరోచోటో ఉండి ఏదో విషయాలు మాట్లాడుతూ కాలక్షేపం చేసేవాణ్ణి కాదు.

మాలో కొంతమందిమి కలిసి హైదరాబాద్ హై కోర్ట్‌లో ఉర్దూలో వచ్చే కోర్టు తీర్పులు ఆంగ్లంలోకి తర్జుమా చేసి ఒక పత్రిక ప్రచురించాలని అనుకున్నాం. న్యాయమూర్తి, తర్వాత కాలంలో ప్రధాన న్యాయమూర్తి ఆ తర్వాత రాష్ట్ర న్యాయశాఖా మంత్రి అయిన నవాబ్ ఆలమ్ యార్ జంగ్ సానుకూలంగా స్పందించగా, ఇతర న్యాయమూర్తులు, ప్రత్యేకించి ఖలీల్ ఉజ్ జమా సిద్దిఖీ, తీవ్రంగా వ్యతిరేకించారు. హైదరాబాద్ హై కోర్ట్ తీర్పులు దేశంలోని మిగతా హై కోర్టుల తీర్పుల స్థాయిలో ఉండవనే భయం వీరి వ్యతిరేకతకు ఒక కారణం అయ్యిండొచ్చు. మేము కూడా పత్రిక తీసుకురావాలనుకున్నది సరిగ్గా ఈ కారణం వల్లనే. ఏ ప్రయత్నం వల్లనైనా మా న్యాయమూర్తులు జాతీయ స్థాయిలో అలోచించి కొంత స్పృహతో తీర్పులు చెపుతారని ఆశించాం. అనేక సందర్భాల్లో నెలలు తరబడి విచారణ జరిగిన కేసుల్లో అన్ని అంశాలను సునిశితంగా, క్షుణ్ణంగా పరిశీలించి న్యాయమూర్తులు తమ తీర్పులు ఇవ్వడం లేదనేది గమనార్హం. అనేక సందర్భాల్లో సుదీర్ఘకాలం వాదనల కారణంగా వాదనల్లో వినిపించిన కీలక అంశాలు మర్చిపోవటంతో పాటు వాదనల్లో లేని అంశాలను కూడా న్యాయమూర్తులు తమ తీర్పుల్లో ప్రస్తావించి కేసులోని ఇరుపక్షాలు ఆశ్చర్యానికి గురిచేసిన సంఘటనలు లేకపోలేదు. అయితే ఈ మాట చెపుతున్నప్పుడు మంచి న్యాయమూర్తులు, స్పృహకలిగిన న్యాయమూర్తులు, విచారణ సందర్భంలో అప్రమత్తంగా ఉండి, చివరికి అత్యుత్తమ తీర్పులు ఇచ్చిన న్యాయమూర్తులు లేరని నేను చెప్పినట్టు కాదు. ఉత్తమ తీర్పులు ఇచ్చిన న్యాయమూర్తులు కూడా ఉన్నారు. వాదనల్లో అలసత్వాన్ని, ఆలస్యాన్ని అనుమతించని, ఉన్నత ప్రమాణాలు పాటించిన న్యాయమూర్తులు కూడా ఉన్నారు. ఆలమ్ యార్ జంగ్ ఎప్పుడూ తన తాత్కాలిక

తీర్పుల్లో పునఃపరిశీలన పిటిషన్లను అంగీకరించేవారు కాదు. విచారణ ఏ కారణంగానూ నిలిపివేసేందుకు గానీ, వాయిదా వేసేందుకు గాని అయన అంగీకరించేవారు కాదు. ఆలమ్ ముక్కుసూటి తీరు తెలుసుకాబట్టే కొందరు న్యాయవాదులు తమ కేసులను అయన లేని బెంచికి వచ్చేలా చూసుకునేవారు. ఇది కేసుల జాబితా తయారు చేసే చీఫ్ బెంచ్ క్లర్క్ ద్వారా కొందరు న్యాయవాదులు తమ కేసులను ఆలమ్ బెంచ్‌కి రాకుండా జాగ్రత్తపడేవారు. ఈ వ్యవహారం పూర్తిగా ప్రధాన న్యాయమూర్తి చేయవలసి ఉన్నప్పటికీ ప్రధాన గుమస్తా ద్వారా న్యాయవాదులు తమకు అనుకూలంగా కేసులను కావలసిన బెంచ్‌కి వచ్చేలా ఏర్పాట్లు చేసుకునేవారు.

కేసు విచారణలో నిస్పాక్షికంగా ఉండే న్యాయమూర్తుల్లో అబ్దుల్ హమీద్ ఖాన్ మరొకరు. కేసుల విచారణ వేగంగా పూర్తిచేయడంలోనూ, తీర్పుల్లో నిష్పక్షికంగా ఉండడంలో ఆయనకు మంచి పేరుంది. అయితే రాజకీయ, మతపరమైన వాతావరణం విస్తరించినప్పుడు ఆయనపై కొన్ని ఆరోపణలు వచ్చినమాట వాస్తవం. అయన తన మతం వారిపట్ల సానుకూలంగా ఉంటారని ఆరోపణ. అయితే అయన తీర్పులను మాత్రం ఎవరూ తప్పుపట్టే అవకాశం ఉండేది కాదు. న్యాయమూర్తులు లక్ష్మారెడ్డి మరియు రామచంద్ర (ఆర్.ఎస్) నాయక్ కూడా ఈ కోవకు చెందిన వారే. న్యాయవాదులు వీరిని ఎక్కువగానే గౌరవించేవారు. వీరిద్దరూ ఉన్న బెంచిని "రామ లక్ష్మణుల బెంచ్" గా న్యాయవాదులు పిలుచుకునేవారు. కొంతకాలం జ్యూడిషియల్ కమిటీలో కొంతకాలం సభ్యునిగా పనిచేసి ఆ తర్వాత హైదరాబాద్ హై కోర్టు ప్రధాన న్యాయమూర్తిగా పదోన్నతి పొందిన తొలి హిందూ న్యాయమూర్తి రాజా బహదూర్ బిశ్వేశ్వర నాథ్. అత్యంత సమర్థులైన న్యాయమూర్తులుగా పేరొందిన వారిలో ఈయన ఒకరు. ఇలాంటి న్యాయమూర్తులే హై కోర్టు స్థాయిని పెంచేందుకు కృషి చేశారు.

ఇక నేను ఇంతకుముందు వెల్లడించిన వృత్తిపరమైన అసంతృప్తికి కొనసాగింపుగా అనేక అంశాలు, అంటే రెవిన్యూ లేదా అతియాత్ (Crown Grant) కోర్టుల్లో పనితీరు ఫీజు మామూలుగానే ఉన్నా అక్కడి నిర్ణయాత్మక స్థానంలో ఉన్నవారిని ఈమేరకు ప్రభావితం చేయగలం అనే అంశంపై కేసుల జాబితా రూపొందడం నన్ను నిరుత్సాహానికి గురిచేసింది. Crown Grant విషయంలో గ్రాంట్ దారు చనిపోయిన సందర్భంలో ప్రతి గ్రాంటు కొత్తదిగానే చూడాలనే నిబంధన కారణంగా నిజాం ఈ గ్రాంటును తన ఇష్టం వచ్చినవారికి ఇచ్చే అవకాశం ఉంది. ఇందులో నిజాం ని ప్రభావితం చేసే అవకాశం కూడా ఉంది. చాలాకాలంగా వృత్తిలో

ఉన్న న్యాయవాదులు ఆచరణలో ఉన్న పద్ధతులను ఆమోదించినప్పటికీ ఇందులో ఒక సమస్య ఉంది. ఒక పద్ధతి ప్రకారం పనిచేసే నాలాంటి న్యాయవాదులకు ఇక్కడ పరిస్థితులు అనుకూలంగా, ఆమోదయోగ్యంగా కనిపించలేదు. అయితే నేను వాణిజ్య లా ప్రాక్టీసు చేస్తున్నందువల్ల, కొన్ని ప్రభుత్వ, ప్రైవేట్ సంస్థలకు న్యాయ సలహా దారుగా ఉన్నందువల్ల నేను సలహాలు మరియు నా అభిప్రాయాలను రాతపూర్వకంగా తెలియజేసేవాణ్ణి. అయితే సలహాలకు ఫీజు చెల్లించే అలవాటు అప్పట్లో లేకపోయినప్పటికీ ప్రభుత్వ, ప్రైవేట్ సంస్థలకు న్యాయసలహాదారు హోదాలో నేను ఒక సెషన్స్ జడ్జి లేదా డివిషనల్ జడ్జి కంటే ఎక్కువగానే సంపాదించగలిగేవాడిని. ఆర్థికపరంగా చూసుకుంటే నా వృత్తి సంతృప్తికరంగానే ఉండేది. నా అసంతృప్తి అంతా నాకేదో లాభదాయకమైన ప్రాక్టీసు లేదని కాదు. కానీ ముందే చెప్పినట్టు ఈ కోర్టు నడుస్తున్న తీరు కారణంగా నాకు వృత్తి పరమైన సంతృప్తి కలగలేదు.

@@@

అధ్యాయం - II

న్యాయ సేవలు

న్యాయశాఖ, న్యాయసలహాదారుల శాఖ పునర్వ్యవస్థీకరణ ఫిబ్రవరి 1946లో ఆమోదం పొందింది. దేనితో పాటు గతంలో ప్రధాన న్యాయమూర్తిగా పనిచేసిన న్యాయశాఖా మంత్రి నవాబ్ ఆలమ్ యార్ జంగ్ ప్రతిపాదించిన డిప్యూటీ కార్యదర్శి పదవి కూడా ఆమోదం పొందింది. ఈ డిప్యూటీ కార్యదర్శి (లా) పదవిని నిజాం-ఈ-సర్దార్ అదాలత్ (డివిజినల్ మరియు సెస్సన్స్ జడ్జి) హెూదాలో నిర్ణయించాలని అయన ప్రతిపాదించారు. ప్రతి డివిజినల్ మరియు సెస్సన్స్ జడ్జి పరిధిలో శుభా అని పిలవబడే నాలుగు జిల్లాల ప్రాంతం ఉంటుంది. ప్రతి జిల్లాకు (నిజాం-ఈ- జిల్లా) జిల్లా జడ్జి ఉంటారు కానీ వారికి డివిజినల్ మరియు సెస్సన్స్ జడ్జి అధికారాలు ఉండవు. వాస్తవానికి డివిజినల్ మరియు సెస్సన్స్ జడ్జికి నాలుగు జిల్లాల పరిధి ఉన్న సెషన్స్ జడ్జి అధికారాలు ఉంటాయి. అలాగే సిటీ సివిల్ జడ్జి, చిన్న నేరాల కోర్టు జడ్జి, సికిందరాబాద్‌లోని డివిజినల్ మరియు సెషన్స్ జడ్జి అందరిదీ ఒకటే హెూదా. వీటికి అదనంగా డిప్యూటీ కార్యదర్శి (లా) పదవిని కొత్తగా చేర్చాలని అయన ప్రతిపాదించారు. అయితే ఏప్రిల్ 1946 ప్రాంతంలో ఈ పదవిని లా కార్యదర్శి నాకు ప్రతిపాదించి డివిజినల్ మరియు సెషన్స్ జడ్జి స్థాయికి పెంచుతామని చెప్పారు. నేను ఈ ప్రతిపాదనను అంగీకరించాలనుకున్నా. కానీ మా నాన్నగారు అందుకు అనుకూలంగా లేరు. ఈ విషయంలో అయన శ్రీ ఆర్.ఎస్ నాయక్ ను సంప్రదించారు. ఈ పదవి విషయంలో తన కుమారుడికి అడ్డుపడొద్దని, ఈ పదవి నుండి హై కోర్టు జడ్జిగా పదోన్నతి పొందే అవకాశం ఉందని, రాష్ట్ర ప్రభుత్వం హై కోర్టు న్యాయమూర్తుల్లో హిందూ, ముస్లింల సంఖ్య సమానంగా ఉండాలనే ఆలోచనలో ఉన్నందున, ప్రస్తుతం ఈ అవకాశం పొందే అర్హత కలిగిన హిందూ నేను ఒక్కడినే అయినందున డిప్యూటీ కార్యదర్శి పదవిని తిరస్కరించొద్దని సలహా ఇచ్చారు. డివిషనల్ మరియు సెషన్స్ జడ్జి హెూదా కలిగిన డిప్యూటీ కార్యదర్శి (లా) పదవి స్వీకరించేందుకు నేను అప్పుడు

అంగీకారం తెలపడంతో నన్ను ఆ పదవిలో నియమిస్తూ గౌరవ నిజాం ఫర్మాన విడుదల చేశారు. తదనుగుణంగానే మహారాజశ్రీ నిజామ్ డిప్యూటీ కార్యదర్శి పదవిని డివిజినల్ మరియు సెషన్స్ జడ్జి హోదాగా మారుస్తూ జులై 21, 1947న (2 రంజానుల్ ముబారక్ 1366 హెచ్) ఫర్మాన విడుదల చేశారు. ఈ ఫర్మానా విడుదల తర్వాత కూడా కొందరు హైదరాబాద్ సివిల్ సర్వీస్ (HCS) అధికారులు ఈ నియామకాన్ని అంగీకరించక హై కోర్టుకు తెలియపరచలేదు. అయితే వారి ప్రయత్నాలు ఫలించలేదు. చివరికి వారి అభీష్టానికి భిన్నంగా ఫిబ్రవరి 1948లో నన్ను హైదరాబాద్ హై కోర్ట్ న్యాయమూర్తిగా నియమిస్తూ ఉత్తర్వులు జారీ అయ్యాయి.

రాష్ట్ర జ్యూడిషియల్ కమిటీ సభ్యునిగా ప్రస్తుత హైకోర్టు న్యాయమూర్తిని ప్రభుత్వం నియమించడంతో ఏర్పడిన ఖాళీని భర్తీ చేసేందుకు నన్ను నియమించింది ప్రభుత్వం. వాస్తవానికి హైకోర్టులో ఖాళీ ఏర్పడినప్పుడు ఆ ఖాళీలోకి మద్రాస్ నుండి వచ్చి సికింద్రాబాద్ లోని బ్రిటిష్ ప్రభుత్వ ఉన్న శ్రీ రాజారామ్ అయ్యర్ పేరు పరిశీలనలోకి వచ్చింది. అయితే ప్రభుత్వ న్యాయ వ్యవహారాలన్నీ ఉర్దూలో ఉన్నందువల్ల రాజారామ్ అయ్యర్ ఉర్దూలో ప్రావీణ్యుడు కానందువల్ల అయన పేరును తిరస్కరిస్తూ మాజీ ప్రధాన న్యాయమూర్తి మరియు హోమ్ మంత్రితో సహా కొందరు ఎగ్జిక్యూటివ్ కౌన్సిల్ సభ్యులు వ్యాఖ్యలు సమావేశ రికార్డ్సులో రాశారు. ఈ వ్యాఖ్యలు పరిశీలించిన గౌరవ నిజాం, రాజారామ్ అయ్యర్‌కు ఉర్దూ భాషలో ప్రావీణ్యం లేని కారణంగా ఉర్దూలో ప్రావీణ్యం ఉన్న మరొకరి పేరు ప్రతిపాదించాలని కౌన్సిల్‌కు సూచన చేశారు. దీని కారణంగా హై కోర్ట్ జడ్జి జస్టిస్ రాయ్ మనోహర్ పెర్షాద్‌ను జ్యూడిష కమిటీ సభ్యునిగా నియమిస్తూ, అయన స్థానంలో హై కోర్ట్ న్యాయమూర్తిగా నన్ను నియమిస్తూ ఫర్మాన విడుదల చేశారు.

నిజామ్ ఈ ప్రతిపాదనలు ఆమోదించడంతో ఫిబ్రవరి 21, 1948న నేను హై కోర్ట్ న్యాయమూర్తిగా బాధ్యతలు చేపట్టాను. నేను బాధ్యతలు తీసుకోవడానికి ఒక్కరోజు ముందు రాష్ట్రంలో శాంతిభద్రతలు అదుపులో లేవని అందువల్ల తాము కోర్టు విధులకు హాజరుకాలేకపోతున్నామని కొందరు న్యాయవాదులు కోర్టులను బహిష్కరించారు. అయితే ఈ వాదన సమర్థనీయం అయినా, లేక రాజకీయ కుట్ర అయినా నాకు ఎదురయ్యే సమస్యలు ఎదుర్కోవలసిన బాధ్యత అప్పటినుండీ నాదే. అయితే హైకోర్టుకు సంబంధించినంతవరకు పరిస్థితి ప్రశాంతంగానే ఉంది.

అయితే, న్యాయవాదులు కోర్టు బహిష్కరణలో పాల్గొన్నా లేక కక్షిదారులు కోర్టుకు

ఏకారణం చేతనైన హాజరు కాలేకపోయినా, చట్ట పరిధికి లోబడి సరైన కారణం చూపలేకపోయినా అప్పీల్ కానీ రివిజన్ కానీ కొట్టివేయాలి లేదా ఏకపక్షంగా నిర్ణయం తీసుకోవాలి. అయితే ఈ నిబంధనను పాటించడం వల్ల కొందరు న్యాయమూర్తులు నిరసన తెలుపుతున్న న్యాయవాదుల దృష్టిలో చులకనైపోయారు.

నా నియామకం చాలామందిలో, ప్రత్యేకించి ఈ పదవికి తమ అభ్యర్థికి మద్దతిచ్చే న్యాయవాదుల్లో, అసూయ కలిగించింది. ఏదిఏమైనా రాష్ట్రంలో రాజకీయ పరిస్థితులు అనుకూలంగా ఉన్న సమయంలో నేను నాపదవిని చేపట్టాల్సి వచ్చింది. నాతో ప్రమాణ స్వీకారం చేయించిన ప్రధాన న్యాయమూర్తి కూడా నేను న్యాయమూర్తిగా తొలి తీర్పు ఇచ్చిన తర్వాత ఓమాట చెప్పారు. నాకు ఉర్దూలో ప్రావీణ్యం లేదనే అభిప్రాయంతో నా నియామకాన్ని ప్రధాన న్యాయమూర్తి వ్యతిరేకించారంట. "మీరు స్వచ్ఛమైన ఉర్దూ రాస్తున్నారు. హై కోర్టుకు ఒక సమర్థుడైన న్యాయమూర్తిని నియమించమనే సంతోషంగా ఉంది" అన్నారు. అయితే ఒక సంవత్సరం పైగా కృషి చేసి అత్యంత కీలకమైన అనేక చట్టాలు, ప్రత్యేకించి హైదరాబాద్ ఆదాయ చట్టం శాసన సభద్వారా నేను రూపొందించిన విషయం ఆయనకు తెలిసి కూడా నాకు ఉర్దూ రాదనే అభిప్రాయం ఆయనకు ఎందుకు కలిగిందో అర్థం కాలేదు. నాకు అర్థమైనంతవరకు నా అభ్యర్థిత్వం పట్ల వ్యతిరేకతకు ఆయనకు వేరే కారణాలు ఉండి ఉండొచ్చు. అయితే నా మిత్రుడు జస్టిస్ మొహ్మద్ అహ్మద్ అన్సారీ తండ్రి, అప్పటి ప్రభుత్వ న్యాయ సలహాదారు అయిన నవాబ్ అజ్గర్ యార్ జంగ్ ఒక సందర్భంలో మాట్లాడుతూ నా పట్ల కొంతమంది అసూయతో ఉన్నారని, అలాంటివారి గురించి ఎక్కువగా పట్టించుకోవద్దని సలహా ఇచ్చారు. ఇలాంటి వారు కొందరు ఒకవైపు నాకు వ్యతిరేకంగా ప్రచారం చేస్తూనే మరోవైపు ఇతర హిందూ న్యాయమూర్తుల్లాగే కక్షిదారులు, న్యాయవాదులు లేని కేసులు కొట్టేయవద్దని నన్ను కోరేవారు.

కోర్టు బహిష్కహరించిన హిందూ న్యాయవాదుల న్యాయవాదుల తరపున నా జూనియర్ సోదరుడు ఒకరు నన్ను కలిశారు. ముగ్గురు హిందూ న్యాయమూర్తులు ఇచ్చిన తీర్పు కాపీ ఒకటి నాకు చూపించారు. ఆ తీర్పు సారాంశం ఏమంటే, "న్యాయవాదులు విధులకు హాజరు కాకపోవడం వల్ల, కోర్టులో అనుకూల పరిస్థితులు లేనందువల్ల, కనీసం కక్షిదారులు కూడా హాజరు కాలేని పరిస్థితులు ఉన్నందువల్ల కేసును వాయిదా" వేస్తూ ముగ్గురు న్యాయమూర్తులూ తీర్పు ఇచ్చారు. ఇది పూర్తిగా

అసంబద్ధమని, న్యాయవాదులు నేరుగా కోర్టుకు హాజరై తమ కక్షిదారులు రాలేకపోతున్నందువల్ల కేసు విచారణ లేదా తీర్పు వాయిదావేయమని కోరవచ్చని చెప్పాను. న్యాయవాదులనుండి ఇలాంటి విజ్ఞప్తి వస్తే కేసు విచారణ లేదా తీర్పు వాయిదా వేయడం ఏ న్యాయమూర్తికైనా సులువు అవుతుందని చెప్పాను. అయితే ఎట్టి పరిస్థితుల్లోనూ, నేను తీసుకున్న ప్రతిజ్ఞకు భిన్నంగా ఆ ముగ్గురు న్యాయమూర్తులు తీర్పు ఇచ్చినట్టు నేను ఇవ్వలేను అని స్పష్టంగా చెప్పేశాను. ఈ నా నిర్ణయం వల్ల నాకు చెడ్డపేరు వస్తుందని హెచ్చరించినా, కొందరు హిందూ న్యాయవాదులు నాపై దుష్ప్రచారాలు చేసినా కోర్టు తీర్పులు మతప్రాతిపదికగా ఇవ్వడానికి నేను అంగీకరించలేదు. ఈ నా నిర్ణయానికి భిన్నంగా వచ్చే ఎలాంటి పరిణామాలను ఎదుర్కోడానికైనా నేను సిద్ధమే. అతను నిరుత్సాహంతో వెనుతిరిగి వెళ్ళిపోయాడు. కానీ నేను నా ఆత్మాభిమానాన్ని చంపుకొని పనిచేయడానికి సంసిద్ధంగా లేను. ఒక రకంగా చెప్పాలంటే నా వృత్తిపట్ల నా నిబద్ధత కోసం గట్టిగా నిలబడడమే కాకుండా ఎలాంటి ప్రతికూల పరిస్థితులనైనా ఎదుర్కొనేందుకు నేను సిద్ధపడ్డాను. అది నాకు గర్వంగా అనిపించింది.

అయితే కొందరు న్యాయమూర్తుల్లా నిర్దేశిత తీర్పులు ఇవ్వకుండా, మరోవైపు కక్షిదారులకు ఇబ్బందులు కలిగించకుండా ప్రత్యామ్నాయంగా ఒక కొత్త ఒరవడిలో తీర్పులు ఇవ్వగలనని అతనికి చెప్పాను. హై కోర్టు అధికారిక నివేదికలైన నజైర్-ఈ-ఉస్మానియా ప్రకారం చాలామంది హిందూ న్యాయవాదులు నా ముందు హాజరయ్యారు. నేను దాదాపు వంద తీర్పులు ఇచ్చాను. వాటిలో మూడోవంతు రిపోర్ట్ అయ్యాయి. అయితే సెప్టెంబర్ 13, 1948న ప్రారంభమైన పోలీసు చర్య న్యాయ వ్యవస్థను అస్థిరం చేసింది. ఉస్మానాబాద్, బీడ్, నాందేడ్ మరియు ఔరంగాబాద్ వంటి ప్రాంతాలనుండి అనేకమంది జిల్లా జడ్జీలు, మున్సిఫ్ లు భయపడి హైదరాబాద్ వచ్చేసి తలదాచుకున్నారు. 1948 సెప్టెంబర్ 17న భారత సైన్యం నిజాం రాష్ట్రాన్ని స్వాధీనం చేసుకున్న తర్వాత న్యాయవ్యవస్థను గాడిలో పెట్టటానికి నెల, నెలన్నరకు పైగా పట్టింది. మిలటరీ గవర్నర్ తన ఉత్తర్వుల ద్వారా, ఆ తర్వాత తనకు ప్రభుత్వం ద్వారా సంక్రమించిన, ఫిర్మాన్, అధికారాలతో నిజాం చట్టాలు, శాంతిభద్రతలు, పరిపాలనను పునరుద్ధరించారు. ఆ విధంగా మిలటరీ గవర్నర్ పరిపాలనకు, అయన నిర్ణయాలకు చీఫ్ సివిల్ అడ్మినిస్ట్రేటర్స్ ద్వారా చట్టబద్ధత లభించింది.

ముగ్గురు హై కోర్ట్ శాశ్వత న్యాయమూర్తులు అయిన శాసనసభ స్పీకర్ జస్టిస్

శ్రీపత్ రావు పళనిత్కర్, జ్యుడిషియల్ కమిటీ సభ్యులు జస్టిస్ రాయ్ మనోహర్ ప్రసాద్ మరియు ప్రభుత్వ న్యాయ సలహాదారు జస్టిస్ మహ్మద్ అన్సారీలను తిరిగి హై కోర్టుకు బదిలీ చేస్తూ ఉత్తర్వులు వచ్చాయి. వీరితో పాటు హై కోర్టులోని రెండు అదనపు పదవులు, జ్యుడిషియల్ కమిటీలోని రెండు పదవులు కూడా రద్దయ్యాయి. ఫలితంగా హై కోర్టులో నాతో సహా నలుగురు జూనియర్ న్యాయమూర్తులు, సాహెబ్ జాదా మహ్మద్ అలీఖాన్, విఠల్రావు దేశపాండే మరియు అబ్దుల్ ఖాలిక్ హై కోర్టు మరియు మౌల్వి అబ్దుల్లా తిమ్మాపురి నుండి తొలగించబడ్డాం. ఈ నలుగురిలో అత్యంత జూనియర్ అయిన నన్ను న్యాయశాఖలో డిప్యూటీ కార్యదర్శిగా నవంబర్ 16, 1948న పునర్నియమించారు. ఆ తర్వాత మిగిలిన ముగ్గురినీ హై కోర్టునుండి వెనక్కు పంపుతూ ఉత్తర్వులు వచ్చాయి. అలాగే హై కోర్టునుండి ఒకరు, జ్యుడిషియల్ కమిటీ నుండి మరొకర్ని తొలగించారు. ఆ తర్వాత హై కోర్టు న్యాయమూర్తి, గతంలో పబ్లిక్ ప్రాసిక్యూటర్ గా పనిచేసిన, జస్టిస్ ముర్తజాను తప్పుడు జనన తేదీ ఇచ్చి కోర్టును తప్పుదారి పట్టించారనే ఆరోపణపై హై కోర్టు న్యాయమూర్తిగా ఆయనకు ఇచ్చిన పదోన్నతిని రద్దు చేశారు.

హై కోర్టు నుండి నన్ను వెనక్కు పంపించిన తర్వాత అధికారులు నన్ను చాలా ఇబ్బందులు పెట్టారు. హై కోర్టు న్యాయమూర్తిగా పదోన్నతి పొందకముందు నేను ఉన్న డివిజినల్ మరియు సెషన్స్ జడ్జి పదవి నాకు నిరాకరించారు. నా పూర్వపు పదవి మళ్ళీ తెచ్చుకోడానికి తీవ్రమైన పోరాటం చేయవలసి వచ్చింది. (ఈ విషయంలో నాకు జరిగిన అన్యాయం, నేను చేసిన పోరాటం వివరాలు నేను రాసిన "ది రెవెల్యూషన్స్ ఐ హావ్ లివ్డ్" అనే పుస్తకంలో మరింత విస్తృతంగా చర్చించాను.) చివరికి 1949 చివర్లో నేను విజయం సాధించాను. ఎలాగైతేనేం, అదృష్టం నా పక్షాన ఉండి నాకు విజయాన్ని చేకూర్చింది. కొంత ఆలస్యంగానైనా నాకు న్యాయం జరిగింది.

డిసెంబర్ 1, 1949న పరిపాలనాదక్షుడు అయిన శ్రీ ఎ.కె వెల్లోడిని ముఖ్యమంత్రిగా నియమిస్తూ, మిలటరీ పరిపాలనను రద్దుచేస్తూ ప్రభుత్వం ఉత్తర్వులు ఇచ్చింది. లార్డ్ వావెల్ ఆధ్వర్యంలోని తాత్కాలిక బ్రిటిష్ ప్రభుత్వంలో న్యాయశాఖ మంత్రిగా పనిచేసిన ఐ సి ఎస్ అధికారి మాజీ న్యాయశాఖ కార్యదర్శి సర్ జార్జ్ స్పెన్స్ మిలటరీ ప్రభుత్వానికి న్యాయ సలహాదారుగా పనిచేశారు. పోలీస్ చర్యకు ముందు అన్యాయానికి గురైన జస్టిస్ ఆర్.ఎస్ నాయక్ (అయన అత్యంత సీనియర్

అయినప్పటికీ కేవలం మత ప్రాతిపదికన ఆయనను ప్రధాన న్యాయమూర్తిగా నియమించకుండా అన్యాయం చేశారు) ను జూన్ 1949లో మూడు సంవత్సరాల పదవికాలంతో హై కోర్టు ప్రధాన న్యాయమూర్తిగా మిలిటరీ ప్రభుత్వం నియమించింది. నాకు న్యాయం చేయడంలో, నాతోపాటు అన్యాయానికి గురైన మాజీ చీఫ్ సివిల్ అడ్మినిస్ట్రేటర్ శ్రీ డి.ఎస్ భక్లే కి జరిగిన అన్యాయం (ఒక హిందూ హెచ్ సి ఎస్ అధికారి స్నేహితుడి కేసులో తప్పుదారి పట్టించి) సరిచేయడంలో పైన పేర్కొన్న ముగ్గురూ కీలకమైన పాత్ర పోషించారు.

డిసెంబర్ 9, 1949లో, అంటే శ్రీ వెల్లోడి ముఖ్యమంత్రిగా బాధ్యతలు చేపట్టిన తొమ్మిది రోజులు వెలువడిన ఒక ఉత్తర్వు అదృష్టాన్ని నావైపు తిప్పింది. శ్రీ భక్లే వద్దకు ప్రభుత్వం నన్ను పంపించింది. నేను ఆయనకు అప్పట్లో తెరవెనుక నాకు వ్యతిరేకంగా జరిగిన అనేక విషయాలు సవివరంగా, నిష్పాక్షికంగా తెలియజేశాను. శ్రీ భక్లే నేను చెప్పిన విషయాలు అన్ని శ్రద్ధగా విన్నారు. ప్రభుత్వం నాపట్ల సానుకూలంగా ఉందని అయన చెప్పారు. అలాగే నాకు జరిగిన అన్యాయాన్ని, ప్రత్యేకించి అప్పటి హోమ్ శాఖ కార్యదర్శి, హై కోర్టు అడ్మినిస్ట్రేటివ్ బెంచ్ సలహాను కూడా పక్కనబెట్టి నాకు వ్యతిరేకంగా చేసిన నిర్ణయాన్ని శ్రీ భక్లే నివేదిక ఆధారంగా ముఖ్యమంత్రి శ్రీ వెల్లోడి రద్దుచేశారు. నేను నేరుగా న్యాయవాద వృత్తినుండి డిప్యూటీ కార్యదర్శిగా నియామకం అవడం వాళ్ళ గతంలో నాపట్ల కొంత వ్యతిరేక భావంతో ఉన్న శ్రీ భక్లే నా నియామకాన్ని గుర్తించారు. అయితే జులై 21, 1947లో విడుదలైన ఫర్మాన లో నా గ్రేడ్ మరియు జీతం స్పష్టంగా పేర్కొనబడింది. నాకు సెస్సన్స్ జడ్జి స్థాయి గ్రేడ్ మరియు జీతం ఇవ్వాలని ఫర్మానాలో స్పష్టంగా పేర్కొనబడింది. నన్ను హై కోర్టు జడ్జిగా ఫిబ్రవరి 25, 1948న నియమించిన సంగతి, ఆ తర్వాత నవంబర్ 16, 1948న నా నియామకాన్ని రద్దు చేసి నన్ను న్యాయ శాఖలో డిప్యూటీ కార్యదర్శిగా నియమించిన విషయం శ్రీ భక్లే గుర్తించారు. అందువల్ల నాకు నా జీత భత్యాలు, ఇతరత్రా సదుపాయాలు పే మరియు సర్వీస్ కమిషన్ నిబంధనలమేరకు చెల్లించాల్సి ఉంది. నేను హై కోర్టు జడ్జి గా విధులు నిర్వహించినంతకాలం నాకు జీత భత్యాలు హై కోర్ట్ జడ్జి జీతభత్యాలు సమానంగా చెల్లించాల్సి ఉంది. అయితే నాకు భవిష్యత్తులో ఇచ్చే పదవుల్లో రెండు పద్ధతులు అమలు చేయాల్సి ఉంది. ఒకటి నన్ను న్యాయశాఖలోనే ఉంచి నా పదవిని జాయింట్ సెక్రటరీ స్థాయికి పెంచడం లేదా నన్ను హై కోర్టుకు బదిలీ చేసి నాకు న్యాయమూర్తి హోదా కల్పించడం.

శ్రీ భక్లే కౌన్సిల్ సమావేశంలో తీసుకున్న నిర్ణయాన్ని తెలియజేస్తూ "శ్రీ పి.జె రెడ్డిని ఆదాయపన్ను శాఖ ట్రిబ్యునల్లో జ్యుడిషియల్ సభ్యునిగా నియమించాలి. ఈ నియామకాన్ని ప్రధాన న్యాయమూర్తికి తెలియజేసి ఎలాంటి జాప్యం లేకుండా అందుకు సంబంధించిన నియామక ఉత్తర్వులు ఇవ్వాలి," అని పేర్కొన్నారు.

ఆ తర్వాత ఒక న్యాయపరమైన సమస్య గురించి నేను సర్ జార్జ్ స్పెన్స్‌ను కలవాల్సి వచ్చింది. నేను వెళ్ళగానే శ్రీ భక్లేని నేను కలిశాన, లేదా అని అడిగారు. కలిశానని చెప్పాను. అంతకు ముందే భక్లే నా కేసు విషయంలో తనను సంప్రదించారని, వివరాలు విన్న తర్వాత తాను ఇంతవరకు ఒక హై కోర్టు జడ్జిని డిప్యూటీ కార్యదర్శిగా వెనక్కు పంపడం కామన్‌వెల్త్ దేశాల్లో ఎక్కడా వినలేదని ఆశ్చర్యం వ్యక్తం చేశానని చెప్పారు. నా కేసు పట్ల ఆయనకున్న సదాభిప్రాయానికి ధన్యవాదాలు తెలియజేశాను.

అయితే ఈ పదవివల్ల నేను న్యాయవ్యవస్థకు దూరం అవుతానని భావనతో ఆదాయపన్ను శాఖ ట్రిబ్యునల్ ఛైర్మన్ గా నా నియామకం పట్ల ప్రధాన న్యాయమూర్తి సుముఖంగా లేరు. అయితే నేను న్యాయవ్యవస్థలోనే కొనసాగుతానని, ఆదాయపన్ను శాఖ ట్రిబ్యునల్ పదవిని అంగీకరించానని ప్రభుత్వానికి తెలియజేస్తానని ప్రధాన న్యాయమూర్తికి చెప్పాను. ఈ విషయంలో సర్ జార్జ్ స్పెన్స్ అభిప్రాయం, సలహా తీసుకోమని ప్రధాన న్యాయమూర్తి చెప్పారు. ఆమేరకు నేను అయన సలహా కూడా తీసుకున్నాను. అయితే ప్రభుత్వం డివిజనల్ మరియు సెషన్స్ జడ్జి పదవికంటే ఉన్నతమైన పదవి ఇస్తున్నందున ఆ పదవిని తిరస్కరించి ప్రభుత్వానికి చిరాకు కలిగించొద్దని సర్ జార్జ్ నాకు సలహా ఇచ్చారు.

మరోసారి ప్రధాన న్యాయమూర్తిని కలిసి సర్ జార్జ్ వెలుబుచ్చిన అభిప్రాయాన్ని తెలియజేశాను. "అనివార్య పరిస్థితులవల్ల మీరు న్యాయవ్యవస్థలో కొనసాగే అవకాశం లేకపోవడం పట్ల విచారం వ్యక్తం చేస్తున్నాను" అని ప్రధాన న్యాయమూర్తి అన్నారు. అయితే ఏదో సామెత చెప్పినట్టు అదృష్టం చక్రంలా గుండ్రంగా తిరుగుతుంది. భారత రాజ్యాంగం జనవరి 26, 1950న అమలులోకి వస్తున్న కారణంగా, కొన్ని ఆర్థిక భారాలు తగ్గించే క్రమంలో హైదరాబాద్‌లోని ఆదాయపన్ను శాఖ ట్రిబ్యునల్ రద్దు చేస్తూ హైదరాబాద్ ప్రాంతాన్ని ముంబైలోని ఆదాయపన్ను శాఖ ట్రిబ్యునల్ పరిధిలోకి తెస్తూ ఉత్తర్వులు జారీ అయ్యాయి. అందువల్ల హైదరాబాద్ ఆదాయపన్ను శాఖ ట్రిబ్యునల్‌కు ఎలాంటి నియామకాలు చేయరాదని భారత ప్రభుత్వం ఆదేశాలు

ఇచ్చింది. ఈ ఉత్తర్వులు అందుకొని మరోసారి నేను ప్రధాన న్యాయమూర్తిని కలిశాను. "డివిజినల్ మరియు సెషన్స్ జడ్జిగా ఎక్కడ నియమించమంటారు" అంటూ నన్ను అడిగారు. నేను సికింద్రాబాద్ లో నియామకం కోరాను. కానీ అయన అందుకు అంగీకారం తెలపలేదు. సికింద్రాబాద్ అంటే బ్రిటిష్ సాంప్రదాయ పద్ధతిలో న్యాయవాదులున్న ప్రదేశం కావటం వల్ల నన్ను అక్కడికి పంపేందుకు ప్రధాన న్యాయమూర్తి చొరవ చేయలేదు. అయితే సికింద్రాబాద్ కోర్టులు నాకు సుపరిచితమని, గతంలో నేను అక్కడ పనిచేశానని, అక్కడి వారంతా తెలుసునని చెప్పాను. "దయచేసి నాకు సికింద్రాబాద్ పోస్టింగ్ ఇవ్వండి. మీరు వేరొక చోటుకి పంపితే నేను వెళ్ళలేను," అని స్పష్టంగా నా అభిప్రాయం తెలియజేశాను. చివరికి, భారత రాజ్యాంగం జనవరి 26, 1950న అమలులోకి వచ్చిన కారణంగా నేను 1948లో మొదటిసారి హై కోర్ట్ జడ్జిగా పదోన్నతిపొందిన అదే ఫిబ్రవరి నెలలో సికింద్రాబాద్ డివిజినల్ మరియు సెషన్స్ కోర్టు న్యాయమూర్తిగా నియామక ఉత్తర్వులు పొందాను. అలా నా ప్రస్థానం కాస్త కఠినంగానే సాగింది. నాకు న్యాయం జరిగింది. అయితే కొందరి కుట్రపూరిత సలహాలు విని నాకు అన్యాయం చేయాలనుకున్న ప్రభుత్వం తప్పు గ్రహించినట్టుంది.

ఏది ఏమైనప్పటికీ ఇలాంటి క్లిష్ట పరిస్థితులు ఎదురవ్వడం కొంతమేరకు మంచిదే. అనుభవాలు మంచి పాఠాలు నేర్పుతాయి. నాలాగే ఇంకా కొంతమంది ఇలాంటి కుట్రలకు బలవుతుంటారు. అలాంటివారు ఎంతమంది ఉన్నారో! అయితే వారికీ కూడా నాలాగే అదృష్టం కలిసి రావాలి. నాకు అర్థమైన విషయం ఏమంటే ఇలాంటి క్లిష్ట సమస్యల నుండి ఎంతో నేర్చుకుంటాం. అయితే ఇలాంటి జీవిత పాఠాలు ఎప్పుడో వృద్ధాప్యంలో కంటే జీవిత తొలినాళ్ళలో నేర్చుకుంటే మంచిది. ఈ అనుభవంతో భవిష్యత్తును చక్కదిద్దుకోవచ్చు. ఫిబ్రవరి 15, 1950లో శ్రీ హఫీజ్ అహ్మద్ ఖాన్ ఖాళీ చేసిన డివిజినల్ మరియు సెషన్స్ జడ్జి పదవిలో నన్ను నియమిస్తూ ఉత్తర్వులు అందాయి. ఫిబ్రవరి 23న ప్రస్తుతం నేను నిర్వహిస్తున్న పదవినుండి తప్పుకొని అదేరోజు కొత్త పదవిని మరింత ఉత్సాహంతో, చిత్తశుద్ధితో, పట్టుదలతో చేపట్టాను. ఈ కొత్త పదవిలో సీనియర్ మోస్ట్ డివిజినల్ మరియు సెస్సన్స్ జడ్జిగా నా సీనియారిటీ కూడా గుర్తించబడింది. ఈ కొద్దికాలంలోనే తీవ్రమైన అన్యాయాన్ని ఎదుర్కోవలసి రావడం వల్ల న్యాయం, అన్యాయం పట్ల తేడా అనుభవపూర్వకంగా తెలిసింది. అందుకే నా ముందరకు వచ్చిన ఎవరికీ అన్యాయం జాగకూడదనే గట్టి నిర్ణయం తీసుకున్నా.

@@@

అధ్యాయం - III

డివిజినల్ మరియు సెషన్స్ జడ్జి

సెషన్స్ జడ్జిగా నా తొలిరోజు చివరిలో కోర్ట్ ఎకౌంటెంట్ ఆ రోజు జామా ఖర్చుల వివరాలు, ఓచర్లు, బిల్లులు లెక్కలేసి, ఖర్చులు పోగా మిగిలిన నగదు ఎంతవుందో తెలియజేస్తూ సిద్ధం చేసిన పుస్తకం తెచ్చి సంతకం చేయమని అడిగాడు. ఇతరుల డబ్బు తాకాలంటేనే నాకు ఎప్పుడూ భయమే. ప్రజల సొమ్ము విషయంలో నాకు మరింత భయం. గతంలో నేను న్యాయశాఖ ఉపకార్యదర్శిగా పనిచేసిన రోజుల్లో కొన్ని పాలన సంబంధమైన బాధ్యతలు కూడా నిర్వర్తించవలసి వచ్చేది. అయితే ఇప్పుడు డివిజినల్ మరియు సెషన్స్ జడ్జి బాధ్యతలగా యేడాదిన్నర కాలంలో ఉపకార్యదర్శి పదవిలో నేనెప్పుడూ జామా ఖర్చుల (ఎకౌంట్స్) జోలికి పోలేదు. కొంత అయిష్టత, మరికొంత భయంతోనే లెక్కలు చూడడం మొదలు పెట్టాను. కొద్దిసేపటి తర్వాత అర్థమైన విషయం ఏమంటే పుస్తకంలో చూపిన నగదు కంటే కొంత ఎక్కువే ఉండాల్సింది. లెక్క తేడా కనిపించింది. ఈ తేడా గురించి అడిగితే ఎకౌంటెంట్ సరైన జవాబివ్వలేకపోయాడు. అందువల్ల నేను గమనించిన లెక్కల తేడా తెలియజేస్తూ, విచారణ చేసి పూర్తివివరాలు ఇవ్వాలని ఆ పుస్తకంలో రాసి సంతకం పెట్టాను. ఈ చర్యతో కోర్టు ఆఫీస్‌లో ప్రతి ఒక్కరు నా నిబద్ధత చూసి నిర్ఘాంతపోయారు. ఆ తర్వాత ఆఫీసులో అందరూ ఒక్కసారి అప్రమత్తం అయ్యారు. లెక్కల్లో తేడా సరిచేసి మరోసారి ఎక్కౌంట్స్ సిద్ధం చేశారు, ఇలాంటి పరిస్థితే నాకు మరోసారి ఎదురైంది. అకౌంటెంట్ జనరల్ ఒకసారి నాకు రావలసిన భత్యాల నుండి కొంత నగదు తగ్గించి లెక్కచూపారు. నేను ఆ లెక్కల్లో తప్పులు ఎత్తిచూపి అకౌంటెంట్ జనరల్ కార్యాలయానికి ఉత్తరప్రత్యుత్తరాలు జరిపిన తర్వాత ఆ లెక్కలు సరిచేస్తూ అకౌంటెంట్ జనరల్ మా ఆఫిస్ అకౌంటెంట్ తో "మీ జడ్జిగారు ప్రతి రూపాయి విషయంలో మరీ నిక్కచ్చిగా ఉంటారనుకుంటా" అన్నారని తెలిసింది. అప్పుడు మా అకౌంటెంట్ ఆయనతో

చెప్పారంట "మా జడ్జిగారు అధికారిక ఖర్చుల విషయంలో ఎలాంటి తప్పులు, నిధుల దుర్వినియోగం సహించరు" అని చెప్పారంట. ఇదేదో ఒకటి, రెండు రూపాయల విషయం కాదు. ప్రజాధనం ఖర్చు విషయలంలో దుర్వినియోగాన్ని, అవినీతిని నేను సహించలేదు. అప్పుడే మా అకౌంటెంట్ తనకు ప్రత్యక్షంగా జరిగిన అనుభవాన్ని, తన కోర్టు ఖర్చుల జాబితాలో దొర్లిన పొరపాటును నేను సరిచేసి తీరు అకౌంటెంట్ జనరల్ కు వివరించి చెప్పారంట. అప్పుడు ఆ అకౌంటెంట్ జనరల్ ఆఫీస్ మొత్తం నా నిజాయితీని, నిబద్ధతను అంగీకరించి నాకు రావలసిన మొత్తాన్ని ఎలాంటి కుదింపులు లేకుండా నాకు చెల్లించారు.

కోర్టుల్లో కొన్ని సివిల్ అంశాలు, ప్రత్యేకించి ఆస్తుల పంపకాలు, వివాహ సంబంధమైన వివాదాలు, ఆస్తుల వివాదాలు కొంతమేరకు వాణిజ్యపరమైన లావాదేవీలే. ఇవి కాక సెషన్స్ లో విచారణలు, మెజిస్ట్రేట్ నిర్ణయాలపై పై కోర్టుకు వెళ్ళే కేసులు, హై కోర్టు నిర్ధారించవలసిన క్రిమినల్ కేసులు కూడా కొంతమేర ఆర్థిక లావాదేవీలతో కూడుకున్నవే. అయితే ఇలాంటివి తక్కువే. ఇవి కాకుండా పార్సీ వివాహ సంబంధమైన వివాదాల బాధ్యత కూడా నాకు కేటాయించారు. ఇలాంటి కేసుల్లో పార్సీ మాట్రిమోనియాల్ మరియు విడాకుల చట్టం ప్రకారం కనీసం ఏడుగురు పార్సీ ప్రతినిధుల సమక్షంలో విచారణ చేయవలసి ఉంటుంది. అలాగే వాణిజ్య వివాదాల చట్టం కింద విచారించవలసిన కేసులు కూడా నాకే అప్పగించారు.

చాలా వరకు సివిల్ వివాదాల్లో తమ కక్షిదారులు రాజీపడేందుకు న్యాయవాదులు ప్రోత్సహించే సుహృద్భావ వాతావరణం ఉండేది. అయితే కొంతమంది న్యాయవాదులు తమ కక్షిదారులు రాజీపడడాన్ని అంత తేలిగ్గా అంగీకరించేవారు కాదు. చివరి నిమిషం వరకూ వివాదాన్ని సాగదీసి అప్పుడు రాజీకి అంగీకరించేవారు. సెషన్స్ కేసుల విచారణలో జాప్యాన్ని నివారించే అవకాశం నాకు కలిగింది. సవరించిన హైదరాబాద్ క్రిమినల్ ప్రొసీజర్ చట్టంలోని నిబంధనల మేరకు వారంట్ విధానంలో కేసులు విచారించాలనే అవకాశం మేరకు క్రిమినల్ కేసులు వాయిదాలు పడుతుండేవి. అయితే భారత దేశంలో తొలిసారిగా, దేశంలోని మరే ఇతర రాష్ట్రాల్లో లేని విధంగా జ్యూడిషరీ మరియు ఎగ్జిక్యూటివ్ బాధ్యతల విభజన వల్ల ప్రాధమిక సాక్షాధారాలు లేని కారణంగా ఏ నేరం కేసులో అయినా నిందితులను విడుదల చేస్తుండడాన్ని పోలీసులు గమనించారు. ఈ పద్ధతి పోలీసుల పరిశోధన తీరుపై అగౌరవాన్ని పెంచింది. అందువల్ల హైదరాబాద్ క్రిమినల్ ప్రొసీజర్ కోడ్ సవరించాలని ప్రభుత్వానికి విజ్ఞప్తులు

అందాయి. కేసుల పూర్వాపరాలు విచారించి, లేదా నిందితులను విచారించి, నిర్ణయం తీసుకునే అవకాశం కలిగింది. లేదా సాక్షులను విచారించి, ప్రాథమిక సాక్ష్యాలు ఉన్నట్టయితే కేసు విచారణకు స్వీకరించే సౌలభ్యం కూడా కలిగింది. ఈ సవరణతో మెజిస్ట్రేట్లు పోస్ట్ ఆఫీస్ బాధ్యతలు నిర్వర్తించే పరిస్థితికి వచ్చినట్లైంది. కేసులు విచారించడం, సాక్షులు విచారించడం ఆ తర్వాత నేరారోపణలు రూపొందించడం, లేదంటే నిందితుణ్ణి వదిలిపెట్టడం సెషన్స్ జడ్జి బాధ్యత అయింది. అయితే చాలా కేసుల్లో నిందితుల విడుదల సుసాధ్యం కాదు. ఈ విధానం వల్ల సాక్షులను మళ్ళీ పిలిచి కేసు పునర్విచారణ చేయడం సాధ్యమైంది. అయితే నేను న్యాయవాదిగా ఉన్న రోజుల్లో ఒక కేసును విధానపరమైన అంశాల కారణంగానో, మరే ఇతర కారణం వల్లనో విచారణ సంవత్సరం, సంవత్సరంన్నర పైగా వాయిదా వేయడం పట్ల నేను అసంతృప్తి, అసహనం వ్యక్తం చేసేవాడిని. క్రిమినల్ కేసుల విచారణ ఏ కారణం చేతనైనా వాయిదా వేయడం న్యాయాన్ని సరిగా అందించలేకపోవడంగా నేను భావించేవాడిని. ఒక అపరాధిని శిక్షించడం కావచ్చు లేదా ఒక నిందితుని వదిలిపెట్టడం కావచ్చు అది న్యాయాన్ని అవహేళన చేయడంగా నేను నమ్ముతాను. విచారణ జాప్యం అయ్యేకొద్దీ నిందితుడు సాక్షులను ఏదోరకంగా తనకు అనుకూలంగా మార్చుకునే అవకాశం కలుగుతుంది. ఇలా అనేక వివాదాల్లో సాక్ష్యాలను తారుమారు చేయడం లేదా కేసు తీవ్రతను తగ్గించడం వల్ల కేసులు కొట్టివేయవలసి వచ్చేది. అందుకే కేసు విచారణ పూర్తయ్యేవరకు ప్రతిరోజూ విచారణ కొనసాగాలనే నిర్ణయం నాది. అందువల్ల కేసు విచారణ పూర్తయ్యేవరకు, సాక్షులు అందర్నీ విచారించే వరకూ విచారణ జరిగిన ప్రతిసారీ సంబంధిత వ్యక్తులు అందరూ అందుబాటులో ఉండేలాగా నిర్ణయం తీసుకున్నాను. దీనివల్ల విచారణ వేగవంతంగా పూర్తవుతుంది. అవసరమైతే కోర్టు సమయాన్ని సాయంత్రం 5.30 గంటల తర్వాత కూడా అందుబాటులో ఉండి విచారణ పూర్తి చేసేందుకు నేను సంసిద్ధత వ్యక్తం చేశాను. సంబంధిత కేసులో విచారించవలసిన చివరి సాక్షి విచారణ పూర్తయ్యేవరకు కోర్టు విచారణలో అందుబాటులో ఉండవలసిందిగా నేను ప్రతివాది న్యాయవాదులను కూడా కోరాను. నా విజ్ఞప్తిని మన్నించి అందుకు వారు అంగీకరించారు. బ్రిటిష్ ఇండియా కోర్టు విచారణ పద్ధతి ప్రవేశ పెట్టిన అప్పటి పబ్లిక్ ప్రాసిక్యూటర్ శ్రీ దత్తాత్రేయ నాతో సహకరించేందుకు అంగీకరించారు. అయన తన మాట నిలబెట్టుకున్నారు. ఇందుకోసం కేసు విచారణ ముగిసి తీర్పు వెలువరించేవరకు రోజువారీ విచారణకోసం ఒకటి రెండు కేసులు చేపట్టాను. మొదట కేసును బట్టి నేను విచారణకు తేదీ నిర్ణయించి వారికి తెలియజేశాను.

ఈ పద్ధతి తర్వాత కొనసాగింది. సంబంధిత వ్యక్తులు అందరూ ఈ పద్ధతికి నాతో సహకరించారు.

కోర్టు విచారణ మరియు తీర్పు ఉర్దూలోనే ఉండాలి. అయితే నిజాం అనుమతించిన సంప్రదాయం ప్రకారం సికింద్రాబాద్ కోర్టులో వాదనలు, తీర్పులు ఉర్దూ లో నైనా ఆంగ్లంలోనైనా ఉండవచ్చు. తీర్పు ఉర్దూలో రాసినా ఆంగ్ల అనువాదం కోరితే ఏర్పాటు చేయవలసిందే. జనవరి 26, 1950లో భారత రాజ్యాంగం అమలులోకి రావటంతో హైదరాబాద్ హై కోర్టులో ఇంగ్లీష్ భాష ప్రధాన మాధ్యమం అయింది. అయితే పార్ట్ బి రాష్ట్రాల చట్టం అమలులోకి వచ్చేవరకూ క్రింది స్థాయి కోర్టుల్లో ఉర్దూ అధికారిక భాషగా అమలయ్యింది. కోర్టులో వాదప్రతివాదనలు, తీర్పులు ఆంగ్లంలోనే ఉండాలని తర్వాత ఓ చట్టం వచ్చింది.

ఈ క్రమంలోనే ఒక కేసులో వాదనలు వినిపించే న్యాయవాది అదే కేసులో వాంగ్మూలం ఇవ్వడం సక్రమమేనా అనేది తేల్చవలసిందిగా నన్ను కోరారు. ఈ విషయంలో కొన్ని వాదోపవాదాలు విన్న తర్వాత నేను నా నిర్ణయం చెప్పాను. "ఏ న్యాయవాది అయినా తాను వకాల్తా పుచ్చుకున్న కేసుకు సంబంధించిన విషయాలు లేదా వివరాలు లేదా వాస్తవాలు అని తాను భావించేవి ఒక సాక్షిగా వాంగ్మూలం ఇచ్చేందుకు అవకాశం లేదు. అయితే, ఒకవేళ ఆ న్యాయవాది తనకు తెలిసిన సమాచారాన్ని ఒక సాక్షిగా కోర్టుకు తెలియజేయాలంటే ముందుగా ఆ న్యాయవాది సంబంధిత కేసు వకల్తాను స్వచ్ఛందంగా వదులుకోవాలి. అప్పుడు మాత్రమే కోర్టు ఆ న్యాయవాది వాంగ్మూలం స్వీకరిస్తుంది," అని నా నిర్ణయం స్పష్టంగా తెలియజేశాను.

ఒక నిందితుడు తన బెయిల్ కోసం కోర్టుకు పూచికత్తు ఇవ్వవలసి వచ్చింది. ఈ పూచికట్టులో హామీ ఉన్న వ్యక్తులు తాము స్వతంత్రంగానే హామీ ఇచ్చారా లేదా అనే విషయం నిర్ధారించవలసిందిగా సంబంధిత న్యాయవాదిని కోరగా ఆమేరకు అయన పూచీకత్తును నిర్ధారించారు. ఈ సందర్భంలోనే మరో న్యాయవాది ఈ కేసులో జామీనుకు సంతకం పెట్టిన వ్యక్తి తనకు తెలుసునని చెప్పటంతో సదరు వ్యక్తిని విచారించగా జామీను విషయం తనకు తెలియదని చెప్పడంతో ఈ వ్యవహారాన్ని పరిశీలించి నిర్ణయం తీసుకోవలసిన బాధ్యత నా భుజాలపై పడింది. దానిపై నేను విచారణ చేసి జామీను ఇచ్చిన వ్యక్తి, బాండు రాసిన వ్యక్తి ఒక్కరే అని తేల్చి చెప్పాను.

ఇలాంటి క్రిమినల్ మరియు సివిల్ కేసులు అనేకం నా అనుభవంలో ఉన్నా

అన్నీ ఇక్కడ వివరించి మరింత భారం పెంచడం మంచిది కాదని ఇక్కడ ప్రస్తావించడం లేదు. అయితే కొన్ని కేసుల వివరాలు, వాటి ప్రాధాన్యత దృష్ట్యా పాఠకుల కోసం తెలియజేస్తాను.

నా తొలి క్రిమినల్ కేసే హత్యాయత్నం కేసు. సికింద్రాబాద్ మార్కెట్లో పూలు అమ్ముకునే పెరుమాళ్ అనే వ్యక్తి మరో టోకు పూల వ్యాపారి నుండి పూలు తీసుకొని డబ్బు సాయంత్రం పూలు అమ్మిన తర్వాత చెల్లించే ఒప్పందం చేసుకున్నాడు. ఇద్దరికీ షుమారు ఐదేళ్ళుగా పరిచయం ఉంది. అయితే పెరుమాళ్ నెమ్మదిగా టోకు వ్యాపారికి చెల్లించడం తగ్గించి భారీగా బకాయి పడేవరకూ ఇద్దరి మధ్య సత్సంబంధాలు ఉండేవి. అయితే బకాయి చెల్లించే పరిస్థితి లేకపోవడంతో పెరుమాళ్‌కు పూలు ఇచ్చేందుకు వ్యాపారి నిరాకరించాడు. ఫలితంగా ఇద్దరి మధ్య వివాదం రేగింది. ఒకరోజు ఇద్దరూ కలిసి వెళుతున్న సమయంలో పెరుమాళ్ హఠాత్తుగా తన దగ్గరున్న కత్తి తీసి టోకు వ్యాపారిపై దాడిచేసి అతని పొట్టలో పొడిచాడు. గాయపడ్డ వ్యాపారి కత్తి పట్టుకోవాలని ప్రయత్నించాడు కానీ పెరుమాళ్ కత్తి బలవంతంగా గుంజుకొని పారిపోయాడు. దూరం నుండి ఇది గమనించిన మరో వ్యక్తి “పట్టుకోండి... పట్టుకోండి” అని అరిచాడు. ఓ ఎండ్లబండి వ్యక్తి పెరుమాళ్‌ను పట్టుకునే ప్రయత్నం చేశాడు కానీ పెరుమాళ్ ఒక్కసారిగా తన కత్తి తీసి బెదిరించడంతో అతను సాహసం చేయలేకపోయాడు. ఇలా పారిపోయే క్రమంలో నిందితుడు తన చేతిలోని కత్తిని ఒక చోట, కాలి చెప్పులు మరో చోట వదిలేశాడు. నిందితుడి తరపున కోర్టు నియమించిన న్యాయవాది, నిందితుణ్ణి కాపాడేందుకు శాయశక్తులా ప్రయత్నించారు. కానీ సాక్ష్యాలన్నీ ప్రతికూలించాయి. చివరిగా హత్యాయత్నం చేసిన నిందితుడికి ఐదు సంవత్సరాల కఠిన కారాగార శిక్ష విధిస్తూ తీర్పు చెప్పాను.

ఆ తర్వాత నేను ఆంగ్లంలో తీర్పు ఇచ్చిన మరో కేసు తెలంగాణ కమ్యూనిస్టులకు సంబంధించిన ఇద్దరు కొరియర్లపై నేరం. ఈ ఇద్దరూ మరణాయుధాలు, పేలుడు పదార్థాలతో సహా పట్టుబడ్డారు. ఈ ఇద్దరినీ పట్టుకున్న ఒక వ్యక్తి అప్పటికే రైల్వే బస్తీలో జరుగుతున్నా దొంగతనాలపై ఓ కన్నేసి ఉంచాడు. ఈ క్రమంలోనే జూన్ 15, 1949 రాత్రి 9.30 గంటల సమయంలో అతను ఏవో శబ్దాలు విన్నాడు. అప్పుడే ఓ ముగ్గురు వ్యక్తులు ఏవో బ్యాగులు పట్టుకొని తనవైపు వస్తూ కనిపించారు. “ఎవరు మీరు?” అంటూ అతను ఆ ముగ్గుర్నీ నిలదీశాడు. ఈ ప్రశ్నతో ఖంగుతిన్న ఆ ముగ్గురూ పరుగెత్తడం మొదలు పెట్టారు. అతను పెద్దగా గోలచేసి ఇరుగు

పొరుగువారి సహాయంతో పారిపోతున్న వారిని వెంబడించి పట్టుకున్నారు. వారిలో మొదటి ముద్దాయి శివారెడ్డి చేతిలో ఉన్న బ్యాగులో కమ్యూనిస్ట్ పార్టీ సాహిత్యం ఉంది. అలాగే రెండవ ముద్దాయి సీతయ్య బ్యాగులో 14 కట్టల పుస్తకాలు ఉన్నాయి. ఇక మూడో నిందితుడు శ్రీనివాస రెడ్డి బ్యాగులో గ్రెనేడ్స్, గ్రెనేడ్స్‌కు కావలసిన ఫ్యూజ్‌లు, సోడియం ఇయోడైడ్, 32 పిస్తోళ్లు తదితరమైనవి దొరికాయి. ఈ ముగ్గుర్నీ స్థానికులు రైల్వే పోలీసులకు అప్పగించారు. అయితే ముగ్గురిలో మూడవ నిందితుడు శ్రీనివాస రెడ్డి కొన్ని కేసుల్లో పోలీసులు వెతుకుతున్న నిందితుడిగా గుర్తించి అతన్ని స్థానిక పోలీసులకు అప్పగించారు. అయితే ఆ తర్వాత తెలిసిందేమంటే స్థానిక కోర్టులో శ్రీనివాస రెడ్డిపై హత్యానేరం ఋజువు కావటంతో అతనికి ఉరిశిక్ష విధించారు. కానీ అతను తప్పించుకున్నట్టు కూడా తెలిసింది. అందువల్ల మిగిలిన ఇద్దరు నిందితులపైనే కేసు నమోదు చేసి కోర్టులో విచారణకు ప్రవేశపెట్టారు. నిందితులకు వ్యతిరేకంగా ఖచ్చితమైన సాక్ష్యాధారాలు ఉన్నాయి. పైగా నింధితులిద్దరూ మూడో సిటీ మెజిస్ట్రేట్ సమక్షంలో తమ నేరాన్ని అంగీకరించి, ఆ తర్వాత మాట మార్చారు. సాక్ష్యాధారాలు క్షుణ్ణంగా, నిశితంగా పరిశీలించిన తర్వాత ఇద్దరు నిందితులను దోషులుగా, మరియు పారిపోయిన మూడో నిందితుడికి సహాయకులుగా, మారణాయుధాలు, పేలుడు పదార్థాలు మూడో నిందితుడికి తోడుగా ఏదో గుర్తుతెలియని ప్రదేశానికి పేలుడు పదార్థాలు, ఆయుధాల నియంత్రణ నిబంధనలకు విరుద్ధంగా కుట్రలో భాగస్వాములుగా పేర్కొంటూ నేను తీర్పు చెప్పాను.

వారి దగ్గర లభించిన పుస్తకాలూ, కరపత్రాలు కమ్యూనిస్టు పార్టీ కార్యక్రమాలు ఎలా ముందుకు కొనసాగించాలో స్పష్టంగా తెలియజేస్తున్నాయి. ఇందులో ఒక కరపత్రంలో పేర్కొన్న సూచనలు కొంత ఆశ్చర్యాన్ని కలిగిస్తున్నాయి. కమ్యూనిస్టు పార్టీ కార్యక్రమాలు ఎలా కొనసాగించాలో, ఒక వేళ పోలీసులకు గానీ, ఇతరులకు గానీ దొరికిపోతే ఎలా తప్పించుకోవాలో, లేక పార్టీ రహస్యాలను వెల్లడి చేయకుండా ఎలా దాటవేయాలో కూడా ఆ కరపత్రంలో వివరంగా ఉంది. ఈ సూచనలు, అలాగే పార్టీ కార్యకలాపాలు, వారి సానుభూతిపరుల విషయంలో నేను ఈ విధంగా వ్యాఖ్యానించాను. "నిందితుల దగ్గర లభ్యమైన కరపత్రాలూ, ఇతరత్రా సమాచారం మేరకు ఆ పార్టీ తన కార్యకలాపాలు ఎలా నిర్వహించాలో, అమలులో ఉన్న చట్టాలను ఎలా ఎదుర్కోవాలో స్పష్టంగా ఉంది. పార్టీ సభ్యులు ఎలా తిరగాలి, ఎలా తప్పించుకోవాలి, చివరికి సిగరెట్లు కూడా ఎలా సంపాదించుకోవాలి, కుటుంబ

సభ్యులతో ఎలా మెలగాలి, తమ సిద్ధాంతాన్ని వ్యతిరేకించే వారిపట్ల ఎలా నడుచుకోవాలి, తల వెంట్రుకలు ఎలా కత్తిరించుకోవాలి, చేతికి గడియారం ధరించరాదని వంటి అనేక విషయాలు సూచనల రూపంలో స్పష్టంగా ఉన్నాయి. ఒక్క మాటలో చెప్పాలంటే ఆ పార్టీ సభ్యుడికి పార్టీ మినహా ఇతరత్రా జీవితమే లేదు." ఈ ఇద్దరు నిందితులకు ఐదు సంవత్సరాల కఠిన కారాగార శిక్ష విధిస్తూ, నిందితులు పోలీసులు కస్టడీలో ఉన్న సమయంలో వారిపట్ల ప్రవర్తించిన తీరుపై విచారణకు ఆదేశించాను.

నేను విచారించిన కేసుల్లో అత్యంత కీలకమైనది నాగమణి అనే మహిళకు సంబంధించినది. తన భర్త నిరుద్యోగి అయిన కారణంగా కుటుంబాన్ని పోషించుకోలేక ఆమె తన ఇద్దరు పిల్లలను బావిలోకి తోసి తానుకూడా దూకి ఆత్మహత్య చేసుకోవాలని ప్రయత్నించింది. తానూ, తన పిల్లలు బ్రతికుండి కష్టాలు భరించే కంటే చావే మేలని ఆమె భావించింది. అయితే, పిల్లల అరుపులూ, కేకలూ విన్న స్థానికులు వెంటనే వచ్చి ఆమెనూ, ఇద్దరు పిల్లలనూ కాపాడారు. ఆ తర్వాత పోలీసులు ఆమెపై ఇద్దరు పిల్లల హత్యానేరం, ఆత్మ హత్యానేరం కింద కేసులు పెట్టారు. విచారణలో భాగంగా ఆమెకు శిక్ష ప్రకటిస్తూ "ఈ శిక్ష ఎందుకు విధించకూడదు?" అని ఆమెను ప్రశ్నించా. అయితే నా ప్రశ్న పట్టించుకోకుండా తన భర్తకు ఏదైనా ఉద్యోగం చూపించమని కోరింది. అయితే, కోర్టు సమయం ముగిసేవరకు ఆమెకు శిక్ష విధించా. నా తీర్పులో రెండు విషయాలు ప్రస్తావించా. ఇందులో మొదటిది నిందితురాలు మానసికంగా సరిగా లేదని, ఆ క్షణంలో ఆమె ఏమి చేస్తున్నదీ ఆమెకు తెలిసినట్టులేదని, తాను చేస్తున్న ఆ చర్య వల్ల ఎలాంటి పరిణామాలు ఎదుర్కోవలసి వస్తుందో తెలియదని అందువల్ల ఆమె నేరస్తురాలు కాదన్నది నా భావన. ఇక రెండోది, ఆమెకు ప్రకటించిన శిక్షకు సంబంధించినది.

ఈ రెండు అంశాల్లో మొదటి అంశానికి సంబంధించి నేను ఇలా చెప్పా: "లభించిన సాక్ష్యాధారాలను బట్టి జీవన పోరాటం చాలా కఠినమైనదని, నిందితురాలు తన కుటుంబాన్ని పోషించుకోవడానికి అన్ని ప్రయత్నాలు చేసి, విఫలమై, తన కష్టాలకు విసిగి, వేసారి, జీవితాన్ని మెరుగుపరచుకునే అవకాశాలు కనిపించక, భవిష్యత్తు అగమ్యగోచరంగా కనిపించి చివరి ప్రయత్నంగా తమ కష్టాలకు ముగింపుగా ఈ చర్యకు పాల్పడింది. ఇందులో భాగంగానే ఆమె తన పిల్లలను బావిలో పడేసి తాను కూడా బావిలోకి దూకింది." గత్యంతరం లేని పరిస్థితుల్లోనే ఆమె తన పిల్లలను చంపి, తానూ చనిపోవాలని నిర్ణయించుకుందని, తన ఈ చర్యకు ప్రతిఫలం ఏమిటో

ఆమెకు తెలుసునని నేను భావించాను. ఆ మేరకు మాత్రమే ఆమెకు తగిన శిక్ష వేశా. ఇక శిక్షకు సంబంధించిన రెండో విషయంలో నేను ఈ విధంగా చెప్పా: "నా అభిప్రాయంలో నిందితురాలు ఏ ఉద్దేశంతో నేరం చేసిందో పరిగణలోకి తీసుకొని అందుకు సమానంగా సమర్ధనీయమైన శిక్ష విధించాలి. వ్యక్తిగత లాభం లేదా దురాలోచన లేకుండా కేవలం సామజిక, ఆర్థిక అననుకూల పరిస్థితుల కారణంగా ఆమె ఈ నేరం చేసింది. నిందితురాలు తన కుటుంబ ఆర్థిక పరిస్థితుల కారణంగానే పిల్లలను చంపి తానూ చనిపోవాలనుకున్నది. నిందితురాలు తనూ, తన పిల్లలకోసం ఆర్థిక అసమానత్వం కారణంగా తీవ్ర ఇబ్బందులు ఎదుర్కోవలసి వచ్చింది. దేశంలో మనకు కనిపిస్తున్న పేదరికం, ఆర్థిక అసమానతలే ఈ కుటుంబానికి కూడా ఉన్నాయి. అందువల్లే ఆమె తన జీవన పోరాటంలో విజయం సాధించలేక ఓటమిని అంగీకరించి తనకు తెలిసిన పరిష్కారంగా పిల్లలను చంపి, తాను చనిపోవాలని ప్రయతించింది. కాబట్టి ఈ నేరానికి ఆమెకు శిక్ష వేసేకంటే జాలి చూపించి క్షమించడమే సరైన న్యాయం."

ఈ విషయాలన్నీ పరిగణలోకి తీసుకునే ఆ రోజు కోర్టు సమయం ముగిసేవరకు మాత్రమే ఆమెకు శిక్ష విధించా. నేను శిక్ష విధించిన తర్వాత ఆమె చేసిన విజ్ఞప్తి మేరకు నా మిత్రుడు, నిజాం స్టేట్ రైల్వే లో చీఫ్ ఇంజనీర్ (లోకో) అయిన ఇక్బాల్ హైదెరికి ఫోన్ చేసి ఈ కేసు వివరాలు చెప్పి నిరుద్యోగి అయిన ఆమె భర్తకు ఉద్యోగం ఇచ్చే అవకాశం ఉందేమో పరిశీలించామని కోరాను. అయితే పత్రికల్లో అప్పటికే ఈ కేసు వివరాలు రావటం వల్ల నా మిత్రుడికి ఆమె గురించి కొంత సమాచారం తెలుసు. కోర్టు సమయం అయిన తర్వాత ఆమెను తన భర్తను తీసుకొని నా మిత్రుడు ఇక్బాల్ హైదెరిని కలవమని చెప్పమని నా సూపెరిండేంట్‌తో చెప్పా. ఆమె భర్తకు ఉద్యోగం ఇచ్చినట్టు నా మిత్రుడు చెప్పినప్పుడు నాలో ఒక తృప్తికరమైన ఆనందం కలిగింది.

ఈ కేసులో నేను ఇచ్చిన తీర్పు జాతీయ పత్రికలు ప్రముఖంగా పేర్కొన్నాయి. ప్రత్యేకించి బొంబాయి నుండి వెలువడే "కరెంట్" అనే వారపత్రిక నా తీర్పును ప్రముఖంగా ప్రస్తావించి, తీర్పులో పేదరికం విషయంలో నేను చేసిన వ్యాఖ్యలను కూడా ప్రస్తావించి ప్రజల ఆర్థిక ప్రమాణాలు పెంచేందుకు ప్రభుత్వాలు కృషి చేయాల్సి ఉందని పేర్కొంది.

నాకు సంబంధించినంతవరకూ మరో సంచలనాత్మకమైన కేసు మరొకటి ఉంది. జీవిత ఖైదు పడిన ఒక వ్యక్తిని ఒక మహిళ (ప్రథమ ముద్దాయి), ఆమె భర్త (రెండో ముద్దాయి), ఒక ఆటో డ్రైవర్ (మూడో ముద్దాయి) కలిసి ఆశ్రయం ఇచ్చిన కుట్ర నేరం వీరిపై మోపబడింది. ఆ మహిళ తన సోదరుడు భారత సైన్యంలో కెప్టెన్‌గా పనిచేస్తూ తోటి కెప్టెన్ హత్యకేసులో జీవిత ఖైదు అనుభవిస్తున్న ఖాజిమ్ హుస్సేన్ పాకిస్తాన్ పారిపోయేందుకు సహకరించింది. తన పథకంలో భాగంగా ఉస్మానియా ఆస్పత్రిలోని ఒక వైద్యుడితో జైలులో ఉన్న తన సోదరుడికి ఆరోగ్య పరీక్షలు నిర్వహించి అతన్ని మెరుగైన చికిత్స కోసం ఆస్పత్రికి తరలించేందుకు సిఫార్సు చేయాలని ఆమె కోరింది. అయితే ఆమె దురాలోచన తెలియని ఆ డాక్టర్ జైలులో ఉన్న నిందితుణ్ణి ఆస్పత్రికి తరలించాలని జైలు అధికారులకు సూచించారు. ఇలా ఆస్పత్రికి తరలించిన తర్వాత ఆమె తన సోదరుడు ఆస్పత్రినుండి తప్పించుకొని ఆ తర్వాత పాకిస్తాన్ పారిపోయేందుకు సహకరించింది.

కేసు విచారణ జరిగే రోజు ఉదయం 9 గంటలకు కెప్టెన్ కజిమ్ హుస్సేన్ ను జైలునుండి ఆస్పత్రికి తరలించేందుకు సహకరించిన వైద్యుడు మా ఇంటికి వచ్చారు. అయన నాకు ముందే తెలుసు. అయినా ఇంత ఉదయాన్నే ఆస్పత్రిలో ఉండవలసిన వైద్యుడు నా ఇంటిముందు ప్రత్యక్షం కావటం నన్నొకింత ఆశ్చర్యానికి గురిచేసింది. అయితే ఈ రోజు ఉదయం 10 గంటలకు కోర్టుకు హాజరు కావలసిందిగా ఆదేశాలు వచ్చాయని, అయితే అదే సమయానికి తాను ముఖ్యమంత్రిని కలవాల్సి ఉందని అందువల్ల ఈ రోజు తాను కోర్టుకు హాజరుకాలేకపోతున్నానని చెప్పారు. అయితే కోర్టు విషయాలు నేను ఇంట్లో మాట్లాడానని, అయన కలిసింది కేవలం జగన్మోహన్ రెడ్డి అనే వ్యక్తిని మాత్రమే అని, జడ్జిని కాదనీ, కోర్టులో కూర్చున్న తర్వాత తాను ఎలాంటి నిర్ణయం తీసుకునేది ఇప్పుడు చెప్పలేనని అతనికి చెప్పాను. అలాగే కేసు విచారణలో ఉన్న సమయంలో ఇలా ఇంటికొచ్చి కలవడం సముచితం కాదని మృదువుగా చెప్పాను. అలా అతన్ని పంపించేశాను. అయితే నేను కోర్టుకు వెళ్ళి సీట్లో కూర్చున్నప్పుడు ఎదురుగా ఆ వైద్యుడు కూర్చొని కనిపించాడు. అంటే ముఖ్యమంత్రితో సమావేశాన్ని అయన వాయిదా వేసుకున్నట్టు తెలుస్తోంది. లేదా అసలు ముఖ్యమంత్రితో సమావేశం ఉండకపోవచ్చు. కోర్టు విచారణకు హాజరుకాకుండా వాయిదా వేయించాలని భావించి ఉండొచ్చు. ఆ తర్వాత అయన ఇలాంటి ప్రయత్నాలే చేశారు కానీ అవేమీ ఫలించలేదు. ప్రథమ ముద్దాయి అయిన ఆ మహిళ కూడా ఏవో మెలికలు

పెట్టి కేసు విచారణ సాగదీయాలని ప్రయత్నాలు చేసింది. నిందితులందరూ బెయిలు పైనే ఉన్నారు. డిసెంబర్ 19, 1950న ప్రారంభమైన విచారణ రోజువారీ కొనసాగి జనవరి 2, 1951 నాటికి తొలి ముద్దాయి అయిన ఆ మహిళ గైర్హాజరైంది. తలనొప్పి కారణంగా ఆమె కోర్టుకు హాజరుకాలేకపోయినట్టు చెప్పారు. ఈ సాకుతో నేను సంతృప్తి చెందలేదు. సాధారణంగా తలనొప్పి, కడుపునొప్పి వంటివి బయటకు కనిపించేవి కావు. అందువల్ల అవి నిజమో, అబద్ధమో తెలుసుకోవడం కష్టం. అందుకే ఇప్పటి గాంధీ ఆస్పత్రి అప్పటి కింగ్ ఎడ్వర్డ్ స్మారక ఆస్పత్రి వైద్యుడు డాక్టర్ బోరెగాంకర్ మరో మహిళా వైద్యురాలి సహాయంతో సదరు మహిళకు వైద్య పరీక్షలు నిర్వహించి ఆమె పరిస్థితి తెలియజేయాలని కోరాను. ఆమెను పరీక్షించి నిజంగా ఆమె అస్వస్థతగా ఉన్నారా, ఉండే ఎందువల్ల? ఆ అస్వస్థత ఆమె కోర్టుకు హాజరుకాలేకపోయేటంతటి తీవ్రమైనదా? ఒకవేళ పరిస్థితి తీవ్రంగా ఉంటే ఆమె కోలుకొని కోర్టుకు హాజరుకావడానికి ఎంత సమయం అవసరం అనే విషయాలు కోర్టుకు తెలియజేయవలసిందిగా ఆ వైద్యులను కోరాను. అయితే ఆమెను పరీక్షించిన వైద్యులు "ఆమె పరిస్థితి బాగానే ఉందని, ఆమె కోర్టుకు హాజరుకాలేని అనారోగ్యం ఏమీ లేదని" నివేదిక ఇచ్చారు. ఈ నివేదిక ఆధారంగా ఆమె బెయిలు రద్దు చేస్తూ ఆమెను తక్షణమే కస్టడీలోకి తీసుకొని మరుసటి రోజు కోర్టులో హాజరుపర్చమని పోలీసులను ఆదేశించాను. ఈ ఆదేశాలను తెలుగు, ఉర్దూ, ఇంగ్లీష్ దినపత్రికలు మరుసటి రోజు పతాక శీర్షికతోహాప్రముఖంగా ప్రచురించాయి. ఆ మరుసటి రోజు నేను ఎలాంటి తీర్పు ఇవ్వబోతున్నానో తెలుసుకునేందుకు పెద్దసంఖ్యలో జనం తరలి రావడంతో సికింద్రాబాద్ కోర్టు ప్రాంగణం అంతా కిక్కిరిసిపోయింది. నిందితురాలు స్వచందంగా కోర్టుకు హాజరు కాలేదు. ఆమె "దేవుడా... నా పని అయిపొయింది" అంటూ పెద్దపెట్టున రోదిస్తోంది. ఆమె మౌనంగా ఉండకపోతే బలవంతంగా నా వద్దకు పిలిపించుకోవలసి ఉంటుందని హెచ్చరిక ఆమెకు పంపించాను. అయినా ఆమె తన గోల ఆపకపోవడంతో ఆమెను కుర్చీలో పడేసి కోర్టులో హాజరుపర్చవలసిందిగా ఆదేశించాను. ఆమెను ఎందుకు రిమాండుకు పంపకూడదో అని అడిగినప్పుడు ఆమె న్యాయవాదులు కలుగచేసుకొని కేసును వేరే కోర్టుకు బదిలీ చేయాలనే పిటిషన్ వేశామని, అలాగే ఆమె బెయిల్ రద్దుని సవాల్ చేస్తూ మరో పిటిషన్ వేశామని చెప్పారు. ఇవి కాకుండా వారు చెప్పుకోడానికి ఇంకేమి లేవు. అందువల్ల ఆమె బెయిల్ రద్దు చేసి తదుపరి ఉత్తర్వులు వచ్చేవరకూ ఆమెను వెంటనే జైలుకు తరలించవలసిందిగా ఆదేశాలు జారీచేశాను. బెయిలు రద్దు చేస్తూ కేసు పూర్వాపరాలు

వివరంగా కేసు బదిలీ పత్రాలపై కూడా నమోదు చేశాను. పూర్వాపరాలు వివరిస్తూ, "నిందితురాలు కేసు విచారణ బదిలీ కోరినందువల్ల కేసు విచారణ 10 రోజులు వాయిదా వేస్తున్నా" అని ప్రకటించాను. ఇది జనవరి 3, 1951 నాటి సంగతి. నేను ఇచ్చిన ఈ తీర్పును వ్యతిరేకిస్తూ హై కోర్టులో రెండు పిటిషన్లు వేశారు. ఇందులో ఒకటి ఈ కేసును నా కోర్టునుండి వేరే కోర్టుకు బదిలీ చేయాలనీ, రెండోది నిందితురాలిని తక్షణమే బెయిలుపై విడుదల చేయాలని. ఈ రెండు పిటిషన్లు హైకోర్టు ప్రధాన న్యాయమూర్తి శ్రీ ఆర్.ఎస్ నాయక్ నేతృత్వంలోని ఇద్దరు న్యాయమూర్తుల బెంచ్ పైకి వచ్చాయి. కేసు బదిలీ పిటిషన్ జనవరి 12, 1951 న్యాయమూర్తులు కొట్టివేశారు. ఇక బెయిలు విషయంలో ఆ వ్యహారం మళ్ళీ నాతోనే తేల్చుకోవాలని తీర్పు ఇచ్చారు. ఆ తర్వాత పిటిషన్లు విచారించి రూ 50 వేల పూచీకత్తుతో ఆమెకు బెయిల్ మంజూరు చేశాను. నిందితురాలు తరపున పూచికత్తుపై సంతకం పెట్టేందుకు ఒక ప్రముఖ వ్యక్తి కోర్టుకు వచ్చారు. పూచికత్తు వ్యవహారం పూర్తయిన తర్వాత ఆమెను బెయిల్ పై విడుదల చేయవచ్చని ఆదేశాలిచ్చాను. ఆమె విడుదల తర్వాత కేసు విచారణ ప్రతిరోజూ కొనసాగి చివరికి ఫిబ్రవరి 10, 1951కి ముగిసింది. ఫిబ్రవరి 16, 1951 నిందితులు అందరికీ శిక్ష విధిస్తూ తీర్పు వెల్లడించాను. ఈ తీర్పును వ్యతిరేకిస్తూ దాఖలైన అన్ని దరఖాస్తులనూ హైకోర్టు కొట్టివేసింది. అంటే చిత్తశుద్ధితో నిష్పాక్షికంగా కేసు విచారణ చేస్తే ఫలితాలు ఎలా ఉంటాయో నేనిచ్చిన ఈ తీర్పు తెలియజేస్తుంది. నేనింకో విషయం చెప్పాలి. కేసు విచారణ వేగంగా పూర్తికావడానికి హై కోర్టు చాలా సహకరించింది.

నేను ఆరోజుల్లో విచారించిన మరో ఆసక్తికరమైన కేసులో ఒక మహిళ తన భర్తను హత్య చేసినట్టు ఆరోపణలు ఎదుర్కొంటోంది. ఆమె తన భర్త గొంతుకోసి హత్య చేసిందని ప్రాసిక్యూషన్ ఆరోపించింది. ప్రాధమిక సాక్ష్యాధారాలు ఆమె నిందితురాలు అనే తెలియజేస్తున్నాయి. అయితే, ఆ ఆధారాలు అంత బలంగా లేకపోవటంతో వాటిని ప్రతివాది తీవ్రంగా వ్యతిరేకించారు. అయితే ఈ కేసు వాదనలు మొదలైతే పెద్ద వివాదమే అవుతుందని నా మనసుకు అనిపించింది. న్యాయవాదిగా నా శిక్షణలోనూ ఆ తర్వాత నేను నేర్చుకున్న విషయాలను బట్టి కనిపిస్తున్న సాక్షాయధారాలను బట్టి మాత్రమే నేరం నిరూపించడం సాధ్యం కాదు.

వాదప్రతివాదాల్లో ప్రధానమైనవి: నేరంలో మహిళ ప్రమేయం నేరుగా ఉన్నదా? లేక మహిళ నేరం చూస్తూ ఉన్నదా? అసలు నేరం జరుగుతున్న సమయంలో ఆమె

ప్రత్యక్షంగా ఉన్నదా? అయితే ఆమెకు వివాహేతర సంబంధం ఉందని, ఆమె తన ప్రియుడితో గాఢమైన ప్రేమలో ఉందని లభించిన కొన్ని ఉత్తరాలు తెలియజేస్తున్నాయి. ఈ సంబంధం ఆమె, ఆమె ప్రియుడు కలిసి ఈ నేరం చేశారనడానికి ఆధారంగా ఉన్నాయి. అయితే ఈ మహిళ తన అక్రమ సంబంధాన్ని భర్త ముందు అంగీకరించిందని, ఆ తర్వాతే ఆ 23 లేక 24 సంవత్సరాల వయసుగల ఆ భర్త మెడను కోసిందని ప్రాసిక్యూషన్ వాదన.

అయితే వైద్యులు తమ నివేదికలో మృతుడు నిద్రిస్తున్న సమయంలో ఈ నేరం జరిగిందనే అనుమానాన్ని తిరస్కరించారు. మృతుడి శరీరం కాళ్ళు కట్టివేసి మొహం నేలకు ఆనించి బోర్లా నేలపై ఉంది. అయితే చేతులు కట్టేసి లేవు. భర్తతో ఆట ఆడే నెపంతో నిందితురాలు భర్తను నేలపై పడేసి, కాళ్ళూ, చేతులు కట్టేసి అప్పుడు అతని గొంతు కోసిందని ప్రాసిక్యూషన్ అనుమానం వ్యక్తం చేసింది. అయితే మృతుడు పడిఉన్న గది తలుపులు రోడ్డువైపు ఉండడం గది గడియ వేసినా అది తేలిగ్గా చేతివేళ్ళతోనే తొలగించే అవకాశం ఉంది. ఈ విషయం నేను స్వయంగా నేరం జరిగిన ప్రదేశాన్ని పరిశీలించన తర్వాతే నిర్ధారించాను.

ఈ అంశాల ప్రాతిపదికగా నేరం ఆమే స్వయంగా చేసిందా లేక వేరెవరైనా నేరానికి పాల్పడుతుంటే ప్రేక్షకురాలిగా చూస్తూ ఉండిపోయిందా? అసలు నేరం జరిగిన సమయంలో ఆమె అక్కడ ఉందా అనే ప్రశ్నలు తలెత్తాయి. అయితే కేవలం కనిపిస్తున్న ఆధారాలను బట్టి ప్రాసిక్యూషన్ ఆరోపిస్తున్నట్టు నేరం జరిగిన సమయంలో ఆమె మాత్రమే ఉన్నట్టు అనిపించడంలేదు. గది వెనుక భాగంనుండి ఒకరు కానీ, ఎక్కువమంది కానీ లోపలి వచ్చే అవకాశాన్ని తోసిపుచ్చలేం. అలాగే ఈమె ఒక్కతే ఇంత పెద్ద నేరం చేస్తుందని కూడా భావించలేం. ఈ కారణాలవల్ల నేర పరిశోధనలో అనేక అనుమానాలు కనిపిస్తున్నాయి. ఈ విషయాలన్నీ ఈ కేసులో నేనొక నిర్ణయానికి రావడానికి అనుకూలించలేదు.

ఇంత వివరంగా ఈ కేసు వివరాలు చెప్పాల్సి వచ్చిందంటే... సహజంగా లభించిన ఆధారాలను బట్టి ఒక నిర్ణయానికి వచ్చి, ఆ తర్వాత లోతుగా పరిశీలించడం అనే సంప్రదాయానికి భిన్నంగా ఈ కేసు విషయంలో నేను ఆలోచిస్తున్నాను. కనిపించే ఆధారాలను బట్టి కేసులో ఒక నిర్ణయానికి రాలేకపోవడం అంటేనే నాలో అంతర్మథనం జరుగుతోంది అని అర్థం. అయితే ఈ కేసు విచారణకు ముగింపు ఏమిటీ అనేది అప్రస్తుతం. కీలకమైన విషయం ఏమంటే కేసులో ముగింపుకు రావడానికి దారితీసిన

అంశాలు. చివరికి, కనిపించే అధరాలు, కనిపించని సాధ్యాసాధ్యాల మధ్య బాగా అలోచించి కేసులో నిందితురాలిని విడుదల చేశాను.

మరో అత్యంత ముఖ్యమైన కేసు ఏమంటే సికింద్రాబాద్‌లోని నవాబ్ జహీర్ యార్ జంగ్ ఇంట్లో లాహోర్ కు చెందిన ఒక అంతర్రాష్ట్ర నేరస్తుడు రూ 17 లక్షల విలువచేసే బంగారు ఆభరణాల చోరీ కేసు. ఇది జూన్ 26–17, 1946లో రాత్రి దొంగతనం జరిగినట్టు ప్రాసిక్యూషన్ ఆరోపించింది. ప్రాసిక్యూషన్ వాదన ప్రకారం ఆరోజు రాత్రి నవాబ్ ఇంటినుండి ఒక గుర్తుతెలియని వ్యక్తి పారిపోతున్నట్టు ఇంటి నౌకరు ఒకరు గమనించారు. పారిపోతున్న వ్యక్తిని గమనించిన వెంటనే ఆ మహిళ ఇంట్లో వారిని అప్రమత్తం చేసింది. అప్పుడు నిద్ర లేచిన నవాబ్ గారు, అయన శ్రీమతి గారు తమ నగల పెట్టె, తమలపాకుల పెట్టె దొంగిలించబడ్డాయని గ్రహించారు. ఈ కేసు పరిశోధన చేపట్టిన బ్రిటిష్ పాలిత ప్రాంత సూపరింటెండెంట్ డగ్లస్ పులీన్, తమకు పరిశోధనలో సహకరించవలసినదిగా అప్పటి హైదరాబాద్ నగర పోలీస్ అసిస్టెంట్ కమిషనర్ సర్దార్ ఫజల్ రసూల్ ఖాన్ ను కోరారు. పరిశోధన ప్రారంభించిన రెండో రోజు ఉదయం నగల పెట్టె, అందులోని మరో 34 చిన్న నగల పెట్టెలు బేగంపేట రైల్వే లైన్ మరియు సుల్తాన్ ఉల్ ముల్క్ ప్రాసాదం వద్ద దొరికాయి. ఈ నేరంలో తరువాత ముగ్గురు నేరస్తులు లాహోర్‌లో పట్టుబడ్డారు. వారు దొంగిలించిన నగలు లాహోర్, అమృత్సర్, కరాచీ, ముంబాయి మరియు కలకత్తాలో లభించాయి.

నేరంలో ఆరోపించిన విధంగానే, నాకు కూడా నిజమే అనిపించినట్టు, నవాబ్ సాహెబ్ కార్యదర్శి నెరపరిశోధన చేస్తున్న అధికారులతో కలిసి లాహోర్ వెళ్ళినప్పుడు ఎవరితోనో మాట్లాడి రూ. 4 లక్షల బంగారు ఆభరణాలు తిరిగి పొందారు. ఇలా తెచ్చిన నగలు అత్యంత విలువైనవి. ఇందులో పురాతన వైడూర్యాలు పొదిగి ఉన్నాయి. అలాగే విలువైన ముత్యాలు కూడా పొదిగి ఉన్న నగలు అవి. వీటిలో ఒక నగ కేసులో మొదటి ముద్దాయి ఒక వ్యాపారికి అమ్మినట్టు అంగీకరించాడు కానీ వ్యాపారి అంగీకరించలేదు. ఆతను ఆ నగ తనదేనని, కానీ పోలీసులు అలాంటి నగ ఒకటి కావాలని, దాని బరువుకూడా ఉదహరిస్తూ చెప్పడం వల్ల తన నగలోనే కొంత భాగం తెగగొట్టి పోలీసులు అడిగిన బరువుకు సరితూగే నగ ఇచ్చానని ఒక కట్టుకథ చెప్పాడు. అయితే అది నేను నమ్మలేదు.

ప్రధాన ముద్దాయి, నూర్ మొహ్మద్, జైలుకు సొరంగం తవ్వి కలకత్తా పారిపోయి అక్కడినుండి రంగూన్‌కు ఓడలో వెళ్ళే ప్రయత్నంలో ఫజల్ రసూల్ ఖాన్ అప్రమత్తం

చేయడంతో కలకత్తా పోలీసులు అతన్ని అరెస్టు చేశారు. గతంలో అనేక సందర్భాల్లో రంగూన్ పారిపోవడానికి ప్రయతించిన నూర్ మొహ్మద్ తానూ దొంగిలించిన అనేక విలువైన నగలను కలకత్తాలోని నఖుదా మసీదు గోడల్లో దాచిపెట్టాడు. మరికొన్ని విలువైన నగలను, ఆభరణాలను నిందితుడు తన రహస్య ప్రదేశంలో దాచిపెట్టాడు. వాటిని పోలీసులు స్వాధీనం చేసుకున్నారు.

దేశంలోని పైన పేర్కొన్న అనేక ప్రాంతాలనుండి సాక్షులను రప్పించి విచారించగా వారంతా నిందితుడి నుండి నగలు కొనుగోలు చేసినట్టు అంగీకరించారు. అయితే ఒక జమిందారీ కొడుకు అయినా రెండవ నిందితుడిపై ఆరోపణలు ఋజువు కాకపోవడంతో అతన్ని నిర్దోషిగా వదిలివేయవలసి వచ్చింది. ఇక మూడో నిందితుడు శారీరకంగా మరీ బలహీనంగా ఉన్నాడు. అతను చిన్న సందులో కూడా బల్లిలా పాకగలుగుతున్నాడు. ఇతనే నవాబ్ సాహెబ్ ఇంటి గదిలోకి చొరబడి నగలపెట్టెలు ఎత్తుకొచ్చాడు. కేసులో మొదటి ముద్దాయి తన నోట్లో దవడల దిగువన ఒక సంచిలా ఏర్పాటు చేసుకునే సర్జరీ చేయించుకున్నాడు. కొన్ని వస్తువులను నోట్లో వేసుకొని మింగేసి దవడలు, గొంతుకు మధ్యలో ఉన్న సంచిలో దాచుకునే వాడు. అప్పట్లో రాజకీయ నేరంపై జైలులో ఉండి ఆ తర్వాత హైదరాబాద్ రాష్ట్ర ముఖ్యమంత్రి అయినా బూర్గుల రామకృష్ణారావు ఒక సందర్భంలో చెప్పారు, నిందితుడు నూర్ మొహ్మద్ తనతోపాటు జైల్లో ఉన్నాడని, అప్పట్లో అతను నోట్లో నాణెం వేసుకొని మింగి మాయం చేసేవాడని, తర్వాత ఆ నాణేన్ని బయటకు తీసేవాడని చెప్పారు. అయితే తొలి ముద్దాయి, మూడో ముద్దాయిని అనుమానించి అతని ఆహారంలో విషం కలిపి హత్యచేయాలని ప్రయత్నం చేశాడు. ఏదో అనుమానం వచ్చిన మూడో ముద్దాయి ఆ ఆహారాన్ని ఒక పిల్లికి పెట్టి, అది తిన్న పిల్లి చనిపోగానే తనపై జరుగుతున్నా కుట్రను గ్రహించాడు. ఇది జరిగిన వెంటనే మూడో ముద్దాయి తనను కోర్టులో న్యాయమూర్తి ఎదుట ప్రవేశపెట్టాలని, తాను నిజం చెపుతానని కోరాడు. ఆమేరకు అతను నేరం అంగీకరించాడు. ఆ తర్వాత మొదటి నిందితుడి నుండి మూడో నిందితుణ్ణి రక్షించేందుకు నిందితులను వేరువేరు గదుల్లో బంధించాల్సి వచ్చింది.

విలువైన నగలు ఉండడం, సుదీర్ఘ విచారణ కొనసాగడం మాత్రమే కాక ఈ కేసు పరిశోధన చేస్తున్న సర్దార్ ఫజల్ రసూల్ ఖాన్ హైదరాబాద్ రాష్ట్రంలో ఉన్నత నెరపరిశోధక అధికారి కావడంతో ఈ కేసు అత్యంత ప్రాధాన్యత సంతరించుకుంది. అయన నేరపరిశోధనలో ముక్కుసూటిగా ఉంటారని, నేరస్తులపైనా కఠినత్వం

ప్రదర్శించరని, ఎలాంటి కలుషితమైన కేసునైనా తేలిగ్గా పరిష్కరిస్తారని చెప్తారు. అయితే ఒక సందర్భంలో మొదటి ముద్దాయి కోర్టు విచారణ మధ్యలో ఒక్కసారిగా లేచి నిలబడి తన న్యాయవాదిని నిలువరించి తానే కలుగజేసుకొని క్రాస్ ఎగ్జామిన్ చేయడం నన్నొకింత ఆశ్చర్యానికి గురిచేసింది. లాహోర్ నుండి వచ్చిన ఒక వ్యక్తి మొదటి ముద్దాయి నుండి నగ కొన్నట్టు కోర్టులో అంగీకరించడంతో మొదటి ముద్దాయి కలుగజేసుకొని సదరు వ్యక్తికీ ఒక కుమార్తె ఉందని, ఆమె ఎల్ ఎల్ బి చదువుతోంది, ఆమె తన భార్య అవునా కాదా అంటూ ప్రశ్నించాడు. దీంతో సాక్ష్యం చెపుతున్న ఆ వ్యక్తి కోపోద్రిక్తుడై తనకు కుమార్తె ఉన్న విషయం ఆమె చదువుతున్న విషయం వాస్తవమేనని అయితే ఆమె ముద్దాయికి భార్య కాదని గట్టిగా వాదించాడు.

అయితే విచారణ అనంతరం నిందితుడికి శిక్షవేసి, ఆ శిక్ష పూర్తయి నిందితుడు విడుదల అయినా తర్వాత అతన్ని పాకిస్తాన్‌కు పంపించవలసిందిగా ప్రభుత్వానికి సూచన చేశాను. మన దేశంలో ఇలాంటి కరుడుగట్టిన నేరస్తులకు స్థానం ఉండకూడదని స్పష్టంగా చెప్పాను. కేసులో వాదోపవాదాలు 13 రోజులపాటు సాగి ఆ మరుసటి రోజు నేను తీర్పు చెప్పాను. అయితే ఈ కేసులో భారతదేశం మరియు పాకిస్తాన్‌కు సంబంధించి అనేకమంది వ్యక్తులను విచారించవల్సి ఉన్నప్పటికీ లభ్యమైన ఆధారాల సహాయంతో నేను కేసుతీర్పు నిస్పాక్షికంగా తక్కువ కాలంలోనే ఇవ్వగలిగాను.

ఇక ఒకటో, రెండో విడాకుల కేసులు కూడా నేను విచారించవలసి వచ్చింది. వీటిలో ఒకటి ఒక క్రైస్తవ దంపతులకు సంబంధించినది. సికింద్రాబాద్‌ను నిజామ్‌కు బదిలీ చేసిన తర్వాత కేంద్ర చట్టాలు ఇక్కడ అమలు రద్దయ్యాయి. అందువల్ల భారతీయ విడాకుల చట్టం ప్రకారం విడాకుల కేసులు స్వీకరించబడడం లేదు. అయితే నేను ఈ వాదనను తిరస్కరించాను. కేసులు భారతీయ విడాకుల చట్టం మేరకు కాకుండా మానవ సంబంధాలు, హక్కులకు సంబంధించినవిగా నేను స్పష్టం చేశాను. అలాగే విడాకులకోసం క్రైస్తవ దంపతులు దరఖాస్తు చేసుకుంటే జిల్లా కోర్టులు మరియు హైకోర్టు అలాంటి కేసులు విచారణకు స్వీకరించవచ్చని హైదరాబాద్ హై కోర్టు అంతకు ముందే తీర్పు చెప్పింది. అందువల్ల ఇలాంటి కేసుల విషయంలో కోర్టులు భారతీయ విడాకుల చట్టం 1869 నిబంధనల ప్రకారం విచారణ చేపట్టడం సులువైంది. అందువల్ల దంపతుల కేసు విచారించి, ఆ భర్త ఉద్దేశపూర్వకంగా వివాహేతర సంబంధాలు పెట్టుకున్నాడని, అనేక సందర్భాల్లో భార్య ఇంట్లో ఉన్నప్పుడు కూడా కొందరు మహిళలను ఇంటికి తీసుకువచ్చి వారితో శారీరక సంబంధాలు కలిగి

ఉన్నట్టు భార్య చెపుతున్న విషయాలను నమ్ముతూ నేను వారికీ విడాకులు మంజూరు చేస్తూ తీర్పు చెప్పాను.

మరోకేసు పార్సీ వివాహ చట్టం 1936కు సంబంధించినది. ఇలాంటి కేసులు విచారించే అధికారం నా పరిధిలోకే వస్తుంది. ఏడుగురు ప్రతినిధుల సమక్షంలో ఈ కేసు విచారణ చేయవలసి ఉంది. ఏ కేసులో ఈ ఏడుగురు ప్రతినిధులూ చాలా పలుకుబడి కలిగిన వారే. వీరిలో ఒకరు మాజీ సుబేదార్ (డివిజినల్ కమిషనర్) నవాబ్ ఎరిక్ యార్ జుంగ్. కేసు విచారణ తర్వాత ఒకరు విభేదించగా మిగిలిన ఆరుగురు నిందితుడు తన భార్యను మానసికంగా వేధించాడని, భార్యను వదిలేశాడని భావించారు. నేను కూడా ఈ ప్రతినిధుల వాదనతో ఏకీభవించి చట్ట ప్రకారం నాకు సంక్రమించిన హక్కుల మేరకు వారికి విడాకులు అంగీకరిస్తూ తీర్పు చెప్పాను.

ఇక సివిల్ విషయాలకొస్తే నగదు మోసాలకు సంబంధించిన చిన్న చిన్న కేసులను పక్కనబెడితే, ఒక కేసు మాత్రం ఒకింత కీలకమైనది. తాను ఒక ఉమ్మడి హిందూ వైశ్య కుటుంబానికి చెందిన సభ్యుడిగా ఒక వ్యక్తి వేసిన మోసపూరిత దావాకు సంబంధించిన కేసు ఇది. ఈ వివాదం ఐఎఫ్‌పి (In Forma Pauperis – కోర్టు ఖర్చులు కూడా లేవంటూ చేసే దావా) కింద నమోదు కావడం, కోర్టు సమయాన్ని ఎక్కువ తీసుకునే అవకాశం ఉండడం పైగా హై కోర్టుకు వెళ్ళి తిరిగి కోర్టు పరిధి, ఐఎఫ్‌పి వివాదాలతో దిగువ కోర్టుకు రావడంతో కేసు ప్రాధాన్యత సంతరించుకుంది. కేసు విచారణ సందర్భంగా నా దృష్టికి వచ్చిన అంశాలు, కేసు ప్రాధమిక విచారణలో తేలిన విషయాలు పరిగణలోకి తీసుకొని కేసుని కొట్టేశాను. ఈ కేసు వికాహారణ సందర్భంలో 18 శతాబ్దం చివరిలో అత్యంత సంచలనం సృష్టించిన ఒక కేసు నాకు గుర్తొచ్చింది. టిచ్ బోర్న్ సంస్థానానికి చెందిన ఒక వ్యక్తి ఓడరేవులో తప్పిపోయాడు. చాలా కాలం తర్వాత ఒక వ్యక్తి కొన్ని సంవత్సరాల క్రితం ఓడరేవుల్లో మునిగిపోయింది తానేనని టిచ్ బోర్న్ వంశానికి, పీఠానికి తానే వారసుడినని చెప్పాడు. అయితే ఈ కేసులో ఇరుపక్షాలకు వకాల్తా వచ్చిన న్యాయవాదులు వాదప్రతివాదాల్లో తమ విశేష ప్రతిభాపాఠవాలు చూపించారు. సుదీర్ఘ కాలం వాదనల తర్వాత ఆ వ్యక్తి కేసు విచారణనుండి తప్పుకోవడం, ఆ తర్వాత కోర్టు అతనిపై మోసం తదితర కేసులు పెట్టి శిక్షించడం జరిగినట్టు గుర్తు. నా ముందు విచారణలో ఉన్న కేసు కూడా సరిగ్గా ఇలాంటిదే.

రేషన్ చట్టంలో అనేక కేసులు ఉన్నాయి. ప్రస్తుతం అమలులో ఉన్న చట్టం ప్రకారం ఒక వ్యక్తి అనుమతి లేకుండా నగరంలోకి ఐదు సేర్లకు (సేరు ఒక కిలో కంటే తక్కువ) మించి ఆహారధాన్యాలు తీసుకురావడం నేరం. అయితే నగరంలోని కొందరు వ్యాపారాలు కొందరు యువకుల్ని పట్టుకొని వారిద్వారా ఒక్కక్కరు పరిమితికి లోబడి ఐదు సేర్ల ఆహారధ్యానాలు తీసుకొచ్చేలా ఏర్పాట్లు చేసుకున్నారు. ఇలా ఆహారధాన్యాలు తెచ్చినందుకు వారికి ఎంతో కొంత ముట్టజెప్పి వ్యాపారాలు వాటిని పన్నులు చెల్లించకుండా చాటు వ్యాపారం చేసేవారు. ఇలా ఆహారధాన్యాలు తెచ్చే యువకులు లేదా వ్యక్తులు వ్యాపారికి ఇచ్చేవి కాకుండా తమకోసం లేక తమ బంధువలకోసం అదనంగా మరో ఒకటి రెండు సేర్ల ధాన్యం కూడా తెచ్చేవారు. ఎప్పుడైనా చెక్ పోస్ట్ వద్ద దొరికిపోతే అధికారులు వారిపై కేసులు పెట్టేవారు. వారిపై విచారణ చేసిన న్యాయమూర్తులు అధికారులు నేరారోపణ ఋజువు చేయడంతో వారికి శిక్ష విధించే వారు. ఆలా శిక్ష పడినవారు నాకు అప్పీల్ చేసుకుంటే వారి శిక్షా కాలాన్ని ఆరోజు కోర్టు సమయం ముగిసేవరకు తగ్గించేవాడిని. అయితే పెద్ద వ్యాపారుల చేతిలో పావులుగా మారిన ఈ యువకులను కఠినంగా శిక్షించలేనని చెప్పేవాడిని. అలాగే ఈ యువకులంతా నిందితులే అయినప్పటికీ వీరిని ఇలా వాడుకుంటున్న పెద్ద చేపలను పట్టుకోవాల్సిందిగా అనేక సందర్భాల్లో నేను పోలీసులకు చెప్పాను. ఒకరోజు పోలీసులు ఈ వ్యహారం నడిపిస్తున్న ఒక పెద్ద చేపను (వ్యాపారిని) నా ముందుకు తెచ్చారు. ఈరకం నేరం, దానికి సంబంధించిన విషయాలు ఇప్పటికే అనేక సందర్భాల్లో విచారించి ఉండడం వల్ల ఈ పెద్ద చేపకు శిక్ష విధించడం సులువుగా తోచింది. నిందితుడికి రెండు సంవత్సరాల శిక్ష, రెండువేల రూపాయల జరిమానా విధిస్తూ ఒక శనివారం రోజున తీర్పు చెప్పాను. నిందితుడు బెయిల్ కోరుతూ దరఖాస్తు చేసుకోవడంతో అది బుధవారం నాడు హై కోర్టులో ఒక న్యాయమూర్తి టేబుల్ పైకి వెళ్ళింది. అతను న్యాయమూర్తిగా పదోన్నతి పొందకముందు సికింద్రాబాద్ కోర్టులో న్యాయవాదిగా పనిచేశారు. అయన నిందితుడికి బెయిల్ ఇచ్చారు. కేసు పునర్విచారణకు వచ్చినప్పుడు నేను విధించిన శిక్షను, జరిమానాను అంగీకరించిన హై కోర్టు, శిక్షా కాలాన్ని మాత్రం రెండేళ్ళనుండి అతను అప్పటివరకూ అంటే నేను తీర్పు ఇచ్చిన శనివారం నుండి ఐదురోజులు, హైకోర్టు కుదించింది. ఏది ఏమైనప్పటికీ ఈ కేసు కొంత ప్రతికూల ప్రభావాన్ని చూపింది.

@@@

అధ్యాయం - IV

హై కోర్టుకు పదోన్నతి

అప్పుడే లా చదివి, శిక్షణ పొందుతున్న యువ న్యాయవాదులు చాలా మంది కోర్టులో ఖాళీగా కూర్చొని తమ సీనియర్ న్యాయవాదులు కేసును నడిపించే విధానం చూస్తూ ఉండడాన్ని నేను గమనించాను. ఒకప్పుడు నేను కూడా జూనియర్ న్యాయవాదిగా పనిచేసిన నేను రోజూ విధిగా కోర్టుకు హాజరవుతున్న ఈ యువ న్యాయవాదులను ప్రోత్సహించాలని అనుకున్నాను. ఈ మేరకు జైలు అప్పీళ్ళు, నేర ప్రవృత్తి కలవారి కేసులు విడిగా సిద్ధం చేస్తే నేను ఒక్కొక్క యువ న్యాయవాదికి ఒకటి రెండు కేసులు కేటాయిస్తానని మా ఆఫీస్ వారికి చెప్పాను. నేరస్తులకు కనీసం రెండేళ్ళు శిక్ష పడాలని మెజిస్ట్రేట్లు భావించేవారు. ఇలాంటి కేసులు సెస్సన్స్ కోర్టుకు అదికూడా ప్రత్యేకించి శనివారాల్లో వచ్చేలాగా ఉండేవి. అలాగే ఈ యువ న్యాయవాదులకు కేసును ప్రాథమిక నివేదిక (FIR) నుండి నాకు పబ్లిక్ ప్రాసిక్యూటర్‌గా ఉన్న శ్రీ దత్తాత్రేయులు గారితో చెప్పాను. నేను తీసుకున్న ఈ నిర్ణయంతో చాలామంది యువ న్యాయవాదులకు అవకాశాలు లభించాయి. నేను సుప్రీమ్ కోర్టుకు పదోన్నతి పొందినప్పుడు నా స్థానంలో ఒకరు హై కోర్టు న్యాయమూర్తిగా నియమితులయ్యే అవకాశం ఉంది. నేను ఇలా కేటాయించిన కేసులను ఎఫ్ఐఆర్ నుండి చివరి వరకు వాదించే అవకాశం ఈ యువ న్యాయవాదులకు కల్పించి, పబ్లిక్ ప్రాసిక్యూటర్ వాదన కూడా విని నిందితులకు శిక్ష వేధించడమో, వదిలేయడమో చేసేవాడిని. అయితే చాలా కేసులు శిక్షార్హమైనవే. అయితే, నేరం ఋజువైన తర్వాత శిక్షా కాలాన్ని తగ్గించి యువ న్యాయవాదుల వాదన తీరును అభినందించేవాడిని. నేను ఇలా ఇచ్చిన అవకాశాన్ని జూనియర్ న్యాయువాదులు సద్వినియోగం చేసుకొని చాలా సంతోషించేవారు.

డివిజినల్ మరియు సెషన్స్ జడ్జిగా నా అనుభవాన్ని బట్టి న్యాయమూర్తి,

న్యాయవాది బలమైన సహచరులని, విధి నిర్వహణలో నాణ్యతా ప్రమాణాలు పాటిస్తే కేసుల విచారణలో మెరుగైన న్యాయం వస్తుందని విశ్వసించాను.

ఒక వ్యక్తి న్యాయవాదిగా లేదా న్యాయమూర్తిగా విజయం సాధించాలంటే కొన్ని ముఖ్యమైన అంశాలు దృష్టిలో ఉంచుకోవాలని నా అభిప్రాయం. ఇందులో మొదటిది ఏ వ్యక్తి అయినా, ఎంత తెలివిగలవారైనా విజయం సాధించాలంటే కఠోర శ్రమ అవసరం. తెలివి కొంత తక్కువ ఉన్నవాళ్ళు ఎక్కువ శ్రమపడాల్సి ఉంటుంది. న్యాయమూర్తుల విషయంలో కూడా ఈ అంశం వర్తిస్తుంది. అయితే వారు నిర్ణయం తీసుకోవడంలో కొంత మెలుకువగా ఉండాలి. ఇక రెండో విషయం ఆయా వ్యక్తులకు నిబద్ధత మరియు స్వతంత్రంగా నిర్ణయాలు తీసుకునే విధానం ఉండాలి. ఇవి లేకుంటే ఆ వ్యక్తి ఇతరులను ప్రభావితం చేయలేరు. వారితో ప్రయోజనం కూడా శూన్యమే. ఇక మూడో విషయం తమముందుకు వచ్చిన కేసును సమగ్రంగా అధ్యయనం చేయాలి. కేసులో ప్రతి అంశాన్నీ గుర్తు పెట్టుకోవాలి. సంఘటనలూ, వాస్తవాలు వరుసక్రమంలో గుర్తుపెట్టుకోవాలి, తడబాటు లేకుండా చెప్పగలగాలి. గతంలో ఓ సందర్భంలో నేను శ్రీ ఎన్.ఎన్ సర్కార్‌తో మాట్లాడుతున్న సందర్భంలో దివాన్ బహదూర్ అరవమాడు అయ్యంగార్ కలుగజేసుకొని హిందూ చట్టంలోని దాసీపుత్రను ప్రచారం చేయాలని సూచించగా శ్రీ సర్కార్ వారితో "దివాన్ బహదూర్ ... మనం వాస్తవాలపై గట్టి పట్టు లభించేవరకూ హిందూ చట్టాన్ని ఈ గదికి వంద మైళ్ళ దూరంలో ఉంచడం మేలు," అని స్పష్టం చేశారు. ఇక నాలుగో విషయానికి వస్తే, ఏ అంశంపైన అయినా మనకు స్పష్టత ఉండాలి. అస్పష్టత, కేసులో నిఘాఢంగా ఉండే అంశాలను వదిలేసినా, కేసు వివరాలపై సరైన పట్టు లేకపోయినా కేసు గెలిచే అవకాశాలు సన్నగిల్లుతాయి. అందువల్ల ప్రతి విషయంలో స్పష్టత అవసరం. అలాగే ఒక న్యాయమూర్తి ఒకేసారి మూడు పనులు చేయాల్సి ఉంటుంది. అయన వాదప్రతివాదనలు విని అర్థం చేసుకోవాలి. వాదనలతో పక్కదారి పట్టకుండా ఉండాలి. అదే సమయంలో కేసుపై సరైన నిర్ణయం తీసుకోవాలి. ఇవన్నీ పాటించకపోతే మనం బద్ధకస్తులుగా తయారవుతాం అలాగే నిర్ణయాలను వాయిదా వేయవలసి వస్తుంది. "సరేలే... వాదోపవాదాలు ముగిసిన తర్వాత కేసును పూర్తిగా చదివి నిర్ణయం తీసుకోవచ్చులే," అని మనకి మనం సర్దిచెప్పుకోవచ్చు. అయితే, ఇలాంటి చర్యలవల్ల న్యాయమూర్తులుగా మనం చులకన అవుతాం. అలాగే కేసులు కూడా నెలల తరబడి వాయిదా పడుతూ ఉంటాయి. కొన్ని కేసులు యేళ్ళతరబడి సాగుతాయి. తీర్పు లేదా

నిర్ణయం వాయిదా వేసేకొద్దీ కేసు జటిలం అవుతుంది. తీర్పు వాయిదా పడి ఆలస్యం అయ్యేకొద్దీ వాదోపవాదాల వేగవంతం, కేసులో లొసుగులు, మెళుకువలు, న్యాయాన్యాయాల విచక్షణ, విచారణ సమయంలో వినిపించే సునిశిత అంశాలు మరుగునపడిపోతాయి. వాయిదా వేసే పద్ధతి వల్ల తీర్పు గొప్పతనం మరుగున పడుతుంది.

చివరిగా చెప్పాల్సిన అంశం సహనం. మనలో ఉండే సహనం కేసు వాదోపవాదాలు, విచారణ సందర్భాల్లో మనకు గుర్తింపు తెచ్చిపెట్టడమే కాకుండా న్యాయ నిర్ణయంలో అనుకూల పరిస్థితులు కల్పిస్తుంది. వాదనలు చర్విత చర్వణం కాకుండా ఉండడం చాలా మంచిది. చెప్పిందే పదేపదే చెపుతూ వాదన పొడిగించడం మంచిది కాదు. అయితే ఒక న్యాయవాది తాను చెప్పాలనుకున్నది చెప్పేందుకు అవకాశం ఇవ్వాలి. న్యాయవాదిని మాట్లాడనివ్వకుండా అడ్డుతగిలినా, లేదా న్యాయవాదికంటే న్యాయమూర్తే ఎక్కువ మాట్లాడినా కేసు విచారణ అనవసరంగా కొనసాగుతుంది. న్యాయవాది తాను చెప్పల్సిసింది కోర్టు వినాలని పట్టుబట్టే అవకాశం ఉంది. న్యాయమూర్తిగా నా సుదీర్ఘ అనుభవంలో నేను వాదనలు వినడం లేదనే ఆరోపణకు అవకాశం ఇవ్వలేదు. అవసరమైన మేరకు మించి ఏ కేసు విచారణనూ నేను పొడిగించలేదు.

నేను సికింద్రాబాద్‌లో జిల్లా జడ్జిగా ఉన్నప్పుడు, తన ప్రతికేసునూ, తన ప్రతి వాదననూ గట్టిగా వినిపించే ఒక న్యాయవాది కేసు నాముందుకు విచారణకు వచ్చింది. కొంతసేపు వాదనలు విన్న తర్వాత నేను కళ్ళు మూసుకుని ఆ న్యాయవాది వాదన శ్రద్ధగా వింటున్నాను. కానీ నేను కునుకుతీస్తున్నా అనుకున్న ఆ న్యాయవాది, “మీకు బడలికగా ఉంటే కేసు రేపటికి వాయిదా వేసి పునర్విచారణ చేసేందుకు నాకు అభ్యంతరం లేదు,” అని వ్యాఖ్యానించాడు. ఆ వెంటనే నేను కళ్ళు తెరిచి “మీ వ్యాఖ్యలు సరికావు. మీ వాదనలు నేను సహనంతో వింటుంటే నేను బడాలికగా ఉన్నాను అంటున్నారు. మీ వాదన మధ్యలో నేనేదైనా సందేహం వ్యక్తం చేస్తే మీ వాదనలకు అడ్డుతగులుతున్నాను అంటారు,” అన్నాను. ఆలాగే అయన ఏమి వాదిస్తున్నారో అది నేను మౌనంగా వింటున్నాను అని చెప్పేందుకు అతని వాదనలోని కొన్ని అంశాలు చెప్పి “నేను నిద్రపోతున్నానా లేక వింటున్నానా” అని ప్రశ్నించాను.

“మీరు వింటున్నారు” అని ఆ న్యాయవాది కొంత అవమాన భారంతో బదులిచ్చారు. అంతే కాదు తన వ్యాఖ్యలకు క్షమాపణ కూడా చెప్పారు. అతను తన

వ్యాఖ్యలకు ఎంత కలత చెందారు అంటే, కేసు విచారణ వాయిదా వేసి నేను నా గదికి వెళ్ళగానే నా వెనుకే వచ్చి తన వ్యాఖ్యల పట్ల పశ్చాత్తాపం వ్యక్తం చేశారు. "కోర్టులో ఏం జరిగిందో దానిని కోర్టు బయట నా గది వరకూ తీసుకురాను. నేనేం చెప్పాలనుకున్నానో అది కోర్టులోనే చెప్పేశాను. అది అక్కడితో ముగిసింది. మీరు ప్రత్యేకించి ఇక్కడివరకూ వచ్చి మరోసారి క్షమాపణలు చెప్పాల్సిన అవసరం లేదు," అని అతన్ని సముదాయించాను. దాంతో అయన కొంత భారం దించుకున్నట్టు కనిపించారు.

నేను బాధ్యతలు చేపట్టిన తర్వాత, అప్పటికే భారత దేశానికి స్వాతంత్ర్యం వచ్చినందువల్ల న్యాయమూర్తి కూర్చునే పీఠం వెనుక భాగంలో దేశ అధికారిక చిహ్నం అయిన మూడు సింహాల చిహ్నం పెట్టించాను. దీనివల్ల కోర్టుకు వచ్చే వారందరికీ తామిప్పుడు కోర్టులో ఉన్నామనే భావన కలుగుతుందని నా అభిప్రాయం. మూడు సింహాల చిహ్నం సరపరా చేయవలసిందిగా పబ్లిక్ వర్క్స్ శాఖను కోరాను. మూడు సింహాల చిహ్నం గోధుమ రంగులో ఉండి కింది భాగంలో "సత్యమేవ జయతే" అని వెండి రంగులో రాయించాను. ఈ చిహ్నాన్ని హై కోర్టు ప్రధాన న్యాయమూర్తి ఆవిష్కరించారు. ఈ కార్యక్రమంలో పలువురు అతిధులు, ప్రత్యేకించి ఖాసీం రజ్వి కేసులో వాదనలు వినిపిస్తున్న ప్రముఖ న్యాయవాది మకినోన్ అయన జూనియర్, హాజరయ్యారు. గౌరవ హై కోర్టు ప్రధాన న్యాయమూర్తి, ఇతర అతిధులను ఆహ్వానిస్తూ నేను క్లుప్తంగా స్వాగతోపన్యాసం చేశాను. ఆవిష్కరణ తర్వాత హై కోర్టు ప్రధాన న్యాయమూర్తి రాజ్యాంగ పరిధిలో న్యాయవ్యవస్థ ప్రాధాన్యతపై సుదీర్ఘ ఉపన్యాసం ఇచ్చారు.

ఇక్కడ ప్రస్తావించాల్సిన మరో విషయం ఏమంటే అప్పటివరకూ నిజాం నేతృత్వంలోని జ్యూడిషియల్ కమిటీ వద్ద పెండింగులో ఉన్న కేసులన్నీ భారత్ సుప్రీమ్ కోర్టుకు బదిలీ అయ్యాయి. అయితే, ఈ కేసుల వివరాలన్నీ ఉర్దూలో ఉండడం వల్ల వాటిని ఆంగ్లంలోకి అనువదించి సుప్రీమ్ కోర్టు విచారణ చేపట్టడానికి చాలా సమయం, ధనం ఖర్చయ్యేవి. అయితే సుప్రీమ్ కోర్టు ప్రధాన న్యాయమూర్తి జస్టిస్ హెచ్ జె కనియా, ఇతర న్యాయమూర్తులూ కలిసి ఉర్దూలో ఉన్న ఈ పెండింగ్ కేసులు హైదరాబాద్ కోర్టులోనే విచారించి పూర్తిచేయాలని నిర్ణయించారు. ఆమేరకు హై కోర్టు ప్రధాన న్యాయమూర్తి జస్టిస్ మెహెర్ చంద్ మహాజన్, జస్టిస్ ఆర్ ఎస్ నాయక్ మరియు జస్టిస్ ఖలీల్ ఉజ్ జమా సిద్ధిఖీ నేతృత్వంలో సుప్రీం కోర్టు డివిజన్

బెంచ్ ఏర్పాటు చేసి వారు హైదరాబాద్ లోనే మకాం ఉండి కేసులు పూర్తిచేయాలని ఆదేశించారు. ఈ న్యాయమూర్తులు హైదరాబాద్ హై కోర్టులో కేవలం నాలుగు నుండి ఆరు నెలల వ్యవధిలో దాదాపు 500ల కేసులు పరిష్కరించారు. ప్రత్యేకించి జస్టిస్ మహాజన్ కేసు విచారణలో చాలా వేగంగా ఉండేవారు. న్యాయవాదులు సంసిద్ధంగా లేకున్నా, సమర్థత చూపించకపోయినా లేక విధులకు హాజరు కాకపోయినా ఆయన తీవ్ర ఆగ్రహం వ్యక్తం చేసేవారు. కేసు విచారణ పూర్తికాగానే అప్పటికప్పుడు తీర్పు ప్రకటించేవారు. ఇలా కేసుల విచారణ జరుగుతున్న సమయంలోనే నాకో విషయం తెలిసింది. చాలాకాలంగా ఒక సీనియర్ న్యాయవాది దగ్గర జూనియర్ గా పనిచేస్తున్న ఒక న్యాయవాది జస్టిస్ మహాజన్ సమక్షంలో తన వాదనలు వినిపిస్తుండగా "మీరు ఏ విశ్వవిద్యాలయం నుండి న్యాయశాస్త్ర పట్టా పొందారు?" అని ప్రశ్నించారు. "ఆంధ్రా విశ్వవిద్యాలయం" అంటూ ఆ జూనియర్ న్యాయవాది బదులిచ్చారు. "మీలాంటి వారికి డిగ్రీ ఇచ్చినందుకు ఆ విశ్వవిద్యాలయం చింతిస్తూ ఉండవచ్చు" అంటూ ఆయన వ్యాఖ్యానించారు. దాంతో చిన్నబుచ్చుకున్న ఆ న్యాయవాది జవాబివ్వకుండా మౌనంగా ఉండిపోయారు. ఈ లోగ ఆ కేసు రద్దు చేస్తూ జస్టిస్ మహాజన్ తీర్పు చెప్పారు. జస్టిస్ మహాజన్ హైదరాబాద్ రావడం, అక్కడే కొంతకాలం ఉండడం అప్పట్లో ఒక సంచలనాత్మక వార్త.

సాయంత్రం సమయాల్లో ఆయన సికింద్రాబాద్ క్లబ్‌కు టెన్నిస్ ఆడేందుకు వెళ్ళేవారు. ఆయన ఒక ఆహ్లాదకరమైన మిత్రుడు. కోర్టులో మాత్రం ఏ న్యాయవాది అయినా ఈయనముందు కేసు వాదించేటప్పుడు అప్రమత్తంగా ఉండేవారు. ఏ న్యాయవాది అయినా వాదనకు సరిగా సిద్ధం కాకుండా వచ్చినా లేక తన జ్ఞానాన్ని కోర్టులో ప్రదర్శించాలని చూసినా జస్టిస్ మహాజన్ చురకలేసేవారు. ప్రధాన న్యాయమూర్తి జస్టిస్ ఆర్ ఎస్ నాయక్ మరియు జస్టిస్ ఖలీల్ ఉజ్ జమాతో కూడిన బెంచ్ ఏ పరిస్థితుల్లోనైనా కేసు విచారించే అవకాశం లేకపోతే ఆ కేసులు జస్టిస్ మహాజన్ మరియు జస్టిస్ ఫజల్ అలీతో కూడిన బెంచ్ విచారణ చేసేది. అలాగే అనేక సందర్భాల్లో జస్టిస్ ఆర్ ఎస్ నాయక్ లేక జస్టిస్ ఖలీల్ అనేక కేసులు విచారించి తీర్పులు చెప్పేవారు. రాజ్యాంగపరమైన అంశాలతో కూడిన విచారణ జరగాల్సి వచ్చినప్పుడు అలాంటి కేసులు హైదరాబాద్‌లో జస్టిస్ కనియాతో కూడిన బెంచ్ కానీ లేక ఢిల్లీలోని సుప్రీం కోర్టుకు కానీ బదిలీ చేసేవారు. ఈ రకంగా జ్యూడిషియల్ కమిటీ ముందు పెండింగులో ఉన్న అన్ని కేసులూ వేగంగా పరిష్కరించారు.

ఇక్కడ మరో విషయం ప్రస్తావించాలి. సుప్రీం కోర్టులో సివిల్ మరియు క్రిమినల్ కేసులు వేలసంఖ్యలో పెండుగులో ఉన్నాయి. ఈ కేసుల సత్వర పరిష్కారం కోసం దేశంలో ఒక ఐదు తాత్కాలిక బెంచ్ లు ఏర్పాటు చేస్తే మంచిదని 1978 ప్రాంతంలో అప్పటి సుప్రీమ్ కోర్టు ప్రధాన న్యాయమూర్తి జస్టిస్ వై.వి చంద్రచూడ్ మరియు కేంద్ర న్యాయశాఖామంత్రి శాంతి భూషణ్‌కు నేను సూచన చేశా. అయితే ఈ పద్ధతిని సుప్రీమ్ కోర్టు న్యాయవాదులు అంగీకరించరని జస్టిస్ చంద్రచూడ్ నాకు చెప్పారు. "మన పని న్యాయవాదులకోసం కాదు, కక్షిదారులకోసం" అని నిర్మొహమాటంగా జస్టిస్ చంద్రచూడ్‌కు చెప్పాను. ఇప్పుడు సుప్రీం కోర్టులో షుమారు రెండులక్షల పెండింగ్ కేసుల భారం ఉంది. ఎన్ని సూచనలు చేసినా, ఎన్ని ప్రయత్నాలు చేసినా చిత్తశుద్ధి లేకపోవడం వల్ల పెండింగ్ కేసుల సమస్య అపరిష్కృతంగానే ఉంది.

ఒకరోజు జస్టిస్ ఖలీల్ ఉజ్ జమా సిద్ధిఖీ మధ్యాహ్న భోజన విరామ సమయంలో నన్ను కలవమన్నారని హై కోర్టు నుండి ఫోన్ ద్వారా సమాచారం వచ్చింది. అయన నన్ను ఎందుకు కలవమన్నారో నాకు అర్థం కాలేదు. అయితే ఎందుకు కలవమన్నారో తెలుసుకోడానికి ఎంతో సమయం వేచిచూడాల్సి పని లేదు. ఆరోజు నేను ఆయన్ను కలవడానికి వెళ్ళినప్పుడు, నేనూ ఆయనా కలిసి ఒక కేసు విచారణ చేసి నేను రాసిన తీర్పుతో అయన ఏకీభవించిన సందర్భాన్ని అయన గుర్తు చేశారు. అయితే సరిగ్గా అలాంటి కేసు మరొకటి విచారిస్తున్నప్పుడు అక్కడ న్యాయవాది తామిద్దరం ఇంతకు ముందు ఇచ్చిన తీర్పును తప్పుపట్టారని చెపుతూ ఆ కేసులో నేను ఆ తీర్పు ఇవ్వడానికి ప్రాతిపదిక ఏమిటి అని అడిగారు. "మనం ఇంతకు ముందు కేసులో తీర్పు ఇచ్చినప్పుడు మీరు కూడా అందుకు అంగీకరించారు. ఆ తీర్పులో మీరు భాగస్వామి. ఆ తీర్పు కారణం కూడా మీకు సమ్మతమే కదా," అని అడిగాను. "నేను ఆ తీర్పుపై కేవలం సంతకం చేశాను," అని అయన బదులిచ్చారు. ఆ తీర్పుకు ప్రాతిపదిక అప్పుడే చెప్పాను కదా అన్నాను. అందులో సవ్యత (correctness) తెలుసుకునే బాధ్యత ఆయనదేననీ, ఆ తీర్పు తప్పనిపించినా, సవరించాల్సి వచ్చిన ఫుల్ బెంచ్ కి కేసును అప్పగించవచ్చని సూచన చేశాను. ఆ తర్వాత భోజన విరామం తర్వాత ప్రారంభమయ్యే కేసుల విచారణకు వెళ్ళిపోయాను. ఈ వ్యవహారంలో నేను కోల్పోయింది నా భోజన విరామ సమయం మాత్రమే!

నేను సికింద్రాబాద్ సెస్సన్స్ కోర్టులో ఉన్న రోజుల్లో భారత ప్రధాన న్యాయమూర్తి

జస్టిస్ హెచ్ జె కనియా హైదరాబాద్ హై కోర్టును సందర్శించారు. కింది కోర్టులు ఎలా పనిచేస్తున్నాయో చూసేందుకు సికింద్రాబాద్ జిల్లా కోర్టును సందర్శిస్తే బాగుంటుందని హై కోర్టు ప్రధాన న్యాయమూర్తి జస్టిస్ ఆర్ ఎస్ నాయక్ సుప్రీం కోర్టు ప్రధాన న్యాయమూర్తికి సూచన చేశారు. సుప్రీం కోర్ట్ ప్రధాన న్యాయమూర్తికి నేను స్వగతం పలికి, కోర్టు భవనాలు చూపించి, కొందరు న్యాయవాదులను పరిచయం చేశాక ఒక చిన్న సమావేశం కూడా నా ఛాంబర్‌లో ఏర్పాటు చేశాను. ఈ సమావేశంలో న్యాయవాదులు, జిల్లా మరియు సెషన్స్ కోర్టుల న్యాయమూర్తులు పాల్గొన్నారు. మేము పనిచేస్తున్న విధానాన్ని జస్టిస్ కనియా ప్రశంసించి, సికింద్రాబాద్ కోర్టుల్లో ఉత్తములైన న్యాయమూర్తులు ఉన్నారని అభినందించారు. ఉపన్యాసం ముగించే ముందు న్యాయవ్యవస్థపై ప్రధాన న్యాయమూర్తి జస్టిస్ కనియా చేసిన కొన్ని వ్యాఖ్యలు నాపై తీవ్రమైన ప్రభావం చూపించాయి. "బ్రిటిష్ వారు మనకు ఒక గొప్ప న్యాయవ్యవస్థను అందించారు. కొన్ని అపసవ్యాలు ఉన్నాయి. కొన్ని లోపాలూ ఉన్నాయి. అందులో అనుమానం లేదు. అయితే ఈ చిన్న లోపాలూ, పొరపాట్లకు మొత్తం వ్యవస్థను ఛిద్రం చేసే ప్రయత్నాలు వద్దు. ఈ లోపాలను సవరించవచ్చు లేదా మార్చవచ్చు, కానీ వ్యవస్థను దెబ్బతీయవద్దు" అని చెప్పారు. న్యాయవ్యవస్థపై అయన చేసిన ఈ సూక్ష్మ సూచన నేనెప్పటికీ మర్చిపోలేదు.

అదృష్టవశాత్తూ నేను డివిజినల్ మరియు సెషన్స్ జడ్జిగా పనిచేస్తున్న రోజుల్లో న్యాయవాదులు, కక్షిదారులే కాక అధికార యంత్రంగా కూడా నా పనితీరును ప్రశంసించేవారు. హై కోర్టు ప్రధాన న్యాయమూర్తితో ఏ కారణాలవల్లనో సత్సంబంధాలు లేని అప్పటి న్యాయశాఖా మంత్రి శ్రీ శేషాద్రి, నేను సికింద్రాబాద్ సెషన్స్ కోర్టు నిర్వహిస్తున్న తీరుపట్ల సంతోషం, సంతృప్తి వ్యక్తం చేసినట్టు నాకు మిత్రుల ద్వారా తెలిసింది.

1948 పోలీస్ చర్య కారణంగా దేశంలోని ఇతర ప్రాంతాలనుండి హైదరాబాద్ వచ్చిన అనేకమంది అధికారులు నాకు మంచి మిత్రులయ్యారు. వారిలో ఒకరు నాతో కలిస్ కేంబ్రిడ్జి విశ్వవిద్యాలయంలో ఉత్తమ ఫలితాలతోహాచదివిన వ్యక్తి. అర్థ శాస్త్రంలో ఉన్నత శ్రేణి మార్కులతో పాస్ అయిన వ్యకి అతను. ఆ తర్వాత అయన ఐసిఎస్ కు ఎంపికయ్యారు. అయన ఒకసారి నన్ను సికింద్రాబాద్ క్లబ్‌లో కలిసి నేను హైదరాబాద్‌లోనే ఉంటున్న విషయం తెలుసుకుని మనం ఇంతకాలం కలవకుండా ఎలా ఉన్నాం అంటూ ప్రశ్నించారు. "హైదరాబాద్‌ను పరిపాలించాలని

వచ్చిన వారందరూ వారి ఆవేశాలు తగ్గేవరకూ ఆగుదామని ఎవర్నీ కలవలేదు" అని చెప్పాను. అయితే హైదరాబాద్‌లో పరిపాలన అంటూ ఏమీ లేదనీ మేమే స్వంతంగా ఉత్తమ పరిపాలన అందించాల్సి ఉంటుందని ఉన్నతాధికారులు ముందుగానే తమకు చెప్పారని అయన తెలియజేశారు. అయితే తాము ఇక్కడికి వచ్చిన తర్వాత హైదరాబాద్‌లో పరిపాలన చుసిన తర్వాత తాము ఆశ్చర్యపోయామని, ఇక్కడ సుపరిపాలన సాగుతోందని, ఇక్కడి పాలన దేశంలోని మరేఇతర ప్రాంతాల పాలనతో పోల్చినా తక్కువగా ఏమీ లేదని, ఇక్కడ ఉన్న కొందరు అధికారులు చాలా ఉత్తములని అయన కితాబు ఇచ్చారు.

డివిజినల్ మరియు సెషన్స్ జడ్జిగా బాధ్యతలు స్వీకరించకముందు ప్రతిపాదిత స్పెషల్ ట్రిబ్యునల్ రెగ్యులేషన్ చట్టం 1358 అప్పటి మిలిటరీ ప్రభుత్వ న్యాయ సలహాదారు నా అభిప్రాయాన్ని అడిగినప్పుడు నేను కొంత వ్యతిరేకత వ్యక్తం చేశాను. అయితే నా అభిప్రాయంతో సంబంధం లేకుండా ఆ రెగ్యులేషన్ అధికారికంగా ప్రకటితమైంది. అబ్దుర్ రహీమ్ కేసు లో (ILR 1951, హైదరాబాద్, 342, Full Bench), అలాగే మహ్మద్ హైదర్ మరియు హైదరాబాద్ రాష్ట్రం (ILR 1951, హైదరాబాద్, 877, Full Bench)లో అంశాలు ఈ కొత్త చట్టం పరిధిలోకి వస్తాయని హై కోర్టు చెప్పింది. రెండో వివాదం, మహ్మద్ అబ్దుల్ రవూఫ్ మరియు ఇతరులు Vs హైదరాబాద్ రాష్ట్రం, ట్రిబ్యునల్ లోని ముగ్గురు సభ్యులు ఈ కేసులు ఇంతకు ముందే విచారించినట్టుగానే ట్రిబ్యునల్ ద్వారా కూడా నిందితుడి పట్ల వ్యతిరేక భావంతో ఉన్నారనే ప్రశ్న ఆలోచించారు. రెండు కేసుల్లో ఆగస్టు 1948లో జరిగిన ఒక పాత్రికేయుడు షోయబుల్లా ఖాన్ హత్య మొదటిది కాగా రెండో కేసు బీబీనగర్ దోపిడీ కేసు. ఈ రెండు కేసుల్లో ట్రిబ్యునల్ సభ్యులు షోయబుల్లా హత్య కేసులో విచారించిన 8 మంది సాక్షులు, బీబీనగర్ దోపిడీలో విచారించిన 13 మంది సాక్షులు, వారు వెల్లడించిన విషయాలు ఇత్తెహాద్ ఉల్ ముస్లిమీన్ నిబంధనలకు అనుగుణంగా ఉన్నాయని అభిప్రాయానికి వచ్చారు. ఈ పరిస్థితుల్లో నిందితుడి కేసు పట్ల ట్రిబ్యునల్ సభ్యులు సముచితంగా వ్యవహరించలేదని హై కోర్ట్ ఫుల్ బెంచ్ అభిప్రాయపడింది. ఇక మూడో కేసు, అంటే మొహ్మద్ హైదర్ కేసు, విషయంలో ఫుల్ బెంచ్‌లో మెజారిటీ సభ్యులు, అంటే ప్రధాన న్యాయమూర్తి శ్రీపత్ రావు పళనిత్కర్ మరియు మహ్మద్ అహ్మద్ అన్సారీ (శ్రీనివాసాచారి వ్యతిరేకించగా), స్పెషల్ ట్రిబ్యునల్ (టెర్మినేషన్) మరియు స్పెషల్ జడ్జెస్ (నియామకం) క్రమబద్దీకరణ 1359 చట్టం రాజ్యాంగ

విరుద్ధమని, అందువల్ల స్పెషల్ ట్రిబ్యునల్ విధానాలు వివక్షపూరితమని అభిప్రాయం వ్యక్తం చేస్తూ ఆ రెగ్యులేషన్ కొట్టివేశారు. అలాగే ఈ రెగ్యులేషన్ రాజ్యాంగం అమలులోకి రాకముందు వచ్చినది కాబట్టి అది సమ్మతమే, న్యాయబద్ధమే అనే వాదనను కూడా వారు తిరస్కరించారు. ఈ రెగ్యులేషన్ రాజ్యాంగంలోని 14వ అధికరణలో పేర్కొన్న నిందితుడి ప్రాథమిక హక్కులను తృణీకరిస్తుందని కూడా ఫుల్ బెంచ్‌లో మెజారిటీ సభ్యులు అభిప్రాయపడ్డారు. అబ్దుర్ రహమాన్ మరియు ఇతరులు Vs జోసెఫ్ ఏ పింటో కేసులో ఫుల్ బెంచ్‌లోని ఇద్దరు న్యాయమూర్తులు, మొహ్మద్ హైదర్ మరియు ఇతరులు Vs హైదరాబాద్ రాష్ట్రం కేసులో ఫుల్ బెంచ్‌లో సభ్యులుగా ఉన్న వీరే, స్పెషల్ ట్రిబ్యునల్స్ రెగ్యులేషన్ 1358లోని కొన్ని అంశాలు 14వ అధికరణకు భిన్నమైనప్పటికీ ట్రిబ్యునల్ రెగ్యులేషన్స్ సమర్ధనీయమే అని తీర్పిచ్చారు. అయితే చివరిగా మంత్రులూ, ఉన్నతాధికారులూ తదితరులకు సంబంధించి హత్య, దోపిడీ తదితర కేసుల విచారణలో ఉరిశిక్ష లేదా జీవిత ఖైదుకు అర్హమైనప్పటికీ ట్రిబ్యునల్ రెగ్యులేషన్స్ రాజ్యాంగ వ్యతిరేకమని భావించి వాటిని రద్దు చేయడమైనది.

1951లో భారత రాజ్యాంగంలోని నిబంధనలు రెండో తరహా (Part B) వర్తింపజేసే క్రమంలో హైదరాబాద్ హై కోర్టు నగరంలో సిటీ క్రిమినల్ కోర్టును నా పరిధిలో ఏర్పాటు చేస్తూ అందుకు సంబంధించిన అంశాలను కూడా, ఈ కోర్టు ఏర్పాటుపై నా అభిప్రాయాలను కోరింది. సిటీ క్రిమినల్ కోర్టులను వికేంద్రీకరించాలని, రాష్ట్రంలో అనేక ప్రాంతాల్లో ఈ కోర్టులు ఏర్పాటు చేయాలనీ, అందువల్ల న్యాయం వేగవంతంగా లభిస్తుందని, పైగా ఈ ఏర్పాటు వల్ల కక్షిదారులు, సాక్షులకు కోర్టులు అందుబాటులోకి వస్తాయని నా నివేదికలో పేర్కొన్నాను.

డిసెంబర్ 12, 1951న డివిజినల్ కోర్టులను ప్రారంభిస్తూ రాష్ట్ర హై కోర్టు ప్రధాన న్యాయమూర్తి జస్టిస్ ఆర్.ఎస్ నాయక్, ఈ కోర్టుల ఏర్పాటులో నా ప్రతిపాదనలను అభినందించి, నా పాత్రను విశేషంగా ప్రశంసిస్తూ ఈ విధంగా ప్రసంగించారు: "సిటీ క్రిమినల్ కోర్టులను సమూలంగా మార్పులు చేయాలనీ, పునర్వ్యవస్థీకరించాలని నాదృష్టికి తెచ్చారు. నా ప్రతి పరిశీలన అనంతరం ఈ కోర్టుల విధి విధానాల్లో కొన్ని మార్పులు తెచ్చాం. అయితే ఈ స్వల్ప మార్పులు కోర్టుల పనితీరుకు సంతృప్తికరంగా లేవు. అందువల్ల, సికింద్రాబాద్ సెషన్స్ జడ్జి అయిన జస్టిస్ పి.జె రెడ్డిని, ఈ కోర్టులన్నీ ఆయనపరిధిలోనే ఏర్పాటవుతున్నందువల్ల, ఒక సమగ్ర నివేదిక ఇవ్వవలసిందిగా కోరాను. అయన తన నివేదికలో, అనేక అంశాలతో

పాటు సిటీ క్రిమినల్ కోర్టును వికేంద్రీకరించాలని, వివిధ ప్రాంతాల్లో వీటిని ఏర్పాటు చేయాలనీ సూచించారు. నివేదిక తయారు చేయడంలో జస్టిస్ రెడ్డి ఎంతో శ్రద్ధ చూపించడంతో పాటు అయన చేసిన ప్రతిపాదనలు, సూచనలు ఈ కోర్టుల ఏర్పాటులో హై కోర్టుకు ఎంతగానో ఉపయోగపడ్డాయి. అయన ప్రతిపాదనలు అంగీకరించేందుకు హై కోర్టుకు ఎలాంటి అభ్యంతరం లేదు. అయన సూచనలు కేంద్ర చట్టాలను అమలు చేయడంలోనూ, కొన్ని అవాంతరాలు అధిగమించడంలో ఎక్కువగా ఉపయోగపడుతున్నాయి." (ILR 1952, హైదరాబాద్, pp i to v)

డిసెంబర్ 1951 ప్రాంతంలో అనుకుంటా నాతో పాటు నాకంటే జూనియర్‌గా ఉన్న మరో జిల్లా జడ్జి పేరు హై కోర్ట్ న్యాయమూర్తిగా నియామకానికి ప్రతిపాదనలో ఉందనే సమాచారం నాకు వచ్చింది. తాను హైకోర్టు న్యాయమూర్తిగా పదోన్నతికి రెండు పేర్లు ప్రతిపాదిస్తున్నాననీ, అందులో ఒకటి నాపేరని హై కోర్టు ప్రధాన న్యాయమూర్తి ఒకరోజు నాతో చెప్పారు. తన ప్రతిపాదనలు నాతో పంచుకుంటూ అయన ఏమన్నారంటే, "హై కోర్టులో పెరుగుతున్న కేసుల సంఖ్య తగ్గించేందుకు నాకు ఇద్దరు న్యాయమూర్తులు కావాలి. ఒకవేళ ఆర్థిక పరిస్థితుల కారణంగా ఒక న్యాయమూర్తి చాలులే అని కేంద్ర ప్రభుత్వం భావిస్తే జగన్మోహన్ రెడ్డికి ఆ అవకాశం ఇస్తా. ఎందుకంటే ఆయనొక్కరే ఇద్దరు న్యాయమూర్తుల పని చేయగల సమర్థుడు." నాపై అయన చూపించిన అభిమానానికి, తదనుగుణంగా అయన పంపిన ప్రతిపాదనకు నేను కృతజ్ఞుణ్ణి. అయితే నా పదోన్నతి గురించి విన్న ఒక న్యాయవాది ఈ ప్రతిపాదనను వ్యతిరేకించారు. నేను న్యాయవాదిగా పదేళ్ళు పనిచేయలేదు. అలాగే జిల్లా మరియు సెషన్స్ జడ్జిగా కూడా పదేళ్ళ సర్వీసు లేదు. రాజ్యాంగం ప్రకారం హై కోర్టు న్యాయమూర్తిగా నియామకం పొందాలంటే నిబంధనల మేరకు పదేళ్ళపాటు న్యాయవాదిగా అయినా లేక పదేళ్ళపాటు జిల్లా మరియు సెషన్స్ జడ్జిగా పనిచేసి ఉండాలి. అయితే అతను రాజ్యాంగంలోని 217 అధికారణలోని ఎ మరియు బి అంశాలను మాత్రమే పరిగణలోకి తీసుకుని ఈ నిబంధన ప్రాక్టీస్ చేస్తున్న న్యాయవాదులకు, సర్వీస్‌లో ఉన్న జిల్లా జడ్జిలకు మాత్రమేనని న్యాయవాదిగా ప్రాక్టీస్ చేస్తూ జిల్లా జడ్జిగా నేరుగా పదోన్నతి పొందిన నాలాంటివారికి వర్తించదనే వివరణ అయన మర్చిపోయారు. అయితే అయన నా విషయంలో నిబంధనల మేరకు హై కోర్టు జడ్జిగా నియామకం పొందేందుకు కావలసిన అర్హతలు లేవని వాదించారు. అయితే ఒకరోజు రాష్ట్ర హోమ్ మంత్రి నన్ను పిలిచి నా నియామకం ప్రతిపాదనపై

సదరు న్యాయవాది లేవనెత్తిన అంశాన్ని ప్రస్తావించి నా అభిప్రాయం కోరారు. “ఈ నిబంధనలు అన్నీ న్యాయవాదిగా ప్రాక్టీస్ చేస్తున్నవారికి లేదా జిల్లా జడ్జిగా పనిచేస్తున్నవారికి మాత్రమే వర్తిస్తాయి. అంతేకాని నాలాగా న్యాయవాదిగా పనిచేసి, జిల్లా జడ్జిగా ఉన్నవారికి ఈ నిబంధనలు వర్తించవు” అని చెప్పాను. పైగా పదేళ్ళ సర్వీస్ నిబంధన విడివిడిగా చూడరాదనీ, న్యాయవాదిగా, జిల్లా జడ్జిగా చేసిన కాలాన్ని కలిపి చూడాలని రాజ్యాంగంలో వివరణ ఉందని తెలిపాను. రాజ్యాంగంలోని 217 అధికరణలో రెండవ క్లాజులో పేర్కొన్న మినహాయింపుల విషయం హోమ్ మంత్రికి వివరించాను, ఈ విషయంపై హోమ్ మంత్రి అడ్వకేట్ జనరల్ తో చర్చించి ఆ తర్వాత హై కోర్టు ప్రధాన న్యాయమూర్తితో చర్చించే వెసులుబాటు ఉన్నా, ఈ విషయంపై అనవసర ప్రచారం వద్దు అనుకొని అయన న్యాయసలహా కోరి ఉండకపోవచ్చు. హై కోర్టు న్యాయమూర్తిగా నాకు పదోన్నతి కల్పించేందుకు హోమ్ మంత్రి సానుకూలంగా ఉన్నారు. అందుకే అయన ఈ విషయంలో నా సలహా కూడా కోరారు. ఈ పరిస్థితుల్లో నేను జూనియర్ గా పనిచేసిన శ్రీ అల్లాడి కృష్ణస్వామి అయ్యర్ గుర్తుకొచ్చారు. శ్రీ కృష్ణస్వామి అయ్యర్ అభిప్రాయం తీసుకోమని అప్పుడే మద్రాస్ వెళుతున్న నా మిత్రుడు శ్రీ సి. కృష్ణారెడ్డితో చెప్పాను. ఈ విషయాలన్నీ ప్రధాన న్యాయమూర్తితో చెప్పినప్పుడు అయన కొంత కోపం వ్యక్తం చేశారు. మన ఎదుగుదలపట్ల అసూయగా ఉన్నవారు ఇలాంటి విషయాల్లో తప్పుదారి పట్టించే అవకాశం ఉందన్నారు. నేను హోమ్ మంత్రితో చెప్పిన విషయమే దాదాపు ప్రధాన న్యాయమూర్తి కూడా వ్యక్తం చేస్తూ, “రాజ్యాంగ ఒక అనుభవజ్ఞుడైన వ్యక్తిని కోరుతుందా లేక అనుభవంలేని వ్యక్తిని కోరుతుందా? ఒక వ్యక్తి తొమ్మిదేళ్ళు న్యాయవాదిగాను, మరో తొమ్మిదేళ్ళు జిల్లా జడ్జిగాను పనిచేసిన కారణంగా హై కోర్టు న్యాయమూర్తి పదవికి అనర్హుడవుతాడా? ఒక వ్యక్తి పదేళ్ళు న్యాయవాదిగా కానీ, జిల్లా జడ్జిగా కానీ పనిచేసినంతమాత్రానే అర్హుడవుతాడా? ఇదంతా అసంబద్ధంగా ఉంది” అన్నారు. అయితే హోమ్ మంత్రి న్యాయసలహా కోరినందువల్లనే శ్రీ అల్లాడి కృష్ణస్వామి అయ్యర్ సలహా కోరానని ఆయనకు చెప్పాను. శ్రీ అల్లాడి వారినుండి నా మిత్రుడు కృష్ణా రెడ్డి ఒక లేఖ తెచ్చారు. అందులో అప్పటివరకూ మేము ఎలాంటి అభిప్రాయంతో ఉన్నామో అయన అదే అభిప్రాయం వ్యక్తం చేశారు. ఈ సలహా కోరినప్పుడు శ్రీ అల్లాడి ఆగ్రహం వ్యక్తం చేశారని నా మిత్రుడు చెప్పారు. “రాజ్యాంగం రూపొందించిన మాలాంటివారంతా మూర్ఖులని వీళ్ళ అభిప్రాయమా?” అని కూడా ప్రశ్నించారని

చెప్పారు. రాజ్యాంగంలో సరైన వివరణ ఉన్నందువల్ల మరో న్యాయ సలహా అవసరం లేదన్నారని కూడా నా మిత్రుడు చెప్పారు. అయితే, పెద్దలు న్యాయసలహా కోరినందువల్ల, ఆ సలహా తామెలాంటివారు ఇస్తే అది ఉపయోగపడుతుందని నా మిత్రుడు ప్రాధేయపడగా అయన తన సలహా ఇచ్చారు. శ్రీ అల్లాడి సలహా ఆధారంగా హై కోర్టు న్యాయమూర్తిగా నా నియామక ప్రక్రియ మొదలైంది. ఆ రకంగా నా నియామక ప్రతిపాదన రాజప్రముఖ్ ద్వారా రాష్ట్ర హోమ్ మంత్రి, ముఖ్యమంత్రి సిఫార్సుతో సుప్రీం కోర్టు ప్రధాన న్యాయమూర్తికి, అక్కడినుండి రాష్ట్రపతికి చేరింది. ఆ తర్వాత ఈ విషయం నేను ఎవరితోనూ చర్చించలేదు. ఒక రోజు సినిమాహాల్ వద్ద కలిసిన ముఖ్యమంత్రి వ్యక్తిగత సహాయకుడు నా పేరు కేంద్ర ప్రభుత్వానికి వెళ్లిందని చెప్పారు.

జనవరి 1952లో మొదటి వారమో, రెండోవారమో గుర్తులేదు కానీ ఒక రోజు సికింద్రాబాద్ క్లబ్ లో ప్రభుత్వ ప్రధాన కార్యదర్శి లక్ష్మణ్ రజ్వాదేని కలిశాను. అయన కారు అప్పటికి రాకపోవటంతో తన ఇంటిదగ్గర దింపగలనేమో అని నన్ను అడిగారు. కారులో వెళుతున్నప్పుడు "మీ పుట్టినరోజు ఎప్పుడు?" అని అయన నన్ను అడిగారు. ఈ ప్రశ్నకు నేను ఆశ్చర్యపోయి "నా పుట్టిన రోజుతో పనేంటి?" అని అడిగాను. "ముఖ్యమంత్రి కనుక్కోమన్నారు" అన్నారు అయన. "ముఖ్యమంత్రికి అయినా నా పుట్టినతేదీతో పనేంటి?" అని అడగ్గా అప్పుడు కారణం చెప్పారు. నేను నా పుట్టినతేదీ చెప్పగానే, ''మంచిది. ఈ విషయం తెలియకపోతే మీరు చాలా దురదృష్టవంతులయ్యేవారు" అంటూ నవ్వారు. ఈ విషయం ఇక అక్కడితో ముగిసింది.

నాపేరు కేంద్ర ప్రభుత్వ పరిశీలనకు వెళ్ళిన దగ్గరనుండి నాలో పలు సందేహాలు మొదలయ్యాయి. అప్పుడు కేంద్ర హోమ్ మంత్రిగా సి.రాజగోపాలాచారి ఉన్నారు. అయన నా పేరు చూసి ఇంత చిన్న వయసులో హై కోర్టు న్యాయమూర్తిగా నియమించడం ఎందుకు అని అంటారేమో అనే అనుమానం వెంటాడుతోంది. అయితే అప్పటికే హైదరాబాద్ రాష్ట్ర హోమ్ మంత్రి, ముఖ్యమంత్రి నా పేరు ఆమోదించడం వల్ల కేంద్ర ప్రభుత్వం కూడా సానుకూలంగానే వ్యవహరించింది. 1952 ఫిబ్రవరి 12న తెల్లవారుఝామున సైఫాబాద్ లోని నా ఇంట్లో ఫోన్ మోగింది. ఫోనే చేసింది ప్రెస్ ట్రస్ట్ అఫ్ ఇండియా విలేకరి. నాపేరు హైదరాబాద్ హై కోర్టు న్యాయమూర్తిగా ఆమోదం పొందిందని, నేను బాధ్యతలు స్వీకరించినప్పటినుండి నా నియామకం అమలులోకి వస్తుందని చెప్పారు. ఆ వెంటనే ప్రధాన న్యాయమూర్తికి ఫోన్ చేసి

విషయం చెప్పాను. "నాకు గతరాత్రే టెలిగ్రామ్ వచ్చింది" అంటూ నా నియామక వార్తను అయన ధృవీకరించారు. అయితే నేను కానీ, ప్రధాన న్యాయమూర్తి కానీ, ఆమాటకొస్తే ప్రభుత్వంలో ఎవరికీ నేను తరువాత బాధ్యతలు ఎలా స్వీకరించాలో తెలియలేదు. అయితే రాష్ట్రపతి నుండి నియామక ఉత్తర్వులు అందిన తర్వాతే బాధ్యతలు స్వీకరిస్తే మంచిదనే అభిప్రాయం ఎక్కువమంది వ్యక్తం చేశారు. అందువల్ల ఫిబ్రవరి 15 వరకు సికింద్రాబాద్ కోర్టు విధులకు హాజరయ్యాను. ఫిబ్రవరి 16న రాష్ట్రపతి రాజేంద్రప్రసాద్ సంతకంగాతో నా నియామక ఉత్తర్వులు అందాయి. ఆ వెంటనే ఆ ఉత్తరువులు హై కోర్టులోని రిజిస్ట్రారుకు అందజేయగా అయన వాటిని ప్రధాన న్యాయమూర్తికి అందించారు. ఆ తర్వాత నేను బాధ్యతలు స్వీకరించేందుకు అనువుగా ఒక గెజిటెడ్ అధికారి బాధ్యతలు తీసుకునే పద్ధతిలోనే ఒక మెమో సిద్ధం చేశారు. బాధ్యతలు అప్పగించే అధికారి "బాధ్యతలు అప్పగిస్తున్నాను" అని అంటారు. అలాగే బాధ్యతలు స్వీకరించే వ్యక్తి "బాధ్యతలు స్వీకరిస్తున్నాను" అంటారు. ఆ తర్వాత బాధ్యతలు అప్పగించే అధికారి, బాధ్యతలు స్వీకరించే అధికారి ఇద్దరు సంబంధిత పత్రాలపై సంతకం చేస్తారు. అది ఫిబ్రవరి 16. రాజ్యాంగం ప్రకారం నేను బాధ్యతలు స్వీకరించిన తర్వాతే న్యాయమూర్తిగా గుర్తింపబడతాను. కానీ అప్పటికే నేను హై కోర్టు న్యాయమూర్తి అయినట్టే అందరూ భావిస్తున్నారు. చివరికి ఫిబ్రవరి 18న, సోమవారం, అందరు న్యాయమూర్తులు, న్యాయవాదుల సమక్షంలో హై కోర్టు న్యాయమూర్తిగా నేను బాధ్యతలు స్వీకరించాను. ప్రధాన న్యాయమూర్తి ప్రమాణం చేయించిన తర్వాత, ఆయనతో పాటుగా ప్రమాణపత్రం చదివిన తర్వాత, ఇద్దరం ఆ పత్రంపై సంతకాలు చేసిన తర్వాతే నేను హై కోర్టు న్యాయమూర్తి అవుతాను. హై కోర్టు ప్రధాన న్యాయమూర్తి, అలాగే హైదరాబాద్ రాష్ట్ర బార్ అసోసియేషన్ అధ్యక్షుడు శ్రీ గోవింద్ దాస్ మెహతా అందరి తరపున నన్ను అభినందించి స్వాగతం పలికారు. ఈ సందర్భంగా పలువురు చేసిన ప్రసంగాలు ILR 1952 హైదరాబాద్ సంచికలో "ఫిబ్రవరి 18, 1952న ప్రధాన న్యాయమూర్తి ఆర్.ఎస్ నాయక్ ప్రసంగం" పేరుతో నమోదయ్యాయి. ప్రధాన న్యాయమూర్తి నా గురించి దయతో ఈ విధంగా మాట్లాడారు: "శ్రీ పి.జె రెడ్డి నియామకం అన్నివర్గాల ప్రజల్లో, ప్రత్యేకించి న్యాయవాదులు, న్యాయమూర్తులు, హర్షమోదంతో జరిగినందుకు నాకు చాలా సంతోషంగా ఉంది. అయన అందరి మన్ననలు పొందారు. న్యాయవాదుల్లో అయన సంపాదించుకున్న గౌరవం గొప్ప విశేషం. శ్రీ రెడ్డి గతంలో హై కోర్టు న్యాయమూర్తిగా పనిచేశారు. అయితే ఇప్పటి ఈ నియామకం ఒక

చరిత్రాత్మకమైనది. ఎందుకంటే భారత రాష్ట్రపతి స్వయంగా సంతకం చేసి అధికార ముద్ర వేసిన తొలి న్యాయమూర్తి నియామకం ఇది. రాష్ట్రపతి నియమించిన తొలి న్యాయమూర్తి శ్రీ పి.జె రెడ్డి. హై కోర్టుకు స్వతంత్ర ప్రతిపత్తిని భారత రాజ్యాంగం కల్పించింది. ఈ దేశ ప్రజాస్వామ్యానికి, రాజ్యాంగానికి హై కోర్టు కాపలాదారుగా, జవాబుదారిగా ఉంటుంది. విధి నిర్వహణలో పదవి గౌరవం కాపాడుకోవడంలో హై కోర్టు న్యాయమూర్తిపై ఇప్పుడు గతంలో కంటే ఎక్కువ భారం ఉంది."

ఉర్దూలో ప్రసంగించిన గోవింద్ దాస్ మెహతా, నా అర్హతలూ, నేను సాధించిన విజయాలు ప్రస్తావిస్తూ నా నియామకాన్ని సగౌరవంగా, హృదయపూర్వకంగా స్వాగతించారు. అయన ప్రసంగ ఆంగ్ల అనువాదం ILR 1952 హైదరాబాద్ లో లభ్యమవుతుంది. గోవింద్ దాస్ మెహతా ఏమన్నారంటే:

"1948లో మొదటిసారి అయన హై కోర్టు న్యాయమూర్తిగా నియామకం అయినప్పుడు అయన న్యాయశాఖ కార్యదర్శిగా పనిచేస్తున్నారు. ఒక 10 నెలల పాటు హై కోర్టు న్యాయమూర్తిగా పనిచేసిన తర్వాత, పోలీస్ చర్య జరగడం తదనుగుణంగా అసెంబ్లీ, జ్యుడిషియల్ కమిటీ రద్దు చేయడం, ఉన్నత న్యాయమూర్తులను ఇతర పదవుల్లోనుంచి తప్పించి హై కోర్టుకు బదిలీ చేయడంతో, ఆయనను తిరిగి తన పాత పదవికి వెళ్ళవలసి వచ్చింది. 1950లో అయన సికింద్రాబాద్ కోర్టుకు సెషన్స్ జడ్జిగా నియమితులయ్యారు. అక్కడ అయన నిజాయితీగా, అత్యంత సమర్ధవంతంగా తన విధులు నిర్వర్తించి అందరి మన్ననలు పొందారు. ఈ విషయం అందరికీ తెలిసిందే.. అయితే, అనేక దేశాల్లో పాటిస్తున్న సంప్రదాయం ప్రకారం న్యాయమూర్తిగా పదోన్నతికి న్యాయవాదులనుండే ఎంపిక చేయవలసి ఉన్నప్పటికీ ఈయన విషయంలో మేము వ్యతిరేకించలేము. ఎందుకంటే అయన న్యాయవాదిగా కూడా పనిచేసి మాలో ఒకరిగా కొంతకాలం ఉన్నారు. అందుకే ఆయనను మానుండి వేరుచేయలేము."

"ఈ సందర్భంలో ఇక్కడో విషయం ప్రస్తావించాల్సి ఉంది. న్యాయవ్యవస్థలో అనుకూల పరిస్థితులు అయనకు తెలుసు. అలాగే హై కోర్టు న్యాయమూర్తిగా అయన బాధ్యతలు కూడా ఆయనకు తెలుసు. ప్రస్తుత పరిస్థితుల్లో న్యాయవాదులు, న్యాయమూర్తుల మధ్య సత్సంబంధాలు కొనసాగించి, సమస్యలు పరిష్కరించే దిశగా అయన తన అనుభవాన్ని వినియోగిస్తారని ఆశిస్తున్నాను."

చివరిగా మాట్లాడిన నేను హైకోర్ట్ ప్రధాన న్యాయమూర్తి, నా సహచర న్యాయమూర్తులు, శ్రీ గోవింద్ దాస్ మెహతా, ఇతర న్యాయవాదులు అందరికి కృతజ్ఞతలు తెలియజేశాను. రాజ్యాంగం దృష్టిలో పౌరులందరూ సమానమేనని, అందరికీ సమన్యాయం జరగాలని, న్యాయవ్యవస్థ తన స్వతంత్రాన్ని, స్వయంప్రతిపత్తిని నిలుపుకోవాలని ఆశించే నేను న్యాయవ్యవస్థ నిబద్ధత పై ఆంగ్లో – అమెరికన్ పద్ధతిని ప్రస్తావించాను. నేను ఒక ఆదర్శవంతమైన న్యాయమూర్తిగా ఉంటానని ప్రకటించాను. ఇంకా ఈ విధంగా చెప్పాను:

“న్యాయమూర్తి తన ప్రతి చర్యలోనూ నిందకు అవకాశం లేకుండా ఉండాలి. న్యాయమూర్తి నిరంతర విద్యార్థిగా, అప్రమత్తంగా ఉండి చిత్తశుద్ధితో, నిర్భయంగా ఉండి, నిష్పక్షపాతంగా పనిచేయాలి. ప్రజలు అభినందించినా, లేకపోయినా, సామాన్య పౌరుడైనా, అధికారి అయినా, రాజకీయ నాయకుడు అయినా, ఎలాంటి వత్తిడులకు లొంగకుండా, రాజ్యాంగానికి బద్ధుడై, ప్రజాస్వామ్యాన్ని కాపాడాలి. న్యాయమూర్తిగా చేసే పనిలో తన వ్యక్తిగత అంశాలు, అవసరాలు ఏవీ ఎలాంటి ప్రభావం చూపించకూడదు. న్యాయమూర్తి తన పదివికాలంలో తన వ్యక్తిగత లక్ష్యాలకు కానీ, ప్రజాదరణకోసం కానీ ఇతర బాధ్యతలు ఏవీ చేపట్టకూడదు.”

అలాగే న్యాయవాదుల సహకారం గురించి మాట్లాడుతూ:

“న్యాయమూర్తులు ఇచ్చే తీర్పులు, న్యాయవాదుల సమర్థత, చిత్తశుద్ధి, బాధ్యతాయుతంగా వారు పనిచేసే తీరు ఆధారపడి ఉంటాయి. అందువల్ల హైకోర్టు తీర్పులను దేశంలో గుర్తింపు తెచ్చేవిగా, మాతృకగా మిగిలేవిగా ఉండాలంటే న్యాయవాదులు, న్యాయమూర్తులు కలిసి సమర్థవంతంగా, చిత్తశుద్ధితో పనిచేయాల్సి ఉంది.”

చివరిగా ఈ విధంగా ధన్యవాదాలు చెపుతూ నా ప్రసంగం ముగించాను:

“మన విధి నిర్వహణలో మన పాత్రల పట్ల స్పష్టతతో వ్యవహరిస్తే, నా అభిప్రాయం ప్రకారం మన మధ్య మంచి అవగాహన కలిగి మనం సుహృద్భావ వాతావరణంలో పనిచేయగలుగుతాం. అలాంటి పరిస్థితి ఏర్పడితే న్యాయాన్ని మెరుగ్గా పరిరక్షించడంతో పాటు అందరికీ న్యాయం అందించగలుగుతాం. ఈ రకంగా మనం ఒక మంచి సంప్రదాయాన్ని నెలకొల్పి ఆదర్శప్రాయంగా ఉండగలుగుతాం. అలాంటి వాతావరణం మనం ఏర్పాటు చేసుకున్నప్పుడు భావితరాలకు ఒక మంచి

సంప్రదాయాన్ని, ప్రత్యేకించి న్యాయవ్యవస్థలో, నెలకొల్పి ప్రజాస్వామ్యాన్ని ఉమ్మడిగా పరిరక్షించగలిగినవాళ్ళం అవుతాం."

నా విధినిర్వహణలో నేను అనుకున్న లక్ష్యాలకు అనుగుణంగా పనిచేశానా లేదా, నిబద్ధతతో ఉన్నానా లేదా అన్న విషయాలు ఇకపై నేను చెప్పబోయే నా అనుభవాలనుండి పాఠకులు గమనించగలుగుతారు.

@@@

అధ్యాయం - V

హై కోర్టు న్యాయమూర్తి బాధ్యత

హై కోర్టు న్యాయమూర్తిగా బాధ్యతలు చేపట్టిన తర్వాత సమయపాలనకు మారుపేరైన ప్రధాన న్యాయమూర్తి జస్టిస్ అర్.ఎస్ నాయక్‌తో భేటీ అయ్యా. ఈ భేటీకి నా ఛాంబర్ నుండి ప్రధాన న్యాయమూర్తి ఛాంబర్ చేరుకోడానికి నాకు ఐదు నిమిషాల సమయం పడుతుంది. అంటే మా సమావేశానికి ఉదయం 10 గంటలకు ఐదునిమిషాలు ముందుగా, మధ్యాహ్నం 2 గంటలకు, భోజన విరామం సమయంలో ఐదునిమిషాలు ముందు నేను సిద్ధంగా ఉండాలి. అలాగే బెల్లు కొట్టిన క్షణంలోనే మేము కోర్టులో బెంచ్ ఉండాల్సిందే. ఒక సందర్భంలో ప్రధాన న్యాయమూర్తితో కలిసి బెంచిపై ఉండాల్సిన ఒక న్యాయమూర్తి కొద్దిగా ఆలస్యంగా వచ్చారు. అయితే బెల్లు మోగిన క్షణమే ప్రధాన న్యాయమూర్తి బెంచిపైకి వచ్చి కేసు చదవడం మొదలు పెట్టారు. ఆలస్యంగా వచ్చిన రెండో న్యాయమూర్తి ఆలస్యానికి క్షమాపణలు చెప్పి బెంచిపై కూర్చున్నారు. ఆ తర్వాత మరెప్పుడూ ఆ న్యాయమూర్తి ఆలస్యంగా రాలేదు.

హైదరాబాద్ హై కోర్టు చట్టం (Quanun-Adulatul Alia) ప్రకారం అడ్మినిస్ట్రేటివ్ న్యాయమూర్తిగా ఎవరినైనా నియమించవచ్చు. అలాగే ప్రధాన న్యాయమూర్తితో కూడిన బెంచ్ ఆయనే ఏర్పాటు చేసి అడ్మినిస్ట్రేటివ్ బెంచ్‌గా ప్రకటించవచ్చు. కోర్టుకు అసంబంధించిన ఏ అంశాన్నయినా ఒక న్యాయమూర్తికి కానీ, న్యాయమూర్తులతో కూడిన కమిటీకి గాని పరిశీలనకు, నిర్ణయానికి పంపించే అధికారం ఉన్నప్పటికీ కోర్టులో పరిపాలనా సంబంధమైన అంశాలన్నీ సదరు అడ్మినిస్ట్రేటివ్ న్యాయమూర్తి ద్వారా ప్రధాన న్యాయమూర్తికి నివేదింపబడతాయి. అడ్మినిస్ట్రేటివ్ న్యాయమూర్తిగా జస్టిస్ శ్రీపత్ రావు పళనిత్కర్‌ని నియమించినప్పటికీ కొన్ని అంశాలు ప్రధాన న్యాయమూర్తి నాతో చర్చించేవారు. నా ప్రమేయాన్ని జస్టిస్ శ్రీపత్ రావు స్వాగతించారు. ఒక సందర్భంలో మధ్యాహ్న భోజన విరామంలో నాకోసం ప్రధాన న్యాయమూర్తి కబురు పెట్టారు. జిల్లా మరియు సెషన్స్ జడ్జీల బదిలీ విషయంలో హై కోర్టు

ప్రతిపాదనకు ప్రభుత్వం మార్పులు చేయడం పట్ల అయన అసంతృప్తితో ఉన్నారు. ఈ అంశంపై హై కోర్టు రిజిస్ట్రార్ పోలీస్ చర్య తర్వాత హైదరాబాద్ వచ్చి బాధ్యతలు చేపట్టిన అప్పటి ప్రభుత్వ ప్రధాన కార్యదర్శిని జడ్జీల బదిలీ విషయంలో ప్రభుత్వ నిర్ణయంపై సంప్రదించగా, రాజ్యాంగంలోని 233 అధికరణ ప్రకారం జడ్జీలను నియమించే, బదిలీ చేసే బాధ్యత రాష్ట్ర గవర్నర్ లేదా రాజ్ ప్రముఖ్ చేతిలో ఉందని, గవర్నర్ ప్రభుత్వాన్ని, హై కోర్టును సంప్రదించి నిర్ణయం తీసుకోవచ్చని, గవర్నర్ కు సూచనలు చేసే అధికారం ప్రభుత్వానికి ఉందని, ఇప్పుడు చేసిన మార్పులు ఆ అధికారంతో జరిగినవేనని చెప్పారు. అంటే ప్రభుత్వ ప్రధాన కార్యదర్శి ఒక రకంగా చెప్పాలంటే వివాదాలకు సిద్ధమైనట్టు కనిపిస్తోంది. అందువల్ల ఈ అంశాన్ని వ్యూహాత్మకంగానూ, ధృఢచిత్తంతోనూ నిర్వర్తించాల్సి ఉంది. ప్రభుత్వ నిర్ణయం పూర్తిగా అసంబద్ధం మరియు ఏకపక్షం. హై కోర్టు జడ్జిల బదిలీ చేపట్టినప్పుడు ప్రభుత్వం తన అభ్యంతరాలను నేరుగా హై కోర్టుకు తెలియజేయవచ్చు. అయితే హై కోర్టు తన నిర్ణయంపై పట్టుబట్టితే, ప్రభుత్వం తాను కోర్టును సంప్రదించాను అని చెప్పవచ్చు. అలాంటి సందర్భంలో మాత్రమే ప్రభుత్వం రాజ్యాంగంలోని 233వ అధికరణ ద్వారా సంక్రమించిన అధికారాన్ని వినియోగించాల్సి ఉంది. ప్రభుత్వ నిర్ణయం సమర్థనీయం మరియు సక్రమం కాదనీ, ఈ విషయంలో ప్రభుత్వం ఎలాంటి సంప్రదింపులు చేయలేదని, హై కోర్టు వివిధ జిల్లాలో ఉన్న అవసరాన్ని బట్టి, ఆయా జడ్జీల సమర్థతను బట్టి ఈ బదిలీ ప్రక్రియ చేపట్టిందనీ, తదుపరి వారితో పనిచేయించుకోవలసిన బాధ్యత కూడా హై కోర్టుదే అయినందువల్ల బదిలీలను అంగీకరించాలని ప్రభుత్వానికి రాతపూర్వకంగా తెలియజేయవలసిందిగా ప్రధాన న్యాయమూర్తికి నేను సూచించాను. ఆ తర్వాత కూడా ప్రభుత్వం సరైన కారణం చూపించకుండా లేదా ఏదేని కారణం చూపించి బదిలీలలో తాను చేసిన మార్పులు అంగీకరించవలసిందిగా పట్టుబట్టిన పక్షంలో సంబంధీగా జడ్జిల నుండి సివిల్ మరియు క్రిమినల్ కేసుల విచారణాధికారం హై కోర్టు వెనక్కి తీసుకోవచ్చని కూడా సూచించాను. అలా సివిల్ మరియు క్రిమినల్ కేసులు తప్పిస్తే ఆయా జడ్జిలు సదరు కోర్టుల్లో చేసేందుకు పనేమీ ఉండదు. అందువల్ల అలాంటి పరిస్థితుల్లో ఉత్పన్నమయ్యే పరిణామాలకు ప్రభుత్వమే పూర్తి బాధ్యత వహించాల్సి వస్తుందని ప్రభుత్వానికి తెలియజేయమని కూడా చెప్పాను. నేనిచ్చిన ఈ సూచనను ప్రధాన న్యాయమూర్తి మరియు జస్టిస్ శ్రీపత్ రావు అంగీకరించారు. నేను చేసిన సూచనలమేరకు ప్రధాన న్యాయమూర్తి ఒక లేఖ రాయడంతో ఖంగుతిన్న రాష్ట్ర ప్రభుత్వం తన ప్రతిపాదనలు విరమించుకొని హై కోర్టు మొదట ప్రతిపాదించిన

మేరకు జడ్జీల బదిలీ అంశాన్ని ఆమోదించింది. నాకు మైనంతవరకూ ప్రభుత్వ ప్రధాన కార్యదర్శి తీసుకున్న ఈ నిర్ణయం సమర్థనీయం కాకపోవడంతో ప్రభుత్వం తన జోక్యాన్ని విరమించుకోవలసి వచ్చింది. ఆ తర్వాత ఈ విషయంలో హైకోర్టు ఎలాంటి సమస్యలను ఎదుర్కోవలసి రాలేదు. ఈ రకంగా ప్రభుత్వంతో ప్రత్యక్ష వివాదం ఇలా సానుకూలంగా ముగియడంతో ప్రధాన న్యాయమూర్తి ఊపిరి పీల్చుకున్నారు.

గతంలో ఒకసారి ఖాసిమ్ రజ్వి కేసు విచారణలో నిందితులకు స్పెషల్ ట్రిబ్యునల్ శిక్ష విధించిన సందర్భంలో ప్రధాన న్యాయమూర్తి చేసిన వ్యాఖ్యలపై పోలీసులు మరియు నేరపరిశోధనా సంస్థలు నిరసన వ్యక్తం చేసి ఘర్షణ పూరిత వైఖరి తీసుకున్నాయి. ఈ ఘర్షణ వైఖరి కారణంగానే గణతంత్ర దినోత్సవం సందర్భంగా ముఖ్యమంత్రి, ఇతర మంత్రుల వాహనాలు వెళ్ళేవరకు ప్రధాన న్యాయమూర్తి కారుకు పోలీసులు అనుమతి ఇవ్వకుండా ఆయనను చివరివరకూ నిలబెట్టారు. ఈ అంశంలో పోలీసులు తనను అవమానించారని ప్రధాన న్యాయమూర్తి ప్రభుత్వానికి లేఖ రాయడంతో "పోలీసులు ప్రధాన న్యాయమూర్తి కారు గుర్తించలేకపోవడం వల్లనే ఈ తప్పిదం జరిగింద"ని జవాబు వచ్చింది. భవిష్యత్తులో ఇలాంటి పొరపాట్లు జరక్కుండా ఉండాలంటే ప్రధాన న్యాయమూర్తి కారుకు ఎదో ఒక గుర్తు ఉంటే పోలీసులు తేలిగ్గా కారుని గుర్తుపట్టగలరని కూడా ప్రభుత్వం ఒక సూచన చేసింది. ప్రభుత్వమూ, ప్రధాన న్యాయమూర్తి మధ్య ఈ ఉత్తర ప్రత్యుత్తరాలు నేను హైకోర్టు న్యాయమూర్తిగా బాధ్యతలు చేపట్టే నాటికి కొనసాగుతూనే ఉన్నాయి. ప్రధాన న్యాయమూర్తి కి చెందిన జమేదార్, కారు డ్రైవర్ ఇద్దరూ ప్రత్యేక దుస్తుల్లో కనిపిస్తున్నప్పుడు ఆ వాహనాన్ని గుర్తించలేకపోయాం అని పోలీసులు చెప్పడం నమ్మశక్యంగానూ, సమర్థనీయంగానూ కనిపించలేదు. ఇది పోలీసులు ఉద్దేశపూర్వకంగా ప్రధాన న్యాయమూర్తిని అవమానించేందుకు చేసిన చర్యగా భావించాల్సి వస్తోంది. పోలీసులు చెప్పిన ఈ గుడ్డి సాకు ప్రభుత్వం సమర్థించడం మరింత ఆశ్చర్యకరంగా ఉంది. ఈ అంశంలో నన్ను సంప్రదించినప్పుడు ప్రధాన న్యాయమూర్తి మరియు ఇతర న్యాయమూర్తుల వాహనాలపై జాతీయ జండా ఉంటే పోలీసులు కానీ, ఇతరులెవరైనా న్యాయమూర్తుల వాహనాలను తేలిగ్గా గుర్తుపట్టే అవకాశం ఉంటుందని, అప్పుడు పోలీసులు ఇలాంటి కుంటిసాకులు చెప్పే అవకాశం ఉండదని సూచించాను. ముఖ్యమంత్రి, ఇతర మంత్రులు జాతీయ జండా తమ వాహనాలపై పెట్టుకుంటున్నప్పుడు ఆ జండాను ప్రధాన న్యాయమూర్తి ఇతర న్యాయమూర్తులు పెట్టుకుంటే తప్పులేదని కూడా

సూచించాను. ఈ అంశం పరిశీలనలో ఉండగానే జస్టిస్ నాయక్ పదవీ విరమణ చేశారు. అయన స్థానంలో కొత్త ప్రధాన న్యాయమూర్తిగా అక్టోబర్ 1952లో బాధ్యతలు చేపట్టిన జస్టిస్ ఎల్.ఎస్ మిశ్రా ఈ అంశాన్ని కొనసాగించారు.

న్యాయమూర్తిగా నా పనిలో నేను తృప్తి పొందాను. చాలా కేసుల్లో నాతోపాటు బెంచ్ పై కూర్చునే సీనియర్ న్యాయమూర్తులు కూడా తీర్పు రాసే అవకాశం నాకే ఇచ్చేవారు. ప్రధాన న్యాయమూర్తి నాయక్ చాలా వేగంగా పనిచేసేవారు. నేను కూడా ఆయనతో సమంగా పనిచేయగలగడం నాకు సంతోషాన్ని కలిగించింది. జస్టిస్ శ్రీపత్ రావుతో కలిసి చాలా కేసుల్లో బెంచ్ లో నేను ఉన్నాను. అలాగే కొన్ని కేసుల్లో తీర్పు నేనే రాసేవాడిని. ఐదుగురు న్యాయమూర్తులు, సియాదత్ అలీ ఖాన్, మొహ్మద్ అహ్మద్ అన్సారీ, శ్రీనివాసాచారి, విఠల్‌రావు దేశ్ పాండే, నేనూ కలిసిన ఫుల్ బెంచ్ విచారణ చేసిన ఒక కీలకమైన కేసులో, అహ్మదున్నీసా Vs రాష్ట్రం (AIR 1952 హైదరాబాద్ 183), నేను విడిగా నా తీర్పును రాశాను. ఈ కేసులో ఒక ప్రముఖ జాగీర్ దార్ మరణం తర్వాత అయన వారసుడి ఎంపిక కోసం నిజాం ఒక కమిషన్ నియమించారు. అయితే సైనిక చర్య తర్వాత పరిపాలన ప్రభుత్వ పరిధిలో ఉన్నప్పుడు నవంబర్ 22, 1948 నాటి నిజాం ఉత్తర్వు చెల్లుతుందా లేదా అన్నది కీలక ప్రశ్న. నిజాం ఈ కమిషన్ ను తన ఫర్మాన ద్వారా చట్టబద్ధంగా నియమించినప్పటికీ, భారత రాజ్యాంగం అమలులోకి వచ్చిన తర్వాత కమిషన్ తన నివేదిక ఇవ్వగా, నివేదిక ప్రతిపాదనలు రాష్ట్ర ముఖ్యమంత్రి ఆమోదించారు. అయితే వారసత్వ నియామకాన్ని సవాల్ చేయడంతో ఈ కేసు విచారణ కోర్టు పరిధిలో ఉందా లేదా అన్నది సందేహాత్మకం. బెంచ్ పై ఐదుగురు న్యాయమూర్తుల్లో అత్యధికులు, అంటే నేనూ, మొహ్మద్ అహ్మద్ అన్సారీ మరియు సియాదత్ అలీ ఖాన్, భారత రాజ్యాంగం అమలులోకి వచ్చిన తర్వాత హైదరాబాద్ రాష్ట్రంలోని జాగీర్ నియంత్రణ చట్టం ఉనికి కోల్పోతుందని, అందువల్ల ఈ చట్టం ద్వారా నిజాం నియమించిన కమిషన్‌కు చట్టబద్దత లేదని అభిప్రాయపడ్డాం. అందువల్ల ముఖ్యమంత్రి ఆమోదించిన కమిషన్ నివేదిక చెల్లదని తీర్పు చెప్పే పరిధి హై కోర్టుకు ఉందని నిర్ణయం వెల్లడించాం.

ఇక మరో కీలకమైన కేసు ముస్లింలా ప్రకారం అప్పటికే హైదరాబాద్ రాష్ట్రము అంతటా అమలులో ఉన్న మొదటి కొనుగోలు హక్కుకు సంబంధించింది. మొదటి కొనుగోలు హక్కు కలిగిన వ్యక్తి సదరు హక్కును సక్రమంగా రెండు ప్రాథమిక నిబంధనల ప్రకారం సద్వినియోగం చేసుకున్నారా లేదా అనేది పరిశీలించాల్సి

ఉంది. ఆ రెండు నిబంధనలు: మొదటిది – మొదటి కొనుగోలు హక్కు ఉన్న వ్యక్తి సంబంధిత స్థలం లేదా ఇల్లు విక్రయానికి ఉందని తెలిసిన వెంటనే తన మొదటి కొనుగోలు హక్కును ఆలస్యం చేయకుండా వెనువెంటనే వినియోగించాల్సి ఉంది. ఈ హక్కునే తలాబ్ ఈ మవాసిబాత్ (talab-e-mawasibat) అంటారు. ఇక రెండో నిబంధన ప్రకారం సదరు వ్యక్తి సంబంధిత విక్రయదారునితో మౌఖికంగా కానీ, రాత పూర్వకంగా కానీ తన సంసిద్ధతను వ్యక్తపర్చాలి. విక్రయదారుడు విక్రయానికి పెట్టిన సదరు ఆస్తి కలిగి ఉన్నా, లేక ఆస్తిపై హక్కు కలిగి ఉన్నా విక్రయదారుహోలేదా కొనుగోలు దారు ముందుగా తమ సమ్మతిని వ్యక్త పరచవలసి ఉంటుంది. దీనినే తలాబ్ ఈ ఇషాద్ (talab-e-isshad) అంటారు. ప్రధాన న్యాయమూర్తి ఆర్.ఎస్ నాయక్‌తో కలిసి నేను విచారించిన ఈ కేసులో ముస్లింలా ప్రకారం మొదటి కొనుగోలు హక్కు కలిగిన వ్యక్తి సదరు ఆస్తి విక్రయదారుతో సాక్షుల సమక్షంలో ముందుగా తన సంసిద్ధతను వ్యక్తం చేసినప్పుడు రెండు నిబంధనలు, అనగా తలాబ్ ఈ మవాసిబాత్ (talab-e-mawasibat) మరియు తలాబ్ ఈ ఇషాద్ (talab-e-isshad) విడిగా చూడాల్సిన పనిలేదని తీర్పు చెప్పాము. అలాంటి సందర్భంలో మాత్రమే మొదటి కొనుగోలు హక్కు కలిగిన వ్యక్తి తన హక్కును వినియోగించినట్టు అవుతుంది (సోమాజీ Vs నరహరి, AIR 1952, హైదరాబాద్). మారుతీ రావు Vs హైదరాబాద్ రాష్ట్రం (ILR 1952, హైదరాబాద్ 1581) కేసులో స్పెషల్ ట్రిబ్యునల్ చట్టం ప్రకారం విచారణ జరిపిన కేసును స్పెషల్ ట్రిబ్యునల్ (టెర్మినేషన్) మరియు స్పెషల్ జడ్జెస్ (నియామకం) చట్టం పరిధిలోకి మార్చిన కేసు విచారించే అవకాశం వచ్చింది. ఈ కేసు విచారించే అధికారం సెషన్స్ జడ్జికి ఉందా అనేది ఇక్కడ ప్రశ్న. అయితే ఈ కేసు క్రిమినల్ ప్రొసీజర్ కోడ్ ప్రకారం సెషన్స్ జడ్జి విచారణ పరిధిలో లేనందువల్ల అయన నేరస్తుడికి విధించిన శిక్ష చెల్లదని మేము తీర్పు చెప్పాము.

ఆదాయపన్ను చట్టం మరియు అదనపు ఆదాయ పన్ను చట్టం పరిధిలో అనేక కేసులు నేను సభ్యుడిగా ఉన్న బెంచ్ పైకి వచ్చాయి. అయితే అప్పటికే హైదరాబాద్ హై కోర్టులో చాలామంది న్యాయవాదులకు ఈ చట్టాలగురించి తెలియకపోవడం, గతంలో న్యాయవాదిగా నేను ఈ చట్టాలకు సంబంధించిన కేసులు అనేకం వాదించిన అనుభవం కారణంగా ఈ కేసుల విచారణ బెంచ్‌లో నేను ఉండాలని ప్రధాన న్యాయమూర్తి భావించారు.

వేసవి సెలవుల అనంతరం జూన్ 16, 1952న ప్రధాన న్యాయమూర్తి జస్టిస్ నాయక్ పదవీవిరమణ చేశారు. కోర్టులో న్యాయవాదులు, న్యాయమూర్తులు, ప్రజలు ఆయనను ఎక్కువగా విశ్వసించి గౌరవించేవారు. అయన తన విధి నిర్వహణలో నిస్వార్థంగా, నిష్పక్షపాతంగా వ్యవహరించేవారు. నేను హై కోర్టులో చేరకముందు ఒక పరిపాలనా సంబంధమైన విషయంలో అయన ఎంత నిక్కచ్చిగా, పారదర్శకంగా వ్యవహరించిన సందర్భం ఒకటి నాకు గుర్తుకొచ్చింది. ప్రధాన న్యాయమూర్తి అధ్యక్షతన ఉన్న న్యాయమూర్తుల కమిటీ మున్సిఫ్‌ల నియామకం కోసం అభ్యర్థుల ఎంపిక చేస్తోంది. సర్వసాధారణంగా ఇలాంటి సందర్భాల్లో కొందరు ప్రముఖులు తమకు తెలిసిన అభ్యర్థుల పేర్లు సిఫార్సు చేసేందుకు న్యాయమూర్తులను కలుస్తారు. అలాగే ప్రధాన న్యాయమూర్తిని కూడా కొందరు కలిసి ఉండొచ్చు. ఎంపిక సందర్భంలో "నీ అభ్యర్థిత్వాన్ని ఎవరు సిఫార్స్ చేశారు?" అని అడిగే వారు. ఈ ప్రశ్నతో అభ్యర్థితో పాటు న్యాయమూర్తులు కూడా ఇబ్బంది పడేవారు. అయితే సిఫార్స్ చేసిన వారి పేర్లు చెప్పమని అభ్యర్థిని వత్తిడి చేస్తే సదరు అభ్యర్థి పేర్లు చెప్పేవారు. అలా సిఫార్స్ చేసిన వారి పేర్లు ఆ అభ్యర్థి దరఖాస్తుపై రాసేవారు. అయితే చివరి ఎంపిక కేవలం అర్హత ఆధారంగానే జరిగేది. అందువల్ల అభ్యర్థులు సిఫార్స్ వంటి ప్రయత్నాలు చేయడం వల్ల ప్రయోజనం లేదని తెలిసేది.

జస్టిస్ నాయక్ తర్వాత ప్రధాన న్యాయమూర్తిగా జస్టిస్ శ్రీపత్ రావు నియామకం జరగాల్సి ఉంది. అయితే జస్టిస్ శ్రీపత్ రావును తాత్కాలిక ప్రధాన న్యాయమూర్తిగా నియమిస్తూ జూన్ 17, 1952న ఉత్తర్వులు వచ్చాయి. హైదరాబాద్ హై కోర్టు న్యాయమూర్తులంతా హైదరాబాద్ రాష్ట్ర ప్రభుత్వం నియమించినవారు కావడంతో జస్టిస్ శ్రీపత్ రావును ప్రధాన న్యాయమూర్తిగా నియమించేందుకు కేంద్ర ప్రభుత్వం సుముఖంగా ఉన్నట్టు కనిపించలేదు. ఇతర రాష్ట్రాల హై కోర్టుల ప్రధాన న్యాయమూర్తుల క్రమంలోనే హైదరాబాద్ హై కోర్టు ప్రధాన న్యాయమూర్తిని నియమించాలని ప్రభుత్వ ఉద్దేశం అయి ఉంటుంది. అయితే ఈ పద్ధతితో నేను ఏకీభవించలేను కానీ అప్పుడు నేను చేయగలిగింది కూడా ఏమీ లేదు. అంతే కాదు హైదరాబాద్ ప్రభుత్వం కానీ, హైదరాబాద్ బార్ అసోసియేషన్ కానీ ఈ విషయంలో వత్తిడి తెచ్చే ప్రయత్నం కూడా చేయలేదు.

లక్నో హై కోర్ట్ న్యాయమూర్తి జస్టిస్ ఎల్ ఎస్ మిశ్రా ను ప్రధాన న్యాయమూర్తిగా నియమించి అయన నవంబర్ 1952లో పదవీ బాధ్యతలు చేపట్టేవరకూ అంటే

నాలుగు లేక ఐదు నెలలు మాత్రమే జస్టిస్ శ్రీపత్ రావు తాత్కాలిక ప్రధాన న్యాయమూర్తిగా పనిచేశారు. జస్టిస్ శ్రీపత్ రావు అప్పటికి తన పేరులో ఆంగ్ల అక్షరాలు మార్పు చేయలేదు. (ఆయనకు తన పేరును ఆంగ్లంలో Sripath Rao అని ఉండడం వల్లనే ప్రధాన న్యాయమూర్తి కాలేకపోయారని పేరులో ఆంగ్ల అక్షరాలు మార్చి Schripatrau అని రాసుకుంటే మంచిదని జ్యోతిష్కుడు సూచించారు). అయితే కోర్టు తీర్పుల్లో తన పేరును తాత్కాలిక ప్రధాన న్యాయమూర్తి అని కాకుండా ప్రధాన న్యాయమూర్తి అని పేర్కొనాలని అయన గట్టిగ పట్టుపట్టారు.

అయితే బయట వ్యక్తిని ప్రధాన న్యాయమూర్తిగా నియమించడాన్ని ఎక్కువమంది న్యాయమూర్తులు అంగీకరించలేదు. అప్పట్లో supersession అమలులో లేదు. స్వాతంత్ర్యానికి ముందు జూనియర్ న్యాయమూర్తులకు అవకాశం ఇచ్చి సీనియర్ న్యాయమూర్తులను పదవీవిరమణ వరకూ పక్కనబెట్టే పరిస్థితి ఉండేది. ఈ పద్ధతిలో జూనియర్ న్యాయమూర్తిని ప్రధాన న్యాయమూర్తిగా నియమిస్తే, నియామకం ప్రకారం అయన అందరిలోకి సీనియర్ న్యాయమూర్తి అవుతారు కనుక అయన సీనియారిటీని ప్రశ్నించే అవకాశం ఎవరికీ ఉండేది కాదు. అయితే రాజ్యాంగంలోని 227 అధికరణ ప్రకారం పరిపాలనా సంబంధమైన అంశాలు, క్రింది న్యాయస్థానాల పర్యవేక్షణ హై కోర్టుకు ఉంది. ఆ మేరకు జస్టిస్ శ్రీపత్ రావు తాత్కాలిక ప్రధాన న్యాయమూర్తి కాగానే నేను అందరిలోకి జూనియర్ న్యాయమూర్తినే అయినప్పటికీ అయన పరిపాలనా అంశాల న్యాయమూర్తిగా నియమించారు. అయితే హై కోర్టు కు సంబంధించిన పరిపాలనా పరమైన అంశాల విషయంలో రాజ్యాంగంలోని 229 అధికరణ ప్రకారం హై కోర్టు పాలనా వ్యవహారాలు ప్రధాన న్యాయమూర్తి గానీ, అయన నియమించిన మరో న్యాయమూర్తి లేదా జ్యుడిషియల్ అధికారి పర్యవేక్షణలో ఉంటాయి. అయితే నాకంటే సీనియర్ న్యాయమూర్తులెవరూ ఈ బాధ్యతను స్వీకరించేందుకు సుముఖత వ్యక్తం చేయకపోవడంతోనో, లేక తాత్కాలిక ప్రధాన న్యాయమూర్తి నియామకాన్ని అంగీకరించకపోవడం వల్లనో లేక గతంలో డిప్యూటీ కార్యదర్శిగా పనిచేసిన అనుభవం కారణంగా నేనే ఆ పదవికి తగిన వ్యక్తిని అని జస్టిస్ శ్రీపత్ రావు భావించారో ఏమో అయన నన్ను ఆ పదవిలో నియమించారు. పైగా జస్టిస్ ఆర్.ఎస్ నాయక్ ప్రధాన న్యాయమూర్తిగా ఉన్న సమయంలో అనేక నేను చూపించిన చొరవ కూడా నా నియామకానికి ఒక ప్రధాన కారణం అయ్యుండొచ్చు.

హై కోర్టు అడ్మినిస్ట్రేటివ్ జడ్జిగా నేను బాధ్యతలు నిర్వర్తించిన కాలంలో అనేక

విషయాలు అంటే కింది కోర్టుల వ్యవహారాలు, హై కోర్ట్ పాలనాపరమైన వ్యవహారాలు, న్యాయమూర్తుల అవసరాలు నేను చూడవలసి వచ్చేది.

ఆ యేడాది ఆగస్టు నెల చివరిలోనో లేక సెప్టెంబర్ మొదటి వారంలోనే ముల్కి విధ్వంసం చెలరేగింది. ముల్కి అంటే హైదరాబాద్ రాష్ట్రంలో స్థిరపడినవారు అని అర్థం. స్థానికులకు, స్థానికేతరులకు మధ్య హైదరాబాద్, సికింద్రాబాద్, బొల్లారం తదితర ప్రాంతాల్లో ఘర్షణలు చెలరేగాయి. హైదరాబాద్ నగరంలో సెప్టెంబర్ 3 మరియు 4 తేదీల్లో హై కోర్ట్, సిటీ కాలేజికి వెళ్ళే దారిలోనే ఈ ఘర్షణలు చోటుచేసుకున్నాయి. ఈ ఘర్షణల్లో విద్యార్థులు కూడా పాల్గొన్నారు. వారిని చెదరగొట్టేందుకు వారిపై పోలీసులు కాల్పులు కూడా జరిపారు. ఒక కేసులో సీనియర్ న్యాయవాది గోపాల రావు Ekbote నేనూ జస్టిస్ మహ్మద్ అహ్మద్ అన్సారీ కూర్చున్న బెంచ్ ముందు వాదనలు వినిపిస్తుండగా వీధిలో పోలీసులు ఆందోళనకారులపై వదిలిన గ్యాస్ మా కోర్టు గదిలోకి వచ్చింది. గదిలో పొగ చేరడంతో అక్కడ ఉన్నవారు ఊపిరి పీల్చుకోడానికి కూడా ఇబ్బంది పడుతుండడంతో వాదనలు వాయిదా వేసి మా ఛాంబర్‌కు వెళ్ళిపోయాం. అఫ్జల్ గంజ్ ప్రాంతంలో ఉస్మానియా ఆస్పత్రి గేటు ముందు పోలిసు కాల్పులు కూడా జరిగాయి. ఆందోళకారులు చెదరగొట్టేందుకు జరిపిన కాల్పుల్లో కొందరు చనిపోయారనీ, అనేక మందికి గాయాలయ్యాయని చెప్పారు. ఆ మరుసటిరోజు నేను ఆరోజు దినపత్రిక చూస్తుంటే సెప్టెంబర్ 3 మరియు 4 తేదీల్లో నగరంలో జరిగిన పోలీసు కాల్పులపై విచారణకు నా ఆధ్వర్యంలో కమిషన్ ఏర్పాటు చేస్తున్నట్టు ముఖ్యమంత్రి చేసిన ప్రకటన నాకొకింత ఆశ్చర్యాన్ని కలిగించింది. అప్పటినుండి నన్ను అభినందిస్తూ అనేక మంది మిత్రులు నాకు ఫోన్ చేశారు. నేను జూనియర్ న్యాయవాదిని అయినప్పటికీ ఈ కేసు విచారణ బాధ్యత నాకు అప్పగించడం కొంత గొప్పవిషయంగా నా మిత్రులకు తోచి ఉంటుంది. అందుకే వారు నన్ను అభినందించారు. అయితే ఈ నియామకం పట్ల నా సీనియర్ న్యాయమూర్తులు అపార్థం చేసుకుంటారేమో అనే అనుమానం నాకు కలిగింది. ఈ విషయంలో ప్రభుత్వం నన్ను సంప్రదించలేదు. కనీసం నా అనుమతి కూడా తీసుకోలేదు. నన్ను సంప్రదించకుండా, నా అనుమతి తీసుకోకుండానే విచారణాధికారిగా నన్ను నియమించడం పట్ల నేనుకూడా కొంత అసంతృప్తి కలిగింది. అల్పాహారం తర్వాత కొంతసేపటికి ముఖ్యమంత్రి శ్రీ బూర్గుల రామకృష్ణారావు కార్యాలయంనుండి నాకు ఫోన్ వచ్చింది. ముఖ్యమంత్రి నన్ను కలవాలనుకుంటున్నారు. ఆ ఫోన్‌లోనే ఒక హై

కోర్టు జడ్జి సమ్మతి తీసుకోకుండానే ఇలాంటి నియామకాలు ప్రకటించడం పట్ల నా అసంతృప్తిని వ్యక్తం చేశాను. ఈ విచారణకు నేను అంగీకరించడం లేదు అని చెప్పేశాను. అయితే ముఖ్యమంత్రిగారు మాత్రం నన్ను సంప్రదించేంత సమయం లేదని నిర్ణయం కొంత వేగంగా తీసుకోవాల్సి వచ్చిందని చెప్పారు. ఆ ముందురోజు రాత్రి జరిగిన మంత్రివర్గ సమావేశంలో పోలిసు కాల్పులపై విచారణకు ఒక కమిషన్ నియమించాలని ఆ కమిషన్‌కు సారధ్యం వహించేందుకు నేనే సమర్థుడినని నిర్ణయం తీసుకున్నారని చెప్పారు. మంత్రివర్గ నిర్ణయం తర్వాత ఆ రాత్రే హై కోర్టు ప్రధాన న్యాయమూర్తికి సమాచారం ఇచ్చి అయన అనుమతి తర్వాత వెంటనే రాష్ట్రపతికి కూడా తెలియజేసి ఆయన అనుమతితో అప్పటికప్పుడే ప్రకటన చేయవలసి వచ్చిందని, ఈ ప్రకటనవల్ల పరిస్థితి కొంత శాంతపడుతుందని మంత్రివర్గం అభిప్రాయపడిందని ముఖ్యమంత్రి చెప్పారు.

ఆయితే ప్రధాన న్యాయమూర్తిని నిద్రలేపి ఈ విషయం చెప్పినప్పుడే నన్నుకూడా నిద్రలేపి విషయం చెప్పి నా అనుమతి తీసుకొని ఉండాల్సిందని ముఖ్యమంత్రికి చెప్పాను. అయితే తన పొరపాటును అయన ఒప్పుకుంటూ ఈ నియామకాన్ని అంగీకరించమని, అందువల్ల రాష్ట్రంలో ఉద్రిక్తతలు తగ్గుతాయని అయన వివరించారు, అయితే ఈ నియామకాన్ని రెండు షరతులతో అంగీకరిస్తానని తెలియజేశాను. ఒకటి: విచారణ బహిరంగంగా చేస్తాననీ, రెండు ఆ బహిరంగ విచారణ కూడా హై కోర్టు ప్రాంగణంలోనే చేస్తానని చెప్పాను. నేను చెప్పిన రెండు షరతులు ముఖ్యమంత్రి అంగీకరించారు. ఆ మేరకు సెప్టెంబర్ 9, 1952న నా నియామకంపై ప్రభుత్వ ఉత్తర్వులు వెలువడ్డాయి. నా విచారణ పరిధి, పరిశీలించవలసిన అంశాలు తెలియజేస్తూ సెప్టెంబర్ 10, 1952 స్వయంగా ముఖ్యమంత్రి రాసిన లేఖ నాకు ఆ మరుసటిరోజు చేరింది. ఆ లేఖ ప్రకారం సెప్టెంబర్ 3 మరియు 4 తేదీల్లో హైదరాబాద్ నగరంలో జరిగిన పరిణామాలు, ఆపై జరిగిన పోలీసు కాల్పులు, ఆ కాల్పుల సమర్థనీయత వంటి విషయాలపై నేను విచారణ చేసి ప్రభుత్వానికి నివేదిక ఇవ్వవలసి ఉంది. అలాగే అవసరం అనుకుంటే విద్యార్థుల నిరసన, ఆందోళన కూడా విచారణ పరిధిలోకి తీసుకోవాల్సి ఉంటుంది.

ఇక్కడో విషయాన్ని ప్రస్తావించాలి. నిజాం ప్రభుత్వం రద్దయి హైదరాబాద్ రాష్ట్రం మొదటిసారిగా భారత ప్రభుత్వంలో భాగమై ఎన్నికల తర్వాత ప్రజాస్వామ్య పద్ధతిలో బూర్గుల రామకృష్ణారావు ప్రభుత్వం ఏర్పాటయ్యాక ముఖ్యమంత్రిని ఒక

మంచి సలహాదారుని నియమించారు. బూర్గుల రామకృష్ణారావు ముఖ్యమంత్రిగా ప్రభుత్వాన్ని ఏర్పాటు చేసేవరకూ హైదరాబాద్ రాష్ట్రానికి ముఖ్యమంత్రిగా పనిచేసిన సీనియర్ ఐ సి ఎస్ అధికారి ఎం కె వెల్లోడిని బూర్గుల ప్రభుత్వానికి సలహాదారుగా నియమించారు. అయన ఈ పదవిలో మార్చ్ 1953 వరకూ కొనసాగారు. బహుశా అయన సలహా మేరకే రాష్ట్ర ప్రభుత్వం నన్ను విచారణాధికారిగా నియమించి ఉండవచ్చు.

పోలీస్ చర్య అనంతరం మూకుమ్మడిగా ఇతర రాష్ట్రాలనుంచి ప్రత్యేకించి ఉమ్మడి మద్రాసు రాష్ట్రం మరియు ముంబయి రాష్ట్రంతో పాటు పక్కన ఉన్న మధ్యప్రదేశ్, ఉత్తరప్రదేశ్ వంటి రాష్ట్రాలనుండి అధికారులను తరలించడంతో స్థానిక ప్రజల్లో అసహనం పెరగడమే రాష్ట్రంలో జరిగిన అల్లర్లకు ప్రధాన కారణం. మద్రాస్ రాష్ట్రం (ఆంధ్ర ప్రాంతంతో సహా) నుండి వచ్చిన అధికారుల ప్రవర్తన చాలా దుర్మార్గంగా ఉంది. అసమర్థులు లేదా అహంకారులు అయినా కొందరు అధికారులను వదిలించుకునే ప్రయత్నంలో మద్రాస్ ముఖ్యమంత్రి పోలీస్ చర్యను అవకాశంగా తీసుకుని వారందరినీ హైదరాబాద్ బదిలీ చేయించారు. ఇందుకు భిన్నంగా ఇతర రాష్ట్రాలు ఉత్తములు, పరిపాలనాదక్షులు అయిన అధికారులను పంపించారు. ఈ అధికారులు స్థానికులకు ఎలాంటి అసౌకర్యాన్నీ కలిగించలేదు, కానీ మద్రాసు రాష్ట్రం నుండి వచ్చిన అధికారులు అసౌకర్యాన్ని కలిగించారు. హైదరాబాద్ ప్రజలకు మర్యాద పూర్వకంగా సంస్కారవంతమైన పాలన అందించే అధికారులు అలవాటు.

తమను నిజాం పాలననుండి విముక్తం చేస్తుంది కనుక ప్రజలు పోలీస్ చర్యను స్వాగతించినా, ఆ తర్వాత ఇతర రాష్ట్రాలనుండి, ప్రత్యేకించి ఆంధ్ర ప్రాంతంతో కూడిన మద్రాస్ రాష్ట్రం నుండి వచ్చిన అధికారుల వల్ల స్థానికుల్లో అసహనం పెరిగింది. దీనితో పాటు ఈ స్థానికేతరుల ప్రమేయం వల్ల తమ విద్యా, ఉపాధి అవకాశాలు పోతాయని విద్యార్థులు ఆందోళనకు గురయ్యారు. స్థానికేతరులు దొంగ ముల్కి పత్రాలు సృష్టించి తమ ఉద్యోగాలు కొట్టేస్తున్నారని స్థానికులు గ్రహించారు.

ఈ పరిస్థితుల మధ్య జులై 26, 1952న స్థానిక పాఠశాలలు, కళాశాలలనుండి విద్యార్థులతో ఒక కార్యాచరణ కమిటీ ఏర్పాటయింది. అదేరోజు మూడు, నాలుగు వేలమంది విద్యార్థులు హన్మకొండ క్రాస్ రోడ్డు నుండి వరంగల్ జిల్లా కలెక్టరు కార్యాలయం వరకూ ప్రదర్శన నిర్వహించారు. అలాగే జులై 28, 1952న అన్ని పాఠశాలలు, కళాశాలలనుండి విద్యార్థులతో ఒక కార్యాచరణ కమిటీ ఏర్పాటయి,

ఒక్కొక్క పాఠశాల, కళాశాల నుండి ఒక్కొక్క విద్యార్థి కన్వీనర్‌గా ఎంపికయ్యారు. అదే రోజు ఆ కార్యాచరణ కమిటీ రాష్ట్ర ముఖ్యమంత్రికి ఒక తీర్మానం అందించింది. అది ముఖ్యమంత్రికి ఆ మరుసటిరోజు అందింది. రాష్ట్ర ప్రభుత్వం తక్షణమే ముల్కి నిబంధనలు అమలు చేసేందుకు మంత్రివర్గ ఉపసంఘం ఏర్పాటు చేయాలని కోరారు. మంత్రివర్గ ఉపసంఘం ఏర్పాటు చేస్తూ ఒక పత్రికా ప్రకటన తక్షణమే ఇవ్వాలని కూడా ఆ తీర్మానంలో కోరారు. అలాంటి ప్రకటన వస్తే తమ తదుపరి కార్యాచరణ నిలిపివేస్తామని కూడా స్పష్టం చేశారు. ఆగస్టు 22, 1952న ముఖ్యమంత్రి వరంగల్ సందర్శించి విద్యార్థుల ప్రతినిధులతో సమావేశం నిర్వహించి తాను తిరిగి హైదరాబాద్ వెళ్ళగానే మంత్రివర్గ ఉపసంఘం ఏర్పాటు చేస్తానని హామీ ఇచ్చారు. అదే రోజు ముఖ్యమంత్రి వెళ్ళిపోయిన తర్వాత కార్యాచరణ కమిటి ఒక సమావేశం నిర్వహించి ఆగస్టు 27, 1952 లోగ మంత్రివర్గ ఉపసంఘం ఏర్పాటు చేయకపోతే, ఆ మేరకు ప్రకటన రాకపోతే తమ ఉద్యమాన్ని మరింత విస్తృతం చేస్తామని తీర్మానించి ఆ తీర్మానాన్ని ప్రభుత్వానికి పంపించారు. వారి డిమాండ్ మేరకు మంత్రివర్గ ఉపసంఘం ఏర్పాటు చేస్తున్నట్టు విద్యార్థుల కార్యాచరణ కమిటీకి తెలియజేయవలసిందిగా ముఖ్యమంత్రి వరంగల్ జిల్లా కలెక్టర్ను ఆదేశించారు. అయితే ఈ సమాచారం విద్యార్థులకు చేరవేయడంలో ఆలస్యం కావడంతో విద్యార్థులు పిలుపిచ్చిన బంద్ విరమించే అవకాశం లేకుండా పోయింది. విద్యార్థులు ఆగష్టు 27న శాంతియుత ప్రదర్శన చేశారు. ఆ తర్వాత అన్ని పాఠశాలలు, కళాశాలలు యధావిధిగా పనిచేశాయి. దురదృష్టవశాత్తూ 50 నుండి 100 మంది విద్యార్థులు తరగతులకు హాజరుకాలేక ఆ కళాశాల గేటు దగ్గరే ఉండిపోయారు. అలా నిలిచిపోయిన విద్యార్థులు అనూహ్యంగా హింసకు దిగి కళాశాలపై రాళ్ళు రువ్వడం మొదలుపెట్టారు. ఈ విద్యార్థులను చెదరగొట్టే ప్రయత్నంలో పోలీసులు వారిపై లాఠీలను ప్రయోగించారు. ఈ చర్యలో విద్యార్థులెవరూ గాయపడలేదని పోలీసులు చెప్పగా, విద్యార్థులు అందుకు భిన్నమైన ప్రకటనలు చేశారు. ఈ చర్య కారణంగా ఆ మరుసటి రోజు విద్యార్థులు వరంగల్ నగరంలోనే కాక పక్కనున్న ఖమ్మం, మహబూబాబాద్, ఇల్లందు, నల్గొండ, మిర్యాలగూడ, భువనగిరి వంటి ప్రాంతాల్లో కూడా హర్తాళ్ నిర్వహించారు.

సెప్టెంబర్ 1 బక్రీద్ పండుగ రావడంతో ఆ రోజు విద్యార్థులు ఎలాంటి ఆందోళనలకు దిగలేదు. ఆ రోజు ప్రశాంతంగా గడిచింది. అప్పటి రాష్ట్రంలో పోలీస్ చర్య తర్వాత కొంతకాలం హోమ్ కార్యదర్శిగా పనిచేసి ప్రస్తుతం వరంగల్ నగర

పోలీస్ కమిషనర్‌గా పనిచేస్తున్న శ్రీ శివకుమార్ లాల్ నగరంలో విద్యార్థులు ప్రదర్శనలు చేసినా ఎటువంటి హింసాత్మక చర్యలకు పాల్పడినా పోలీసులు కఠినంగా వ్యవహరించాల్సి వస్తుందని విద్యార్థుల తల్లిదండ్రులను హెచ్చరిస్తూ నగరంలో మైకులో ప్రకటనలు చేయించారు.

సెప్టెంబర్ 2న విద్యార్థులు నగరంలో ఘర్షణ వైఖరికి పాల్పడ్డారు. "స్థానికేతరులు వెళ్ళిపోవాలి", "ఇడ్లి సాంబార్ ఇంటికిపోవాలి", "స్టూడెంట్స్ యూనియన్ జిందాబాద్", "పోలీస్ ముర్దాబాద్" అంటూ ఆవేశపూరిత నినాదాలిచ్చారు. ఆగస్టు 30, 1952 నుండి సెప్టెంబర్ 2, 1952 వరకూ సాగిన సమ్మెలో హైదరాబాద్ మరియు సికింద్రాబాద్ నగరాల్లోని అన్ని పాఠశాలలు, కళాశాలలు ఇతర విద్యాసంస్థల విద్యార్థులందరూ పాల్గొన్నారు. హైదరాబాద్ లో జరిగిన కొన్ని సంఘటనలు నగరంలో శాంతిభద్రతలకు తీవ్ర విఘాతం కలిగించాయి. ఫలితగంగా సెప్టెంబర్ 3, 1952న నగరంలో నిషేదాజ్ఞలు విధించారు. అయితే సిటీ కాలేజ్ మరియు పథేర్ గట్టి ప్రాంతంలో ఆరోజు కొన్ని నిరసనలు జరిగాయి. అలాగే ఆ మరుసటిరోజు సెప్టెంబర్ 4, 1952న అఫ్జల్ గంజ్ ప్రాంతంలో విద్యార్థులు విధ్వంసానికి పాల్పడటంతో పోలీసులు వారిపై కాల్పులు జరిపారు. ఈ విషయాలన్నీ విచారణ సమయంలో పోలీసులు నాకు వివరించారు (నా నివేదికలోని 11 నుండి 15వ పేజీవరకు చూడగలరు). సెప్టెంబర్ 3న జరిగిన కాల్పుల్లో ముగ్గురు, సెప్టెంబర్ 4న జరిగిన కాల్పుల్లో నలుగురు వ్యక్తులు మరణించినట్టు తెలిపారు. అలాగే సెప్టెంబర్ 3నాటి కాల్పుల్లో 147 మంది, సెప్టెంబర్ 4 నాటి కాల్పుల్లో 104 మంది గాయపడ్డారు. పోలీసులు 74 రౌండ్ల కాల్పులు జరిపినట్టు అలాగే సెప్టెంబర్ 4న 45 టియర్ గ్యాస్ లు వదిలినట్టు చెప్పారు.

నేను విచారణ చెప్పట్టడానికి ముందు సెప్టెంబర్ 19న విచారణ మొదలవుతుందనే సమాచారం అందరికీ ఒక ప్రకటన ద్వారా తెలియజేయవలసిందిగా సెప్టెంబర్ 13నే సంబంధిత అధికారులకు ఆదేశాలు ఇచ్చాను. అలాగే విచారణ హై కోర్టులోని ఏ కోర్టు హాలులో జరుగుతుందో కూడా స్పష్టంగా ఆ ప్రకనటలో పేర్కొనాలి చెప్పాను. అది బహిరంగ విచారణే అయినప్పటికీ సంబంధిత వ్యక్తులు హై కోర్టు రిజిస్ట్రార్ దగ్గర పాస్ (అనుమతి పత్రం) పొందవలసి ఉంటుందని కూడా తెలియజేశాను. కోర్టు హాలు ప్రధాన న్యాయమూర్తి ఛాంబర్ తో సమానంగా ఉన్నప్పటికీ స్థలాభావం వల్ల ప్రవేశాన్ని నియంత్రించాల్సి వచ్చింది.

అలాగే ఈ విచారణలో ఎవరైనా విచారణాంశాల పరిధిలోకి వచ్చే ఎలాంటి సమాచారం తెలియజేయాలనుకున్నా సదరు వ్యక్తులు తమ పేర్లను హై కోర్టు రిజిస్ట్రార్ వద్ద సెప్టెంబర్ 22, 1952లోగా నమోదు చేసుకోవాల్సి ఉంటుందని కూడా తెలియజేశాను. అలాగే విచారణలో సాక్ష్యం ఇవ్వదలచినవారు సెప్టెంబర్ 18న మధ్యాహ్నం 2 గంటలనుండి 3 గంటల మధ్యలో హై కోర్టులోని నా ఛాంబర్లో నన్ను కలవవచ్చని కూడా ప్రకటించాను.

అక్టోబర్ నెలలో విచారణ ప్రారంభించిన నేను ప్రతిరోజూ విధిగా విచారణ చేసి డిసెంబర్ 28, 1952 నాటికి నా పూర్తి నివేదిక ప్రభుత్వానికి అందజేశాను. నా నివేదికకు అనుబంధాలు కూడా జతచేశాను. వాటిలో సెప్టెంబర్ 3 మరియు 4 తేదీల్లో అల్లర్లు అక్కడ జరిగిన పోలీస్ కాల్పుల ప్రదేశాల మ్యాప్ లు. మొత్తం ఓ 100 మందిని విచారించాను. వారిలో ఐజీపీ మొనప్ప, పోలీస్ కమిషనర్ శివకుమార్ లాల్, డిప్యూటీ పోలీస్ కమిషనర్ సుందరం పిళ్ళై, బ్రిగేడియర్ సుబ్బయ్య, హైదరాబాద్ స్టేట్ రిజర్వు పోలీస్ డి ఐ జి, జిల్లా కలెక్టర్ తదితర అధికారులు ఉన్నారు. వీరంతా ఆ సంఘటనలు నేరుగా చూసినవారు లేదా పరిస్థితులు చక్కదిద్దే క్రమంలో పనిచేసినవారు. అలాగే కొందరు విద్యార్థులు, నిజాం కాలేజీ ప్రిన్సిపాల్ మరియు సెప్టెంబర్ 4న అఫ్జల్ గంజ్ ప్రాంతంలో ఉన్న ముఖ్యమంత్రిని కూడా నేను విచారించాను. అయితే ఆ రెండురోజుల్లో సంఘటనల్లో పాల్గొన్న వారు కేవలం విద్యార్థులు మాత్రమే కాదు. వారిలో ఎక్కువమంది నేరస్తులు, అసాంఘిక శక్తులు, మాజీ రజాకార్లు తదితరులంతా ఉన్నారు. వీరంతా హింసాత్మక ఘటనలు రేకెత్తించి, శాంతభద్రతలకు విఘాతం కలిగించి పోలీసులపై ఆధిక్యం సాధించేందుకు వచ్చారు. ఆందోళనకారులు రాళ్ళు విసరడం మొదలు పెట్టారు. దాంతో పోలీసులకు ఆందోళనకారులను ఎలా శాంతింపజేయాలో మొదట్లో కొంత అర్థం కాలేదు. ఈ లోగా కొందరు పోలీసులు ఆందోళనకారులు విసిరిన రాళ్ళను తిరిగి వారిపైకి విసిరారు. అధికారులు అల్లర్లను నిలువరించలేకపోయారు. నగర పోలీస్ కమిషనర్ మరియు ఇన్స్పెక్టర్ జనరల్ ఇద్దరూ కొందరు పోలీసులు కూడా రాళ్ళు విసిరారనే విషయాన్ని అంగీకరించలేదు. అయితే మొత్తం సంఘటనల తీవ్రతను తక్కువగా చూపుతూ ఏదో ఒకరిద్దరు పోలీసులు మాత్రమే అలాంటి చర్యలకు పాల్పడ్డారని వాగ్మూలం ఇచ్చారు. ముఖ్యమంత్రి లాంటి పెద్దలు అక్కడ ఉండి ఆందోళనకారులతో చర్చలు జరుపుతున్న కారణంగా పోలీసులు పరిస్థితిని అదుపులో ఉంచలేకపోయారనేది, ఆందోళకారులు

నియంత్రించలేకపోయాయారనేది వాస్తవం. కమ్యూనిస్ట్ పార్టీకి చెందిన వివి దేష్పాండే మరియు ఓంకార్ ప్రసాద్, జాతీయ నాయకురాలు శ్రీమతి సరోజినీ నాయుడు కొడుకు డాక్టర్ జైసూరియా నాయుడు, కుమార్తె పద్మజా నాయుడు, శ్రీ దగే, శ్రీ మెల్కొటే, శ్రీ బఖర్ అలీ మిర్శా, శ్రీ వెంకటస్వామి తదితరులు ఈ సంఘటనలకు ప్రత్యక్ష సాక్షులు. వీరెవరూ తామిచ్చిన వాగ్మూలంలో కానీ నా ఎదుట చెప్పిన విషయాల్లో కానీహాసెప్టెంబర్ 3, 4 తేదీల్లో అల్లర్లు జరిగాయని అంగీకరించారు. రాష్ట్ర ముఖ్యమంత్రి శ్రీ బూర్గుల రామకృష్ణారావు గారిని కూడా పిలిచి విచారణ చేశాను.

సెప్టెంబర్ 3న జరిగిన కాల్పుల విషయంలో నా విచారణ సందర్భంగా సంఘటనకు అనుకూలంగానూ, వ్యతిరేకంగానూ వచ్చిన వాదనలను సవివరంగా ఇక్కడ ప్రస్తావించదలచలేదు. నా ముందు వాగ్మూలం ఇచ్చిన కొందరు నేతలు తమ చర్యలను సమర్థించుకోలేరు. అయితే ప్రజలు ఆవేశంతో ఉన్నప్పుడు బాధ్యతగల వ్యక్తులు తమ రాజకీయాలకోసమో మరేయితర కారణాలవల్లనో ప్రజలను రెచ్చగొట్టే ప్రసంగాలూ, వ్యాఖ్యలూ, నినాదాలూ, చర్యలూ చేయడం సమర్ధనీయం కాదని నేను అభిప్రాయం వ్యక్తం చేశా.. అయితే అఫ్జల్ గంజ్ లో సెప్టెంబర్ 4న జరిగిన సంఘటన గురించి కొందరు వాస్తవాలు నా ముందు చెప్పిన తర్వాత నేను ఈ రకంగా వ్యాఖ్యానించాను: “సాక్షులు చెప్పిన మేరకు ఆ సంఘటనలో వారు ప్రత్యక్షంగా చేసినదానికంటే, పరోక్షంగా విన్నమాటలకు రాజకీయ లబ్ది చూసుకున్నారు. నా ముందు సాక్ష్యం చెప్పిన ఉన్నతాధికారులు, పోలీస్ కమిషనర్ మరియు ఐజి వంటి వారితో సహా అక్కడ ఏమి చూశారు, ఏమి విన్నారు ఆ తర్వాత ఎలాంటి నిర్ణయం తీసుకున్నారు అనే అంశాల్లో స్పష్టత లోపించింది. ఈ విషయంపై నేను ఇలా చెప్పాను: “కొందరు సాక్షులు వారు చూసినదానికి తమకు తోచిన ఊహాజనిత సంఘటలను జోడించి వాగ్మూలం ఇచ్చారు.” ఈ సంఘటనలో, ప్రత్యేకించి అఫ్జల్ గంజ్‌లో సెప్టెంబర్ 4న జరిగిన కాల్పుల విషయంలో పోలీస్ కమిషనర్ మరియు ఐజీ తమ తప్పును సమర్థించుకునేందుకు ఆ సమయంలో అంత పెద్ద సంఖ్యలో చేరిన సమూహాన్ని నియంత్రించే సంఖ్యలో తమవద్ద సిబ్బంది లేరనీ, ఆ తక్కువ సమయంలో జిల్లాలనుంచి అదనపు బలగాలు రప్పించే సమయం లేదని చెప్పడం వారి తప్పులను సమర్థించజాలదు. వారు చెప్పిన లెక్క ప్రకారమే ఆ సమయంలో 4000 మంది పోలీస్ సిబ్బంది అక్కడ అందుబాటులో ఉన్నారు. వారితో అక్కడ కర్ఫ్యూ ప్రకటించి పరిస్థితిని తమ అదుపులోకి తెచ్చుకునే అవకాశం ఉంది. ఇలాంటి చర్యద్వారా సెప్టెంబర్ 3న జరిగిన అల్లర్లు

నివారించగలిగే వారు. ఈ వాస్తవాల దృష్ట్యా భవిష్యత్తులో ఇలాంటి సంఘటనలు జరిగినప్పుడు పోలీసులు, అధికారులు సమర్థవంతంగా పనిచేయగలిగేందుకు తగిన చర్యలు తీసుకోవలసిందిగా సంబంధిత ఉన్నతాధికారులకు నా నివేదికలో సూచన చేశాను.

విచారణలో నేను తేల్చిన అంశాలు: 1) అఫ్జల్ గంజ్‌లో మొదటి కాల్పులు జరిపినప్పుడు అక్కడ ఉన్న అధికారులకు, ప్రజాప్రతినిధులకు మధ్య సమన్వయం లోపించింది. 2) కీలకమైన సమయంలో నిర్ణయం తీసుకోవడంలో పోలీస్ అధికారుల్లో ఖచ్చితత్వం లోపించింది. అయితే పోలీసులనే పూర్తిగా తప్పు పట్టలేం. అక్కడ ఉన్న ప్రజాప్రతినిధులు, వారి ప్రసంగాలు, సమస్య పరిష్కరించాలనే వారి చిత్తశుద్ధిని శంకించలేనప్పటికీ పోలీసులు స్వతంత్రంగా నిర్ణయం తీసుకునే పరిస్థితులు అక్కడ లోపించాయి. సెప్టెంబర్ 3, 4 తేదీల్లో జరిగిన సంఘటనలు ప్రజల్లో ఉద్వేగాలను తగ్గించేందుకు ప్రజాప్రతినిధులు చేసిన ప్రయత్నాలు ఉద్రిక్త పరిస్థితులను తగ్గించేందుకు, శాంతిభద్రతలకు భంగం వాటిల్లకుండా ఉండేందుకు సహకరించలేదు. ప్రజాప్రతినిధుల చర్యలు పోలీసులు సకాలంలో సరైన నిర్ణయం తీసుకుని పరిస్థితిని అదుపులో ఉంచేందుకు తోడ్పడలేదు. క్లుప్తంగా చెప్పాలంటే సకాలంలో సరిగా సమర్థవంతంగా పోలీసులు పనిచేయలేకపోవడం, ప్రజల మనోభావాలు రెచ్చగొట్టకుండా ప్రజాప్రతినిధులు మాట్లాడలేకపోవడం వల్ల ప్రజలు భావోద్వేగాలకు గురై సమర్థనీయంకాని హింసాత్మక సంఘటనలకు పాల్పడ్డారు. ఇలాంటి వ్యాఖ్యలే మరికొన్ని నా నివేదికలో పేర్కొన్నాను. అయితే అవన్నీ ఇక్కడ వివరించడం సముచితం కాదు. అయితే నా విచారణలో రెండు ప్రశ్నలకు జవాబులు కోసం చూశాను. 1. ఆ సమయంలో కాల్పులు అవసరమా? 2. అక్కడ పరిస్థితులకు అనుగుణంగా అవసరమైన సంఖ్యలోహాపోలీసులు ఉన్నారా? అంతకు మించిన బలగాలు లేవా? మొదటి ప్రశ్నకు జవాబుగా అక్కడ గుమికూడిన ప్రజలు ఆగ్రహం వ్యక్తం చేస్తూ ఉద్రిక్తతకు లోనవుతూ హింసకు ప్రేరేపితులవుతున్న సమయంలో పోలీసు కాల్పులు మినహా ప్రత్యామ్నాయం లేదు అని నేను అభిప్రాయపడ్డాను. శాంతియుతంగా ఉండాలంటూ అన్ని పార్టీల నాయకులూ చేసిన విజ్ఞప్తి ఫలించలేదు. అక్కడ జనం పెద్ద సంఖ్యలో ఉన్నారు. కొందరైతే 40 వేలమందికి పైగా ఉన్నారని చెప్పారు. ప్రజలు ఆవేశంగా ఉన్నారని, ప్రదర్శన చేయాలనే పట్టుదలతో ఉన్నారనడంలో ఎలాంటి సందేహం అనుమానము లేదు. ఆందోళనకారులు అప్పటికే ఒక పోలీసు వాహనానికి

నిప్పు పెట్టారు. మరోవైపు పోలీసులపై రాళ్ళు రువ్వడం కూడా మొదలు పెట్టారు. పరిస్థితి చేయిజారి ఆందోళనకారులు పోలీస్ స్టేషన్ పై కూడా దాడి చేసే అవకాశం ఉంది. ఇలా ఆందోళనకారులు రెచ్చిపోయి హింసాత్మక చర్యలకు పాల్పడుతున్నపుడు, లాఠీచార్జి వల్ల లేక టియర్ గ్యాస్ వల్ల పరిస్థితి అదుపులోకి రానప్పుడు పోలీసులు కాల్పులు చేయడం తప్ప వేరే మార్గం లేదు. ఇక రెండో ప్రశ్నకు సంబంధించి ఆందోళకారులను చెదరగొట్టే ప్రయత్నంలో కాల్పులు ప్రారంభించిన పోలీసులు చాలా సమర్ధనీయంగా, చాకచక్యంగా వ్యవహరించి ప్రాణనష్టాన్ని తగ్గించడంతో పాటు ఆందోళనకారులు చెదిరిపోయేలా వ్యవరించారు.

నా విచారణలో తేలిందేమంటే విద్యార్థులు ఏవో అంశాలతో లేదా ఆచరణాత్మకం కానీ ఊహాజనిత అంశాలతో ఉద్యమం ప్రారంభిస్తారు. దాన్ని రాజకీయ పార్టీలు తమ రాజకీయ లబ్ధి కోసం వాడుకుంటాయి. లేదా రాజకీయ పార్టీలే తమ లబ్ధి కోసం ఉద్యమం ప్రారంభించి విద్యార్థులను భాగస్వాములు చేస్తాయి. అందువల్ల విద్యార్థులు, వారి తల్లిదండ్రులు, ఉపాధ్యాయులు ఇలాంటి అవకాశవాద రాజకీయాల పట్ల అప్రమత్తంగా ఉండాలని, ఉద్యమాల పేరుతో హింసకు పాల్పడరాదని నేను సూచన చేశాను. యువతలో పెరుగుతున్న అసంతృప్తి చిన్న ప్రేరణతో అయినా హింసాత్మక చర్యలకు పాల్పడే తత్త్వం ఈ దేశ ప్రజాస్వామ్య మనుగడకు మంచిది కాదని జస్టిస్ దీక్షిత్, నేనూ అభిప్రాయపడ్డాం. ప్రపంచంలో భారతదేశాన్ని ఒక ఉన్నత దేశంగా నిలబెట్టేందుకు ఈ పరిస్థితి పెద్ద అడ్డంకి. ప్రభుత్వం ఏదైనా శాంతిభద్రతల సమస్య తలెత్తకుండా ఆందోళకారుల పట్ల సమదృష్టితో కఠినంగా వ్యవహరించాల్సిందే.

శాంతిభద్రతల పరిరక్షణలో భాగస్వాములైన ప్రతి ఒక్కరూ ఈ నివేదికను అభినందించి స్వాగతించారు. పత్రికల్లో కూడా ఈ నివేదికను ప్రశంసిస్తూ వార్తలు వచ్చాయి.

@@@

అధ్యాయం - VI

పాలనాపరమైన కొన్ని సమస్యలు

సచివాలయంతో సమానంగా హై కోర్టులోని స్టెనోగ్రాఫర్లను గ్రేడ్–II నుండి గ్రేడ్–I కు పెంచాలని ప్రభుత్వానికి హై కోర్టు ప్రతిపాదన పంపింది. ఈ విషయంలో రాష్ట్ర ప్రభుత్వం, హై కోర్టు మధ్య సుదీర్ఘ ఉత్తర ప్రత్యుత్తరాలు జరిగాయి. అయితే, ఆర్థికశాఖ ఈ విషయంలో కొన్ని అభ్యంతరాలు లేవనెత్తడంతో ప్రభుత్వం వెనుకడుగు వేసింది. నాకు అర్థమైనంతవరకూ హై కోర్టు అవసరాల పట్ల ఆర్థిక శాఖ భిన్నంగా ఆలోచిస్తోంది. అందువల్లే ఈ ప్రతిపాదనకు బలమైన ప్రాతిపదిక ఉన్నప్పటికీ ఆర్థిక శాఖ ఆమోదం తెలుపలేదు. ఆర్థికశాఖ ఈ అంశాన్ని తిరస్కరించే ముందు హై కోర్టు స్టెనోగ్రాఫర్లు వేగంలో కానీ, పని గంటల్లో కానీ మరే ఇతర అంశాల్లో కానీ సచివాలయంలోని స్టెనోగ్రాఫర్లకు ఏమాత్రం తక్కువకాదని గుర్తించలేదు. సచివాలయంలో ప్రభుత్వ కార్యదర్శుల వద్ద స్టెనోగ్రాఫర్లు కేవలం ఆయా కార్యదర్శులు చెప్పే చిన్న లేఖలు మాత్రమే రాసుకోవాల్సి ఉంటుంది. అయితే హై కోర్టులో స్టెనోగ్రాఫర్లు మాత్రం న్యాయమూర్తులు చెప్పే సుదీర్ఘ తీర్పులు, సాంకేతిక, చట్టపరమైన అంశాలు, అత్యంత వేగంగా, నేర్పుగా రాసుకోవలసి ఉంటుంది. పని విధానంలో ఇంత వ్యత్యాసం ఉన్నా హై కోర్టు స్టెనోగ్రాఫర్లను గ్రేడ్–II ఉద్యోగులుగానూ, సచివాలయంలో స్టెనోగ్రాఫర్లను గ్రేడ్–I ఉద్యోగులుగానూ ప్రభుత్వం గుర్తించింది. ఈ వ్యత్యాసం వల్లనే హై కోర్టులోని స్టెనోగ్రాఫర్లు కొందరు గ్రేడ్–I పోస్ట్ కోసం వేరే కార్యాలయాలకు వెళ్ళిపోయారు. అత్యంత వేగంగా, తప్పులు లేకుండా రాసే స్టెనోగ్రాఫర్లను గ్రేడ్–II జీతాలకోసం ఆకర్షించడం కష్టమే. అన్ని అర్హతలు ఉన్న స్టెనోగ్రాఫర్లు సచివాలయంలో గ్రేడ్–I అవకాశాలు ఉండగా హై కోర్టులో గ్రేడ్–II పోస్టులు పట్ల శ్రద్ధ చూపేవారు కాదు.

న్యాయమూర్తి పని మొత్తం స్టెనోగ్రాఫర్ తోనే ముడిపడి ఉంటుంది. స్టెనోగ్రాఫర్ వేగంగా, తప్పులు దొర్లకుండా న్యాయమూర్తి వేగాన్ని అందుకుంటూ పని చేయలేకపోతే

కోర్టు పనివిధానం మెరుగ్గా కనిపించదు. అయితే రాష్ట్ర ప్రభుత్వం, ఆర్థిక శాఖ ఈ విషయాన్ని ఆర్థిక కోణంలో మాత్రమే చూస్తోంది. ఆర్థిక శాఖ ఈ అంశాన్ని పరిగణలోకి తీసుకునేందుకు సిద్ధంగా లేదు. ఆర్థిక శాఖ దృష్టిలో సచివాలయం ఉద్యోగులు ఇతర ప్రభుత్వ సంస్థల ఉద్యోగల కంటే తక్కువ స్థాయి వారనీ, హై కోర్టుతో సహా ఇతరత్రా ఎక్కడ పనిచేసే ఉద్యోగులైనా సచివాలయ ఉద్యోగులతో సమాన వేతనాలు పొందేందుకు అర్హులు కారు. వారు సచివాలయ ఉద్యోగులతో సమాన వేతనం కూడా అడగడానికి అర్హులు కారని ఆర్థికశాఖ నమ్మకం. అయితే హై కోర్టు ప్రతిపాదన సమర్ధనీయమే అయినప్పటికీ, ఈ ప్రతిపాదన ఆమోదించమనీ, లేని పక్షంలో కోర్టులో పని వేగం తగ్గిపోతుందని చెప్పడం మినహా ఏమీ చేయలేము.

ఆగస్టు 15, 1947లో భారత దేశం స్వాతంత్ర్యం సాధించిన తర్వాత, దేశం గణతంత్ర రాజ్యం అయిన తొలిరోజుల్లో న్యాయశాఖలో వివిధ ప్రాంతాలనుండి వచ్చిన అధికారుల విషయంలో హై కోర్టుకూ, రాష్ట్ర ప్రభుత్వానికి మధ్య కొన్ని సమస్యలు తలెత్తాయి. బ్రిటిష్ పాలనలో ఉన్న సికింద్రాబాద్‌లో జిల్లా న్యాయమూర్తిగా పనిచేసిన శ్రీ కురియన్, తాను నిజాం పాలనలోని తనలాగే జిల్లా న్యాయమూర్తులుగా పనిచేస్తున్న వారికంటే తాను బ్రిటిష్ ప్రభుత్వంలో పనిచేసిన కారణంగా తనస్థాయే ఎక్కువనే భావనతో ఉండేవారు. అందువల్ల అప్పటివరకూ ఉన్న అందరు న్యాయమూర్తులకంటే తననే సీనియర్ గా గుర్తించాలని పట్టుపట్టారు. అయన ఫిబ్రవరి 18, 1952లో ఇచ్చిన ఒక వినతిపత్రం అయనలోని ఈ ఆలోచనా ధోరణిని తెలియజేస్తుంది. నేను డివిజినల్ మరియు సెషన్స్ జడ్జిగా సికింద్రాబాద్‌లో పని చేస్తున్నప్పుడు అయన నా దగ్గర పనిచేసినందువల్ల అయన నాకు బాగా తెలుసు. అలాగే అడ్మినిస్ట్రేటివ్ సర్వీస్‌లో ఉన్న మరో న్యాయాధికారి శ్రీ జి.ఎం పంజే కూడా నాకు తెలుసు. అయితే అయన ఎలాంటి సమస్యలూ కల్పించలేదు. నేను డివిజినల్ మరియు సెషన్స్ జడ్జిగా పనిచేస్తున్న సమయంలో శ్రీ గోవిందరావు మైంకర్ జిల్లా జడ్జిగానూ. శ్రీ పసమంల నరసింహ రావు మరియు శ్రీ డియోఘోడే జిల్లా మున్సిఫ్‌లు గానూ పనిచేసేవారు. నేను హై కోర్టుకు పదోన్నతి పొందిన తర్వాత శ్రీ కురియన్‌ను హై కోర్టు రిజిస్ట్రార్‌గా నియమించారు. బ్రిటిష్ ప్రభుత్వానికీ, హైదరాబాద్ రాష్ట్ర నిజాం ప్రభుత్వానికి 1945లో జరిగిన ఒప్పందం (Rendition Agreement) తనకూ వర్తిస్తుందనే అపోహతో శ్రీ కురియన్ ఫిబ్రవరి 18, 1952న ఒక అప్పీల్ సమర్పిస్తూ దాని నకలు రాష్ట్ర హోమ్ శాఖకు మే 7, 1952న మరియు రాష్ట్ర కౌన్సిలర్‌కు పంపించారు. అయన సేవలు

1945 ఒప్పందం ప్రకారం బదిలీ కాలేదు. అయన బ్రిటిష్ ప్రభుత్వం ఆగస్టు 15, 1947లో దిగిపోయేవరకూ ఆ ప్రభుత్వంలోనే పనిచేశారు. ఆ తర్వాతనే నిజాం ప్రభుత్వం ఆయనను చేర్చుకుంది. అందువల్ల అయన 1945 ఒప్పందం పరిధిలోకి రారు. నిజాం ప్రభుత్వంలోని మిగిలిన అందరు అధికారుల లాగానే ఈయనకూ రాష్ట్ర ప్రభుత్వ నిబంధనలే వర్తిస్తాయి. ఆగస్టు 15, 1947లో స్వాతంత్ర్యం వచ్చిన తర్వాత ప్రభుత్వం ఆయనకు జిల్లా మరియు సెషన్స్ జడ్జి పదవి ఇచ్చింది. అయితే 1945 ఒప్పందం ప్రకారం తనకు సికింద్రాబాద్‌లో నియామకం పొందే హక్కు ఉందని వాదించారు. రిజిస్ట్రార్ పదవిలో ఉండి తానేదో ఉన్నత పదవిలో ఉన్నట్టు ప్రవర్తించేవారు. అయితే అతికొద్ది కాలంలోనే అయునకు ఈ భ్రమలు తొలగిపోయాయి. ఇతర సహెూద్యోగులకంటే ఆయనేమి అధికుడు కాదనీ, అయన చేస్తున్న వాదనలో నిజం లేదనీ, కనుక ప్రభుత్వం ఆయనకు అన్యాయం చేయలేదనీ స్పష్టంగా చెప్పాను. నా అభిప్రాయాన్ని జస్టిస్ మొహ్మద్ అహ్మద్ అన్సారీ కూడా సమర్థించడంతో ఈ వివాదం ముగిసింది. అయితే ప్రత్యేక భత్యానికి సంబంధించిన మరో వివాదాన్ని కురియన్ లేవనెత్తారు. కానీ హై కోర్టు రిజిస్ట్రార్ పదవినుండి కురియన్‌ను తప్పించి హెూమ్ శాఖలో పనిచేస్తున్న శ్రీ షెర్ఫుద్దీన్ అహ్మద్ ను కొత్త రిజిస్ట్రార్ గానూ, హెూమ్ శాఖలోనే పనిచేస్తున్న శ్రీ శంకర్ ప్రసాద్‌ను డిప్యూటీ రిజిస్ట్రార్ గాను నియమించారు. అలాగే శ్రీ ప్ నరసింహారావు అసిస్టెంట్ రిజిస్ట్రార్ గా నియమితులయ్యారు. కురియన్ వాదనలో బలం లేదనే నా అభిప్రాయాన్ని ప్రధాన న్యాయమూర్తి బలపర్చారు.

మరో కేసు విషయంలో ఒక వ్యక్తి కారణంగా నేను తీవ్ర విమర్శలు ఎదుర్కోవలసి వచ్చింది. ప్రభుత్వంలో, ప్రత్యేకించి హెూమ్ శాఖలో బాగా పలుకుబడి, పెద్దల మద్దతు ఉన్న ఒక అధికారి తన సీనియారిటీ కోసం సహచర ఉద్యోగులందరినీ పక్కనపెట్టి తన స్వలాభం కోసం పెద్ద సమస్యలు సృష్టించారు. అయితే గతంలో హెూమ్ శాఖలో ఇలాంటి అన్యాయమే నాకు జరిగిన కారణంగా ఇంకెవరికీ అలాంటి అన్యాయం జరగకూడదని ముందే నేను నిర్ణయించుకున్నాను. పోలీస్ చర్యకంటే ముందే సీనియర్ స్థానంలో ఉన్న ఫిరాసత్ హుస్సేన్ కంటే తానే సీనియర్ అని ఈ వ్యక్తి వాదించారు. అయన తన వాదనకు మద్దతుగా హై కోర్టులో అప్పీల్ చేసినప్పుడు హై కోర్టు అడ్మినిస్ట్రేటివ్ బెంచ్ అయన వాదనను తిరస్కరించింది. అయితే నేను బాధ్యతలు చేపట్టిన తర్వాత అయన మరోసారి అప్పీల్ చేసుకున్నారు. ఆ కేసు పూర్తిగా నేను చదివాను. అలాగే అయన వాదనలు, ప్రత్యర్థి వాదనలు కూడా విన్నాను. వాదనలు

విన్నతర్వాత అప్పీల్ చేసిన వ్యక్తి ఫిరాసత్ హుస్సేన్ కంటే సీనియర్ అని తీర్పు చెప్పాను. ఈ తీర్పును ప్రధాన న్యాయమూర్తి ఆమోదించారు. సదరు వ్యక్తి నాకు ధన్యవాదాలు చెప్పేందుకు వచ్చినప్పుడు ప్రభుత్వం తనను ఆరు అడుగుల లోతులో పాతిపెట్టిందని, నేను ఆయనకు పునర్జీవం కల్పించానని వ్యాఖ్యానించారు. అయితే తాను హెూమ్ శాఖలో పనిచేస్తున్న రోజుల్లో తాను నాకు వ్యతిరేకంగా పనిచేశానని పశ్చాత్తాపం వ్యక్తం చేస్తూ అవేమీ దృష్టిలో పెట్టుకోకుండా నేను తనకి న్యాయం చేశానని కృతజ్ఞతలు తెలిపారు. నా చర్యలకు నేనే బాధ్యుడేనని, అలాగే అయన కూడా తన చర్యలకు తానే బాధ్యుడవుతాడని స్పష్టంగా చెప్పాను. ఆ వెంటనే ఆయనలో పశ్చాత్తాప భావం తగ్గింది. అయితే మరి కొద్దీ రోజుల్లోనే హెూమ్ శాఖలో ఉన్నగోవిందరావు హల్వాల్కర్ అనే మరో ఉద్యోగి ఈ ఇద్దరి కంటే తానే సీనియర్ అని ఒక అప్పీల్ చేసుకున్నారు. తాను ఆ ఇద్దరి కంటే సీనియర్ అయినప్పటికీ తనను జూనియర్ గా పేర్కొన్నారని చెప్పారు. ఈ కేసుకూడా మరోసారి పరిశీలించి, అందరి వాదనలూ విన్న తర్వాత ఆ ఇద్దరు ఉద్యోగులకంటే హల్వాల్కర్ సీనియర్ అని తీర్పు చెప్పాను. పరిపాలనా సంబంధమైన విషయాల్లో తెలివిగా, యుక్తిగా కొందరు ఎలా తప్పులు చేస్తారో ఈ కేసులు ఒక ఉదాహరణ. ప్రధాన న్యాయమూర్తి ఆమోదంతో హల్వాల్కర్ సీనియారిటీ పునరుద్ధరించబడింది. అప్పటికే జ్యుడిషియల్ పదవుల్లో ఉన్న ఆ ఇద్దరు ఉద్యోగులు నాపై దుష్ప్రచారం ప్రారంభించారు. అయితే ఆ ప్రచారం తొందర్లోనే ఆగిపోయింది. ఆ ఇద్దరిలో పలుకుబడి కలిగిన వ్యక్తి నా దగ్గరకు వచ్చినప్పుడు నేను స్పష్టంగా, నిర్మొహమాటంగా నా తీర్పును సమర్థించి చెప్పాను. జ్యుడిషియల్ అధికారులు తమ ఉన్నతాధికారులపై తప్పుడు ప్రచారాలు చేసే అలవాటు ఈ రకంగా కొంతమేరకు ముగిసింది.

ఇంకో సందర్భంలో అత్యంత కష్టమైన బాధ్యత నిర్వర్తించాల్సి వచ్చింది. జ్యుడిషియల్ అధికారుల పనితీరును సమీక్షించి వారిలో ఎవరు పదోన్నతికి అర్హులో ప్రతిపాదిస్తూ ఒక సమగ్ర నివేదిక రూపొందించాల్సి వచ్చింది. ఒక దురదృష్టకరమైన విషయం ఏమంటే పోలీస్ చర్య తర్వాత కొందరు అధికారులకు నిబంధనలకు విరుద్ధంగా సీనియారిటీ ఇవ్వబడింది. కనీసం ఒకటి రెండేళ్ళు కూడా జిల్లా జడ్జిలుగా పనిచేయని కొందరు జిల్లా మరియు సెషన్స్ జడ్జిలుగా పదోన్నతి పొందారు. ఈ చర్య వల్ల పదోన్నతి లభించని వారిలో అసూయ, అశాంతి పెరిగి పని విధానం మందగించింది. కొంతమంది న్యాయవాదులను కూడా నియమించాల్సి ఉండగా

అక్కడ కూడా పక్షపాతంతో తప్పులు జరిగాయి. ప్రధాన న్యాయమూర్తి జస్టిస్ మిశ్రా పదవీవిరమణ తర్వాత అంతకు ముందు నాలుగు నెలలకోసారి జిల్లా జడ్జిల పనితీరుపై అయన రూపొందించిన నివేదికల ఆధారంగా ఒక నోట్ తయారు చేశాను. అయితే ప్రధాన న్యాయమూర్తిగా బాధ్యతలు చేపట్టిన జస్టిస్ శ్రీపత్ రావు పళనిత్కర్, అప్పటి హెూమ్ మంత్రి డి.జి బిందు, విద్యాశాఖ మంత్రి గోపాల్ రావు మరియు ప్రధాన కార్యదర్శి నిర్వహించిన సమావేశంలో అప్పటివరకు ఇచ్చిన పదోన్నతులను సమీక్షించాలనీ, పదోన్నతుల విషయంలో నిబంధనలకు భిన్నంగా పదోన్నతులు పొందిన వారిని వాస్తవంగా పదోన్నతి పొందాల్సిన వారికి అవకాశం ఇవ్వాలని నిర్ణయించారు. అయితే, జిల్లా జడ్జిలకు జిల్లా మరియు సెషన్స్ జడ్జిలుగాహొపదోన్నతి వారి పనితీరుని ప్రాతిపదికగా తీసుకొని వారు మరింత సమర్థవంతంగా పనిచేయగలరు అనుకుంటేనే పదోన్నతి కల్పించాలని నా నివేదికలో స్పష్టంగా పేర్కొన్నాను.

జ్యుడిషియల్ అధికారుల ప్రవర్తనకు సంబంధించినంతవరకూ కాంగ్రెస్ పార్టీ నాయకుడితో ఒక జడ్జి సంబంధాలగురించి ప్రస్తావించాల్సి ఉంది. ఈ జడ్జిపై తీసుకున్న క్రమశిక్షణా చర్య (ఇంక్రిమెంట్ నిలిపివేత) పబ్లిక్ సర్వీస్ కమిషన్ ముందు విచారణకు వచ్చింది. అయితే హైకోర్టు భావించినట్టు సదరు జడ్జి కాంగ్రెస్ నాయకుడితో సంబంధాలు లేవని పబ్లిక్ సర్వీస్ కమిషన్ అభిప్రాయపడింది. అయితే నా నివేదికలో పబ్లిక్ సర్వీస్ కమిషన్ అభిప్రాయం తప్పు అని స్పష్టం చేశాను. సదరు జడ్జి కోర్టులో విచారణలో ఉన్న లేదా విచారణ పూర్తయిన కేసుల విషయమై సదరు జడ్జి కాంగ్రెస్ నేత రామానంద తీర్థకు లేఖలు రాసిన విషయాన్ని నేను ఉటంకించాను. సదరు జడ్జి (మున్సిఫ్ మేజిస్ట్రేట్, రాజుర) కోర్టులో కేసు నెంబరు, దాని వివరాలు తెలియజేస్తూ కోర్టు స్టాంపు తో సహా రామానంద తీర్థకు రాసిన ఒక లేఖను నేను ప్రస్తావించాను. ఒక జడ్జి తాను విచారించిన కేసు వివరాలు ఒక రాజకీయ పార్టీ నేతతో చర్చించడం సమర్థనీయం కాదని నిష్కర్షగా స్పష్టం చేశాను. అయితే నా అభిప్రాయంతో ఏకీభవించిన పబ్లిక్ సర్వీస్ కమిషన్ ఒక జడ్జి తన విచారణలో ఉన్న కేసు వివరాలు ఒక రాజకీయ పార్టీ నేతతో చర్చించడం సమర్థనీయం కానప్పటికీ సదరు జడ్జి చర్యను అంత తీవ్రంగా పరిగణించాల్సిన అవసరం లేదని అభిప్రాయపడింది. అయితే నేను మాత్రం సదరు జడ్జి తన తీర్పుల వివరాలు కాంగ్రెస్ నాయకుడితో పంచుకోవడం తాను కాంగ్రెస్ పార్టీ విధేయుడనని చెప్పుకొనే చిల్లర ప్రయత్నంగా పేర్కొన్నాను. సదరు జడ్జి తాను విచారించిన ఒక కేసు వివరాలు

రామానంద తీర్థకు ఒక లేఖలో తెలియజేస్తూ సదరు కేసులో న్యాయవాదిగా ఉన్న ఒక కాంగ్రెస్ నాయకుడు పార్టీ విధి విధానాలకు, ప్రత్యేకించి జవహర్‌లాల్ నెహ్రూ ఒక సందర్భంలో పేర్కొన్న పద్ధతులకు భిన్నంగా కౌలు రైతులకు వ్యతిరేకంగా రైతుల పక్షాన వాదించారని, అందువల్లే ఆ నాయకుడు తన తాలూకా కాంగ్రెస్ అధ్యక్షుడిగా గెలవలేక పోయారని, ఇలాంటి వారు పార్టీకి భారం అవుతారని ప్రస్తావించిన లేఖను నేను నా నివేదికలో ప్రస్తావించాను. అలాగే రామానంద తీర్థకు రాసిన మరో లేఖలో "నేను గత ఇరవయ్యేళ్ళుగా ఉన్న, ప్రస్తుతం మీరు అధ్యక్షులుగా ఉన్న" కాంగ్రెస్ పార్టీలో కీలక పదవుల్లో ఉన్న వ్యక్తులు కొన్ని విలువలు పాటించాలని సదరు జడ్జి పేర్కొనడాన్ని నేను నా నివేదికలో ఉటంకించాను. ఇంకా తన లేఖలో "నా 12 సంవత్సరాల సర్వీస్ లో జాతీయవాద అంశాన్ని ఎప్పుడూ నిర్లక్ష్యం చేయలేదు. చివరికి రజాకార్ ఉద్యమం పతాక స్థాయిలో ఉన్నప్పుడు కూడా మహాత్మా గాంధీ హత్యకు నిరసనగా అనేక సభలు ఏర్పాటు చేశాను. నేను అధ్యక్షుడిగా ఉండి అనేక నిరసన సభలు నిర్వహించాను" అని సదరు జడ్జి పేర్కొనడాన్ని కూడా నేను ప్రస్తావించాను.

మొత్తం హై కోర్టు దృష్టిలో సదరు జడ్జి ప్రవర్తన చిల్లరగా ఉందని నా నివేదికలో స్పష్టంగా పేర్కొన్నాను. జడ్జిల ప్రవర్తనకు, వ్యక్తిత్వానికి సంబంధించినంత వరకూ సమీక్ష చేసి నిర్ధారించే అధీకృత సంస్థ హై కోర్టు మాత్రమే. ఒక జడ్జి తాను ఒక పార్టీ సభ్యుడినని లేదా సభ్యుడిగా కొనసాగుతున్నానని స్వయంగా ప్రకటించిన తర్వాత ఆ విషయాన్ని చిన్న వ్యవహారంగా హై కోర్టు పరిగణిస్తే న్యాయవ్యవస్థ స్వయం ప్రతిపత్తి, నిబద్ధతపై రాజీ పడినట్టు అవుతుంది.

ఈ విషయంలో సదరు జడ్జికి ఇచ్చిన శిక్ష - ఇంక్రిమెంట్ నిలుపుదల - తీవ్రమైనదిగా హై కోర్టు భావించడం లేదనీ, ఈ వ్యవహారంలో ప్రభుత్వం జోక్యం చేసుకోవడం సముచితంగా లేదని నా నివేదికలో నిర్మొహమాటంగా స్పష్టం చేశాను. అలాగే పబ్లిక్ సర్వీస్ కమిషన్‌తో ప్రమేయం లేకుండా ఇంక్రిమెంటు నిలుపుదల చేసే అధికారం హై కోర్టుకు ఉందని కూడా స్పష్టం చేశాను.

జ్యుడిషియల్ అధికారుల సమావేశాల్లో హై కోర్టు పాలనా సంబంధమైన అంశాల్లో నా అభిప్రాయం స్పష్టంగా చెప్పేవాడిని. నేను పలు సందర్భాల్లో ఇచ్చిన ఉపన్యాసాలను ఉస్మానియా విశ్వవిద్యాలయం కళాశాల ప్రిన్సిపాల్ ప్రొఫెసర్ జి.సి వి సుబ్బారావు సంపాదకత్వంలో వెలువడిన "In Quest of Justice" పుస్తకంలో 12

నుండి 32 పేజీల్లో పేర్కొన్నారు. ఈ పుస్తకాన్ని మద్రాస్ లా జర్నల్ ఆఫీస్ ప్రచురించింది.

ఆ తర్వాత నేను స్పష్టం చేశాను: “ఒక న్యాయాధికారి తన బాధ్యతలు సక్రమంగా నిర్వర్తించాలంటే అతనికి కేవలం న్యాయశాస్త్రంలో పట్టు ఉంటేనే చాలదు. అతనికి పాలనా వ్యవహారాల్లో కూడా ప్రజ్ఞ ఉండాలి. అప్పుడే అతను తన విధులు విజయవంతంగా నిర్వర్తించగలుగుతాడు. చట్ట పరిధిలో తీర్పులు ప్రటకించడం లేదా ఉత్తర్వులు జారీ చేయడం న్యాయ పరమైన విధి. అయితే అయన బాధ్యతలు ఇక్కడితోనే పూర్తికావు. న్యాయవ్యవస్థ పని చేయడం అంటే కేవలం ఉత్తర్వులు ఇవ్వడం, తీర్పులు చెప్పడమే కాదు. ఉత్తర్వులు, తీర్పులు అమలయ్యేలా చూడడం, సమన్లు అందేలా చూడడం, ఫైళ్ళు, రికార్డులు సక్రమంగా నిర్వహించడం, జరిమానాలు వాసులు చేయడం వంటి తదితర పనులు కూడా ముఖ్యమే. ఇవన్నీ పరిపాలనా సంబంధమైన విధులు. ఒక న్యాయాధికారి పరిపాలనా పరమైన, నిర్వహణా పరమైన పనులు, అంటే కోర్టు ప్రాంగణం పరిశుభ్రంగా ఉంచడం, కోర్టు ప్రాంగణం నిర్వహణ, చూసుకోవడంతో పాటు శిరేస్తేదార్ (Shirestedar) పనులు, రికార్డు నిర్వహణ, నజీర్ (Nazir) పనులన్నీ చూడాల్సి ఉంటుంది.

ఒక న్యాయాధికారి క్రిందిస్థాయి సిబ్బందిలో అవినీతి, లంచగొండి తనంపై ద్రుష్టి పెట్టాలి. కోర్టు వ్యవహారాలు, బాధ్యతలు క్రిందిస్థాయి సిబ్బందిపై వదిలేయకుండా నిరంతరం పర్యవేక్షణ చేస్తూ ఉండాలి. అలాగే గార్డియన్స్ మరియు కమిషనర్ల ఎంపిక, కేసుల విచారణ లేదా తదుపరి వాయిదా తేదీలు నిర్ణయించడం, తీర్పులు, ఫీజు చెల్లింపులు, పత్రాల విక్రయం, నగదు నిర్వహణ, అంతర్గత సమాచార పంపిణీ, ఉత్తర ప్రత్యుత్తరాలు, సంచార పత్రాలు తదితర అంశాలన్నీ ఎప్పటికప్పుడు, జాప్యం లేకుండా చూస్తూ ఉండాలి. కేసు విచారణ పూర్తయిన తర్వాత తీర్పు వాయిదా కోరడం, సరైన కారణం లేకుండానే మధ్యంతర ఉత్తర్వులు జారీ చేయడం వంటి విషయాలపై నేను భిన్నంగా నిక్కచ్చిగా ఉండేవాడిని.

ఒక న్యాయాధికారి న్యాయపరమైన అంశాల్లో ఎంత బాధ్యతాయుతంగా ఉంటారో, పరిపాలనా సంబంధమైన విషయాల్లో కూడా అంతే బాధ్యతాయుతంగా ఉండాలి. న్యాయపరమైన విషయాలు చిత్తశుద్ధితో నిర్వర్తించడమే కాదు, న్యాయాధికారి పరిపాలనా సంబంధమైన విషయాల్లో కూడా చిత్తశుద్ధితో, నిష్పక్షపాతంగా వ్యవహరిస్తూ,

స్వంత లాభం కోసం కానీ, తన ఇష్టాఇష్టాలకోసం కానీ పనిచేయడం మంచిది కాదు. న్యాయాధికారులు తమ విధులను సక్రమంగా నిర్వర్తిస్తే హైకోర్టు మధ్యలో జోక్యం చేసుకునే అవసరం, అవకాశం ఉండదు.

ఇక బదిలీలు, ఫిర్యాదుల విషయంలో, నాకు తెలిసినంతవరకూ ప్రతి న్యాయాధికారి బదిలీల పట్ల ఆందోళనతో ఉంటారు. బదిలీ అంటే సదరు అధికారి జీవన విధానం, పిల్లల చదువులు వంటి అన్నివిషయాలపై ప్రభావం చూపి కొంత అసౌకర్యం కలిగిస్తుంది. బదిలీ గురించి పుకార్లు మొదలు కాగానే సదరు వ్యక్తి హైదరాబాద్ పరుగెత్తుకు వచ్చేస్తారు. అక్కడ సాధారణంగా చెప్పుకునే పైరవీ మొదలుపెట్టి ఉన్నతాధికారులు తనకు అనుకూలంగా నిర్ణయం తీసుకునేలా ప్రయత్నాలు చేస్తారు. గతంలో జరిగిన బదిలీ తనపై వచ్చిన నిరాధార ఆరోపణలు, కొందరు పెద్దలు తనకు వ్యతిరేకంగా పనిచేయడం వంటి కారణాలవల్లనే అనే అభిప్రాయంతో ఉంటారు. ఆరోపణలతో జరిగే బదిలీల్లో అధికారులు రవాణా ఖర్చుల వంటి సదుపాయాలు, అవకాశాలు కోల్పోతారు. అయితే ఇప్పటి వరకూ ఎలా ఉన్నప్పటికీ ఈ సారి బదిలీల విషయంలోనూ, ఫిర్యాదుల విషయంలోనూ నిష్పక్షపాతంగా, ఒక ఆరోగ్యకరమైన పద్ధతిలో చూడాలని నేను నిర్ణయించాను. ప్రధాన న్యాయమూర్తి కూడా అందుకు సమ్మతించారు. ఆమేరకు నేను అందరికీ ఒక భరోసా ఇచ్చాను. సాధారణంగా ఒక న్యాయాధికారిని అకారణంగా బదిలీ చేయాల్సిన పరిస్థితి హై కోర్టుకు ఉండదు. సదరు న్యాయాధికారి ప్రస్తుత పదవిలో మూడేళ్ళు పూర్తిచేసినా, లేక ఆయనకు పదోన్నతి ఇవ్వాల్సి ఉన్నా లేదా అతనిపై ఆరోపణలు వచ్చి అవి ప్రాథమికంగా రుజువైనా బదిలీ తప్పదు. అందువల్ల ఒక స్థానంలో మూడేళ్ళు పనిచేసిన వారూ, లేదా పదోన్నతి అవకాశం ఉన్నవారూ లేదా అవినీతి ఆరోపణలు ఎదుర్కొంటున్న వారూ బదిలీలకు ఉండాలిసిందే. ఎవరిపైన అయినా ఆరోపణలు వచ్చినప్పుడు హై కోర్టు సంబంధిత జిల్లా మరియు సెషన్స్ జడ్జి ద్వారా ప్రాథమిక నివేదిక తీసుకొని ఆరోపణలకు ప్రాథమిక ఆధారాలు ఉంటే అప్పుడు బదిలీ చర్య తీసుకుంటుంది. ఇలాంటి బదిలీల్లో సంబంధిత న్యాయాధికారి ప్రయాణ భత్యం లభించకపోవచ్చు. కొందరు న్యాయాధికారులు పక్షపాతంతో పనిచేస్తున్నారనో, నిజాయితీగా లేరనో ఇంకా ఏవో కొన్ని కారణాలతో బదీలల ప్రతిపాదనలు జిల్లా మరియు సెషన్స్ జడ్జిలనుండి హై కోర్టుకు అందుతుంటాయి. అయితే ఆరోపణలు వచ్చినప్పుడు ప్రాథమిక ఆధారాలు లేకుండా సదరు న్యాయాధికారిని బదిలీచేసి వారికి

హై కోర్టు అన్యాయం చేయదు. ఒకవేళ ఈ ఆరోపణలపై ప్రాథమిక సాక్ష్యాలు లభించిన పక్షంలో సదరు న్యాయాధికారిని సస్పెండ్ చేసి హై కోర్టు న్యాయమూర్తితో పూర్తిస్థాయి విచారణ చేయించడానికి కూడా హై కోర్టు వెనుకాడదు. అయితే అకారణంగా లేదా చిన్నచిన్న కారణాలతో వేధించే పద్ధతిని ప్రధాన న్యాయమూర్తి అంగీకరించరని అందువల్ల ఎలాంటి అపోహలు అవసరం లేదని నేను స్పష్టంగా హామీ ఇచ్చాను. న్యాయాధికారులు తమపై ఆరోపణల కారణంగా బదిలీ అవుతుందనే ఆందోళన వద్దనీ అయితే కనీసపు మూడేళ్ళ పదవీ కాలం పూర్తయిన వారు మాత్రం బదిలీలకు సిద్ధంగా ఉండాలని నిర్మొహమాటంగా చెప్పాను.

ఫిర్యాదుల విషయానికి వస్తే మాకు కేవలం 10 శాతం న్యాయాధికారులపైనే ఆరోపణలు వచ్చేవి. మిగిలిన 90 శాతం మందిపై ఎలాంటి ఆరోపణలు వచ్చేవి కావు. ఫిర్యాదులు వచ్చే 10 శాతం మందిలో కూడా వారి విజ్ఞత లోపించిన సందర్భాలలో మాత్రమే ఈ పరిస్థితి కనిపించేది. సాధారణంగా న్యాయాధికారులు కోర్టు కానీ, బయట కానీ విజ్ఞత కోల్పోయి మాట్లాడకూడదు. నాకు తెలిసినంతవరకూ ఇలా విజ్ఞత కోల్పోయి ఏదిపడితే అది మాట్లాడే వారిపైనే ఇలాంటి ఆరోపణలు వస్తుంటాయి. నేను న్యాయవాదిగా కొందరు న్యాయాధికారులు తమ ఉన్నతాధికారులు, ప్రత్యేకించి హై కోర్టు న్యాయమూర్తులపై అసందర్భంగా విజ్ఞత క్రమశిక్షణ కోల్పోయి మాట్లాడం చూశాను. ఇలాంటి మాటలు వినేవాళ్ళందరూ తమపనేదో ఆదిమాత్రమే చూసుకునేంత మంచివాళ్ళు కాదు. ఈ గాలికబుర్లు వారు ఒకచోటనుండి మరోచోటకు చేరవేస్తారు. ఈ క్రమంలో అసలు మాటకు కొసరు తగిలించో లేక అదనంగా కొన్నిమాటలు చేర్చి నిజాలను మరుగున పడేలా చేస్తారు. ఇక్కడ ఒక విషయం గుర్తుపెట్టుకోవాలి. కక్షిదారులంతా బలమైన వారే. వారు ఓడిపోయినప్పుడు ఆ బలం మరింత పెరుగుంది. అందువల్ల న్యాయాధికారులు తమ నిర్ణయాలు ప్రకటించే సమయంలో కానీ ఇతరత్రా కానీ అప్రమత్తతో ఉండకపోతే ఓడిపోయిన కక్షిదారులు న్యాయాధికారులకు పక్షపాతం అంటగట్టే ప్రమాదం ఉంది. హై కోర్టు విధివిధానాలపై కొన్ని సందర్భాల్లో కొందరు న్యాయాధికారులు విమర్శలు చేస్తూ అవహేళనగా మాట్లాడడం చూసేవాడిని. వారు కొన్నిసార్లు హై కోర్టు నిర్ణయాలను అమలు చేయడం ఇష్టం లేక వాటిని తప్పుదారి పట్టించడమే లేక నిర్వీర్యం చేయడమో జరుగుతుండేది. ఏదైనా ఒక నిర్ణయం తీసుకునే ముందు హై కోర్టు ప్రధాన న్యాయమూర్తి కానీ, అడ్మినిస్ట్రేటివ్ బెంచ్ కానీ ఆ అంశంపై సుదీర్ఘ విశ్లేషణ చేసిన

తర్వాతే సదరు నిర్ణయం అమలుకు వస్తుందనే వాస్తవం ఇక్కడ గుర్తు పెట్టుకోవాలి. అందువల్ల అలాంటి నిర్ణయాలపట్ల అసంబద్ధమైన విమర్శలు, వ్యాఖ్యలు చేయడం సహేతుకం కాదు. ఆయా నిర్ణయాల విషయంలో నిజంగా సమస్య ఉంటే అది తెలియజేస్తే పరిశీలించడానికి హై కోర్టుకు అభ్యంతరం ఉండదు. ఆలా కాకుండా, ప్రాధమిక విశ్లేషణ లేకుండా అందరిముందూ విమర్శనాత్మక వ్యాఖ్యలు చేసేవారికి ఎప్పటికైనా కష్టాలు తప్పవు.

చివరిగా అందరు న్యాయాధికారులకు నేనొక విషయం చెప్పాను. మనం ఈ దేశ పౌరులుగా దేశ అభ్యున్నతికి, పురోభివృధికి మనవంతు బాధ్యత నిర్వర్తించాలి. వీరంతా న్యాయమూర్తి పదవిలో ఉన్నారు. తమ పదవికి హుందాతనాన్ని గౌరవాన్ని నిలబెట్టుకొని ఆదర్శంగా ఉండాలిహొతప్ప, ఉన్న అధికారాన్ని, అవకాశాలను నిష్ప్రయోజనకరమైన మాటలు, చేతల ద్వారా పాడుచేసుకోకూడదు. ఇద్దరు వ్యక్తుల మధ్య వివాదం వస్తే దాని పరిష్కారానికి సమాజంలో అందరి అభిమానాన్ని చూరగొన్న వ్యక్తులను మధ్యవర్తులుగా ఎంచుకుంటారు. ఆ నమ్మకమే న్యాయాధికారులపై కక్షిదారులకు కలిగేలా మన ప్రవర్తన ఉండాలి. ఒక న్యాయాధికారిని కక్షిదారులు కాక హై కోర్టు ఎంపిక చేస్తున్నందువల్ల ప్రజల్లో ప్రత్యేకించి కక్షిదారుల్లో విశ్వాసం పెంచేందుకు మరింత సమర్ధవంతంగా, బాధ్యతాయుతంగా పనిచేయాల్సి ఉంటుంది. ఇంకో మాటలో చెప్పాలంటే ఒక న్యాయాధికారి సమర్ధవంతంగా, విజ్ఞతతో నిస్పాక్షికంగా పనిచేసి కక్షిదారులే స్వయంగా తమ సమస్యను పరిష్కరించమని సదరు న్యాయాధికారిని తమ వివాద పరిష్కారానికి నిర్ణేతగా ఎంపిక చేసుకునే పరిస్థితి ఉండాలి.

@@@

అధ్యాయం - VII

ఇద్దరు ప్రధాన న్యాయమూర్తులు

హైదరాబాద్ కాల్పుల సంఘటనపై నేను విచారణ జరుపుతున్న సమయంలోనే, నవంబర్ 1952 తొలి రోజుల్లో, అలాహాబాద్ హై కోర్టు న్యాయమూర్తి, లక్నో బెంచ్ అధ్యక్షుడు జస్టిస్ ఎల్.ఎస్ మిశ్రా హైదరాబాద్ హై కోర్టు ప్రధాన న్యాయమూర్తిగా నియమితులయ్యారు. ఈ సందర్భంలో హై కోర్టు న్యాయమూర్తుల సమావేశం జరిగింది. సీనియర్ న్యాయమూర్తులంతా జస్టిస్ మిశ్రాకు స్వగతం పలికేందుకు వెళ్ళకూడదని నిర్ణయించారు. నూతన ప్రధాన న్యాయమూర్తికి స్వాగతం పలికే బాధ్యత తాత్కాలిక ప్రధాన న్యాయమూర్తిదే. అయితే నూతన ప్రధాన న్యాయమూర్తి పిలిస్తేనే వెళ్ళాలని కూడా నిర్ణయం జరిగింది. అయితే ఈ నిర్ణయంతో నేను విభేదించాను. ఒకసారి ప్రధాన న్యాయమూర్తిగా అయన బాధ్యతలు స్వీకరించిన తర్వాత ఆయనను మర్యాదపూర్వకంగా కలవడం మంచిదనీ, అది మన బాధ్యత అని చెప్పాను. కానీ నా సూచనను తిరస్కరిస్తూ, బయట నుండి వచ్చిన వ్యక్తి అప్పటికే ఇక్కడ పనిచేస్తున్న వారిని కలవడం అయన బాధ్యత అని ఉద్ఘాటించారు. నేను వారిని ఒప్పించలేకపోయాను. సీనియర్లలో కొందరు తమ అభిప్రాయాన్ని వ్యక్తం చేయలేదు. ఇక్కడ అనుకున్న ప్రకారమే తాత్కాలిక ప్రధాన న్యాయమూర్తి జస్టిస్ శ్రీపత్‌రావు నూతన ప్రధాన న్యాయమూర్తికి స్వాగతం పలికారు. నూతన ప్రధాన న్యాయమూర్తి బాధ్యతలు స్వీకరించిన తర్వాత కోర్టుకు రాగా అక్కడ మేము ఆయనను కలుసుకున్నాం. అయన ప్రధాన న్యాయమూర్తిగా పని ప్రారంభించగానే అడ్మినిస్ట్రేటివ్ న్యాయమూర్తిగా వేరెవరినైనా ప్రధాన న్యాయమూర్తి నియమించుకోవచ్చని, అలాంటి నిర్ణయం వెలువడే వరకూ నేను వేచిచూస్తాను అంటూ ఒక నోట్ ఆయనకు పంపించాను. నేను పంపించిన నోట్ పై ప్రధాన న్యాయమూర్తి సంతకం చేయలేదు. ఆ నోట్ అలా తనవద్దే ఉంచుకున్నారు. కొన్ని రోజుల తర్వాత అడ్మినిస్ట్రేటివ్ జడ్జిగా నన్ను కొనసాగమని ప్రధాన న్యాయమూర్తి కోరారు. ఈ లోగా ప్రధాన న్యాయమూర్తే తమను కలవాలని

ముందుగా నిర్ణయించిన దానికి భిన్నంగా కొందరు న్యాయమూర్తులు అప్పటికే ప్రధాన న్యాయమూర్తిని కలిశారు. చివరిగా కలవాల్సింది నేనే కావడంతో ప్రధాన న్యాయమూర్తి తన భార్యతో కలిసి ఉన్నందున నేను కూడా నా భార్యతో ఆయనను కలిస్తే మంచిదని భావించాను. శ్రీ మిశ్రా దంపతులు చాలా అందమైన, ఆహ్లాదకరమైన దంపతులు అని అర్థం అయింది. మేము వారిని కలిసినప్పుడు వారి రెండో కుమార్తె ఇందు, వారి మనుమడు (కొడుకు కొడుకు) అజయ్ వారితోనే ఉన్నారు. పరిచయ కార్యక్రమం బాగానే జరిగింది. ప్రధాన న్యాయమూర్తికీ, నాకు మధ్య పరిపాలన సంబంధమైన విషయాల్లో కానీ, న్యాయపరమైన విషయాల్లో కానీ మాకు భిన్న అభిప్రాయాలు ఉన్నప్పటికీ సుహృద్భావ వాతావరణంలోనే, కోర్టు పరిభాషలో చెప్పాలంటే పూర్తి గౌరవంతో, పనిచేశాం.

ప్రధాన న్యాయమూర్తికి హైదరాబాద్ నగరం, రాష్ట్రం కొత్త. అయితే ఇక్కడి సంస్కృతి ఆయనకు కొత్తేమి కాదు. తన సహచరులు, న్యాయవాదులు, హై కోర్టు సిబ్బంది ఇంకా ఆయనకు సుపరిచితం కాలేదు. హైదరాబాద్ నగరంలో ఆయనకు దూరపు బంధువులు కొందరు ఉన్నారు. కొందరు మిత్రాలు అప్పటికే నగరంలో పలు వృత్తులు, వ్యాపారాల్లో ఉండడం వల్ల శ్రీమతి మిశ్రా వారితో కలిసిపోయారు. అయితే వారు ఉంటున్న ఇల్లు వారికి నచ్చకపోవడంతో కొంత ఇబ్బందిగా ఉండేవారు. ప్రభుత్వం మొదట బంజారాహిల్స్ ప్రాంతంలో ఒక ఇంటిని అద్దెకు తీసుకుని ప్రధాన న్యాయమూర్తికి ఇచ్చి ఆ తర్వాత బేగంపేటలోని ప్రభుత్వ భవనం కేటాయించారు. నాతో పరిచయం కొంత పెరిగిన తర్వాత అయన ఒక విషయం చెప్పారు. తన కుటుంబానికి ప్రధాన మంత్రి జవహర్ లాల్ నెహ్రూతో పరిచయం ఉందనీ, హైదరాబాద్ హై కోర్టు బాధ్యత తీసుకోమని ఆయనే కోరారని తెలిపారు. జస్టిస్ శ్రీపత్ రావు పరిస్థితులను జీర్ణించుకున్నట్టే కనిపించినా ఈ నియామకం పట్ల అయన అసంతృప్తిగానే ఉన్నారు.

జస్టిస్ మిశ్రా కలుపుగోలుగా ఉండే పద్ధతి వల్ల అయన సహచరులతో సుహృద్భావ వాతావరణం ఏర్పాటయింది. అతి కొద్ది సమయంలోనే బయటనుండి వచ్చిన ప్రధాన న్యాయమూర్తిని అందరూ అంగీకరించారు. అడ్మినిస్ట్రేటివ్ న్యాయమూర్తిగా నా పట్ల జస్టిస్ మిశ్రా సంతృప్తి వ్యక్తం చేయడం నాకు సంతోషాన్ని కలిగించింది. అయితే జస్టిస్ మిశ్రాను నేను జేబులో పెట్టుకున్నానని, ఆయనతో పరిచయాన్ని నా స్వలాభానికి వినియోగించుకుంటున్నాని కొందరు అసూయపరులు దుష్ప్రచారం మొదలు పెట్టారు.

అయితే నా సమాధానం ఒక్కటే. "జస్టిస్ మిశ్రా చాలా పెద్ద వ్యక్తి (ఇంచుమించు ఆరడుగుల ఎత్తు, విశాలమైన ఛాతీ). అయన నా చిన్న జేబుకు సరిపోరు." న్యాయ పరిరక్షణలో పక్షపాతం లేకుండా చిత్తశుద్ధితో పనిచేసినట్టే, పరిపాలనా విషయాల్లో కూడా అలాంటి చిత్తశుద్ధితోనే పనిచేయాలనేది నా విశ్వాసం. కులం, మతం, ప్రాంతం, రాజకీయం వంటి అంశాలేవీ పాలనా విషయాల్లో మనను ప్రభావితం చేయకూడదు. న్యాయం పట్ల దృఢమైన విశ్వాసం ఉంటే ఎలాంటి అంశాలూ మనను ప్రభావితం చేయలేవు. న్యాయమూర్తి జీవితం చాలా కష్టతరమైనది. ఒక న్యాయమూర్తి కోర్టులో ఎలా ఉంటున్నారో అని మాత్రమే కాక బయట కుటుంబ మరియు సమాజ జీవితంలో ఎలా ఉంటున్నారు అని కూడా ప్రజలు గమనిస్తూ ఉంటారు. ఈ విషయాలన్నీ ఒక న్యాయమూర్తి నిజాయితీగా, న్యాయం కోసం పనిచేస్తున్నారని చెప్పేందుకు పరిగణలోకి వస్తాయి.

హై కోర్టు ఒక విచారణ సంస్థగా లేదా పర్యవేక్షణ సంస్థగా ప్రారంభమైన నాటినుండి వాటి కార్యకలాపాలన్నీ ఉర్దూ భాషలోనే కొనసాగుతున్నందువల్ల ఇప్పుడు ఉర్దూ భాష తెలిసి ఉర్దూలో చట్టాలను తర్జుమా చేసే ఒక ఆంగ్లేయ ప్రభుత్వ న్యాయమూర్తిని ఇక్కడ నియమిస్తే హైదరాబాద్ హై కోర్టు కూడా అఖిల భారత న్యాయస్థానం పరిధిలో ఉందనే భావన కలుగుతుందని భావించారు. భావన ఏమైనప్పటికి హై కోర్టులో ఉన్న న్యాయమూర్తులు కానీ, కింది కోర్టుల న్యాయమూర్తులు కానీ ఏరకంగానూ తక్కువ కాదనీ, వారిని న్యాయ విధుల్లో కానీ, పరిపాలనాంశాల్లో కానీ మెరుగుపర్చాల్సిన అవసరం లేదని ప్రధాన న్యాయమూర్తి భావించారు. ప్రభుత్వం అధికారులు కూడా ఆంగ్లేయ భారత దేశంలో ఏ రాష్ట్రం కంటే తక్కువ సమర్థులేమీ కారు. ఈ విషయం ప్రధాన న్యాయమూర్తే అంగీకరించారు. క్రిందిస్థాయి న్యాయమూర్తులు, అలాగే న్యాయవాదుల సమర్థతను అయన అభినందించారు. ఒకసారి భారత గణతంత్ర దినోత్సవాల సందర్భంగా అయన మాట్లాడుతూ ఇక్కడి న్యాయవ్యవస్థలో క్రిందిస్థాయి న్యాయాధికారుల్లో న్యాయ పరిజ్ఞానం, సమర్థత బాగున్నాయని, అలాగే న్యాయం అందించడానికి, ప్రజలకు న్యాయం చేయడానికి వారు చిత్తశుద్ధితో పనిచేస్తున్నారని శ్లాఘించారు. అలాగే హైదరాబాద్ రాష్ట్రంలో జ్యుడీషియరీ మరియు ఎగ్జిక్యూటివ్ విడిగా పనిచేస్తున్నాయని అభినందించారు. హైదరాబాద్ రాష్ట్రం న్యాయవ్యవస్థను పూర్తిగా స్వతంత్రంగా పనిచేయనిచ్చే ఈ పద్ధతి ఒక శతాబ్దం క్రితమే అమలులోకి తెచ్చినప్పటికీ బ్రిటిష్ ఇండియాలోని ఇతర రాష్ట్రాల్లో

న్యాయవ్యవస్థ ఇంత స్వతంత్రంగా పనిచేయడం లేదని అయన అంగీకరించారు. "స్వాతంత్ర్యం వచ్చి రాజ్యాంగం అమలులోకి వచ్చినప్పటికీ భారత దేశంలోని అనేక రాష్ట్రాలు హైదరాబాద్ రాష్ట్రంలో న్యాయవ్యవస్థకు సంపూర్ణ స్వేచ్ఛ ఇవ్వలేకపోయాయని ఈ సందర్భంగా నేను అంగీకరిస్తున్నాను," అని కూడా అయన ప్రకటించారు. ఇక న్యాయవాదుల గురించి కూడా అయన ప్రస్తావించారు. "హైదరాబాద్ న్యాయవాదులు, ఏరకంగా చూసుకున్నా అందరూ గర్వించదగ్గ స్థాయిలో ఉన్నారు. బెంచ్ కి అవసరమైన సహకారాన్ని అందించేందుకు న్యాయవాదులు ఎప్పుడూ సంసిద్ధంగానే ఉన్నారు," అంటూ అయన ప్రశంసించారు.

జస్టిస్ మిశ్రా సమయంలోనే హెూమ్ శాఖలో పనిచేస్తున్న సీనియర్ న్యాయాధికారి షెర్ఫుద్దీన్ అహ్మద్, సికింద్రాబాద్ కోర్టులో నా దగ్గర పనిచేసిన పస్మాల నరసింహారావు హై కోర్టు రిజిస్ట్రార్ మరియు డిప్యూటీ రిజిస్ట్రార్‌గా నియమితులయ్యారు. ఈ ఇద్దరినీ "శిక్షణ" పేరుతో లక్నో మరియు అలహాబాద్ పంపించారు. నాకు తెలిసినంతవరకూ కోర్టులు ఎలా పనిచేస్తున్నాయో తెలుసుకోడానికే వీరిని పంపించారు. అయితే హైదరాబాద్ సివిల్ సర్వీసెస్‌కు చెంది న్యాయశాఖలో నియమితులైన అధికారుల అందరినీ తొలుత అనుభవం కోసం ఉత్తరాది రాష్ట్రాల్లో ఉర్దూ అమలులో ఉన్న కోర్టులకు పంపించేవారు. శిక్షణ తర్వాత తిరిగి వచ్చిన షెర్ఫుద్దీన్ అహ్మద్ మరియు నరసింహారావు తాము కొత్తగా ఏమీ చూడలేదనీ, హైదరాబాద్ కోర్టు కూడా తాము సందర్శించిన లక్నో, అలహాబాద్ కోర్టుల్లాగే పనిచేస్తోందని నాకు చెప్పారు. ఇక్కడో విషయం గుర్తు చేసుకోవాలి. షుమారు 1921 ప్రాంతంలో అలహాబాద్ హై కోర్టుకు చెందిన ప్రముఖ న్యాయవాది మీర్జా సమీవుల్లా బేగ్ హైదరాబాద్ హై కోర్టు ప్రధాన న్యాయమూర్తిగా ప్రముఖ న్యాయవాది, రెండవ ప్రపంచ యుద్ధం తర్వాత సర్ స్టాఫోర్డ్ క్రిప్స్ సందర్శన సమయంలో భారత దేశం స్వాతంత్ర్యం కోసం వాదించి గొప్ప కీర్తి గడించిన సర్ తేజ్ బహదూర్ సప్రూ సలహామేరకు, నియమితులయ్యారు. సర్ తేజ్ బహదూర్ వద్ద మీర్జా సమీవుల్లా బేగ్ జూనియర్‌గా పనిచేసేవారు. ఈయన సమయంలోనే బ్రిటిష్ పాలిత దేశంలో హై కోర్టుల ఏర్పాటు, పని విధానం పద్ధతుల్లోనే హైదరాబాద్ హై కోర్టు ఏర్పాటు చేస్తూ నిజాం అనుమతి ఇచ్చారు. ఈ రకంగా హైకోర్టు పనివిధానం, నిర్మాణం బ్రిటిష్ పాలిత రాష్ట్రాల హై కోర్టు పద్ధతిలో ఉన్నాయి. నవాబ్ మీర్జా యార్ జుంగ్ అనే బిరుదు నిజాం నుండి పొందిన జస్టిస్

బేగ్ సూచన మేరకే న్యాయవ్యవస్థను, పరిపాలనా వ్యవస్థనుండి వేరుచేయబడి స్వయం ప్రతిపత్తితో పనిచేయడం మొదలయ్యింది.

ఒక రోజు ప్రధాన న్యాయమూర్తి జస్టిస్ మిశ్రా ఒక కోర్టు ధిక్కార కేసు ప్రస్తావించారు. జస్టిస్ మిశ్రా విచారిస్తున్న ఒక కేసులో జిల్లా కలెక్టరు, డిప్యూటీ కలెక్టరు మరియు జిల్లా ఎస్పీలను కోర్టు ధిక్కార నేరంపై కోర్టుకు పిలిపించారు. పూర్వపు నిజాం ప్రభుత్వంలోని అధికారులకు న్యాయవ్యవస్థపట్ల గౌరవం లేదనే భావనలో ప్రధాన న్యాయమూర్తి జస్టిస్ మిశ్రా ఉన్నారు. నాకు తెలిసినంతవరకూ అలాంటి పరిస్థితి లేదని చెప్పాను. నా సర్వీస్‌లో నాకు అటువంటి పరిస్థితి కనిపించలేదని చెప్పాను. హైకోర్టు అత్యంత సమర్ధుడు, గతంలో పేర్కొన్నట్టు సర్ తేజ్ బహదూర్ సప్రూ శిష్యుడు అయిన మీర్జా యార్ జుంగ్ పర్యవేక్షణలో రూపుదిద్దుకుంది. అయన బహుశా 1920 లేదా 1921 నుండి హై కోర్టు ప్రధాన న్యాయమూర్తిగా పనిచేశారు. ఇప్పుడు కోర్టు ధిక్కారం కేసులో జస్టిస్ మిశ్రా ప్రస్తావించిన జిల్లా కలెక్టర్ వెర్ద రాజేశ్వర రావు, డిప్యూటీ కలెక్టర్ ప్రతాప్ రెడ్డి నాకు బాగా పరిచయం ఉన్న వారే. వారు కోర్టు ధిక్కారానికి పాల్పడ్డారంటే నాకు ఆశ్చర్యం అనిపించింది. జిల్లా కలెక్టర్ నాకు తెలుసనీ, ఇద్దరం ఇంగ్లాండ్‌లో కలిసి ఉన్నామని ప్రధాన న్యాయమూర్తికి చెప్పాను. అలాగే సివిల్ సర్వీస్ హౌస్ లో శిక్షణ పొందుతున్న కాలంలో డిప్యూటీ కలెక్టర్ నా విద్యార్థి అని కూడా చెప్పాను. ఆరు సంవత్సరాల పాటు నేను అక్కడ పాఠాలు చెప్పేవాడిని. ఈ ఇద్దరితో నా పరిచయం, వారిగురించి నాకు బాగా తెలిసి ఉండడం కారణంగా ఈ కేసు విషయంలో ఏదో సమాచార లోపం ఉండివుంటుందని, వారు కోర్టు ధిక్కారానికి పాల్పడి ఉండరని చెప్పాను. నా అభిప్రాయం వాస్తవమని ఆ తర్వాత నాకు తెలిసింది. సదరు కేసులో జిల్లా కలెక్టర్‌కు కోర్టు ఉత్తర్వులను అధికారులు చూపించలేదు. అందువల్ల ఈ కోర్టులో వారికి శిక్ష విధించడం సరికాదని మొదట వారు కోర్టుకు విన్నవించుకున్నారు. అలాగే వారి న్యాయవాదుల సలహా మేరకు కోర్టు ఉత్తర్వులగురించిన సమాచారం తమకు లేనందువల్ల, కోర్టు ఉత్తర్వులు తమకు అందని కారణంగా సదరు కేసులో తాము అలా ప్రవర్తించాల్సి వచ్చిందని, ఇది ఉద్దేశ పూర్వకంగా చేసిన నేరంగా పరిగణించరాదని కోరుతూ వారు కోర్టుకు బేషరతు క్షమాపణలు తెలియజేశారు. వారి వివరణను, వారి బేషరతు క్షమాపణను అంగీకరించిన కోర్టు కేసును ఉపసంహరించుకుంది. ఇది కొంతమేరకు ప్రత్యేకమైన నిర్ణయం. ఈ కారణంగానే

జస్టిస్ మిశ్రా న్యాయవ్యవస్థ పని తీరుకు, విశాల దృక్పథం కలిగి ఉండడాన్ని అభినందించారు.

జస్టిస్ మిశ్రా బాధ్యతలు స్వీకరించిన తర్వాత ఒక వ్యక్తిగత పనిపై నా భార్యతో కలిసి డిసెంబర్ 1953లో నేను కలకత్తా వెళ్ళాను. అక్కడ కేంబ్రిడ్జి విశ్వవిద్యాలయంలో న్యాయవాద విద్యలో నా సహాధ్యాయి, ప్రస్తుతం కలకత్తాలో న్యాయవాదిగా పనిచేస్తున్న మిత్రుడు బొనోమాలి దాస్ (బునో) ఇంట్లోనే ఉన్నాం. గతంలో 1939లో జాట్ ప్రోల్ జమీందార్ కేసు వివరాలు శ్రీ ఎన్.ఎన్ సర్కార్‌కు వివరించేందుకు నేను కలకత్తా వచ్చినప్పుడు కూడా నా మిత్రుడి ఇంట్లోనే ఉన్నాను. బూనో ఇంట్లో ఉన్న వారం రోజులూ చాలా సరదాగా గడిచిపోయాయి. ఈ సమయంలోనే నేను నా మిత్రులు, ముఖ్యంగా జస్టిస్ పి.బి ముఖర్జీ మరియు సుభిమల్ చందర్ రాయ్, వంటివారిని కలిశాను. వారు నా సహాధ్యాయులు. జస్టిస్ ముఖర్జీ నాతోపాటు లీడ్స్ విశ్వవిద్యాలయంలో ఉండగా, రాయ్ నాతో లండన్‌లో ఉండేవారు. ఇంగ్లాండ్‌లో నా సహచరులుగా ఉన్న చాలామంది మిత్రులను కూడా కలిశాను. అవివాహితుడైన ప్రధాన న్యాయమూర్తి జస్టిస్ ఫణిభూషణ్ చక్రవర్తిని కూడా కలిశాను. అయన సలహా, సహకారంతోనే కోల్‌కత్తా హై కోర్టు అడ్మినిస్ట్రేటివ్ కార్యాలయాన్ని సందర్శించాను. కోర్టు రిజిస్ట్రార్ తర్వాత కాలంలో హైకోర్టు న్యాయమూర్తిగా పదోన్నతి పొందిన శ్రీ భట్టాచార్య నన్ను కలిసి హైకోర్టు పని తీరు, అప్పీలేట్ విధానం వంటి విషయాలు నాకు వివరించారు. ఇక్కడి నుండి ఒడిశాలోని కటక్ హై కోర్టును సందర్శించాను. ఇక్కడ జస్టిస్ లింగరాజ్ పాణిగ్రాహి ప్రధాన న్యాయమూర్తిగా ఉన్నారు. మాకు సహాయంగా డిప్యూటీ రిజిస్ట్రార్ శ్రీ.మిశ్రా పంపించారు. ఆ తర్వాత ప్రధాన న్యాయమూర్తిని కలిశాను. అయన చాలా సౌమ్యుడు, సమర్థుడు కూడా. హై కోర్టును కూడా సందర్శించాను. ఒడిశా గతంలో బీహార్ మరియు బెంగాల్ రాష్ట్రాల్లో అంతర్భాగంగా ఉండి 1935 లేదా 1936 ప్రాంతాల్లో ప్రత్యేక రాష్ట్రంగా ఏర్పాటయినందువల్ల ఈ హై కోర్టు తాత్కాలికంగా జిల్లా కోర్టు భవనంలో ఏర్పాటైంది. ఈ ప్రధాన న్యాయమూర్తి అయన పదవీ విరమణ అనంతరం ఆ రాష్ట్ర శాసనసభ స్పీకర్‌గా ఎన్నికయ్యారు.

ఈ సందర్భంలోనే సుప్రీమ్ కోర్ట్ మాజీ న్యాయమూర్తి ఒడిశా గవర్నర్ జస్టిస్ ఫజల్ అలీని కూడా కలిశాను. అయన సగౌరవంగా మాకు స్వాగతం పలికి మంచి ఆతిథ్యం ఇచ్చారు. ఈ సందర్భంగా కేంద్ర ప్రభుత్వం రాష్ట్రాల పునర్వ్యవస్థీకరణకు

ఒక కమిషన్ ఏర్పాటు చేసే ఆలోచనలో ఉందని, ఆ కమిషన్ చైర్మన్‌గా ఆయనను నియమించే ఆలోచనలో కూడా ఉందని నాకు తెలిసిన సమాచారం ఆయనతో ప్రస్తావించగా, ఆ విషయాలన్నీ ప్రధానమంత్రే స్వయంగా చూసుకుంటున్నారని మాత్రమే వ్యాఖ్యానించారు. ఇక కటక్ నుండి మేము కోణార్క్, భువనేశ్వర్‌లోని జగన్నాథస్వామి దేవాలయం వంటి ప్రాంతాలకు ప్రయాణం చేశాం. జగన్నాథ దేవాలయం సందర్శన సందర్భంగా స్థానిక పబ్లిక్ ప్రాసిక్యూటర్ పంపించిన ఒక కారులో నేను 1932లో జర్మనీలో కొన్న నా ఖరీదైన కెమెరాను ఉంచాను. కెమెరాను దేవస్థానంలోకి అనుమతించరు కాబట్టి దానిని కారులోనే ఉంచి చూస్తూ ఉండమని డ్రైవర్ కి చెప్పి గుడిలోకి వెళ్ళాను. గుడిలో దర్శనం తర్వాత తిరిగి కారులోకి వచ్చి కూర్చొని చూస్తే కెమెరా కనిపించలేదు. వెంటనే డ్రైవర్‌ని అడిగా కెమెరా ఏమైందని. అయితే మేము గుడిలోకి వెళ్ళిన తర్వాత తాను టీ తాగేందుకు పక్కకు వెళ్ళానని అందువల్ల ఆ కెమెరా ఎవరు తీశారో తనకు తెలియదని చెప్పాడు. పోలీస్ విచారణ మొదలైంది. మాతో పాటు ఉన్న జిల్లా కలెక్టర్ కూడా విచారణ చేయించారు కానీ ఫలితం లేదు. నా దగ్గర చాలాకాలం నుండి ఉన్న కెమెరా పోయినందుకు నాకు చాలా బాధ అనిపించింది. మా తిరుగు ప్రయాణంలో విశాఖపట్నంలో ఆగి సింహాచలం స్వామి దర్శనానికి వెళ్ళాం. అక్కడ మాకు పూర్ణకుంభంతో స్వాగతం పలికారు. మేము విజయవాడ చేరుకునే సరికి అన్ని పత్రికల్లోనూ రాష్ట్రాల పునర్విభజన కమిషన్ ఏర్పాటు చేసి, దానికి చైర్మన్‌గా జస్టిస్ ఫజల్ ఆలీని నియమించిన వార్తలు కనిపించాయి. నాకు చాలా సంతోషం అనిపించింది. నా దగ్గర పూర్తి సమాచారం లేకుండానే అలాంటి కమిషన్‌కు సమర్థుడైన జస్టిస్ ఫజల్ ఆలీని నియమిస్తే బాగుంటుందని ఆయనతోనే చెప్పాను. తర్వాత అయన హైదరాబాద్ వచ్చినప్పుడు ఒక విందులో అయన నన్ను కలిసి విచారం వ్యక్తం చేశారు. నేను గతంలో ఆయనను కలిసినప్పటికే ఈ ప్రతిపాదనపై తాను తన అనుమతి ఇచ్చానని అయితే ఆ వివరాలు అధికారికంగా రానందువల్ల తనతో ప్రస్తావించలేకపోయానని చెప్పారు. ఎలాగైతేనేం నా ఆలోచనా, ప్రధాన మంత్రి ఆలోచనా ఈ విషయంలో ఒకేలా ఉన్నాయని చెప్పాను. అయన నవ్వారు. ఒక యేడాది తర్వాత కూడా అయన తనను కలిసిన విషయం మర్చిపోకుండా ఆ విషయం ప్రస్తావించి అప్పట్లో నాతో చర్చినందుకు విచారం వ్యక్తం చేయడం అయన వ్యక్తిత్వానికి నిదర్శనం.

ప్రధాన న్యాయమూర్తిగా జస్టిస్ మిశ్రా పనిచేసిన కాలంలో జరిగిన కొన్ని

సంఘటనలు వివరించాలి అనుకుంటున్నా. వీటిలో మొదటిది ప్రధానమంత్రి జవహర్ లాల్ నెహ్రూ ప్రధాన న్యాయమూర్తికి చేసిన ఒక విజ్ఞప్తి. 1954లో తన వేసవి సెలవుల అనంతరం లక్నో వెళుతూ ఢిల్లీలో ఆగి ప్రధాన మంత్రిని కలిశానని జస్టిస్ మిశ్రా నాతో చెప్పారు. ఈ సందర్భంలో ఔరంగాబాద్‌కు చెందిన ఒక ప్రముఖ కుటుంబంలోని ఒక అమ్మాయిని ముంబాయిలోని ఒక యువకుడితో నిశ్చయ తాంబూలాలు జరిగాయని ప్రధాని జస్టిస్ మిశ్రాతో చెప్పారు. ఆ యువతీ, యువకులు ఒక్కసారి కూడా కలుసుకోలేదు. మొదటి సారి కల్యాణ మంటపంలో పెళ్ళికొడుకు చెయ్యి పట్టుకున్నప్పుడు ఆ చేతికి పుళ్ళు ఉన్నట్టు, వాటినుండి చీము కడుతున్నట్టు ఆ యువతి (పెళ్ళికూతురు) గమనించింది. దీనితో ఆ యువతి ఖంగారు పడింది. ఆ వెంటనే లేచి కళ్యాణమంటపం నుండి వెళ్ళిపోయింది. అక్కడ పెద్ద గందరగోళమే జరిగింది. అయితే ఆ అమ్మాయి చెప్పిన తర్వాత ఆమె తల్లిదండ్రులు ఆమె నిర్ణయాన్ని సమర్థించారు. పెళ్ళికొడుకు తనకు పెళ్ళి జరగలేదనే తీర్పు కోరుతూ ఔరంగాబాద్ కోర్టులో దావా వేశాడు. ఈ వాయిదా కోర్టులో గత మూడేళ్ళుగా పెండింగు లో ఉంది. కేసు విచారణ ప్రారంభం అవుతుందన్న ఆశ కూడా లేదు. ఆ యువతి (పెళ్ళికూతురు) తనను కలిసిందనీ, కేసు విచారణ పూర్తయితే తాను మరో వివాహం చేసుకోవాలని అనుకుంటున్నాని చెప్పిందని ప్రధాని జస్టిస్ మిశ్రాతో చెప్పారు. ఈ కేసు నెంబరు, వారి పేర్లు, కేసు ఫైల్ చేసిన తేదీ, ఏ కోర్టులో ఉన్నది తదితర వివరాలు తన అధికార లెటర్ హెడ్ పై ప్రధాన మంత్రి నెహ్రూ స్వయంగా రాసిన పేపర్ నాకు జస్టిస్ మిశ్రా చూపించారు.

ఆ వివరాలు విని, ఆ పేపర్ చూసిన తర్వాత "ఈ కేసు విషయం మీరు మర్చిపోండి. విచారణ విషయం నాకు వదిలేయండి" అని జస్టిస్ మిశ్రాకు చెప్పాను. ఆ వెంటనే నేను కోర్టు రిజిస్ట్రార్‌ను పిలిచి అన్ని కోర్టుల్లో విడాకులు, కుటుంబ వివాదాలకు సంబంధించిన కేసులు ఎక్కడెక్కడ ఎన్నెన్ని పెండింగులో ఉన్నాయో సమాచారం జిల్లా కోర్టులనుండి తీసుకోవలసిందిగా సూచించాను. ఈ సమాచారం ద్వారా అన్ని కోర్టుల్లో వివాహం రద్దు లేదా విడాకుల మంజూరు వంటి వాటికీ సంబంధించిన కేసుల వివరాలన్నీ హై కోర్టుకు తెలుస్తాయి. ఈ సమాచారం అంతా హై కోర్టుకు పక్షం రోజుల్లో చేరాలి అంటూ ఆదేశాలు ఇప్పించా. ఆ మేరకు అన్ని జిల్లా కోర్టులనుండి సమాచారం హై కోర్టుకు చేరింది. ఔరంగాబాద్ కోర్టుతో సహా అన్ని కోర్టులూ తమవద్ద పెండింగులో ఉన్న వివాహ సంబంధమైన కేసుల వివరాలు

ఇచ్చిన తర్వాత ఆ కేసులన్నీ సత్వరమే విచారణ చేయాలనీ ఆదేశాలు జారీ చేశాను. అలా ఔరంగాబాద్ కోర్టులో పెండింగులో ఉన్న ప్రధానమంత్రి పేర్కొన్న కేసుతో పాటు అన్నికేసులూ ఆరునెలలలోగా విచారణ పూర్తయ్యాయి.

ఇక రెండో కేసు ప్రధాన న్యాయమూర్తి వద్ద పనిచేస్తున్న స్టెనోగ్రాఫర్‌కు సంబంధించినది. ఈ స్టెనోగ్రాఫేర్ ప్రధాన న్యాయమూర్తి వ్యక్తిగత కార్యదర్శిగా కూడా పనిచేస్తున్నారు. ఈ వ్యక్తి గతంలో జస్టిస్ శ్రీపత్ రావు తాత్కాలిక ప్రధాన న్యాయమూర్తిగా ఉన్న సమయంలో స్టెనోగ్రాఫర్ గాను వ్యక్తిగత కార్యదర్శిగానూ పనిచేశారు. ఉన్నత పదవుల్లో ఉన్నవారికి సమీపంగా ఉండడం వల్ల ఈయన అనేక పుకార్లు సృష్టిస్తూ ఉంటారు. తాను ఆంగ్లేయుల కాలంలో నియమితులైన తాను చాలా మంది న్యాయమూర్తుల దగ్గర పనిచేస్తూ వారి తీర్పులు తానే రాస్తున్నానని, కొంత మంది న్యాయమూర్తులకు ఆంగ్ల భాష పరిజ్ఞానం ఉన్నప్పటికీ భాషలో ప్రావీణ్యత లేకపోవడంతో తానే తీర్పులు రాస్తానని చెప్పుకునే తత్త్వం ఇతనిది. అయితే తొలి రోజుల్లో ఆంగ్ల భాష మీద పట్టున్న ఇలాంటి ఉద్యోగులతో కొంత అవసరం ఉండేది. ఈ విషయం పక్కన పెడితే చాలామంది జిల్లా న్యాయమూర్తులు, కింది స్థాయి మాజిస్ట్రేట్లు తమ పనులు సానుకూలంగా జరిపించుకునేందుకు ఈయనతోనే మాట్లాడేవారు. అలాగే ఇంకొక వ్యక్తి తాను నాకు దూరపు బంధువునని చెప్పుకుంటూ అధికారం చలాయించేవాడు.

తనకు ఒక స్టెనోగ్రాఫర్ మరియు వ్యక్తిగత కార్యదర్శిగా పనిచేసేందుకు ఒక వ్యక్తి కావాలని ప్రధాన న్యాయమూర్తి నన్ను అడిగినప్పుడు నేను ఒకటి రెండు పేర్లు చెప్పాను. అయితే ఏదోరకంగా ప్రయత్నం చేసి జస్టిస్ శ్రీపత్ రావు దగ్గర పనిచేసిన ఈ వ్యకి ఆ పదివిలోకి వచ్చేశారు. అయితే ఈ వ్యక్తి ప్రవర్తన, పనితీరు సక్రమంగా లేవు. ప్రధాన న్యాయమూర్తి భార్య ఇతనితో మాట్లాడేందుకు కూడా ఇష్టపడలేదు.

జస్టిస్ శ్రీపత్ రావు తాత్కాలిక ప్రధాన న్యాయమూర్తిగా బాధ్యతలు స్వీకరించిన తర్వాత అప్పటి హోమ్ మంత్రి శ్రీ బిందు, ముఖ్యమంత్రి శ్రీ బూర్గుల రామకృష్ణ రావు, విద్యాశాఖా మంత్రి గోపాల రావు Ekbote, అప్పటి హోంశాఖ కార్యదర్శి సి.చంద్రకాంత్ రావు గోడ్సే వంటి వారితో సంప్రదించి కోర్టులో సిబ్బంది, న్యాయాధికారుల నియామకాలు నేరుగా చేసేందుకు నిర్ణయించారు. ఈ పద్ధతిలో నలుగురు జిల్లా మరియు సెషన్స్ జడ్జిలను నియమించారు. సికింద్రాబాద్ కోర్టులో

న్యాయవాదులు నందగిరి వెంకట రావు మరియు శ్రీరాములు, మాజీ ప్రధాన న్యాయమూర్తి రాజా బహదూర్ బిశ్వేశ్వరనాథ్ కుమారుడు జితేంద్రనాథ్ వాఘ్రే మరియు బారిస్టర్ ఎట్ లా శ్రీ కిషెన్ బంధువు రాంలాల్ కిషన్ ఈ విధంగా నేరుగా నియమితులయ్యారు. వీరి నియామకం తర్వాత అప్పటి రెవిన్యూ మంత్రి కొండా వెంకట రంగా రెడ్డి ఒకసారి నాదగ్గరకు వచ్చారు. న్యాయవాదిగా పనిచేస్తున్న తన కుమారుడు కొండా మాధవ రెడ్డిని జిల్లా మరియు సెషన్స్ జడ్జిగా నియమించేందుకు జస్టిస్ శ్రీపత్ రావు అంగీకరించారని చెప్పారు. అయితే ఈ అవకాశాన్ని మాధవ రెడ్డి తిరస్కరించడం మంచిదని ఆయనకు సలహా ఇచ్చా. మంత్రి రంగారెడ్డి నిశ్చేస్టులై "ఎందువల్ల?" అని అడిగారు. మాధవ రెడ్డి న్యాయవాదిగా బాగా పనిచేస్తున్నారని చెప్పాను. న్యాయమూర్తులకు మాధవ రెడ్డి పట్ల మంచి అభిప్రాయం ఉంది. అందువల్ల ఇప్పుడు తండ్రి మంత్రిగా ఉన్న సమయంలో కొడుకు న్యాయమూర్తి పదవి పొందితే అది మాధవ రెడ్డి సమర్థతకు కాక తండ్రి పదవి పలుకుబడి కారణంగా వచ్చిందనే అభిప్రాయం కలుగుతుందని చెప్పాను. ఈ అవకాశం అంగీకరిస్తే మరో ప్రమాదం కూడా ఉంది. ఇప్పుడు జడ్జిగా నియమిస్తే అయన నియామకం సికింద్రాబాద్‌లో గానీ ఆ దగ్గరలో కానీ వచ్చే అవకాశం లేదనీ, ఆయనను సుదూర జిల్లాలో నియమిచాల్సి వస్తుందని చెప్పాను. ఇవన్నీ చెప్పిన తర్వాత "అసలు మాధవ రెడ్డి అభిప్రాయం తెలుసుకున్నారా" అని ఆయనను అడిగాను. ఇవన్నీ విన్న తర్వాత ఈ అవకాశం పట్ల తాను సానుకూలంగా లేనని శ్రీ రంగారెడ్డి బదులిచ్చారు. ఆయనను నేను తప్పు పట్టలేదు. త్వరలోనే బార్ నుండి నేరుగా మాధవ రెడ్డి హై కోర్టు న్యాయమూర్తిగా నియమితులవుతారు. అయన వెంటనే అంగీకరించారు. అదృష్టవశాత్తూ నేను ప్రధాన న్యాయమూర్తి అయినా తర్వాత నేను చెప్పినట్టుగానే మాధవ రెడ్డి హై కోర్టు న్యాయమూర్తి అయ్యారు. అప్పటికే రాజకీయాలనుండి విరమించిన శ్రీ రంగారెడ్డి తన కొడుకు పదోన్నతి చూసి సంతృప్తి వ్యక్తం చేశారు.

మరో విషయంలో జస్టిస్ శ్రీపత్ రావు ఒక వ్యక్తిని హై కోర్టులో నియమించాలని ప్రతిపాదిస్తూ సంబంధిత ప్రతిపాదనను నాకు పంపించారు. అయితే ఆ ప్రతిపాదనపై నా అభ్యంతరాలు తెలియజేశాను. అయితే రాజ్యాంగంలోని 229 అధికరణ మేరకు ప్రధాన న్యాయమూర్తిగా హై కోర్టులో నియామకాల విషయంలో తనకు ఉన్న అధికారాలను వినియోగిస్తూ తాను ఈ నియామకం ప్రతిపాదిస్తున్నాను అని చెప్పారు. అయితే అయన అధికారాలను ప్రశ్నించడం నా ఉద్దేశం కాదు అని ఆయనకు

తెలియజేశాను. అయితే ఈ నియామకంపై ఆయన నా అభిప్రాయాన్ని మాత్రమే కోరారని తెలిసి ఆమేరకు నా అభిప్రాయం తెలియజేశాను. మరోసందర్భంలో నాకు దూరపు బంధువునని చెప్పుకుంటూ హై కోర్టులో పైరవీలు చేస్తున్న ఒక వ్యక్తిని డిప్యూటీ రిజిస్ట్రార్ పదివికి ప్రతిపాదిస్తూ ప్రధాన న్యాయమూర్తి నాకు సంబంధిత ఫైల్ పంపించారు. దానిపై స్పందిస్తూ, గతంలో కొన్ని నియామకాల్లో జరిగిన విషయాలను ప్రస్తావిస్తూ హై కోర్టు నియామకాల్లో ప్రధాన న్యాయమూర్తికి రాజ్యాంగం అధికారాలు కల్పించిందని గుర్తు చేశాను. సర్వాధికారాలు ప్రధాన న్యాయమూర్తికే ఉన్నందువల్ల నా అభిప్రాయాలు అప్రస్తుతం అని పేర్కొన్నాను. "నేను నిన్ను డిప్యూటీ రిజిస్ట్రార్ గా నియమిద్దామనుకుంటే మీ అంకుల్ వ్యతిరేకిస్తున్నారు" అంటూ ప్రధాన న్యాయమూర్తి ఆ సదరు వ్యక్తికి చెప్పారని తర్వాత తెలిసింది. ఇలాంటి సంక్లిష్ట సందర్భాలు అనేకం ఉన్నాయి.

జస్టిస్ శ్రీపత్‌రావు తాత్కాలిక ప్రధాన న్యాయమూర్తిగా ఉన్న కాలంలో నేను విచారించిన మరో ఆసక్తి కరమైన కేసు ఆంధ్రప్రదేశ్ రాష్ట్ర ఏర్పాటుకు సంబంధించినది. ప్రముఖ న్యాయవాది శ్రీ కిషెన్ ఈ కేసు దాఖలు చేశారు. బహుశా ఏప్రిల్ 1956లో అనుకుంటా. హైదరాబాద్ రాష్ట్రాన్ని విభజించి నవంబర్ 1, 1956 నుండి ఆంధ్ర ప్రదేశ్ రాష్ట్రం ఏర్పాటు ప్రతిపాదనను సవాల్ చేస్తూ శ్రీ కిషెన్ ఈ కేసు దాఖలు చేశారు. సుప్రీం కోర్టు మాజీ న్యాయమూర్తి జస్టిస్ ఫజల్ ఆలీ అధ్యక్షతన ఏర్పాటైన రాష్ట్రాల పునర్విభజన కమిషన్ హైదరాబాద్ రాష్ట్రంలోని మరాఠీ మాట్లాడే ప్రాంతాలను బొంబాయి రాష్ట్రంలోనూ, కన్నడ మాట్లాడే ప్రాంతాలను ప్రతిపాదిత కర్ణాటక రాష్ట్రాల్లోనూ కలిపాలని నివేదికలో పేర్కొంది. ఇక మిగిలిన తొమ్మిది జిల్లాలతో కూడిన తెలంగాణ ప్రాంతాన్ని ప్రస్తుతానికి రాష్ట్రంగా ఏర్పాటు చేయాలనీ, తర్వాత ఐదు సంవత్సరాల్లో ప్రజాభిప్రాయం సేకరించి ఈ తెలంగాణ రాష్ట్రాన్ని ఇలాగే కొనసాగించాలా లేక ఆంధ్ర రాష్ట్రంతో కలిపి ఆంధ్రప్రదేశ్ రాష్ట్రం ఏర్పాటు చేయాలా అనేది నిర్ణయించుకోవాలని ఫజల్ ఆలీ కమిషన్ సూచన చేసింది. ఈ ప్రతిపాదనపై ప్రజల్లో తీవ్ర వ్యతిరేకత వచ్చి రాష్ట్రంలో ప్రజలు ఉద్యమాలు చేస్తున్నప్పటికీ, ఆంధ్రప్రదేశ్ రాష్ట్రం ఏర్పాటుకు సంబంధించిన చట్టం ఏదీ రానప్పటికీ శ్రీ కిషెన్ ఈ ప్రతిపాదనను వ్యతిరేకిస్తూ వాజ్యం వేశారు. ఈ కేసులో దేశ ఉపరాష్ట్రపతి మరియు రాజ్యసభ చైర్మన్, ప్రధాన మంత్రి, లోక్‌సభ స్పీకర్, హైదరాబాద్ శాసనసభ స్పీకర్, కేంద్ర హెూమ్ మరియు విద్యాశాఖా మంత్రులు, హైదరాబాద్, ఆంధ్ర, మైసూర్

మరియు బొంబాయి రాష్ట్రాల కాంగ్రెస్ పార్టీ కమిటీలు, తదితరులను ప్రతివాదులుగా ఈ కేసులో పేర్కొన్నారు. రాష్ట్రాల పునర్విభజన కమిషన్ చేసిన ప్రతిపాదనలు బాధాకరంగా ఉన్నాయని పిటిషనర్ ప్రధాన మంత్రికి విజ్ఞప్తి చేశారు. ఈ తప్పుడు ప్రతిపాదనలు హైదరాబాద్ రాష్ట్ర ప్రజలు ఆర్థికంగా, విద్యాపరంగా, రాజకీయంగా సామజిక పరంగా నష్టపోవడమే కాక, "నేను జన్మించిన ఈ నేల ఇలా ముక్కలు అవడం నన్ను మానసిక క్షోభకు గురిచేస్తుంది," అని ఆ ఫిర్యాదులో పేర్కొన్నారు. హైదరాబాద్ రాష్ట్రానికి ఉన్న చారిత్రక ప్రాధాన్యతను పేర్కొంటూ, హైదరాబాద్ రాష్ట్రాన్ని ఇలా ముక్కలు చేసినా, లేక ఇతర రాష్ట్రాలతో కలిపినా రాజ్యాంగపరంగా హైదరాబాద్ రాష్ట్రానికి ప్రధాని నెహ్రూ, హోమ్ మంత్రి పటేల్ ఇచ్చిన హామీ, రాజ్యాంగ రక్షణకు అర్థం ఉండదని అయన పేర్కొన్నారు. పిటిషనర్ వ్యక్తిగతంగా తన వాదనకు అనుకూలంగా కూడా చాలా శ్రమతో కూడిన ప్రయత్నం చేశారు. నేనూ, జస్టిస్ అన్సారీ కలిసిన బెంచ్ విచారణ చేస్తున్న సమయంలో తన వాదనలు వినిపిస్తున్న శ్రీ కిషెన్ ఒక్కసారిగా కోర్టులోనే కుప్పకూలిపోయారు. ఆయనను అప్పటికప్పుడు ఆస్పత్రికి తరలించాల్సి వచ్చింది. ఈ కారణంగా కేసును సెలవుల అనంతరం మరో తేదికి వాయిదా వేయవలసి వచ్చింది. అయన జూన్ 21న పార్లమెంటులో రాష్ట్రాల పునర్విభజన బిల్లును ప్రవేశపెట్టిన తర్వాత కిషెన్ మరో పిటిషన్ కోర్టులో దాఖలు చేశారు.

జస్టిస్ అన్సారీ సెలవులో ఉన్న కారణంగా నాతోపాటు జస్టిస్ విఠల్‌రావు దేశ్ పాండే తో కూడిన బెంచ్ ఈ కేసు విచారణ మరోసారి చేపట్టింది. సహజంగా ఇలాంటి కేసులకుండే బలహీనతలే ఈ కేసుకు కూడా ఉన్నాయని మేము అభిప్రాయపడ్డాం. కేసులో బెంచ్ తరపున నేను తీర్పు చెపుతూ చట్టసభలకు తమ పనివిధానంలో బయటి జోక్యం లేకుండా ఉండే హక్కు ఉన్నదని స్పష్టం చేశాను. అందువల్ల ఈ కోర్టు చట్టసభలను నిర్ణయాలు తీసుకోకుండా, ఆ నిర్ణయాలు సమర్ధనీయం కాకపోయినా, లేక వేరే ఆమోదయోగ్యం కానీ ఉద్దేశాలు ఉన్నా, ఆపలేమని చెప్పాను. చట్టసభల నిర్ణయాలు పూర్తిగా చట్ట రూపంలోకి రాకపోయినా కోర్టులు ఆ నిర్ణయాలను ప్రశ్నించలేవు. చట్టం అమలులోకి వచ్చిన తర్వాత కూడా ఎవరైనా ఆ చట్టాన్ని సవాల్ చేయకపోతే కోర్టు చేయగలిగిందేమీ లేదు. ఒక చట్టం ద్వారా తనకు వ్యక్తిగతంగా లేక ప్రజలకు నష్టం జరిగేలా ఉందని వ్యాజ్యం వస్తే మినహా సంబంధిత చట్టంపై కోర్టులు వ్యాఖ్యలు చేసి చట్టసభల హక్కులను ప్రశ్నించలేవు.

అలాగే వ్యాజ్యంలో ప్రతివాదులు సదరు కోర్టు పరిధిలో నివాసితులు కాకపోతే అటువంటి కేసుల విచారణ కూడా సాధ్యం కాదు. అయితే ఈ కేసు ఇంతటితో ముగిసిపోలేదు. ఆంధ్రప్రదేశ్ రాష్ట్రం ఏర్పాటు జరిగిన తర్వాత ఆ నిర్ణయాన్ని సవాల్ చేస్తూ మళ్ళీ అదే న్యాయవాది మరో కేసు దాఖలు చేశారు. ఈ సారి ఈ కేసు నేనూ అప్పటి హై కోర్టు ప్రధాన న్యాయమూర్తి జస్టిస్ సుబ్బారావు విచారణకు స్వీకరించాం. ఈ కేసు వివరాలు తరువాత వివరంగా తెలియజేస్తాను.

@@@

అధ్యాయం - VIII

ఆంధ్ర ప్రదేశ్ హై కోర్టు

రాష్ట్రాల పునర్విభజన కమిషన్ హైదరాబాద్ రాష్ట్రాన్ని విభజించి తొమ్మిది జిల్లాలతో కూడిన తెలంగాణను ప్రత్యేక రాష్ట్రంగా ఏర్పాటు చేస్తూ ఐదేళ్ళ తర్వాత ప్రజాభిప్రాయం మేరకు తెలంగాణ రాష్ట్రాన్ని కొనసాగించాలా లేక ఆంధ్ర రాష్ట్రంతో కలిపి ఒక కొత్త రాష్ట్రం ఏర్పాటు చేయాలా అనే ప్రతిపాదనను ప్రజలకే వదిలేసింది. అయితే ఈ ప్రతిపాదనను అధికశాతం ఆంధ్ర ప్రాంత నాయకులూ తీవ్రంగా వ్యతిరేకించారు. తమ ఆంధ్ర రాష్ట్రాన్ని తెలంగాణతో కలపడం వల్ల తాము కర్నూలులో రాజధానిని కోల్పోతున్నామని ఆందోళన వ్యక్తం చేశారు. అయితే ఆంధ్ర రాష్ట్ర శాసనసభ కేవలం ఒక్క ఓటు ఆధిక్యతతో ఈ ప్రతిపాదనకు మద్దతు తెలిపి, నిరసనకారులను పక్కన పెట్టింది. అయితే తమ రాజధానిగా మద్రాస్ నగరాన్ని కోల్పోయిన తర్వాత తెలంగాణలోని హైదరాబాద్ నగరాన్ని తమ రాజధాని చేసుకోవాలని కొందరు నాయకులు ఆలోచించారు. అయితే మరాట్వాడా మరియు కర్ణాటక ప్రాంతాల్లోని నాయకులు తమ ప్రాంతాలను హైదరాబాద్ రాష్ట్రం నుండి వేరుచేసి బొంబాయి, కర్ణాటక రాష్ట్రాల్లో కలిపేందుకు సమ్మతించినప్పటికీ తెలంగాణ ప్రాంత నాయకులు మాత్రం తమ ప్రాంతాన్ని ఆంధ్ర రాష్ట్రంతో కలపడం అంగీకరించక తీవ్ర వ్యతిరేకత వ్యక్తం చేశారు. హైదరాబాద్ పై పోలీసు చర్య తర్వాత ఉమ్మడి మద్రాసు రాష్ట్రం నుండి హైదరాబాద్‌కు వచ్చిన ఆంధ్ర ప్రాంత అధికారులు ఇప్పటికే తెలంగాణ ప్రాంత ప్రజలపై వివక్ష చూపడం, ఆ ఫలితంగా హైదరాబాద్‌లో ముల్కి నిబంధనల విషయంలో జరిగిన అల్లర్లు, ఫలితంగా జరిగిన కాల్పులు ఈ వ్యతిరేకతకు కారణం అయ్యాయి.

తెలంగాణ రాష్ట్రంలో 1952 ఎన్నికల తర్వాత బూర్గుల రామకృష్ణ రావు ముఖ్యమంత్రిగా ప్రజా ప్రభుత్వం ఏర్పాటైనప్పటికీ ప్రజల్లో రాష్ట్ర ఏర్పాటుపై ఆందోళనలు కొనసాగుతూనే ఉన్నాయి. బూర్గుల రామకృష్ణరావు ముఖ్యమంత్రిగా బాధ్యతలు చేపట్టిన ఆరు నెలలకు ముల్కి ఆందోళన మొదలైంది. ఈ ఆందోళన, అందులో భాగంగా

జరిగిన పోలీసు కాల్పులపై విచారణ కమిషన్ చైర్మన్‌గా ఆ విషయాలను ఇంతకు ముందే పేర్కొన్నాను. సుప్రీం కోర్టు మాజీ న్యాయమూర్తి జస్టిస్ ఫజల్ ఆలీ నేతృత్వంలోని రాష్ట్రాల పునర్విభజన కమిషన్ హైదరాబాద్ రాష్ట్ర విభజనను ప్రతిపాదించినప్పుడు, ప్రధాన మంత్రి జవహర్‌లాల్ నెహ్రూ ఆశ్చర్యం, అభ్యంతరం వ్యక్తం చేశారు. అయితే హైదరాబాద్‌తో ఆంధ్ర రాష్ట్రాన్ని విలీనం చేయాలని పట్టుపట్టిన కొందరు ఆంధ్ర నాయకులూ, అలాగే కేంద్రంలో పలుకుబడి ఉన్న నాయకులూ ఈ ప్రతిపాదనకు నెహ్రూ ఆమోదం అంగీకారం తెలిపేలా వత్తిడి తెచ్చారు. తెలంగాణ ప్రజలూ, నాయకులూ తెలంగాణ ప్రత్యేక రాష్ట్రంగా కొనసాగాలని చేసిన ప్రయత్నాలు ఫలించలేదు. ఫలితంగా హైదరాబాద్ రాజధానిగా తెలంగాణ రాష్ట్రాన్ని ఆంధ్ర రాష్ట్రంలో కలుపుతూ ఆంధ్రప్రదేశ్ రాష్ట్రం ఏర్పాటు చేస్తూ నిర్ణయం జరిగింది. ఆ తర్వాత హైకోర్టు గుంటూరులోనే కొనసాగిస్తూ హైదరాబాద్‌లో హై కోర్టు బెంచ్ ఏర్పాటు చేయాలని కొందరు ఆంధ్ర ప్రాంత నాయకులు, కొందరు తెలంగాణ నాయకులు ఉద్యమం చేశారు. ఈ ఉద్యమం విజయం సాధించే అవకాశం కనిపించింది. ఎందుకంటే హైదరాబాద్ కోర్టులో యేళ్ళ తరబడి అధికార భాష ఉర్దూ కావడంతో ముస్లిం, హిందూ న్యాయవాదులు ఉర్దూలో వాదనలకు అలవాటు పడిపోయారు. ఈ పరిస్థితుల్లో ఆంధ్రప్రదేశ్ హైకోర్టు ప్రధాన న్యాయమూర్తి శ్రీ కె.సుబ్బారావు చొరవ తీసుకొని హై కోర్టు హైదరాబాద్‌లోనే ఏర్పాటు చేయడానికి తెలంగాణ నాయకులను కూడా ఒప్పించారు. రాజధానికి దూరంగా హై కోర్టు కొనసాగడం పట్ల అయన సుముఖంగా లేరు. ఈ విషయం పక్కన బెడితే అప్పటికే మూడేళ్ళుగా గుంటూరులో ఉన్న ప్రధాన న్యాయమూర్తి అక్కడి వాతావరణం పట్ల అసంతృప్తితో ఉన్నారు. ఈ సమయంలోనే తాను హైదరాబాద్ వస్తున్నానని, నన్ను, మరికొందరు న్యాయమూర్తులు, కొందరు న్యాయవాదులను కలుస్తానని అయన నాకు లేఖ రాశారు. అయితే ఔరంగాబాద్ లో ఉస్మానియా విశ్వవిద్యాలయానికి అనుబంధంగా ఒక న్యాయ కళాశాల ప్రారంభించేందుకు వెళుతున్నాని తిరిగి వచ్చిన తర్వాత కలుస్తానని ప్రత్యుత్తరం ఇచ్చా. ఆ మేరకు ఔరంగాబాద్ నుండి తిరిగి రాగానే జస్టిస్ సుబ్బారావును కలిశాను. "ఎందుకు ఇన్ని లా కాలేజీలు?" అని అయన ప్రశ్నించగా "బ్రిటిష్ పాలనలో ఉండగా స్వాతంత్రోద్యమంలో న్యాయవాదులే ముందున్నారు. ఇప్పుడు స్వాతంత్ర్యం లభించి ప్రజా ప్రభుత్వం ఏర్పడింది. ఇప్పుడు ప్రజలకు తమ హక్కులు, బాధ్యతలు తెలుసుకునేందుకు, మంచి పౌరులుగా తయారయ్యేందుకు పెద్ద సంఖ్యలోనే లా

కాలేజీలు ఉండడం మంచిది. ప్రభుత్వానికి, ప్రజలకు మధ్య సంబంధాలపై ప్రజల్లో అవగాహన ఉంటుంది," అన్నాను. ఆ పై జస్టిస్ సుబ్బారావు ఎలాంటి వ్యాఖ్య చేయలేదు.

ఇక హై కోర్టు గుంటూరు నుండి హైదరాబాద్ బదిలీ చేయడంపై మాట్లాడుకున్నాం. అయితే నేను ముందుగా న్యాయవాదులతో మాట్లాడి ఆ తర్వాతే వారితో జస్టిస్ సుబ్బారావు సమావేశం ఏర్పాటు చేస్తానని చెప్పాను. అయితే హైదరాబాద్ హై కోర్టులో కొందరు న్యాయవాదులు ఉర్దూలో వాదించే సౌలభ్యం ఉన్నందువల్ల, కొందరు న్యాయమూర్తులు కూడా ఉర్దూలో వాదనలు అనుమతించడం వల్ల వారు అలా అలవాటుపడిపోయారని, ఆంగ్లంలో వాదించడం కొంత కష్టమేనని చెప్పాను. అయితే కొందరు న్యాయమూర్తులకు ఆంగ్లంలో ప్రావిణ్యం ఉన్నప్పటికీ ఆంగ్లంలో తీర్పులు రాయడం అలవాటు పోయింది. ఈ పరిస్థితుల్లో హై కోర్టు హైదరాబాద్ మార్చడం వల్ల ఆంగ్లం రాని లేదా ఆంగ్లంలో వాదించలేని న్యాయవాదులు కాస్త ఇబ్బందిపడే అవకాశం ఉందని, పైగా ఆంధ్రా నుండి మూడొంతులమంది న్యాయవాదులు ఇక్కడికి రానున్నందువల్ల ఉర్దూ న్యాయవాదులకు కొంత కష్టంగా ఉంటుందని చెప్పాను.

అయితే రాష్ట్రాల పునర్విభజన కమిషన్ హైదరాబాద్‌ను ప్రత్యేక రాష్ట్రంగా ఐదేళ్ళపాటు కొనసాగించే ప్రతిపాదన ఉన్నందున ఆంధ్రప్రదేశ్ హై కోర్టు హైదరాబాద్‌కు తరలించినా, కేవలం ఉర్దూ న్యాయవాదులు, న్యాయమూర్తుల సౌలభ్యం కోసం ఒక ప్రత్యేక ఉర్దూ బెంచ్ ఏర్పాటు చేస్తే మంచిదని నేను ప్రతిపాదించాను. ఈ ప్రతిపాదన ఆయనకు బాగా నచ్చింది. ఆ తర్వాత హైదరాబాద్ న్యాయవాదులతో జరిగిన సమావేశంలో హై కోర్టు రాజధానిలో ఉండడంవల్ల అనేక ప్రయోజనాలు ఉన్నాయని చెపుతూ ఉర్దూ న్యాయవాదులు తమ వాదనలు ఉర్దూలోనే చేయవచ్చని, ప్రత్యేక ఉర్దూ బెంచ్ కూడా ఐదేళ్ళపాటు కొనసాగించవచ్చని చెప్పారు. ఆ తర్వాత హై కోర్టు గుంటూరు నుండి హైదరాబాద్‌కు తరలించే అంశంలో న్యాయవాదుల నుండి ఎలాంటి ప్రతిఘటన లేదు. ఈ విధంగా హై కోర్టు గుంటూరు నుండి హైదరాబాద్‌కు తరలించేందుకు అంగీకారం లభించింది.

జస్టిస్ సుబ్బారావు తిరిగి గుంటూరు వెళుతూ నన్ను, నా భార్యను గుంటూరు సందర్శించవలసిందిగా ఆహ్వానించారు. ఆ మేరకు ఆగష్టు 1956లో ప్రధాన న్యాయమూర్తి అతిథులుగా నేనూ, నా సతీమణి గుంటూరు సందర్శించాం. మేము హైదరాబాద్ నుండి విజయవాడకు రైల్లో అర్థరాత్రికి చేరుకొని, గుంటూరు వెళ్ళే

రైలు కోసం తెల్లవారుఝాము వరకూ వేచిఉండాల్సి వచ్చింది. రాత్రంతా నిద్రలేకపోవడం వల్ల మేము గుంటూరు చేరేసరికి బాగా అలసటగా ఉంది. ఇంతకుముందు జిల్లా మరియు సెషన్స్ జడ్జి నివాసం ఉన్న ఇంట్లో ప్రస్తుతం జస్టిస్ సుబ్బారావు నివాసం ఉంటున్నారు. స్వతంత్రం రాకముందు జిల్లా కలెక్టరు, జిల్లా మరియు సెషన్స్ జడ్జి బ్రిటిష్ వారు కావడం వల్ల వారికి విశాలమైన ప్రాంగణంలో విలాసవంతమైన భవనాలు కేటాయించేవారు. ఆయా అధికారుల ఆధిక్యాన్ని ప్రదర్శించడానికే ఇలాంటి విలాసవంతమైన భవనాలు ఇచ్చేవారు.

మధ్యాహ్నం భోజనం తర్వాత హై కోర్టు భవనాన్ని సందర్శించాను. ఈ భవనం గతంలో జిల్లా కలెక్టర్ కార్యాలయంగా ఉండేది. హై కోర్టుకు ఈ భావాన్ని కేటాయించినప్పుడు దానికి అనుకూలంగా కొన్ని మార్పులు చేశారు. ఇక్కడ కోర్టు హాళ్ళు చాలా చిన్నగా ఉన్నాయి. ప్రధాన న్యాయమూర్తితో కలిపి మొత్తం ఏడుగురు న్యాయమూర్తులు ఉన్నారు. వీరితో పాటు మద్రాస్ హై కోర్టులో పదవీవిరమణ చేసిన జస్టిస్ విశ్వనాధ శాస్త్రి కూడా అడహాక్ న్యాయమూర్తిగా పనిచేస్తున్నారు. జస్టిస్ సుబ్బారావుతో పాటు జస్టిస్ చంద్రా రెడ్డి మరియు జస్టిస్ ఉమామహేశ్వరన్ కూడా నాకు పరిచయస్తులే. జస్టిస్ ఉమామహేశ్వరన్ శ్రీ అల్లాడి వారి సోదరుడి అల్లుడు. ఇక మిగిలిన ముగ్గురు న్యాయమూర్తులు, జస్టిస్ భీమశంకరం, జస్టిస్ సత్యనారాయణ రాజు మరియు జస్టిస్ ఎన్.డి కృష్ణరావులను నేను కొదటిసారి కలిశాను. వీరిలో జస్టిస్ కృష్ణ రావు ఐసిఎస్ కేడర్ నుండి వచ్చారు.

ఆ రాత్రి జరిగిన విందులో గుంటూరు ఆవకాయ (మామిడి) పచ్చడి వడ్డించారు. ఆ పచ్చడి చాలా కారంగా ఉంటుందని అందులో కొద్దిగా నెయ్యి కలుపుకుంటే బాగుంటుందని జస్టిస్ సుబ్బారావు సలహా ఇచ్చారు. కానీ, ఈ పచ్చడి నాకు అలవాటేనని నెయ్యి అవసరం లేదని కొంటెగా జవాబిచ్చాను. అయితే ఆ తప్పిదానికి నేను భారీ మూల్యం చెల్లించాల్సి వచ్చింది. ఆ గుంటూరు కారం ఘాటు వల్ల కడుపులోనూ, చాతిలోనూ మంటతో రాత్రంతా నిద్రపోలేకపోయాను. ఆ మరుసటి రోజు ఈ విషయం తెలుసుకున్న జస్టిస్ సుబ్బారావు, ఆ రాత్రే తనను నిద్ర లేపితే ఒక గ్లాసు సోడా ఇచ్చేవాడినని దానితో అంత ఇబ్బంది పడాల్సి వచ్చేది కాదని చెప్పారు. ఆ వెంటనే న్యాయవాదులను చూసే వైద్యుడు డాక్టర్ మోదండరామయ్యను పిలిపించారు. అయన వచ్చి నన్ను పరీక్ష చేసి మెట్లు ఎక్కవద్దని, స్నానం చేసేటప్పుడు పొట్టను, ఛాతీని ఎక్కువగా రుద్దుకోవద్దని సలహా ఇచ్చారు. నన్ను ఆస్పత్రికి పిలిచి

ఈసీజీ, ఎక్సరే తీసుకున్నారు. అంతా బాగానే ఉందంటూనే అయన కొన్ని మందులు రాసిచ్చారు. వాటిలో విటమిన్ ఈ తో పాటు నేను ఇంతకు ముందు ఎప్పుడూ తీసుకోని గుండె సంబంధమైన మందులు కూడా ఉన్నాయి. సాయంత్రం అయిన తర్వాత నేను మరునాడు హైదరాబాద్ వెళ్ళిపోతాను అని చెప్పాను. నాకోసం నెల్లూరు నుండి వచ్చిన మా బాబాయి గారి అల్లుడు ఆర్ ఎల్ రెడ్డితో కలిసి నెల్లూరు వెళ్ళాల్సిన మా ప్రయాణాన్ని రద్దు చేసుకున్నాం.

హైదరాబాద్ చేరుకున్నాక మా కుటుంబ వైద్యుడు డాక్టర్ రంగారెడ్డి నన్ను పరీక్షించి ఏమీ ప్రమాదం లేదనీ అంతా సవ్యంగానే ఉందని చెప్పారు. అయితే గుంటూరు వైద్యుడు ఇచ్చిన మందుల వల్ల నాకు గుండె సంబంధమైన వ్యాధి ఉందేమో అనే అనుమానం కలిగి కాస్త భయం వేసింది. ఈ భయంతోనే నా స్వంత లైబ్రరీలో ఉన్న నా విలువైన పుస్తకాలన్నీ రూ 12,000కు విక్రయానికి అలాహాబాద్‌కు చెందిన ఒక వ్యక్తితో బేరం కుదుర్చుకున్నాను. అయితే ఇదంతా అపోహ మాత్రమేనని నాకు ఎలాంటి అస్వస్థత లేదని డాక్టర్ రంగారెడ్డి కొట్టిపారేశారు. కొంతకాలం పాటు కేవలం ఉదయం మాత్రమే కోర్టుకు హాజరయి మధ్యాహ్నం నుండి విశ్రాంతి తీసుకున్నాను. ఇంకా కొంతమంది వైద్యులు నన్ను పరీక్షించి ఏమీ కంగారు పడాల్సిన పని లేదనీ, నా ఆరోగ్యం బాగానే ఉందనీ చెప్పారు. కానీ నా ఆందోళన తగ్గలేదు. బహుశా ఒక యేడాది తర్వాత అనుకుంటా డాక్టర్ ఎస్ రామచందర్ రావు నన్ను పరీక్షించి గుంటూరు కారం వల్ల నా కడుపులో అసిడిటీ ఏర్పడిందని అందువల్లే నేను ఇబ్బంది పడాల్సి వచ్చిందని చెప్పి నా భయాన్ని పోగొట్టారు.

నేను గుంటూరు నుండి తిరిగి వచ్చిన కొద్ది రోజులకు సుప్రీంకోర్టు ప్రధాన న్యాయమూర్తి జుస్తియే ఎస్.ఆర్ రావు నుండి జస్టిస్ శ్రీపత్‌రావుకు ఒక లేఖ వచ్చింది. తాను హైదరాబాద్ వస్తున్నానని, హైదరాబాద్ హైకోర్టును పార్ట్ ఏ రాష్ట్రాలతో సమానంగా కలపవలసి ఉన్నందున హై కోర్టులో ఉన్న న్యాయమూర్తుల సమర్థతను తాను స్వయంగా చూడాలని ఆ లేఖ సారాంశం. అలాగే ప్రస్తుతం హై కోర్టులో ఉన్న న్యాయమూర్తులలో ఎవరిని ఆంధ్రప్రదేశ్ హై కోర్టుకు, ఎవరిని కర్ణాటక మరియు బొంబాయి హై కోర్టుకు కేటాయించాలో నిర్ణయం తీసుకోవడం కూడా ప్రధాన న్యాయమూర్తి సందర్శనకు మరో కారణం. తాను ప్రతి న్యాయమూర్తినీ వ్యక్తిగతంగా కలవాలనుకుంటున్నానని అందువల్ల ఒక్కొక్కరితో సమావేశం ఏర్పాటు చేయవలసిందిగా జస్టిస్ రావు కోరారు. నాతో సహా హై కోర్టు న్యాయమూర్తులంతా

జస్టిస్ రావుని విడివిడిగా సమావేశం అవగా జస్టిస్ శ్రీపత్‌రావు మాత్రం మరో న్యాయమూర్తితో కలిసి జస్టిస్ రావుతో సమావేశం ప్రతిపాదించారు. అయితే జస్టిస్ రావు శ్రీపత్ రావుతో మినహా మిగిలిన అందరు న్యాయమూర్తులతోనూ మాట్లాడారు. జస్టిస్ రావు మాతో మాట్లాడుతున్న సమయంలోనే ఆయనతో కలిసి వచ్చిన సుప్రీం కోర్టు అదనపు రిజిస్ట్రార్ ప్రధాన న్యాయమూర్తిని కలిసేందుకు న్యాయవాదులను ఆహ్వానించేందుకు వెళ్ళారు.

పార్ట్ ఏ, పార్ట్ బి రాష్ట్రాల హై కోర్టులు అధికార విధులు, పరిధి ఒక్కటే అయినందువల్ల ఈ వ్యవహారం మొత్తం మాకు ఒక శాపంలా అనిపించింది. అంటే పార్ట్ బి హై కోర్టుల న్యాయమూర్తులను ఒక్కొక్కరినీ పావుగంట సేపు విచారించి పార్ట్ బి హై కోర్టుకు కేటాయించడం మాకు అవమానంగా అనిపించింది. ఒక్క మాటలో చెప్పాలంటే ఈ మొత్తం ప్రక్రియ అన్యాయం, అవాంఛనీయంగా అనిపించింది. ఇలాంటి పనికి సుప్రీంకోర్టు ప్రధాన న్యాయమూర్తి అంగీకరించి ఉండకూడదు అనుకున్నాం.

అయితే కొందరు న్యాయమూర్తులు కొంత అసహనానికి అభద్రతకు గురయ్యారు. ఒక న్యాయమూర్తి అయితే ఏకంగా కొందరు న్యాయవాదుల సమక్షంలో ప్రధాన న్యాయమూర్తితో తాను మాట్లాడవలసిన విషయాలను రిహార్సులు వేశారు. ఒక సీనియర్ న్యాయమూర్తి అయితే ఒక మహిళా న్యాయవాది వాదించిన కేసును ప్రధాన న్యాయమూర్తి సమక్షంలో విచారించారు. ఇక ప్రధాన న్యాయమూర్తి నాతో కలిసి విచారణలో కూర్చున్నప్పుడు ఒక న్యాయవాది తన వాదనలు ఉర్దూలో మొదలుపెట్టారు. అయితే ఉర్దూ భాష అర్థం కాకపోవడంతో ప్రధాన న్యాయమూర్తి ఐదు, పది నిమిషాల్లోనే వెళ్ళిపోయారు. తర్వాత న్యాయమూర్తుల సమర్థత గురించి తెలుసుకోడానికి ప్రధాన న్యాయమూర్తి కొందరు సీనియర్ న్యాయవాదులతో కూడా సమావేశం నిర్వహించారు. ప్రధాన న్యాయమూర్తి ఒక్కొక్క న్యాయమూర్తితో కలిసి కోర్టులో కూర్చుంటున్నందువల్ల కక్షిదారులు విచిత్ర విన్యాసం చూసేందుకు ఒక కోర్టు నుండి మరో కోర్టుకు వెళుతూ కనిపించడం మాకు కొంత బాధగా అనిపించింది.

నేను డీన్‌గా వ్యవరిస్తున్న లా కాలేజీని నా ఆహ్వానంపై ప్రధాన న్యాయమూర్తి ఒక రోజు సాయంత్రం సందర్శించారు. కాలేజీకి వెళుతున్న సమయంలో "రెడ్డీ ఆంధ్ర ప్రదేశ్ రాష్ట్రం రెడ్డిస్తాన్ అవుతుందని నా నమ్మకం" అంటూ వ్యాఖ్యానించారు.

ఈ వ్యాఖ్య నన్ను కొంత అసహనానికి గురిచేసింది. కానీ అంతలోనే తేరుకుని “సర్, పశ్చిమ బెంగాల్ దాసిస్తాన్ లేదా బోసిస్తాన్ అయినట్టుగానే ఇది కూడా” అంటూ బదులిచ్చాను. అయన ఊహించని ఈ సమాధానంతో కాస్త ఖంగుతిన్నారు. “అంతేనేమోలే” అని బదులిచ్చారు. లా కాలేజిలో సమావేశం బాగానే జరిగింది. లా కాలిజికి ప్రధాన న్యాయమూర్తి రావడం చాలా అభినందనీయం. అయన హైదరాబాద్ నుండి తిరిగి వెళుతున్న సమయంలో న్యాయమూర్తులు అందరం ఆయనకు వీడ్కోలు పలికేందుకు రైల్వే స్టేషన్ కు వెళ్ళాం. రైలు బోగిలోకి వెళ్ళే ముందు అయన జస్టిస్ మనోహర్ ప్రసాద్‌ను పక్కకు తీసుకెళ్ళి ఏదో విషయం చర్చించారు. అయన ఏం మాట్లాడారో అప్పుడు తెలియలేదు కానీ, ఆయనను బొంబాయి హైకోర్టు న్యాయమూర్తిగా వెళితే తర్వాత ప్రధాన న్యాయమూర్తి అయ్యే అవకాశం ఉందని ప్రధాన న్యాయమూర్తి సూచన చేయగా జస్టిస్ మనోహర్ ప్రసాద్ ఆ సూచనను తిరస్కరించారని తర్వాత తెలిసింది.

సుప్రీంకోర్టు ప్రధాన న్యాయమూర్తి ఆ తర్వాత మైసూర్ హైకోర్టును సందర్శించారు. అక్కడ కూడా హైదరాబాద్ హై కోర్టులో నిర్వావించిన ప్రక్రియే. బహుశా అక్టోబర్ 29న లేదా 30న ఒక నోటిఫికేషన్ విడుదలైంది. ఆ నోటిఫికేషన్ ప్రకారం రాష్ట్రాల పునర్విభజన చట్టం అమలులోకి వచ్చే రోజు అంటే నవంబర్ 1, 1956 నుండి జస్టిస్ శ్రీపత్ రావు బొంబాయి హై కోర్టుకు బదిలీ అవుతారు. అలాగే నాతోపాటు జస్టిస్ ఖ్యుమార్ హస్సన్, జస్టిస్ మనోహర్ ప్రసాద్, జస్టిస్ అన్సారీ మరియు జస్టిస్ శ్రీనివాసాచారి ఆంధ్రప్రదేశ్ హై కోర్టు న్యాయమూర్తులుగా నియమితులవుతాము. జస్టిస్ సియాదత్ ఆలీ ఖాన్, జస్టిస్ తాక్వి బిల్గ్రామి మరియు జస్టిస్ కుమారయ్యకు బదలీ ఇవ్వలేదు. అయితే జస్టిస్ ఖ్యుమార్ హస్సన్‌ను తొలుత కర్ణాటక హై కోర్టుకు బదిలీ చేయాలని అనుకున్నా అయన వయసు రీత్యా ఆంధ్రప్రదేశ్ హై కోర్టులోనే ఉంచారు. అక్టోబర్ 30న ప్రభుత్వ ప్రధాన కార్యదర్శి శ్రీ పి.వి.ఆర్ రావు కర్ణాటక ప్రభుత్వ ప్రధాన కార్యదర్శిగా బదిలీపై వెళుతున్నందున ఆయనకు రైల్వే స్టేషన్లో వీడ్కోలు పలికి ఆ దగ్గర్లో మారేడుపల్లిలో ఉన్న జస్టిస్ కుర్మయ్య ఇంటికి వెళ్ళాను. సహజంగానే అయన అసంతృప్తితో ఉన్నారు. ఇతర ప్రాంతాలకు బదిలీపై వెళుతున్న, లేదా ఆంధ్రప్రదేశ్ ప్రభుత్వంలో పనిచేయనున్న అధికారులు అందరికీ తెలంగాణ ప్రభుత్వం అక్టోబర్ 31న రాత్రి విందు ఇచ్చింది. ఆ విందుకు నేను హాజరయ్యాను. ఈ సందర్భంగా ఆంధ్రప్రదేశ్ హై కోర్టు ప్రధాన న్యాయమూర్తి జస్టిస్

సుబ్బారావు, ఆంధ్రప్రదేశ్ ముఖ్యమంత్రిగా బాధ్యతలు చేపట్టనున్న శ్రీ నీలం సంజీవరెడ్డి మాట్లాడుకున్నారు. ఆ తర్వాత జస్టిస్ సుబ్బారావు నన్ను పక్కకు తీసుకెళ్ళి జస్టిస్ కూర్మయ్యను ఆంధ్రప్రదేశ్ హై కోర్టు న్యాయమూర్తిగా నియమించేందుకు సమర్థుడేనా అని అడిగారు. నాకు తెలిసినంతవరకు జస్టిస్ కూర్మయ్య నియామకం విషయంలో ఆంధ్రప్రదేశ్ హై కోర్టు ప్రధాన న్యాయమూర్తి నిర్ణయం తీసుకోవచ్చుని సుప్రీంకోర్టు ప్రధాన న్యాయమూర్తి తన నివేదికలో పేర్కొన్నారు. జస్టిస్ కూర్మయ్య హైదరాబాద్ సివిల్ సర్వీసెస్‌లో ఎంపికయ్యి కొంతకాలం మున్సిఫ్‌గా పనిచేశారని హై కోర్టు ప్రధాన న్యాయమూర్తికి చెప్పాను. అయన మున్సిఫ్ గాను, జిల్లా జడ్జిగాను, పోలీస్ చర్య అనంతరం డివిజినల్ మరియు సెషన్స్ జడ్జిగాను పనిచేశారని వివరించాను. ఆయనను హై కోర్టు న్యాయమూర్తిగా నియమించవచ్చని చెప్పాను. అయితే "అయన గురించి నాకు తెలియదు. కానీ మీ సిఫార్సు ఆధారంగా ఆయనపేరు ప్రతిపాదిస్తా" అని జస్టిస్ సుబ్బారావు చెప్పారు. ఆమేరకు జస్టిస్ కూర్మయ్యను ఆంధ్రప్రదేశ్ హై కోర్టు అదనపు న్యాయమూర్తిగా నియమిస్తూ ఉత్తర్వులు వచ్చాయి. నేను జస్టిస్ సియాదత్ ఆలీ ఖాన్‌ని కూడా కలిశాను. అయన కేంద్ర హోమ్‌మంత్రి పండిట్ గోవింద్ వల్లబ్ పంత్‌ని కలిశానని చెప్పారు. హోమ్‌మంత్రి "మిమ్మల్ని ఆంధ్రప్రదేశ్ హై కోర్టు న్యాయమూర్తిగా నియమించాలనే అనుకున్నాను. కానీ ప్రధాన న్యాయమూర్తి అంగీకరించలేదు. నేనేం చేయగలను?" అని అన్నారని చెప్పారు. హోమ్‌మంత్రి ప్రధాన న్యాయమూర్తి పట్ల ప్రయోగించిన భాష ప్రధాన న్యాయమూర్తికి ఏపాటి గౌరవం ఉందో తెలియజేస్తుంది. ఏదేమైతేనేం ముగ్గురు న్యాయమూర్తులకు న్యాయం జరిగింది. జస్టిస్ కూర్మయ్యను ఆంధ్రప్రదేశ్ హై కోర్టు అదనపు న్యాయమూర్తిగా, జస్టిస్ సియాదత్ ఆలీ ఖాన్‌ను ఆంధ్రప్రదేశ్ లేబర్ ట్రిబ్యునల్ చైర్మన్ గానూ, జస్టిస్ బిల్గ్రామి బొంబాయి లేబర్ ట్రిబ్యునల్ చైర్ పర్సన్ గాను, నియమించి వారి పదవీకాలం పూర్తయ్యేవరకు కొనసాగించారు.

జస్టిస్ కూర్మయ్య హై కోర్టు అదనపు న్యాయమూర్తిగా ఒక యేడాది చేసిన తర్వాత మద్రాస్ హై కోర్టులో క్రిమినల్ న్యాయవాదిగా పేరుగడించిన ప్రముఖ న్యాయవాది పి.బాసి రెడ్డిని హై కోర్టు పూర్తిస్థాయి న్యాయమూర్తిగా నియమించాలని ప్రధాన న్యాయమూర్తి జస్టిస్ సుబ్బారావు ప్రతిపాదించారు. ఆంధ్రప్రదేశ్ హై కోర్టు ఏర్పడినప్పుడు బాసిరెడ్డిని పబ్లిక్ ప్రాసిక్యూటర్‌గా నియమించాలని ప్రతిపాదన వచ్చినప్పటికీ కొన్ని రాజకీయ కారణాలవల్ల వేరే వ్యక్తిని ఆ పదవిలో నియమించవలసి

వచ్చింది. ఇప్పుడు జస్టిస్ కూర్మయ్య అదనపు న్యాయమూర్తిగా కొనసాగుతున్నందున ఆయనను పూర్తిస్థాయి న్యాయమూర్తిగా నియమించి, బాసి రెడ్డిని అదనపు న్యాయమూర్తిగా నియమిస్తే బాగుంటుందని ప్రధాన న్యాయమూర్తికి ఒక సీనియర్ న్యాయమూర్తి సలహా ఇచ్చారు. అయితే ఈ ప్రతిపాదనను జస్టిస్ సుబ్బారావు తిరస్కరించారు. బాసి రెడ్డి చాల సీనియర్ అని, సమర్థుడని, క్రిమినల్ వివాదాలలో ఆయన హై కోర్టుకు అవసరం అని జస్టిస్ సుబ్బారావు నాతో మాట్లాడినప్పుడు చెప్పారు. తనకంటే జూనియర్ తన కంటే పెద్ద పదవిలో ఉండడాన్ని ఎవరూ ఆమోదించరు. అయితే అక్టోబర్ 10, 1957న బాసి రెడ్డిని హై కోర్టు న్యాయమూర్తిగా నియమించారు. ఆ తర్వాత జస్టిస్ కూర్మయ్యను 12 రోజుల తర్వాత అంటే అక్టోబర్ 22,న హై కోర్టు పూర్తిస్థాయి న్యాయమూర్తిగా నియమించారు. అలాగే జిల్లా మరియు సెషన్స్ జడ్జిగా పనిచేస్తున్న శ్రీ రంగనాథన్ చెట్టి ని హై కోర్టు అదనపు న్యాయమూర్తిగా అక్టోబర్ 10, 1957 న నియమించారు.

తెలంగాణ పట్ల ప్రధాన న్యాయమూర్తి జస్టిస్ సుబ్బారావు సానుభూతితో ఉండేవారు. కొన్ని సందర్భాల్లో తెలంగాణకు న్యాయం చేసేందుకు పరిధి దాటి ఒక అడుగు ముందుకు వెళ్ళేవారు. ఆంధ్రా హై కోర్టుతో పాటు వచ్చిన తొలి రిజిస్ట్రార్ తన తొందరపాటు, అసంబద్ధ చర్యలతో కొన్ని సమస్యలకు మొదట్లో కారణం అయ్యారు. అధికార దర్పం ప్రదర్శించి పెత్తనం చేసేందుకు ప్రయత్నం చేస్తుండేవారు. ఉదాహరణకు, ఆంధ్రప్రదేశ్ హై కోర్టు ఏర్పాటు కావడానికి ముందు, ఆంధ్ర హై కోర్టును గుంటూరు నుండి తరలించేందు కావలసిన ఏర్పాట్లు చూసేందుకు అయన హైదరాబాద్ హై కోర్టు సందర్శించినప్పుడు హైదరాబాద్ హై కోర్టు రిజిస్ట్రార్ ఆయనకు సాదరంగా, సగౌరవంగా స్వాగతం పలికారు. అయితే ఇందుకు భిన్నంగా అయన ఆంధ్రప్రదేశ్ అదనపు రిజిస్ట్రార్‌గా బాధ్యతలు చేపట్టిన తర్వాత అదే హైదరాబాద్ హై కోర్టు రిజిస్ట్రార్ (శ్రీ నరసింహారావు) ఆయనను కలవడానికి గంటలకొద్దీ వేచి ఉండాల్సి వచ్చేది. అలాగే పోస్టింగ్ కోసం కూడా అయన రోజుల తరబడి వేచిచూడాల్సి వచ్చింది.

ఒక రోజు ఈ హై కోర్టు రిజిస్ట్రార్ హై కోర్టులోని పలు కార్యాలయాలు సందర్శిస్తున్న సందర్భంలో మేడలో టై కట్టుకున్న ఒక టైపిస్టు–క్లర్క్‌ను నువ్వు గెజిటెడ్ అధికారివా అంటూ నిలదీసినట్టు తెలిసింది. హైదరాబాద్ హై కోర్టు సిబ్బంది కటువుగా ఉండేవారు కాదు. చాలా సౌమ్యంగా ఉండేవారు. రిజిస్ట్రార్ ఒక తెలంగాణ

న్యాయవాదిని దారుణంగా అవమానించారు. ఫలితంగా ఆ న్యాయవాది రిజిస్ట్రార్ పై క్రిమినల్ దావా వేశారు. అప్పుడు నేను జోక్యం చేసుకొని ఇద్దరితో మాట్లాడిన తర్వాత రిజిస్ట్రార్ సదరు న్యాయవాదికి క్షమాపణలు చెప్పారు. న్యాయవాది కూడా తన కేసును ఉపసంహరించుకున్నారు. అయితే అయన పదవీకాలం పూర్తయిన తర్వాత పొడిగించిన పదవీకాలం కూడా ముగింపుకు వస్తున్న దశలో ఆయనలో కొంత మార్పు వచ్చింది. ఆయన పదవీ విరమణ తర్వాత వచ్చిన రిజిస్ట్రార్‌లు, ప్రత్యేకించి శ్రీ.స్ ఓబుల్ రెడ్డి (ఆ తర్వాత కాలంలో హై కోర్టు న్యాయమూర్తిగా మరియు ప్రధాన న్యాయమూర్తిగా పనిచేశారు), ప్రధాన న్యాయమూర్తి, ఇతర న్యాయమూర్తులు తెలంగాణ సిబ్బంది తదితరులపట్ల గౌరవంగానూ, స్నేహభావంతోనూ ఉండేవారు. నా స్వానుభవంతో, ప్రత్యేకించి ప్రధాన న్యాయమూర్తి జస్టిస్ సుబ్బారావు, ఆయనతో పాటు వచ్చిన ఆంధ్ర హై కోర్టు న్యాయమూర్తులూ, హైదరాబాద్ రావడం పట్ల చాలా సంతోషంగా ఉండేవారు. గుంటూరులో ఉన్నప్పటికంటే ఇప్పుడు హైదరాబాద్‌లో వారు చాలా సంతోషంగా ఉన్నారు. మొత్తంగా నిస్పాక్షికంగా పనిచేస్తున్న హై కోర్టు తీరుపట్ల తెలంగాణ న్యాయవాదులూ, కక్షిదారులూ సంతృప్తిగా ఉన్నారని నేను గట్టిగా చెప్పగలను.

ఆంధ్రప్రదేశ్ హై కోర్టు ఏర్పడిన తర్వాత ఆంధ్ర ప్రాంతం నుండి వచ్చిన న్యాయమూర్తుల్లో మొదట్లో కొన్ని అపోహలు ఉండేవని వారి మాటల్లోనే తెలిసేది. తెలంగాణ న్యాయమూర్తులకు ఆంధ్ర హై కోర్టు నుండి వచ్చిన న్యాయవాదులు పెద్దగా తెలియరు. అలాగే ఆంధ్రా నుండి వచ్చిన న్యాయమూర్తులకు తెలంగాణ న్యాయవాదులతో పరిచయాలు ఉండేవి కావు. ఇరు ప్రాంతాల న్యాయమూర్తులు, మరో ప్రాంత న్యాయవాదుల గురించి తెలుసుకునే ప్రయత్నం, అలాగే ఒక ప్రాంత న్యాయవాదులు మరో ప్రాంత న్యాయమూర్తుల గురించి తెలుసుకునే ప్రయత్నాలు జరిగాయి.

ఆంధ్రా హైకోర్టులో ఉన్న వివాదాలు వేరుగా ఉన్నాయి. అవన్నీ క్లిష్టమైన కేసులు. తెలివైన కక్షిదారులకు అంతకంటే తెలివిగా సహకరించే న్యాయవాదులు. వారిలో కొంతమందికి స్వంతంగా లైబ్రరీలు ఉండేవని, కోర్టుల్లో కొన్ని కేసులకు సంబంధించిన తీర్పులు కూడా అందించేవారని చెప్పేవారు. అయితే తెలంగాణ న్యాయమూర్తులకు బాగా తెలిసిన, పూర్వపు హైదరాబాద్ హై కోర్టులో వారు బాగా అలవాటు పడిన కేసులు ఇంత క్లిష్టంగా ఉండేవి కావు. తెలంగాణ కేసుల్లో సంక్లిష్టత ఉండేది కాదు. అలాగే చాలా కేసుల్లో నకిలీవి, కుట్రపూరితమైనవి ఉండేవి కావు. తెలంగాణాలో

ఉండే క్రిమినల్ కేసులు కూడా ఆంధ్ర ప్రాంత క్రిమినల్ కేసుల్లా, ప్రత్యేకించి రాయలసీమ జిల్లాల నుండి వచ్చిన కేసుల్లా, కక్ష పూరితమైనవి, కుట్ర పూరితమైనవి కావు.

హైదరాబాద్ హై కోర్టు న్యాయమూర్తుల తెలివి, సమర్ధత గురించి ఆంధ్ర ప్రాంత న్యాయవాదుల్లో ఎలాంటి అభిప్రాయం ఉందో నేను 1జనువారి 959న విశాఖపట్నం సందర్శించినప్పుడు అక్కడి బార్ అసోసియేషన్ అధ్యక్షుడు చేసిన స్వాగతోపన్యాసంలో అర్థమైంది. బార్ అధ్యక్షుడు మాట్లాడుతూ ఆంధ్రప్రదేశ్ హై కోర్టు ఏర్పడినప్పుడు హైదరాబాద్ హై కోర్టు న్యాయమూర్తులు అక్కడ ఉర్దూలో తీర్పులు చెప్పడం అలవాటు కారణంగా, హైకోర్టు ఉర్దూ బెంచ్ కూడా ఐదేళ్ళపాటు కొనసాగించే నిర్ణయం వల్ల, వారు ఇప్పుడు ఆంగ్లంలో తీర్పులు చెప్పలేక పోవచ్చని ఆంధ్రా న్యాయవాదులు భావించారు. అలాగే ఆ న్యాయమూర్తులు ఆంధ్ర ప్రాంతం నుండి వచ్చే క్లిష్టరమైన కేసులు పరిష్కరించ లేక పోవచ్చు అని కూడా అభిప్రాయం ఉండేది. అయితే హై కోర్టు పూర్తిస్థాయిలో పనిచేయడం ప్రారంభించగానే, అక్కడ తీర్పులు, వాదనలూ చూసిన తర్వాత అంతకుముందు తమకున్న అభిప్రాయం తప్పు అని గ్రహించామని బార్ అధ్యక్షుడు తన ప్రసంగంలో పేర్కొన్నారు. మద్రాసు ఎస్టేట్స్ ల్యాండ్ చట్టంలోని సెక్షన్ 3 (2) (డి)ని ఉటంకిస్తూ, ఇలాంటి క్లిష్టమైన అంశాలలో ఆంధ్రా ప్రాంత న్యాయమూర్తులు కూడా సంతృప్తికరంగా తీర్పు ఇవ్వలేకపోయారని బార్ అధ్యక్షుడు పేర్కొన్నారు. అయితే ఇదే చట్టం, అవే సెక్షన్లు విషయంలో నేనిచ్చిన ఒక తీర్పును ప్రస్తావిస్తూ ఆ తీర్పును చూసి తాను ఆశ్చర్యం చెందానని చెప్పారు. నేనూ మరో న్యాయమూర్తి జస్టిస్ అన్సారీ కలిసి 24 డిసెంబర్, 1957న వీరయ్య-పున్నమ్మ కేసులో(1959 ఆంధ్ర లా టైమ్స్) ఇచ్చిన తీర్పును అయన ప్రస్తావించారు. శ్రీ అల్లాడి కుప్పుస్వామి (తర్వాత కాలంలో న్యాయమూర్తిగా ఆ తర్వాత ప్రధాన న్యాయమూర్తిగా పనిచేశారు) ఫిర్యాది తరపున, శ్రీ ఎం.ఎస్ రామచంద్ర రావు మరియు శ్రీ జి.వెంకట్రామ శాస్త్రి (ఇద్దరు తర్వాత కాలంలో న్యాయమూర్తులుగా పనిచేశారు) ప్రతివాది తరపున వాదించారు. ఈ తీర్పు తర్వాత ఆంధ్రా ప్రాంత న్యాయవాదుల్లో తెలంగాణ న్యాయమూర్తుల సామర్థ్యంపై ఉన్న అపోహలు తొలగిపోయి, ఆంధ్ర ప్రాంత క్లిష్టమైన కేసులను తెలంగాణ న్యాయమూర్తులు సమర్థవంతంగానే చూడగలరని నమ్మారు. అయితే నేను ఈ వ్యాఖ్యలపై స్పందిస్తూ కోర్టు తీర్పు కేసును వాదించే

న్యాయవాదుల సమర్థత, విజ్ఞానంపై ఆధారపడి ఉంటుందని, కనుక తీర్పు గొప్పతనం విజ్ఞానవంతులైన న్యాయవాదులకే చెందాలని చెప్పాను.

ఆంధ్రప్రదేశ్ హై కోర్టు నవంబర్ 5, 1956 నుండి పని ప్రారంభించింది. ఆరోజు ఉదయం 10.30 గంటలకు న్యాయవాదులందరూ ప్రధాన న్యాయమూర్తి, మరో న్యాయమూర్తి జస్టిస్ రాయ్ మనోహర్ ప్రసాద్‌తో కూడిన బెంచ్ విచారణ చేసే కోర్టు హాలులో హాజరయ్యారు. గంట మోగగానే ఇద్దరు న్యాయమూర్తులూ వచ్చి బెంచ్ పై ఆశీనులయ్యారు. మొదటివరుసలో కూర్చున్న తెలంగాణ న్యాయవాదుల్లో జస్టిస్ మనోహర్ ప్రసాద్ బంధువు, బారిష్టర్ శ్రీ కిషెన్ కూడా ఉన్నారు. ఇద్దరు న్యాయమూర్తులూ తమ విధులు మొదలు పెట్టడానికి ముందే శ్రీ కిషెన్ లేచి నిలబడి, "మై లార్డ్స్, ఈ హై కోర్టు ఏర్పాటు, దాని పరిధి, ప్రధాన న్యాయమూర్తి నియామకం వంటి అంశాలపై నేను ఒక పిటిషన్ దాఖలు చేశాను," అన్నారు. ఆ సమయంలో కోర్టులో ఉన్నవారు గమనించినంతవరకూ ప్రధాన న్యాయమూర్తి జస్టిస్ సుబ్బారావు నిశ్చలంగా, ప్రశాంతంగా, సౌమ్యంగా, చాలా స్థిరంగా శ్రీ కిషెన్ కు ఇలా బదులిచ్చారు:

"మీరు పిటిషన్ దాఖలు చేస్తే, అందులో కీలకమైన అంశాలు ఉంటే ఆ పిటిషన్ ఖచ్చితంగా విచారణకు వస్తుంది. ఆంధ్రా హై కోర్టు పనివిధానం ప్రకారం జాబితాలో లేని వ్యాజ్యాలు విచారణకు స్వీకరింపబడవు."

దీనికి శ్రీ కిషెన్ స్పందిస్తూ: "ఆంధ్రా హై కోర్టు పనివిధానం నాకు తెలియదు. ఏ కేసులు విచారణకు స్వీకరిస్తారో, ఏ కేసులు స్వీకరించరో కూడా నాకు తెలియదు. అయితే నా పిటిషన్‌లో నేను లేవనెత్తిన అంశం అత్యంత కీలకమైనది. ఆ అంశం ఈ కోర్టు ఏర్పాటు, దాని విధివిధానాలకు, ప్రధాన న్యాయమూర్తి కోర్టుతో సహా, సంబంధించినది. అందువల్ల ఈ రోజు నేను వేసిన పిటిషన్ పై విచారణ జరగాలి," అని పట్టుబట్టారు.

"మీ పిటిషన్ ఈ రోజు జాబితాలో ఉంటే ఇంతకు ముందే చెప్పినట్టు ఖచ్చితంగా విచారణ చేపడతాం. జాబితాలో లేకపోతే విచారణ చేపట్టడం సాధ్యం కాదు," అని జస్టిస్ సుబ్బారావు బదులిచ్చారు.

అయితే బారిస్టర్ శ్రీ కిషెన్ తన వాదనను పునరుద్ఘాటిస్తూ ఏదో అస్పష్టంగా గొణుగుతున్నారు. ఈ దశలో "కేసులు విచారణకు పిలవమని బెంచ్ క్లర్క్ కు చెప్పండి" అంటూ రిజిస్ట్రార్ ను జస్టిస్ సుబ్బారావు ఆదేశించారు.

"ఈ కోర్టు నా కేసును విచారించాలి. లేని పక్షంలో ఈ కోర్టులో జరిగేవన్నీ చట్టబద్ధం కాజాలవు," అంటూ బారిస్టర్ శ్రీ కిషెన్ పట్టుబట్టారు.

"బెంచ్ క్లార్క్, కేసులు విచారణకు పిలవండి. రిజిస్ట్రార్ గారూ, ఈ వ్యక్తి కోర్టు పనికి అడ్డుతగిలితే అతన్ని బయటకు పంపండి," అంటూ ప్రధాన న్యాయమూర్తి జస్టిస్ సుబ్బారావు ఆదేశించారు.

ఇదే సమయంలో జస్టిస్ మనోహర్ ప్రసాద్ ప్రధాన న్యాయమూర్తి చెవిలో ఏదో చెప్పారు. ఆ వెంటనే ప్రధాన న్యాయమూర్తి బదులిస్తూ "అయన ఏవో ముఖ్యమైన అంశం పిటిషన్లో పేర్కొంటే ఆ విషయం కోర్టు విచారణకు స్వీకరిస్తుంది. అయితే ఇది పద్ధతి కాదు. ఈ విధంగా కోర్టు పనిని అభ్యంతరపర్చడం సమర్థనీయం కాదు," అంటూ జస్టిస్ మనోహర్ ప్రసాద్‌తో అన్నారని ఆ దగ్గరలోనే కూర్చున్న తెలంగాణ న్యాయవాది ఒకరు చెప్పారు. ఆంధ్రప్రదేశ్ హై కోర్టు ప్రారంభ క్షణాల్లోనే ఎదురైన ఈ వివాదాన్ని జస్టిస్ సుబ్బారావు సున్నితంగా పరిష్కరించిన తీరు కోర్టులో ఉన్నవారందరి మన్ననలు పొందింది. కోర్టులో శ్రీ కిషెన్ ప్రస్తావించి పట్టుబట్టిని తీరు దురదృష్టకరమని చాలామంది అభిప్రాయపడ్డారు.

ఆంధ్రప్రదేశ్ హై కోర్టు ఏర్పాటయిన తర్వాత నేను విచారణకు కూర్చున్న బెంచ్‌లో నాతోపాటు కూర్చున్న న్యాయమూర్తి దివంగత జస్టిస్ కే ఉమామహేశ్వరన్. మా తీర్పులు ఒకరితర్వాత ఒకరుగా మొదటి కొన్ని వారాలపాటు ఇచ్చాము. ఇద్దరం ఏకాభిప్రాయంతోనే ఉండేవాళ్ళం. తీర్పుల్లో విభేదాలు వచ్చేవి కాదు. జస్టిస్ ఉమామహేశ్వరన్ నేను శ్రీ అల్లాడి కుప్పుస్వామి తండ్రి శ్రీ అల్లాడి కృష్ణస్వామి దగ్గర జూనియర్‌గా పనిచేస్తున్న రోజుల్లోనే పరిచయం.

ఆ తర్వాత ప్రధాన న్యాయమూర్తి జస్టిస్ సుబ్బారావుతో కలిసి బెంచ్‌లో కూర్చున్నాను. కోర్టులో అత్యంత ఆసక్తి రేకెత్తించిన కేసు శ్రీ కిషెన్ మరియు ఆంధ్రప్రదేశ్ రాష్ట్రం (ILR 1957, ఆంధ్ర ప్రదేశ్, 345) కేసు. ఈ కేసు గురించి, ఆంధ్రప్రదేశ్ హై కోర్టు ప్రారంభమైన తొలి రోజు కోర్టులో జరిగిన చర్చ గురించి నేను ఇంతకుముందే విన్నాను. ఈ పిటిషన్‌లో శ్రీ కిషెన్ రాష్ట్రాల పునర్విభజన చట్టాన్ని సవాల్ చేశారు. అలాగే హైదరాబాద్ రాష్ట్ర విభజనను కూడా వ్యతిరేకించారు. అందువల్ల రాష్ట్రాల పునర్విభజన చట్టం ప్రాతిపదికగా ఆంధ్రప్రదేశ్ హై కోర్టు ఏర్పాటును నిలిపివేసేందుకు ఆంధ్రప్రదేశ్ ప్రభుత్వానికి ఆదేశాలివ్వవలసిందిగా కోరారు. అయితే

ఈ కేసులో రాష్ట్ర ప్రభుత్వం తరపున దివగంత శ్రీ శేషాచలపతి వాదిస్తూ ప్రాధమిక అభ్యంతరాలు వ్యక్తం చేశారు. ఫిర్యాది రాష్ట్రాల పునర్విభజన చట్టం ద్వారా హైదరాబాద్ రాష్ట్రాన్ని విభజించడం వల్ల, ఆంధ్రప్రదేశ్ రాష్ట్రం ఏర్పాటువల్ల వ్యక్తిగతంగా తనకు ఎలాంటి నష్టం వాటిల్లిందో స్పష్టంగా చెప్పలేదని, ఈ వ్యాజ్యం ద్వారా తాను ఏమి కోరుకుంటున్నారో అది ఏరూపంలో కోరుకుంటున్నారో కూడా స్పష్టంగా చెప్పలేదని, అందువల్ల ఈ వ్యాజ్యం విచారణార్హం కాదని వాదించారు. ఈ వాదన జరుగుతుండగానే ఫిర్యాది హఠాత్తుగా నేలపై పడిపోయి, బిగ్గరగా అరుస్తూ, అప్పటివరకూ ఆయనకు హైదరాబాద్ హై కోర్టులో ఉన్న పరువు ప్రతిష్టలను కూడా మర్చిపోయి పెద్ద గందరగోళమే సృష్టించారు. శ్రీ కిషన్ నావైపు చూస్తూ "జస్టిస్ జగన్మోహన్ రెడ్డి కి తెలుసు నా నిబద్ధత ఏమిటో" అంటూ ప్రధాన న్యాయమూర్తికి గట్టిగా అరుస్తూ చెప్పారు. ఈ వ్యాఖ్యతో నాకు కొంత అసౌకర్యం అనిపించినా కొంత మెలుకువగా, నేర్పుగానే వ్యవహరించాను. విచారణ పూర్తయిన తర్వాత తీర్పు వాయిదా వేశాం. ప్రధాన న్యాయమూర్తి తన తీర్పును రాసి, నాకు పంపించారు. అది పూర్తిగా చదివిన తర్వాత చిన్నచిన్న మార్పులు సూచిస్తూ ఆ తీర్పును నేనుకూడా ఆమోదించాను. ప్రధాన న్యాయమూర్తి చివరికి తీర్పును ప్రకటించారు. ఫిర్యాది విశేషానుభవం కలిగిన న్యాయవాది అని, అయితే ప్రస్తుతం అయన కొంతకాలంగా వృత్తికి దూరంగా ఉంటున్నారని, ప్రస్తుతం భారత రాజ్యాంగం పట్ల, రాష్ట్రాల పునర్విభజన చట్టం పట్ల అయన లేవనెత్తిన అభ్యంతరాలు కొంత రాజకీయపరంగా ఉన్నాయి కానీ న్యాయపరంగా లేవని తీర్పులో పేర్కొన్నాము. అంతే కాదు హైదరాబాద్ రాష్ట్ర విభజన రాజ్యాంగ బద్ధమేనని, రాష్ట్రాలతో ఎదో ఒక ఒప్పందం ద్వారా భారత దేశం ఏర్పాటుకాలేదని, అలాగే రాష్ట్రం కానీ కొన్ని రాష్ట్రాల సమూహం కానీ భారత దేశం నుండి విడిపోయే అవకాశం లేదని, భారతదేశ మ్యాప్ మార్పులు చేయాలంటే భారత రాజ్యాంగం 4వ అధికరణ ద్వారా పార్లమెంటుకు మాత్రమే హక్కు కల్పించిందని, పార్లమెంటు రాజ్యాంగంలోని మొదటి మరియు నాల్గవ షెడ్యూల్స్ సవరించడం ద్వారా అనుబంధ, సంఘటనాత్మక మరియు పరిణామాత్మక మార్పుల ద్వారా మాత్రమే సాధ్యమని, ఈ నిబంధనలకు అనుగుణంగానే రాష్ట్రాల పునర్వ్యవస్థీకరణ చట్టం అందులోని నిబంధనలు రుపొందాయని స్పష్టంగా మా తీర్పులో పేర్కొన్నాము. ఈ కారణంగా శ్రీ కిషెన్ పిటిషన్ తిరస్కరించాము.

ప్రధాన న్యాయమూర్తి జస్టిస్ సుబ్బారావుతో నా పరిచయం ద్వారా తెలుసుకున్న విషయం ఏమంటే అయన కేసులు వాయిదా వేసేందుకు ఇష్టపడరు. అయన మద్రాసు హై కోర్టు న్యాయమూర్తిగా ఉన్న రోజుల్లో కూడా కేసు విచారణ వాయిదా వేసేందుకు అయన అంగీకరించేవారు కాదు. న్యాయవాది అస్వస్థతగా ఉండి, ప్రత్యామ్నాయ ఏర్పాట్లు చేసుకోలేని సందర్భంలో మినహా కేసు విచారణకు ఆయన అంగీకరించారనేది అందరికీ అర్థమయ్యేలా అయన ఆచరణలో చూపించారు. ఒకటి రెండు సార్లు ఈ విషయం ఆయనదగ్గర ప్రస్తావిస్తే ఆయనేం చెప్పారంటే ... ఇలా మనం విచారణ వాయిదాకు అంగీకరిస్తే వాయిదాకు సరైన కారణం ఎదో, సాకు ఎదో తెలుసుకోలేం అని స్పష్టం చేశారు. అయితే అయన లక్ష్యం ఏదైనా, ఆంధ్రా హై కోర్టు గుంటూరులో పనిచేసినంతకాలం, మద్రాసు హై కోర్టునుండి వచ్చిన న్యాయవాదులు అప్పటికే జస్టిస్ సుబ్బారావు పద్ధతులు తెలిసి ఉన్నందున పైగా ఆంధ్ర ప్రాంత కేసులు వారి ఆధిపత్యంలోనే ఉన్నందువల్ల కేసు విచారణ వాయిదా వేసి కోర్టు పని గందరగోళంలో పడకుండా ఉపయోగపడి ఉండొచ్చు. ఒకసారి నేను ఆయనతో కలిసి విచారణకు కూర్చున్నప్పుడు, అప్పటి అడ్వకేట్ జనరల్ దివంగత నరసరాజు తన కుమార్తె వివాహం కారణంగా ఒక కేసు విచారణ వాయిదా కోరారు. అయితే జస్టిస్ సుబ్బారావు ఈ విజ్ఞప్తిని తోసిపుచ్చుతూ "వాయిదా కుదరదు" అని స్పష్టం చేశారు. అప్పుడు నరసరాజు మాట్లాడుతూ "నా కుమార్తె వివాహం ఉన్నప్పటికీ వాయిదా కుదరదా" అని అడిగారు. "మీ కుమార్తె వివాహం ఉన్న కారణంగా కూడా విచారణ వాయిదా కుదరదు," అని కుండబద్దలు కొట్టినట్టు చెప్పారు. ఆ తర్వాత నరసరాజు తన కేసు వాదనకు వేరే న్యాయవాదిని ఏర్పాటు చేసుకున్నారు. బహుశా ఈ పద్ధతులవల్లేనేమో యువకులే సీనియర్ న్యాయవాదులుగా తర్వాత ఆంధ్రప్రదేశ్ హై కోర్టులో యువ న్యాయమూర్తులుగా నియమితులయ్యారు.

మొదట్లో కొంత ప్రాధాన్యత కలిగిహానేను ఇక్కడ ప్రస్తావించాలనుకున్న మరో కేసు, గుండ్ల సత్యనారాయణ Vs మద్రాసు రాష్ట్రం (ఇప్పుడు ఆంధ్ర రాష్ట్రం) (IRL 1957 ఆంధ్ర ప్రదేశ్ 643). ఈ కేసు ప్రధాన న్యాయమూర్తి జస్టిస్ సుబ్బారావు, జస్టిస్ మొహ్మద్ అహ్మద్ అన్సారీ మరియు నేను కలిసి విచారణచేసిన కేసు. ఈ కేసులో ప్రధాన అంశం ఏమంటే మద్రాసు మోటార్ వాహన నిబంధనలలో 134 A (XI) మేరకు రవాణా శాఖ ఇచ్చిన వాహన లైసెన్సును రద్దు చేసే అధికారం కార్యదర్శికి ఉందా లేదా. మొదట ఈ వ్యాజ్యం జస్టిస్ ఉమామహేశ్వరన్ ముందు విచారణకు

వచ్చినప్పుడు అయన దీని విస్తృత విచారణకోసం డివిజన్ బెంచ్‌కు ఆపైన పూర్తి స్థాయి బెంచ్‌కు సిఫార్సు చేశారు. ఆ తర్వాత ఈ కేసు జస్టిస్ సుబ్బారావు మరియు జస్టిస్ భీమశంకరన్ తో కూడిన బెంచ్ ముందుకు విచారణకు వచ్చింది. అయితే అంతకు ముందే జస్టిస్ సుబ్బారావు అమరావతి మోటార్ ట్రాన్స్పోర్ట్ కంపెనీ vs స్టేట్ ఆఫ్ ఆంధ్రప్రదేశ్ కేసులో ఒక పర్యవేక్షణాధికారికి తనపై అధికారి ఇచ్చిన లైసెన్సు రద్దుచేసే అధికారం లేదని అందువల్ల ట్రాన్స్‌పోర్ట్ అధీకృత సంస్థ ఇచ్చిన లైసెన్సు రద్దు చేసే అధికారం కార్యదర్శికి లేదని తీర్పు చెప్పారు. ఈ కేసును ఇంతకు ముందు చెప్పినట్టు ఫుల్ బెంచ్ కి బదిలీ చేయగా మా ముందుకు విచారణకు వచ్చింది. ఈ కేసు విచారణ విన్న తర్వాత జస్టిస్ సుబ్బారావు మరియు జస్టిస్ అన్సారీ గతంలో అమరావతి మోటార్ ట్రాన్స్‌పోర్ట్ కంపెనీ కేసులో ఇచ్చిన తీర్మానమే దీనికీ వర్తిస్తుందని అభిప్రాయపడ్డారు. అయితే నేను వీరి అభిప్రాయాన్ని వ్యతిరేకిస్తూ నా వ్యతిరేకతను కూడా రికార్డు చేశాను. అయితే భిన్నాభిప్రాయాలు సహజమేనని, ఇక్కడ జస్టిస్ అన్సారీ కూడా అమరావతి మోటార్ ట్రాన్స్‌పోర్ట్ కంపెనీ తీర్పుతో ఏకీభవించారని తానుకూడా ఏకీభవిస్తున్నానని పేర్కొన్నారు. జస్టిస్ సుబ్బారావు తన తీర్పును చదువుతున్న సమయంలో అప్పటి ప్రభుత్వ న్యాయవాది శ్రీ శేషాచలపతి కొంత ఉత్సహం కనబరుస్తూ తన జూనియర్ న్యాయవాదితో ఏదో చెప్పడం నేను గమనించాను. జస్టిస్ సుబ్బారావు తీర్పులో నేను లేవనెత్తిన అభ్యంతరాన్ని కూడా పేర్కొన్నారు. ఇది అక్కడ చాలామందికి ఆశ్చర్యం కలిగించింది. అప్పటివరకూ ఉన్న సంప్రదాయం ప్రకారం జస్టిస్ సుబ్బారావు తన సహచరుల అభ్యంతరాలను పరిగణలోకి తీసుకునేవారు కాదు. అలాంటి న్యాయమూర్తులతో కలిసి మరేఇతర కేసుల విచారణలోనూ బెంచ్ పై కూర్చునేవారు కాదు. ఇక్కడ నేనో విషయం చెప్పాలి. కేసులో తుది తీర్పు వెల్లడించేముందు జస్టిస్ అన్సారీ తన తీర్పు ముసాయిదాను నాకు పంపించారు. అయితే అమరావతి మోటార్ ట్రాన్స్‌పోర్ట్ కంపెనీ తీర్పులో నాకు కొన్ని అభ్యంతరాలున్నాయని వాటిని చర్చించేందుకు ప్రధాన న్యాయమూర్తితో సమావేశం కోరాను. అయితే జస్టిస్ సుబ్బారావు “మీ అభ్యంతరాలు ఏమిటో అక్కడ రాసి పంపించండి” అని కోరారు. నేను అలాగే నా అభ్యంతరాలు నమోదు చేశాను. నా అభ్యంతరాలు చుసిన తర్వాత తీర్పు ఏకగ్రీవం చేయడంకోసం చర్చలకు నన్ను ఆహ్వానిస్తారని అనుకున్నా. కానీ నా అభ్యంతరాలను కూడా తీర్పుతో పాటు చదవలసిందిగా అయన నిర్ణయించారు. అప్పటి వరకూ ఉన్న సంప్రదాయం కనుమరుగైంది. ఆ తర్వాత అనేక కేసుల్లో జస్టిస్ సుబ్బారావుతో కలిసి

డివిజన్ బెంచ్ లేదా ఫుల్ బెంచ్ విచారణలో ఐదారు నెలలపాటు నేనుకూడా పాల్గొన్నాను. నేను ఇంకో విషయం గమనించాను. ఆంధ్ర హై కోర్టు నుండి వచ్చిన న్యాయమూర్తుల్లో తెలంగాణాలో న్యాయమూర్తుల్లోలాగ ఐక్యత లేదా ఉమ్మడి భావన కనిపించలేదు. ఆంధ్రా నుండి వచ్చిన న్యాయవాదులు, న్యాయమూర్తుల్లో ఇలాంటి అవాంఛిత పద్ధతి నేను గమనించాను. న్యాయమూర్తులకు సంబంధించి కూడా ఒకరిమధ్య మరొకరికి స్నేహపూరిత వాతావరణం కనిపించలేదు. ఆంధ్రా హై కోర్టునుండి వారు కులం, ఉపకులం వివక్షతను కూడా ఇక్కడికి తెచ్చారు. ఇలాంటి భావాలు తెలంగాణాలో లేవు. ఈ పరిస్థితిని అర్థం చేసుకోవాల్సి ఉంది. మద్రాసు హై కోర్టులో బ్రాహ్మణ, బ్రాహ్మణేతర భావాలూ, రజాకార్ల పాలనలో హైదరాబాద్‌లో హిందూ, ముస్లిం భావాలూ ఉన్నాయి. అయితే ఆంధ్రప్రదేశ్ ఏర్పాటయిన తర్వాత సమాజం కులం, ఉపకులం, వెనుకబడిన వర్గాలు, ఎస్.సిలుగా విడిపోయింది. అధికార రాజకీయాలు ఇలాంటి విభజన భావాలను పెంచిపోషించాయి. వీటిగురించి తర్వాత వివరంగా ప్రస్తావిస్తాను.

ఆంధ్రా హై కోర్టు నుండి వచ్చిన న్యాయవాదుల్లో సుదీర్ఘ వాదనలు చేసే మంచి జ్ఞాపకశక్తి ఉన్న ముగ్గురు న్యాయవాదులున్నారని అక్కడినుండి వచ్చిన ముగ్గురు సహచరులు నాతో చెప్పారు. వారిపేర్లు కూడా నాకు చెప్పారు. ఇప్పుడు వారిలో ఇద్దరు లేరు. అయితే ఈ ముగ్గురూ జ్ఞానసంపన్నులు నన్నెప్పుడూ ఇబ్బంది పెట్టలేదు. వారి విజ్ఞత, నిపుణత, కార్యదీక్ష పట్ల నాకు గొప్ప గౌరవం ఉంది. వారు సుదీర్ఘంగా వాదన వినిపించిన తర్వాత చెప్పిందే మళ్ళీ చెప్పే ప్రయత్నం వారు చేసినప్పుడు, వారు గతంలో చెప్పింది ఉటంకిస్తూ “ఇదేగా మీరు చెప్పదలచుకున్నది” అంటూ వారి వాదనను సున్నితంగా అడ్డుకునే వాడిని. “అవును అదే మేము చెప్పదలచుకున్నది” అని వారు చెప్పగానే “సరే.. ఇక మిగతా విషయాలు చెప్పండి, అది కూడా కొత్తవిషయాలు ఉంటేనే“ అని చెప్పేవాడిని. ఈ రకంగా వారు తమ వాదనపట్ల నా విధానం పట్ల సంతృప్తి చెందేవారు. నేను కూడా వారి వాదనలు శ్రద్ధగా వినేవాడిని. సమస్య ఎప్పుడొస్తుందంటే, న్యాయవాడికంటే న్యాయమూర్తి ఎక్కువగా మాట్లాడినప్పుడో లేదా వారి వాదనలు న్యాయమూర్తి సరిగా అర్థం చేసుకోలేదనిపించినప్పుడో వారు మరోసారి తమ వాదన వినిపించేందుకు ప్రయత్నం చేస్తారు. తమ వాదనలో కీలక విషయం న్యాయమూర్తి అర్థం చేసుకోవాలని ఆరాటపడతారు.

న్యాయవ్యవస్థలో సమయపాలన, క్రమం తప్పకపోవడం తెలిసిందే. ప్రధాన న్యాయమూర్తి, ఇతర న్యాయమూర్తులు బిల్లు మోగగానే కోర్టులో బెంచ్ పైకి వచ్చి మధ్యాహ్నం విరామం బెల్లు మోగేవరకూ కోర్టు వదిలి వెళ్ళేవారు కాదు. ఈ పద్ధతినే నేను హైదరాబాద్ కోర్టునుండి తర్వాత ఆగష్టు 1969లో సుప్రీం కోర్టుకు వెళ్ళేవరకు పాటించాను. అక్కడ కూడా బెల్లు మోగకపోయినా గడియారం చూసి సమయపాలన పాటించేవాడిని. అందులో చాలా ఆనందం, సంతృప్తి ఉంది. హైదరాబాద్ ప్రజల్లో సమయపాలన ఉండదు. వాళ్ళు ముగ్లాయ్ (ముహూర్తం) చూసుకునే వారు. ఈ ముగ్లాయ్ పదం మొఘలాయులనుండి వచ్చింది. పాత హైదరాబాద్ హై కోర్టు సమయపాలనకు మారుపేరు. ఒక సారి తాను ప్రయాణిస్తున్న కారు టైర్ పంక్చర్ అవడం వల్ల కోర్టుకు సమయానికి రాలేనని గ్రహించిన జస్టిస్ ఆలం ఆలీ ఖాన్ కోర్టుకు ఆలస్యంగా రావడం ఇష్టం లేక లీవ్ లెటర్ పంపించారు. ఆ రోజుల్లో కేవలం సంవత్సరానికి 15 రోజులు ఇతర ప్రభుత్వ అధికారులతో సమానంగా న్యాయమూర్తులకు కూడా క్యాజువల్ లీవ్ సదుపాయం ఉండేది. ఈ కారణంగా చాలామంది న్యాయమూర్తులు సెప్టెంబర్ – అక్టోబర్ నెలల్లో (ఫసలీ) శెలవులు పెట్టి కోర్టుకు హాజరయ్యేవారు కాదు. అయితే అందరు న్యాయమూర్తులకు కేసులు కేటాయించేది ప్రధాన న్యాయమూర్తి కనుక అయన యేడాదిలో 12 రోజులకు మించి కేసుల విచారణ మినహాయింపు పొందకూడదనీ, ఇతర న్యాయమూర్తులు మాత్రం కోర్టుకు అత్యవరసర సమయాల్లో మినహా శెలవులు తీసుకోరాదని ప్రధాన న్యాయమూర్తి నిర్దేశించారు. ఇంతకు ముందే చెప్పినట్టు ప్రధాన న్యాయమూర్తి జస్టిస్ ఆర్ ఎస్ నాయక్ సమయపాలనలో ఖచ్చితంగా ఉండేవారు. ఒక సారి సహచర న్యాయమూర్తి ఆలశ్యం అయినప్పటికీ ప్రధాన న్యాయమూర్తి బెల్లు మోగగానే కోర్టు బెంచి పైకి వచ్చి కూర్చుని కేసు వివరాలు చూస్తున్నారు. అప్పుడు వచ్చిన సహచర న్యాయమూర్తి తన ఆలస్యానికి ప్రధాన న్యాయమూర్తికి క్షమాపణలు చెప్పి బెంచిపైకి వచ్చారు. ఆ తర్వాత ఆ న్యాయమూర్తి ఇంకెప్పుడూ ఆలస్యంగా రాలేదు. అనేక సందర్భాల్లో ఐదు నిముషాలు ముందుగానే ప్రధాన న్యాయమూర్తి ఛాంబర్ కు చేరుకునే వారు. ఆంధ్రప్రదేశ్ హై కోర్టు ఏర్పడిన తర్వాత ఒక సందర్భంలో సహచర న్యాయమూర్తి ఆలస్యం కావడంతో ఆ బెంచ్‌ని ప్రధాన న్యాయమూర్తి రద్దు చేసి తానొక్కరే కేసు విచారణ చేపట్టారు. ఆ తర్వాత ఆ న్యాయమూర్తితో కలిసి ప్రధాన న్యాయమూర్తి మరెప్పుడూ విచారణకు బెంచ్ పై కూర్చున్నట్టు లేదు. మరో ఆసక్తికరమైన విషయం

ఏమంటే ఏదైనా హై కోర్టులో న్యాయమూర్తి సమయపాలనకు గుర్తింపు వస్తే సదరు న్యాయమూర్తి మిగిలినవారికంటే జూనియర్ అయినప్పటికీ ఆయనను సుప్రీం కోర్టుకు పదోన్నతిపై తెచ్చేవారని 1969లో నేను సుప్రీం కోర్టుకు వెళ్ళినప్పుడు అక్కడ నాకు వినిపించిన మాట. ఇప్పుడు ఇక్కడ కోర్టుల్లో ఏం జరుగుతోందో నాకు తెలియదు. ఏవేవో విషయాలు వినిపిస్తున్నాయి గానీ సమయపాలన గురించిన అంశాలు వినిపించడం లేదు. మాన న్యాయవ్యవస్థను వలస వాద (colonial) వ్యవస్థనుండి దిగుమతి చేసుకున్నామని, అందువల్ల ఈ వ్యవస్థ పేదప్రజలకు న్యాయం చేయదని, ఇంకా ఏవేవో మాటలు వినిపిస్తున్నాయి. అయితే ప్రస్తుత న్యాయవ్యవస్థని వ్యతిరేకించేవారు తమవద్ద ఏ ప్రత్యామ్నాయం ఉందో చెప్పరు. వాళ్ళు కోరుకునేది "రెండో వైపు వినే" అవకాశం లేని పద్ధతా లేక ఇరాన్‌లో లాగ కేసుల విచారణ వేగంగా పూర్తిచేసే పద్ధతా? అయితే మనం చూస్తున్న పేదరికం, న్యాయవ్యవస్థ ఒకదానికొకటి వ్యతిరేకం కాదు. మనుషులు మారుతున్న కాలానుగుణంగా వేల సంవత్సరాలుగా గతించిన రోజులే మేలని కూడా అనుకుంటూ జీవిస్తూనే ఉన్నారు. వాస్తవం ఏమంటే సామజిక పరిస్థితులు మారుతూ ఉంటాయి. ఆమేరకు న్యాయవ్యవస్థ మారుతుంది. కోర్టు తీర్పులు కూడా ఆయా సమయాలను ప్రతిభింభిస్తూ మారుతూ ఉంటాయి. వలసవాద న్యాయవ్యవస్థను అనుసరిస్తున్నప్పుడు కూడా ప్రజల ప్రాధమిక జీవన విధానాన్ని, వారు విశ్వసించే న్యాయాన్ని దాటి న్యాయమూర్తులు తీర్పులు ఇవ్వలేరు. న్యాయమూర్తులు ఇచ్చే తీర్పులు ప్రజల జీవితాలకు, సామజిక పరిస్థితులకు భిన్నంగా అయితే ఉండవు అనేది వాస్తవం. న్యాయం అనేది మనిషి సాధారణ జీవన స్థాయినుండి విడిపడి ఉండజాలదు.

ఇక పరిపాలన విషయాలకు వస్తే ప్రధాన న్యాయమూర్తి హై కోర్టులోని ప్రతి న్యాయమూర్తికీ ఒక జిల్లా బాధ్యతలు అప్పగించారు. అంటే ఆయా జిల్లాలలోని అన్ని వివరాలు సదరు న్యాయమూర్తికి తెలియజేయాల్సి ఉంటుంది. అలాగే సదరు న్యాయమూర్తి తనకు కేటాయించిన జిల్లాలో తనిఖీకి వెళ్ళవచ్చు. ఈ క్రమంలో నాకు గుంటూరు జిల్లా కేటాయించారు. ఈ జిల్లాలో సంక్లిష్టమైన, జఠిలమైన, అతితెలివైన కేసులతో కోర్టులు పనివత్తిడితో ఉంటాయి. దీనితో పాటు అడ్మినిస్ట్రేటివ్ కమిటీ సభ్యుడిగా ఆంధ్రా, తెలంగాణ ప్రాంత వ్యవహారాలు కూడా నాద్వారానే నడిచేవి. ఆంధ్రా అమాశాలకు సంబంధించినంతవరకు జస్టిస్ ఎన్.డి.కృష్ణారావు సభ్యుడిగా ఉండేవారు. అయితే అన్ని అంశాలూ చివరిగా ప్రధాన న్యాయమూర్తితో చర్చించాల్సిందే.

ఈ కమిటీ, ప్రధాన న్యాయమూర్తి కలిసి సమావేశాల్లో ఏ అంశాలు చర్చించాలో నిర్ణయించేవారు. పదోన్నతులు, క్రమశిక్షణ చర్యలు వంటి కొన్ని అంశాలు పూర్తిగా న్యాయమూర్తుల సమావేశంలో చర్చించాల్సిందే. నేను ప్రధాన న్యాయమూర్తిగా పదోన్నతి పొందే వరకు పరిపాలనా సంబంధమైన అనేక విషయాల భారం నాపైనే ఉండేది. ఇక హై కోర్టు నుండి సుప్రీం కోర్టుకు వెళ్ళాను.

ఆంధ్రప్రదేశ్ హై కోర్టు ఏర్పాటు కాగానే తెలంగాణలోని అత్యంత సీనియర్ న్యాయమూర్తి జస్టిస్ మనోహర్ ప్రసాద్ కేంద్ర ప్రభుత్వానికి ఒక వినతి పత్రాన్ని అందించారు. హైదరాబాద్ హై కోర్టులో పనిచేస్తున్న నాతో సహా అనేకమంది న్యాయమూర్తులను ఆంధ్ర హై కోర్టులోని అత్యంత జూనియర్ న్యాయమూర్తి అయిన జస్టిస్ కృష్ణారావు కంటే జూనియర్‌గా నియమించారు. వాస్తవానికి తెలంగాణ హై కోర్టులో 1942-43లో న్యాయమూర్తిగా నియమితులైన జస్టిస్ ఖ్యుమర్ హసన్, 1946లో నియమితులైన జస్టిస్ మనోహర్ ప్రసాద్ మరియు జస్టిస్ మొహ్మద్ అహ్మద్ అన్సారీ, చివరికి హై కోర్టులో జూనియర్ మోస్ట్ న్యాయమూర్తిగా 1952లో నియమితుడనైన నేను కూడా 1955లో నియమితులైన జస్టిస్ కృష్ణారావు మరియు జస్టిస్ సత్యనారాయణ రాజు కంటే సీనియర్లం. అయితే నవంబర్ 1,1956న ఏర్పాటైన ఆంధ్రప్రదేశ్ రాష్ట్రంలో ఆంధ్రప్రదేశ్ హై కోర్టులో మా తెలంగాణ హై కోర్టు న్యాయమూర్తుల్ని మూకుమ్మడిగా జూనియర్లుగా నిర్ధారించారు. ఆంధ్రరాష్ట్ర హై కోర్టు, తెలంగాణ రాష్ట్ర హై కోర్టు న్యాయమూర్తులను వారివారి నియామక తేదినుండి పరిగణలోకి తీసుకోక తెలంగాణ హై కోర్టు న్యాయమూర్తులను ఆంధ్ర న్యాయమూర్తుల కంటే జూనియర్లుగా పరిణించారు.

మా సీనియారిటీ విషయంలో గతంలో ఔధ్ కోర్టును అలాహాబాద్ హై కోర్టులో కలిపినప్పుడు అనుసరించిన పద్ధతి ప్రకారం మా సీనియారిటీ పరిగణలోకి తీసుకోలేదు. లక్నో బెంచ్ లో సీనియర్ మోస్ట్ న్యాయమూర్తి అలాహాబాద్ హై కోర్టులో అనేకమంది న్యాయమూర్తులకంటే సీనియర్ అయినప్పటికీ ఆయనను సదరు న్యాయమూర్తులకంటే జూనియర్ గా పేర్కొన్నారు. ఇలాంటి నిర్ణయానికి ప్రైవి కౌన్సిల్ గతంలో తీసుకొన్న నిర్ణయం మేరకు జరిగింది. ఒక కార్యాలయం లేదా సంస్థ రద్దయినప్పుడు అక్కడ పనిచేస్తున్న సిబ్బంది తమ హక్కులు సర్వం కోల్పోతారు. వారు మరో కార్యాలయంలో చేరినప్పుడు అప్పటికే అక్కడ పనిచేస్తున్నవారికంటే జూనియర్లుగా గుర్తించబడతారు అని ప్రైవి కౌన్సిల్ నిర్ణయించింది. నేను ఈ వాదనను వ్యతిరేకించాను. అయితే

ఖ్యుమర్ హాసన్ మరియు అన్సారీ మౌనంగా ఉండిపోయారు. మేమంతా ప్రధాన న్యాయమూర్తి జస్టిస్ సుబ్బారావును కలిసి మా వినతిపత్రాన్ని అందజేశాం. అయన మమ్మల్ని సగౌరవంగా స్వాగతించి మా అభ్యంతరాలను సంబంధిత అధికారులకు తెలియజేస్తానని చెప్పారు. ఈ సందర్భంగా మాతో మాట్లాడుతూ అయన నావైపు చూసి "జగన్మోహన్ రెడ్డీ, నీకేమి ఇబ్బంది ఉండదు" అన్నారు. అయన ఉద్దేశం ఏమిటో నాకు అర్థమైంది. నా వయసు రీత్యా నేను ప్రధాన న్యాయమూర్తిని కాగలను అనేది అయన మాటలోని సారాంశం. అయితే అయన వ్యాఖ్యకు నేను బదులివ్వలేదు. అంతిమంగా మా అభ్యంతరాలను కేంద్ర ప్రభుత్వం పరిగణలోకి తీసుకొని తగిన న్యాయం చేస్తామని మా అందరికీ విడివిడిగా లేఖలు రాసింది. ఈ క్రమంలోనే మరో అంశం తెరపైకి వచ్చింది. నా పుట్టిన తేదీ నిర్ధారణ కోసం నా పాఠశాల సర్టిఫికెట్లు ఇవ్వాలంటూ ప్రధాన న్యాయమూర్తి జస్టిస్ సుబ్బారావు నాకో లేఖ పంపించారు. ఈ లేఖతో నేను కొంత కలత చెంది వెంటనే ప్రధాన న్యాయమూర్తికి ఒక లేఖ రాశాను. భారత రాజ్యాంగం ప్రకారం నేను 1952లో న్యాయమూర్తిగా నియమితుణ్ణయ్యానని నేను డిప్యూటీ సెక్రటరీగా నియామకం పొందిన రోజునే నా జన్మదినంలో ఉన్న తప్పును సరిదిద్దానని, వాస్తవానికి నేను పుట్టింది జనవరి 23, 1910లో అయినప్పటికీ నా పాఠశాల రికార్డుల్లో సెప్టెంబరు 5, 1910 అని ఎనిమిది నెలలు తక్కువగా నమోదైందని నాలేఖలో స్పష్టం చేశాను. పాఠశాల రికార్డు జతచేస్తూ ప్రస్తుతం రికార్డుల ప్రకారం ఉన్న పుట్టినతేదీ కరెక్టు అయినప్పటికీ పాఠశాల రికార్డుల ప్రకారం నా పుట్టినతేదీని మార్చినా నాకు అభ్యంతరం లేదని కూడా ఆ లేఖలో పేర్కొన్నాను. ఈ లేఖ అందగానే జస్టిస్ సుబ్బారావు నాకు ఫోన్ చేసి నేను లేఖలో వాడిన పాదాలను బట్టి నా మనసుకు గాయమైనట్టు గ్రహించానని చెప్పారు. అయితే గతంలో భారత ప్రధాన న్యాయమూర్తి జస్టిస్ ఎస్.ఆర్.దాస్ హైదరాబాద్ సందర్శించినప్పుడు న్యాయమూర్తుల వయసు గురించి అనేక ఫిర్యాదులు వచ్చాయని, ముఖ్యంగా జస్టిస్ ఖ్యుమర్ హసన్ చూపించిన వయసు కంటే వాస్తవంగా అయన వయసు ఎక్కువేనని గుర్తు చేశారు. ఈ వివాదాలు రాకుండా చూసేందుకే జస్టిస్ దాస్ ఆంధ్రప్రదేశ్ హైకోర్టులో చేరిన తెలంగాణ హై కోర్టు న్యాయమూర్తుల వయసు తెలుసుకునేందుకు వారి పాఠశాల రికార్డులు సేకరించే బాధ్యత తనకు అప్పగించారని జస్టిస్ సుబ్బారావు చెప్పారు. ఈ కారణం వల్లనే న్యాయమూర్తులు అందరికీ విడివిడిగా లేఖలు రాయాల్సి వచ్చిందని కూడా అయన చెప్పారు. అయితే జస్టిస్ దాస్ తలపెట్టిన ఈ ప్రయత్నాలేవీ

ఫలించలేదు. జస్టిస్ ఖ్యుమర్ హసన్ తాను లాహెూర్ లోని ఇస్లామీయ కళాశాలలో చదివానని, అది ప్రస్తుతం పాకిస్తాన్లో ఉందని జస్టిస్ సుబ్బారావుకు రాసిన లేఖలో పేర్కొన్నారు. అయన తన పాఠశాల రికార్డులు తన లేఖతో జతచేయలేదు. ఈ కారణంగా జస్టిస్ సుబ్బారావు సుప్రీం కోర్టుకు బదిలీపై వెళుతూ మేము ఇచ్చిన పాఠశాల రికార్డులు అన్నీ తిరిగి మాకు ఇచ్చేశారు. ఈ అంశం ఇలా ముగిసింది.

@@@

అధ్యాయం - IX

ప్రధాన న్యాయమూర్తి చంద్రా రెడ్డి

1958 జనవరిలో హై కోర్టు ప్రధాన న్యాయమూర్తి జస్టిస్ సుబ్బారావుకు సుప్రీం కోర్టు న్యాయమూర్తిగా పదోన్నతిపై వెళ్ళారు. అయన జనవరి 31, 1958న సుప్రీం కోర్టు న్యాయమూర్తిగా బాధ్యతలు చేపట్టారు. హై కోర్టులో సీనియర్ న్యాయమూర్తి జస్టిస్ చంద్రా రెడ్డి హై కోర్టు ప్రధాన న్యాయమూర్తిగా పూర్తి బాధ్యతలతో తనను నియమిస్తారని ఆశించారు. అయితే అయన ఆశలపై నీళ్ళు జల్లుతూ ఆర్టికల్ 223 ప్రకారం ఆయనను తాత్కాలిక ప్రధాన న్యాయమూర్తిగా నియమిస్తూ ఉత్తర్వులు వచ్చాయి. ప్రధాన న్యాయమూర్తి బాధ్యతలు నిర్వర్తించేందుకు ప్రత్యేకంగా ప్రమాణ స్వీకారం చేయాల్సిన పని లేదు. పూర్తిస్థాయి ప్రధాన న్యాయమూర్తి మాత్రమే నిబంధనల మేరకు ప్రమాణ స్వీకారం చేయవలసి ఉంటుంది. అయితే తాత్కాలిక ప్రధాన న్యాయమూర్తిగా తాను బాధ్యతలు చేపట్టే సందర్భానికి ఆహ్వానాలు పంపించవలసిందిగా జస్టిస్ చంద్రారెడ్డి గవర్నర్‌ను ఒప్పించినట్టున్నారు. దీని తర్వాత కేంద్ర హోమ్ మంత్రిత్వ శాఖ తాత్కాలిక ప్రధాన న్యాయమూర్తి బాధ్యతలు నిర్వర్తించే ఏ వ్యక్తి ప్రత్యేకంగా ప్రమాణ స్వీకారం చేయాల్సిన పనిలేదు అంటూ స్పష్టం చేసింది. ఆ తర్వాత జస్టిస్ చంద్రా రెడ్డి రాష్ట్ర హై కోర్టు ప్రధాన న్యాయమూర్తిగా నియమితులయ్యారు. అప్పుడు మరోసారి ప్రమాణ స్వీకార కార్యక్రమం ఏర్పాటు చేయాల్సి వచ్చింది. అప్పటి నుండి జులై 1, 1964లో అయన మద్రాసు హై కోర్టు ప్రధాన న్యాయమూర్తిగా నియమితులయ్యేవరకూ ఆరున్నర సంవత్సరాల సుదీర్ఘ కాలం జస్టిస్ చంద్రారెడ్డి ఆంధ్రప్రదేశ్ హై కోర్టు ప్రధాన న్యాయమూర్తిగా పనిచేశారు.

నేను 1938 నుండి 1941 వరకు న్యాయవాదిగా పనిచేస్తున్న రోజుల్లోనే ఒక న్యాయవాదిగా చంద్రారెడ్డి నాకు పరిచయం. ఆయనకు అప్పట్లో తగిన ధన సంపద సౌకర్యం లేనప్పటికీ కష్టపడి ఒక మంచి న్యాయవాదిగా పేరు, గుర్తింపు తెచ్చుకున్నారు. స్వప్రయోజనాలు ప్రధానంగా ఉండి గొప్ప పలుకుబడి కలిగిన అనేక మంది

న్యాయవాదుల పోటీలో, కేవలం పట్టుదల, కృషి, నిరంతర శ్రమ, మంచి వ్యక్తిత్వం ద్వారా చంద్రా రెడ్డి చేతినిండా పని సంపాదించుకున్నారు. ఈ పోటీ ప్రపంచంలో ఒకరిపై మరొకరికి ద్వేష భావం ఉండడం, ప్రత్యర్థులను తక్కువచేసి మాట్లాడడం వంటివి సహజమే. అయితే ఇలాంటి ప్రయత్నాల వల్ల మాత్రమే కాక, తమ క్లయింట్లలో విశ్వాసం కలిగించినప్పుడు మాత్రమే వారు విజయవంతం అవుతారు. చంద్రారెడ్డి 1946లో క్రౌన్ ప్రాసిక్యూటర్ గా నియమితులయ్యారు. అయన అప్పటికే రెండు పుస్తకాలు, "మద్రాసు వ్యవసాయదారుల ఋణ విముక్తి చట్టం (The Madras Agriculturists Debt Relief Act) మరియు హిందూ మత మరియు దేవాదాయ చట్టం (The Hindu Religious and Charitable Endowments Act) రాశారు. అయన ప్రధాన న్యాయమూర్తిగా బాధ్యతలు చేపట్టిన నెలన్నరలోపే ఇద్దరు న్యాయమూర్తులను నియమించారు. వారిలో ఒకరు ప్రముఖ న్యాయవాది మరియు ప్రభుత్వ న్యాయవాది జస్టిస్ శేషాచలపతి కాగా రెండోవారు జస్టిస్ సంజీవరావు నాయుడు. జస్టిస్ చంద్రా రెడ్డికి ఈ సంజీవరావు నాయుడుతో పరిచయం లేదు. కానీ అయన అభ్యర్థిత్వం పట్ల సుప్రీం కోర్టు ప్రధాన న్యాయమూర్తి, అలాగే జస్టిస్ సుబ్బారావు చొరవ తీసుకున్నట్టు తెలిసింది. సంజీవరావు నాయుడు ఏలోర్‌లో న్యాయవాదిగా పనిచేస్తూ యుద్ధ సమయంలో సైన్యంలో చేరి నౌకాదళ విభాగానికి అయన న్యాయవాదిగా పనిచేశారు. అయన జస్టిస్ సుబ్బారావుకు దూరపు బంధువు. జస్టిస్ సుబ్బారావు కుమార్తెను, సంజీవరావు అల్లుడి సోదరుడికి ఇచ్చారు. అతడు అప్పట్లో ఢిల్లీలో వైద్యుడిగా పనిచేస్తున్నారు. అయన కేంద్ర ప్రభుత్వ వైద్య పథకంలో భాగంగా ఈ పథకం లబ్ధిదారులుగా ఉన్న న్యాయమూర్తులను, ప్రధాన న్యాయమూర్తిని సంజీవరావు సూచన మేరకు తరచూ కలుస్తుండేవారు. ఈ కారణంగానే అనేకమంది ప్రధాన న్యాయమూర్తుల మద్దతు సంజీవరావుకు లభించింది. మొదట ఈ ప్రతిపాదనను జస్టిస్ సుబ్బారావు వ్యతిరేకించారు. అయితే చివరికి సంజీవరావు నియామకానికి మద్దతిస్తూ తన తర్వాత ప్రధాన న్యాయమూర్తిగా బాధ్యతలు చేపట్టిన జస్టిస్ చంద్రా రెడ్డి అంగీకరిస్తేనే అంటూ షరతు పెట్టారు. అయితే చంద్రారెడ్డి సంజీవరావును, శేషాచలపతిని హైకోర్టు అదనపు న్యాయమూర్తులుగా నియమిస్తూ ప్రతిపాదన చేశారు. ఈ మేరకు శేషాచలపతి మార్చి 12, 1958న, సంజీవరావు మార్చి 13, 1958న హైకోర్టు అదనపు న్యాయమూర్తులుగా నియమితులయ్యారు. అయితే సంజీవరావు నాయుడు జస్టిస్ సుబ్బారావు బంధువైన కారణంగా అదనపు న్యాయమూర్తి పదవి వచ్చిందనే అపవాదు జస్టిస్ చంద్రారెడ్డిపై వచ్చింది. సంజీవరావు సమర్థత, అర్హత గురించి తెలియకుండానే

సుప్రీం కోర్టు ప్రధాన న్యాయమూర్తి సిఫార్సును జస్టిస్ చంద్రారెడ్డి బలపర్చారు. సంజీవరావు గురించి తనకేమి తెలియదని, సుప్రీంకోర్టు ప్రధాన న్యాయమూర్తి సిఫార్సు మేరకే తాను అంగీకరిస్తున్నానని అయన చెప్పిఉండాల్సింది. అయితే అలా చెప్పితే సంజీవరావు నియామకానికి రాజ్యాంగపరమైన ఆమోదం వస్తుందా రాదా అనేది వేరే విషయం.

* * *

ఈ నియమాకాలగురించి మరిన్ని విషయాలు చెప్పేముందు జస్టిస్ చంద్రారెడ్డి ప్రధాన న్యాయమూర్తిగా నియమితులైన కొన్ని నెలలకే 1958లో నేనూ, నా భార్య కలిసి సెలవుల్లో చేసిన ప్రయాణం గురించి కొంత చెప్పాలి. తూర్పు ఆసియా ప్రాంతాన్ని మేము సందర్శించాలని, అందులో మొదటిగా జపాన్ వెళ్ళాలని అందుకు సంబంధించిన ఏర్పాట్లు చేసేందుకు ఫ్రెంచి షిప్పింగ్ కంపెనీ అయిన మెస్సేర్స్ మెస్సజరీస్ మారిటైమ్స్ సంస్థతో ఒప్పందం కుదుర్చుకున్నాం. ముంబయి నుండి వెళ్ళి తిరిగి రావడం కోసం ఇద్దరికి బాత్రూము, బాల్కనితో కలిసిన ఒక క్యాబిన్ రూ. 2500 లకు తీసుకున్నాము. దారి మధ్యలో కొలంబో, సింగపూర్, వియాత్నంలోని సైగాన్, మానిలా, హాంగ్ కాంగ్, కోబె మరియు యోకోహమాలో ప్రయాణం ఆగుతుంది. సైగాన్ మినహా మిగిలిన అన్ని చోట్ల షిప్ రెండురోజులపాటు ఆగుతుంది. సైగాన్‌లో మాత్రం మూడురోజులు ఆగుతుంది. తిరుగు ప్రయాణంలో కూడా షిప్ ఇలాగే ఆగుతూ ప్రయాణిస్తుంది. మా ఫలహారాలు, భోజనాలు షిప్పులోనే. మొత్తం 16 వేల టన్నుల బరువున్న ఈ షిప్పును ఫ్రెంచ్ భాషలో కంబోగ్ (కంబోడియా) అని పేరుపెట్టారు.

మా అత్తగారు మా ఇంట్లోనే ఉండడం వల్ల, 11 యేళ్ళ వయసు పైబడిన నా ముగ్గురు కొడుకులు, ఒక కూతురు బాధ్యతలు ఆమె చూసుకునే అవకాశం ఉండడం వల్ల మేము ఈ ప్రయాణం మొదలుపెట్టాం. ప్రభుత్వ నిబంధనల ప్రకారం మేము ఒక్కొక్కరం రూ. 270 మాత్రమే వెంట తీసుకెళ్ళగలం. మన భారత రూపాయి ఇప్పుడు మేము సందర్శించనున్న అన్ని దేశాల డబ్బు కంటే విలువైనది కావడం వల్ల, అక్కడ రూపాయి మార్పిడి చేసుకోవద్దని ప్రభుత్వం మాకు సలహా ఇచ్చింది. నేను ఉస్మానియా విశ్వవిద్యాలయంతోను, విశ్వవిద్యాలయ లా కళాశాల డీన్ గా పనిచేస్తున్నందువల్ల నేను సందర్శించే దేశాల్లోని విశ్వవిద్యాలయాలను కూడా సందర్శించాలని భావించి ఆయా విశ్వవిద్యాలయాల రెజిస్ట్రార్లతో మాట్లాడి తగిన

ఏర్పాట్లు చేయవలసిందిగా ఉస్మానియా విశ్వవిద్యాలం రిజిస్ట్రార్‌ను కోరాను. ఆ ప్రకారం ఉస్మానియా విశ్వవిద్యాలయం రిజిస్ట్రార్ సంబంధిత దేశాల విశ్వవిద్యాలయాలకు నా ప్రయాణ తేదీలు తెలియజేస్తూ లేఖలు రాశారు. మాకు అనుమతించిన అతిచిన్న మొత్తం డబ్బుతో మేము చూడాలనుకుంటున్న ప్రాంతాలను చూడడం సాధ్యం కాదు కనుక ఆయా విశ్వవిద్యాలయాల సహకారంతో చూడవచ్చని ఈ ఏర్పాటు చేసుకున్నాం. ఈ ఏర్పాటు మాత్రమే కాకుండా నా మిత్రులు కొందరు సైగాన్ లో ఆర్మీ అధికారిగా వియాత్నం శాంతి కమిటీతో పనిచేస్తున్న తమ మిత్రుడొకరికి మా ప్రయాణం గురించి తెలియజేసి సహకరించమని కోరారు. అలాగే మరికొందరు మిత్రులు హాంగ్ కాంగ్ లో వివిధ వ్యాపారాల్లో ఉన్న తమ మిత్రులకు కూడా మా ప్రయాణం గురించి తెలియజేస్తూ లేఖలు రాశారు. ఇక నేను ఇంగ్లాడులో చదివేరోజుల్లో మిత్రులుగా ఏర్పడిన ఒకరిద్దరు ఇప్పుడు కొలంబోలో ఉన్నారు. నేను నా ప్రయాణం గురించి వారికి కూడా లేఖలు రాశాను. కొలంబోలో మా షిప్పు రేవుకు చేరక, సముద్రంలోనే ఆగినప్పటికీ నా మిత్రులు వచ్చి నన్ను కలిశారు. నా మిత్రుడు డెరిక్ వచ్చి మమ్మల్ని కలిశారు. ఆయన, ఆయన సోదరి జిల్ మరియు ఆమె భర్త కలిసి మాకు ఆతిథ్యం ఇచ్చి కొలంబోలో చూడవలసిన ప్రదేశాలు చూపించే ఏర్పాట్లు చేశారు. కొలంబో విశ్వవిద్యాలయం రిజిస్ట్రార్ కూడా వచ్చి మమ్మల్ని మర్యాదపూర్వకంగా కలిశారు. మేము ఆ విశ్వవిద్యాలయాన్ని సందర్శించాము. క్యాంపస్ చాలా బాగుంది. డెరిక్ నన్ను హై కోర్టుకు తీసుకెళ్ళారు. అక్కడ కోర్టులో కేసు విచారణ చేస్తున్న న్యాయమూర్తి పెద్ద గౌను వేసుకొని విగ్గుపెట్టుకొని కనిపించారు. కోర్టు అధికారి కేసు వివరాలు ఆంగ్లం నుండి సింహళీ లేదా తమిళం లోకి తర్జుమా చేసి కక్షిదారులకు వివరంగా చెప్పడం ఇక్కడ కోర్టులో నాకు బాగా నచ్చింది. న్యాయవాది తన వాదనకు బలం చేకూర్చేలా తీవ్ర స్వరంతో ప్రశ్న వేస్తే అనువాదకుడు కూడా అంతే తీవ్ర స్వరంతో ఆ ప్రశ్న సాక్షులకు వారిభాషలో తర్జుమా చేసి హావభావాలతో సహా చెప్పేవారు. రోజులో మూడొంతుల సమయం కోర్టులోనే గడిపి తిరుగు ప్రయాణంలో మరోసారి వస్తామని చెప్పి వెళ్ళాం.

తర్వాత సింగపూర్ సందర్శించాం. కొండలమధ్య ప్రయాణం అత్యంత ఆహ్లాదకరంగా సాగింది. అక్కడ స్థానిక విశ్వవిద్యాలయం రిజిస్ట్రార్ మరియు నా మిత్రుడు దొన్నెటో మాకు స్వగతం పలికారు. దొన్నెటో సింగపూర్ లో న్యాయవాదిగా పనిచేస్తున్నారు. సింగపూర్ చాలా అందంగా, పరిశుభ్రంగా, క్రమశిక్షణతో కూడి

ఉంది. పోలీసులు మంచి క్రమశిక్షణతో, మర్యాదపూర్వకంగా, స్థిరంగా కనిపించారు. న్యాయమూర్తుల కేసువిచారణ ఇంగ్లాండ్ తరహా పద్ధతులు కనిపించాయి. వాదప్రతివాదనలు ఆంగ్లంలో చాలా గౌరవంగా, హుందాగా, మర్యాదపూర్వకంగా జరుగుతున్నాయి.

సైగాన్‌లో మా మకాం కూడా విజ్ఞానవంతంగానే సాగింది. ఆర్మీ అధికారి మేజర్ సింగ్ మమ్ములను స్వాగతించి నగరం అంతా చూపించారు. సైగాన్ ఒక చిన్న ప్యారిస్ నగరంలా ఉంది. రోడ్లు, వీధులు తిన్నగా, పరిశుభ్రంగా చాలా అందంగా ఉన్నాయి. ఈ నగరంలో నియంత దక్షిణ వియాత్నం అధ్యక్షుడి ప్రచార ప్రకటనలు అనేకం కనిపించాయి. చిరు వ్యాపారాలు భుజాలపై పొడవైన కర్రలు మోసుకెళ్ళటం కనిపించింది. ఆ కర్రలకు ఏవైనా వస్తువులు లేదా సరుకులు వేసుకోడానికి వీలుగా బుట్టలు తగిలించి ఉన్నాయి. టీ, కాఫీ, వేడివేడి తినుబండారాలు, అందుకు కావలసిన స్టవ్‌లు కూడా అలాగే మోసుకెళ్తున్నారు. శంఖాన్ని పోలిన టోపీని చాలామంది ధరించి కనిపించారు. అమెరికాలోలాగే షాపింగ్ చాలా చౌక. అమెరికా దక్షిణ వియాత్నంకు మద్దతు ఇస్తున్నందువల్ల అక్కడికి దిగుమతయ్యే వస్తువులపై భారీ రాయితీలు ఇస్తుండడంతో ధరలు ఇక్కడ తక్కువగానే ఉన్నాయి. ఒక జత నల్లని చొక్కాలు కేవలం రూ 10 కే కొన్నాను. అవి ఇప్పటికీ నాదగ్గర ఉన్నాయి. వాటిని నేను ధరిస్తున్నాను కూడా. ఇక్కడికి 48 కిలోమీటర్ల దూరంలోని బియెన్ హోఆ సందర్శించాము. అక్కడ బౌద్ధుల ప్రఖ్యాత దేవాలయం ఉంది. అది చాలా సుందరంగా ఉంది. ఆ దేవాలయాన్ని చూస్తే భారత సంస్కృతి ఈ ప్రాంతాలకు ఎలా విస్తరించిందో అర్థమవుతుంది. ఇక్కడ గరుడ వంటి కొన్ని భారతీయ పేర్లు కూడా వినిపించాయి.

ఇండియన్ ఆర్మీ క్లబ్ సందర్శించేందుకు మాకు ఆహ్వానం వచ్చింది. అక్కడ వియత్నాం శాంతి సమితి సమావేశంలో పాల్గొన్నాం. అక్కడ మాకు విందు ఇచ్చారు. దక్షిణ మరియు ఉత్తర వియాత్నంల మధ్య సంబంధాలు సరిగా లేవనీ, ఏ క్షణంలోనైనా విపత్కర పరిస్థితి కలవచ్చని వారిద్వారా మాకు తెలిసింది. దక్షిణ వియాత్నంకు అమెరికా మద్దతు, ఉత్తర వియాత్నంకు చైనా కమ్యూనిస్టుల మద్దతు కారణంగా ఇక్కడ ఉద్రిక్త పరిస్థితులు ఏర్పడ్డాయి. సైగాన్ లో ఒక సంఘటన నాకు నిరాశ కలిగించింది. ఇది మేము భారతీయ కౌన్సిలేట్ సందర్శించినప్పుడు జరిగింది. స్వాతంత్ర్యం వచ్చిన తర్వాత ఇంతవరకూ ఏ దేశం సందర్శించకపోవడం వల్ల ఇప్పుడు ఆ అవకాశం రావడంతో భారతీయ కౌన్సులేట్ సందర్శించాలని చాలా ఉత్సాహపడ్డాను. అయితే

నా భార్య అందుకు సిద్ధంగా లేదు. ఈ అధికారులు మనల్ని గంటలకొద్దీ వేచి ఉండేలా చేస్తారు. మన సమయం వృథా అవుతుంది. అక్కడికి వెళ్ళేకంటే వేరే ఏవైనా కొన్ని ప్రాంతాలకు వెళితే మంచిది అని సూచించింది. చివరికి ఆమె చెప్పినట్టే జరిగింది. అక్కడికి చేరుకున్న తర్వాత నేను న్యాయమూర్తినని చెప్పినా ఒక గంటపైగా మాకు వేచి చూడాల్సి వచ్చింది. ఆ తర్వాత చిన్న కాగితంపై "అయ్యా నేను మర్యాదపూర్వకంగానే కలవడానికి వచ్చాను తప్ప నాకు మీతో పనుండి కాదు" అని రాసి పంపించాను. చాలా సేపు ఎదురు చూసి చివరికి ఎవ్వర్నీ కలవకుండానే వెళ్లిపోయాం. ఆ మరుసటిరోజు కౌన్సల్ గుప్తా మమ్మల్ని కలిసి క్షమాపణలు చెప్పారు. అయన ఈ పదవిలోకి రాకముందు ఉపాధ్యాయుడిగా పనిచేశారని అనుకున్నా. అలాంటి ప్రవర్తన మొత్తం భారతదేశం ప్రతిష్టకు భంగం కలిగిస్తుందని నేను ఆయనకు గట్టిగానే చెప్పాను. అయన మరోసారి కౌన్సులేట్ కు విందుకు ఆహ్వానించారు. అయితే అప్పటికే మేము వేరే కార్యక్రమాలు నిర్ణయించేసుకున్నందువల్ల అయన ఆహ్వానాన్ని మన్నించలేకపోయాం. ఏదేమైనప్పటికీ, ఇక్కడ బాగా సంతోషంగా గడిపిన తర్వాత మానిలాకు బయలుదేరాం.

ఇక్కడ నేనో రెండు విషయాలు ప్రస్తావించాలనుకుంటున్నాను. అందులో ఒకటి, మేము నగదు ఎక్కువ తీసుకెళ్ళే వీలు లేనందువల్ల మావెంట తినుబండారాలు, పళ్ళ రసాలు, ఇతరత్రా ఆహార, పానీయాలు ఎక్కువగా తీసుకెళ్ళాల్సివచ్చింది. నా భార్య 45 రోజులకు సరిపడా దుస్తులు షిప్‌లోని మా క్యాబిన్‌లో సర్దుకుంది. అక్కడే బట్టలు ఉతుక్కోడానికి, ఇస్త్రీ చేసుకోడానికి సదుపాయాలు ఉన్నందువల్ల మేము తక్కువ ఖర్చుతోనే సరిపెట్టుకున్నాం. ఈ ప్రాంతం చాలా కాలం ఫ్రెంచివారి ఆధీనంలో ఉండడం వల్ల మా తిరుగు ప్రయాణంలో షిప్పులో చాలామంది ఫ్రెంచ్ దేశస్తులను కలిశాం. వాళ్ళు చాలా ముభావంగా ఉన్నారు. చాలామందికి ఆంగ్లం తెలియదు. నా భార్య ప్రతిరోజూ ఓకొత్త చీర ధరించడం చూసి వారు బాగా అభినందనాపూర్వకంగా చూసేవారు. ఆమె చీరలు రంగురంగుల్లో చాలా బాగా కనిపించేవి. మేము గమనించిన మరో విషయం ఏమంటే ప్రతి విందులోనూ ఒక తెల్ల వైన్ సీసా, మరో ఎర్ర వైన్ సీసా టేబుల్ పై పెట్టేవారు. మేమిద్దరం వైన్ తీసుకోని కారణంగా అవి మా టేబుల్ పై వద్దని చాలాసార్లు అటెండర్ తో చెప్పినప్పటికీ అతను సీసాలు తెచ్చి వాటి మూతలు తీసి టేబుల్ పై పెట్టేవాడు. మేము తినగా మిగిలిన ఆహార పదార్థాలు, వైన్ సీసాలు చివరిలో అటెండర్ తీసుకెళ్ళేవాడు అని అర్థం అయింది. అందువల్లే ఆ సీసాలు

తెరిచిపెట్టి చివర్లో వాటిని అతను తీసుకొని ఆస్వాదించేవాడు కావచ్చు. అక్కడ భోజనం బాగా ఉండడంతో ప్రతిరోజూ మేము ఆ రుచులను ఆస్వాదించాము. షిప్పు క్యాప్టెన్ కూడా అప్పుడప్పుడు మమ్మల్ని విందుకు ఆహ్వానించేవారు. అలాంటి సమయంలో మేము కొంతమంది తోటి ప్రయాణికుల్ని కలిసేవాళ్ళం.

మానిలా వెళ్ళినప్పుడు అక్కడ ఎంతో అందంగా, విలాసవంతంగా ఉన్న రాష్ట్రపతి భవనం సందర్శించాం. ఆ దేశాధ్యక్షుడుపై అయన భార్య పెత్తనం చేస్తుందని దేశమంతటా చెప్పుకుంటారు. అధ్యక్షుడికి వ్యతిరేక వాతావరణం అంతర్లీనంగా దేశమంతటా ఉంది. ఇక్కడ ప్రతి కళాశాలను ఒక విశ్వవిద్యాలయంగా పిలుచుకుంటారు. అందువల్ల దేశంలో ఎన్ని కళాశాలలు ఉన్నాయెూ అన్ని విశ్వవిద్యాలయాలున్నట్టే. మానిలా ప్రజలు చాలా భక్తిపరులు. వారు కథోలిక క్రైస్తవులు. మానిలా నుండి మేము హాంగ్ కాంగ్ సందర్శించాం. ఇది అనేక కారణాలవల్ల మాకు బాగా నచ్చింది. మేమిక్కడ ఒకరోజో, ఒకటిన్నర రోజో ఉన్నాం, కానీ ఈ యాత్రలో మేము బాగా సంతోషంగా గడిపింది ఇక్కడే. తర్వాత జపాన్ సందర్శన కూడా బాగా ఆస్వాదించాం.

మేము హాంగ్ కాంగ్ సందర్శించినప్పుడు అక్కడి హాంగ్ కాంగ్ విశ్వవిద్యాలయ రిజిస్ట్రార్ మాకు స్వాగతం పలికారు. ఆయనతోపాటు హైదరాబాద్ లో జైళ్ళ శాఖ డైరెక్టర్ జనరల్ గా పనిచేస్తున్న శ్రీ బౌనాని కుమారుడు కూడా మాకు స్వగతం పలికారు. ఆరోజు విశ్వవిద్యాలయ కులపతి (Vice-Chancellor) మాకు విందు ఇచ్చారు. ఆ విధుల్లో హాంగ్ కాంగ్ ప్రధాన న్యాయమూర్తి కూడా పాల్గొన్నారు. హాంగ్ కాంగ్ లో షాపింగ్ అవకాశాలు ఎక్కువగా ఉండడంతో ఇతరత్రా ఇలాంటి కార్యక్రమాలకు నా భార్య ఇష్టపడలేదు. అయితే బ్రిటిష్ సామ్రాజ్యం నుండి విడిపోయిన తర్వాత ఇలాంటి దేశాలు తమ స్వపరిపాలన ఎలా చేస్తున్నాయెూ తెలుసుకోవడం మంచిదని, అలాగే ఎందుకు, భారత దేశం, చైనా దేశాల పౌరులు సంతోషంగా, స్నేహపూరితంగా, సుసంపన్నంగా ఉన్నారో తెలుసుకోవాలంటే పలురకాల, వర్గాల వ్యక్తులతో పరిచయం అవసరమని నా భార్యకు నచ్చచెప్పాను. మేము హాంగ్ కాంగ్‌లోని చిన్న వీధుల్లో నుండి ప్రయాణిస్తున్నప్పుడు అక్కడ సినిమా చిత్రీకరణ జరుగుతుండడం గమనించాం. ఆ సినిమా గురించి విచారించగా అప్పుడు ప్రముఖ నటుడు డేవిడ్ నివేన్, సినిమా షూటింగ్ అని చెప్పారు. అయన ఆ దార్లో అనేక సార్లు నటించారు. అప్పుడు నాదగ్గర 8 ఎంఎం సినిమా కెమేరా ఉండడంతో నేనుకూడా కొన్ని సన్నివేశాలు చిత్రీకరించాను.

ఆ సన్నివేశాలు మా పిల్లలకు, స్నేహితులకు చూపించినపుడు వారు చాలా సంతోషించారు.

కేవలం వాణిజ్యపరమైన కార్యకలాపాల వల్ల మాత్రమే కాక అక్కడ అత్యధికశాతం పన్నులు విధించడంతో అధికారుల వేధింపులు లేకపోవడం వల్ల కూడా హాంగ్ కాంగ్ నాకు బాగా నచ్చింది. ఇక్కడ ఆదాయపన్ను 12 నుండి 14 శాతం వరకూ ఉంటుందని చెప్పారు. అందువల్ల వ్యాపార, వాణిజ్య వర్గాలవారికి పన్నులు ఎగ్గొట్టి నల్లధనం సమకూర్చుకునే అవకాశం, మార్గాలు తక్కువే. మేము హాంగ్ కాంగ్ సందర్శించే సమయానికి మన రూపాయి చాలా ఖరీదైనది. మన రూపాయితో అక్కడ చాలా కొనుగోలు చేసుకోవచ్చు. నేను ఒక సూట్, రెండు జతల చొక్కాలు, ఒక కోటు కేవలం రూ 150లకే కొనుక్కున్నాను. ఇది నమ్మశక్యంగా లేకపోయినా నిజం. అక్కడ ఉన్న ఒక చైనా టైలర్ (దర్జీ) ఈ బట్టలన్నీ ఒక్కరోజులోనే కుట్టి ఇచ్చాడు. అవి నాకు బాగా సరిపోయాయి. వాటిని నేను ఇంకా తొడుక్కుంటున్నాను.

హ్యాంగ్‌కాంగ్ నుండి మేము కోబే సందర్శించాం. ఇక్కడ మేము కోబే విశ్వవిద్యాలయంలో జపాన్ కు చెందిన న్యాయశాస్త్ర అధ్యాపకుల్ని కలిశాం. పట్టువస్త్రాలతో వారు మాకు స్వాగతం పలికారు. ఆ అధ్యాపకులకు హిందూ చట్టం అన్నా, హిందూ కుటుంబ వ్యవస్థ అన్నా చాలా ఇష్టం అని చెప్పారు. వారు మాకు కోబే ప్రాంతం మొత్తం చూపించారు. కొన్ని చూడదగ్గ ప్రదేశాలు సందర్శన అనంతరం రోప్‌వే రైలులో ప్రయాణం చేశాం. ఇక్కడ కేబుల్ కార్లు రెండువైపులా ప్రయాణిస్తున్నాయి. ఒక్కొక్క కారులో 20 మంది వరకూ ప్రయాణించవచ్చు. భూమికి ఒక మైలో, మైలున్నారో ఎత్తులో ఈ కారులో ప్రయాణం చేస్తూ నెలవైపు చూడడం సాహసమే కాదు భయానకం కూడా. కోబే పోర్టు చాలా రద్దీగా ఉంటుంది. కోబే నుండి టోక్యో పోర్టు నగరమైన యోకోహామాకు వెళ్ళాం. అక్కడనుండి షుమారు 20 మైళ్ళ దూరంలోని టోక్యో నగరం చేరుకున్నాం. బస్సులో ఉన్న మహిళా కండక్టర్లు మేము దారిలో చూస్తున్న ప్రాంతాలగురించి ఆంగ్లంలో మాకు వివరిస్తూ, మధ్య మధ్యలో పాటలు పాడుతూ మాకు వినోదం కలిగించారు.

టోక్యో చేరినతర్వాత అక్కడ పర్యాటక ప్రదేశాలకు మమ్మల్ని తీసుకెళ్ళారు. అనేక ముఖ్యమైన ప్రదేశాల సందర్శనతో పాటు ఈ దేశ రాజు నివశించే రాజప్రాసాదానికి కూడా మేము వెళ్ళాము. ఇక్కడి బహుళ అంతస్తుల వాణిజ్య కేంద్రాలు

షాపింగ్ చేసుకునేవారికి స్వర్గమే. ఒక సందర్భంలో అయితే నా భార్య అన్నీ మర్చిపోయి అక్కడి వస్తువులు చూస్తూ అలా మైమరిచి ఉండిపోయింది. మేము తిరిగి యోకోహామా వెళ్ళవలసిన బస్సు వారు మాకోసం మైకులో ప్రకటిస్తే కానీ, మాకు సమయం గుర్తురాలేదు. అప్పటికే చాలా ఆలస్యం అయింది. మేము వచ్చాక బస్సు తిరుగు ప్రయాణం మొదలైంది. మార్గం మధ్యలో కామకురా ప్రాంతం సందర్శించాం. ఇక్కడ గౌతమ బుద్దుడి భారీ విగ్రహం మమ్ముల్ని బాగా ఆకర్షించింది. ఈ విగ్రహం లోపలి భాగం నుండి విగ్రహం పైభాగానికి ఎక్కివెళ్ళాం. ఈ విగ్రహం పైన ఒక షెడ్డు ఉండేదని, అది ఒకసారి వచ్చిన పెద్ద గాలివానకు కొట్టుకుపోయిందని నా అనుమానం. అప్పటినుండి విగ్రహానికి పైన రక్షణగా ఏమీ ఏర్పాటు చేయలేదు. బుద్ధుడి ఆకారం చాలా ఆకర్షణీయంగా ఉంది.

తూర్పు దేశాల మా ప్రయాణం చాలా ఆహ్లాదకరంగా, విజ్ఞానవంతంగా, ఉత్తేజకరంగా సాగుతోంది. మా తిరుగు ప్రయాణంలో కొందరు అమెరికా పర్యాటకులు కలిశారు. వారి నిరాడంబరత, నిష్కళంక ప్రవర్తన మాకు బాగా నచ్చింది. ఇంతకుముందు మేము టోక్యో వెళుతున్నప్పటి తోటి ప్రయాణికులకంటే వీరితో ప్రయాణం భిన్నంగా ఉంది. వీరిలో మాకు చాలామంది మంచి మిత్రులయ్యారు. వారిలో కొందరు చాలాకాలం వరకూ మాతో ఉత్తరప్రత్యుత్తరాలు జరిపారు. ప్రయాణం పూర్తిచేసుకుని జూన్ 18, 1958న మేము ముంబాయి చేరుకున్నాం. ముంబాయిలో సమ్మె కారణంగా మా షిప్పు సముద్రభాగంలోనే నిలిచిపోయింది. ఎయిర్ ఇండియా లో కెప్టెన్ గా పనిచేస్తున్న నా బంధువు పి ఎం ఎం రెడ్డి కస్టమ్స్ శాఖ బోట్‌లో వచ్చి మమ్ములను రేవుకు చేర్చారు. అక్కడ ముంబాయి పోర్టులో కస్టమ్స్ అధికారులు మా దగ్గరున్న రెండు భారీ ట్రంకు పెట్టెల్లో ఏముందని అడిగారు. అందులో అన్నీ విడిచిన బట్టలు ఉన్నాయని నేను చెప్పగా వారు ఆశ్చర్యపోయారు. ప్రయాణంలో ఎక్కువ డబ్బులు తీసుకెళ్ళే అవకాశం లేకపోవడంతో బట్టలు ఉతికించి ఇస్త్రీ చేయించుకోలేకపోయాం అని చెప్పాను. అయినా ట్రంక్ పెట్టెలు తెరిచి చూపించమని అడిగారు. పెట్టెలు తెరిచి చూపించిన తర్వాతే నేను చెప్పింది నిజమని నమ్మారు. ఇంటికి తిరిగి వచ్చేసరికి పిల్లలు అందరూ క్షేమంగా ఉన్నారు. మేము తెచ్చిన కొన్ని చిన్న, చిన్న బహుమతులతో పిల్లలు చాలా సంతోషించారు.

* * *

ఆంధ్ర ప్రదేశ్ హై కోర్టు న్యాయమూర్తిగా సంజీవరావు నాయుడు చాలా సమస్యలు ఎదుర్కొన్నారు. అయన చాలా ఎత్తుగా, బలిష్టంగా ఉండి సహచర న్యాయమూర్తులపై ఆధిపత్యం చలాయిస్తున్నట్టు కనిపించేవారు. సహచర న్యాయమూర్తుల పట్ల గౌరవభావంతో ఉండేవారు కాదు. అయన బాధ్యతలు చేపట్టగానే ఆంధ్ర ప్రదేశ్ హై కోర్టులో సమస్యలు చక్కబెట్టేందుకోసమే సుప్రీం కోర్టు ప్రధాన న్యాయమూర్తి తనను నియమించారనే అభిప్రాయం కలిగించేలా ప్రవర్తించారు. హై కోర్టులో అందరికంటే జూనియర్, పైగా అదనపు న్యాయమూర్తికి హై కోర్టును చక్కదిద్దే బాధ్యతలు ఇస్తారా అని సక్రమంగా ఆలోచించే ఎవరికైనా అయన మాటలు అర్థం అవుతాయి. ఇలాంటి వ్యాఖ్యలన్నీ తనకు ఒక గుర్తింపు కోసం మాత్రమే ప్రచారం చేసుకుంటారు. బెంచ్ పై కూర్చున్నప్పుడు కూడా అయన సహచర న్యాయమూర్తులకు చికాకు కలిగించే వారు. అయితే నాతోమాత్రం కొంత అప్రమత్తంగానే ఉండేవారు. నేను తన అభిప్రాయంతో ఏకీభవించనప్పుడు, నా అభిప్రాయాలను కఠినమైన పదాలలో చెప్పినప్పుడు అయన నా వాదన పదును తగ్గించమని అభ్యర్థించేవారు. అయితే ఆయన మనసు గాయపరచడం నా ఉద్దేశం కాదని చెప్పేవాడిని. అయితే ఆ రకంగా ఏవైనా పదాలు ఉన్నట్టు చూపితే వాటిని వెంటనే సవరించేవాడిని.

క్రిమినల్ కేసుల విచారణ సందర్భంలో కేసు డైరీలో పేర్కొన్న అంశాలను ప్రాథమిక సాక్ష్యాలుగా పరిగణించే అలవాటు ఆయనకు ఉంది. మద్రాసు హై కోర్టు ఆతప్ప గౌండన్ మరియు కింగ్ (ILR 1939 మద్రాసు 965) కేసులో నేరస్తుడు ఇచ్చిన వాగ్మూలాన్ని ప్రాథమిక సాక్ష్యంగా తీసుకొని నిజాన్ని బయట పెట్టడం జరిగింది. నిందితుడు తానే హత్య చేశానని "మెడకు గుడ్డ కట్టి బిగించి, ఆపైన ఒక తాడు కూడా చుట్టి హత్య చేశానని... రెండు సారా సీసాలు తెచ్చుకుని, ఆ ఖాళీ సీసాలు అక్కడే పశువుల కొట్టం పక్కన పాతిపెట్టానని... అలాగే హత్యలో ఉపయోగించిన తాడు, గుడ్డ కూడా పాతిపెట్టానని..." చెప్పాడు. నిందితుడు చెప్పినట్టు మెడకు తాడు, గుడ్డ బిగించి హత్యచేశానని చెప్పిన విషయాలు అంగీకారయోగ్యంగానే ఉన్నాయి. ఇలాంటి అంశాల ప్రాతిపదికగా మద్రాసు హై కోర్టు చాలామంది హత్యచేసిన నేరస్తులకు ఉరిశిక్ష కూడా విధించింది. ఐ సి ఎస్ నుండి వచ్చిన న్యాయమూర్తులు జస్టిస్ బర్న్ మరియు జస్టిస్ స్టోడర్ట్ ఉరిశిక్ష న్యాయమూర్తులుగా పిలవబడేవారు. ఆ తర్వాత ప్రివీ కౌన్సిల్ అతప్ప గౌండన్ కేసు ఆమోదించలేదు. సంజీవరావు నాయుడు మొత్తం కేసు డైరీలతో పాటు ఎవిడెన్స్ చట్టంలోని సెక్షన్ 27 ప్రకారం అన్ని అంశాలు పరిగణలోకి

తీసుకునేవారు. అతప్ప గౌండన్ కేసును తిరస్కరిస్తూ ప్రివీ కౌన్సిల్ తీర్పు చెప్పిన పులికూరి కోటయ్య మరియు చక్రవర్తి (Emperor) (AIR PC 1947:67) కేసును సంజీవరావు నాయుడు పరిగణలోకి తీసుకోలేదు. నేను నా అసమ్మతిని తెలియజేస్తూ, అతప్ప గౌండన్ కేసు తర్వాత చాలా పరిణామాలు చోటుచేసుకున్నాయని, పులికూరి కోటయ్య కేసు అతప్ప గౌండన్ కేసు తీర్పుకు భిన్నమైన తీర్పు అని పేర్కొన్నాను. "చాకులు చాలా సంవత్సరాల క్రితమే తయారయ్యాయి. నేరంలో చాకును ఉపయోగించినట్టు పరిశోధనలో తేలితే అలాగే నేరస్తుడు "తాను చాకుతోనే బాధితుణ్ణి హత్య చేశాను" అని అంగీకరిస్తే కూడా చాకులు బాధితుడి ఇంట్లో కనిపించినంత మాత్రాన నిందితుడి వాగ్మూలంలో ఈ అంశాన్ని చేర్చాల్సిన అవసరం లేదు" అంటూ కోటయ్య కేసులో గౌరవ న్యాయమూర్తులు తమ అభిప్రాయం వ్యక్తం చేశారు.

భారత ప్రధాన న్యాయమూర్తి జస్టిస్ భుబనేశ్వర్ ప్రసాద్ సిన్హా ఆంధ్రప్రదేశ్ సందర్శించినప్పుడు జస్టిస్ చంద్రా రెడ్డి క్రిమినల్ కేసుల విచారణ కేవలం జస్టిస్ బాసి రెడ్డి, నేనూ కూర్చునే బెంచ్ కే ఇస్తున్నారని ఎవరో చెప్పినట్టు తెలిసింది. భారత ప్రధాన న్యాయమూర్తి ఈ విషయం నిజమేనా అని జస్టిస్ చంద్రా రెడ్డిని అడిగారు. అయితే, అది నిజం కాదని జస్టిస్ చంద్రారెడ్డి ప్రధాన న్యాయమూర్తికి బదులిచ్చారు. ఈ విషయాన్ని జస్టిస్ చంద్రారెడ్డి జస్టిస్ బాసి రెడ్డితో ప్రస్తావించినప్పుడు ఇకపై ఇలాంటి కేసులు తనకు అప్పగించవద్దని, భవిష్యత్తులో క్రిమినల్ కేసులన్నీ జస్టిస్ సంజీవరావు నాయుడు, మరో న్యాయమూర్తి కలిసిన బెంచ్‌కి ఇవ్వాలని జస్టిస్ బాసి రెడ్డి సూచించారు. ఈ సూచనను ప్రధాన న్యాయమూర్తి అనుసరించారు. అయితే హత్యా నేరాల్లో నిందితులకు ఉరిశిక్ష విధించాలని జస్టిస్ సంజీవరావు నాయుడు పట్టుబట్టే వారని మరో న్యాయమూర్తి ఫిర్యాదు చేశారు. సీనియర్ న్యాయమూర్తి ఎవరైనా నిందితులకు శిక్ష తగ్గించాలని అభిప్రాయం వ్యక్తం చేస్తే శిక్ష విషయంలో సంకోచించాల్సిన పని లేదని జస్టిస్ సంజీవరావు నాయుడు గట్టిగా చెప్పేవారు. జస్టిస్ సంజీవరావు నాయుడు పద్ధతి ఎంతవరకు వెళ్లిందంటే ఒక సందర్భంలో ఒక న్యాయమూర్తి జస్టిస్ చంద్రా రెడ్డి వద్దకు వెళ్ళి "జస్టిస్ చంద్రారెడ్డి, మీరు నన్ను చంపాలని చూస్తున్నారా?" అంటూ ప్రశ్నించారు. ఏమైందంటూ అడగ్గా, "జస్టిస్ సంజీవరావు నాయుడు అన్ని హత్య కేసుల్లో ముద్దాయిలకు ఉరిశిక్ష వేయాలని పట్టుబడుతున్నార"ని చెప్పారు. జస్టిస్ సంజీవరావు నాయుడుతో ఎవరైనా నిరభ్యరంతరంగా విభేధించవచ్చని జస్టిస్ చంద్రా రెడ్డి స్పష్టం చేశారు. ఏదేమైనా

సదరు న్యాయమూర్తిని జస్టిస్ సంజీవరావు నాయుడుతో కూడిన బెంచ్ నుండి మార్చేశారు.

విద్యుత్తు శాఖలో అనేక మోసాలకు పాల్పడిన ఒక వ్యక్తి కేసులో తొమ్మిది నెలలకుపైగా విచారణ చేసిన సంజీవరావు నాయుడు నిందితుడి పై కేసు కొట్టివేశారు. షుమారు 800 పేజీల తీర్పులో "విచారణ కాలంలో వాదనల్లో పాల్గొన్న గర్భవతి అయిన ఒక మహిళా న్యాయవాది బిడ్డకు కూడా జన్మనిచ్చింద"ని పేర్కొన్నారు. జస్టిస్ సంజీవరావు తీర్పును సవాల్ చేస్తూ కేసు తర్వాత సుప్రీం కోర్టుకు చేరింది. జస్టిస్ సంజీవరావు నాయుడు తీర్పును పక్కన పెడుతూ కేసు పునర్విచారణ చేయాలని సుప్రీం కోర్టు హై కోర్టును ఆదేశించింది. కేసు పునర్విచారణ నాకు అప్పగించాలని జస్టిస్ చంద్రారెడ్డి భావించారు. ఇంతకు ముందే క్రిమినల్ కేసులన్నీ నాకే అప్పగిస్తున్నారనే ఫిర్యాదు ఉన్న కారణంగా ఈ కేసు విచారణ నాకు అప్పగించవద్దని జస్టిస్ చంద్రా రెడ్డికి చెప్పాను. అయితే ఈ కేసు విచారణ ఇప్పటికే దాదాపు సంవత్సర కాలం పట్టిందని జస్టిస్ చంద్రారెడ్డి చెప్పారు. క్రింది కోర్టు, హై కోర్టు, సుప్రీమ్ కోర్టు సమయం అంతా చుస్తే ఈ కేసు సంవత్సర పైనే విచారణ జరిగిందని, ఇంకా ఎక్కువసమయం అవసరం లేదని నేనైతే తక్కువసమయంలోనే కేసు విచారణ పూర్తిచేయగలనని జస్టిస్ చంద్రారెడ్డి భావించారు. హై కోర్టు విలువైన సమయం దృష్ట్యా చివరికి కేసు విచారణ చేపట్టేందుకు నేను అంగీకరించాను. కేసు విచారణ నా ముందుకు వచ్చినప్పుడు అక్కడ ఉన్న డజను పైగా అలాంటి కేసులలో ఒక మూడు కేసులు తీసుకొని వాటిపై వాదనలు చేస్తే అన్ని కేసుల నేరం జరిగిన తీరు ఒక్కలాగే ఉన్నందున అన్నికేసులనూ ఒకే తీర్పుతో ముగించవచ్చని పబ్లిక్ ప్రాసిక్యూటర్ కు, ప్రతివాది (defense) న్యాయవాదికీ చెప్పాను. నా సూచనను డిఫెన్సె న్యాయవాది, పబ్లిక్ ప్రాసిక్యూటర్ అంగీకరించారు. కేసు విచారణ సోమవారం ప్రారంభించి శుక్రవారంతో ముగించి అన్ని కేసుల్లో నేరస్తులకు శిక్ష ఖరారు చేస్తూ సోమవారం నాడు తీర్పు ఇచ్చాను. నా తీర్పులపై అభ్యంతరాలు వ్యక్తం కాకపోవడంతో వివాదం ముగిసింది.

జస్టిస్ సంజీవరావు బంజారా హిల్స్ ప్రాంతంలో ఒక ఇల్లు అద్దెకు తీసుకున్నారు. ఆ తర్వాత ఇంటి యజమానితో ఆయనకు వివాదం వచ్చింది. ఆయన ఇంటి అద్దె చెల్లించడం లేదనీ, అద్దె అడిగితే ఇంటిలో కొన్ని సదుపాయాల కల్పనకు, మరమ్మత్తులకు ఖర్చు చేశానని జస్టిస్ సంజీవరావు ఇంటి యజమానికి చెప్పారు.

ఇంటి మరమత్తులు, అదనపు సదుపాయాల ఖర్చు విషయం అద్దె ఒప్పందంలో లేదని యజమాని వాదించాడు. చివరకు కేసు రెంట్ కంట్రోల్ కోర్టులో జస్టిస్ సంజీవరావు నాయుడుపై దావా వేశాడు. తన ఇల్లు ఖాళీ చేసి తనకు అప్పగించాలని కోరాడు. ఈ కేసు విచారణకు జస్టిస్ సంజీవరావు హాజరు కాలేదు. "సంజీవరావు నాయుడు హాజరయ్యారా?" అని కోర్టులో మూడుసార్లు పిలిచారు. అయన కోర్టుకు హాజరుకాకపోవడంతో అయన పరోక్షంలో ఆయనకు వ్యతిరేకంగా తీర్పు వచ్చింది. ఈ తీర్పుపై సంజీవరావు అప్పీల్ చేసుకున్నారు. కేసు విచారణకు వచ్చే సమయంలో సంజీవరావు మరో రెంట్ కంట్రోల్ కేసులో తనకు తర్వాత అనుకూలంగా ఉండేలాగ తీర్పు ఇచ్చారు. అయితే సంజీవరావు కేసు విచారణ నాతో కలిసి ఇద్దరు న్యాయమూర్తులు ఉన్న బెంచ్ పైకి వచ్చింది. నేను కేసు తీర్పును రెంట్ కంట్రోల్ కోర్టు ఇచ్చిన తీర్పుకు భిన్నంగా ఇచ్చాను.

సంజీవరావుకు ఉన్న మరో వింత లక్షణం ఏమంటే అయన తన కారులో నుండి ఇతర కారు డ్రైవర్లపై "పక్కకెళ్ళు... పక్కకెళ్ళు" అంటూ అరుస్తూండేవారు. అయన కోర్టుకు వస్తున్నప్పుడైనా లేక మరో ప్రాంతానికి వెళుతున్నప్పుడైనా ఇలా ఇతర కార్లవారిని బెదిరిస్తూ ఉండేవారు. అయన కారుపై హై కోర్టు చిహ్నం ఉండడంతో తోటి కారు డ్రైవర్లు మొదట కొంత ఆలోచించినా ఆయనపై అసంతృప్తి వ్యక్తం చేయడం మొదలైంది.

ఒకరోజు న్యాయమూర్తుల సమావేశం అత్యంత ఉత్కంఠంగా జరుగుతోంది. ఒక సందర్భంలో జస్టిస్ సంజీవరావు ప్రధాన న్యాయమూర్తిపై గట్టిగా అరవడంతో ఇతర న్యాయమూర్తులంతా ఆశ్చర్యం, విస్మయం వ్యక్తం చేశారు. అయితే సంజీవరావుకు భయపడి అందరు న్యాయమూర్తులూ మౌనంగా ఉండిపోయారు. ఈ పరిణామంతో నేను కలత చెందాను. "తోటి న్యాయమూర్తుల సమక్షంలో ఇలా ప్రవర్తించడం మంచిది కాదు. ముఖ్యంగా ప్రధాన న్యాయమూర్తితో ప్రవర్తించే తీరు ఇది కాదు," అని సంజీవరావును ఉద్దేశించి చెప్పాను. నేను కొంచెం గట్టిగానే చెప్పడంతో సంజీవరావు కాస్త వెనక్కు తగ్గి క్షమించమని కోరాడు. ఏమైతేనేం, భారత ప్రధాన న్యాయమూర్తితో ఉన్న పరిచయంతో అయన అస్సాంలోని గౌహతి హై కోర్టుకు బదలీ చేయించుకున్నాడు. అక్కడ అయన ప్రధాన న్యాయమూర్తి అయ్యే అవకాశం ఉంది. అయన బదలీతో అందరూ ఊపిరి పీల్చుకున్నారు. అయితే గౌహతి హై కోర్టులో అయన ఆ తర్వాత కాలంలో ఎలా ప్రవర్తించారన్నది ఇక్కడ నేను ప్రస్తావించదల్చుకోలేదు.

రాష్ట్రాల పునర్విభజన తర్వాత తెలంగాణ ప్రాంతం ఆంధ్రప్రదేశ్‌లో విలీనం అయినట్టే మరట్వాడా ప్రాంతం బొంబాయి రాష్ట్రంలో విలీనం కావడంతో అక్కడ బొంబాయి హై కోర్టుకు మరట్వాడా ప్రాంతానికి చెందిన న్యాయమూర్తులను నియమిచాలంటూ ప్రజలు ఆందోళన చేస్తున్నారు. ఈ పరిస్థితుల్లో బొంబాయి హై కోర్టు ప్రధాన న్యాయమూర్తి జస్టిస్ చైనాని, ఆంధ్రప్రదేశ్ హై కోర్టు ప్రధాన న్యాయమూర్తి జస్టిస్ చంద్రారెడ్డికి ఒక లేఖ రాశారు. మరట్వాడా ప్రాంతం నుండి బొంబాయి హై కోర్టు న్యాయమూర్తులుగా నియమించదగ్గ అర్హతలున్న ఇద్దరి పేర్లు సూచించవలసిందిగా బొంబాయి ముఖ్యమంత్రి యస్వంతరావు చవాన్ తనను కోరారని, అయితే మరట్వాడాలో న్యాయవాదులుగా పనిచేస్తూ, న్యాయమూర్తులుగా నియమించదగ్గ అర్హతలున్నవారు తనకు ఎవరూ తెలియదని, అందువల్ల ఈ విషయంలో గోపాలరావు Ekbote మరియు వినాయకరావు వైద్య అభ్యర్థిత్వాలపై సలహా ఇవ్వవలసిందిగా జస్టిస్ చంద్రా రెడ్డిని అయన కోరారు. జస్టిస్ చంద్రారెడ్డి ఈ ఇద్దరు న్యాయవాదులను పిలిచి వారి పూర్తి వివరాలు, పుట్టుక తేదీతో, న్యాయవాదిగా పేరు నమోదు చేసుకున్న తేదీ, ఎంతకాలంగా ప్రాక్టీసు చేస్తున్నదీ, తదతర వివరాలు తనకు ఇవ్వవలసిందిగా కోరారు. వారు తమ వివరాలు అందించిన తర్వాత వాటిని పరిశీలించిన జస్టిస్ చంద్రా రెడ్డి న్యాయమూర్తి పదవికి గోపాలరావు పేరు సిఫార్సు చేశారు. వినాయకరావుకు సంబంధించి న్యాయమూర్తిగా నియామకానికి అయన ఇంకా కొంతకాలం ఆగవలసి ఉంటుందని చెప్పారు. అయితే జస్టిస్ చంద్రా రెడ్డి సిఫార్సు జస్టిస్ చైనానికి చేరగానే గోపాలరావు అప్పటి న్యాయశాఖా మంత్రి దాటర్ ద్వారా తనకు బొంబాయి హై కోర్టు కంటే ఆంధ్రప్రదేశ్ హై కోర్టులో నియామకమే అనుకూలమని సిఫార్సు చేయించుకున్నారు. తాను చాలా దశాబ్దాలుగా హైదరాబాద్ లో ఉంటున్నానని, తన బంధువులు, తన ఆస్తులు అన్నీ హైదరాబాద్‌లోనే ఉన్నాయని చెప్పారు. ఈ రకంగా జస్టిస్ చంద్రా రెడ్డిపై వత్తిడి తెచ్చి ఆయనను చివరికి ఒప్పించారు. అప్పటికే భారత ప్రధాన న్యాయమూర్తిగా నియమితులైన జస్టిస్ గజేంద్రగడ్కర్ కి గోపాలరావు బంధువని కూడా జస్టిస్ చంద్రా రెడ్డికి చెప్పించినట్టు తెలిసింది. అయితే జస్టిస్ గజేంద్ర గడ్కర్ తనకు గోపాలరావుతో బంధుత్వం లేదని స్పష్టం చేశారు. అలాగే నాటి ముఖ్యమంత్రి దామోదరం సంజీవయ్య కూడా గోపాలరావు అభ్యర్థిత్వం పట్ల విముఖత చూపించారు. గోపాలరావు అప్పటికే బూర్గుల రామకృష్ణారావు మంత్రివర్గంలో మంత్రిగా పనిచేశారని, అయన పూర్తిగా రాజకీయ నాయకుడని, పైగా ఆంధ్రప్రదేశ్ ఏర్పడిన తర్వాత

చెన్నారెడ్డితో కలిసి సంజీవరెడ్డికి వ్యతిరేకంగా పనిచేశారని సంజీవయ్య అభ్యంతరం వ్యక్తం చేశారు. సంజీవయ్య ముఖ్యమంత్రిగా ఉన్నంతకాలం గోపాలరావు నియామకం జరగలేదు. అయితే ఆ తర్వాత సంజీవరెడ్డి ముఖ్యమంత్రిగా వచ్చిన తర్వాత చెన్నారెడ్డి సిఫార్సుతో జూన్ 1, 1962న గోపాల రావు హై కోర్టు అదనపు న్యాయమూర్తిగా నియమితులయ్యారు. తర్వాత ఫిబ్రవరి 12, 1964న అయన హై కోర్టు పూర్తిస్థాయి న్యాయమూర్తిగా నియమితులయ్యారు. ఆ తర్వాత కొన్ని నెలలకు జస్టిస్ చంద్రారెడ్డి మద్రాసు హై కోర్టు ప్రధాన న్యాయమూర్తిగా బదలీ అయ్యారు.

@@@

అధ్యాయం - X

జస్టిస్ చంద్రారెడ్డి బదిలీ

ప్రధాన న్యాయమూర్తి జస్టిస్ చంద్రారెడ్డికి కులాభిమానం ఎక్కువని అందరూ అంటూ ఉండేవారు. ఆయన కేవలం రెడ్డి సామజిక వర్గానికి చెందినవారినే, ప్రత్యేకించి తన జూనియర్‌లను ప్రోత్సహిస్తున్నారనే బలమైన అభిప్రాయం కూడా ఉండేది. ప్రత్యర్థులుగా ఉండేవారు, అవకాశాలు వస్తాయని ఆశించి నిరుత్సాహ పడిన వారు ఇలాంటి ప్రచారానికి కాస్త బలం చేకూర్చారు. దీనితోపాటు ఆయన అప్పట్లో ముఖ్యమంత్రి మరియు ప్రధాన కార్యదర్శితో స్నేహంగా ఉండేవారు. ఈ ప్రచారం ఎంతవరకూ వెళ్ళిందంటే దీనిపై విచారణ చేసేందుకు భారత ప్రధాన న్యాయమూర్తి జస్టిస్ గజేంద్ర గడ్కర్ హైదరాబాద్ వచ్చారు. అప్పట్లో సాధారణంగానే రెండు వర్గాలు ఉండేవి: ఒకటి జస్టిస్ చంద్రారెడ్డికి వ్యతిరేక వర్గంబీ రెండోది ఆయనకు అనుకూల వర్గం. గతంలో జస్టిస్ సుబ్బారావుతో చనువుగా ఉండి కోర్టుకు ఆయన కారులోనే వచ్చే జస్టిస్ సత్యనారాయణ రాజు జస్టిస్ సుబ్బారావు సుప్రీం కోర్టుకు 1958లో బదిలీ అయిన తర్వాత జస్టిస్ చంద్రారెడ్డితో చనువుగా ఉండేవారు. నావరకు నేను విమర్శలకు తావులేకుండా చేసుకునేవాడిని. నాకు జస్టిస్ సుబ్బారావు, జస్టిస్ చంద్రారెడ్డి ఇద్దరూ ఇష్టమే. ఇద్దరూ నా పట్ల సమాన అభిమానం చూపినప్పటికీ నేను వివాదాలకు, విమర్శలకు అవకాశం ఇచ్చేవాడిని కాదు. ఇలా వివాదాలు ముదురుతుండగా, బహుశా ఐదేళ్ళ తర్వాత, జస్టిస్ సత్యనారాయణ రాజు ప్రతిరోజూ జస్టిస్ చంద్రారెడ్డి కారులో కోర్టుకు రావడం మానుకున్నారు. అప్పటినుండి ఇద్దరూ ఎవరికార్లో వారు కోర్టుకు వచ్చి తిరిగి ఎవరికార్లో వారు ఇంటికి వెళ్ళేవారు. తాను ఆంధ్రప్రదేశ్ హై కోర్టు సందర్శనకు వస్తున్నానని జస్టిస్ గజేంద్ర గడ్కర్ చెప్పినప్పుడు తాను మాత్రమే సికింద్రాబాద్ రైల్వే స్టేషన్ కు వెళ్ళి స్వాగతం పలకాలని జస్టిస్ చంద్రారెడ్డి భావించారు. మధ్యాహ్నం భోజనం సమయంలో జస్టిస్ చంద్రారెడ్డి నాకు కబురుపంపారు. ప్రధాన న్యాయమూర్తి జస్టిస్ గజేంద్ర గడ్కర్‌ని సికింద్రాబాద్ స్టేషన్‌లో పూలమాలతో

స్వాగతించవచ్చా అని అడిగారు. అయితే జస్టిస్ గజేంద్ర గడ్కర్ మన హై కోర్టు విషయాలపై విచారణకు వస్తున్నందువల్ల పూలమాల ఇవ్వడం సబబుకాదని చెప్పాను. పూలమాల లేకుండానే ఆయనకు స్వాగతం పలికితే మంచిదని సూచించాను. కానీ జస్టిస్ చంద్రారెడ్డి నా అభిప్రాయంతో ఏకీభవించలేదు. పూలమాలతో స్వాగతించడం మన సంప్రదాయం అనీ, అలా కాకపోతే జస్టిస్ గడ్కరీ అపార్థం చేసుకునే అవకాశం ఉందని ఆయన అభిప్రాయం వ్యక్తం చేశారు. అయితే నా అభిప్రాయం చెప్పానని, ఇక ఏమిచేయాలో ఆయనే నిర్ణయించుకోవడం మంచిదని చెప్పాను. జస్టిస్ చంద్రారెడ్డి రెండు దండలు తీసుకున్నారు. బహుశా ఒకటి తన తరపున, రెండోది ఇతర న్యాయమూర్తుల తరపున అనుకున్నా. అయితే ఆయన పూలమాలతో సత్కరించే ప్రయత్నం చేయగా జస్టిస్ గడ్కరీ తన చేత్తో దండను సున్నితంగా పక్కకు జరుపుతూ తిరస్కరించారు. ఈ సంఘటన జరిగినప్పుడు హై కోర్టు రిజిస్ట్రార్ మరియు ఇతర సభ్యులు అక్కడే ఉన్నారు. వారు ఈ ఘటనపట్ల కొంత మనస్తాపం చెందినట్టు అనిపించింది. నా అభిప్రాయం ప్రకారం జస్టిస్ గడ్కరీ అలా తిరస్కరించి ఉండకూడదు. ఆ తిరస్కారం హై కోర్టు ప్రధాన న్యాయమూర్తికి అవమానకరం. పూలదండ మెడలో వేసుకోకుండా చేతుల్లోకి తీసుకొని ఉంటే గౌరవంగా ఉండేది. ఈ పరిస్థితి గురించి నేను ముందుగానే ఉహించి జస్టిస్ చంద్రారెడ్డికి సరైన సలహా ఇచ్చాననిపించింది. జస్టిస్ గడ్కరీ హై కోర్టుకు వచ్చిన తర్వాత "మీపైన కొన్ని ఆరోపణలు ఉన్నాయి. వాటిలో నిజాలు తెలుసుకోవాలి అనుకుంటున్నా" అంటూ జస్టిస్ చంద్రారెడ్డితో అయన చెప్పారు. తాను కొంతమంది న్యాయవాదులతో ఈ విషయం మాట్లాడాలని అనుకుంటున్నానని, తనకు ఒక 20 మంది న్యాయవాదుల పేర్లు కావాలని అడిగారు. తాను న్యాయవాదుల పేర్లు ఇవ్వకుండా విచారణ మీరే స్వతంత్రంగా చేసుకోండి అని చెప్పకుండా 20 మంది న్యాయవాదుల పేర్లు ఇచ్చారు. వారిలో షుమారు 18 మంది న్యాయవాదులు జస్టిస్ చంద్రారెడ్డికి వ్యతిరేకంగా మాట్లాడినవారే. ప్రధాన న్యాయమూర్తి మరికొంతమంది న్యాయమూర్తులతో కూడా మాట్లాడినట్టు తెలిసింది. ఆ మరుసటిరోజు జస్టిస్ చంద్రారెడ్డి ప్రధాన న్యాయమూర్తికి తన ఇంట్లో విందు ఇచ్చి ఇతర న్యాయమూర్తులతో పాటు నన్నుకూడా ఆహ్వానించారు. ఆ విందులో ప్రధాన న్యాయమూర్తికి కాస్త దూరంగా ఉన్నాను. ఆ విందులో ఒక మూలన ఉన్న నన్ను గమనించిన ప్రధాన న్యాయమూర్తి నా వరకూ నడుచుకుంటూ వచ్చి నేను దూరంగా ఉండడాన్ని ప్రశ్నించి నాగురించి వాకబు చేశారు. "మీరు పనివత్తిడిలో

ఉన్నందువల్ల నేను భంగం కలిగించకూడదనుకున్నాను అని చెప్పాను. అయితే భంగం కలిగించే అంతటి పనివత్తిడిలో లేనని అన్నారు. విందు తర్వాత నేను ఇంటికి చేరగానే ప్రధాన న్యాయమూర్తి నాకు ఫోన్ చేసి రేపు ఉదయం 9 గంటలకు తాను విడిది చేసిన రాజ్ భవన్‌కు వచ్చి కలవమని చెప్పారు. ఆమేరకు ఆయనను మరుసటిరోజు ఉదయం కలిశాను. నాగురించి కొన్ని వివరాలు అడిగిన తర్వాత తాను హైదరాబాద్ ఎందుకు వచ్చింది చెప్పారు. అలాగే జస్టిస్ చంద్రారెడ్డిపై వచ్చిన ఫిర్యాదులు, ఆయన పనితీరు, కొన్ని నియామకాలు, కేసుల విషయంలో ఆయన అనుసరించే పద్ధతులపై కొందరు న్యాయవాదులు, ఇంకొందరు చేసిన ఫిర్యాదులు ప్రస్తావించారు. చంద్రారెడ్డి మూడు పేర్లు ప్రతిపాదించారని, అందులో ఇద్దరు ఆయన జూనియర్లు అని కూడా చెప్పారు. జస్టిస్ చంద్రారెడ్డి ప్రధాన న్యాయమూర్తిగా బాధ్యతలు చేపట్టిన నాటినుండి వీరిపై ప్రత్యేక శ్రద్ధ చూపి ప్రోత్సహించారని, ఇప్పుడు వారిని హై కోర్టు న్యాయమూర్తులుగా నియామకానికి సిఫార్సు చేశారని చెప్పారు. ఈ పేర్ల పట్ల న్యాయవాదుల్లో తీవ్ర వ్యతిరేకత వచ్చింది. ఆయన ప్రతిపాదించిన వారు కూడా అసంతృప్తి వ్యక్తం చేయగా ఆయనే వారితో మాట్లాడి వారిపై తన అభిమానాన్ని చాటి చెప్పుకున్నారు. ఆ ఇద్దరి పేర్లు నావద్ద ప్రస్తావించినప్పుడు నేను ఆంధ్రా ప్రాంతంలో పనిచేయనప్పటికీ ఆ ఇద్దరి గురించి కొంత తెలుసునని, వారు న్యాయమూర్తులుగా నియామకానికి అర్హులేనని చెప్పాను. వారిలో ఒకరు న్యాయశాస్త్రంలో బంగారు పథకం కూడా సాధించారని ప్రధాన న్యాయమూర్తికి వివరించాను. ఆయన ప్రస్తుతం ప్రభుత్వ న్యాయవాదిగా పనిచేస్తున్నారని తెలియజేశాను. అయితే ఈ ఇద్దరూ జస్టిస్ చంద్రారెడ్డి ప్రమేయం లేకుండానే ప్రభుత్వ న్యాయవాదిగా, పబ్లిక్ ప్రాసిక్యూటర్‌గా నియమితులయ్యారా అని ప్రశ్నించారు. ఈ నియామకాలు చేస్తుందని బదులిచ్చాను. వారి పనితీరు నాకు నచ్చిందని, వారి నియామకం సమ్మతమేనని చెప్పాను. అయితే జస్టిస్ చంద్రారెడ్డి ప్రోత్సాహం లేకుండా వారు ఈ స్థాయికి వచ్చేవారా అని ప్రశ్నించారు. వారిద్దరూ జస్టిస్ చంద్రారెడ్డికి జూనియర్లని, ఆయన పదోన్నతి తర్వాత వారిద్దరూ చాలా కష్టపడ్డారనీ, ప్రత్యేకించి ఆంధ్రరాష్ట్రం ఏర్పాటైన తర్వాత తమిళ, తెలుగు ప్రాంతాల్లో గట్టి పట్టు ఉన్న న్యాయవాదుల నుండి పోటీ తట్టుకొని స్వతంత్రంగా ఎదిగారని వివరించాను. జస్టిస్ చంద్రారెడ్డి కేసులు వాయిదా వేయడానికి ఇష్టపడకపోవటం వల్ల కూడా కష్టపడి వారు వృద్ధిలోకి వచ్చారని వివరించాను. ఒక వ్యక్తికి ఒకసారి అవకాశం ఇవ్వడం, ఆ అవకాశాన్ని అందిపుచ్చుకొని వారు

అభివృద్ధిలోకి వస్తే అది హర్షించదగ్గ విషయమేనని కూడా చెప్పాను. అలా వృద్ధిలోకి వచ్చిన వారు అదృష్టవంతులని చెప్పాను. నాకు కొంతమంది వ్యక్తులు తెలుసు. ఒకసారి ఒక అవకాశం ఇచ్చిన తర్వాత ప్రతిసారీ అవకాశం కోసం చూడడం, అవకాశం రాకపోతే నిందించడం, ఇబ్బందిపెట్టడం వంటివి నేను చూశాను. అలాంటి వ్యక్తులు ముందుకు పోలేరు. వారు ప్రతి స్థాయిలోనూ ఇతరుల సహాయం కోసమే ఎదురు చూస్తూ ఉంటారు. మనం ఏ స్థాయిలోనైనా వారికి సహాయం చేయకపోతే అప్పటివరకు చేసిన సహాయాన్ని వదిలేసి మనపై నిందలు వేస్తారు. ఇప్పుడు చంద్రా రెడ్డి ప్రతిపాదించిన వ్యక్తి మంచివాడే అయినప్పటికీ అయన ప్రతిపాదనను నేను అంగీకరించలేను. "ఈ ప్రతిపాదనను నేను అంగీకరిస్తే ఆ విమర్శలు, నిందలు నాపై కూడా వస్తాయి," అని చెప్పేశాను. అసలు ఈ విచారణ జరిగిన తీరు మొత్తం కోర్టు ప్రతిష్టను దెబ్బతీసింది. విచారణ నివేదిక రావడానికి కొంత సమయం పట్టింది. ఒక రోజు జస్టిస్ చంద్రారెడ్డి నాకు ఫోన్ చేశారు. తనకు సుప్రీమ్ కోర్టు ప్రధాన న్యాయమూర్తి ఇప్పుడే ఫోన్ చేసారని తనను మద్రాస్ హై కోర్టు ప్రధాన న్యాయమూర్తిగా బదిలీ చేస్తున్నట్టు చెప్పారని నాతో ఫోన్లో చెప్పారు. అయితే మద్రాస్ హై కోర్టుకు వెళ్ళడం తనకు ఇష్టం లేదని చెప్పగా "వెళ్ళాల్సిందే, వేరే మార్గం లేదు..." అంటూ కొంత కరువుగా ప్రధాన న్యాయమూర్తి బదులిచ్చారంట. జస్టిస్ చంద్రారెడ్డి పట్ల ప్రధాన న్యాయమూర్తి ప్రవర్తించిన తీరు నాకు కొంత బాధ కలిగించింది. ప్రధాన న్యాయమూర్తికి ఫోన్ చేసి మద్రాస్ హై కోర్టుకు వెళ్ళడం ఇష్టం లేదనీ అందువల్ల తాను సెలవుపై వెళ్ళాలనుకుంటున్నానని ప్రధాన న్యాయమూర్తికి ఫోన్ చేసి చెప్పమన్నాను. అయితే అందుకు చంద్రారెడ్డి అనుకూలంగా లేరు. అయితే అది మీ ఇష్టం. కానీ నేను మీ స్థానంలో ఉంటే మరో ఆలోచనలేకుండా బదిలీని తిరస్కరించి సెలవులో వెళ్ళేవాడిని అని చెప్పేశాను. అయితే ప్రధాన న్యాయమూర్తి తన నివేదికను సిద్ధం చేసి జస్టిస్ చంద్రారెడ్డి బదిలీ ప్రతిపాదించినపుడు చర్యలు తీసుకునేందుకు ప్రధాన మంత్రి లాల్ బహదూర్ శాస్త్రి కొంతసమయం తీసుకున్నారు. తన నివేదిక ఆధారంగా జస్టిస్ చంద్రారెడ్డిపై చర్యలు తీసుకోవాలని ప్రధాన న్యాయమూర్తి వత్తిడి తెచ్చినా ప్రధాన మంత్రి మాత్రం సరైన సమయంలో చర్యలు తీసుకొంటా అంటూ దాటవేశారు. అప్పటి మద్రాస్ గవర్నర్ శ్రీ జయచమరాజేంద్ర వడయార్ అమెరికాలో ఒక ఉపన్యాసం ఇచ్చేందుకు వెళ్ళవలసి ఉండి, ఆయన శెలవు పెట్టడం కోసం ప్రధాన మంత్రి ఎదురు చూస్తున్నారు. గవర్నర్ రాజీనామా చేస్తారో లేక శెలవు పెడతారో

తెలియదు. కానీ ఏది ఏమైనా గవర్నర్ వెళ్ళగానే జస్టిస్ చంద్రారెడ్డిని మద్రాస్ హైకోర్టు ప్రధాన న్యాయమూర్తిగా నియమించి రాష్ట్ర గవర్నర్ గా అదనపు బాధ్యతలు ఇవ్వాలని ప్రధాని లాల్‌బహదూర్ శాస్త్రి భావించారు. ఈ విషయాన్ని జస్టిస్ చంద్రారెడ్డికి తెలియజేశారు. అందువల్లే అయన తన బదిలీకి కొంత సుముఖంగా ఉన్నారు. జస్టిస్ చంద్రారెడ్డి మద్రాస్ హై కోర్టుకు, జస్టిస్ సత్యనారాయణ రాజు ఆంధ్రప్రదేశ్ హై కోర్టుకు ప్రధాన న్యాయమూర్తులుగా బదిలీ చేస్తూ ఉత్తర్వులు వచ్చిన తర్వాత వారిద్దరికీ పెద్దఎత్తున సన్మాన సభ జరిగింది. తన ఇష్టపూర్వకంగానే మద్రాస్ హై కోర్టు ప్రధాన న్యాయమూర్తిగా బదిలీ అవుతున్న భావం జస్టిస్ చంద్రారెడ్డికి కలిగేలా అందరూ మనస్ఫూర్తిగా వీడ్కోలు పలికారు. ఏమైనప్పటికీ జస్టిస్ చంద్రారెడ్డి ప్రతిపాదించిన ముగ్గురి పదోన్నతులు నిలిచిపోయాయి. ముగ్గురు న్యాయమూర్తుల నియామకం, ఖాళీల భర్తీ ఆయన తర్వాత వచ్చిన ప్రధాన న్యాయమూర్తికి బదిలీ అయింది.

జస్టిస్ చంద్రారెడ్డి ప్రధాన న్యాయమూర్తిగా పనిచేసిన 1958 నుండి 1964 వరకూ ఒక డజను మంది రెడ్డి కులేతర న్యాయమూర్తులను ప్రతిపాదించి నియమించారని చెప్పాలి. వీరిలో ఆరుగురు బ్రాహ్మణులు, మరో నలుగురు బ్రాహ్మణేతరులు కాగా మిగిలిన ఇద్దరు ముస్లింలు. అయితే ఆయనను రెడ్డి కుల పక్షపాతి అని విమర్శించడం దురదృష్టకరం. ఈ నింద ఆయనమీద పడడానికి కారణం కేవలం తన జూనియర్లుగా పనిచేసిన ఇద్దరు రెడ్డి న్యాయవాదులను, వారు ప్రభుత్వ ప్లీడర్లుగా పనిచేస్తున్నప్పటికీ వారిని న్యాయమూర్తులుగా నియమించేందుకు ప్రతిపాదించడం వల్లనే ఆయనపై ఆ ముద్ర పడింది. జస్టిస్ చంద్రా రెడ్డితో సమస్య ఏమంటే అయన ప్రభుత్వానికి దగ్గరగా ఉన్నట్టు భావన కల్పించేవారు. అయితే అక్కడ కూడా ఆయన ప్రభుత్వానికి అన్ని సందర్భాల్లో అనుకూలంగా ఉన్నారని చెప్పడం తగదు. ఏమైనప్పటికీ ఒక ప్రధాన న్యాయమూర్తి లేదా న్యాయమూర్తి తాను ప్రభుత్వానికి, ముఖ్యమంత్రికి లేదా మంత్రికి దూరంగా ఉంటే ఆయన నిర్ణయాలపై ఎలాంటి సందేహాలు, అనుమానాలు ఉండవు.

@@@

అధ్యాయం - XI

ప్రధాన న్యాయమూర్తిగా నియామకం

వేరొకరి తాడిచెట్టునుండి కల్లు దొంగలించిన వ్యక్తి చెప్పిన ఒక విషయం తెలుగులో విస్తృతంగా ప్రచారంలో ఉంది. తాడిచెట్టు ఎక్కిన వ్యక్తి చెట్టు యజమాని వస్తే తనకు ముందుగానే సూచన చేయవలసిందిగా తన మిత్రుడికి చెప్పాడు. కానీ ఇతని అదృష్టం బాగోలేక చెట్టు యజమాని కర్ర ఝుళిపిస్తూ చెట్టు దగ్గరకు వచ్చాడు. "ఎవర్రా అక్కడ?" అంటూ చెట్టు యజమాని గద్దించాడు. "బొంకు బొంకరా" అంటూ చెట్టుపై ఉన్న వ్యక్తి కింద ఉన్న మిత్రుడితో చెప్పాడు. అయితే అప్పటికే భయంతో కంగారులో ఉన్న మిత్రుడు "దూడ మేత కోసం చెట్టు ఎక్కాడు" అంటూ ఆ చెట్టు యజమానికి చెప్పాడు.

నేను ప్రధాన న్యాయమూర్తిగా నియమితుణ్ణి కావడం గురించి రాయాలనుకున్నప్పుడు నాకు ఈ కథ గుర్తుకొచ్చింది. ప్రధాన న్యాయమూర్తిగా నా నియామక ప్రతిపాదన రావడం, అప్పట్లో ముఖ్యమంత్రికి కాస్త దగ్గరగా ఉండే మరో న్యాయమూర్తికి ఆ పదవి ఇవ్వడం కోసం నన్ను వేరే ప్రాంతానికి బదిలీ చేసే ప్రయత్నాలు జరగడం అన్నీ అలా ఒక్కొక్కటిగా గుర్తుకొచ్చాయి. ప్రధాన న్యాయమూర్తిగా నా నియామకాన్ని వ్యతిరేకించిన వారు చెప్పిన కారణాలని తాడిచెట్టు పైన గడ్డి ఉంటుందని, పిల్లులు గడ్డి మేస్తాయని చెప్పినట్టుగానే ఉన్నాయి.

నేను ఇంతకు ముందే చెప్పినట్టు హైదరాబాద్ రాష్ట్రం విడిపోయి తెలంగాణ ప్రాంతం ఆంధ్రరాష్ట్రంలో విలీనం అయి ఆంధ్రప్రదేశ్ ఏర్పడినప్పుడు హైదరాబాద్ హై కోర్టులో ఉన్న న్యాయమూర్తులు ఆంధ్రా హై కోర్టులోని అందరు న్యాయమూర్తుల కంటే లిస్టులో జూనియర్లుగా నమోదయ్యారు. అందువల్ల తెలంగాణ హై కోర్టు న్యాయమూర్తులకు పదోన్నతి పొంది ప్రధాన న్యాయమూర్తి అయ్యే అవకాశాలు పోయాయి. అయితే నా మిత్రుడు మొహ్మద్ అహ్మద్ అన్సారి కేరళ హై కోర్టుకు

బదిలీపై వెళ్ళి అక్కడ ప్రధాన న్యాయమూర్తి అయ్యారు. ఆయన బదిలీని హైదరాబాద్ రాష్ట్ర మాజీ ముఖ్యమంత్రి, అప్పటి కేరళ గవర్నర్ శ్రీ బూర్గుల రామకృష్ణారావు ప్రతిపాదించారు. శ్రీ బూర్గుల రామకృష్ణారావు అప్పటి ఆంధ్రప్రదేశ్ ముఖ్యమంత్రి శ్రీ నీలం సంజీవరెడ్డితో మాట్లాడి జస్టిస్ అన్సారీని కేరళ హై కోర్టుకు బదిలీ చేయించారు. శ్రీ సంజీవరెడ్డి ఈ ప్రతిపాదనను జస్టిస్ అన్సారీకి ముందుగానే తెలియజేశారు. అయితే జస్టిస్ అన్సారీ మాత్రం ఈ విషయంలో నాతో సంప్రదించిన తర్వాతే తన అంగీకారం తెలియజేశారు. మంచి మనసు కలిగి, జ్ఞానసంపన్నమైన ప్రవర్తన ద్వారా జస్టిస్ అన్సారీ అందరికీ అభిమాన పాత్రుడయ్యారు.

అయితే కొంత విచారణ తర్వాత జస్టిస్ చంద్రారెడ్డిని మద్రాస్ హై కోర్టుకు బదిలీ చేసిన తర్వాత, జస్టిస్ సత్యనారాయణ రాజును తాత్కాలిక ప్రధాన న్యాయమూర్తిగా కొంతకాలం ఉంచి, తర్వాత సీనియర్ అయిన జస్టిస్ ఎన్.డి కృష్ణారావును పక్కన పెట్టి జస్టిస్ మనోహర్ ప్రసాద్‌ను ప్రధాన న్యాయమూర్తిగా నియమిస్తారని అప్పట్లో ప్రచారం జరిగింది. ఈ ప్రచారానికి కారణం ఏమంటే జస్టిస్ గజేంద్ర గడ్కర్ భారత ప్రధాన న్యాయమూర్తిగా నియమితుడు కాకముందు నుండే జస్టిస్ మనోహర్ ప్రసాద్‌కు ఆయనతో మంచి సంబంధాలు ఉండేవి. పైగా ప్రధాన న్యాయమూర్తికి జస్టిస్ కృష్ణారావు పట్ల సదాభిప్రాయం లేదు. ఈ కారణంగా జస్టిస్ మనోహర్ ప్రసాద్‌కు పదోన్నతి లభిస్తుందని ఎక్కువ ప్రచారం జరిగింది.

ఈ ప్రచారంలో భాగంగా జస్టిస్ చంద్రారెడ్డిని మద్రాస్ హై కోర్టుకు బదలీ చేసిన తర్వాత నన్నుకూడా బదిలీ చేయాలని ఆంధ్రప్రదేశ్ ప్రభుత్వం కొంత చొరవ చేసింది. నా బదిలీకి అనుకూలంగా కొన్ని వాదనలు ప్రచారంలోకి తెచ్చారు. మొదటిది నేను ప్రధాన న్యాయమూర్తి అయితే రాష్ట్రంలోని మూడు ప్రధాన పదవులు, అంటే ముఖ్యమంత్రి, ప్రధాన న్యాయమూర్తి మరియు ప్రభుత్వ ప్రధాన కార్యదర్శి పదవులు, అన్నీ రెడ్డి కులానికే ఉంటాయని. రెండో కారణం నా సోదరి అప్పటికి హైదరాబాద్ మేయర్‌గా ఉండడం. మూడో కారణం నా బంధువు నూకల రామచంద్ర రెడ్డి అప్పటి ప్రభుత్వంలో మంత్రిగా పనిచేయడం. ఇక నాలుగో కారణం దివంగత నా తండ్రిగారికి సంబంధించిన కొన్ని కేసులు హై కోర్టులో ఇంకా పెండింగులోనే ఉండడం.

ఈ కారణాలేవీ నా పదోన్నతికి అడ్డు వచ్చేంతటి తీవ్రమైనవి కావు. అప్పటి ప్రభుత్వ ప్రధాన కార్యదర్శి రెడ్డి కులస్తుడు కాదు. నా సోదరి హైదరాబాద్ మేయర్ కాదు. ఆమె కేవలం కాంగ్రెస్ పార్టీ శాసన సభ్యురాలు. ఇక మంత్రి నూకల రామచంద్రా

రెడ్డి నాకు చాలా దూరపు బంధువు. అందువల్ల ఈ కారణాలు చూపి నాకు ప్రధాన న్యాయమూర్తిగా అవకాశం తిరస్కరించడం సమంజసంగా లేదు. చివరిగా నా తండ్రిగారు జూన్ 2, 1965లో మృతి చెందారు. పైగా ఆయనపై హై కోర్టులో ఎలాంటి కేసులూ పెండింగులో లేవు. మా తండ్రిగారి వీలునామా అమలు చేసే అధికారులు, వారిలో నేనుకూడా ఒకడిని అయినప్పటికీ ఆ బాధ్యతలు తిరస్కరించాను, వీలునామా అమలు కోరుతూ క్రింది కోర్టుల్లో దరఖాస్తు చేసే అవకాశం ఉంది. అయితే ఈ అవకాశం నా పదోన్నతికి అవరోధం కాదు.

ఈ కారణాలేవీ ఆమోదయోగ్యం కాదని నిరూపితమవుతున్న సమయంలో నేను జస్టిస్ ఈ వెంకటేశంతో కలిసి నల్లా రాజ్‌రెడ్డి మరియు ఆంధ్రప్రదేశ్ ప్రభుత్వం (1965 ఆంధ్ర లా టైమ్స్: 297) ఇచ్చిన తీర్పు నా ప్రత్యర్థులకు ఒక ఆయుధంగా అందివచ్చింది. ఈ కేసులో 47 రిట్ పిటిషన్లు ఉన్నాయి. ఇందులో ఆ తర్వాత కాలంలో న్యాయమూర్తులుగా పదోన్నతిపొందిన ఆరుగురితో కలిపి మొత్తం 32 మంది న్యాయవాదులు ఉన్నారు. మరోవైపు ప్రభుత్వం తరపున ప్రభుత్వ న్యాయవాది ఒక్కరే ఉన్నారు. ప్రభుత్వం ప్రతిపాదించిన అదనపు భూ ఆదాయ పన్నును వారు వ్యతిరేకించారు. ఈ విషయంలో మేము భూమి నుండి వచ్చే ఆదాయంపై పన్ను విధించే విధానాన్ని, దాని చరిత్రను నిశితంగా పరిశీలించాము. భూమి నుండి వచ్చే ఆదాయంలో కొంత భాగం పన్నుగా చెల్లించాలనే ఉపసంహరించిన చట్టంలోని నిబంధన రాజ్యాంగంలోని అధికరణలు 14 మరియు 19 (1), (f) ప్రకారం రాజ్యాంగ విరుద్ధం అని భావించాము. తీర్పులో పేర్కొన్న కారణాలు: ఉపసంహరించిన చట్టంలో భూమి నుండి వచ్చిన ఆదాయంలో అదనపు విలువ పన్ను చెల్లింపుకు అర్హమైనదనే సూచన ఏది ఉపసంహరించిన చట్టంలో లేదు. భూమి సారవంతాన్ని బట్టి భూ వర్గీకరణ జరగలేదు. అందువల్ల పన్ను విధింపులో పౌరుల మధ్య తేడా పాటిస్తున్నారు. ఇక పన్ను విధింపులో సదరు భూమి విలువ కానీ, అందులోని ఉత్పత్తుల విలువను కూడా పరిగణలోకి తీసుకోక పోవడాన్ని ప్రశ్నించాము. పన్ను విధింపులో సరైన విధి విధానాలు, యంత్రంగా లేకపోవడం రాజ్యాంగంలోని 19 (1) అధికారణకు విరుద్ధమని స్పష్టంగా తీర్పు చెప్పాము.

ఈ తీర్పుతో ఆగ్రహం చెందిన ముఖ్యమంత్రి ప్రధాన న్యాయమూర్తి పదవికి నేను అర్హత సాధించేలోపే నన్ను తొలగించుకోవాలని భావించారు. ముఖ్యమంత్రికి, నాకు ఒకటి రెండు సందర్భాల్లో కలవడం మినహా దగ్గర పరిచయం లేకపోవడం

వల్ల ఆయనకు నాగురించి ఎక్కువగా తెలియకపోవడం కూడా అయన ఆగ్రహానికి మరో కారణం కావచ్చు.

ఒకరోజు ఉదయాన్నే ఇంటి తలుపు ఎవరో తట్టారు. నేను తలుపు తెరవగానే నా కారు మరమ్మత్తులకు తీసుకెళ్ళే షెడ్డు యజమాని ఎదురుగా నిలబడి ఉన్నారు. ఏమిటి విషయం అని అడిగాను. నిన్న తన కారు షెడ్డుకు ఒక శాసన సభ్యుడికి సంబంధించిన వ్యక్తులు వచ్చారని వారి మాటల్లో నా ప్రస్తావన వచ్చిందని చెప్పాడు. నేను భూ ఆదాయం కేసులో నా తీర్పు పట్ల ముఖ్యమంత్రి అసంతృప్తితో ఉన్నారనీ, నన్ను తొందరగా బదిలీ చేయించి వదిలించుకోవాలని ఆలోచిస్తున్నారని వారు చర్చించుకున్నట్టు అతను చెప్పాడు. శాసన సభ్యులు నా బదిలీ గురించి బహిరంగంగా చర్చించుకునే స్థాయికి పరిస్థితులు చేరుకున్నాయని అప్పుడు నాకు అర్థమైంది.

ఎట్టకేలకు ఒక తెలంగాణ న్యాయమూర్తిని ప్రధాన న్యాయమూర్తిగా నియమించుకునే అవకాశం వచ్చినప్పుడు ఒక ఆంధ్రా న్యాయమూర్తికి ఆ అవకాశం కల్పించేందుకు కొన్ని వ్యతిరేక శక్తులు పనిచేస్తున్నాయని అతను విచారం వ్యక్తం చేశాడు. అయితే భారత ప్రధాన న్యాయమూర్తి, ప్రధాన మంత్రి ప్రమేయం లేకుండా ఎలాంటి ప్రయత్నాలు ఫలించవని అతనికి చెప్పాను. అయినా, అతనికి ఏదో అనుమానంగానే ఉన్నట్టు కనిపించాడు. అప్పటికే జస్టిస్ సత్యనారాయణ రాజు ప్రధాన న్యాయమూర్తి అయ్యారు. ఆయన నాకు బాగా పరిచయం. ఆంధ్రప్రదేశ్ హై కోర్టు ఏర్పాటయిన తొలి నాళ్ళ నుండి ఇద్దరం కలిసే పనిచేస్తున్నాం. అయితే ప్రధాన న్యాయమూర్తి అయిన తర్వాత సత్యనారాయణ రాజు ప్రవర్తనలో చాలా మార్పు వచ్చింది.

సత్యనారాయణ రాజు హైదరాబాద్‌కు కొత్తగా వచ్చిన రోజునుండి అనేక విషయాల్లో నేను ఆయనకు అండగా ఉన్నాను. అందువల్ల ఆయన నాకు వ్యతిరేకంగా ఉంటారని నేను అనుకోలేదు. సత్యనారాయణ రాజు, బాసి రెడ్డి మద్రాస్ హై కోర్టులో న్యాయవాదులుగా పనిచేసినప్పటి నుండి ఒకరికొకరు బాగా తెలుసు. మేము సత్యనారాయణ రాజు న్యాయమూర్తి కాక ముందునుంచి కూడా రోజూ క్లబ్ కు వెళ్ళేవాళ్ళం.

గతంలో ప్రధాన న్యాయమూర్తి జస్టిస్ గజేంద్ర గడ్కర్ అప్పటి హై కోర్టు ప్రధాన న్యాయమూర్తి జస్టిస్ చంద్రారెడ్డిపై వచ్చిన ఆరోపణల్లో విచారణ చేయడానికి

వచ్చినప్పుడు జస్టిస్ సత్యనారాయణ రాజు ఆయనను కలిశారు. ఆయన తన స్వీయ చరిత్రలో పొరపాటున తనను తానూ "సంజీవ రెడ్డి, ఆంధ్రప్రదేశ్ ప్రధాన న్యాయమూర్తి" అని పేర్కొన్నారు. గజేంద్ర గడ్కర్ తన రష్యా పర్యటన బృందంలో ఎం.సి సెతల్వాద్, సి.కే డాఫ్టరీలతో కూడిన బృందంలో సత్యనారాయణ రాజును కూడా చేర్చుకున్నారు.

ముందుగా అనుకున్నట్టుగానే సత్యనారాయణ రాజు అక్టోబర్ 1965లో సుప్రీం కోర్టుకు బదిలీ అయ్యారు. ఆయన స్థానంలో జస్టిస్ ఎన్.డి కృష్ణ రావును పక్కన పెట్టి జస్టిస్ మనోహర్ ప్రసాద్ ప్రధాన న్యాయమూర్తి అయ్యారు. సుప్రీం కోర్టు న్యాయమూర్తిగా నియామక ప్రకటన రాగానే జస్టిస్ సత్యనారాయణ రాజును నేను కలిశాను. ఆయన కుమారుడు నన్ను వారింట్లో ఒక గదిలోకి తీసుకెళ్ళి తలుపు మూశాడు. నేను శుభాకాంక్షలు తెలియజేయగానే ఆయన "జస్టిస్ మనోహర్ ప్రసాద్ తర్వాత ప్రధాన న్యాయమూర్తి మీరే" అంటూ తన సంతోషాన్ని వ్యక్తం చేశారు. "ఇందులో ఏమైనా ఇబ్బంది ఉందా? సీనియారిటీ జాబితాలో నేనే కదా ఉన్నాను?" అని అడిగాను. అయితే నా పదోన్నతికి అనేక అడ్డంకులు వచ్చాయని, అవన్నీ ప్రస్తుతం తొలగిపోయాయని అన్నారు. ఆయన చాలా నిఘూడమైన వ్యక్తి. అందువల్లే వివరాలేమీ చెప్పలేదు. నన్ను బదిలీ చేయడానికి జరిగిన ప్రయత్నాలేవీ నిరాధారమైనవి కావు. అందువల్ల నాకు ఏది అర్హమైనదో అది వచ్చేవరకూ దేనినీ ఆశపడకూడదని నిర్ణయించుకున్నాను.

సత్యనారాయణ రాజు ఇంటినుండి మనోహర్ ప్రసాద్ ఇంటికి వెళ్ళి ఆయనను అభినందించాను. 1956లో ఆయన బొంబాయి హై కోర్టుకు బదిలీ అంగీకరించినట్టయితే ఆయన ఇప్పుడు బొంబాయి హై కోర్టుకు ప్రధాన న్యాయమూర్తి అయ్యేవారు. అప్పట్లో ఆయన హైదరాబాద్ వదిలి వెళ్లేందుకు ఇష్టపడలేదు.

ఆ తర్వాత ఒకరోజు క్లబ్‌లో మాటల సందర్భంలో నన్ను బదిలీ చేసేందుకు చాలా ప్రయత్నాలు జరుగుతున్నాయని జస్టిస్ బాసి రెడ్డితో అన్నాను. ఆ ప్రయత్నాలన్నీ తనను ప్రధాన న్యాయమూర్తిగా చేయడం కోసమేనని కూడా చెప్పాను. ఈ మాటలతో బాసి రెడ్డి చాలా కలత చెందారు. "అదే నిజమైతే అలాంటి పదోన్నతి నాకు వద్దు. ఈ విషయం ముఖ్యమంత్రితో కూడా చెప్తాను" అన్నాడు. అన్నట్టుగానే ఆయన ముఖ్యమంత్రిని కలిసి చెప్పాడు.

ఆ తర్వాత అప్పటి న్యాయవాదుల సంఘం అధ్యక్షుడు శ్రీ సి కృష్ణారెడ్డి ఒకసారి

నన్ను కలిశారు. తాను ఇటీవల ముఖ్యమంత్రిని కలిశానని ఆ సందర్భములో భూ ఆదాయం కేసులో నేను ఇచ్చిన తీర్పును ప్రస్తావించి ముఖ్యమంత్రి నాపై ఆగ్రహం వ్యక్తం చేశారని, నన్ను బదిలీ చేసే అవకాశాలు కూడా ఉన్నాయని చెప్పారు. అయితే కృష్ణారెడ్డి నన్ను బదిలీ చేసే ప్రయత్నాలకు తీవ్ర ప్రతిఘటన ఎదుర్కోవలసి వస్తుందని ముఖ్యమంత్రికి స్పష్టం చేశానని కూడా చెప్పారు. ముఖ్యమంత్రితో కృష్ణారెడ్డి మాట్లాడుతున్న సమయంలో అక్కడే ఉన్న మరో న్యాయవాది కులశేఖర రెడ్డి కూడా ఈ సంభాషణ విన్నారు. ఆ తర్వాత కులశేఖర రెడ్డి ముఖ్యమంత్రికి, కృష్ణారెడ్డికి మధ్య జరిగిన సంభాషణ నాకు చెప్పారు. "అప్రమత్తంగా ఉండండి. సుప్రీం కోర్టు ప్రధాన న్యాయమూర్తిగా ఎవరు కాబోతున్నారో తెలుసా మీకు? జస్టిస్ సుబ్బారావు ఆ పదవికి రాబోతున్నారు. మీరు బదిలీ ప్రయత్నాలు చేస్తే ఖచ్చితంగా మీరు నిరుత్సాహపడవలసి వస్తుంది," అని కృష్ణారెడ్డి ముఖ్యమంత్రితో చెప్పారని కులశేఖర రెడ్డి నాతో చెప్పారు.

అనుకున్నట్టుగానే కృష్ణారెడ్డి చేసిన హెచ్చరిక సానుకూలంగానే పనిచేసింది. కాంగ్రెస్ శాసన సభ్యురాలిగా ఉన్న నా సోదరితో ముఖ్యమంత్రి ఇలా చెప్పారు: "నేను మీ సోదరుడికి వ్యతిరేకమని చెపుతున్నారు. అలాంటిదేమీ లేదు. నేను కేవలం భూ ఆదాయం కేసులో ఆయన ఇచ్చిన తీర్పును వ్యతిరేకించాను. ఆ తీర్పు వల్ల రాష్ట్రానికి ఆరు కోట్ల రూపాయల నష్టం వచ్చింది." అయితే ఈ విషయాలేవీ తనకు తెలియదని నా సోదరి బదులిచ్చి చర్చను దాటవేసింది. ముఖ్యమంత్రి తాను నాకు వ్యతిరేకం కాదనే విషయం నాకు తెలియజేసేందుకు చేసిన ప్రయత్నమే ఈ చర్చ. ఆ తర్వాత నాకు తెలిసిన విషయం ఏమంటే నన్ను బదిలీ చేయాలనే తన ప్రతిపాదన తిరస్కరణకు గురికావడంతో ఆయన తన పద్ధతిని మార్చుకొన్నారు.

ఆ తర్వాత సుప్రీం కోర్టు ప్రధాన న్యాయమూర్తి జస్టిస్ సుబ్బారావుతో కూడిన ఏడుగురు న్యాయమూర్తుల బెంచి రాష్ట్ర ప్రభుత్వ అప్పీల్ కొట్టివేడంతో భూ ఆదాయ పన్ను ప్రతిపాదన కేసులో నా తీర్పు పట్ల వచ్చిన వివాదం సద్దుమణిగింది. (ఆంధ్రప్రదేశ్ ప్రభుత్వం మరియు నల్లా రాజ్ రెడ్డి AIR 1967 SC 1458).

ఇక్కడ ఒక చిన్న ప్రస్తావన తేవాలి. అది నా అభిప్రాయం ప్రకారం అసందర్భం కాదు. మే 1965 లో 83 యేళ్ళ మా తండ్రిగారు కాస్త అస్వస్థతకు గురయ్యారు. కొద్దిరోజులకే కోమాలోకి వెళ్ళారు. చివరికి జూన్ 3, 1965న ఆయన తుదిశ్వాస విడిచారు. ఆ తర్వాత కొద్దిరోజులకే వేసవి సెలవుల అనంతరం హై కోర్టు

పునఃప్రారంభం అయింది. ఈ కాలంలో ఎంత వత్తిడికి గురైనప్పటికీ నేను కోర్టుకు క్రమం తప్పకుండా హాజరయ్యాను. ఈ విషయంలో నన్ను ప్రశంసిస్తూ ప్రధాన న్యాయమూర్తి సత్యనారాయణ రాజు చేసిన వ్యాఖ్య పట్ల నేను స్పందిస్తూ, "నా విచారం (తండ్రిని కోల్పోయిన సందర్భంగా) నా వ్యక్తిగత విషయం. నా వ్యక్తిగత అంశాన్ని నా వృత్తితో ముడిపెట్టడం నాకు ఇష్టం లేదు," అన్నాను.

సుప్రీం కోర్టుకు పదోన్నతిపై వెళ్ళిన తర్వాత జస్టిస్ సత్యనారాయణ రాజు ఎక్కువకాలం పనిచేయలేక పోయారు. అయన అస్వస్థతకు గురయ్యారు. ఆయన కోర్టులో సొమ్మసిల్లి పడిపోయి, ఆస్పత్రిలో చేరి శెలవు పెట్టారు. సుప్రీం కోర్టు పదోన్నతికి ముందే ఆయన అనారోగ్యంతో ఉన్నారు. ఎందుకంటే సుప్రీం కోర్టు న్యాయమూర్తిగా పనిచేసేందుకు జస్టిస్ సత్యనారాయణరాజు సంపూర్ణ ఆరోగ్యంతో ఉన్నారనే ధ్రువీకరణ పత్రం ఇచ్చేందుకు న్యాయమూర్తులకు వైద్యం చేసే డాక్టర్ ఎస్.రామచంద్రరావు నిరాకరించారు. తీవ్ర అనారోగ్యం కారణంగా సుప్రీం కోర్టు న్యాయమూర్తి పదవి స్వీకరించవద్దని డాక్టర్ రావు ఆయనకు సలహా ఇచ్చారు. అందువల్లే తన అనారోగ్య విషయాన్ని దాచిపెట్టి మరో వైద్యుడి నుండి ఫిట్నెస్ సర్టిఫికెట్ తెచ్చుకున్నారు.

మార్చి 1966లో మా తండ్రిగారి అస్తికలు అలహాబాద్ లోని సంగమంలో, గయా మరియు హరిద్వార్ లో కలిపేందుకు మా అమ్మగారితో కలిసి వెళ్ళాను. నేను ఢిల్లీలోని ఆంధ్రప్రదేశ్ భవన్‌కు చేరే సరికి నాకోసం జస్టిస్ సత్యనారాయణ రాజు చాలాసార్లు ఫోన్ చేశారని చెప్పారు. ఆ వెంటనే నేను వెళ్ళి ఆయనను కలిశాను. ఆయన చాలా బలహీనంగా నీరసంగా ఉన్నారు. తనకు రక్తకణాల సమస్య ఉందని చెప్పారు. అక్కడినుండి జస్టిస్ సుబ్బారావు వద్దకు వెళ్ళాను. ఆయన జస్టిస్ సత్యనారాయణ రాజు ఆరోగ్యం పట్ల ఆందోళనగా ఉన్నారు. సుప్రీం కోర్టుకు వచ్చే ముందు కూడా ఆయన అనారోగ్యంతో ఉన్నట్టు తనకు తెలియదని చెప్పారు. ఆ మరుసటి రోజు మేము న్యాయమూర్తుల నగరంగా గుర్తింపు ఉన్న అలాహాబాద్ వెళ్ళాం. అక్కడ చాలామంది న్యాయమూర్తులను కలిశాం. నా పాఠశాలలో అలాగే కేంబ్రిడ్జి లో సహాధ్యాయులు అయినా నస్రుల్లా బేగ్, ఆయన సోదరుడు హామీదుల్లా బేగ్‌ను కూడా కలిశాం. ఈ ఇద్దరూ నిజాం రాష్ట్ర హై కోర్టు ప్రధాన న్యాయమూర్తిగా పనిచేసిన నవాబ్ మీర్జా యార్ జుంగ్ కుమారులు.

అలాహాబాద్‌లోని త్రివేణి సంగమం ఒక విశిష్టమైన ప్రాంతం. ఇక్కడ గంగా, యమునా నదులతో పాటు కనిపించని సరస్వతి నది కూడా కలుస్తుంది. సరస్వతి

నది కాదని ఆ తర్వాత సుప్రీం కోర్టు న్యాయమూర్తిగా నియమితులైన నాకు మంచి మిత్రుడైన అలాహాబాద్ హై కోర్టు న్యాయమూర్తి జస్టిస్ ద్వివేది చెప్పారు. ఇక్కడ సరస్వతి అంటే చదువులు నేర్పించే దేవత. ఈ నది వద్దున అనేకమంది ఉన్నత విద్యావంతులు ఉన్నందున దీన్ని చదువుల దేవతగా గుర్తించి అలా పిలుస్తారు. ఈ వివరణ అర్థవంతంగా ఉన్నట్టు నాకు అనిపించింది.

అలాహాబాద్ నుండి గయా వెళ్ళి అక్కడ నదిలో అస్తికలు నిమజ్జనం చేయడానికి ముందు శివలింగానికి పూజలు నిర్వహించాము. అక్కడ శివలింగానికి శ్రద్ధ నిర్వహించడం వల్ల ప్రతి సంవత్సరం శ్రద్ధ నిర్వహించాల్సిన తప్పనిసరి పరిస్థితి తొలగిపోతుందన్నారు. పూజ తర్వాత ఫల్గు నదిలో అస్తికలు నిమజ్జనం చేయడానికి వెళ్ళినప్పుడు అక్కడ నాకు అంతా ఇసుకే కనిపించింది. చుక్క నీరు కనిపించలేదు. అయితే ఇసుక కింద చాలా నీరు ఉంటుంది. ఈ నదిలోని నీరు ఆత్మలకు తర్పణ ఇచ్చేందుకు ఉపయోగిస్తారు. అక్కడి నుండి హరిద్వార్ వెళ్ళి తిరిగి ఢిల్లీ చేరుకున్నాం. ఈ లోగా జస్టిస్ గజేంద్ర గడ్కర్ పదవీ విరమణ చేశారు. జస్టిస్ ఏ.కె సర్కార్ ప్రధాన న్యాయమూర్తిగా బాధ్యతలు చేపట్టారు. ఆయన కేవలం మూడు నెలల్లోనే పదవీ విరమణ చేయనున్నారు. అందువల్లే జస్టిస్ గజేంద్ర గడ్కర్ ప్రధాన న్యాయమూర్తిగా జస్టిస్ సుబ్బారావు పేరు ప్రతిపాదించారు. అయితే తనకంటే సీనియర్ అయిన జస్టిస్ సర్కార్‌ను కాదని తాను ఆ పదవి స్వీకరించేందుకు అంగీకరించలేదు. అందువల్లే జస్టిస్ సుబ్బారావు ప్రధాన న్యాయమూర్తిగా బాధ్యతలు చేపట్టిన తర్వాత సీనియారిటీ క్రమం తప్పించిన అపవాదు ఆయనకు అంటదు.

ఢిల్లీ నుండి తిరుగు ప్రయాణమయ్యే ముందు అస్వస్థతగా ఉన్న జస్టిస్ సత్యనారాయణ రాజును మరోసారి కలిశాను. బాగా అనారోగ్యంతో, నీరసంగా ఉండి కూడా ఆయన నాకు ఏమైనా అన్యాయం చేశానేమో అనే బాధ వ్యక్తం చేశారు. అలాంటి విషయాలు పెద్దగా పట్టించుకోవద్దని ఆయనను ఓదార్చే ప్రయత్నం చేస్తూ అలాంటి విషయాలు నేనుకూడా పట్టించుకోను అని చెప్పాను. మేము హైదరాబాద్ తిరిగి వచ్చిన తర్వాత ఏప్రిల్ 20, 1966న ఆయన మృతిచెందినట్టు వార్త అందింది.

జస్టిస్ సుబ్బారావు ప్రధాన న్యాయమూర్తిగా జూన్ 29, 1966న బాధ్యతలు చేప్పట్టడానికి ముందు హైదరాబాద్ వచ్చి నన్ను కలిశారు. నన్ను బదిలీ చేసే ఎలాంటి ప్రయత్నాలు కూడా ఫలించవని ఆయన నాకు హామీ ఇచ్చారు. నా బదిలీకి సంబంధించిన పుకార్లన్నీ కేవలం నేను ముఖ్యమంత్రిని కలిసి ఆయనకు అనుకూలంగా

ఉంటానని చెప్పడం కోసం, ఆ తర్వాత నేను ప్రధాన న్యాయమూర్తిగా పదోన్నతి పొందిన తర్వాత అది తానే చేసినట్టు ముఖ్యమంత్రి చెప్పుకోవాలని చూస్తున్నారని, ఆ విధంగా నన్ను తనకు విధేయుడిగా చూసుకోవాలని చూస్తున్నారని చెప్పారు. అయితే నేను రాజీనామా అయినా చేస్తాను కానీ అలా ఒకరికి విధేయుడిగా ఉండనని స్పష్టంగా చెప్పడంతో జస్టిస్ సుబ్బారావు సంతోషించారు. జస్టిస్ చంద్రారెడ్డిలాగ ప్రభుత్వానికి చేరువగా ఉండవద్దని, అలా ఉండి తన తీర్పులపట్ల పక్షపాతం అంటగట్టించుకోవద్దని జస్టిస్ సుబ్బారావు సలహా ఇచ్చారు. అయితే నా 18 సంవత్సరాల న్యాయమూర్తి జీవితంలో అలాంటి అనుమానాలకు తావు లేదని సగర్వంగా చెప్పగలనని స్పష్టం చేశాను.

జులై 8న పదవీవిరమణ చేయడానికి ముందు జస్టిస్ మనోహర్ ప్రసాద్ జస్టిస్ సత్యనారాయణ రాజుకు కృతజ్ఞతగా నా సలహాకు భిన్నంగా సత్యనారాయణరాజు కుమారుడు రామ రాజును డిప్యూటీ రిజిస్ట్రార్‌గా నియమించారు. ఆయన నన్ను సలహా అడిగినప్పుడు ఆ విషయం నాకు విడిచిపెట్టమని చెప్పాను. పదవీవిరమణకు కొద్దిరోజులు ముందు ఇలాంటి నియామకాలు చేస్తే ఆయన నిర్ణయాలపై పలు అనుమానాలు కలిగే అవకాశం ఉందని కూడా చెప్పాను.

నేను ప్రధాన న్యాయమూర్తిగా బాధ్యతలు చేపట్టడానికి కొద్దిరోజులు ముందు నాకు అత్యంత ఆప్తుడు జిల్లా మరియు సెషన్స్ జడ్జిగా పనిచేసి యేడాది క్రితం పదవీవిరమణ చేసిన సమిఉద్దీన్ మృతిచెందారు. జులై 9, సరిగ్గా ప్రధాన న్యాయమూర్తిగా నేను బాధ్యతలు చెప్పట్టడానికి తొమ్మిది రోజులు ముందు ఆయన నన్ను కలిసి నా పదోన్నతి పట్ల సంతోషం వ్యక్తం చేశారు. మేము మాట్లాడుతుండగానే గుండె నొప్పి అని కొద్దిగా సోడా ఇవ్వమని కోరాడు. నేను సోడా ఇచ్చాను కానీ ఉపయోగం లేకపోయింది. గుండె నొప్పికి తీసుకునే కోరమిన్ బిళ్ళ ఒకటి ఇచ్చాను. అయినా ప్రయోజనం కనిపించలేదు. ఆ వెంటనే నాకు తెలిసిన వైద్యుడికి ఫోన్ చేసి ఇంటికి రావలసిందిగా కోరాను. అలాగే సమిఉద్దీన్ భార్యను తీసుకురావలసిందిగా మా అమ్మాయిని పంపించాను. వైద్యుడు వచ్చి తన ప్రయత్నం తాను చేశారు కానీ ప్రయోజనం లేదు. సమిఉద్దీన్ కుప్పకూలిపోయారు. సమిఉద్దీన్ అలా మా కళ్ళముందే కుప్పకూలిపోవడంతో నేనూ, నా భార్య అచేతనంగా ఉండిపోయాం. మా పొరుగున ఉండే శ్రీ అక్బర్ ఆలీ ఖాన్ సూచన మేరకు సమిఉద్దీన్ దేహాన్ని వారి ఇంటికి తరలించాము. ఆయన నన్ను ప్రధాన న్యాయమూర్తిగా చూడాలనుకుంటుంటే నేను

ఆయనను హై కోర్టు న్యాయమూర్తిగా పదోన్నతి కల్పించాలని అనుకున్నా. నేను ప్రధాన న్యాయమూర్తిగా బాధ్యతలు చేపట్టాను. ఆ సన్నివేశం చూసేందుకు మిత్రుడు సమిఉద్దీన్ లేకపోవడం కొంచెం బాధ కలిగించింది. అలాగే ఆయనను పదోన్నతితో హై కోర్టుకు తీసుకురావాలనే నా కోరిక తీరలేదు. సమిఉద్దీన్ నేనూ చాలా మంచి మిత్రులం. ఎంత సన్నిహితులం అంటే మా ఇద్దరిలో ఎవరో ఒకరిని చూస్తే రెండోవారేరి అంటూ అడిగేవారు.

ఈ సంఘటనకు ఒకరోజు ముందు, జులై 8న జస్టిస్ ఎన్.డి.కృష్ణారావు ప్రధాన న్యాయమూర్తిగా నియమితులయ్యారు. ఆయన పదవీవిరమణ కేవలం పదిరోజుల దూరంలోనే ఉంది. ఈ నియామకం ముఖ్యమంత్రి సూచనమేరకు జరిగింది. జస్టిస్ కృష్ణారావుపై ప్రధానంగా మూడు బాధ్యతలు ఉన్నాయి. మొదటిది న్యాయవాది పి.రామచంద్ర రెడ్డికి పదోన్నతి కల్పించి హై కోర్టు న్యాయమూర్తిగా నియమించడం. (ఈ ప్రతిపాదన గతంలో జస్టిస్ చంద్రారెడ్డి కాలంలో చేసినప్పటికీ అది తిరస్కరించబడింది.) రెండో కారణం ఉస్మానియా విశ్వవిద్యాలయం ఉపాధ్యక్షుడు డి.ఎస్.రెడ్డి తన పదవీ కాలాన్ని ఐదేళ్ళ నుండి మూడేళ్ళకు తగ్గిస్తూ ప్రభుత్వం చేసిన చట్టానికి వ్యతిరేకంగా ఆయన వేసిన కేసు విచారణ చేసేందుకు ప్రభుత్వానికి అనుకూలంగా ఉండే బెంచ్ ఏర్పాటు చేయడం. ఇక మూడో కారణం రామరాజును డిప్యూటీ రిజిస్ట్రార్ పదవినుండి తొలగించడం. జస్టిస్ కృష్ణారావు మొదటి రెండు కారణాలను పూర్తి చేశారు. రామచంద్రా రెడ్డి నియామకం కృష్ణారావు తన పదవీ విరమణకు ఒక్కరోజు ముందు చేయగా, ఆ ప్రతిపాదనను సాక్షాత్తు ముఖ్యమంత్రి ఢిల్లీకి తీసుకెళ్ళారు. ఇక ఉస్మానియా విశ్వవిద్యాలయం వైస్–ఛాన్సలర్ కేసు విషయంలో ప్రభుత్వానికి నోటీసులు ఇవ్వడానికి ముందే ప్రభుత్వ అనుకూల న్యాయమూర్తులతో బెంచ్ ఏర్పాటైంది. రామరాజు నియామకాన్ని రద్దు చేసేందుకు సంబంధిత ఫైల్ ఆయన కోరారు కానీ అది వచ్చేలోపే ఆయన పదవీవిరమణ చేశారు.

జులై 17న ఉదయాన్నే ఎవరో తలుపు తట్టారు. వెళ్ళి చూస్తే ఎదురుగా హై కోర్టు యువ న్యాయవాది పి.ఏ.చౌదరి కనిపించారు. అతణ్ణి ఆ సమయంలో మా ఇంటిముందు చూసి ఆశ్చర్యపోయా. ఆ రోజు ఉదయమే అన్ని పత్రికల్లోనూ, ఆకాశవాణి వార్తల్లోనూ నన్ను ప్రధాన న్యాయమూర్తిగా నియమిస్తున్నట్టు వార్తలు వచ్చాయని చెప్పి నన్ను అభినందించారు. ఆ తర్వాత ప్రెస్ ట్రస్ట్ ఆఫ్ ఇండియా ప్రతినిధి శామ్ రావు హర్నూర్ ఫోన్ చేశారు. తనకు రాత్రి కొందమంది న్యాయమూర్తులు

ఫోన్ చేశారని, కొత్త ప్రధాన న్యాయమూర్తి నియామకం జరిగిందా? ఎవర్ని నియమించారు అంటూ వాకబు చేశారని చెప్పారు. అంటే వేరే ఎవరినో ప్రధాన న్యాయమూర్తిగా నియమిస్తారని భావించినట్టు ఉన్నారు.

అభినందించడానికి వచ్చే సందర్శకులు, ఫోన్ కాల్స్‌తో నేను హై కోర్టుకు తయారయ్యేందుకు సమయం కూడా దొరకలేదు. ఈ పరిస్థితిలో నా భార్య కల్పించుకొని అతిథులను ఆహ్వానించడం, ఫోన్ కాల్స్ చూసుకోవడంతో నాకు కాస్త సమయం దొరికింది. ప్రకటన తర్వాత జులై 18న ప్రమాణ స్వీకారానికి రాజ్ భవన్ లో ఏర్పాట్లు మొదలయ్యాయి. ఆహ్వాన పత్రాలు కూడా పంపిణీ అయ్యాయి. ముఖ్యమంత్రి నన్ను అభినందిస్తూ సందేశం పంపించారు. అయితే నాది కేవలం తాత్కాలిక ప్రధాన న్యాయమూర్తి నియామకం మాత్రమే అయినందువల్ల ప్రమాణ స్వీకారం లేదని ఆ మరుసటి రోజు హై కోర్టు రిజిస్ట్రార్ చెప్పాడు. నాకు ఆశ్చర్యం వేసింది. వెంటనే ఢిల్లీలోని ప్రధాన న్యాయమూర్తి సుబ్బారావుతో సంప్రదించా. ఆయన కూడా ఆశ్చర్యం వ్యక్తం చేశారు. సాయంత్రానికి సుబ్బారావు ఫోన్ చేసి బాధ పడాల్సిందేమి లేదని చెప్పారు. హోమ్ మంత్రి (నందా) రాష్ట్రపతి అంగీకారానికి తన ఆమోదం సరిపోతుందని భావించారని, అయితే ఈ నియామకానికి ప్రధానమంత్రి ఆమోదం అవసరమని తెలిసిందని చెప్పారు. నియామక పత్రం టర్కీ మరియు మాస్కో పర్యటనలో ఉన్న ప్రధానమంత్రికి పంపించామని ఆయన ఆమోదం రాగానే పూర్తిస్థాయి ప్రధాన న్యాయమూర్తిగా నియామక ఉత్తర్వులు వస్తాయని జస్టిస్ సుబ్బారావు చెప్పారు. అనుకున్నట్టుగానే జులై 23న నియామక ఉత్తర్వులు వచ్చాయి. కానీ గవర్నర్ పి.థాను పిళ్ళై కేరళలోని తన పాఠశాల శతాబ్ది ఉత్సవాల్లో పాల్గొనడానికి వెళ్ళి తిరిగి ఆగస్టు మొదటివారంలో రానున్నందున నా ప్రమాణ స్వీకారం వాయిదా పడింది. అయితే ఆగస్టు 1న బొంబాయి హై కోర్టు ప్రధాన న్యాయమూర్తిగా జస్టిస్ కొత్వాల్ బాధ్యతలు స్వీకరించనుండడం, నేను బాధ్యతలు స్వీకరించడం వాయిదా పడడం వల్ల నేను ఆయనకు జూనియర్ అవుతాను. అందువల్ల బాసిరెడ్డి సీనియర్ న్యాయమూర్తి అయినందువల్ల ఆయన నాతో ప్రమాణ స్వీకారం చేయిస్తే మంచిదని సూచన చేశాను. గవర్నర్ తన అధికారాన్ని జస్టిస్ బాసిరెడ్డికి బదిలీ చేయవలసిందిగా ముఖ్యమంత్రి కోరితే సరిపోతుంది. ఈ సూచనను బాసిరెడ్డి స్వయంగా ముఖ్యమంత్రితో చెప్పగా అందుకు ఆయన వెంటనే అంగీకరించారు. నేను వెంటనే గవర్నర్‌ను కలిసి నాతో ప్రమాణస్వీకారం చేయించే అధికారాలు జస్టిస్ బాసిరెడ్డికి కల్పించవలసినదిగా కోరాను.

ఆయన కూడా అంగీకరించారు. అయితే ప్రమాణ స్వీకారం రాజ్ భవన్‌లో జరగాలని నిబంధన పెట్టారు. ఆమేరకు నాతో సంప్రదించిన హైకోర్టు రిజిస్ట్రార్ ప్రమాణ స్వీకారం తేదీని రాజ్‌భవన్‌లో జులై 27కు నిర్ణయించారు. ప్రమాణ స్వీకారానికి న్యాయమూర్తులు, న్యాయవాదులతో పాటు మంత్రి పి. తిమ్మారెడ్డి మాత్రమే హాజరయ్యారు. జస్టిస్ బాసిరెడ్డి నాతో ప్రమాణస్వీకారం చేయించారు. జస్టిస్ బాసిరెడ్డి మరియు జస్టిస్ కొమరయ్య వయసులో నాకంటే పెద్దవారు కాబట్టి నేను ప్రధాన న్యాయమూర్తిగా బాధ్యతలు చేపట్టిన తర్వాత ఒక నెలరోజులపాటు సెలవులో వెళ్ళి తాత్కాలిక ప్రధాన న్యాయమూర్తులుగా వారిద్దరికీ అవకాశం కల్పించాలని అంతకు ముందే నిర్ణయించుకున్నాను. నేను పూర్తి జీతభత్యాలతో కేవలం ఒక నెలరోజులు మాత్రమే శెలవుపై వెళ్ళే అవకాశం ఉన్నందున అలా నెలరోజులు మాత్రమే శెలవు పెట్టగలను.

జులై 28న ఇండియన్ ఎక్స్ ప్రెస్ నా ఫోటో, నా జీవిత విశేషాలతో ఒక వార్త ప్రచురించింది. ఆ వార్త ఇలా ఉంది: "చట్టం, ఎవరో చెప్పినట్టు, అసూయాపరురాలు. న్యాయవాదులుగా కానీ, న్యాయమూర్తులుగా కానీ ఉన్నత స్థాయిలో ఉన్న వ్యక్తుల జీవితాలు పరిశీలిస్తే చట్టం అసూయాపరురాలు అనే విషయం నిజమే అనిపిస్తుంది. ఈ రంగంలో ఉన్నత శిఖరాల్లో ఉన్న వ్యక్తులను పరిశీలిస్తే వారి జీవితంలో చట్టమే పరమావధిగా కనిపిస్తుంది. తరచుగా క్లిష్టమైన ఎలాంటి పరిస్థితుల్లో అయినా వీరి చొరవ ఉపయోగపడుతుందంటే దానికి కారణం వారు ఎక్కువగా పుస్తకాలు చదవడమే. అదృష్టవశాత్తూ హై కోర్టు నూతన ప్రధాన న్యాయమూర్తి ఇందుకు భిన్నంగా కనిపిస్తున్నారు. విజయవంతమైన ఒక క్రీడాకారుడు. ఒక ఔత్సాహిక కార్యనిర్వాహకుడు. సమర్ధవంతమైన పాలనాదక్షుడు, విద్యాసంపన్నుడు. అన్నిటికీ మించి ఒక తెలివైన న్యాయమూర్తి. ఈ లక్షణాలన్నీ ఒక వ్యక్తిలో కనిపిస్తే ఆయనే శ్రీ పింగ్లే జగన్మోహన్ రెడ్డి." నా కుటుంబ నేపథ్యం, ఇంగ్లాండ్ లో నా విద్యాభ్యాసం, నా ఇతర కార్యక్రమాలు, న్యాయవాద వృత్తి, నేను పనిచేసిన సీనియర్లు వంటి విషయాలు అన్నీ ప్రస్తావించి చివరిగా ఆ వ్యాసం ఇలా ముగిసింది: "ఉన్నత కుటుంబ నేపథ్యం కలిగి అనేక గౌరవ పురస్కారాలు పొందిన జగన్మోహన్ రెడ్డికి పొగడ్తల పట్ల ఆశక్తి లేదు. కోర్టులో ఎవరైనా న్యాయవాది "యువర్ లార్డ్షిప్ మీకు ఈ విషయాలన్నీ తెలుసు" అనగానే "అవేమీ నాకు తెలియదు. కానీ చెపితే తెలుసుకుంటాను" అని అనేక సందర్భాల్లో ఆయన అనడం ఈ విలేకరి స్వయంగా గమనించారు."

ఈ వార్త నాకు ఒకింత ఆశ్చర్యాన్ని కలిగించింది. ఇది ఒక విలేకరి స్వయంగా పరిశీలించి చేసిన వ్యాఖ్య. చట్టం మానవ జీవనాన్ని సంపూర్ణంగా ఇనుమడింప చేసుకుందనీ, ఏ వ్యక్తీ చట్టం మొత్తం తనకు తెలుసునని అనుకోవడం సముచితం కాదని నేను ముందే గ్రహించాను. న్యాయవాదిగా నేను చేపట్టే ప్రతి కేసులో ప్రతి అంశాన్ని, చివరికి నా ప్రత్యర్థి లేవనెత్తే అంశాన్ని కూడా, క్షుణ్ణంగా పరిశీలించడం నేర్చుకున్నాను. న్యాయవాది తన కేసుకు సంబంధించిన కీలక విషయాలు చెప్పదల్చుకున్నప్పుడు "అవి మాకు తెలుసు" అని న్యాయమూర్తి వ్యాఖ్యానిస్తే ఆ న్యాయవాది ఎంత నిరుత్సాహపడతాడో నాకు తెలుసు. అంతే కాక చాలా చిన్న వయసులో, అంటే 38 సంవత్సరాలకే హైకోర్టు న్యాయమూర్తిగా బాధ్యతలు చేపట్టిన నేను, న్యాయశాస్త్రంలో పట్టులేకపోతే నా అనర్హత, అసమర్థతపై నా వెనుక ఎగతాళి చేస్తారని అప్రమత్తంగా ఉండేవాడిని. ఒక న్యాయవాది తాను వాదించే కేసు పూర్తి వివరాలు చెప్పే అవకాశం ఇవ్వాలనేది నా ధృడమైన అభిప్రాయం. నేను ఇంతకు ముందు ఓసారి విశాఖపట్నంలో జరిగిన సంఘటన మరోసారి ఇక్కడ ప్రస్తావిస్తాను. విశాఖపట్నం బార్ అధ్యక్షుడు ఎస్టేట్ ల్యాండ్ చట్టంలో నేను ఇచ్చిన ఒక తీర్పును ప్రస్తావించి నన్ను అభినందించారు. ఉత్తమ తీర్పు రావాలంటే న్యాయమూర్తి విజ్ఞతతో పాటు న్యాయవాది విజ్ఞాన సంపద కూడా అవసరమే అని అప్పుడే చెప్పాను. విద్యాసంపన్నుడైన న్యాయవాది వల్ల కూడా కోర్టుల్లో ఉత్తమ తీర్పులు వస్తాయి.

నేను బాధ్యతలు చేపట్టిన తర్వాత చాలా అభినందన సభలు జరిగాయి. అందులో నా సమర్థతను ప్రశంసిస్తూ అనేకమంది ప్రసంగించారు. వాటన్నిటికీ నేను జవాబిచ్చాను. హైకోర్టు బార్ అసోసియేషన్ అధ్యక్షుడు శ్రీ సి.కృష్ణా రెడ్డి జులై 29, 1956లో మొదటిసారి నన్ను అభినందిస్తూ ప్రసంగించారు. దానికి నేను బదులిచ్చాను. (ఆంధ్రా వీక్లీ రిపోర్టర్, సెప్టెంబర్ 9, 1956 సంచిక చూడండి).

నా ప్రసంగం ఇలా సాగింది: "ఈ సందర్భంగా నాకు మూడు అంశాలు గుర్తుకు వస్తున్నాయి. వినయం, ముభావం, నిర్మొహమాటంగా "కాదు" అని చెప్పగలిగే తత్త్వం. జీవితంలో విజయం సాధిస్తూ ఉన్నతశిఖరాలకు చేరాలంటే వినయం ముఖ్యం. మనకు అన్నీ తెలుసు అనుకున్నాక మనలో పెరుగుదల నిలిచిపోతుంది. జీవితంలో అనేక విషయాలతో పాటు న్యాయశాస్త్రంలో కూడా వినయం, విధేయత మనకు అనేక విషయాలు నేర్పిస్తాయి. మనకు చాలా విషయాలు తెలియదు. మనం నేర్చుకోవలసింది, తెలుసుకోవలసింది చాలా ఉంటుంది. నేర్చుకోవాలి, తెలుసుకోవాలి అనే తపన

ఉంటేనే మనం విజయాలు సాధించగలుగుతాం. ఎవరో చెప్పినట్టు “ఒక మహిళకు శీలం ఎంత ముఖ్యమో న్యాయమూర్తికి ముభావంహాఅంత ముఖ్యం”. ముభావంగా ఉండడం అంటే సామాజిక జీవితం లేకుండా ఒంటరిగా ఉండడం కాదు. లేదా అహంకారం వల్లనో, అధికుడిననే భావన వల్లనో కలుపుగోలుగా లేకపోవడం కాదు. స్నేహపూరితంగా ఉంటూనే తటస్తంగా ఉండాలి. మానవ నైజం, క్రమశిక్షణ విషయంలో అమెరికా సుప్రీం కోర్టు న్యాయమూర్తి జస్టిస్ బ్రాండేయ్స్ అనేక సందర్భాల్లో చెప్పిన విషయం మనం దృష్టిలో పెట్టుకోవాలి. “లేదు, కాదు అని చెప్పలేకపోవడమే మనిషిలోని ప్రధానమైన బలహీనత. ఈ బలహీనత అనేక రూపాల్లో ఉంటుంది. ఆశకలిగించే వాటిపట్ల వద్దు అని చెప్పలేకపోవటం. అరుదుగా కనిపించే వాటిని కాదనుకోలేకపోవడం. ఇవన్నీ బలహీనతలే. ప్రచారం కోసం ఆకర్షితులవుతాం. మన శక్తికి మించి పనిచేయాలనే ఆశ. అర్హతలేని వాటిపట్ల ఆకర్షితులవడం. మంచివాడు అనిపించుకోవాలనే తపన. అధికారంపై అపేక్ష. ఏదో పదవికి మీరు అర్హులని మీ మిత్రులు భావిస్తున్నారు కాబట్టి దానికి ఆశపడడం. ఇవన్నీ దురాశలే. వీటికి ముగింపు లేదు. వీటిని అధిగమించినప్పుడే ఉన్నత శిఖరాలు అధిరోహించగలుగుతాం. ఇది సాధ్యమా అంటే, ఏమో, చెప్పలేను. కానీ శక్తివంచన లేకుండా నా ప్రయత్నం నేను చేస్తాను అని మాత్రం చెప్పగలను.”

న్యాయమూర్తుల నియామకంలో కేవలం ప్రతిభను మాత్రమే పరిగణలోకి తీసుకోవాలనీ, ఇతర అంశాలు దూరంగా ఉంచాలని రాష్ట్రపతి కూడా ఓసారి చెప్పారు. న్యాయమూర్తుల ఎంపికలో కేవలం న్యాయవ్యవస్థను మాత్రమే ప్రామాణికంగా తీసుకోవాలనేది నా నిశ్చిత దృఢాభిప్రాయం. ఈ రాష్ట్ర ప్రజలు అత్యుత్తమ ప్రమాణాలుగల న్యాయవ్యవస్థను ఆశిస్తున్నారు. న్యాయమూర్తుల నియామకంలో ప్రతిభను కాదని మనం ఇతర అంశాలు ప్రామాణికంగా తీసుకుంటే ప్రజలు కోరుకునే ఉన్నత న్యాయవ్యవస్థను ప్రజలకు దూరం చేసినవారిమవుతాం.

నా నియామకం సందర్భంగా అనేక అభినందన సభలు జరిగాయి. హైకోర్టు మహిళా న్యాయవాదులు లేడీ హైదరీ క్లబ్బులో ఒక సభ నిర్వహించారు. మరో సభ రాష్ట్ర ప్రభుత్వ న్యాయశాఖ కార్యదర్శి, లా కమిషన్ సభ్యుడు అలాగే కాపీ రైట్ చట్టం సభ్యుడు నిర్వహించారు. మరో సభ లా కమిషన్ చైర్మన్ జస్టిస్ పి సత్యనారాయణ రావు నిర్వహించారు. ఆయన ప్రస్తుతం మద్రాస్ హైకోర్టు న్యాయమూర్తి. గతంలో నేను మద్రాస్ హైకోర్టులో న్యాయవాదిగా పనిచేస్తున్న రోజుల్లో నేను వకాల్తా తీసుకున్న

కేసులో మైసూర్ హై కోర్టు ప్రధాన న్యాయమూర్తి జస్టిస్ డి.ఆర్కి రెయిలీ సమక్షంలో ఆయన ప్రత్యర్థుల తరపున వాదనలు చేశారు. ఈ సభలో ఆయన ఈ కేసు విషయాన్ని ప్రస్తావిస్తూ నేను గౌరవనీయ స్వతంత్ర న్యాయమూర్తిగా ఎదిగానని ప్రశంసించారు. మద్రాస్ హై కోర్టులో న్యాయమూర్తిగా విశేష గుర్తింపు కలిగిన ఆయన నన్ను ప్రశంసించడం నా అదృష్టంగా భావించాను. వారు ఆశించే స్థాయిలో నేను పనిచేయాల్సిన బాధ్యత ఇప్పుడు నాపై ఉంది.

సికింద్రాబాద్ క్లబ్బులో ఒక విందు కూడా ఇచ్చారు. అక్కడ నవాబ్ మెహదీ నవాజ్, కొండా వెంకట రంగారెడ్డి, పదవీవిరమణ చేసిన జస్టిస్ భీమశంకరం, సీనియర్ న్యాయవాదులు, ఇంకా ఇతరులు ఉన్నారు. అంతకు ముందోసారి ఉప ముఖ్యమంత్రి, నిజాం సంస్థానంలో న్యాయవాది అయినా కొండా వెంకట రంగారెడ్డి విందు ఇచ్చారు. ఈ విందు సందర్భంగా నేనో విషయం చెప్పాను. గడచిన పది రోజుల్లో నన్ను నేను గుర్తించలేని పరిస్థితి కనిపించిందని చెప్పాను. సాధారణంగా ఒక వ్యక్తి జీవితంలో తనను గురించి తాను ఆలోచించి, తన పనుల వల్ల ఇతరులకు ఎలాంటి పరిస్థితులు ఎదురవుతున్నాయి, తనను గురించి ఇతరులు ఏమనుకుంటున్నారు అనే అంశాలపై మనం పెద్దగా ద్రుష్టి పెట్టం. వీళ్ళంతా నాగురించి చెప్పిన మంచిమాటలన్నీ వాస్తవాలే అనుకునేటంతటి పిచ్చివాడిని కాదు. అయితే ఒక విషయం నేను గమనించాను. అనేకమంది నాపట్ల అవ్యాజమైన ప్రేమాభిమానాలు చూపించారు. అందుకు నేను వారందరికీ కృతజ్ఞుణ్ణి. వాళ్ళంతా ఇతరుల్లో మంచితనం మాత్రమే చూసే మంచి మనసున్న వాళ్ళు. నాలో కూడా అలాగే మంచితనం చూశారు.

అప్పటి కేంద్ర ప్రభుత్వంలో ఉక్కు శాఖామంత్రిగా ఉన్న డాక్టర్ మర్రి చెన్నారెడ్డి ఓసారి నన్ను కలిసి ప్రధాన న్యాయమూర్తిగా బాధ్యతలు చేపట్టినందుకుహానాకు అభినందనలు తెలియజేశారు.

@@@

అధ్యాయం - XII

ప్రధాన న్యాయమూర్తిగా బాధ్యతలు

కోర్టులో పేరుకుపోయిన కేసుల సత్వర పరిష్కారమే ప్రధాన న్యాయమూర్తిగా బాధ్యతలు చేపట్టిన తర్వాత నా ముందు ఉన్న తక్షణ కర్తవ్యం. హై కోర్టులో న్యాయమూర్తుల కొరత ఎక్కువగానే ఉంది. ముఖ్యమంత్రి, సుప్రీం కోర్టు ప్రధాన న్యాయమూర్తి జస్టిస్ సుబ్బారావు మధ్య సత్సంబంధాలు లేకపోవడమే ఈ కొరతకు కారణం. మొత్తం 16 మంది న్యాయమూర్తులు అవసరం ఉన్న హై కోర్టులో కేవలం పది మంది మాత్రమే ఉన్నారు. అప్పటికి కోర్టులో 30 వేల కేసులు పేరుకుపోయి అపరిష్కృతంగా ఉన్నాయి. యేడాదికి సగటున 12 వేల కేసులు నమోదవుతున్నాయి. మాకున్న నిబంధనల ప్రకారం ప్రతియేటా సగటున నమోదయ్యే కేసుల సంఖ్య కంటే ఎక్కువ కేసులు అపరిష్కృతంగా ఉండకూడదు. ఇంకో మాటలో చెప్పాలంటే యేడాదికి 12 వేల కేసులు నమోదవుతుంటే అంతకంటే ఎక్కువ కేసులు అపరిష్కృతంగా ఉండకూడదు. అయితే నేను బాధ్యతలు చేపట్టేనాటికి మూడురెట్లు అధికంగా కేసులు అపరిష్కృతంగా ఉన్నాయి. తీవ్రమైన విషయం ఏమంటే అనేక క్రిమినల్ కేసులు అపరిష్కృతంగా ఉన్నాయి. క్రిమినల్ బెంచ్ ఏర్పాటు చేయకపోవడం వల్ల నిందితులు నిస్సహాయంగా జైళ్లల్లో మగ్గుతున్నారు. మేము వారికి ఎలాంటి ఉపశమనం కలిగించలేకపోతున్నాం.

నేను ప్రమాణ స్వీకారం చేసిన కొద్దిరోజులకు కేరళ పర్యటన ముగించుకొని వచ్చిన గవర్నర్, అప్పటి ప్రధాన న్యాయమూర్తి జస్టిస్ మనోహర్ ప్రసాద్ హై కోర్టు డిప్యూటీ రిజిస్ట్రార్‌గా శ్రీ రామరాజును నియమించిన అంశాన్ని ప్రశ్నించారు. ఈ నియామకం వివాదం అవుతునందని ముందే ఊహించా. అందుకే 229వ అధికరణ ప్రకారం కోర్టులో సిబ్బందిని నియమించుకునే అధికారం ప్రధాన న్యాయమూర్తికి ఉంటుందని రిజిస్ట్రార్‌తో చెప్పాను. అలాగే నాకు ముందు ప్రధాన న్యాయమూర్తులుగా చేసిన వారి నిర్ణయాలలో జోక్యం చేసుకోరాదని నేను నిర్ణయించుకున్నాను.

తర్వాత అంశం న్యాయమూర్తుల నియామకం. నేను బాధ్యతలు చేపట్టిన వారంలోనో లేక రెండో వారంలోనో అపరిష్కృతంగా ఉన్న క్రిమినల్ కేసులను సత్వరమే విచారణ చేయాల్సిన అవసరం తెలియజేస్తూ ముఖ్యమంత్రికి ఒక లేఖ రాశాను. ఇందుకోసం ఎంతో అనుభవం ఉన్న మద్రాస్ హై కోర్టు మాజీ న్యాయమూర్తి జస్టిస్ ఎన్ సోమసుందరంని అడ్ హాక్ న్యాయమూర్తిగా నియమించవలసిన అవసరాన్ని ఆ లేఖలో తెలియజేశాను. ఇప్పటికే కోర్టులో 940 క్రిమినల్ కేసులతో పాటు పునర్విచారణకు వచ్చిన 537 కేసులు అపరిష్కృతంగా ఉన్నాయి. హైదరాబాద్ రావడం కొంత ఇబ్బందే అయినా నాపట్ల ఉన్న గౌరవంతో జస్టిస్ సోమసుందరం ఈ నియామకానికి అంగీకరించారు. అందువల్ల ఈ నియామకాన్ని వేసవి సెలవులకు ముందే పూర్తిచేయవలసిందిగా ముఖ్యమంత్రిని కోరాను. ఈ లేఖ ప్రతిని సుప్రీం కోర్టు ప్రధాన న్యాయమూర్తికి కూడా పంపించాను. అయితే పని జరగలేదు. కొంతకాలం ఎదురు చూసిన తర్వాత సెప్టెంబర్ 18న ముఖ్యమంత్రికి మరో లేఖ రాశాను. నాకు ముందు పనిచేసిన జస్టిస్ మనోహర్ ప్రసాద్ మరియు జస్టిస్ ఎన్.డి.కృష్ణారావు గతంలో చేసిన ప్రతిపాదనలు ఏమయ్యాయని ఆ లేఖలో అడిగాను. గవర్నర్ ఆహ్వానంపై ఆయనను కలిసినప్పుడు ఈ అంశాలపై భారత ప్రధాన న్యాయమూర్తి మరియు కేంద్ర హెూమ్ శాఖా మంత్రి ఒక నిర్ణయం తీసుకున్నారని, దానిపై నాతో సంప్రదించాలని అనుకుంటున్నారని చెప్పారు. అందువల్ల వాటికి సంబంధించిన పత్రాలు ముఖ్యమంత్రి పర్యటనకు వెళ్ళే ముందుగానే నాకు పంపించవలసిందిగా కోరాను. అయినా జవాబు రాలేదు. నా లేఖలను విస్మరిస్తున్నారు. సెప్టెంబర్ 25న శుక్రవారం కోర్టు సమయం తర్వాత నేను ఢిల్లీ వెళ్ళి భారత ప్రధాన న్యాయమూర్తిని కలిశాను. న్యాయమూర్తులుగా నియమించేందుకు అర్హత ఉన్న 12 మంది సీనియర్ న్యాయవాదుల జాబితా కూడా వెంట తీసుకెళ్ళాను. నేను ప్రధాన న్యాయమూర్తి నివాసానికి చేరగానే నాకు ముందు పనిచేసిన హై కోర్టు ప్రధాన న్యాయమూర్తుల ప్రతిపాదనలు నాకు చేరాయా లేదా అని జస్టిస్ సుబ్బారావు అడిగారు. నేను బాధ్యతలు చేపట్టిన ఈ రెండునెలల కాలంలో ఎలాంటి సమాచారం నాకు అందలేదు అని చెప్పగానే ఆయన తన ప్రైవేట్ కార్యదర్శి శ్రీ రాఘవాచారికి ఫోన్ చేసి ఆంధ్రప్రదేశ్‌కు సంబంధించిన ఫైల్ తీసుకురావలసిందిగా కోరారు. సదరు ఫైల్ రాగానే జస్టిస్ సుబ్బారావు దానిలో తాను రాసిన కామెంట్ స్వయంగా చదివి వినిపించారు. జస్టిస్ కృష్ణారావు తనకంటే ముందు పనిచేసిన జస్టిస్ మనోహర్ ప్రసాద్ ప్రతిపాదనలను తిరస్కరించిన మీదట తాను జస్టిస్ కృష్ణారావు ప్రతిపాదనను తిరస్కరిస్తున్నట్టు రాశారు.

తన కామెంటులో కొంత కఠినమైన, పరుషమైన పదాలు వాడారు. అయితే ఈ లేఖ నాకు అందలేదని చెప్పాను. ఆతర్వాత కొన్ని పేర్లు చర్చించాలని కోరగా ఆయన అంగీకరించిన మీదట నేను తెచ్చిన కొందరు న్యాయవాదుల పేర్లు ఆయనకు వివరించాను. ఈ పేర్లపై చర్చ జరుగుతన్న సమయంలో ఆయన రెండు పేర్లపై ఆసక్తి ఒక పేరుపై అభ్యంతరం వ్యక్తం చేశారు. చివరిగా ఐదు పేర్లపై అంగీకారం కుదిరింది. అందులో నేను ప్రతిపాదించిన శ్రీ ఎస్ ఓబుల్ రెడ్డి పేరుతోపాటు మరో మరో ఇద్దరు శాశ్వత న్యాయమూర్తులుగా, ఇద్దరు అదనపు న్యాయమూతులుగా పదోన్నతి కల్పించేందుకు ప్రధాన న్యాయమూర్తి తన అంగీకారం తెలిపారు. నేను తిరిగి హైదరాబాద్ రాగానే శనివారం మధ్యాహ్నం ముఖ్యమంత్రికి ఫోన్ చేశాను. కానీ ఆయన రేసులకు వెళ్ళారని, తిరిగి సాయంత్రమే వస్తారని చెప్పారు. సెప్టెంబర్ 26, 1966న శ్రీ ఓబుల్ రెడ్డితో పాటు మరో ఇద్దరు శాశ్వత న్యాయమూర్తులుగా, ఇంకో ఇద్దరు అదనపు న్యాయమూర్తులుగా నియామకం చేసే ప్రతిపాదన ముఖ్యమంత్రికి పంపించాను. నిబంధనల మేరకు ఈ ప్రతిపాదన నకలు భారత ప్రధాన న్యాయమూర్తికి కూడా పంపించాను. ఆరోజు సాయంత్రం ముఖ్యమంత్రి ఫోన్ చేసి నా ప్రతిపాదన అందినట్టు చెప్పి, ఇంకా ఏమైనా విషయాలు ఉన్నాయా అని అడిగారు. అయితే నేను భారత ప్రధాన న్యాయమూర్తిని కలిశానని, ఆయన జస్టిస్ కృష్ణారావు ప్రతిపాదనలు తిరస్కరించినట్టు తెలియజేస్తూ సంబంధిత లేఖలు మీకు అందాయా అని వాకబు చేశారని చెప్పాను. అందువల్ల నేను నా స్వంత ప్రతిపాదనలు పంపించానని కూడా చెప్పాను. జస్టిస్ కృష్ణారావు ప్రతిపాదనలు తిరస్కరించిన విషయం తనకు తెలియదని కొంత అసంతృప్తి వ్యక్తం చేశారు. "ఇది సాధ్యమా" అని కూడా అడిగారు. ఏమైనప్పటికి గతంలో నేను పంపించిన అడ్ హాక్ న్యాయమూర్తి ప్రతిపాదనతో పాటు ఇప్పుడు పంపిన ప్రతిపాదనలు కూడా ముఖ్యమంత్రి వద్ద ఉన్నాయి. ఈ ప్రతిపాదనల గురించి అక్టోబర్ 28, 1966న తిరిగి జనుఅరీ 8, 1967న ముఖ్యమంత్రితో మాట్లాడాను. అయినా ఆయన స్పందించలేదు. అడ్ హాక్ న్యాయమూర్తిగా నియమితులయ్యేందుకు జస్టిస్ సోమసుందరం తన అంగీకారాన్ని ఉపసంహరించుకున్నారని జనవరి 21, 1967న ముఖ్యమంత్రికి తెలియజేశాను. నా ప్రతిపాదనలు ముఖ్యమంత్రి రిమార్కులతో పంపించినట్టు ఫిబ్రవరి 10, 1967న ప్రభుత్వ ప్రధాన కార్యదర్శి నుండి ఒక లేఖ వచ్చింది. నేను పంపిన ప్రతిపాదనల్లో ఓబుల్ రెడ్డి మరియు శ్రీ ఏ.సాంబశివరావును శాశ్వత న్యాయమూర్తులుగా, శ్రీ వినాయకరావు వైద్యను అదనపు న్యాయమూర్తిగా

నియమిస్తూ రాష్ట్రపతి ఆమోదం తెలిపారని మార్చ్ 30, 1967న నాకు ఒక సందేశం వచ్చింది. నా ప్రతిపాదనలో శాశ్వత న్యాయమూర్తిగా ఒకరు, అదనపు న్యాయమూర్తిగా మరొకరిపేరు గవర్నర్ రాష్ట్రపతి ఆమోదానికి పంపించలేదని తెలుస్తోంది. ఇదే సమయంలో రాష్ట్రపతి ఎన్నికల్లో ఉపరాష్ట్రపతి శ్రీ.జాకిర్ హుస్సేన్ అభ్యర్థిత్వానికి వ్యతిరేకంగా పోటీ చేసుందుకు జస్టిస్ సుబ్బారావు ప్రధాన న్యాయమూర్తి పదవికి రాజీనామా చేశారు.

పైన పేర్కొన్న విషయాలను బట్టి కోర్టులో అపరిష్కృతంగా ఉన్న కేసుల పరిష్కారానికి మరికొంతమంది న్యాయమూర్తుల నియామకం అవసరమని నేను రాసిన లేఖలు ముఖ్యమంత్రికి నచ్చినట్టు లేదు. ఇద్దరు శాశ్వత న్యాయమూర్తులు, ఒక అదనపు న్యాయమూర్తిని నియమించుకోడానికి షుమారు 8 నెలలు పట్టింది. ఇలా స్పందన లేని ఉత్తర ప్రత్యుత్తరాలు భారత ప్రధాన న్యాయమూర్తి పదవీవిరమణ చేసేవరకూ కొనసాగాయి.

సవరించిన ప్రజా ప్రాతినిధ్య చట్టం 1951 ప్రకారం ఎన్నికలకు సంబంధించిన వివాదాల పరిష్కారం కోసం అదనపు న్యాయమూర్తులను నియమించడానికి బదులుగా ఇతర హై కోర్టుల్లో పనిచేసి పదవీవిరమణ చేసిన న్యాయమూర్తులను రాజ్యాంగంలోని 22ఏ అధికరణ ప్రకారం అడ్ హాక్ న్యాయమూర్తులుగా నియమించి వారి సేవలు ఉపయోగించుకోవచ్చని భారత ప్రధాన న్యాయమూర్తి నిర్ణయాన్ని భారత ప్రభుత్వం నిర్ణయం తీసుకుంది. ఈ మేరకు ఏప్రిల్ 23, 1967న ప్రభుత్వం ఒక ఉత్తర్వు జారీ చేసింది. పదవీవిరమణ చేసిన న్యాయమూర్తులు లభించని పక్షంలో అదనపు న్యాయమూర్తులను నియమించవచ్చు. కానీ వారికి ఎన్నికల వివాదాలు అప్పగించరాదు. ఏదో ఒక కారణం వల్ల పదవీవిరమణ చేసిన న్యాయమూర్తులు అడ్ హాక్ న్యాయమూర్తులుగా పనిచేసేందుకు ఇష్టపడడంలేదని ముఖ్యమంత్రికి తెలియజేస్తూ నేను జూన్ 27, 1967న రాసిన లేఖను గుర్తు చేశాను. అయితే 1964లో పదవీవిరమణ చేసి ప్రస్తుతం విజిలెన్సు కమిషనర్ గా పనిచేస్తున్న ఒక నయయమూర్తి మాత్రమే అడ్ హాక్ న్యాయమూర్తి నియామకానికి అంగీకరించారని కూడా ముఖ్యమంత్రికి తెలియజేశాను. ఈ కారణంగా ఇద్దరు సీనియర్ జిల్లా మరియు సెషన్స్ న్యాయమూర్తులను అదనపు న్యాయమూర్తులుగా నియమించే ప్రతిపాదన చేశాను. ఈ ఇద్దరు న్యాయమూర్తులు మంచి అనుభవం, పేరు ఉన్నవారే అయినప్పటికీ నాకంటే ముందు ప్రధాన న్యాయమూర్తిగా పనిచేసిన జస్టిస్ కృష్ణారావు వీరి పదోన్నతికి

అవకాశం ఇవ్వలేదు. వీరి పేర్లు ప్రతిపాదిస్తూ వారిలో ఒకరు నాకు దూరపు బంధువని, ఆయన నా దూరపు సోదరిని పెళ్ళి చేసుకున్నారని కూడా ప్రస్తావించాను. ఈ ప్రతిపాదనలో నాపై విమర్శలు వస్తాయని తెలుసు. అయినా కేవలం సుదూర బంధుత్వం కారణంగా ప్రతిభను విస్మరించలేము. ఈ ఇద్దరి పేర్లతో పాటు గతంలో నేను ప్రతిపాదించిన విశ్రాంత న్యాయమూర్తి జస్టిస్ ఎన్.సోమసుందరం పేరు కూడా ప్రతిపాదించాను. హై కోర్టు న్యాయమూర్తుల ఎదుట ఎన్నికలకు సంబంధించిన 20 కేసులు విచారణలో ఉన్నాయి. ఈ అడ్ హాక్ న్యాయమూర్తుల నియామకం జరిగితే హై కోర్టు న్యాయమూర్తుల నుండి ఇతర కేసులను వేగవంతంగా పరిష్కరించేందుకు ఉపయోగపడుతుంది. హై కోర్టులో న్యాయమూర్తుల ఖాళీల భర్తీకి సంబంధించి ఇద్దరు శాశ్వత, ఇద్దరు అదనపు న్యాయమూర్తుల నియామకానికి సంబంధించి నేను ప్రతిపాదించిన పేర్లు ముఖ్యమంత్రి అంగీకరించలేదు. జస్టిస్ సుబ్బారావు పదవీవిరమణ తర్వాత శాశ్వత మరియు అదనపు న్యాయమూర్తుల నియామకంపై నా ప్రతిపాదన మరోసారి పంపించాను. నేను ప్రతిపాదించిన పేర్లలో ఒకపేరు ముఖ్యమంత్రి ఆమోదించలేదు. నేను ప్రతిపాదించిన ఒకపేరు నాకు ముందు పనిచేసినహొప్రధాన న్యాయమూర్తి ప్రతిపాదించలేదు అనే కారణంతో ముఖ్యమంత్రి ఆ పేరు పట్ల సుముఖంగా లేరు. అయితే ఆపేరు పట్ల నేను గట్టిగానే పట్టుబట్టాను. అలాగే అవసరమైతే అదనంగా మరోపేరు కూడా ప్రతిపాదిస్తానని చెప్పాను. ఆ తర్వాత ఎవరి పేరు ప్రతిపాదిస్తారో ముఖ్యమంత్రి ఇష్టం. అలాగే ఎవరిపేరు ఆమోదిస్తారో భారత ప్రధాన న్యాయమూర్తి మరియు రాష్ట్రపతి ఇష్టం. ప్రధాన న్యాయమూర్తులు, ముఖ్యమంత్రులు తరచూ చర్చించుకొని న్యాయమూర్తుల నియామకంపై ఒక అంగీకారానికి రావాలని ప్రధాన న్యాయమూర్తుల సమావేశంలో నిర్ణయం జరిగింది. ఈమేరకు నేను ముఖ్యమంత్రిని కలిసినప్పుడు నేను ప్రతిపాదించిన పేర్లను ప్రస్తావించాను. ఆయన కొంతసేపు తదేకంగా అలోచించి “సరే, మీరు ఇంతకు ముందు ప్రతిపాదించిన పేరు మరోసారి పంపించండి” అన్నారు. ఈ సమావేశంలోనే నేను ముఖ్యమంత్రికి స్పష్టంగా చెప్పాను: “ఒక ముఖ్యమంత్రిగా మీరు కోర్టుల్లో కేసులు అపరిష్కృతంగా పేరుకుపోకుండా ఉండాలని ఆశించడాన్ని నేను కోరుకుంటున్నాను. ఇది రాష్ట్రానికి మంచిపేరు తెస్తుంది. ఈ విషయంలో మీరు భిన్న వైఖరి తీసుకుంటే, నేను కూడా ఏమీ చేయలేను. నా మాట నెగ్గడం కోసం పోరాటం చేసే వ్యక్తిత్వం కాదు నాది. ప్రధాన న్యాయమూర్తిగా నా పని నేను చూసుకుంటా. మహా అయితే ఒక్కడినే ఇద్దరి పని చేయాల్సివస్తుంది. నాకు ఇంకా ఐదున్నరేళ్ళ సమయం ఉంది.

ఈ ఐదున్నరేళ్ళు నా జీతం నేను తీసుకొని హాయిగా పదవీవిరమణ చేస్తా. నాకు సాధ్యమైన మేరకు నాపని నేను చేశాననే తృప్తితో, అదనంగా ఇద్దరు న్యాయమూర్తులు చేయాల్సిన పని ఒక్కడినే చేశాననే భావనతో పదవీవిరమణ చేస్తా. కానీ మీరు కూడా ఇష్టపడితే నేను అందిగినంతమంది న్యాయమూర్తులను ఇవ్వండి. రెండేళ్ళలో కోర్టులో కేసులు పెండింగ్ లేకుండా చూస్తానని హామీ ఇస్తున్నా." ఆయన "సరే, అలాగే కానివ్వండి" అని బదులిచ్చారు. "మనం ఇంకో విషయం అర్థం చేసుకోవాలి. ఈ పనికి నాకు ఎలాంటి న్యాయమూర్తులు కావాలో వారిని మాత్రమే నేను సిఫార్సు చేస్తా. అలాంటి వారిలో మీకు ఎవరైనా నచ్చకపోతే, అంటే విలువల ప్రాతిపదికన, తాగుబోతులనో, లంచగాళ్ళనో, మహిళలపట్ల ఆకర్షితులయ్యే వారనో లేక మరే ఇతర కారణాల వల్ల వారు ఆ పదవికి అనర్హులు అని మీరు భావిస్తే, ఆ విషయాలు నాకు తెలియజేయవచ్చు. నాకంటే మీకే సమాచార సేకరణకు ఎక్కువ అవకాశాలు ఉన్నాయి. అలాంటి పేర్లు తొలగించడానికి నేను వెనుకాడను. నేను మీకు ఎలాంటి సమస్యలు కలిగించను. మన మధ్య ఇలాంటి అవగాహన ఉంటే మంచిది," అని చెప్పాను. ఈ అవగాహన తర్వాత నాకు ఎలాంటి సమస్యలూ రాలేదు. ఒక్క సందర్భంలో మాత్రం నేను ప్రతిపాదించిన పేర్లు ఆమోదించకుండా వాయిదా వేస్తూ వచ్చారు. రెండుసార్లు వాయిదా వేసిన తర్వాత మూడోసారి "మీ అభ్యంతరం ఏమిటి" అని అడిగేశాను. కొంతసేపు ఆలోచించిన తర్వాత ఆయన తన అభిప్రాయం చెప్పారు. నేను సుప్రీం కోర్టుకు బదిలీ అయిన తర్వాత నాకోవిషయం తెలిసింది. అది ఎంతవరకు వాసవమో తెలియదు. కానీ ఇద్దరు న్యాయమూర్తులు అకారణంగా నాపై కోపం పెట్టుకున్నారు. వారి పేర్లు నేను ముందే ప్రతిపాదించి ఉండాల్సిందని అభిప్రాయ పడ్డారు. ఆ తర్వాత వారిద్దరూ ప్రధాన న్యాయమూర్తులుగా నియమితులయ్యారు.

న్యాయమూర్తులుగా నియమించాలనుకున్నప్పుడు నేను విధిగా ఎంపిక పద్ధతిని అనుసరిచేవాడిని. సదరు వ్యక్తుల వ్యక్తిత్వం, ప్రతిభ వంటి విషయాలకు ప్రాధాన్యత ఇచ్చేవాడిని. మంచి వ్యక్తిత్వం కలిగిన వారు న్యాయమూర్తులుగా నియమితులైతే న్యాయవ్యవస్థ ప్రతిష్ట పెరుగుతుందని నా దృఢాభిప్రాయం. రాజకీయ వత్తిడులు లేదా ఇతర కారణాలతో న్యాయమూర్తుల ఎంపిక జరిగితే న్యాయవ్యవస్థపై గౌరవం తగ్గుతుంది. భారత రెండవ ప్రధాన న్యాయమూర్తి ఒకానొక ప్రధాన న్యాయమూర్తుల సమావేశంలో చెప్పినట్టు, ఇష్టాయిష్టాల ప్రాతిపదికగా న్యాయమూర్తుల నియామకం జరిగితే న్యాయవ్యవస్థ తన స్వాతంత్ర్యాన్ని కోల్పోతుందని నేను కూడా విశ్వసిస్తాను.

ప్రస్తుత వ్యవస్థలో న్యాయమూర్తుల నియామకంలో మంత్రుల ప్రమేయం పట్ల ప్రధాన న్యాయమూర్తి మాటల్లో కొంత నిరుత్సహం ధ్వనించింది. ఒక వ్యక్తిని న్యాయమూర్తిగా నియమించాలనుకున్నప్పుడు మూడు అంశాలు ప్రామాణికంగా తీసుకోవాలని గతంలో ఓసారి న్యాయవాదుల సంఘం సమావేశంలో నేను చెప్పాను. హైదరాబాద్ హై కోర్ట్ ప్రధాన న్యాయమూర్తిగా చేసిన జస్టిస్ మిశ్రా నాతో ఒక మాట చెప్పేవారు. న్యాయమూర్తిగా ఒక వ్యక్తిని నియమించాలి అనుకున్నప్పుడు ప్రధానంగా పరిగణలోకి తీసుకోవలసింది ఆ మనిషి వ్యక్తిత్వం. ఆ వ్యక్తి సద్గుణ సంపన్నుడై ఉండాలి. ఈ లక్షణం అన్నివేళలా శాశ్వతంగా కనిపించాలి. కోర్టులో పదేళ్ళపాటు న్యాయవాదిగా పనిచేసిన వ్యక్తికి రెండోవైపు వాదన కూడా అభినందించగల లక్షణం ఉండాలి. అయితే తన వాదన స్వచంగానూ నిజాయితో కూడినదిగానూ ఉండడం అవసరం. "ఒక న్యాయమూర్తికి నిష్పక్షపాత ద్రుష్టి అవసరం. ఈ లక్షణాలు లేకపోతే అలాంటి వ్యక్తులు నిష్ప్రయోజనం," అని మే 22, 1954లో ప్రచురితమైన "స్వతంత్ర" పత్రికలో జస్టిస్ కాసా సుబ్బారావు పేర్కొన్నారు. ఈ సందర్భంలోనే అమెరికా సుప్రీం కోర్టులో న్యాయమూర్తుల సంఖ్య పెంచుతూ ఆ దేశ రాజ్యాంగ సవరణ చేసిన విషయాన్ని ఆయన ప్రస్తావించారు. అప్పటి అధ్యక్షుడు రూజ్వెల్ట్ సుప్రీం కోర్టులో తన అనుచరులైన న్యాయమూర్తులను పెద్ద సంఖ్యలో నియమించే ప్రయత్నం చేసినప్పుడు ఈ రాజ్యాంగ సవరణ జరిగింది. ఈ లక్షణాలను దృష్టిలో పెట్టుకొని మాత్రమే నేను న్యాయమూర్తులుగా నియామకానికి పేర్లు ప్రతిపాదించేవాడిని. నేను మొత్తం 12 మంది న్యాయమూర్తులను ప్రతిపాదించి, నియమించాను. నేను బాధ్యతలు చేపట్టేనాటికి కోర్టులో 12 మంది న్యాయమూర్తులు ఉండగా కేవలం రెండేళ్ళలోనే ఈ సంఖ్యను 21కి పెంచాను. ఈ నియామకాల్లో నేను ఎంచుకున్న పద్ధతేమంటే ముఖ్యమంత్రి సమ్మతి తీసుకున్న తర్వాతే నా ప్రతిపాదనలు పంపేవాడిని. నేను ఎవరి పేర్లు ప్రతిపాదిస్తున్నానో వారికి ఆ విషయం తెలిసేది కాదు. అందువల్ల పైరవీలకు ఆస్కారం లేకుండా పోయింది. నా ప్రతిపాదనలు రాష్ట్రపతి ఆమోదించారనే సమాచారం అందిన తర్వాతే సంబంధిత వ్యక్తులకు ఆ విషయం తెలియజేసేవాడిని. నేను ప్రతిపాదించిన పేర్లలో ఎవరైనా ఆ నియామకానికి ఇష్టపడకపోతే వారి పేరు జాబితానుండి తొలగించే వాడిని. అయితే ఎవరి పేరూ తొలగించాల్సిన అవసరం రాలేదు. ఈ ప్రక్రియ మొత్తం ఎనిమిది నుండి తొమ్మిది నెలల సమయంలో పూర్తిచేసేవాడిని. న్యాయవాదులకు కానీ, ప్రజలకు కానీ కోర్టులో న్యాయమూర్తుల పదవులు ఖాళీగా ఉన్నాయని తెలిసేది

కాదు. నేను అడిగిన నియామకాలను ప్రభుత్వం అగీకరించిన తర్వాతే ప్రతిపాదనలు పంపేవాడిని. అందువల్లే "నియామకాలు వర్షంలా కాక వరదలా ఉండేవని" కొందరు అంటూ ఉండేవారు.

ఈ సమయంలోనే భారత ప్రభుత్వం, సుప్రీం కోర్టు ప్రధాన న్యాయమూర్తితో సంప్రదించిన తర్వాత ఎన్నికల కేసులన్నీ హై కోర్టు పరిధిలోనే విచారణ జరగాలనీ, ట్రిబ్యునల్స్‌లో కాదనీ, ఆ విచారణ కూడా కేసు నమోదయిన ఆరునెలల్లో పూర్తవ్వాలని నిర్ణయించింది. న్యాయమూర్తులు ఈ ఎన్నికల కేసులు విచారణ చేయవలసి రావడం వల్ల ఇతర కేసుల విచారణకు అడ్ హాక్ న్యాయమూర్తులను సంబంధిత హై కోర్టు ప్రధాన న్యాయమూర్తులు ప్రతిపాదనలు పంపి ఆమోదం పొందవచ్చని కూడా ప్రభుత్వం స్పష్టం చేసింది. ఈ మేరకు నేను ఇద్దరు మాజీ న్యాయమూర్తులను అడ్ హాక్ న్యాయమూర్తులుగా నియమించుకోగలిగాను. వారిలో ఒకరు నేను గతంలో ప్రతిపాదించిన మద్రాస్ హై కోర్టు న్యాయమూర్తిగా పనిచేసి పదవీవిరమణ తర్వాత ఆంధ్ర ప్రదేశ్ లా కమిషన్ చైర్మన్ గా పనిచేస్తున్న జస్టిస్ పి.సత్యనారాయణ రావు. రెండోవారు ఆంధ్రప్రదేశ్ హై కోర్టులో నా సహచరునిగా పనిచేసిన జస్టిస్ ఎం.శేషాచలపతి. ఈ ఇద్దరు చాలా సివిల్ మరియు రిట్ కేసులు అనేకం పరిష్కరించారు. ఈ పద్ధతిన ఆంధ్రప్రదేశ్ హై కోర్టు నిర్ణీత ఆరు నెలల కాలంలోనే మొత్తం 20 ఎన్నికల కేసులు పరిష్కరించింది. ఈ ఇద్దరు అడ్ హాక్ న్యాయమూర్తులతో పాటు మరో 11 మంది న్యాయమూర్తుల నియామకం కూడా కేవలం యేడాదిన్నర కాలంలోనే సాధించుకోగలిగాను. ఈ విషయంలో సుప్రీం కోర్టు ప్రధాన న్యాయమూర్తి జస్టిస్ వాంచూ నాకు చాలా సహాయం చేశారు. "రెడ్డి, మీకు తెలుసు కదా... మీనుండి నాకు ఎలాంటి ప్రతిపాదన వచ్చినా వెంటనే ఆమోదిస్తాను. ఎందుకంటే దాని ఫలితం మీదే. అయితే ఈ పద్ధతిని ఇతరులపట్ల అమలు చేయను," అని ఆయన నాతో చెప్పారు. ఆయనకు నాపట్ల ఉన్న విశ్వాసానికి కృతజ్ఞతలు తెలియజేశాను. నేను సుప్రీం కోర్టుకు బదిలీపై వెళ్ళే సమయానికి ఆంధ్రప్రదేశ్ హై కోర్టులో అపరిష్కృత కేసుల సంఖ్యను 13 వేల చిల్లరకు తీసుకొచ్చాను. నేను బదిలీపై వెళ్ళిన తర్వాత అపరిష్కృత కేసుల సంఖ్య ఎంత గణనీయంగా తగ్గిందంటే కొన్ని బెంచ్‌లకు పనే లేకుండా పోయింది. నేను ముఖ్యమంత్రితో మాట్లాడినప్పుడు కోర్టులో అపరిష్కృత కేసుల సంఖ్య తగ్గిన తర్వాత ఖాళీలు భర్తీ చేయబోనని చెప్పారు. ఆ విధంగా కోర్టులో న్యాయమూర్తుల సంఖ్య తగ్గిస్తానన్నారు. అయితే కొత్తగా పోస్టులు మంజూరు

అయినప్పుడు వాటిని మాత్రం భర్తీ చేస్తానని చెప్పారు. ఆంధ్రప్రదేశ్ హై కోర్టులో 1999లో మొత్తం 21 మంది న్యాయమూర్తులు ఉండేవారు. నేను బదిలీపై వెళ్ళే సమయంలో కూడా అంతమందే ఉన్నారు. నాకు సంతోషకరమైన విషయం ఏమంటే, పని ఉన్నా లేకున్నా, భారత దేశంలోని హై కోర్టుల్లో ఆంధ్రప్రదేశ్ హై కోర్టు అతి తక్కువ అపరిష్కృత కేసులతో అగ్రస్థానంలో ఉంది. ఈ విషయంలో కేంద్ర న్యాయశాఖా మంత్రులు అభినందించారు. నేను అనేక సందర్భాల్లో చెప్పిందేమంటే, ఏదైనా సమస్య ఉన్నప్పుడు, దాన్ని పరిష్కరించాలనే లక్ష్యం పెట్టుకుంటే ఆ సమస్య ఖచ్చితంగా పరిష్కారమవుతుంది. కావలసిందల్లా పట్టుదల. ప్రతి సమస్యకూ ఒక పరిష్కారం సిద్ధంగానే ఉంటుంది. దాన్ని వెతికి పట్టుకోవడమే మన లక్ష్యం.

మంచి వ్యక్తిత్వం కలిగిన, యువకులు, బాగా పరిజ్ఞానం ఉన్నవారు సహచరులుగా లభించేలా ఏర్పాటు చేసుకున్నాను. మా కోర్టు తిరిగి తన ప్రతిష్టను సంపాదించుకుంది. మేమంతా ఒక జట్టుగా కలిసి పనిచేశామని సగర్వంగా చెప్పగలను. నేను నా ప్రతి సహచరునితో కలిసి మాట్లాడేవాడిని. అందువల్ల మామధ్య బంధం దృఢంగా ఉండేది. నా సహచరుల్లో ఒకరు, ఆ తర్వాత కాలంలో ప్రధాన న్యాయమూర్తిగా చేసి పదవీవిరమణ చేసిన తర్వాత కూడా తొలినాళ్ళలో ఆయన నాతోకలిసి కోర్టులో ఉన్నప్పుడు నేనుచెప్పిన ఒక విషయాన్ని ఇప్పటికీ గుర్తుచేసుకుంటున్నారు. నేను ప్రతిపాదించిన కారణంగా న్యాయమూర్తి పదవి వచ్చింది కాబట్టి నాకు విధేయుడిగా ఉండాలని కానీ, నాతో విభేదించవలసి వచ్చినప్పుడు సంకోచించాల్సిన అవసరం కానీ లేదని చెప్పాను. అదే సందర్భంలో తాను స్వతంత్రుడినని, విధేయుడిగా లేనని ప్రకటించుకోవడం కోసం మాత్రమే నాతో విభేదించవలసిన అవసరం కూడా లేదని చెప్పాను. సాధ్యమైనంతవరకు తీర్పు రాయడంలో నేనూ, నా సహచర న్యాయమూర్తులతో సమభాగం పంచుకునే వాడిని. నా పదవీ కాలంలో నియమితులైన అందరు న్యాయమూర్తులూ కేసులు వేగంగా పరిష్కరించేవారు. గడచిన రెండు మూడేళ్ళలో అపరిష్కృతంగా ఉన్న చాలా కేసులు పరిష్కారమయ్యాయి.

నేను ఇంతకుముందే చెప్పినట్టు నేను ప్రధాన న్యాయమూర్తిగా బాధ్యతలు చేపట్టేనాటికి కోర్టులో ఉన్న ఇద్దరు న్యాయమూర్తులకంటే నేను చిన్నవాడిని. బాసిరెడ్డి మరియు కొమరయ్య నాకంటే పెద్దవాళ్ళు కనుక నేను ఒక నెలరోజులు సెలవులో వెళితే వారిద్దరికీ చెరో పక్షం రోజులు తాత్కాలిక ప్రధాన న్యాయమూర్తిగా పని చేసే అవకాశం వస్తుంది. జస్టిస్ బాజిరెడ్డి 1968లో పదవీవిరమణ చేయవలసి ఉంది.

అందువల్ల నేను సెలవుపై వెళితే ఆయన తాత్కాలిక ప్రధాన న్యాయమూర్తిగా పదవీవిరమణ చేసే అవకాశం కలుగుతుంది. సెలవు పెట్టిన తర్వాత నేను ఆంధ్రప్రదేశ్‌లో ఉండాలనుకోలేదు. ఎందుకంటే ఎలాంటి సమస్య వచ్చినా స్వయం నిర్ణయాలు తీసుకోకుండా నాతో సంప్రదించేందుకు వచ్చే అవకాశం ఉంది. అందువల్ల నేను నా సోదరునితో కలిసి అహ్మదాబాద్ వెళ్ళి సెలవు పూర్తయ్యేవరకు అక్కడే ఉన్నాను. మా కుటుంబానికి అహ్మదాబాద్‌లో కొన్ని పనులు ఉన్నాయి. మా తండ్రిగారు 1965లో మృతిచెందిన తర్వాత ఇప్పటివరకూ మేము అహ్మదాబాద్ రాలేకపోయాం. అహ్మదాబాద్ లో ప్రధాన న్యాయమూర్తి భగవతి, ఆయన సహచరులు, రాష్ట్ర గవర్నర్ నన్ను సాదరంగా ఆహ్వానించి ఆతిథ్యం ఇచ్చారు. నా సెలవు పూర్తయ్యేరోజు జస్టిస్ బాజిరెడ్డి తాత్కాలిక ప్రధాన న్యాయమూర్తిగా పదవీవిరమణ చేశారు. ఆ మరుసటి రోజు నేనూ, నా సహచరులూ ఆయనకు మంచి విందు ఇచ్చాము.

@@@

అధ్యాయం - XIII

ప్రధాన న్యాయమూర్తి: సమస్యలు - సంఘటనలు

విధి మన జీవితాలలో ఎలాంటి పాత్ర పోషిస్తుందో నేను ప్రధాన న్యాయమూర్తిగా బాధ్యతలు స్వీకరించిన తొలి రోజుల్లోనే అర్థమైంది. ఎవరి పరిపాలనలో నేను 1948లో న్యాయమూర్తిగా జీవిత ప్రయాణం ప్రారంభించిన అదాతుల్-అలియా, హైదరాబాద్ హై కోర్టులో అదే పాలకుడు హైదరాబాద్ చివరి నిజాం ఒక కేసు నా ముందుకు విచారణకు వచ్చింది.

ఈ సంఘటనలు సమగ్రంగా వివరించడం అప్రస్తుతం కాదని నా అభిప్రాయం. నేను ప్రధాన న్యాయమూర్తిగా జులై 27, 1966న బాధ్యతలు చేపట్టగానే హైదరాబాద్ పోలీస్ కమిషనర్‌గా పనిచేసి ప్రస్తుతం నిజాం ప్రత్యేక అధికారిగా ఉన్న ఎస్.ఎన్ రెడ్డి వచ్చి నన్ను అభినందించారు. ఆ సందర్భంలోనే మీరు "ఆ పెద్దాయనను" (నిజాం) కలవాలనుకుంటున్నారా అని అడిగారు. ఇంతకు ముందు నా సహచర న్యాయమూర్తి ప్రధాన న్యాయమూర్తిగా బాధ్యతలు చేపట్టగానే నిజాంను కలిశారని కూడా చెప్పారు. నిజాం సిఫార్సుతోనే ఆయన ప్రధాన న్యాయమూర్తి అయినందున కృతజ్ఞతలు చెప్పారని తెలిపారు. ఈ ప్రధాన న్యాయమూర్తి తన పదవీవిరమణ తర్వాత నిజాం ట్రస్టులో సభ్యునిగా నియమితులయ్యారు.

అయితే నా సహచరుడు చేసిన పని నేను చేయాల్సిన అవసరం కానీ సందర్భం కానీ నాకు లేదని నేను చెప్పాను. నేను ప్రస్తుతం ఆంధ్రప్రదేశ్ హై కోర్టు ప్రధాన న్యాయమూర్తిని కానీ హైదరాబాద్ హై కోర్టు ప్రధాన న్యాయమూర్తిని కాదని కూడా ఎస్.ఎన్ రెడ్డికి స్పష్టంగా చెప్పాను. అంతకంటే ముందు నిజాం ఇప్పుడు ఈ రాష్ట్రాధినేత కాదని చెప్పాను. అలాగే ఒక వేళ నిజాంకు సంబంధించి ఏదైనా కేసు విచారణకు వస్తే నేను సందేహించనని కూడా స్పష్టం చేశాను. ఆ తర్వాత ఈ సంభాషణ ఎస్.ఎన్ రెడ్డి కొనసాగించలేదు.

1948 ఫిబ్రవరిలో నేను హై కోర్టు న్యాయమూర్తిగా బాధ్యతలు చేపట్టిన తర్వాత నగదు బహుమతి ఇచ్చేందుకు నిజామ్ ను కలిశాను. మనకంటే ఉన్నత పదవుల్లో ఉన్నవారిని కలిసేటప్పుడు వట్టిచేతులతో వెళ్ళకూడదు అనే ఆచారం ఉంది కాబట్టి అలా చిన్న నజర్ (బహుమతి)తో వెళ్ళాను. ఆ తర్వాత నిజామ్‌ను కలిసే అవసరం కానీ అవకాశం కానీ కలగలేదు. కానీ 1966లో స్వాతంత్ర్య దినోత్సవం సందర్భంగా ప్రభుత్వం నిర్వహించిన తేనీటి విందులో ఆయన కనిపించినప్పుడు దూరంగా ఉండే మర్యాదపూర్వకంగా నమస్కారం చేశాను. ''మీరు ఎలా ఉన్నారు'' అని అడుగుతున్నట్టుగా తన రెండు చేతులతో ఆయన సైగలు చేశారు. ప్రతిగా మరోసారి నమస్కారం పెట్టాను.

ఒకరోజు నా సహచర న్యాయమూర్తితో కలిసి కోర్టులో కూర్చున్నప్పుడు కోర్టు హాలు మొత్తం సందర్శకులతో నిండి కనిపించింది. అంతమంది ఎందుకు వచ్చారో ఆ కొద్దిసేపటి తర్వాత తెలిసింది. మాజీ అడ్వకేట్ జనరల్, ప్రముఖ న్యాయవాది డి.నరసరాజు నిజామ్ తరపున వాదిస్తూ నిజామ్‌కు ప్రభుత్వం ఇచ్చే రూ 50 లక్షల భరణం (privy purse) రద్దు చేస్తూ సిటీ సివిల్ కోర్టు ఇచ్చిన తీర్పుపై స్టే కోరుతూ వాదించారు. నిజామ్ వారసత్వం హక్కుకోసం తాను మూడవ నిజామ్ వారసుడినని ఎవరో ఈ వ్యాజ్యం వేశారు. ఆ వెంటనే రాష్ట్ర ప్రభుత్వం నిజామ్‌కు భరణం చెల్లింపులు నిలిపివేసింది.

వాదనలు ప్రారంభం కాగానే క్రింది కోర్టు తీర్పుపై స్టే ఇవ్వవద్దని అడ్వకేట్ జనరల్ బి.వి.సుబ్రహ్మణ్యం వాదించగా, "నిజామ్ ఒక వేళ కేసు ఓడిపోతే ప్రభుత్వానికి తిరిగి సొమ్ము చెల్లించలేరని ప్రభుత్వం భావిస్తోందా?" అని అడిగాను. అయితే ఆ మేరకు నిజామ్ లిఖిత పూర్వకంగా ఇస్తే ప్రభుత్వం భరణం చెల్లింపు కొనసాగించేందుకు అభ్యంతరం లేదని ఆయన చెప్పారు. నిజామ్ అలా లిఖితపూర్వకంగా ఇవ్వగలరా అని నరసరాజుని అడిగాను. సంబంధిత వ్యక్తులతో సంప్రదించిన తర్వాత "నిజామ్ తరపున ఎస్.ఎన్.రెడ్డి అలాంటి హామీపత్రం ఇస్తారు" అని బదులిచ్చారు. అయితే నిజామ్ మాత్రమే స్వయంగా హామీపత్రం ఇవ్వాలని స్పష్టంగా చెప్పాను. ఆ మధ్యాహ్నం నిజామ్ స్వయంగా సంతకం చేసిన హామీ పత్రం కోర్టుకు నరసరాజు సమర్పించారు. హామీ పత్రం పై "మీర్ ఉస్మాన్ అలీఖాన్ నిజామ్ VII" అని ఉంది.

జీవితం చక్రంలా గుండ్రంగా తిరుగుతోందని స్ఫురణకు వచ్చింది. ఇదే కోర్టులో

ఫిబ్రవరి 1948లో ఇదే నిజామ్ ఇచ్చిన నియామక పత్రం మేరకు నేను న్యాయమూర్తిగా బాధ్యతలు చేపట్టాను. ఇంతకాలం తర్వాత ఈ కోర్టుకు ప్రధాన న్యాయమూర్తి హెూదాలో ఇదే నిజామ్ వేసిన కేసులో ఆయన నుండే ఒక హామీపత్రం తెప్పించాను.

ఆ తర్వాత నిజామ్ మరణించినప్పుడు ఆయన అంతిమయాత్రలో పాల్గొనవలసిందిగా కొందరు వత్తిడి తెచ్చారు. అయితే నేను పాల్గొనలేదు. అంటే నిజామ్ పై నాకు గౌరవం లేక కాదు. ప్రస్తుతం నేను ఉన్న పదవిపట్ల ఉన్న గౌరవం. ఈ నా నిర్ణయం సరైనదని తర్వాత రుజువైంది. నిజామ్ మరణం తర్వాత ఆయన ఆస్తులకు సంబంధించిన వివాదం ఒకటి నా ముందుకు వచ్చింది. నిజామ్ తన చివరి రోజుల్లో మొదటి నిజామ్ పెద్దకొడుకు అజాం ఝాకు కొడుకు అయిన ముఖరం ఝా అని పిలవబడే నవాబ్ బర్కత్ అలీ ఖాన్ ను తన వారసుడిగా ప్రకటించారు. ఈ నిర్ణయాన్ని నిజామ్ కొడుకులూ, కూతుర్లు అందరూ వ్యతిరేకించారు. చివరికి ముఖరం ఝా తండ్రి ఆజామ్ ఝా కూడా వ్యతిరేకించారు. నిజామ్ వారసులను గుర్తించే బాధ్యత భారత రాష్ట్రపతిది కావడం వల్ల ఈ కేసులో ప్రభుత్వం కూడా భాగస్వామిగా ఉంది. వాదనలు ప్రారంభం అయినప్పుడు ముస్లిం చట్టం ప్రకారం వారసత్వం కుటుంబ క్రమం తప్పించకూడదు. అయితే ఈ వాదనకు ప్రతిగా బర్కత్ అలీ ఖాన్ తరపు న్యాయవాది నిజామ్ కుటుంబానికి ముస్లిం చట్టం వర్తించదని వాదించారు. ఈ వాదన అసమంజసంగా ఉంది. అయితే రెండువైపులా వాదనలు విన్న తర్వాత నిజామ్ వారసుడిని గుర్తించే అధికారం ప్రభుత్వానిదనీ, కానీ నిజామ్ ఆస్తులకు వారసత్వం నిర్ణయం మాత్రం ముస్లిం చట్టం పరిధిలోకి వస్తుందని తీర్పు చెప్పాను. బర్కత్ అలీఖాన్ నా తీర్పుపై సుప్రీం కోర్టుకు వెళ్ళారు. కానీ నా తీర్పు ఆధారంగానే వివాదం పరిష్కరించుకున్నారు.

ఈ కేసులో కొన్ని సందర్భాలు ఒక గొప్ప పాఠం నేర్పాయి. న్యాయమూర్తులు తమ తీర్పుల విషయంలో కేసులో ఉన్న వ్యక్తుల పట్ల కానీ, తమ వ్యక్తిగత జీవితంలోని అంశాల ఆధారంగా కానీ ప్రభావితం కాకూడదు.

నేను ప్రధాన న్యాయమూర్తిగా బాధ్యతలు స్వీకరించిన తర్వాత ఒకరోజు పత్రికలో ఒక వార్త చదివాను. గతంలో 1962లో హైకోర్టు న్యాయమూర్తిగా నియమితులైన గోపాలరావు Ekbote ఇచ్చిన ఒక తీర్పు సుప్రీం కోర్టులో రెండు అంశాలపై పునపరిశీలనకు వచ్చింది. మొదటిది ఆయన హైకోర్టు న్యాయమూర్తిగా

నియమితులయ్యేందుకు కావలసిన పది సంవత్సరాలు న్యాయవాదిగా పనిచేయలేదని అందువల్ల ఆయన నియామకం చెల్లదని. రెండోది ఆయన తన వాస్తవ జన్మదిన తేదీ ఇవ్వలేదని. ఈ వార్త చూడగానే గోపాలరావుకు ఫోన్ చేసి ఇలాంటి వార్తలు ఎందుకు వస్తున్నాయని అడిగాను. ఇలాంటి వార్తల వల్ల హై కోర్టు ప్రతిష్టకు భంగం అవుతుందనే భయం కూడా కలుగుతోందని చెప్పాను. అయితే ఆయన నన్ను కలిసి స్వయంగా అన్నివిషయాలూ వివరిస్తానని చెప్పారు. ఆరోజు సాయంత్రం ఆయన వచ్చారు. కొద్దిసేపు మాట్లాడిన తర్వాత న్యాయమూర్తిగా నియామకానికి ఆయన అర్హుడు కాదు అన్న ఆరోపణ అవాస్తవమని లేదా దురుద్దేశపూర్వకంగా చేస్తున్నదని అర్థమైంది. ఇక ఆయన జన్మదినం, వయస్సుకు సంబంధించినంతవరకు ఆ విషయాలు రాష్ట్రపతి, సుప్రీంకోర్టు మాత్రమే నిర్ణయం తీసుకోవాల్సి ఉంది. గోపాలరావు 1930లో ఔరంగాబాద్ లో న్యాయవాద వృత్తి మొదలు పెట్టినప్పుడు ఆయన పట్టభద్రుడు కాదు. ఇలాంటి న్యాయవాదులు ప్రతి యేడాది తమ పేర్లు నమోదు చేసుకోవాలి. అందుకు జన్మదిన సర్టిఫికెట్ ఇవ్వాల్సి ఉంటుంది. అలాగే ఇంకో చట్టం ప్రకారం సీనియర్ న్యాయవాదుల పేర్లు నేరుగా నమోదు చేసుకోవచ్చు. గోపాలరావు ఇలా ప్రతియేడాది తన పేరు నమోదు చేసుకుంటూ చివరిగా నవంబర్ 1948లో హైదరాబాద్ న్యాయవాదుల చట్టం నిబంధనల మేరకు న్యాయవాదిగా తన పేరు హై కోర్టులో నమోదు చేసుకున్నారు. భారత రాజ్యాంగం అమలులోకి రాగానే సుప్రీం కోర్టులో సీనియర్ న్యాయవాదిగా తనపేరు సెప్టెంబర్ 1951లో నమోదు చేసుకున్నారు. ఈలోగా ఉస్మానియా విశ్వవిద్యాలయం సాయంత్రం కళాశాలలో ఎం.ఏ మరియు ఎల్.ఎల్.బి చదివారు. ఈ విధంగా రాజ్యంగంలో పేర్కొన్న నిబంధన మేరకు ఆయన పదేళ్ళకు పైగానే న్యాయవాదిగా పనిచేశారు.

ఈ వ్యవహారంలో రాష్ట్ర ప్రభుత్వం భాగస్వామ్యం కూడా ఉన్నందున రాష్ట్ర ప్రభుత్వం తరపున సొలిసిటర్ జనరల్ ఎస్.వి.గుప్తా వాదనలు చేస్తే బాగుంటుందని ముఖ్యమంత్రికి ఫోన్ చేసి సూచించాను. అందుకు ఆయన సమ్మతించారు. ఆవెంటనే గుప్తాకు ఫోన్ చేసి గోపాలరావు వివాదంలో రాష్ట్ర ప్రభుత్వం తరపున వాదించేందుకు ప్రభుత్వం ఆహ్వానించే అవకాశం ఉందని, అందుకు సిద్ధంగా ఉండమని కోరాను. గోపాలరావు, నేనూ ఆఫీస్‌లో చాలాసేపు కూర్చొని ఆయన తరపున వాదనకు అవసరమైన సమగ్ర సమాచారం సిద్ధం చేశాము. వాదప్రతివాదనల తర్వాత న్యాయమూర్తి నియామకానికి గోపాలరావు అనర్హుడు అనేందుకు సరైన ఆధారాలు

లేవనీ, ఇక ఆయన వయసు గురించి తేల్చాల్సింది రాష్ట్రపతి అని సుప్రీంకోర్టు తీర్పు చెప్పింది.

అయితే గోపాలరావు వయస్సు గురించి రాష్ట్రపతి నిర్ణయం తీసుకోవాలని సుప్రీం కోర్టు ఎలాంటి సూచనా చేయకపోవడంతో ఈ వివాదం అంతటితో ముగిసింది. ఈ విషయంలో కొంతమంది నన్ను తప్పుపట్టే ప్రయత్నం చేశారు. అది హాస్యాస్పదంగా అనిపించింది. ఈ విషయంలో సుప్రీం కోర్టునుండి కానీ, రాష్ట్రపతి నుండి కానీ ఎలాంటి సూచనలూ లేకుండా ముందుకు పోవడం గోపాలరావు వయసుపై వివాదం చేయడం సముచితంగా అనిపించలేదు. ఇంతకు ముందు హైదరాబాద్ పోలీస్ చర్య తర్వాత పలువురు న్యాయవాదులు ఇచ్చిన ఫిర్యాదు మేరకు హైదరాబాద్ హై కోర్టులోని ఒక న్యాయమూర్తి ఇలాంటి కారణంతోనే రాజీనామా చేశారు. ఆయన న్యాయవాదిగా పేరు నమోదు చేసినప్పుడు ఒక పుట్టిన తేదీ ఇచ్చారు. పబ్లిక్ ప్రాసిక్యూటర్‌గా నియమితులైనప్పుడు మరో తేదీ ఇచ్చారు. ఆ తర్వాత న్యాయమూర్తిగా నియమితులైనప్పుడు మరో తేదీ ఇచ్చారు. ఇలా ప్రతిసందర్భంలోనూ అయన పుట్టిన తేదీ మారుస్తూ ప్రతిసారీ గతంలోకంటే తక్కువ వయసు చూపించేవారు. ఈ ఆధారాలతో న్యాయవాదులు ప్రశ్నించగానే ఆయన రాజీనామా చేశారు. అలాగే కలకత్తా హై కోర్టులో జస్టిస్ మిట్టల్ తప్పుడు పుట్టిన తేదీ ఇచ్చి చివరికి రాజీనామా చేయవలసి వచ్చింది. ఈ సంఘటనల తర్వాత న్యాయముర్తుల వయసు అంశంలో వివాదం వస్తే తగిన విచారణ చేసి నిర్ణయం తీసుకునే హక్కు రాష్ట్రపతికి కల్పించారు. అయితే గోపాలరావు విషయంలో రాష్ట్రపతి ఎలాంటి చర్యలు తీసుకోలేదు.

ప్రధాన న్యాయమూర్తిగా నేను నిర్వర్తించాల్సిన అంశాల్లో ఒక కీలకమైన అంశం ఎన్నికల వివాదాలు విచారించేందుకు న్యాయమూర్తులను నియమించడం. పార్లమెంటు లేదా రాష్ట్ర శాసనసభకు ఎన్నికైన వారిపై వచ్చే వివాదాలు విచారించి తీర్పు చెప్పాల్సి ఉంది. ఈ క్రమంలో డాక్టర్ మర్రి చెన్నారెడ్డి పార్లమెంటుకు ఎన్నికను సవాల్ చేస్తూ పిర్యాదు రాగా కోర్టు ఆయన ఎన్నికను పక్కన పెట్టింది. చెన్నారెడ్డి ఎన్నికను తిరస్కరించడమే కాదు మరో ఆరేళ్ళపాటు ఆయన రాష్ట్ర శాసనసభకు కానీ పార్లమెంటుకు కానీ పోటీ చేయరాదని కూడా కోర్టు నిషేధం విధించింది. ఈ తీర్పు పట్ల ఆయన తీవ్ర సంతృప్తితో ఉన్నారని తెలుసుగానీ, ఆయన నాపై అసంతృప్తితో ఉన్నారని గ్రహించలేదు. హై కోర్టు ఇచ్చిన తీర్పును సుప్రీం కోర్టు కూడా ధృవీకరించింది. ఈ వివాదం ఇక్కడితో ముగిసింది అనుకున్నాను. కానీ చెన్నారెడ్డి

ఈ విషయాన్ని మర్చిపోలేదని నేనుహో సుప్రీం కోర్టులో పదవీవిరమణ చేసి ఉస్మానియా విశ్వవిద్యాలయం వైస్ ఛాన్సలర్‌గా బాధ్యతలు చేపట్టే సమయంలో గ్రహించాను. ఆయనను పదవీచ్యుతుణ్ణి చేసిన న్యాయమూర్తిని నేనే నియమించానని నాపై కోపం పెట్టుకున్నారు. ఒక న్యాయమూర్తి నిర్ణయానికి నేనెలా బాధ్యుణ్ణి అవుతాను? ఇదో నిరాధారమైన నిందారోపణ. ఇలా అయితే కేసు ఓడిపోయిన ప్రతి ఒక్కరూ తీర్పు ఇచ్చిన న్యాయమూర్తిపైన, ఆ న్యాయమూర్తిని నియమించిన ప్రధాన న్యాయమూర్తిపైన కోపం పెంచుకుంటారా? ఏది ఏమైనప్పటికి చెన్నారెడ్డికి నాపై ఎలాంటి కోపం, కక్ష సాధింపు ఆలోచనలు ఉన్నా వాటితో నాకు ప్రమేయం లేదు.

న్యాయవాద వృత్తికోసం నేను 1941లో హైదరాబాద్ వచ్చినప్పటినుండి నాకు చెన్నారెడ్డి పరిచయం. ప్రముఖ న్యాయవాది కొండా వెంకట రంగారెడ్డికి చెన్నారెడ్డి బంధువు. అప్పట్లో చెన్నారెడ్డి వైద్య వృత్తిలో ఉన్నారు. రంగారెడ్డి మా కుటుంబ న్యాయవాదిగా పనిచేశారు. రాజా బహద్దూర్ వెంకట్రామ రెడ్డి సూచన మేరకు రెడ్డి హాస్టల్ కార్యదర్శిగా నేను బాధ్యతలు స్వీకరించాను. రంగారెడ్డి, చెన్నారెడ్డి, మరియు ఆ తర్వాత కాలంలో కమ్యూనిస్ట్ పార్టీలో చేరిన రావి నారాయణ రెడ్డి ఈ హాస్టల్ పాలకవర్గంలో సభ్యులు. ఈ వ్యవహారంలో కొన్ని న్యాయపరమైన అంశాలలో రంగారెడ్డి మరియు చెన్నారెడ్డి నన్ను సంప్రదించేవారు. ఆ తర్వాత చెన్నారెడ్డి రాజకీయాల్లో ప్రవేశించి అనేక పదవులు చేపట్టినప్పటికీ ఆయనతో నాకు సత్సంబంధాలే కొనసాగాయి. ఇంతకుముందే చెప్పినట్టు నేను ప్రధాన న్యాయమూర్తిగా బాధ్యతలు చేపట్టిన తర్వాత అప్పట్లో కేంద్రమంత్రిగా ఉన్న చెన్నారెడ్డి హైదరాబాద్ వచ్చి నన్ను అభినందించి నాతో కొంతసమయం గడిపారు. ఆయన అప్పట్లో తాండూర్ నియోజకవర్గం నుండి ఎంపికయ్యారు. అక్కడ ఉన్న మా బంధువులు కొందరు ఈ ఎన్నికలో ఆయనకు సహకరించారు. ప్రజా ప్రాతినిధ్య చట్టం 1967 ప్రకారం ఎన్నికల వివాదాలు సత్వరం పరిష్కరించాలని నిర్ణయించడంతో అందుకు తగిన ఏర్పాట్లు చేశాను. ఆంధ్రప్రదేశ్ హై కోర్టులో ఎన్నికలకు సంబంధించి 20 కేసులు నమోదయ్యాయి. వాటి సత్వర పరిష్కారానికి సీనియారిటీ ప్రాతిపదికన జస్టిస్ బాసిరెడ్డి, ఎన్.కొమరయ్య మరియు అనంతనారాయణ అయ్యర్‌కు ఆ కేసుల విచారణ అప్పగించాను. ఈ కేసులు నమోదైన ఆరునెలలలోగా పరిష్కరించాలని, సిట్టింగ్ జడ్జి విచారణ చేయాలనీ నిబంధన ఉన్నందున నా ద్రుష్టి అంతా నిబంధనల మేరకు గడువులోపు పూర్తిచేయడంపైనే ఉంది. విచారణ ప్రారంభం అయిన తర్వాత

అనంతనారాయణ అయ్యర్ దగ్గర విచారణ కొంత మందకొడిగా ఉందని గ్రహించాను. విచారణ ఇలా కొనసాగితే ఆయనకు అప్పగించిన కేసులు ఆరునెలల గడువులో పూర్తికావని అర్థమైంది. చెన్నారెడ్డి కేసు ఇంతవరకు విచారణకు రాలేదు. అందువల్ల అనంతనారాయణ అయ్యర్ మరికొంతమంది నా సహచర న్యాయమూర్తులతో చర్చించి చెన్నారెడ్డి కేసుతోపాటు మరికొన్ని కేసులను మరో సీనియర్ న్యాయమూర్తికి బదిలీ చేశాను. జస్టిస్ కే.వి.ఎల్.నరసింహం ఇప్పటికే కంపెనీల చట్టం కేసులన్నీ చూస్తున్నందువల్ల ఈ కేసులు ఆయన చూడలేరని భావించాను. మిగిలిన నలుగురు న్యాయమూర్తులు తెలంగాణకు చెందినవారు. జస్టిస్ మహ్మద్ మీర్జా అస్వస్థతగా ఉన్నారు. జస్టిస్ షెర్ఫుద్దీన్ (సెషన్స్ జడ్జిగా ఎన్నికల వివాదాలు చూస్తున్నారు) ఇప్పటికే బ్రహ్మానంద రెడ్డి కేసు విచారణ పూర్తిచేయడానికి షుమారు ఆరు సంవత్సరాల సమయం తీసుకున్నారు. ఆ వివాదంలో తీర్పు తదుపరి ఎన్నికలు పూర్తయిన తర్వాత వచ్చింది. జస్టిస్ గోపాలరావు గతంలో కాంగ్రెస్ ప్రభుత్వంలో మంత్రిగా చేశారు. అంతకన్నా ఆయన రాజకీయాల్లో ఉన్నప్పుడు చెన్నారెడ్డితో కలిసి పనిచేశారు. ఈ కారణాల దృష్ట్యా చెన్నారెడ్డిపై వందేమాతరం రామచంద్రరావు వేసిన కేసును విచారణకు జస్టిస్ కృష్ణారావుకు అప్పగించాను. ఆయన కేసుల అత్యంత వేగవంతంగా పూర్తిచేస్తారు. కేసులోని ఇరుపక్షాల్లో ఎవరూ ఈ కేసు బదిలీని వ్యతిరేకించలేదు. అనుకున్నట్టుగానే విచారణ చాలా వేగంగా మొదలైంది. ఈ సమయంలోనే జస్టిస్ బాసిరెడ్డి ఓసారి నన్ను కలిసినప్పుడు తాను ఇటీవలే చెన్నారెడ్డిని కలిశానని, కేసు గురించి వాకబు చేయగా విచారణ పట్ల సంతృప్తి వ్యక్తం చేసి న్యాయమూర్తి కూడా సానుకూలంగా ఉన్నారని చెప్పినట్టు నాతో అన్నారు. 1968 ఏప్రిల్ నెల చివరి పనిదినం నాడు భోజన విరామంలో రిజిస్ట్రార్ వచ్చి చెన్నారెడ్డికి వ్యతిరేకంగా తీర్పు వచ్చిందని చెప్పారు. చెన్నారెడ్డి తన ఎన్నికల ప్రచారంలో మతపరమైన అంశాలు ప్రస్తావించడం వల్ల కేసు ఆయనకు వ్యతిరేకంగా ఉందని చెప్పారు. ఇది జరిగిన కొన్ని రోజుల తర్వాత చెన్నారెడ్డి ఒక పెళ్లి వేడుకలో కనిపించారు. నేను ఆయన పక్కపక్కనే కూర్చున్నాం. ఈ సందర్భంలో ఏదో పలకరిద్దామని నేను ప్రయత్నం చేయగా ఆయన ముభావంగా కనిపించారు. ఇక నేను బయలుదేరే ముందు కె.వి.రంగారెడ్డి తనయుడు మాధవ రెడ్డి (ఆ తర్వాత కాలంలో ఈయన న్యాయమూర్తిగా మరియు ప్రధాన న్యాయమూర్తిగా పనిచేశారు) నాకు వీడ్కోలు చెప్పడానికి వచ్చారు. ఆయన్నే అడిగాను: "చెన్నారెడ్డికి ఏమైంది? ఎందుకు అలా ముభావంగా ఉన్నారు" అని. "మీకు తెలియదా? తన

ఎన్నికను కొట్టివేస్తూ వచ్చిన తీర్పుపై ఆయన సుప్రీం కోర్టుకు వెళ్ళే అవకాశం లేకుండా వెకేషన్ కోర్టు తీర్పు ఇచ్చింది" అన్నారు. "అయితే దానికి నాపట్ల ముభావంగా ఉండాల్సిన పనేముంది?" అన్నాను. "ఆయన నాతో కూడా మాట్లాడడం లేదు. మా నాన్నగారు నా సలహాలు తీసుకుంటున్నారని ఆయన అనుమానం" అన్నారు మాధవ రెడ్డి. కోర్టు తీర్పు తనకు వ్యతిరేకంగా వచ్చినందున అసంతృప్తితో ఉన్నారని నేను భావించాను. అది సహజమే కదా అనిపించింది. నాకు కూడా ఆ తీర్పు కొంత ఆశ్చర్యాన్ని కలిగించింది. తర్వాత కేసు సుప్రీం కోర్టుకు వెళ్ళినప్పుడు విచారణ చేపట్టిన ప్రధాన న్యాయమూర్తి జస్టిస్ హిదయతుల్లా మరియు జస్టిస్ మిట్టర్ ముందు వాదనలు విన్న తర్వాత కేసును విచారణకు స్వీకరించవచ్చు అనిపించింది. అయితే కేసును విచారణకు స్వీకరించలేదని ఆకాశవాణిలో వార్త వచ్చిందని నా సహచర న్యాయమూర్తి జస్టిస్ సుబ్బారావు మధ్యాహ్న భోజన సమయంలో కలిసినప్పుడు చెప్పారు. తీర్పు తర్వాత వస్తుందని చెప్పారు.

నేను ముఖ్యమంత్రి సూచన మేరకే తన కేసు విచారణను జస్టిస్ కృష్ణారావుకు అప్పగించానని నాపై చెన్నారెడ్డి ఆగ్రహంతో ఉన్నారని తర్వాత తెలిసింది. నాకు వ్యతిరేకంగా ముఖ్యమంత్రి చేసిన పనుల గురించి, అందునా ఒకసందర్భంలో నన్ను బదిలీ చేయించాలని చేసిన ప్రయత్నాలు తెలిసిన వారెవరూ, ప్రత్యేకించి నాతో చనువుగా ఉండి నాగురించి పూర్తిగా తెలిసిన చెన్నారెడ్డి ఇలాంటి పుకార్లు నమ్మడం నాకు ఆశ్చర్యంగా అనిపించింది. ఇలాంటి పరిస్థితుల్లో ఈ కేసులో నన్ను ప్రభావితం చేసే సాహసం చేసి చిక్కుల్లో పడేందుకు ముఖ్యమంత్రి ప్రయత్నిస్తారా? ఏది ఏమైనప్పటికీ నేను న్యాయమూర్తిగా తర్వాత ప్రధాన న్యాయమూర్తిగా సక్రమంగా పనిచేశానా లేక ప్రలోభాలకు ప్రభావితుడినయ్యానా అన్నది పాఠకులే నిర్ణయిస్తారు. అయితే అకారణంగా చెన్నారెడ్డి నాపై కోపం పెంచుకోవడం దురదృష్టకరం అనిపించింది. కోర్టులో కేసు ఓడిపోయిన ప్రతి ఒక్కరూ సంబంధిత న్యాయమూర్తిపైనో లేక ప్రధాన న్యాయమూర్తి పైనో కోపం తెచ్చుకోవడం సహజమేనేమో! ఈ విషయంలో ఆ తర్వాత జరిగిన అనేక సంఘటనలు నేను ప్రస్తావించదల్చుకోలేదు. ఇవన్నీ వృత్తిలో ఎదురయ్యే సవాళ్ళలో భాగమే. ఇలాంటివన్నీ చూస్తూ మౌనంగా భరించాల్సిందే. నాకు సంబంధించినంతవరకూ చెన్నారెడ్డిపై చెడు అభిప్రాయాలు లేవు. గతంలో ఆయనపట్ల ఎలాంటి గౌరవభావం ఉండేదో ఇప్పుడూ అదే భావం ఉంది.

@@@

అధ్యాయం - XIV

సుప్రీం కోర్టు దిశగా

మే నెల 1969లో లండన్ లో ఉంటున్న మా రెండో అబ్బాయి జైరామ్, కోడలు సురేఖను, అమెరికాలోని చికాగోలో ఉంటున్న పెద్దబ్బాయి అజిత్ కుటుంబాన్ని సందర్శించాలని నేనూ, నా భార్య అనుకున్నాం. నేను అమెరికా వెళ్ళడం అదే మొదటిసారి. నా వెన్నెముకకు వైద్య పరీక్షలు, అవసరమైతే ఆపరేషన్ చేయించడం ఈ ప్రయాణానికి అసలు కారణం. నా కిడ్నీలో రాయి ఉంది. వీలయితే అది కూడా తొలగించుకోవాలి. మొదటగా నేను మెడికల్ బోర్డుకు వెళ్ళాను. ఈ ఆపరేషన్లు భారతదేశంలో ఇంకా ప్రాచుర్యంలోకి రాలేదు. అమెరికాలోనో, బ్రిటన్‌లోనో ఈ ఆపరేషన్లు చేయించుకోవడం ఉత్తమం. మెడికల్ బోర్డు ఈ విషయాన్ని ధృవీకరించడంతో ప్రభుత్వం నాకు అవసరమైన విదేశీ మారకద్రవ్యాన్ని తీసుకునే వెసులుబాటు కల్పించింది. నేను జూన్ 7, 1969 నుండి జులై 11, 1969 వరకు శెలవు కోరుతూ మే 12, 1969న దరఖాస్తు చేసుకున్నాను. నేను శెలవులో ఉన్నప్పుడు ప్రధాన న్యాయమూర్తిగా బాధ్యతలు నిర్వర్తించేందుకు 223 అధికరణ ప్రకారం సీనియర్ న్యాయమూర్తి జస్టిస్ ఎన్ కొమరయ్య పేరు ప్రతిపాదించాను. దీనికి ఒక్కరోజు ముందు అంటే మే 13, 1969న గతంలో కేంద్ర హెూమ్ మంత్రిత్వ శాఖ న్యాయస్థానాల్లో అవినీతి, కేసుల పరిష్కారంలో జాప్యం వంటి విషయాలను విచారించేందుకు ప్రతి రాష్ట్రానికి ఒక అదనపు న్యాయమూర్తి ఉండాలని ఏప్రిల్ 6, 1969న తీసుకున్న నిర్ణయం మేరకు ఆంధ్రప్రదేశ్‌లో అదనపు న్యాయమూర్తిగా హై కోర్టు రిజిస్ట్రార్ మరియు జిల్లా సెషన్స్ జడ్జి శ్రీ మంతెన రామచంద్ర రాజును నియమిస్తూ ఉత్తర్వులు జారీ చేశాను. గతంలో గ్రేడ్ 1 జడ్జిగా పదోన్నతి పొందిన నలుగురిలో రామచంద్రరాజు మూడో వారు. అయితే ఈయన నాతో పనిచేసిన అనుభవంతో మిగిలిన ముగ్గురు న్యాయమూర్తులకు పదోన్నతి కలిపించినప్పటికీ వారికి సీనియారిటీ క్రమం కేటాయించనందువల్ల నేను రాజు పేరు ప్రతిపాదించాను. అయితే అంతిమ నిర్ణయం

ప్రధాన న్యాయమూర్తికి వదిలేశాను. ప్రభుత్వం ఆశించినట్టు, నిర్దేశించినట్టు నిర్వహించవలసిన విధులకు రాజు సరైన వ్యక్తి అని నేను భావించాను. అయితే అందరు జడ్జిలకు సంబంధించిన ఫైల్‌ను కూడా పంపించాను. ఆ తర్వాత విదేశీ పర్యటన కోసం నేను హైదరాబాద్ నుండి ప్రయాణమై ఢిల్లీ చేరుకున్నాను. మా అబ్బాయి నాకు వైద్య పరీక్షల ఏర్పాటు చేశాడు. వైద్య పరీక్షల అనంతరం నాకు ఆపరేషన్ అవసరం లేదని వైద్యులు స్పష్టం చేశారు. ప్రముఖ కీళ్ళ వైద్య నిపుణుడు సర్ హెర్బర్ట్ సెడ్న్ తనకు కూడా ఈ సమస్య ఉందని అయినా తాను ఆపరేషన్ చేయించుకోలేదని, అలా అలవాటు పడిపోవడం మంచిదని సూచన చేశారు. మరో కిడ్నీ వైద్య నిపుణుడు కూడా ఇలాంటి సలహానే ఇచ్చారు. బ్రిటన్‌లో ఒక వారమో, పదిరోజులో ఉన్న తర్వాత మే 18న అమెరికాలోని చికాగో చేరుకున్నాం. అక్కడ మేము ఉండేందుకు ఒక హొటల్ గది ఏర్పాటు చేశాడు మా అబ్బాయి అభిజిత్. తను విధుల్లో ఉండడం వల్ల మేము సాయంత్రం 6గంటల తర్వాతనో లేక వారాంతంలోనో కానీ కలవగలం. అమెరికాలో ఉద్యోగం చేసే వారు ఉదయాన్నే అల్పాహారం కూడా తీసుకోకుండానే 8 గంటలకే ఆఫీస్ కు చేరుకుంటారు. పగలంతా పనివత్తిడిలో ఉంటారు. క్షణం కూడా ఖాళీగా ఉండరు. మేము ఉదయం 10 లేక 11 గంటల మధ్యలో డౌన్ టౌన్‌కు బస్‌లో చేరుకున్నాం. బస్సులో మాలాగే వయసుమీరినవారే ఉన్నారు. ఉదయం పనులన్నీ ముగించుకొని అలా సిటీకి వెళ్ళి కాలక్షేపం చేస్తారు. మేము కూడా అలాగే దుకాణాల చుట్టూ తిరుగుతూ కాలక్షేపం చేశాం. మధ్యాహ్నం అక్కడే హొటల్లో భోజనం చేసి తిరిగి మా హొటల్ కు చేరుకొని మా అబ్బాయి రాకకోసం ఎదురు చూశాం. ఆయన వచ్చి నగరంలోని చూడదగ్గ ప్రదేశాలు చూపించాడు. ఒకరోజు మాకు విందు ఇచ్చాడు. ఈ సందర్భంగా తన స్నేహితులు కొందర్ని మాకు పరిచయం చేశాడు. మే 22న అభిజిత్ నాకు కొన్ని ఉత్తరాలు అందించాడు. అవన్నీ నాకు రాసినవే. కాకపోతే తన చిరునామాకు వచ్చాయి. వాటిలో నా వ్యక్తిగత కార్యదర్శి సుబ్బారావు రాసిన లేఖ కూడా ఉంది. ఆ లేఖ తెరిచి చూస్తే అందులో నాకు ప్రధాన న్యాయమూర్తి జస్టిస్ హిదయతుల్లా రాసిన ఒక ముఖ్యమైన లేఖ ఉంది. అది మే 14, 1969న రాసి హైదరాబాద్ కు పంపిన ఉత్తరం. ఆ ఉత్తరం చదివి నేను ఆశ్చర్యపోయాను. ప్రధాన న్యాయమూర్తి నన్ను సుప్రీం కోర్టులో న్యాయమూర్తిగా చేరాలంటూ రాసిన లేఖ అది. ఆ లేఖ ఈ విధంగా ఉంది:

గోప్యం
భారత ప్రధాన న్యాయమూర్తి
క్యాంపు: బి-9, మఫత్ లాల్ పార్క్, బొంబాయి
మే 14, 1969
ప్రియమైన రెడ్డి,

సుప్రీం కోర్టులో ఈ ఆగస్టు మరియు అక్టోబర్ నెలల్లో రెండు ఖాళీలు ఏర్పడనున్నాయి. ఈ రెండు ఖాళీలు ఆగస్టు నెలలోనే భర్తీ చేయవలసిందిగా కోర్టును భారత ప్రభుత్వానికి నేను లేఖ రాయదలచుకున్నాను. అక్టోబర్ లో వచ్చే ఖాళీ భర్తీకి అప్పటివరకూ వేచిఉండాల్సిన పని లేదు. ఈ రెండు ఖాళీల భర్తీకి మీ పేరు ప్రభుత్వానికి సూచించాలని అనుకుంటున్నాను. అయితే అంతకు ముందే సుప్రీం కోర్టుకు వచ్చేందుకు మీ సమ్మతి తెలుసుకుందామని అనుకున్నాను. ఈ లేఖకు జవాబు మీరు మే 30, 1969 నాటికి నా ఢిల్లీ చిరునామాకు పంపిస్తే చాలు. నేను బొంబాయి నుండి మే 29, 1969 నాటికి ఢిల్లీ చేరుకుంటాను.

కృతజ్ఞతలతో
మీ
(ఎం. హిదయతుల్లా)

ఈ లేఖను నా శ్రీమతికి చూపించాను. గౌతమ్ నవంబర్ 1947లో పుట్టినప్పటినుండి మా అత్తగారు మాతోనే ఉండి పిల్లల సంరక్షణ చూసుకునే వారు. ఆమె ఇప్పుడు అనారోగ్యంతో మంచంలో ఉన్నారు. ఈ పరిస్థితుల్లో నేను సుప్రీం కోర్టుకు బదిలీ అంగీకరించడం సబబుగా తోచలేదు. అయితే ఈ విషయం నేను చూసుకుంటాలే అని నా శ్రీమతి బదులిచ్చింది. ఆమె సోదరుడు, వదిన, వారి కుమార్తె, పిల్లలు, అందరూ హైదరాబాద్‌లోనే ఉంటున్నారు. మేము లేని సమయంలో మా అత్తగారిని వారే చూసుకుంటారు. ఈ అవకాశాన్ని కేవలం అత్తగారికోసం వదులుకోవడం మంచిది కాదని ఆమె సూచన చేసింది. తర్వాత ఆ లేఖను మా అబ్బాయి అజిత్‌కు చూపించాను. "నీ అభిప్రాయం ఏంటి" అని అడిగాను. "మీకు అదేనా కావలసింది డాడీ?" అని అడిగాడు. "అది నేను ఆశించింది కాదు. భారత ప్రధాన న్యాయమూర్తి ఆశిస్తున్నది" అని బదులిచ్చాను. అజిత్ ఏమీ మాట్లాడలేదు. నా శ్రీమతి కూడా అభ్యంతరం చెప్పకపోవడంతో మేము ఆ దగ్గరలోనే ఉన్న పోస్ట్

ఆఫీస్ కు వెళ్ళి ప్రధాన న్యాయమూర్తికి మే 22, 1969న ఒక రిజిస్టర్ పోస్ట్ లేఖ రాశాను. అది ఈ విధంగా ఉంది:

కేరాఫ్ అజిత్ కుమార్ పింగ్లే
ప్రియమైన ప్రధాన న్యాయమూర్తి గారికి,

మీరు మే 14, 1969న రాసిన లేఖకు నేను కృతజ్ఞుణ్ణి. ఆ లేఖ అమెరికాలో ఉన్న నా కుమారుడి చిరునామాకు వచ్చింది. సుప్రీం కోర్టులో ఏర్పడే ఖాళీ భర్తీకి నా పేరు ప్రతిపాదించదలచినందుకు నేను సర్వదా కృతజ్ఞుణ్ణి. మీరు నియామక ఉత్తర్వులు పంపితే నేను ఆగస్టులో చేరేందుకు సంసిద్ధంగా ఉన్నాను. అలాగే మీరు ఆశించిన స్థాయిలో పనిచేయగలిగేందుకు చిత్తశుద్ధితో కృషి చేస్తాను.

ఇట్లు,
మీ విధేయుడు
పి.జె.రెడ్డి

ప్రధాన న్యాయమూర్తి తన లేఖను గోప్యంగా ఉంచినందున నా నియామక విషయం కేంద్ర ప్రభుత్వం, భారత రాష్ట్రపతి ఆమోదించేవరకు గోప్యంగానే ఉంచాలని నిర్ణయించుకున్నాను. నా శ్రీమతి మరియు కొడుకు మినహా ఈ విషయం ఎవరికీ చెప్పలేదు.

ఈ మధ్యలో అమెరికాలోని భారత రాయభారి నవాబ్ అలీ యావర్ జంగ్ వాషింగ్ టన్‌లో తమ ఆతిథ్యం స్వీకరించవలసిందిగా ఆహ్వానం పంపారు. అందుకు అంగీకారం తెలియజేస్తూ నేను ప్రత్యుత్తరం పంపాను. అలాగే ఉస్మానియా విశ్వవిద్యాలయంలో కెమిస్ట్రీ లెక్చరర్ గా పనిచేస్తూ ప్రస్తుతం ఓహియోలోని కొలంబస్‌లో పరిశోధన చేస్తున్న టి.నవనీతరావు కూడా తన ఆతిథ్యం స్వీకరించవలసిందిగా కోరుతూ ఓ ఆహ్వానం పంపారు. ఓ వారం రోజులు అజిత్‌తో గడిపిన తర్వాత నవనీతరావు దగ్గరకు వెళ్ళాలని అనుకున్నాం. ఆ ప్రకారం మే 18న మేము చికాగో చేరుకునే సరికి నవనీతరావుకు రెండో కొడుకు, వినయ్, జన్మించాడు.

మేము కొలంబస్ మే 24 శుక్రవారం చేరుకున్నాం. అక్కడ నవనీతరావు మాకు స్వగతం పలికారు. మాతో గడిపేందుకుగాను ఆయన విశ్వవిద్యాలయం నుండి ఒక వారం రోజులు శెలవు తీసుకున్నారు. మేము అట్లాంటా, నయాగరా జలపాతం వంటి అనేక ప్రదేశాలు సందర్శించాం.

ఓహియోలో కెమిస్ట్రీ విభాగాధిపతి ప్రొఫెసర్ కాల్వర్ట్ మరియు విశ్వవిద్యాలయ ఉపాధ్యక్షుడు ప్రొఫెసర్ లిప్పిన్కోట్ కలిశారు. ఈ ఇద్దరూ గతంలో ఉస్మానియా విశ్వవిద్యాలయం సందర్శించినప్పుడు నన్ను కలిశారు. ఫిజిక్స్ ప్రొఫెసర్ నరహరిరావును కూడా కలిశాము. ప్రొఫెసర్ లీప్పిన్కోట్ మా దంపతులను వారి ఇంటికి ఆహ్వానించారు. అమెరికాలో ఇంటికి అతిథులు వచ్చినప్పుడు వారికి సపర్యలు చేయడం గృహిణికి పెద్దభారం కనుక వారు ఇంటికి అతిథులను అరుదుగా ఆహ్వానిస్తుంటారు. వాళ్ళు వివిధ రంగాలకు చెందిన 15 మందిని ఆహ్వానించారు. రాత్రి విందుకు మమ్ములను వేరే ప్రదేశానికి తీసుకెళ్ళారు. అక్కడ మరికొంతమంది అతిథులు కనిపించారు. ఈ వారం రోజులూ మేము బాగా సంతోషంగా గడిపాము. నవనీతరావు ఆయన భార్య మాకు మంచి ఆతిథ్యం ఇచ్చారు. ముఖ్యంగా నయాగరా జలపాతం సందర్శన మరియు కెనడా వైపు ప్రయాణం ఒక గొప్ప అనుభూతిని కలిగించింది. నయాగరాజలపాతం పైనుండి తొలిసారిగా హెలికాప్టర్లో ప్రయాణం చేసే అవకాశం కూడా దొరికింది.

అక్కడినుండి మేము వాషింగ్టన్ చేరుకున్నాం. అక్కడ నవాబ్ ఆలీ యావర్ జుంగ్ స్వాగతం పలికి తమ ఇంటికి తీసుకెళ్ళారు. ఆయన భార్య జెహ్రా నా బాల్య స్నేహితుడు హాది బిల్గ్రామీ సోదరి. ఆలీ, జెహ్రా దంపతులు మంచి ఆతిథ్యం ఇచ్చారు. మా పట్ల చాలా ఆప్యాయత చూపించారు. మేము వర్జీనియాలోని జార్జ్ వాషింటన్ స్వగృహం మరియు మాంటిసిల్లోలోని థామస్ జఫర్సన్ స్వగృహం చూసేందుకు ఏర్పాట్లు చేశారు. వాషింటన్లో లింకన్ మరియు జెఫర్సన్ స్మారక స్థూపాలు, స్మిత్సోనియాన్ ప్రదర్శన శాల సందర్శించాము. స్మిత్సోనియాన్ ప్రదర్శన శాలలో అనేక విలువైన, అతి పురాతనమైన వస్తువులు, విశేషాలు మరియు ఒక జలాంతర్గామి చూశాం. అదొక విజ్ఞానవంతమైన సందర్శన. మేము ఒకరోజులో సగభాగం అక్కడే ఉన్నాం. కానీ అన్నింటిని తీరుబడిగా చూసే సమయం చాలలేదు. అలాగే వైట్ హౌస్ సందర్శించి అక్కడ అమెరికా అధ్యక్షుడు నివసించే భవనం మరియు ఆయన పనిచేసే భవనం చూశాం.

వాషింగ్ టన్ చాలా పరిశుభ్రమైన నగరం. తిన్నగా కనిపించే రోడ్లు, పార్కులు, పరిశుభ్రమైన ప్రదేశాలు. మాకు ఢిల్లీ నగరం గుర్తుకొచ్చింది. మమ్ముల్ని వివిధ ప్రదేశాల సందర్శనకు తీసుకెళ్ళిన నవాబ్ ఆలీ యార్ జంగ్ డ్రైవర్ గ్రీకు దేశస్తుడు. అతడు తన దేశం పట్ల చాలా గర్వంగా కనిపించేవాడు. అవకాశం లభిస్తే గ్రీకులు సాధించిన విజయాలు చెప్పేవాడు. అమెరికా అధ్యక్షుడు కెన్నడీ హత్య తర్వాత ఆయన భార్య

జక్విలిన్ ఒక గ్రీకు దేసస్తుణ్ణి వివాహం చేసుకోవడం నుండి నౌకాయాన ప్రముఖుడు అరిస్టాటిల్ ఓనస్సిస్ వరకూ అందరి విషయాలు చెప్పేవాడు. మేము ఆలీ మరియు జహీరా దంపతుల వద్దకు వచ్చినప్పుడు మాకు అమెరికా ప్రధాన న్యాయమూర్తి ఏర్ల వారెన్‌ని కలిసే ఏర్పాటు చేసినట్టు ఆలీ చెప్పాడు. వారెన్ ప్రధాన న్యాయమూర్తి పదవికి రాజీనామా చేశారని, ఆయన స్థానంలో మరో ప్రధాన న్యాయమూర్తిని నియమించనున్నారని అప్పుడే మరోవార్త కూడా తెలిసింది. ఒకరోజు మధ్యాహ్నం నాలుగు గంటల సమయంలో ఎంబసీలోని డిప్యూటీ కార్యదర్శి నన్ను ప్రధాన న్యాయమూర్తి దగ్గరకు తీసుకెళ్ళారు. ఆయన చాలా ఎత్తుగా, ధృడంగా ఉన్నారు. చాలా మర్యాదగా కూడా ఉన్నారు. ఆయన తన కార్యాలయంలో నాకు స్వాగతం పలికారు. కార్యాలయంలో అన్ని న్యాయశాస్త్రానికి సంబంధించిన పుస్తకాలే కనిపించాయి. రాయభారి ఒక పార్టీలో తనను కలిశారని ఆ సందర్భంలోనే నేను అమెరికాలో ఉన్న విషయం చెప్పి కలిసే అవకాశం ఉందా అని అడిగారని చెప్పారు. "రాయబారి మీగురించి చెప్పగానే కలిసేందుకు నేను సరే అన్నాను" అంటూ చెప్పారు. అమెరికాలో న్యాయమూర్తిగా నియమియించాలంటే చాలా కఠినమైన పద్ధతి అమలులో ఉందని, సదరు వ్యక్తి ఆస్తిపాస్తులు, జీవన విధానం, రాజకీయ సంబంధాలు వంటి అనేక అంశాలు పరిగణలోకి తీసుకొంటున్నారని ఆతర్వాత మాటల్లో చెప్పాను. అయితే ఇలాంటి అంశాలేవీ నా వృత్తిలో నన్ను ప్రభావితం చేయలేదని కూడా స్పష్టంగా చెప్పాను. ఒక కేసు వాదనల తర్వాత నేను నిర్ణయం తీసుకోవలసి వచ్చినప్పుడు అది నాకు కొంత కష్టతరంగానే ఉండేది. ఇరుపక్షాల న్యాయవాదుల వాదనలు నా ఆలోచనలో గందరగోళంలో పడేసేవి. అయితే కొంతకాలం తర్వాత రెండువైపుల వాదనలూ మరోసారి గుర్తు చేసుకొని ఎవరి వాదన న్యాయసమ్మతమో అలోచించి ఒక నిర్ణయం తీసుకోవడం అలవాటు చేసుకున్నాను. ఈ క్రమంలో ఒక న్యాయమూర్తి నిర్ణయాన్ని ప్రభావితం చేయగల అంశాల పట్ల ఒక్కసారి కాదు అనేక సార్లు అప్రమత్తంగా ఉన్నాను. ఎర్ల్ వారెన్ నా అభిప్రాయాలతో ఏకీభవించారు. "ప్రధాన న్యాయమూర్తిగారూ నేను గతంలో కాలిఫోర్నియా గవర్నర్‌గా పనిచేస్తున్న రోజుల్లో ఓ నిర్ణయం తీసుకున్నాను. అయితే ఆ తర్వాత నేను ప్రధాన న్యాయమూర్తిగా బాధ్యతలు చేపట్టిన తర్వాత అప్పట్లో నేను గవర్నర్‌గా తీసుకున్న నిర్ణయం ఇప్పుడు ప్రధాన న్యాయమూర్తిగా తీసుకునే నిర్ణయాలకు భిన్నంగా కనిపిస్తున్నాయి," అంటూ వివరించారు. అయితే వార్న్ రెండు బాధ్యతల్లో తీసుకున్న రెండు నిర్ణయాలు సబబుగానే కనిపించాయి. "మీరు ప్రధాన న్యాయమూర్తిగా తీసుకున్న నిర్ణయం సరైనదే" అని

బదులిచ్చాను. అందుకు ఆయన పెద్దగా నవ్వేశారు. నేను ఆయనను కలిసిన రోజు ఆయన అనేక కీలకమైన తీర్పులు ఇచ్చారని తెలిసింది. ఆయన పట్ల నాకు గౌరవం పెరిగింది. ఒక అరగంటకు పైగా ఇద్దరం మనసువిప్పి మాట్లాడుకున్న తర్వాత ఈ కలయికను ఏర్పాటుచేయడంతో ఆలీ మంచి చొరవే తీసుకున్నారని అనిపించింది. ఒక గొప్ప మనిషిని కలిసే అవకాశం కలిగింది.

ఆలీ చిన్న కుమారుడి ముక్కుసూటి తనం ఇక్కడ నాకు నచ్చిన మరో విషయం. అతనో తెలివైన యువకుడు. ఒక సందర్భంలో మన దేశం ఎంత మురికిగా ఉంటుంది, వీధుల్లో పశువులు యధేచ్ఛగా తిరుగుతూ ఎలా మురికి చేస్తాయి అంటూ చర్చ జరుగుతున్న సమయంలో అతను జోక్యం చేసుకొని “అది మనదేశం. అది అలానే ఉంటుంది. అక్కడి పరిస్థితులు నచ్చకపోతే ఆ దేశం విడిచి వెళ్ళొచ్చు” అంటూ నిర్మొహమాటంగా చెప్పేశాడు. ఈ మాటలతో ఆ తర్వాత ఈ విషయంలో మేము చర్చ చేయలేదు.

వాషింగ్‌టన్ నుండి మేము న్యూయార్క్ చేరుకున్నాము. అక్కడ ఇండియన్ ఎక్స్ప్రెస్ ఐక్యరాజ్య సమితి ప్రతినిధిగా పనిచేస్తున్న పి.రంగారెడ్డి మాకు స్వాగతం పలికి తన ఇంటికి తీసుకెళ్ళారు. ఐక్యరాజ్య సమితి భవనాలు ఇతర చూడదగ్గ ప్రదేశాలు దగ్గరుండి చూపించారు. ఇక్కడ రోడ్లపై వాహనాల రద్దీ ఎక్కువగా ఉంది. నగరం మొత్తం రద్దీగా ఉండి ఇరుకుగా కనిపించింది. ఒక భవనం పైనుండి మరో భవనంపైకి వంతెనలు కూడా ఉన్నాయి. వాటిపై ప్రయాణిస్తూ కింద రోడ్లపై విరామంలేకుండా తిరుగుతున్న వాహనాలను చూడగలం. అది చాలా అద్భుతమైన దృశ్యం. ఇక్కడ మేము పురాజీవవస్త్ర ప్రదర్శనశాలను సందర్శించాము. దీనికి ప్రొఫెసర్ కోల్బెర్ట్ డైరెక్టర్‌గా పనిచేస్తున్నారు. ఆయన మాకు దగ్గరుండి ప్రదర్శనశాల అంతా చూపించారు. ఆ ప్రదర్శనశాల మాకు చాలా సంతోషం కలిగించింది. ఆ తర్వాత మేము ప్రొఫెసర్ కోల్బెర్ట్ ఇంటికి వెళ్ళాము. అలాగే మా బంధువు ఇందు ఇంటికి కూడా వెళ్ళి ఆమె భర్త, కొడుకుని కూడా కలిశాము.

న్యూయార్క్ తర్వాత తిరిగి లండన్ చేరుకున్నాము. అక్కడ కొడుకు, కోడలితో ఓ వారం రోజులు గడిపిన తర్వాత నార్వే రాయభారి ఎన్.వి.రావు దంపతుల ఆహ్వానం మేరకు వారిని సందర్శించాము. రావు లండన్‌లో నా సహచరుడు. ఆయన లండన్ స్కూల్ ఆఫ్ ఎకనామిక్స్ లో చదివారు. ఆయనకు గ్రెస్ ఇన్ సభ్యత్వం కూడా ఉంది. ఆయన, ఆయన భార్య రేణుక మాకు మంచి ఆతిధ్యం ఇచ్చారు. అక్కడ కొన్ని

పరిశ్రమలు, వృధాశ్రమాలు, ఇతర ప్రదేశాలు చూశాం. ఇక్కడ వృద్ధాశ్రమాలు, వృద్ధులపట్ల నిర్వాహకులు చూపించే ప్రేమ మాకు బాగా నచ్చాయి. అక్కడినుండి స్వీడన్ కారులో వెళ్ళాం. స్వీడన్‌లో జీవనం కాస్త ఖరీదు అయినప్పటికీ నార్వే ప్రజలకంటే వీరు కాస్త అధునాతనంగా కనిపించారు. ఈ రెండు సోదర దేశాల్లో మంత్రులు కూడా తమ కార్యాలయాలకు సైకిలుపై వెళ్ళడం కనిపించింది. ఒక సందర్భంలో రద్దీగా ఉన్న వీధిలో భుజంపై బ్యాగ్ తగిలించుకొని సాధారణ పౌరుడిగా వెళుతున్న ఓ వ్యక్తిని చూపించి "ఆయన ఒక మంత్రి" అంటూ రావు చూపించారు. ఇక్కడినుండి మాస్కో మీదుగా మేము ఢిల్లీ చేరుకున్నాం.

మాస్కోలో ఢిల్లీకి వెళ్ళవలసిన ఎయిర్ ఇండియా విమానం ఎక్కడం కోసం మేము వెళుతున్న సమయంలో మాకు అక్కడ ఒక భిన్నమైన వాతావరణం కనిపించింది. మా విమానం దిగిన వెంటనే రెండు వాహనాలు వచ్చి ఒకటి ముందు, మరొకటి విమానం వెనుక ఉండి విమానాశ్రయం వరకు రక్షణగా వచ్చాయి. మేము విమానాశ్రయం దగ్గర దిగగానే అక్కడి అధికారి మా పాస్ పోర్టులు తీసుకొని తన దగ్గర పెట్టుకున్నారు. మమ్మల్ని విమానాశ్రయం దాటి వెళ్ళనివ్వలేదు. ఎయిర్ ఇండియా విమానంలోకి చేర్చవలసిన మా లగేజ్ కూడా కస్టమ్స్ అధికారులదగ్గరకు చేర్చారు. అక్కడి అధికారి మా సూట్ కేసులు తెరిచి ప్రతివస్తువును క్షుణ్ణంగా పరిశీలించి ఆ తర్వాత తిరిగి సూట్ కేసుల్లో భద్రపరచి అప్పుడు ఎయిర్ ఇండియా విమానంలోకి పంపించారు. అక్కడ కనీసం కాఫీ తాగేందుకు కూడా మా దగ్గర మాస్కో నగదు (Roubles) లేకపోవడంతో విమానాశ్రయంలోనే అనుమతించిన ప్రదేశంలో తిరుగుతూ కాలక్షేపం చేశాం. మాస్కో విమానాశ్రయం కంటే ఢిల్లీ విమానాశ్రయం చాలా బాగుందనిపించింది. సాయంత్రం ఎయిర్ ఇండియా విమానం ఎక్కే సమయానికి అధికారులు మా పాస్ పోర్టులు తిరిగి ఇచ్చారు. ప్రయాణం రాత్రివేళ కావడంతో చాలాసేపు నిద్రపోయాం. తెల్లవారే సమయానికి మేము అందమైన కొరకొరుమ్ ప్రాంతంలో ఉన్నట్టు అనిపించింది. అదొక అద్భుతమైన, కొంత భయం కల్పించే ప్రదేశం. జులై 5, 1969న ఉదయం 7 గంటలకు ఢిల్లీ విమానాశ్రయం చేరుకున్నాం. ఢిల్లీలో జైరామ్ మామ మల్లారెడ్డి కలిశారు. మేము వారి ఇంట్లోనే ఉన్నాం. అదేరోజు భారత ప్రధాన న్యాయమూర్తి జస్టిస్ హిదయతుల్లాను కలిశాను. నా నియామకం ప్రతిపాదనను ప్రధాన మంత్రి అంగీకరించారని, సంబంధిత ఫైలు రాష్ట్రపతి ఆమోదానికి వెళ్ళిందని ఆయన నాకు చెప్పారు. నాతో పాటు మరో ఇద్దరు

న్యాయమూర్తుల నియామకం జరుగుతోందని చెప్పారు. వారిలో ఒకరు కలకత్తా హై కోర్టులో న్యాయమూర్తి కాగా మరొకరు ఢిల్లీ హై కోర్టు ప్రధాన న్యాయమూర్తి. ప్రధాన న్యాయమూర్తి చాలా స్నేహంగా కనిపించారు. నేను సుప్రీం కోర్టు నియామకానికి అంగీకరించడం పట్ల ఆయనతో పాటు ఇతర న్యాయమూర్తులు కూడా సంతోషిస్తున్నారని చెప్పారు. నియామక ఉత్తర్వులు వీలైనంత త్వరలో అందుతాయి అని చెప్పారు. నేను ఎప్పటిలోగా విధుల్లో చేరాల్సి ఉంటుంది అని అడిగాను. "ఆగస్టు 1న" అని బదులిచ్చారు. అయితే మా సీనియారిటీ ఎలా నిర్ణయించబోతున్నారు అనే విషయం ఆయన్ను అడగలేదు. ఆ అంశమే నాకు స్ఫురణకు రాలేదు. ఎందుకంటే ఇప్పుడున్న హై కోర్టు ప్రధాన న్యాయమూర్తులు అందరికంటే నేనే సీనియర్.

అదేరోజు సాయంత్రం ఢిల్లీ నుండి హైదరాబాద్ బయలుదేరి శనివారం సాయంత్రం చేరుకున్నాం. హైదరాబాద్ విమానాశ్రయంలో తాత్కాలిక ప్రధాన న్యాయమూర్తి, ఇతర న్యాయమూర్తులు, రిజిస్ట్రార్ శ్రీ రామచంద్ర రాజు స్వాగతం పలికారు. "మీ నియామకం గురించి ఏమైనా ప్రకటన వచ్చిందా" అని శ్రీ రాజుని అడిగాను. ఆరోజు ఉదయమే వచ్చిందని చెప్పారు. "మీరు లేని సమయంలో కొమరయ్య నా జన్మదినం తదితర వివరాలు అడిగారు. అన్నీ ఇచ్చాను" అని చెప్పారు. కొమరయ్య ఇద్దరు జిల్లా మరియు సెషన్స్ జడ్జిల విషయంలో నా ప్రతిపాదనను ఎవరికీ చెప్పనందుకు నాకు సంతోషం కలిగించింది. నేను వచ్చిన రెండో రోజు శ్రీ రాజు నియామకంపై వివాదం మొదలైంది. శ్రీ రాజు నియామకం పట్ల తీవ్ర వ్యతిరేకత వ్యక్తం అయింది. అనేక మంది ఫోన్ చేసి రామచంద్ర రాజు కంటే సీనియర్ న్యాయమూర్తులు ఉండగా వారిని కాదని రాజుని నియమించడం పట్ల అభ్యంతరం వ్యక్తం చేశారు.

వారిలో ఒకరు ఏకంగా రాజు నియామక ప్రతిపాదన ఉపసంహరించుకోవాలని కోరుతూ రాష్ట్రపతికి టెలిగ్రామ్ పంపించారు. ఇంకొందరైతే తెలంగాణ – ఆంధ్రా భావన రెచ్చగొట్టి నేను తెలంగాణ వ్యతిరేకినని ప్రచారం మొదలుపెట్టారు. అవన్నీ అర్థంలేని ఆరోపణలు. వీరిలో కొందరు ఉత్తరాదినుండి తెలంగాణకు వలసవచ్చిన వారే. నన్ను విమర్శిస్తున్నవారిలో చాలామంది తెలంగాణేతర ప్రాంతాలనుండి వచ్చినవారు. వాస్తవానికి నేను ఆంధ్రప్రదేశ్ హై కోర్టు ఏర్పాటుకు ముందు తెలంగాణ హై కోర్టులో పరిపాలనా పరమైన వ్యవహారాలు చూస్తున్న సమయంలో ఇప్పుడు నన్ను విమరిస్తున్న ఇద్దరిలో ఒకరిని సెస్సన్స్ మరియు జిల్లా జడ్జిగా నియామకానికి

సిఫార్సు చేశాను. మరొకరి సిఫార్సుకు మద్దతిచ్చాను. నాకు సంబంధించినంతవరకు నేను పనిచేస్తున్న సంస్థకు అత్యుత్తమమైనవి అందించడమే నా లక్ష్యం. ఇందులో రాగద్వేషాలు మరే ఇతర అంశాలూ నన్ను ప్రభావితం చేయలేవు.

ఇదిలా ఉండగా జులై 7 సోమవారం నాడు శ్రీ రాజును రిజిస్ట్రార్‌గా ప్రమాణస్వీకారం చేయించిన తర్వాత మధ్యాహ్నం భోజన విరామ సమయంలో జస్టిస్ ఓబుల్ రెడ్డిని పిలిచాను. ఆయన గతంలో రిజిస్ట్రార్‌గా పనిచేసినందున, పాలనా సంబంధమైన వ్యవహారాల్లో ఆయనకు అనుభవం ఉన్నందున ఈ విషయంలో ఏదైనా సలహా ఇస్తారని భావించాను. ఈ విషయంలో ప్రభుత్వ అంగీకారం తీసుకోవాలని జస్టిస్ ఓబుల్ రెడ్డి చెప్పారు. అలాంటి నిబంధన ఏదీ లేదుకదా అన్నాను. భారత రాజ్యాంగంలోని 229వ అధికరణ ఇచ్చిన అధికారాల మేరకు హై కోర్టులో అన్ని నియామకాలు ప్రధాన న్యాయమూర్తి చేస్తారు. ఈ 229 అధికరణ ప్రకారమే కొన్ని ప్రత్యేక సందర్భాల్లో గవర్నర్ జోక్యం చేసుకొని రాష్ట్ర పబ్లిక్ సర్వీస్ కమిషన్‌ను సంప్రదించి కోర్టు కార్యకలాపాలతో సంబంధం లేని వ్యక్తులను కూడా నియామకానికి సిఫార్సు చేసే అవకాశం ఉంది. అయితే ఇక్కడ గవర్నర్ అలాంటి నిబంధనేది పెట్టనందున ఉమాపతి రావును నియమించే అధికారం నాకు ఉంది అని జస్టిస్ ఓబుల్ రెడ్డికి చెప్పాను. అలాగే ఉమాపతి రావును రిజిస్ట్రార్‌గా నియమించినట్టు ముఖ్యమంత్రికి తెలియజేద్దామని అనుకున్నాను. ఇందుకు జస్టిస్ ఓబుల్ రెడ్డి సమ్మతించారు. ఆ రోజు సాయంత్రం ఉమాపతిని కలవమని చెప్పాల్సిందిగా సుబ్బారావును కోరాను. ఆమేరకు ఆ సాయంత్రం ఉమాపతి నన్ను కలిసినప్పుడు తనను రిజిస్ట్రార్‌గా నియమించాలని అనుకుంటున్న విషయం చెప్పాను. “అందుకు నేను సమర్థుడనేనా” అని ఉమాపతి అడిగారు. “ఆ విషయం నాకు వదిలిపెట్టు” అన్నాను. ఆయన తన సమ్మతిని తెలియజేయగానే ఉమాపతిని రిజిస్ట్రార్ గా నియమిస్తూ ఉత్తర్వులు జారీచేశాను. ఈ ఉత్తర్వులు అందరినీ ఆశ్చర్యంలో ముంచెత్తాయి. అప్పటివరకూ తెలంగాణ వ్యతిరేకిగా నాపై జరుగుతున్న ప్రచారంలో వాస్తవం లేదనీ అది కొందరు స్వార్థపరులు దురుద్దేశంతో చేసిన ప్రచారమని అందరికీ అర్థమైంది. కొంతమంది న్యాయమూర్తుల బంధువులు అయితే నేను చాలా తెలివైన వాడినని, ఈ ఒక్క నియామకంతో అందరి నోళ్ళు మూయించేశానని వ్యాఖ్యానాలు చేశారు. నా సహచర న్యాయమూర్తి కొమురయ్య కూడా ఉమాపతి నియామకం పట్ల సంతృప్తి వ్యక్తం చేశారు. అలాగే ముఖ్యమంత్రి కూడా ఈ నియామకం పట్ల సంతృప్తి

వ్యక్తం చేశారు. ముఖ్యమంత్రికి సన్నిహితుడైన మంత్రి జె.వి.నర్సింగరావుకు ఉమాపతి కుటుంబంతో మంచి పరిచయాలు ఉన్నాయి.

నేను ఒక ఆరువారాలపాటు లేకపోవడం వల్ల అనేక సమస్యలు ఉత్పన్నం అయ్యాయి. కొందరు స్వార్థపరులు ఇదే అవకాశంగా తీసుకొని నాకు వ్యతిరేక పరిస్థితులు కల్పించారు. నాకు ఒకటిరెండు ఆకాశరామన్న ఉత్తరాలు వచ్చాయి. ఇలాంటి నిరాధార ఆకాశరామన్న ఉత్తరాలు ఆంధ్రా ప్రాంతం నుండే వస్తాయి. అయితే నా హయాంలో ఒకటో రెండో అలాంటి లేఖలు వచ్చాయి. అవికూడా నిరాధారమైన ఆరోపణలతో కూడినవి. వీటిలో ఒకటి ఇండియన్ లా జర్నల్ ఆంధ్రప్రదేశ్ విభాగానికి ప్రధాన సంపాదకునిగా సీతారామ్ రెడ్డి నియామకం. ఆయన ఆ తర్వాత హై కోర్టు న్యాయమూర్తిగా చేశారు. అయితే ఈ నియామకంతో నాకు రెడ్డి కుల పిచ్చి అంటగట్టారు. ఈ లా జర్నల్ ప్రచురణకు నేను చైర్మన్ గా ఒక కమిటీ ఉంది. ఈ కమిటీ సమావేశంలో “ఆంధ్రా వీక్లీ రిపోర్టర్” కు సంపాదకుడిగా ఒక పేరు నేను ప్రతిపాదించాను. అయితే ఆ సమావేశంలో ఉన్న రిజిస్ట్రార్ మరియు ఇద్దరు న్యాయవాదులు సీతారామ్ రెడ్డి పేరు ప్రతిపాదించారు. అప్పటికే సీతారామ్ ఈ పత్రికతో పనిచేస్తున్నందువల్ల ఆ పేరును నేను అంగీకరించాను. ఈ నియామక ఉత్తర్వులు వెలువడగానే సీతారామ్ రెడ్డి అయినందువల్లనే నేను ఆయనను నియమించామని పుకార్లు లేవనెత్తారు. ఈ ప్రచారంలో భాగంగా వచ్చిన ఒక లేఖలో అర్హతలు ఉన్న వ్యక్తులను పక్కనబెట్టి ఈ నియామకం చేసినందున నన్ను సుప్రీమ్ కోర్టుకు బదిలీ చేయాలని రాశారు. ఎలాగైనా నన్ను ఇక్కడినుండి బదిలీ చేస్తే నా తర్వాత వచ్చే ప్రధాన న్యాయమూర్తి సమర్థవంతంగా పనిచేస్తారని సూచనలు వచ్చాయి. నాకు ఆశ్చర్యం కలిగించిన విషయం ఏమంటే ఇలాంటి లేఖల్ని చెత్తబుట్టలో పడేయకుండా న్యాయవాదుల సంఘం తమ నోటీసు బోర్డులో పెట్టింది.

రాష్ట్రపతి ఆమోదం లభించేవరకూ సుప్రీం కోర్టు న్యాయమూర్తిగా నా నియామకం విషయం రహస్యంగా ఉంచవలసి రావడంతో నేను ప్రధాన న్యాయమూర్తిగా కొనసాగుతాననే భావం కల్పిస్తూ పనిచేయడం అలాగే ఆగస్టు 1న సుప్రీం కోర్టు న్యాయమూర్తిగా బాధ్యతలు స్వీకరించేందుకు ఏర్పాట్లు చేసుకోవడం కొంచెం కష్టంగానే ఉంది. అయితే నాకు అత్యంత నమ్మకస్తుడు, విశ్వాసపాత్రుడు అయిన నా వ్యక్తిగత కార్యదర్శి సుబ్బారావుకు మాత్రం ఈ విషయం తెలుసు. నాకు సంబంధించిన అన్ని విషయాలు తనద్వారానే జరుగుతున్నందున ఈ విషయం కూడా తనకు తెలిసినా

నాకు పెద్దగా నష్టం అనిపించలేదు. జులై 15న రాష్ట్ర ప్రభుత్వ ప్రధాన కార్యదర్శి శ్రీ ఎం.టి.రాజు నాకు ఒక లేఖ రాశారు. సుప్రీం కోర్టు న్యాయమూర్తిగా నా నియామకాన్ని రాష్ట్రపతి ఆమోదించారని, ఆ బాధ్యత చేపట్టేముందు నా ఆరోగ్య స్థితిపై ఒక వైద్యుడి ద్వారా కానీ, డైరెక్టర్ అఫ్ మెడికల్ సైన్సెస్ ద్వారా కానీ ఒక సర్టిఫికెట్ కావాలని ఆయన కోరారు. అలాగే నేను ఆగస్టు 1న లేదా ఆ తర్వాత వీలునుబట్టి ఎంత త్వరగా అయినా విధుల్లో చేరాల్సి ఉంటుందని ఆ లేఖలో తెలియజేశారు. ఆ మరుసటి రోజు అంటే జులై 16న జస్టిస్ ఓబుల్ రెడ్డి అయన సతీమణి డాక్టర్ శకుంతల ఓబుల్ రెడ్డి మా ఇంటికి వచ్చారు. అప్పుడే నా సుప్రీం కోర్టు నియామక ఉత్తర్వుల విషయం వారికి చెప్పి, నాకు కావలసిన మెడికల్ సర్టిఫికెట్ ఇవ్వవలసిందిగా డాక్టర్ శకుంతల ఓబుల్ రెడ్డిని కోరాను. ఈ విషయం రహస్యంగా ఉంచాలని కూడా వారిని కోరాను. డాక్టర్ శకుంతల వెంటనే నాకు సర్టిఫికెట్ ఇచ్చారు. దాన్ని నేను అదే రోజు ప్రభుత్వ ప్రధాన కార్యదర్శి శ్రీ ఎం టి రాజు కు పంపించాను. అలాగే ముఖ్యమంత్రి శ్రీ బ్రహ్మానంద రెడ్డిని కలిసి నా నియామకం విషయం మర్యాదపూర్వకంగా తెలియజేశాను. ఈ విషయంలో రాష్ట్రపతికి ప్రతిపాదన వెళ్ళిన సమయంలో నా అభ్యర్థిత్వం గురించి తనను కూడా సంప్రదించారని ఆయన చెప్పారు.

ఆ తర్వాత డిస్ట్రిక్ట్ మరియు సెషన్స్ జడ్జి గా హైదరాబాద్ జ్యుడిషియల్ సర్వీస్‌లో చేరి, తర్వాత ఆంధ్ర ప్రదేశ్ జ్యుడిషియల్ సర్వీస్ లో కొనసాగుతున్న శ్రీ శ్రీరాములును ఆదాయ పన్ను ట్రిబ్యునల్ చైర్మన్ గా నియమించేందుకు ప్రతిపాదన చేశాను. ఏదైనా రాష్ట్రంలో ఆదాయపన్ను శాఖ ట్రిబ్యునల్‌లో పనిచేస్తున్న న్యాయాధికారిని రాష్ట్ర జ్యుడిషియల్ సర్వీస్‌లో నియమించాలని సంబంధిత రాష్ట్ర హై కోర్టు ప్రధాన న్యాయమూర్తి భావిస్తే ఆ ప్రతిపాదన నేరుగా చేయవచ్చని గతంలో జరిగిన ప్రధాన న్యాయమూర్తుల సమావేశంలో నిర్ణయం జరిగింది. శ్రీరాములు జిల్లా మరియు సెషన్స్ జడ్జిగా మంచి పేరు సంపాదించి, ఆదాయపన్ను ట్రిబ్యునల్‌లో సమర్థవంతంగానే పనిచేస్తున్నందువల్ల, ఆయన జిల్లా మరియు సెషన్స్ జడ్జిగా కొనసాగుతూ ఉంటే సీనియర్‌గా గుర్తింపు పొందే అవకాశం ఉన్నందున ఆయన అభ్యర్థిత్వాన్ని నేను ఖాళీ చేస్తున్న స్థానంలో హై కోర్టు శాశ్వత న్యాయమూర్తిగా ప్రతిపాదించాను. ఈ ప్రతిపాదనతో పాటు హై కోర్టులో అదనపు న్యాయమూర్తులుగా పనిచేస్తున్న జస్టిస్ ఏ.డి.వి.రెడ్డి మరియు జస్టిస్ వెంకటేశ్వర్ రావులను శాశ్వత న్యాయమూర్తులుగా నియామక ప్రతిపాదన కూడా పంపించాను. ఆ తర్వాత జులై 15న నాతో పాటు జస్టిస్ ఏ.ఎన్

రే మరియు జస్టిస్ దువా పేర్లను సుప్రీం కోర్టు న్యాయమూర్తులుగా నియమిస్తూ ఉత్తర్వులు వెలువడ్డాయి. కలకత్తా హై కోర్టు నుండి వస్తున్న జస్టిస్ రే కంటే నేను ఏవిధంగా చూసినా సీనియర్ అయినప్పటికీ ఈ నియామకంలో నాపేరు ఆయన పేరు తర్వాత ప్రతిపాదించడం పట్ల నాకు కొంత అసంతృప్తి కలిగింది. నేను హై కోర్టు శాశ్వత న్యాయమూర్తిగా 1952 నుండి కొనసాగుతుండగా జస్టిస్ రే 1957లో అదనపు న్యాయమూర్తిగా నియమింపబడి 1959లో శాశ్వత న్యాయమూర్తిగా పదోన్నతి పొందారు. ఆయన న్యాయవాదిగా కూడా నాకు జూనియర్. అన్నిటికీ మించి నేను అప్పటికి దేశంలోని రాష్ట్రాల ప్రధాన న్యాయమూర్తుల్లో అందరికంటే సీనియర్ ని. అదీకాక వయసులో కూడా రే నాకంటే చిన్నవాడు. ప్రధాన న్యాయమూర్తుల రహస్య నిబంధనల మేరకు ఒకరికంటే ఎక్కువమందిని సుప్రీం కోర్టు న్యాయమూర్తులుగా నియమించే సందర్భంలో అందరికంటే వయసులో పెద్ద వారిని సీనియర్ గా నియమించాల్సి ఉంది. సీనియర్ న్యాయవాది రామ రెడ్డి ఫోన్ చేసి సీనియారిటీలో నాకు అన్యాయం జరిగిన విషయం గుర్తించి ఈ నియామకాన్ని తిరస్కరించమని సూచన చేశారు. అయితే నాకంటే జూనియర్ అయిన రే నియామకం నేను ఊహించనప్పటికీ, ఇలాంటి అన్యాయం జరుగుతుందని కూడా ఊహించనప్పటికీ నా నియామకానికి రాతపూర్వక సమ్మతి ముందుగానే తెలిపినందున ఈ నియామకం తిరస్కరించలేనని చెప్పాను. అంతకంటే ముందు దేశంలోని అత్యున్నత న్యాయస్థానంలో పనిచేసేందుకు తద్వారా దేశానికి న్యాయపరంగా సేవలందించేందుకు వెళుతున్నందున ఈ పదవి నాకు సంతృప్తి కలిగిస్తుందని, దానిని వదులుకోలేనని చెప్పాను. అంతేకాకుండా హై కోర్టు ప్రధాన న్యాయమూర్తిగా కేవలం మూడేళ్ళలోనే ఎలాంటి ఇబ్బంది లేకుండా హై కోర్టుకు 12 మంది న్యాయమూర్తులను నియమించగలిగిన సంతృప్తి కూడా ఉంది. ప్రతి నియామకం నేను ప్రతిపాదించిన ఎనిమిది వారాల్లోనే ఆమోదం పొందింది. ఇది అప్పట్లోనే కాదు ఇప్పటికి కూడా ఇతరులెవరూ ఛేధించలేని ఒక రికార్డుగా నిలిచిపోయింది.

ఇప్పుడు నా భార్య హైదరాబాద్ లో ఒంటరిగా ఉంటోంది. మా అమ్మాయి ఊర్మిళ 22 సంవత్సరాల వయసులోనే ఎం బి బి ఎస్ ఉత్తీర్ణురాలై శ్రీ హెలెన్ హాల్డేన్ సహకారంతో లండన్ లోని ఇన్స్టిట్యూట్ ఆఫ్ జెనెటిక్స్ ఎం.ఫిల్ చేసేందుకు అర్హత పొందింది. తాను ఆగస్టు చివరి వారంలో లండన్ వెళ్ళాల్సి ఉంది. అప్పటికే ఆమె ఇద్దరు సోదరులు, జైరాం మరియు గౌతమ్, అక్కడే చదువుతున్నందున ఆమె సంరక్షణ

వారే చూసుకుంటారు. నేను హైదరాబాద్ వదిలి వెళ్ళబోయే ముందు న్యాయవాదుల సంఘం భావానికి అనుకోని ఉన్న కోర్టు హాలు విషయంలో సంఘం అధ్యక్షుడు శ్రీ సి.కృష్ణారెడ్డి మరియు అడ్వకేట్ జనరల్ శ్రీ.బి.వి.సుబ్రహ్మణ్యం మధ్య వివాదం రేగింది. ఈ హాలును అడ్వకేట్ జనరల్ తనకు కావాలని కోరగా న్యాయవాదుల సంఘం అధ్యక్షుడు అది తమకు కావాలని అక్కడ న్యాయవాదుల గ్రంథాలయం ఏర్పాటుకు అనుకూలంగా ఉంటుందని అన్నారు. అయితే అప్పటికే అడ్వొకేట్ జనరల్‌కు కార్యాలయం ఉన్నందున ఈ హాలును న్యాయవాదుల సంఘానికి ఇవ్వడమే సమంజసం అని భావించాను. ఈ నిర్ణయంతో అడ్వకేట్ జనరల్ మనస్తాపం చెందారు. నేను శ్రీ కృష్ణారెడ్డికి అనుకూలంగా నిర్ణయం తీసుకున్నానని ఆయన భావించారు. ఇంకా వేరే కారణాలేమైనా ఉండొచ్చు కానీ అడ్వకేట్ జనరల్ మాత్రం ఈ కారణాన్నే ఎంచుకొని సహజంగా అడ్వకేట్ జనరల్ ఆధ్వర్యంలో నిర్వహించవలసిన వీడ్కోలు సమావేశం కూడా ఆయన నాకోసం ఏర్పాటు చేయలేదు. తాను అస్వస్థతతో ఉన్నానని పేర్కొంటూ ఒక లేఖ రాశారు. ఈ క్రమంలో ప్రభుత్వ ప్రధాన న్యాయవాది శ్రీ పి.రామంచంద్రా రెడ్డి అడ్వకేట్ జనరల్ తరపున ఆ రోజు మధ్యాహ్న భోజనం తర్వాత 22 మంది న్యాయమూర్తుల సమక్షంలో జరిగిన సభలో వీడ్కోలు ఉపన్యాసం ఇచ్చారు. న్యాయవాదులు, ఇతర కోర్టు సిబ్బంది తగిన రీతిలో నాకు వీడ్కోలు పలికారు. నేను వెళ్ళేముందు కోర్టు షార్ట్ హ్యాండ్ ఉద్యోగులను సచివాలయంలోని షార్ట్ హ్యాండ్ ఉద్యోగులతో సమంగా చూడాలని ప్రతిపాదించి ఆమేరకు ముఖ్యమంత్రితో కూడా మాట్లాడాను. నేను వెళ్లిపోయిన తర్వాత ప్రభుత్వం కోర్టు షార్ట్ హ్యాండ్ ఉద్యోగులకు సచివాలయ ఉద్యోగులతో సమంగా వేతనాలు పెంచారని తెలిసి సంతోషించాను.

వీడ్కోలు సభనుండి వెళ్ళేముందు అక్కడ ఉన్న ఇద్దరు అదనపు న్యాయమూర్తులను పిలిచి వారిని శాశ్వత న్యాయమూర్తులుగా నియమించేందుకు ప్రతిపాదన చేసిన విషయం వారికి చెప్పాను. నా మాటతో వారు ఎంతో సంతృప్తి వ్యక్తం చేశారు. నా తర్వాత వారి విషయం ఏమవుతుందో అనే సందిగ్ధం తొలగిపోయింది. ఎలాంటి ఆందోళన అవసరం లేదని, నా తర్వాత వచ్చే జస్టిస్ కూర్మయ్య వీరిని విస్మరించలేరని స్పష్టంగా చెప్పాను. నా సహచరులు జూబ్లీ హాలులో జులై 30న నాకు వీడ్కోలు విందు ఇచ్చారు. ఈ విందుకు ముఖ్యమంత్రి, పలువురు ఉన్నతాధికారులు, న్యాయశాఖ అధికారులు హాజరయ్యారు. ఈ సందర్భంగా నేను మాట్లాడుతూ మేము అందరం సుహృద్భవ వాతావరణంలో ఎలా పనిచేశామో తద్వారా

ఆంధ్ర ప్రదేశ్ హై కోర్టు స్థాయిని ఎలా పెంచామో వివరించాను. నాకూ, ముఖ్యమంత్రికి ఉన్న సంబంధాలను కూడా వివరిస్తూ ప్రసంగించాను. నేనూ, ముఖ్యమంత్రి వేర్వేరు ప్రాంతాలకు చెందినందువల్ల ఇద్దరి మధ్య గట్టి బంధం ఏర్పడలేదని కేవలం స్వాతంత్ర్య దినోత్సవం, గణతంత్ర దినోత్సవం వంటి అధికారిక కార్యక్రమాల్లో మాత్రమే ఇద్దరం కలిసేవాళ్ళమని చెప్పాను. మొదటి నుండి మా ఇద్దరి మధ్య అంటీముట్టనట్టు ఉండే బంధమేనని, అయితే నేను ప్రధాన న్యాయమూర్తి అయిన తర్వాత ముఖ్యమంత్రితో మైత్రి సానుకూలంగా పెరిగిందని, ఆయన చాలా సహాయకారిగా ఉన్నారని చెప్పాను. ఒకటి రెండు సందర్భాల్లో మినహా నేను ప్రతిపాదించిన న్యాయమూర్తి నియామక జాబితాను ఆయన సమర్థించారని గుర్తు చేశాను. ఆయన సహకారం వల్లనే కోర్టులో పేరుకుపోయిన కేసుల సంఖ్య వేగంగా తగ్గించగలిగామని గుర్తు చేశాను. అలాగే మరికొన్ని విషయాల్లో మా ఇద్దరి మధ్య మంచి స్నేహ భావం ఉండేదని చెప్తూ ముఖ్యమంత్రికి కృతజ్ఞతలు తెలియజేశాను. జులై 31, ఆదివారం సాయంత్రం నా మిత్రులు, సహచరుల నుండి వీడ్కోలు తీసుకున్నాను.

నేను ఆ సాయంత్రం 7 గంటలకు ఢిల్లీ చేరుకున్నాను. సుప్రీం కోర్టు రిజిస్ట్రార్ శ్రీ రాణే నాకు స్వాగతం పలికి ఆంధ్రప్రదేశ్ భవనానికి తీసుకెళ్ళారు. అక్కడకు వెళ్ళిన తర్వాత శ్రీ మల్లారెడ్డి దంపతులతో విందు ఆస్వాదించాలని అనుకున్నాను. కానీ ఆ మరుసటి రోజు కోర్టులో నేను చూడవలసిన స్పెషల్ లీవ్ అడ్మిషన్స్ జాబితా నాకు చాలా ఆశ్చర్యాన్ని కలిగించింది. నాకు తోడుగా నాకు కేటాయించిన ఒక కార్యదర్శి కూడా అక్కడే ఉన్నారు. ఈ పని ఎక్కువ సమయం పట్టే అవకాశం ఉన్నందున విందు ప్రతిపాదనను రద్దు చేసుకొని కేసుల వివరాలు చూస్తూ తెల్లవారుఝామున 3 గంటలకు పూర్తిచేశాను. ఆ మరుసటి ఉదయం కోర్టులో తాత్కాలిక ప్రధాన న్యాయమూర్తి జస్టిస్ జె సి షా నాతో పాటు ఇతర న్యాయమూర్తులతో కూడా ప్రమాణ స్వీకారం చేయించారు. రాష్ట్రపతి జాకిర్ హుస్సేన్ మరణం తర్వాత తాత్కాలిక రాష్ట్రపతి హోదాలో ఉన్న ఉపరాష్ట్రపతి వి వి గిరి రాష్ట్రపతి ఎన్నికలకల బరిలోకి దిగంటడంతో ప్రధాన న్యాయమూర్తి జస్టిస్ హిదయతుల్లా తాత్కాలిక రాష్ట్రపతి బాధ్యతల్లో ఉండడం వల్ల ఆయన నా ప్రమాణ స్వీకారానికి రాలేకపోయారు. ఉపరాష్ట్రపతి వివి గిరి, రాష్ట్రపతి పదవికి నీలం సంజీవరెడ్డిపై పోటీ చేశారు.

@@@

అధ్యాయం - XV

మత ఘర్షణలు: విచారణ కమిషన్ ఛైర్మన్

ఆగస్టు 1న సీనియర్ న్యాయమూర్తి ఏ ఎన్ రే, జె సి షా తోనూ నేను సీనియర్ న్యాయమూర్తి సిక్రితోను కలిసి బెంచ్ పై కూర్చున్నాము. నేను బెంచ్ పై ఉన్న కేసులన్నీ రాత్రే చదివాను కాబట్టి అర్హత ఉన్న కేసులను స్వీకరించడం, లేనివాటిని తిరస్కరించడం నాకు తేలిక అయింది. సుప్రీం కోర్టు వాతావరణం నాకు పూర్తిగా అర్థం అయ్యేవరకు కొన్ని రోజులపాటు కేసుల విచారణలో నేను నా అభిప్రాయాలను సీనియర్ న్యాయమూర్తి సిక్రి ద్వారా తెలియజేసేవాణ్ణి. అయితే త్వరలోనే ఆ వాతావరణానికి నేను అలవాటుపడిపోయాను. తెల్లవార్లూ మేలుకొని చదువుతుండడం వాళ్ళ మొదటిరోజు కోర్టులో కొంత కళ్ళ నొప్పి అనిపించింది. ఆ తర్వాత కొన్ని రోజులకు ఆ నొప్పి నన్ను క్రమంగా ఇబ్బంది పెట్టింది. ఈ సమయంలోనే నా మిత్రుడు అమర్నాథ్ గ్రోవర్ నన్ను రాజేంద్ర ప్రసాద్ ఆస్పత్రిలోని డాక్టర్ మదన్ మోహన్ ని సంప్రదించమని చెప్పారు. నేను అంగీకరించడంతో డాక్టర్ మదన్ మోహన్‌తో శనివారంనాడు సమావేశం ఏర్పాట్లు జరిగాయి. నా కంట్లో చిన్న గడ్డ ఏర్పడింది. దాన్ని డాక్టర్ మదన్ మోహన్ సున్నితంగా తొలగించారు. ఆయన చెప్పేవరకు ఆ గడ్డను తొలగించినట్టు నాకు తెలియలేదు. అంత చాకచక్యంగా ఆయన పనిచేశారు. కంటిపై చిన్న కట్టు కట్టి కొన్ని రోజులపాటు నల్ల అద్దాల కళ్ళజోడు ఉపయోగించమని చెప్పారు. ఆ తర్వాత ఇంకేమీ చెయ్యాల్సిన అవసరం రాలేదు. ఆయనకు కృతజ్ఞతలు చెప్పి ఇంటికి వెళ్ళి తిరిగి సోమవారం నాడు ఎలాంటి ఇబ్బంది లేకుండానే కోర్టుకు హాజరయ్యాను. ఆ తర్వాత డాక్టర్ మదన్ మోహన్ నేనూ మంచి మిత్రులయ్యాం. నా పదవీవిరమణ తర్వాత కూడా మా స్నేహం కొనసాగింది. నేను ఢిల్లీ వెళ్ళినా, ఆయన హైదరాబాద్ వచ్చినా మేము కలుసుకునే వాళ్ళం. ఆయన భారత దేశంలోనే ఒక ప్రముఖ కంటివైద్యుడు.

కంటి సమస్య తీరిందని అనుకున్న తర్వాత మరికొన్ని సమస్యలు నన్ను ఇబ్బంది

పెట్టాయి. వీటిలో మొదటిది నివాసం. నేను ప్రస్తుతం సుప్రీం కోర్టుకు దగ్గరలో ఉన్న ఆంధ్రప్రదేశ్ భవనంలో నివాసం ఉంటున్నాను. నాకొక వి ఐ పి గది ఇచ్చారు కానీ, అక్కడికి తరచుగా వచ్చే ముఖ్యమంత్రి, మంత్రులు, వారిని కలవడానికి వచ్చే రాజకీయనాయకులకు దూరంగా ఉందామని నేనే మొదటి అంతస్తులోని ఓ గదిలో ఉన్నాను. నాకు విడిగా ఇల్లు ఎప్పుడు కేటాయిస్తారో తెలియదు.

నేను ఇంగ్లాడులో ఉన్నప్పుడు మన రాష్ట్రపతి జాకిర్ హుస్సేన్ బాత్రూమ్‌లో పడిపోయి మృతిచెందారనే వార్త విన్నాను. అప్పుడే ఉపరాష్ట్రపతి వి వి గిరి తాత్కాలిక రాష్ట్రపతి బాధ్యతలు చేపట్టారు. అదే సమయంలో అప్పటి కాంగ్రెస్ అధ్యక్షుడు నీలం సంజీవరెడ్డి నార్వే దేశంలో ఉన్నారు. ఈ వార్త విని వెంటనే ఆయన భారతదేశం తిరుగు ప్రయాణం అయ్యారని, రాష్ట్రపతి ఎన్నికల్లో పోటీచేయాలనే నిర్ణయానికి వచ్చారని నార్వే రాయభారి అయిన నా మిత్రుడు ఎన్.వి.రావు నాతో చెప్పారు. నేను తిరిగి భారత దేశం వచ్చేసరికి వివి గిరి తాత్కాలిక అధ్యక్షునిగా కొనసాగుతున్నారు. నా నియామక పత్రాలపై సంతకాలు చేసిన తర్వాత ఆయన తాత్కాలిక రాష్ట్రపతి పదవికి రాజీనామా చేసి రాష్ట్రపతి పదవి ఎన్నికల బరిలోకి దిగారు. అప్పుడు భారత ప్రధాన న్యాయమూర్తిగా ఉన్న జస్టిస్ హిదయతుల్లా భారత తాత్కాలిక రాష్ట్రపతిగా బాధ్యతలు చేపట్టారు.

రాష్ట్రపతి అభ్యర్థిని ఎంపిక చేసేందుకు కాంగ్రెస్ పార్టీ బెంగుళూరులో సమావేశం నిర్వహించింది. ఈ సమావేశంలో ప్రధాన మంత్రి ఇందిరా గాంధీ కాంగ్రెస్ పార్టీ తరపున రాష్ట్రపతి అభ్యర్థిగా నీలం సంజీవరెడ్డి పేరు ప్రతిపాదించారు. ఈ సమావేశంలోనే భారత ఆర్థిక విధానం ప్రతిపాదనను కూడా మొరార్జీ దేశాయ్ ప్రతిపాదించగా అప్పటి హెూంమంత్రి చవాన్ బలపర్చారు. ఆ తర్వాత కొన్ని గంటల వ్యవధిలో రాష్ట్రపతి అభ్యర్థిగా సంజీవరెడ్డికి మద్దతు ఉపసంహరించుకొని వివి గిరి అభ్యర్థిత్వానికి ఇందిరాగాంధీ మద్దతు తెలిపారు. బెంగుళూరు తీర్మానం తర్వాత 14 బ్యాంకులను జాతీయం చేస్తూ ప్రధాని ఇందిరా గాంధీ ప్రకటన జారీ చేశారు. ఈ ప్రకటనకు నిరసనగా మొరార్జీ దేశాయ్ రాజీనామా చేశారు. తాత్కాలిక రాష్ట్రపతిగా వివి గిరి కూడా రాజీనామా చేయడంతో ప్రధాన న్యాయమూర్తి హిదయతుల్లా తాత్కాలిక రాష్ట్రపతిగా బాధ్యతలు చేపట్టారు. రాష్ట్రపతి అభ్యర్థిగా సంజీవరెడ్డి పేరు ప్రతిపాదించిన కాంగ్రెస్ పార్టీ నాయకత్వం ఇందిరా గాంధీకి నోటీసు ఇచ్చి ఆమెను పార్టీనుండి బహిష్కరించింది. ఈ పరిణామాలు కాంగ్రెస్ పార్టీ విభజనకు దారితీశాయి. ఇందిరా

గాంధీ కాంగ్రెస్ (ఐ) పేరుతో కొత్తపార్టీ ఏర్పాటు చేసి తనదే అసలైన కాంగ్రెస్ పార్టీ అని ప్రకటిచారు. కాంగ్రెస్ లో మరో భాగం కర్ణాటక మాజీ ముఖ్యమంత్రి నిజలింగప్ప అధ్యక్షుడుగా ఉంది. ఈ భాగాన్ని కాంగ్రెస్ (ఓ) అని పిలిచారు. ఈ భాగంలో ఉన్నవారంతా పెద్ద సిండికేట్ గా ఏర్పడ్డారు. ఎన్నికల్లో వివి గిరి రాష్ట్రపతిగా ఎన్నికైనట్లు ప్రకటించారు. జస్టిస్ హిదయతుల్లా తాత్కాలిక రాష్ట్రపతిగా ఉన్నప్పుడు విడుదలైన బ్యాంకుల జాతీయాకరణ ఆర్డినెన్సు శవాల్ చేస్తూ సుప్రీం కోర్టులు వ్యాజ్యం దాఖలైంది. మొత్తం 11 మంది న్యాయమూర్తులు తాత్కాలిక ప్రధాన న్యాయమూర్తి జస్టిస్ జె.సి.షా నేతృత్వంలో పిటిషన్ స్వీకరించాం. ఈ ఆర్డినెన్సును కాంగ్రెస్ సిండికేట్ వ్యతిరేకించింది. సుప్రీం కోర్టు ఎలాంటి నిర్ణయమైనా విధిగా తీసుకోవాల్సిన పరిస్థితి వచ్చింది. అదేసందర్భంలో ఎలాంటి నిర్ణయం తీసుకున్నా విమర్శలకు గురికావలసి ఉంటుంది. ఇదే సమయంలో మరో తీవ్ర కార్యక్రమం కూడా మొదలైంది. నేను సుప్రీం కోర్టు న్యాయమూర్తిగా బాధ్యతలు స్వీకరించిన సందర్భంగా అభినందించేందుకు ఒకరోజు శ్రీ విజయభాస్కర రెడ్డి వచ్చారు. మేము ఇద్దరం మాట్లాడుకుంటుండగా ఒక సహాయకుడు వచ్చి శ్రీమతి గాంధీ ఫోన్ చేశారనీ, మాట్లాడేందుకు వేచి ఉన్నారని శ్రీ విజయభాస్కర రెడ్డికి చెప్పారు. ఆయన వెంటనే హడావుడిగా వెళ్లిపోయారు.

నేను ఢిల్లీకి రాగానే ప్రధాన న్యాయమూర్తి జస్టిస్ హిదయతుల్లాను కలిసేందుకు హేస్టింగ్స్ మార్గ్‌లోని ఆయన అధికార నివాసానికి వెళ్ళాను. తాత్కాలిక రాష్ట్రపతి బాధ్యతలు చేపట్టినప్పటికీ ఆయన ఇంకా రాష్ట్రపతి భవన్‌కు తన మకాం మార్చలేదు. ఆయన నాకు స్వాగతం పలికి త్వరలోనే నాకు ఒక ఇల్లు కేటాయిస్తానని చెప్పారు. ఇప్పటికే ప్రభుత్వంతో ఈ విషయమై మాట్లాడానని కూడా చెప్పారు. దువా ఇప్పటికే ఢిల్లీ హై కోర్టు ప్రధాన న్యాయమూర్తిగా ఉన్నందున ఆ ఇంటినే సుప్రీం కోర్టు న్యాయమూర్తిగా కొనసాగించుకుంటున్నారు. నేనూ మరో న్యాయమూర్తి రే మాత్రమే అధికారిక నివాసాలు రాక ప్రభుత్వ అతిథి గృహాల్లో ఉంటున్నాం. రే భార్యతో సహా వచినందువల్ల అతిథి గృహంలో కొనసాగడం ఇబ్బందిగా ఉంది. ఇక రెండో సమస్య కార్యదర్శి నియామకం. నాకు కార్యదర్శి గా స్టెనోగ్రాఫర్ కాకుండా ఒక టైపిస్టును కేటాయించారు. నేను ఆంగ్లంలో చెపుతుంటే ఆయన ఉర్దూలో రాసుకుంటున్నారు. నాకు ఉర్దూ కూడా వచ్చు కనుక షార్ట్ హ్యాండ్ వచ్చా అని అడిగాను. షార్ట్ హ్యాండ్ వచ్చు కానీ ఉర్దూలో రాసుకోవడమే తనకు తెలికని చెప్పారు. అతనితో మరో ఇబ్బంది ఏమంటే తన ఇంట్లో ఎదో వ్రతం ఉందని చెప్పి రెండో రోజు రాలేదు. ఆరోజు కేసు

వివరాలు నేనే తయారు చేసుకోవలసి వచ్చింది. ఆ మరుసటిరోజు కోర్టు రిజిస్ట్రార్ రాణేకి ఫోన్ చేసి ఇతను నాకు కార్యదర్శిగా పనికి రాడని, వేరే సమర్థుడైన వ్యక్తిని నియమించమని కోరాను. ఆ తర్వాత కాస్త పని వచ్చిన, మర్యాదలు తెలిసిన వ్యక్తిని నాకు కార్యదర్శిగా నియమించారు. అతను కాస్త నెమ్మదస్తుడు. నా వేగాన్ని అందుకోలేకపోతున్నాడు. అయినా పర్లేదు సర్దుకుపోదాం అనుకున్నా. సుప్రీం కోర్టుకు రావడం వల్ల నా ఆఫీస్ నిర్వహణలో సమర్థులైన సహాయకులను నియమించుకోలేకపోయాననే భావన కలిగింది. ఈ విషయాన్నే జస్టిస్ హిదయతుల్లాకు చెప్పాను. అప్పటికే వివి గిరి రాష్ట్రపతి బాధ్యతలు స్వీకరించడంతో జస్టిస్ హిదయతుల్లా తిరిగి సుప్రీం కోర్టు విధులకు వచ్చేశారు. నేను చెప్పిన మాట విని ఆయన నన్ను తన కార్యాలయానికి తీసుకెళ్ళి తన సిబ్బందిని చూపించి కేసు తీర్పులు తానే స్వయంగా రాసుకుంటున్నట్టు చెప్పారు. అప్పుడు "ప్రధాన న్యాయమూర్తికే ఇలాంటి సమస్య ఉంటే నాది సమస్యే కాదు. ఆ పనులన్నీ నాకు వీలైన మేరకు చేసుకుంటా" అని చెప్పాను.

ఆగస్టు 20న నా భార్య, కూతురు ఊర్మిళ ఢిల్లీ వచ్చారు. ఊర్మిళ ఇక్కడినుండి లండన్ వెళ్ళాల్సి ఉంది. ఊర్మిళ లండన్ వెళ్ళిపోయిన తర్వాత మేము ఆంధ్రప్రదేశ్ భవన్ చేరుకున్నాం. నా సహచరులు, మిత్రులను కలిశాం. అమర్నాథ్ మరియు రే మినహా ఇతర న్యాయమూర్తులెవరూ తిరిగి ఇద్దర్ని చూసేందుకు రాలేదు. బహుశా వారికి అలాంటి అలవాటు ఉన్నట్టు అనిపించలేదు. ఇక ఉదయం రాష్ట్రపతి రోడ్డులో నడక మొదలు పెట్టాను. రే కూడా రోజూ ఉదయం నడిచేవారు. ఇద్దరం అక్కడ కలుసుకునే వాళ్ళం. ఉదయం నడకలోనే మాకు చాలామంది పరిచయం అయ్యారు. ఇలా పరిచయం అయిన వారిలో కొందరు గజేంద్ర గడ్కర్, హెగ్డే మరియు తర్వాత కాలంలో రాష్ట్రపతి అయిన శ్రీ శంకర్ దయాళ్ శర్మ ఉన్నారు. శ్రీ శర్మ కాంగ్రెస్ పార్టీ విభజన కారణంగా కొంత ఇబ్బంది ఎదుర్కొన్నారు. చివరికి ఇందిరాగాంధీ నేతృత్వంలోని కాంగ్రెస్ (ఐ)లో స్థిరపడ్డారు. ఇలా కలిసే వారిలో ఢిల్లీ హై కోర్టుకు చెందిన ఒకరిద్దరు న్యాయమూర్తులు కూడా ఉన్నారు. వారిలో జస్టిస్ మిశ్రా ప్రతిరోజూ ఉదయం నడకలో కలిచేవారు. నేను ఖరీదైన పకార్డ్ కారులో రావడం చూసి నేను చాలా ధనవంతుణ్ణని అనుకునే వారు. ఇంధనం ఖర్చు తట్టుకోలేక ఇబ్బంది పడుతున్నానని వారికి తెలియదు. చివరికి ఆ కారును 1970 ఫిబ్రవరి – మార్చిలో ఆరువేల రూపాయలకు అమ్మి 18 వేల రూపాయలతో ఫియట్ కారు కొన్నాను. ఈ ఫియట్ కారును ప్రీమియర్

ఆటోమొబైల్స్‌లో పనిచేస్తున్న హస్మతుల్లా నా కోసం ప్రత్యేకంగా కొన్ని మార్పులతో రూపొందించారు. అతను నా ఆప్త మిత్రుడు బొంబాయి రాష్ట్రంలో ఐ జి పి గా పనిచేస్తున్న మజీదుల్లాకు అల్లుడు. స్థానిక విడిభాగాలతో కాకుండా ఒరిజినల్ విడిభాగాలతో ఈ కారును సిద్ధం చేశారు. (ఈ కారు జూన్ 3, 1998 నాటివరకూ నాతోనే ఉంది.)

ఆగస్టు చివరి వారంలో బ్యాంకుల జాతీయీకరణ కేసు విచారణ చేపట్టాము. ప్రభుత్వానికి, సంబంధిత 14 బ్యాంకుల ప్రతినిధులు, భాగస్వాములకు నోటీసులు ఇవ్వాల్సి ఉంది. ఇదే సమయంలో మేము ఇతర కేసులు కూడా విచారణ చేస్తున్నాం. నా మొదటి కేసు జుస్టివే సిక్రి మరియు జుస్తియే మిట్టర్ జెజె లతో కలిసి సెప్టెంబర్ 8, 1969లో విచారణ చేసి నేనే తీర్పు రాశాను. ఇది 1970 (1) SSC 8 గా నమోదైంది. ఈ కేసు ఐపీసీ 126 ప్రకారం తీవ్రమైన గాయం అంటే ఏమిటో తేల్చాల్సి ఉంది. కేసులో నిందితుడు ఒక పదునైన కత్తితో గాయపర్చాడు. ఒకటి మినహా మిగిలిన గాయాలన్నీ చిన్నవే. సెక్షన్ 326 ప్రకారం అలాహాబాద్ హై కోర్టు నిందితుడికి శిక్ష విధించింది. అయితే ఏ ఒక్క గాయం ప్రమాదకారిగా లేనందున నిందితునికి కఠిన శిక్ష సరికాదని సవాల్ చేస్తూ సుప్రీం కోర్టుకు వచ్చారు. అయితే తీవ్ర గాయం అవ్వాల్సిన పనిలేదని కత్తిగాటు పడినా శిక్షార్హమే అని నేను భావించాను. కత్తితో దాడిచేసినప్పుడు ఎముకకు గాయం అవడం లేదా శరీరంలో లోపలివరకు గాయం అవడం లేదా ఎముక విరగడం, అంగవైకల్యం వంటివి ప్రధానం కాదని భావించి నిందితుడి కేసును కొట్టివేశాము.

సెప్టెంబర్ నెలలోనే విచారించిన మరో కేసులో ఐదుగురు న్యాయమూర్తులలో నేను కూడా ఉన్నాను. ఇది శ్రీమతి కంట కతూరియా మరియు మాణిక్‌చంద్ సురానా (AIR 1970 SO 694) కేసు. ప్రధాన న్యాయమూర్తి జస్టిస్ హిదయతుల్లా, సీనియర్ న్యాయమూర్తులు సిక్రి, మిట్టర్, రే తో కలిసి నేను విచారణకు కూర్చోవడం అదే మొదటిసారి. ఒక ప్రభుత్వ న్యాయవాదిగా పదవిలో కొనసాగుతున్న వ్యక్తి రాజస్థాన్ శాసనసభకు ఎన్నిక కావడానికి అనర్హుడు అనేది ఈ కేసులో విషయం. రాజస్థాన్ హై కోర్టు విచారణ చేసి ప్రభుత్వ న్యాయవాదిగా లాభదాయకమైన పదవిలో కొనసాగుతూ ఎన్నికల్లో పోటీచేసి శాసనసభ్యునిగా ఎన్నికకావడం చెల్లదని తీర్పు చెప్పింది. విచారణ జరుగుతున్న సమయంలోనే సిక్రి ఓవైపు, జస్టిస్ హిదయతుల్లా మరియు మిట్టర్ జెజె మరోవైపు ఉన్నట్టుగా కనిపించింది. రే మాత్రం సిక్రి వైపు మొగ్గు చూపారు. అయితే

చర్చల సమయంలో నేను ఎలాంటి అభిప్రాయం వ్యక్తం చేయలేదు. జస్టిస్ హిదయతుల్లా మరియు మిట్టర్ జెజె ప్రకారం ఎమ్మెల్యేగా ఎన్నికైన అతను లాభదాయకమైన పదవిలో లేనందువల్ల ఆయన ఎన్నిక చెల్లదనడం సరికాదని, ఈ నిబంధన తొలగించవచ్చని. ప్రభుత్వ న్యాయవాది లాభదాయకమైన పదవి కాదని సిక్రి మరియు రే జెజె అభిప్రాయం వ్యక్తం చేశారు. విచారణ తర్వాత జస్టిస్ హిదయతుల్లా నా అభిప్రాయం అడిగారు. నేను మీతో అంగీకరించడం లేదు అని చెప్పాను. అందువల్ల హిదయతుల్లా మరియు మిట్టర్ ఒకవైపు, సిక్రి, రే జెజె మరియు నేను ఒకవైపు ఉన్నాం. నేను తన వాదనను సమర్థిస్తానని హిదయతుల్లా భావించి ఉంటారని ఆయన జీవిత చరిత్ర (My Own Boswell) చదివిన తర్వాత తెలిసింది. “ఎలాంటి అపరాధ భావం లేకుండా నిర్భయంగా తన మొదటి కేసులోనే నాతో విభేదించిన తర్వాత సుప్రీం కోర్టు న్యాయమూర్తిగా నేను సరైన వ్యక్తినే ప్రతిపాదించాను” అని జస్టిస్ హిదయతుల్లా నా గురించి తన జీవిత చరిత్రలో రాసుకున్నారు. ప్రధాన న్యాయమూర్తి సిఫార్సుతో వచ్చిన న్యాయమూర్తులు కొందరు కేసుల విచారణలో ప్రధాన న్యాయమూర్తి చెప్పిందే అంగీకరించడం సహజంగా కనిపిస్తోంది. నేను ఆవిధంగా ప్రధాన న్యాయమూర్తిని సంతోషపెట్టలేకపోయాను. నేను ఇంతకు ముందు కూడా ఆంధ్రప్రదేశ్ హై కోర్టు ఏర్పడిన తర్వాత ప్రధాన న్యాయమూర్తి సుబ్బారావు మరియు అన్సారీతో కలిసి ఒక కేసు విచారణ చేసిన తర్వాత వారి తీర్పును వ్యతిరేకిస్తూ నేను విడిగా తీర్పు ఇచ్చాను. ఇలా వ్యతిరేకత వ్యక్తం చేయడంలో విశేషమేమీ లేదని నా అభిప్రాయం. ప్రధాన న్యాయమూర్తి ప్రతిపాదనతో వచ్చిన కొంతమంది న్యాయమూర్తులు ఆ ప్రధాన న్యాయమూర్తితో కలిసి కేసు విచారణ చేసినప్పుడు భిన్న స్వరం వినిపించేందుకు వెనుకడుగు వేయడం చూశాను. ఇలాంటి పరిస్థితి రాకుండా ఉండేందుకు గతంలో నేను హై కోర్టు ప్రధాన న్యాయమూర్తిగా ఉండి సిఫార్సు చేసిన న్యాయమూర్తులతో కలిసి కేసు విచారణ చేయవలసిన సందర్భం వచ్చినప్పుడు వారికి స్పష్టంగా చెప్పేవాడిని. నాతో విభేదించడానికి వెనకాడవద్దని, అదే సమయంలో తామేదో స్వతంత్రంగా ఉన్నామని చెప్పుకునేందుకోసం వ్యతిరేకించవద్దని స్పష్టంగా చెప్పేవాడిని.

మేము బ్యాంకుల జాతీయాకరణ మరియు ఇతరక కేసులు విచారణ చేస్తున్న సమయంలోనే, సెప్టెంబర్ 18, 1969న అహ్మదాబాద్ లోను, గుజరాత్ రాష్ట్రంలో అనేక చోట్ల మత ఘర్షణలు చోటుచేసుకున్నాయి. ప్రశాంతమైన వాణిజ్య నగరంగా పేరున్న ఈ నగరంలో ఇలాంటి సంఘటనలు జరగడం పట్ల మేము కొంత కలత

చెందాం. గత కొంత కాలంగా మతపరమైన ఉద్రిక్తలు చోటుచేసుకుంటున్నాయని అవి ఒక్కసారిగా అకారణంగా చెలరేగాయని అర్థమైంది.

ఇందిరా గాంధీ సొంతంగా కాంగ్రెస్ (ఐ) ఏర్పాటు చేసుకున్న తర్వాత గుజరాత్‌లో కాంగ్రెస్ (ఓ)కు చెందిన హితేంద్ర దేశాయ్ ప్రభుత్వం అధికారంలో ఉంది. ఈ ప్రభుత్వం మతఘర్షణలు నిలువరించేందుకు ప్రయత్నం చేసి విఫలమై చివరికి భారత సైన్యాన్ని పిలిచి రాష్ట్రంలో శాంతిభద్రతలు పునరుద్ధరించింది. ఈ అల్లర్లపై రాష్ట్ర ప్రభుత్వం విచారణకు హామీ ఇచ్చింది. ఇందులో నా ప్రమేయం ఉంటుందనే ఊహ కూడా నాకు అందలేదు. ఒకరోజు, సెప్టెంబర్ చివరి వారంలో జస్టిస్ హిదయతుల్లా నుండి నాకు ఒక చీటీ వచ్చింది. ఆరోజు మధ్యాహ్నం తర్వాత ఆయనను కలవాలని ఆ చీటీలో ఉంది.

నేను హిదయతుల్లాను కలిసేందుకు వెళ్ళినప్పుడు అక్కడ జస్టిస్ జె సి షా కూడా ఉన్నారు. గుజరాత్ ప్రభుత్వం మతఘర్షణలపై విచారణకు తలపెట్టిందని, అందుకోసం కేంద్రప్రభుత్వ అనుమతితో నన్ను విచారణ అధికారిగా నియమించేందుకు కోరిందని జస్టిస్ హిదయతుల్లా నాతో చెప్పారు. ఈ బాధ్యతలు చేపట్టేందుకు సిద్ధంగా లేనని చెప్పాను. ఆంధ్రప్రదేశ్ హై కోర్టు ప్రధాన న్యాయమూర్తిగా బాధ్యతలు వదిలేసి ఇక్కడ సుప్రీం కోర్టుకు వచ్చింది ఏదో విచారణ సంఘానికి చైర్మన్‌గా ఉండడానికి కాదు అని చెప్పాను. గతంలో హైదరాబాద్ హై కోర్ట్ న్యాయమూర్తిగా 1952లోనే ముల్కి అల్లర్లపై విచారణ చేశానని, ఇప్పుడు మళ్ళీ అలాంటి బాధ్యతలు చేపట్టే ఆలోచన లేదనీ చెప్పాను. “నేను సుప్రీం కోర్టుకు వచ్చేందుకు అంగీకరించింది దేశానికి న్యాయ వ్యవస్థలో నావంతు పాత్ర నిర్వహించేందుకే గాని ఇలా విచారణ సంఘాల నిర్వహణకు కాదు” అని జస్టిస్ హిదయతుల్లాకు స్పష్టం చేశాను. “ఇందిరాగాంధి మీపేరు ప్రతిపాదించారు” అని హిదయతుల్లా చెప్పారు. “ఇందిరాగాంధీ ఎవరండీ నా పేరు ప్రతిపాదించడానికి? నేనింతవరకు ఆమెను కలిసింది లేదు. ఆమెతో నాకు పరిచయం కూడా లేదు” అని బదులిచ్చాను. “కేంద్ర హోమ్ మంత్రి యస్వంతరావు చవాన్ కూడా మీపేరే ప్రతిపాదించారు” అని హిదయతుల్లా చెప్పారు. అప్పుడు కూడా నేను తిరస్కరించాను. ఆతర్వాత జస్టిస్ హిదయతుల్లా నన్ను ఒప్పించే ప్రయత్నంలో “జగన్, మీరు హైదరాబాద్ రాష్ట్రంలో పుట్టి ఉమ్మడి రాష్ట్రంలో పెరిగారు. మీకు చాలా అనుభవం, అవగాహన ఉన్నాయి. అల్లర్ల వల్ల దేశ ప్రతిష్ట దెబ్బతింటోంది. విదేశీ శక్తులు అవకాశం కోసం ఎదురు చూస్తున్నాయి. ఈ బాధ్యత మీరు చేపట్టి శాంతి భద్రతలు

పునరుద్ధరించేందుకు ప్రభుత్వంతో సహకరించాలి" అని కోరారు. నేను కొంచం శాంతపడ్డాను. "మీరు ప్రధాన న్యాయమూర్తి. ఈ ప్రతిపాదన మీరు చేయడం సమర్ధనీయం. మీకు నాపట్ల, నా సమర్ధత పట్ల విశ్వాసం ఉండడం సంతోషం. మీ అభ్యర్ధనను తిరస్కరించలేను," అన్నాను. ఆతర్వాత "గుజరాత్ హై కోర్టు నుండి మరో ఇద్దరు న్యాయమూర్తులు కమిషన్‌లో సభ్యులుగా ఉంటారు" అని చెప్పారు. "సర్, ఈ విషయం ఇంతకు ముందు చెప్పలేదు మీరు. నేను అంగీకరించిన తర్వాత చెపుతున్నారు. ఇప్పటికే నా అంగీకారం తెలియజేశాను కాబట్టి ఇప్పుడు కాదనలేను" అన్నాను. ఈ రకంగా ఆ విచారణ కమిషన్ పనిలో చిక్కుకుపోయి ఒక యేడాదిపాటు సుప్రీం కోర్టు విధులకు దూరంగా ఉన్నాను. అయితే బ్యాంకుల జాతీయకరణ వ్యాజ్యం విచారణలో నేనుకూడా ఉన్నందున ఆ విచారణలోనూ, తీర్పులోనూ పాల్గొంటూ ఉంటాను. కాగా గుజరాత్ రాష్ట్ర ప్రభుత్వం అక్టోబర్ 13, 1969న ఒక ఉత్తర్వు జారీచేసింది. ఈ ఉత్తర్వు ద్వారానే తెలిసింది కమిషన్‌లో నాతో కలిసి పనిచేయబోయే ఇద్దరు న్యాయమూర్తులు జస్టిస్ నుసిర్వాన్జీ వకీల్ మరియు జస్టిస్ అక్బర్ సరేలా. ఇద్దరు పాఠశాల స్థాయినుండి స్నేహితులని, ఆ స్నేహం ఇప్పటికీ అలాగే కొనసాగుతోందని కూడా తెలిసింది.

విచారణ కమిషన్ ఛైర్మన్‌గా నా నియామకం గురించి ప్రకటన పత్రికల్లో రాగానే నా ఇద్దరు మిత్రులు, ఒకరు కేంబ్రిడ్జిలో సహచరుడు అమర్నాథ్ గ్రోవర్, మరొకరు అజిత్ నాథ్ రే, నన్ను అభినందించేందుకు వచ్చారు. "ఈ కమిషన్ ఛైర్మన్‌గా అంగీకరించడం మెడమీద బ్లేడ్ పెట్టుకున్నట్టే" అన్నారు అమర్నాథ్. అయితే "ఈ బాధ్యతను ఇప్పటికే అంగీకరించినందువల్ల ఫలితాలను కూడా అంగీకరించవలసిందే. ఎందుకంటే మతఘర్షణలపై విచారణ కృతజ్ఞత లేని భారం." నాకు మంచి జరగాలని ఆశాభావం వ్యక్తం చేశారు. అయితే రే ఒక విజ్ఞప్తి చేశారు. "ఈ కమిషన్ కు ఛైర్మన్‌గా మీపేరు ప్రతిపాదించింది ఇందిరాగాంధీ కాబట్టి మాకు ఇంటివసతి సదుపాయం కల్పించామని కాస్త ఆమెకు చెపుతారా" అని అడిగారు. అప్పటివరకు మాకు నివాస సదుపాయం కల్పించేందుకు ఎవరూ చొరవ చూపలేదు. అయితే "మీరు తప్పుడు అభిప్రాయంతో ఉన్నారు. శ్రీమతి ఇందిరాగాంధీతో నాకు పరిచయం లేదు. అయినప్పటికీ నాకు వసతి కోసమో లేక మీవసతి కోసమో సుప్రీం కోర్టు న్యాయమూర్తిగా నేను ఆవిడ దగ్గరకువెళ్ళి అడగను," అని బదులిచ్చాను. అయితే చివరకు హిదయతుల్లా చొరవ తీసుకొని మా ముగ్గురు న్యాయమూర్తులకు ఢిల్లీలో వసతి సదుపాయం

కల్పించకపోతే వారిని వెనక్కు పంపించేస్తానని శ్రీమతి గాంధీతో చెప్పారు. నాతోపాటు సుప్రీం కోర్టుకు వచ్చిన మరో ఇద్దరికి కూడా స్వరాష్ట్రంలో సొంత ఇళ్ళు ఉన్నాయి. ఇలా జరిగితే బ్యాంకుల జాతీయకరణ వివాదం మరింత జాప్యం అవుతుంది. అప్పుడు ఇందిరాగాంధీ సంబంధిత మంత్రిని పిలిచి మాకు ఇళ్ళు కేటాయించవలసిందిగా ఆదేశించారు. అప్పుడు మాకు ప్రభుత్వం ఇళ్ళు కేటాయించింది.

బ్యాంకుల జాతీయకరణ వ్యాజ్యం విచారణలో ఉండగా న్యాయవాదులు తమ వకల్తా సిద్ధం చేసుకునేందుకు వాయిదాలు కోరేవారు. ఇలాంటి వాయిదాల సందర్భంలో ఒకసారి అహ్మదాబాద్ వెళ్ళాను. అక్కడ నా స్నేహితులు సాదరంగా స్వాగతం పలికి ఆతిథ్యం ఇచ్చారు. అక్కడ ప్రధాన న్యాయమూర్తి జస్టిస్ పి.ఎన్.భగవతి కలిశారు. నాకు ఒక రిజిస్ట్రార్, ప్రత్యేకాధికారిగా సమర్థుడైన కార్యదర్శి, ఒక సూపరింటెండెంట్ మరియు సమర్థులు, నమ్మకస్తులు అయిన ముగ్గురు స్టెనోగ్రాఫర్లను నాకు కేటాయించవలసిందిగా కోరాను. జస్టిస్ భగవతి మంచి సమర్థులు, అనుభవజ్ఞులు, నమ్మకస్తులు అయిన వారిని నేను కోరినట్టే నియమించారు. కె కె మెహతా రిజిస్ట్రార్‌గా, డి హెచ్ దేశాయ్ సూపరింటెండెంట్ గాను, హెచ్ ఐ భట్, ఆర్ ఎస్ పాథక్ మరియు ఐ.ఎస్ సుఫియా స్టెనోగ్రాఫర్లుగా విధుల్లో చేరారు. విచారణ సమయంలో నేను అక్కడ ఉండేందుకు సబర్మతి నది తీరాన ఉన్న ఒక మంచి భవనాన్ని నాకు కేటాయించారు. ఈ భవనంలో గతంలో మంత్రి చిమన్ భాయ్ పటేల్ నివాసం ఉండేవారు. విచారణ నిర్వహించేందుకు ఒక సువిశాలమైన హాలు కేటాయించారు. ఈ హాలు పార్సీ ట్రస్టుకు సంబంధించిన ప్రాంగణం.

మేము బాధ్యతలు చేపట్టగానే రిజిస్ట్రార్‌ను, ఇతర సిబ్బందిని పిలిచి అల్లర్లు జరిగిన ప్రాంతాల పోలీస్ స్టేషన్లకు వెళ్ళి సంబంధిత కేసుల వివరాలతో కూడిన ప్రాథమిక నివేదికలు, ఇతర వివరాలు ఉండే అన్ని రిజిస్టర్లు, పత్రాలు తీసుకురావలసిందిగా ఆదేశించాము. సంబంధిత రికార్డులు అన్నీ మా స్వాధీనంలో పెట్టుకుని రికార్డులు తారుమారు చేసే అవకాశం లేకుండా జాగ్రత్తపడ్డాము. మేము ఇలా చేస్తామని పోలీసులు ఏమాత్రం ఊహించలేదు. అయినా విచారణ కమిషన్ కనుక వారికి రికార్డులు ఇవ్వక తప్పలేదు. కొద్దిరోజుల్లోనే మేము కోరిన అన్ని రికార్డులు స్వాధీనం చేసుకొని హై కోర్టులోని మాకు కేటాయించిన గదిలో భద్రపరిచారు. ఆతర్వాత నేను ఢిల్లీ వెళ్ళాను. తిరిగి వచ్చినప్పుడు విచారణకు అవసరమైన ప్రశ్నావళి రూపొందించవలసి ఉంది.

విచారణ అహ్మదాబాద్ లో 1సెప్టెంబర్ 8, 1969న మతఘర్షణలు జరగడానికిగల కారణాలు తెలుసుకొనేందుకు

అల్లర్లను నివారించేందుకు ప్రభుత్వం తీసుకున్న చర్యలు

భవిష్యత్తులో ఇలాంటి సంఘటనలు జరగకుండా తీసుకోవలసిన జాగ్రత్తలు వాటి సిఫార్సు

రాష్ట్రంలో ఇతర ప్రాంతాల్లో జరిగిన సంబంధిత ఘర్షణలు - ఇవన్నీ విచారణ చేసేందుకు సంసిద్ధం కావాల్సివుంది.

అలాగే ఫిబ్రవరి 28, 1970 నాటికి విచారణ పూర్తిచేసి రాష్ట్ర ప్రభుత్వానికి అందించవలసి ఉంది.

బ్యాంకుల జాతీయకరణ విచారణ పూర్తిచేసి తీర్పు ఇచ్చిన తర్వాతనే తిరిగి అహ్మదాబాద్ వస్తానని వారికి చెప్పి తిరిగి ఢిల్లీ చేరుకున్నాను.

@@@

అధ్యాయం - XVI

బ్యాంకుల జాతీయీకరణ వ్యాజ్యం

బ్యాంకుల జాతీయీకరణ వ్యాజ్యం గురించి మేము ఆగస్టు 1969 చివరిలో విచారణ ప్రారంభించిన విషయం ఇంతకు ముందు చెప్పాను. బ్యాంకుల జాతీయీకరణ వివాదం జులై 1969లో ప్రధాని ఇందిరాగాంధీ తన స్థానాన్ని పటిష్టం చేసుకునే ప్రయత్నాల్లో భాగంగా కాంగ్రెస్ పార్టీలో ఏర్పడిన అభిప్రాయ భేదాల వల్ల వచ్చిన సమస్య. ఈ క్రమంలోనే బ్యాంకు సంస్థల జాతీయకరణ ఆర్డినెన్సు ఆ తర్వాత 1969 చట్టం తీసుకువచ్చారు. ఈ ఆర్డినెన్స్ ద్వారా ప్రైవేట్ బ్యాంకులను రూ 50 కోట్లు ఆపైన డిపాజిట్లతో సహా ప్రభుత్వం స్వాధీనం చేసుకోవచ్చు. ఇలాంటివి 14 బ్యాంకులను జాతీయీకరణకు ప్రభుత్వం ప్రతిపాదించింది. ఈ ఆర్డినెన్స్‌ను ప్రభుత్వ బ్యాంకులు, జాతీయీకరణకు ప్రతిపాదించిన బ్యాంకుల్లో కరెంటు ఖాతాలు ఉన్న రుస్తుం కవాస్జి కూపర్ అనే వ్యక్తి సుప్రీం కోర్టులో సవాల్ చేశారు. ఈ ఆర్డినెన్స్ తనకు రాజ్యాంగంలోని 14, 19 మరియు 31 అధికరణల ద్వారా సంక్రమించిన హక్కులను ఉల్లంఘించిందని తన ఫిర్యాదులో పేర్కొన్నారు. (రుస్తుం కవాస్జి Vs భారత ప్రభుత్వం (1 SCC 1970: 248 తేదీ 10, ఫిబ్రవరి 1970).

జస్టిస్ షా నేతృత్వంలోని 11 మంది న్యాయమూర్తుల బెంచిపైకి ఈ కేసు విచారణకు వచ్చింది. భారత తాత్కాలిక రాష్ట్రపతిగా ఉన్న ప్రధాన న్యాయమూర్తి జస్టిస్ హిదయతుల్లా ఈ ఆర్డినెన్స్ పై సంతకం చేశారు. అందువల్ల ఆయన ఈ విచారణలో భాగం కాలేదు. వాదనలు ప్రారంభానికి ముందే జస్టిస్ సిక్రి ఈ బ్యాంకులో ఒకదానిలో తనకు వాటా ఉన్నందున విచారణలో తాను పాల్గొంటే ప్రభుత్వానికి ఏమైనా అభ్యంతరమా అని అప్పటి అటార్నీ జనరల్ నిరేన్ డే ని అడిగారు. ప్రభుత్వానికి అభ్యంతరం ఉంటే కేసు విచారణనుండి వైదొలుగుతానని ఆయన ప్రకటించారు. అయితే ప్రభుత్వానికి ఎలాంటి అభ్యంతరం లేదని నిరేన్ వెంటనే జవాబిచ్చారు. ఆ తర్వాత వాదనలు మొదలయ్యాయి. ఈ విషయం ఎందుకు చెప్పాను అంటే దీని ప్రభావం ఆతర్వాత చాలా ఎక్కువగా కనిపించింది. ప్రత్యేకించి తీర్పు ప్రభుత్వానికి

వ్యతిరేకంగా వచ్చిన తర్వాత విమర్శలు మొదలయ్యాయి. ఈ అంశం పార్లమెంటుకు వచ్చినప్పుడు న్యాయమూర్తికి ఒక బ్యాంకులో ఉన్న వాటాల ప్రభావం తీర్పుపై కనిపించిందని ప్రభుత్వం వాదించింది. అయితే ప్రధాన న్యాయమూర్తి హిదయతుల్లా మరియు లోక్‌సభ స్పీకర్ దిల్లోన్ ఈ విషయాన్ని పరిష్కరించారు. అహ్మదాబాద్ మతఘర్షణల విచారణ గురించి చెప్పే సందర్భంలో ఈ విషయాన్ని మరింత విశదంగా వివరిస్తాను.

కేసు విచారణ పూర్తయిన తర్వాత రెండు తీర్పులు వెలువడ్డాయి. ఒక తీర్పు అత్యధికంగా నాతో కలిపి10 మంది న్యాయమూర్తులు ఇచ్చినది. మెజారిటీ న్యాయమూర్తుల తరపున తీర్పును జస్టిస్ షా రాశారు. జస్టిస్ రే మాత్రం తన వ్యతిరేకత రాశారు. మెజారిటీ న్యాయమూర్తులు ఇందిరాగాంధీ తెచ్చిన చట్టాన్ని కొట్టివేశారు. బ్యాంకులను జాతీయకరణ చేసే అధికారం చట్టసభ పరిధిలోనిదే అయినప్పటికీ జాతీయకరణ చేసిన బ్యాంకులు తమ కార్యకలాపాలు కొనసాగకుండా చేయడం లేదా కొత్త బ్యాంకులు ఏర్పాటుచేసుకునే అవకాశం తొలగించడం, అదే సమయంలో ఇతర భారతీయ లేదా విదేశీ బ్యాంకులు తమ లావాదేవీలు కొనసాగించే వెసులుబాటు కల్పించడం సమర్ధనీయం కాదు. అలాగే రాజ్యాంగంలోని 31(2) అధికరణ ప్రకారం నష్టపరిహారం చెల్లించకపోవడం లేదా నష్టపరిహారంగా నిర్దేశించిన మొత్తాన్ని నష్టపరిహారంగా పరిగణించే అవకాశం లేకపోవడాన్ని తీర్పు తప్పుపట్టింది. ఇదే సందర్భంలో ఒక వ్యక్తి ఆస్తిని ప్రభుత్వం స్వాధీనం చేసుకునే సందర్భంలో ఆ వ్యక్తికి తగిన నష్టపరిహారం చెల్లించకపోవడం లేదా నష్టపరిహార నిర్ధారణకు సమగ్ర విధానాలు పాటించకపోవడం కోర్టుకు అంగీకారం కాదని కూడా తీర్పులో పేర్కొన్నాము.

బ్యాంకు యాజమాన్యానికి నష్టపరిహారం నిర్ణయించినప్పుడు సంబంధిత బ్యాంకు పేరుప్రతిష్టలను పరిగణలోకి తీసుకోలేదని మేము గ్రహించాము. అలాగే సదరు బ్యాంకుల భవనాల లీజు కాలాన్ని కూడా చట్టం పరిగణలోకి తీసుకోలేదని తీర్పులో పేర్కొన్నాం. సదరు బ్యాంకుల ఆస్తుల విలువ లెక్కించిన విధానం, ఈ బాధ్యతను ట్రిబ్యునల్‌కు వదిలిపెట్టడం వాటాదారులకు చెల్లించాల్సిన సొమ్ము వంటి విషయాల్లో స్పష్టత లేనందువల్ల అసలు నష్టపరిహారం చెల్లించే బాధ్యత ప్రభుత్వానికి ఈ చట్టంద్వారా సంక్రమించలేదని పేర్కొన్నాం. బ్యాంకు ఒక కిరాణా దుకాణం లాంటిది కాదని స్పష్టంగా నిర్ధారించాం. బ్యాంకు అందుబాటులో ఉందన్న ఒక్క కారణం వల్ల మాత్రమే వినియోగదారుడు సదరు బ్యాంకులో నగదు దాచుకునే ప్రయత్నం చేయడు. మా

అభిప్రాయం మేరకు చట్టంలోని 4వ సెక్షన్ అత్యంత కీలకమైనది. ఈ సెక్షన్ తో పాటు 5, 6 సెక్షన్లు మరియు రెండవ షెడ్యూల్ బ్యాంకుల బదలీ వివరాలను పొందుపర్చింది. అయితే రాజ్యాంగంలోని 31(2) అధికరణ ఇచ్చిన ప్రాథమిక హక్కులకు ఈ చట్టంలోని 4, 5 మరియు 6 సెక్షన్లు, రెండవ షెడ్యూల్ బిన్నంగా ఉన్నాయి. అందువల్ల ఈ చట్టం చెల్లదని తీర్పు ఇచ్చాము. అత్యధిక న్యాయమూర్తుల తరపున జస్టిస్ షా తీర్పు చదువుతూ "రాజ్యాంగంలోని 19(1)(f) ఆస్తిహక్కును కల్పిస్తూ కొన్ని పరిమితులు విధించింది. అధికరణ 19(5) ప్రకారం ఆయా రాష్ట్రాలు ఆస్తి హక్కును కొంతమేర కుదిస్తూ చట్టాలు చేయవచ్చు. అధికరణ 19(5) మరియు 31లో పేర్కొన్న పరిధి భిన్నమైనది కాదు. ప్రభుత్వం విస్తృత ప్రజాప్రయోజనాల కోసం వ్యక్తుల ఆస్తులను స్వాధీనం చేసుకునే వెసులుబాటు ఉంది. ఇది గతంలో స్వామి మోటార్ ట్రాన్స్పోర్ట్ కంపెనీ ప్రైవేట్ లిమిటెడ్ మరియు శ్రీ శంకర స్వామిగళ్ మఠం (1963 supp I SCR 282)లో చెప్పినట్టు 19(1)(f) అధికరణ కేవలం పౌరుడికి ఆస్తి హక్కు స్థిరమైనది."

ఈ విషయంలో మెజారిటీ న్యాయమూర్తుల తరపున తీర్పు ప్రకటించిన జస్టిస్ షా మరికొన్ని కేసులను కూడా ఉదహరించారు. పి వజ్రవేలు ముదలియార్ మరియు ఎస్పీ డిప్యూటీ కలెక్టర్, మద్రాస్ మరియు ఇతరులు (1965 I SCR 614), అలాగే గుజరాత్ రాష్ట్రం మరియు శాంతిలాల్ మంగళదాస్ ఇతరులు (1969 (1) SCC 509)లో చెప్పినట్టు రాజ్యాంగం కల్పించిన ఆస్తిహక్కు సంబంధిత యజమానికి నష్టపరిహారంగా తత్సమానమైన ఆస్తిని ఇచ్చినప్పుడే ఆ వ్యక్తి ఆస్తిని సమీకరించే హక్కు ప్రభుత్వానికి ఉంది. అలాగే అధికరణ 31(2) సవరణ తర్వాత వ్యక్తి ఆస్తిని ప్రభుత్వం సమీకరించిన తర్వాత సదరు ఆస్తి హక్కుదారుకు చెల్లించే నష్టపరిహారం సరిపోతుందా లేదా అన్నది నిర్ధారించడం కష్టమే. అలాగే శాంతిలాల్ మంగళదాస్ కేసును ఉదహరిస్తూ ఈ సవరణ తర్వాత ఆస్తి హక్కుదారుడికి నష్టపరిహారం చెల్లింపు సదరు హక్కుదారుడు కోల్పోయిన ఆస్థికి సమానమా, కాదా అని నిర్ధారించడం కూడా కోర్టు పరిధి నుండి తొలగించబడింది.

వజ్రవేలు మొదలియార్ కేసులో పేర్కొన్నట్టు 31 (2) అధికరణ సవరించిన తర్వాత ఒక వ్యక్తి ఆస్థిని ప్రభుత్వం సమీకరించిన తర్వాత చెల్లించే నష్టపరిహారం సదరు ఆస్తితో సమానంగా చెల్లించే నిబంధన లేదని జస్టిస్ షా పేర్కొన్నారు. నష్ట పరిహారం చెల్లించినప్పుడు, అది అమలులో ఉన్న చట్టాలకు అనుగుణంగా లేనప్పుడు

నిర్ధారించిన లేదా చెల్లించిన నష్టపరిహారం సదరు వ్యక్తి కోల్పోయిన ఆస్తితో సమానం కాదని కోర్టులో సవాల్ చేసే అవకాశం ఉంది అని కూడా పేర్కొన్నారు.

ఈ రెండు (వజ్రవేల్ ముదలియార్ మరియు శాంతిలాల్) కేసుల తీర్పు ప్రకారం "విధిగా సేకరించే ఆస్తికి నష్టపరిహారం నిర్ధారించేందుకు, చెల్లించేందుకు విధిగా అనుసరించవలసిన చట్టాలు అమలులో ఉన్నప్పుడు ప్రభుత్వం సంబంధిత వ్యక్తికి నష్టపరిహారం నిర్ణయించినా, చెల్లించినా విధిగా ఆ చట్టాలనే పరిగణలోకి తీసుకోవాలని," జస్టిస్ షా స్పష్టం చేశారు. నా అభిప్రాయం ప్రకారం బ్యాంకుల జాతీయకరణ విషయంలో కూడా ప్రభుత్వం విధిగా అమలు చేయవలిసిన పద్ధతి. ఈ మేరకు బ్యాంకుల జాతీయీకరణలో సదరు బ్యాంకు యాజమాన్యాలకు చెల్లించాల్సిన నష్టపరిహారం విషయంలో వజ్రవేల్ మొదలియార్ కేసులో చెప్పిన ప్రకారం కానీ, శాంతీలాల్ కేసులో కొట్టివేసిన నిబంధన ప్రకారం కానీ ప్రభుత్వం స్వాధీనం చేసుకున్న బ్యాంకులకు నష్టపరిహారం విధిగా అమలులో ఉన్న నిబంధనలు లేదా చట్టాల మేరకు చెల్లించాల్సి ఉంది. అయితే 31వ అధికరణ సవరించిన తర్వాత 2వ క్లాజు ప్రకారం నష్టపరిహారం చెల్లించే లేదా నిర్ధారించేందుకు అనుసరించవలసిన అవసరమైన షరతు రూపొందించడంలో చట్టం విఫలమైంది. "నష్టపరిహారం విషయంలో పార్లమెంట్ చేసిన నిబంధన సమర్ధనీయమే అనిపించడం లేదు. ఈ విధానాన్ని అంగీకరిస్తే పార్లమెంట్ చట్టాలు సవాల్ చేయబడతాయి. పైగా వ్యక్తికి రాజ్యాంగం కల్పించిన ఆస్తిహక్కు నిర్వీర్యం అవుతుంది. సదరు ఆస్థిని ప్రభుత్వం సమీకరించినప్పుడు చెల్లించవలసిన నష్టపరిహారం నిబంధనల మేరకు ఆమోదయోగ్యంగా ఉండాలి. నష్టపరిహారం నిర్ధారించేందుకు అనేక నిబంధనలు ఉన్నప్పటికీ వాటిలో ఒక నిబంధనే పరిగణలోకి తీసుకొని మిగిలినవాటిని విస్మరిస్తే అది పార్లమెంటు విజ్ఞతకు వదిలేయవలసి వస్తుంది." అని పేర్కొన్నాం.

నష్టపరిహారం లెక్క కట్టేటప్పుడు సదరు ఆస్థి విలువ, దాని ప్రయోజనం వంటి అంశాలను విధిగా పరిగణలోకి తీసుకోవలసి ఉంటుంది. సదరు ఆస్థికి ఖచ్చితమైన మార్కెట్ ఉన్నప్పుడు దాని విలువ నిర్ధారించడం కష్టమే. అయితే నిర్ధారిత మార్కెట్ లేనప్పుడు సదరు ఆస్థికి నష్టపరిహారం లెక్క కట్టేటప్పుడు సదరు యజమానికి ఆ ఆస్తివల్ల వచ్చే లాభం, భవిష్యత్తులో ఆ ఆస్థికి లభించే లాభాలు, సదరు యజమాని ఇష్టాయిష్టాలు, ప్రభుత్వ అవసరాలు వంటి అనేక అంశాలను పరిగణలోకి తీసుకోవలసి ఉంటుంది.

మెజారిటీ న్యాయమూర్తుల అభిప్రాయం ప్రకారం నష్టపరిహారం నిర్ధారించేందుకు అందుబాటులో ఉన్న కొన్ని కీలకమైన ప్రామాణికాలు ప్రస్తావిస్తూ ఆ పద్ధతులు మాత్రమే పరిగణలోకి తీసుకోవడం సమంజసం కాదు. సదరు ఆస్థికి ఉండే సదుపాయాలు, అవకాశాలు వంటివాటిని కూడా విలువకట్టేందుకు పరిగణలోకి తీసుకోవాలి. శాంతిలాల్ మంగళదాస్ కేసులో తీర్పు వెల్లడించిన న్యాయమూర్తి ఇప్పుడు బ్యాంకుల జాతీయీకరణ కేసులో కూడా న్యాయమూర్తుల బృందంలో ఉన్నందున తీర్పు ఎలా ఉండబోతోందనే విషయంలో ప్రభుత్వానికి కొంత స్పష్టత ఉందనడంలో అనుమానం లేదు. అయితే కోర్టులోని న్యాయమూర్తులు అందరూ విచారణకు కూర్చున్నప్పుడు కేంద్ర ప్రభుత్వ న్యాయాధికారులు ముందుగానే తీర్పు పట్ల ప్రభుత్వాన్ని అప్రమత్తం చేసి ఉండవలసింది.

ఈ తీర్పు పట్ల తీవ్ర విమర్శలు ఎదురొచ్చాయి. ప్రధానంగా అధికారంలో ఉన్న పార్టీ బృందం పేదప్రజల అభ్యున్నతికి, దేశాభివృద్ధికి ప్రభుత్వం బ్యాంకుల జాతీయీకరణ నిర్ణయం చేసినప్పుడు కోర్టు ప్రతిబంధకంగా ఉందని ప్రచారంలోకి తెచ్చారు. అందువల్ల ఈ తీర్పు ఆధారంగా కోర్టును బలిపశువు చేసే ప్రయత్నాలు జరిగాయి. ఇక్కడ గుర్తుంచుకోవలసిన విషయం ఏమంటే బ్యాంకుల జాతీయీకరణపై తీర్పు ఇచ్చిన బెంచి పై నేను ఇంతకు ముందే చెప్పినట్టు సుప్రీం కోర్టు న్యాయమూర్తులందరూ ఉన్నారు.

ఈ అతిపెద్ద బెంచి విచారణ చేసి తీర్పు చెప్పేందుకు గతంలో కోర్టులు ఇచ్చిన తీర్పులు కానీ, అధికరణ 31(1) మరియు (2) అలాగే 19(1)(f)ల పరిధి నిర్ధేశించడంలో ఎలాంటి ప్రభావం చూపలేవు అనేది సుస్పష్టం. అలాంటి నిర్ణయం ప్రకటించేందుకు అవసరమైతే శాంతీలాల్ మంగళదాస్ కేసు లేదా మరేఇతర కేసు అయినా కోర్టు పరిగణలోకి తీసుకుని ఉండేది కాదు. చట్టం ప్రకారం నిష్పాక్షిక నిర్ణయం తీసుకోవాలని మాత్రమే ఈ అతిపెద్ద బెంచి భావన కాబట్టే స్పష్టమైన తీర్పు నిష్పాక్షికంగా ఇవ్వగలిగింది. బ్యాంకుల జాతీయీకరణ వివాదంలో న్యాయాన్ని పరిరక్షించే స్పష్టమైన లక్ష్యంతోనే పూర్తిస్థాయి బెంచిని కోర్టు ఏర్పాటు చేసింది. బెంచిపై న్యాయమూర్తులుగా మేము ఎలాంటి అంశాలకు ప్రభావితం కాలేదు. బ్యాంకుల జాతీయీకరణ అంశంలో గతంలో సంబంధిత వివాదాల్లో కోర్టులు ఇచ్చిన తీర్పులు, పరిశీలనలోకి తీసుకోవడం మాత్రమే జరిగింది. అయితే గతంలోని కేసులను పరిశీలనలోకి, పరిగణలోకి తీసుకున్న సందర్భంలో విమర్శకులకు కొంత అసంబద్ధత

మరియు అనిశ్చిత కనిపించి ఉండవచ్చు. అయితే అధికరణ 31 మరియు 19(1)(f) లను విశ్లేషించి నష్టపరిహారం అంచనా వేయడంలో కొంత అసంబద్ధత కనిపించినప్పటికీ త్రిపాఠి చెప్పినట్టు "కథ మొదటికే వచ్చింది." అయితే 1955 సవరణ ప్రకారం స్వాధీనం చేసుకున్న ఆస్థికి నష్టపరిహారం విషయంలో ప్రభుత్వ నిర్ణయాన్ని ఏ కోర్టు ప్రశ్నించే అవకాశం లేకున్నా నష్టపరిహారం నిర్ధారించడంలోనూ, చెల్లించడంలోనూ చట్టప్రకారం నిబంధనలు అమలవుతున్నాయా లేదా అనే విషయం కోర్టు విచారించవచ్చు. ఈ వాదానికి 1955లో సవరించిన అధికరణ 31(2) లో "నష్టపరిహారం" నిర్ణయం "సదరు సమీకరించిన ఆస్థి విలువకు సమానంగా" ఉండాలనే నిబంధన ఆధారం. చట్ట ప్రకారం సమీకరించవలసిన ఆస్థికి సదరు యజమానికి చెల్లించవలసిన నష్టపరిహారం కూడా తత్సమాన విలువ కలిగి ఉండాలనేది నిబంధన. ఈ నిబంధన అమలు జరుగుతోందా లేదా అన్నది కోర్టు పరిశీలించవచ్చు. అంటే (1) సదరు ఆస్థి యజమానికి చెల్లించవలసిన నష్టపరిహారం, (2) సదరు ఆస్థి వర్గీకరణ వంటి అంశాల్లో చట్టసభ స్పష్టమైన నిబంధనలు రూపొందించాల్సి ఉంది. ఈ విషయంలో చట్టం అమలు పూర్వపు చట్టాలకు అనుగుణంగా ఉందా లేక బెలా బెనెర్జీ కేసులా సరైన దారిలో ఉందా అన్నది ప్రధాన అంశం. ఈ విషయాలను పరిగణలోకి తీసుకోకుండానే ప్రగతిశీల శక్తులు ఈ తీర్పుపై సుప్రీం కోర్టుపై విమర్శల దాడికి దిగారు.

ఈ తీర్పు ప్రకటించిన న్యాయమూర్తుల బృందంలో సభ్యుడిగా ఉన్న నేను తీర్పు ఒక్కటే ఉండాలని, న్యాయమూర్తులు ఎవరికివారు విడివిడిగా తీర్పులిస్తే భిన్నాభిప్రాయాలు వస్తాయని గట్టిగా విశ్వసించాను. అయితే జస్టిస్ షా తయారు చేసిన ముసాయిదా తీర్పును బెంచిపై ఉన్న న్యాయమూర్తులు అందరికీ ముందుగానే పంపిణీ చేశారు. తీర్పుపై భిన్నాభిప్రాయం వ్యక్తం చేసిన జస్టిస్ రే కి కూడా ఒక కాపీ ఇచ్చారు. ఆ తర్వాత అనేక సందర్భాల్లో ఈ ముసాయిదా తీర్పుపై జస్టిస్ షా నివాసంలో సమావేశం నిర్వహించి తీర్పులోని ప్రతి అంశాన్నీ చాలా నిశితంగా పరిశీలించి, గంటలకొద్దీ లోతుగా సుదీర్ఘంగా చర్చించి, కొన్ని విషయాలు తొలగించి, కొన్ని విషయాలు జోడించి చివరికి తుది తీర్పు సిద్ధం చేశాం. ఈ క్రమంలో అన్ని సందర్భాల్లోనూ జస్టిస్ రే ఉన్నారు. అన్ని చర్చల్లోనూ ఆయన పాల్గొన్నారు. అయితే ఈ అంశంపై ఆయనకు భిన్నాభిప్రాయం ఉన్నందువల్ల తన తీర్పును విడిగా రాశారు. దాని కాపీలు కూడా మా అందరికీ అందించారు. అందువల్ల ఆయన అభిప్రాయం

కూడా తెలుసుకునే అవకాశం కలిగింది. గతంలో జస్టిస్ షా శాంతీలాల్ మంగళదాస్ కేసు తీర్పు చెప్పి ఉన్నందున ఈ కేసు తీర్పు ఆయన తర్వాత సీనియర్ న్యాయమూర్తి వెల్లడిస్తే బాగుంటుందని భావించాం. అయితే శాంతిలాల్ మంగళదాస్ కేసు తీర్పు ఆయనే చెప్పినందువల్ల ఈ కేసు తీర్పు కూడా ఆయనే చెప్పి అవసరం అయితే శాంతిలాల్ కేసు తీర్పును కూడా సందర్భోచితంగా వివరిస్తే మంచిదని కూడా భావించాం. అయితే మేము అత్యధిక న్యాయమూర్తులం జస్టిస్ షా తీర్పుకు భిన్నంగా తీర్పులు వెల్లడిస్తే అందరం విమర్శలకు గురయ్యేవారం. ఇది ఆ తర్వాత 1973లో కేశవానంద భారతి కేసులో జరిగింది. ఈ కేసులో భిన్న తీర్పులు వెలువడ్డాయి. అయితే, మా ఏకాభిప్రాయానికి అనుగుణంగా మాలో కొంతమంది కూడా తమ అభిప్రాయాలు చెపితే మంచిదని భావించాం.

ఇక తీవ్ర విమర్శలకు గురైన నష్టపరిహారానికి సంబంధించినంతవరకు నేను ఇంతకు ముందే చెప్పినట్టు నష్టపరిహారం అంచనాకు ఒక ప్రామాణికం కోసం మేము ప్రయత్నం చేశాం. తీర్పులో ఇక్కడో వ్యాఖ్య, అక్కడో వ్యాఖ్య తీసుకుని విమర్శించడం వేరు. కానీ మేము నష్టపరిహారాన్ని సదరు ఆస్తి మార్కెట్ విలువ లేదా తత్సమానమైన విలువగా సవరించిన 31 వ అధికారణలోని 2వ క్లాజు ప్రకారం గుర్తించాము. ఇందులో లోతుగా పరిశీలించి తప్పులు వెతికే స్వతంత్రం ఉంది. సదరు బ్యాంకులను ఏర్పాటు చేసిన సంస్థలు తదుపరి బ్యాంకు లావాదేవీలు చేయకూడదనే నిబంధనే ఈ చట్టాన్ని కొట్టివేయడానికి మేము పరిగణలోకి తీసుకున్న అంశం. ప్రొఫెసర్ త్రిపాఠి చెప్పినట్టు ప్రభుత్వం స్వాధీనం చేసుకున్న భూమిలో బంగాళాదుంపలు పండించకూడదని, అదే స్వాధీనం చేసుకోని పక్క రైతు పంట పండించుకోవచ్చని చెప్పడం న్యాయసమ్మతం. ఎందుకంటే ఒకసారి భూమిని వదులుకున్న రైతుకు ఆ భూమిలో పంటలు పండించే హక్కు ఉండదు. ఆ భూమిపై యాజమాన్య హక్కు ప్రభుత్వానికి బదిలీచేసిన తర్వాత సదరు వ్యక్తికీ ఆభూమిపై హక్కు ఉండదు. ఆ భూమిని స్వాధీనం చేసుకున్న వారు పంటలు పండిస్తారు ఇంకేమైనా చేస్తారా అనే విషయం సదరు వ్యక్తికి అనవసరం. అయితే బ్యాంకుల జాతీయాకరణహొతర్వాత బ్యాంకులను మాత్రమే ప్రభుత్వం తీసుకుంది కానీ బ్యాంకులను ఏర్పాటు చేసిన సంస్థలను కాదు. వాటిని రద్దు చేయలేదు. అవి కార్పొరేట్ వ్యాపారం కోసం ఏర్పాటైన సంస్థలు. అవి తమ వ్యాపారాన్ని కొనసాగించుకునే హక్కు ఉంది. చట్టం ప్రకారం ఆ కార్పొరేట్ సంస్థలు బ్యాంకు వ్యాపారం మినహా మరేదైనా వ్యాపారం చేసుకోవచ్చు.

అయితే అవే సంస్థలు తమ బ్యాంకు జాతీయీకరణ తర్వాత మళ్ళీ అదే బ్యాంకు పేరుతో వ్యాపారం చేయడం చట్టసమ్మతం కాదు అని నా అభిప్రాయం. సదరు బ్యాంకును ఏర్పాటు చేసి నిర్వహిస్తున్న సంస్థలు తమకు ఉన్న "గుడ్ విల్" ఉపయోగించుకుని "నాన్ బ్యాంకింగ్" కార్యకలాపాలు నిర్వహించే అవకాశం లేకుండా నిరోధించడం మరో ముఖ్యమైన అభ్యంతరం. అలాగే చెల్లించిన నష్టపరిహారం సదరు సంస్థ ఇతర కార్యకలాపాలు నిర్వహించుకునేందుకు తక్షణమే ఉపయోగపడకపోగా సదరు బ్యాంకు ఉన్న భవనం కూడా ఆ సంస్థ అధీనంలో లేకపోవడం వంటి అంశాలు ఈ చట్టం కొట్టివేసేందుకు అనుకూలించాయి. ఈ పరిస్థితులన్నీ సదరు బ్యాంకులు తమ కార్యకలాపాలు కొనసాగించేందుకు అనువుగా లేవు.

బ్యాంకుల జాతీయీకరణ చట్టం నిబంధనల మేరకు ప్రభుత్వం అత్యధికంగా రూ 70 కోట్ల మేర నష్టపరిహారం చెల్లించింది. అయితే బ్యాంకుల జాతీయీకరణకు ప్రభుత్వం ఇతర మార్గాలు కూడా పరిశీలించి ఉండాల్సింది. సదరు చట్టం ప్రతి బ్యాంకుకు విడిగా నష్టపరిహారం ప్రతిపాదించి ఉంటే బాగుండేది. అలా జరిగి ఉంటే నష్టపరిహారంపై ప్రశ్నలు తలెత్తేవి కాదు. ఈ పద్ధతిలోనే గతంలో జీవిత భీమా సంస్థ, ఇంపీరియల్ బ్యాంకు అఫ్ ఇండియా, స్టేట్ బ్యాంకు అఫ్ హైదరాబాద్ తదితర సంస్థలను ప్రభుత్వం జాతీయీకరణ చేసింది. ఈ విధానం అమలు చేసినా లేక నష్టపరిహారం అంచనాకు సరైన సమర్ధనీయమైన నిబంధనలు నిర్ధేశించి ఉండాల్సింది. ఈ చట్టంలో ఈ పద్దతులేవి లేవు.

అయితే సదరు బ్యాంకులకు నష్టపరిహారం లెక్క వేసేందుకు షెడ్యూల్ II పరిగణలోకి తీసుకుని మార్కెట్ విలువకు మించి లెక్కించడం జరిగిందని అటార్నీ జనరల్ చెప్పినప్పుడు "సదరు బ్యాంకుల షేర్లు ఎందుకు సమీకరించలేదు" అని నేను ప్రశ్నించాను. "అలా షేర్లు కూడా సమీకరించి ఉంటే ప్రభుత్వం అతి చౌకగా తమ వాటాలు తీసుకుందని ప్రజలు అనుకునే అవకాశం ఉంది" అన్నారు. "బ్యాంకులను చట్టంలోని నిబంధనల ప్రకారం చౌకగానైనా జాతీయీకరణ చేసి ఉంటే, మరో నిబంధన ప్రకారం అధికంగా నష్టపరిహారం చెల్లించకుండా ఉంటే, న్యాయంగా ఉండేది కదా?" అని నేను ప్రశ్నించాను. ప్రభుత్వం చెల్లించే నష్టపరిహారం ప్రజలు కట్టే పన్నుల ద్వారా వచ్చింది కనుక ప్రభుత్వం చేసే చెల్లింపు ప్రజలకు నష్టం కలిగించేది కాదు అని కూడా నేను వ్యాఖ్యానించాను. అయితే అటార్నీ జనరల్‌కు నాకు మధ్య జరిగిన ఈ సంభాషణ రికార్డు చేయబడలేదు. అందువల్ల ప్రజలకు

ఇప్పటికీ ఈ బ్యాంకుల జాతీయీకరణ మరో పద్ధతిలో, ప్రజాధనం వృధా కాకుండా తక్కువ ఖర్చుతో జరిగి ఉండేదని తెలియదు.

ప్రొఫెసర్ పి కె త్రిపాఠి ఆ తర్వాత ఓ సందర్భంలో ప్రభుత్వం ఈ విఫల చట్టం ఆధారంగా ఎక్కువ నష్టపరిహారం చెల్లించి ఉండాల్సింది కాదని వ్యాఖ్యానించారు. మార్కెట్ విలువ ప్రకారం సదరు బ్యాంకుల షేర్లు కూడా కొనుగోలు చేసి ఉంటే ప్రజాధనంపై తక్కువ భారం పడేది. సుప్రీం కోర్టు తీర్పు ప్రకారం ప్రభుత్వం ధనికులకు అనుకూలంగా పేదలకు వ్యతిరేకంగా ఈ విషయంలో ప్రవర్తించిందనే విమర్శ ఆధారంగా 1978లో నేను ఓసారి బ్యాంకులకు ప్రభుత్వం విడివిడిగా 14 బ్యాంకులకు చెల్లించిన నష్టపరిహారం వివరాలు భారతీయ రిజర్వు బ్యాంకును అడిగాను. దానికి రిజర్వు బ్యాంకు తరపున శ్రీ ఎం.పి దాగే మే 15, 1978న ఇచ్చిన జవాబు చాలా ఆసక్తికరంగా ఉంది. ఆ లేఖ కాపీతో పాటు బ్యాంకుల జాతీయీకరణ చట్టం 1970లోని రెండవ షెడ్యూల్ మరియు సదరు బ్యాంకుల షేర్ల మార్కెట్ విలువ కాపీ ఇక్కడ ఇస్తున్నాను.

లేఖ

మే 15, 1978

ప్రియమైన జస్టిస్ రెడ్డి గారికి,

జాతీయీకరణ చేసిన బ్యాంకుల షేర్ల విలువ మీరు కోరిన మేరకు ఈ వివరాలు ఇస్తున్నాను. ఈ లేఖతో పాటు మీకు ఉపయోగపడతాయని రెండు పత్రాలు జతచేస్తున్నాను. మరికొంత సమాచారం కోసం నేను ఎదురు చూస్తున్నాను. ఆ సమాచారం అందగానే మీకు మరో లేఖ రాయగలను.

ధన్యవాదాలతో

మీ విధేయుడు

(ఎంపి దాగే)

జతచేయబడిన పత్రం 1

బ్యాంకుల జాతీయీకరణ చట్టం 1970 లోని రెండవ షెడ్యూల్ ప్రకారం వివరాలు

బ్యాంకు పేరు	చెల్లించిన నష్టపరిహారం (రూ.లక్షల్లో)
ది సెంట్రల్ బ్యాంకు ఆఫ్ ఇండియా లిమిటెడ్	1750
ది బ్యాంకు ఆఫ్ ఇండియా లిమిటెడ్	1470
ది పంజాబ్ నేషనల్ బ్యాంకు లిమిటెడ్	1020
ది బ్యాంకు ఆఫ్ బరోడా లిమిటెడ్	840
ది యునైటెడ్ కమర్షియల్ బ్యాంకు లిమిటెడ్	830
కెనరా బ్యాంకు లిమిటెడ్	360
యునైటెడ్ బ్యాంకు ఆఫ్ ఇండియా లిమిటెడ్	420
దీనా బ్యాంకు లిమిటెడ్	360
సిండికేట్ బ్యాంకు లిమిటెడ్	360
యూనియన్ బ్యాంకు ఆఫ్ ఇండియా లిమిటెడ్	310
అలాహాబాద్ బ్యాంకు లిమిటెడ్	310
ది ఇండియన్ బ్యాంకు లిమిటెడ్	230
ది బ్యాంకు ఆఫ్ మహారాష్ట్ర లిమిటెడ్	230
ది ఇండియన్ ఓవర్సీస్ బ్యాంకు లిమిటెడ్	250
మొత్తం	**రూ 87.40 కోట్లు**

Ref.: బ్యాంకుల జాతీయీకరణ మరియు సుప్రీం కోర్టు తీర్పు, సంపాదకుడు డాక్టర్ ఎల్ ఎం సింఘ్వి, పేజి 247.

జతచేయబడిన పత్రం 2

జాతీయాకరణ చేయబడిన బ్యాంకుల షేర్ల పుస్తక విలువ మరియు మార్కెట్ విలువ:

బ్యాంకులు	చెల్లింపు విలువ (Paid up value)	పుస్తక విలువ (Book value)	మార్కెట్ విలువ (Market value)
1. సెంట్రల్ బ్యాంకు	20.00	62.42	51.30
2. బ్యాంకు ఆఫ్ ఇండియా	50.00	129.61	98.50
3. పంజాబ్ నేషనల్ బ్యాంకు	10.00	34.08	23.50
4. బ్యాంకు ఆఫ్ బరోడా	50.00	113.28	93.50
5. యునైటెడ్ కమర్షియల్ బ్యాంకు	50.00	124.21	69.50
6. కెనరా బ్యాంకు	50.00	112.59	68.13
7. యునైటెడ్ బ్యాంకు అఫ్ ఇండియా	10.00	14.99	8.55
8. దేనా బ్యాంకు	50.00	117.44	62. 00
9. సిండికేట్ బ్యాంకు	10.00*	20.45	19.85
10. యూనియన్ బ్యాంకు	5.00	9.63	6.56
11. అలాహాబాద్ బ్యాంకు	100.00	265.03	260.00
12. ఇండియన్ బ్యాంకు	100.00	232.30	125.00
13. బ్యాంకు ఆఫ్ మహారాష్ట్ర	50.00	67.93	53.00
14. ఇండియన్ ఓవర్సీస్ బ్యాంకు	100.00	214.81	117.50

*రూ 10 పెయిడ్ అప్ షేర్ల ఆధారంగా

ఆధారం: ఎకనామిక్ టైమ్స్, జులై 22, 1969

Ref: Bank Nationalisation in India - A Symposium - edited by Narendra Kumar - Page XVIII.

ఇక్కడ ఉదహరించిన వివరాల ఆధారంగా ప్రభుత్వం చెల్లించిన నష్టపరిహారంపై

గతంలో అటార్నీ జనరల్ తో నేను చేసిన వ్యాఖ్యలు సబబేనని నిర్ధారణ అయింది. నేను సూచించినట్టు ప్రభుత్వం బ్యాంకులకు నష్టపరిహారం చెల్లించి ఉంటే అదిహాఇందిరా గాంధీ ఇచ్చిన గరీబీ హఠావో నినాదానికి బలం చేకూర్చే విధంగా ఉండేది. ఈ లెక్కన చూసినప్పుడు ఈ తీర్పులో సుప్రీం కోర్టు న్యాయమూర్తులపై విమర్శ అర్థరహితం అని తెలుతోంది.

బ్యాంకుల జాతీయీకరణ చట్టం కొట్టివేసిన తర్వాత కూడా ప్రభుత్వం మేము సూచించినట్టు బ్యాంకుల షేర్లు కొనుగోలు చేయకుండా యాజమాన్యాలకు రూ 87 కోట్ల 40 లక్షలు చెల్లించింది. అందువల్ల ఏరకంగా చూసినా ప్రభుత్వ నిర్ణయం కారణంగా ప్రజాధనం అదనంగా బ్యాంకు యాజమాన్యాలకు చెల్లించాల్సి వచ్చింది అని కోర్టు ఇచ్చిన తీర్పుపై విమర్శకు అర్థంలేదు.

ఈ కేసు సంక్లిష్టత గురించి ఇంతకు ముందే కొంత సమాచారం ఇచ్చాను. ప్రభుత్వం ప్రైవేట్ వ్యక్తుల ఆస్థిని తగిన నష్టపరిహారం చెల్లించకుండా స్వాధీనం చేసుకోవడం, అలాంటి స్వాధీనాన్ని ఆస్తి హక్కుదారుడు వ్యతిరేకించడం తరచుగా జరిగే ఘర్షణే. ప్రత్యేకించి ఆస్తిని 44వ సవరణ ద్వారా 31 వ అధికరణ మరియు 19(1)(f) తొలగించి దాని స్థానంలో 300 (A) అధికరణ తెచ్చి ఆస్తి హక్కును ప్రాధమిక హక్కుగా కాకుండా రాజ్యాంగ హక్కుగా మార్చిన తరుణంలో ఇలాంటి ఘర్షణ సాధారణమే అని నా అభిప్రాయం.

నష్టపరిహారం లెక్కించే సందర్భంలో ప్రభుత్వ నిర్ణయ "సమర్ధనీయత మరియు ఔచిత్యం" వంటి అంశాలు ప్రశ్నార్థకం అవుతాయి. నిర్దిష్టమైన కారణాలు లేదా నిర్దిష్టమైన నష్టపరిహారం లెక్కింపు అంశాలు వివాదంగా మారి సదరు నిర్ణయాలు, తీర్పులు విమర్శకు గురవుతాయి. బలవంతమైన రాజ్యం, అధికారం ఒక వ్యక్తి ఆస్తిని స్వాధీనం చేసుకోవాలని ప్రయత్నించినప్పుడు నష్టపరిహారం నిర్ణయంలో సమానత్వం లోపించి అన్యాయం జరిగే అవకాశం లేకపోలేదు. అందువల్లనే ప్రొఫెసర్ పి.కె.త్రిపాఠి సూచించినట్టు సందిగ్ధతను తొలగించి సంబంధిత న్యాయసూత్రాల అమలును విస్మరించకుండా స్థిరమైన మరియు ఆచరణాత్మకమైన పద్ధతులు అనుసరించడం మేలు. గతంలో ఎం.ఆర్ బాలాజీ మరియు మైసూరు రాష్ట్రం వివాదంలో జస్టిస్ గజేంద్రగడ్కర్ చెప్పిన తీర్పు కొంత ఆచరణాత్మకంగా తీసుకోవాలి. ఈ కేసులో "ఏ విద్యాసంస్థలో అయినా ఉన్న మొత్తం సీట్లలో 50 శాతం మించిన రిజర్వేషన్ రాజ్యాంగ వ్యతిరేకం" అని జస్టిస్ గజేంద్ర గడ్కర్ తీర్పు చెప్పారు. ఈ న్యాయసూత్రం ఆధారంగానే

వ్యక్తి తన ఆస్తి మార్కెట్ విలువలో కనీసం 50 శాతం నష్టపరిహారంగా పొందలేనప్పుడు అలాంటి ప్రభుత్వ నిర్ణయాన్ని 31వ అధికరణ 2వ క్లాజుకు ఉల్లంఘనగా పరిగణించవలసి వస్తుంది. ఇలాంటి సందర్భంలో, అంటే ఆస్తి మార్కెట్ విలువలో 50 శాతం కంటే తక్కువ నష్టపరిహారం నిర్ధారించినప్పుడు కోర్ట్ సదరు నష్టపరిహార నిర్ధారణ రాజ్యాంగ ఉల్లంఘనగా పరిగణించవచ్చు. ఇందులో నిబంధనల అమలు ఔచిత్యం కనిపించకపోవచ్చు కానీ ప్రభుత్వం కానీ, సదరు ఆస్తి హక్కుదారుడు కానీ, కోర్టు కానీ ఈ విషయాన్నీ మరింత స్పష్టతతో అర్థం చేసుకోవచ్చు.

@@@

అధ్యాయం - XVII

మతఘర్షణలపై విచారణ

గుజరాత్‌లో జరిగిన మతఘర్షణలపై విచారణకు ఎలాంటి పరిస్థితుల్లో నాతో పాటు ఇద్దరు గుజరాత్ హైకోర్టు న్యాయమూర్తులతో కమిటీ నియమించారో ఈ పుస్తకంలో 15వ చాప్టర్లో వివరించాను. కమిషన్లో గుజరాత్ హై కోర్టు న్యాయమూర్తులు జస్టిస్ నుసిర్వాన్జీ వకీల్ మరియు అక్బర్ సరేల సభ్యులు. అలాగే ఈ కమిషన్ విచారణ పరిధికి సంబంధించిన వివరాలు దానికి సంబందించి అక్టోబర్ 13, 1969న విడుదల చేసిన నోటిఫికేషన్ వివరాలు కూడా ఆ అధ్యాయంలో వివరించాను. అలాగే అక్టోబర్ 13, 1969న నేను కమిషన్ సభ్యులతో ఏర్పాటు చేసిన తొలి సమావేశ వివరాలు, కమిషన్ సిబ్బందికి జారీచేసిన ఆదేశాలు, సంఘటనకు సంబంధించి వివిధ పోలీస్ స్టేషన్లలో నమోదైన కేసుల రికార్డులు భద్రపరిచే చర్యలతోపాటు వారికి అప్పగించిన పనుల వివరాలు కూడా ప్రస్తావించాను. అదే సమయంలో విచారణకు సంబంధించిన నోటిఫికేషన్ గుజరాత్ ప్రభుత్వ గజెట్‌లో ప్రచురించి దాని ఇంగ్లీష్ మరియు గుజరాతీ అనువాదాలను అక్కడ పత్రికల్లో ప్రచురింపజేశాం. ఈ సంఘటనకు సంబంధించిన వివరాలు కమిషన్‌కు తెలియజేయదలచిన వారు కమిషన్ను సెప్టెంబర్ 18, 1969న కలవ వచ్చని తెలియజేశాం. అయితే అహ్మదాబాద్ అల్లర్లకు ముందు జరిగిన సంఘటనలకు సంబంధించిన వివరాలను కూడా మేము సేకరించవలసి ఉంది. అల్లర్లకు ముందు అహ్మదాబాద్‌లో జరిగిన సంఘటనలు ఏమిటి? అందులో పాల్గొన్న, నిర్వహించిన వ్యక్తులు ఎవరు? అక్కడ జరిగిన ప్రసంగాలు ఏమిటి? అక్కడ ఉన్న వివిధ మతాల ప్రార్థనా మందిరాల వివరాలు, మతపరమైన ప్రదర్శనలు, సమావేశాలు తదితర అన్ని అంశాలకు సంబంధించిన వివరాలు అధికారులనుండి సేకరించవలసి ఉంది. ఈ ఘర్షణకు దారితీసిన సంఘటనలు, పరిస్థితులు వంటి విషయాలను లోతుగా విశ్లేషించవలసి ఉంది. అలాగే ఘర్షణకు ముందు జరిగిన సంఘటనలు, వాటికి సంబంధించి పత్రికల్లో వచ్చిన వార్తలు పరిశీలించాలి. అలాగే ఘర్షణకు దారితీసే పరిస్థితులు ప్రభుత్వం అంచనా వేయగలిగిందా? లేదా? అల్లర్లు జరిగితే

ఆస్తినష్టం, ప్రాణనష్టం జరగకుండా, ప్రజలు నిరాశ్రయులు కాకుండా ప్రభుత్వం ఎలాంటి ముందస్తు చర్యలు తీసుకున్నది అనే విషయాలు పరిగణలోకి తీసుకోవలసి ఉంది.

ఈ విషయాలు, వివరాలతో పాటు అల్లర్లకు సంబంధించి ప్రభుత్వం వద్ద, నిఘా విభాగం వద్ద ఉన్న సమాచారం, కమిషన్ విచారణకు చేసిన ఏర్పాట్లు వంటి విషయాలపై ప్రభుత్వం నుండి వివరాలు అక్టోబర్ 15, 1969న ఒక లేఖ ద్వారా కోరాం. మతఘర్షణ సమయంలో ప్రభుత్వం ఏర్పాటు చేసిన బందోబస్తు, రక్షణకు ఏర్పాటు చేసిన భద్రతా సిబ్బంది సంఖ్య వివరాలు, అల్లర్ల నివారణకు తీసుకున్న చర్యలు, శాంతియుత వాతావరణం నెలకొనేందుకు చేపట్టిన చర్యలు, భద్రతకు నియమించిన సైనిక బలగాలు తదితర వివరాలతో పాటు, ఘర్షణల అనంతర చర్యల వివరాలు కూడా ప్రభుత్వం నుండి కోరాం.

సాక్ష్యాధారాలపై ఎలాంటి అపోహలకు తావులేకుండా ఉండేందుకు గాను అన్ని వివరాలు కట్టుదిట్టంగా సేకరించి గట్టి బందోబస్తుతో భద్రపర్చాము. అలాగే ఆయా పోలీస్ స్టేషన్ల లోని రికార్డు పుస్తకాలూ, నోటు పుస్తకాలూ, విడిగా తెల్లకాగితాలు, టెలిఫోన్ సమాచారం, టెలిగ్రాఫ్ ద్వారా వచ్చిన సమాచారం లేదా సాక్ష్యాలను కూడా రప్పించుకున్నాం. వాటన్నిటిని ఒక గదిలో భద్రంగా దాచిపెట్టే ఏర్పాటు చేశాం. ఘర్షణ గిరిజన ప్రాంతంలోని పోలీస్ స్టేషన్ల నుండి సెప్టెంబర్ 17 నుండి 25, 1969 మధ్య కాలంలో జరిగిన అన్ని పరిణామాల వివరాలు, రికార్డులు సమీకరించాం.

అదే సమయంలో అహ్మదాబాద్ లోని సివిల్ ఆస్పత్రి, వడిలాల్ సురభాయ్ ఆస్పత్రి మరియు ఎల్లిస్ బ్రిడ్జి ఆస్పత్రితో పాటు మణినగర్‌లోని లల్లుభాయ్ గోర్ధన్దాస్ ఆస్పత్రి నుండి వైద్యం చేసిన రికార్డులు కూడా సేకరించి పెట్టుకున్నాం. ఈ ఆస్పత్రుల్లో సెప్టెంబర్ 18 నుండి 26 వరకు జరిగిన వైద్య వివరాలు, క్షతగాత్రుల వివరాలు కూడా అక్టోబర్ 29, 1969 నాటికి సేకరించి సిద్ధం చేసుకున్నాం. గాయపడిన వారు ఎవరైనా ఆస్పత్రులకు వచ్చినా, వారికి జరిగిన వైద్యం, గాయాల వివరాలు, వాటి కారణాలు వంటి అనేక విషయాలు సేకరించాం.

విచారణ సందర్భంగా కూడా డిసెంబర్ 1 నుండి నవంబర్ 7 వరకూ రాష్ట్ర స్పెషల్ బ్రాంచి పోలీసులు ప్రభుత్వానికి రోజువారీ పంపిన నివేదికల కాపీలు కూడా సేకరించాం. అయితే ఈ నివేదికలను ప్రభుత్వం ప్రతిష్టాత్మకంగా తీసుకున్న కారణంగా

విచారణ సందర్భంగా వచ్చే ప్రజలకు కానీ, ఇతర సంఘాలకు కానీ ఆ రికార్డుల వివరాలు చేరకుండా జాగ్రత్తలు తీసుకున్నాం.

అలాగే, మత ఘర్షణలకు సంబంధించి కేంద్ర ప్రభుత్వం ప్రతి వారం రాష్ట్రాలకు పంపించే రహస్య నివేదిక నకలు కూడా మేము మా విచారణ నిమిత్తం సేకరించాలని ప్రయత్నించాం కానీ, కేంద్ర ప్రభుత్వం నిస్సహాయతను ప్రకటించింది. రహస్య నివేదికలు ప్రభుత్వేతరులు ఎవరికీ ఇచ్చే సంప్రదాయం లేదని కేంద్ర ప్రభుత్వం స్పష్టం చేసింది. అయితే నేను సుప్రీం కోర్టులో బ్యాంకుల జాతీయీకరణ కేసు విచారణలో ఉన్న కారణంగా కమిషన్ నివేదిక ప్రభుత్వం కోరిన మేరకు ఫిబ్రవరి 28, 1970 నాడు ఇవ్వలేకపోయాను. అందువల్ల విచారణ కమిషన్‌కు ఇంతకు ముందు ఇచ్చిన గడువును అక్టోబర్ 31, 1970 వరకూ ప్రభుత్వం పొడిగించింది.

ఆ తర్వాత కమిషన్ ప్రాథమిక సమావేశం డిసెంబర్ 6, 1969 నాటికి నిర్ణయించబడింది. అనుకున్న ప్రకారం ఆరోజు నౌరోజి హాల్ లో సమావేశం జరిగింది. ప్రభుత్వం తరపున అడ్వకేట్ జనరల్, ప్రభుత్వ ప్లీడర్, అసిస్టెంట్ ప్లీడర్ తో పాటు, సిపిఐ, సిపిఎం, హుల్లాది పీడిత సహాయత సమితి, కేంద్ర రిలీఫ్ కమిటీ, జమాతే ఉల్ ఉలేమా ఈ హింద్, సిటిజన్స్ కౌన్సిల్, భారతీయ జనసంఘ్, హిందూ ధర్మ రక్షణ సమితి ప్రతినిధుల తరపున వారి న్యాయవాదులు హాజరయ్యారు. ఈ సమావేశంలో ప్రభుత్వం తరపున సంబంధిత సాక్ష్యాలు ప్రవేశపెట్టామని కోరగా ప్రభుత్వం అక్టోబర్ 15, 1969 నాటి తొలి సమావేశంలోనే అన్ని ఆధారాలు అందజేసినట్టు ప్రభుత్వ న్యాయవాదులు తెలియజేశారు. గుజరాత్ విచారణ కమిషన్ చట్టంలోని 2వ నిబంధన మేరకు కమిషన్ విచారణ ప్రైవేటుగా జరుపుకోవచ్చని తెలియజేస్తూ డిసెంబర్ 4, 1969న ప్రభుత్వం ఒక లేఖ పంపింది.

అయితే, విచారణ ప్రైవేటుగా నిర్వహించాలని లేఖ ప్రభుత్వం నుండి రాగానే నేను ప్రభుత్వ అడ్వకేట్ జనరల్‌తో మాట్లాడి ఆ లేఖను కమిషన్ చైర్మన్ గా నేను ఆమోదించలేనని, ఒకవేళ ఆ ఆదేశాలు తప్పనిసరిగా పాటించవలసి వస్తే చైర్మన్ పదవికి రాజీనామా చేస్తానని స్పష్టం చేశాను. రహస్య విచారణ జరిపేందుకు కమిషన్ చైర్మన్‌గా నేను బాధ్యతలు అంగీకరించలేదని కూడా స్పష్టం చేశాను. ఇలాంటి నిర్ణయాలు ఉన్నత న్యాయస్థాన నిర్ణయాలకు అవమానంగానే నేను భావిస్తున్నాను. అయితే తొందరపడి నిర్ణయం తీసుకోవద్దని, తాను ప్రభుత్వంతో మాట్లాడతానని అడ్వకేట్ జనరల్ నాతో చెప్పారు. రహస్య విచారణ నిర్ణయం ప్రభుత్వం వెనక్కు తీసుకోకపోతే

ఈ అల్లర్లలో తమవాళ్ళను కోల్పోయిన కుటుంబాల వారు భావోద్వేగాలకు గురైహొఅపార్థం చేసుకునే అవకాశం ఉందని హెచ్చరించాను. ఆ తర్వాత ప్రభుత్వం తన ఉత్తర్వులను ఉపసంహరించుకుంటూ మరొక లేఖ రాసింది. అయితే ఈ ఉత్తర్వుల్లో తాము ఎందుకు రహస్య విచారణ జరగాలని ప్రతిపాదించామో అనే విషయం కూడా వివరణ ఇచ్చింది. అయితే నా అభిప్రాయం సరైనదే అని నేను గట్టిగా విశ్వసించాను. కమిషన్ లోని ఇతర సభ్యులు కూడా నా వాదనను సమర్థించారు. ఆ తర్వాత ఫైరుఫాక్స్ కేసులో న్యాయమూర్తులు జస్టిస్ థక్కర్ మరియు నటరాజన్ నేతృత్వంలోని కమిషన్ రహస్య విచారణకు ఆదేసించినపుడు ఈ వివరాలను నేను చాలా విపులంగా మే 29, 1987లో “స్టేట్స్ మాన్” (Statesman) పత్రికలో వ్యాసం రాశాను. రహస్య విచారణ అనే అంశం అటు ప్రజల్లోనూ, ఇటు పత్రికల్లోనూ పలు అనుమానాలకు అవకాశం ఇచ్చింది. “అహ్మదాబాద్ మత ఘర్షణలపై రహస్య విచారణ జరపాలని ప్రభుత్వం కోరినా నేను వ్యతిరేకించిన విధానాన్ని ఈ వ్యాసంలో వివరించాను. బహిరంగ విచారణ వల్ల ప్రజల్లో ఉద్రేకాలు పెరిగి ఘర్షణలకు దారితీసే అవకాశాలు ఉన్నాయని, ప్రస్తుతం నెలకొన్న శాంతియుత వాతావరణానికి భంగం కలిగే ప్రమాదం ఉందని ప్రభుత్వం అభిప్రాయం వ్యక్తం చేసింది. అలాగే బహిరంగ విచారణ జరిగిన పక్షంలో పత్రికలు పలురకాల వార్తలు ప్రచురించే అవకాశం ఉందని, దానివల్ల కూడా ప్రస్తుత శాంతియుత వాతావరణం దెబ్బతినే అవకాశం ఉందని ప్రభుత్వం పేర్కొంది. అయితే ఇన్ని వివరాలు చెప్పిన ప్రభుత్వం విచారణ నిర్ణయం మాత్రం కమిషన్ విజ్ఞతకు వదిలేశారు. అయితే ఒక వేళ విచారణ జరుగుతున్న సమయంలో ఎలాంటి శాంతిభద్రతల సమస్య వచ్చినా బహిరంగ విచారణను రద్దు చేసి రహస్య విచారణ కొనసాగించే అధికారం తమకు ఉందని ప్రభుత్వం పేర్కొంది.

బహిరంగ విచారణకు ప్రభుత్వం పత్రికలకు నిబంధనలతో కూడిన అనుమతి పత్రాలు ఇచ్చింది. విచారణపై పత్రికల్లో భిన్నమైన కథనాలు వచ్చిన సందర్భంలో అనుమతి పత్రాలు రద్దుచేస్తామని కూడా ప్రభుత్వం స్పష్టం చేసింది. అయితే ఎవరైనా సాక్షులు కోరితే ఆ ప్రత్యేక సందర్భాల్లో విచారణను రహస్యంగా నిర్వహించవచ్చని ప్రభుత్వం పేర్కొంది. మా కమిషన్ విచారణ బహిరంగంగానే కొనసాగింది. సాక్షుల వాగ్మూలం నమోదు చేయడానికి ముందే అడ్వకేట్ జనరల్, మరియు వివిధ సంఘాలకు సంబంధించిన న్యాయవాదులు తమ అభిప్రాయాలను స్పష్టంగా వ్యక్తం చేశారు.

అల్లర్లలో జరిగిన ఆస్తి, ప్రాణ నష్టం దృష్ట్యా బాధితులు, సంబంధిత వ్యక్తులు అందరికీ తమ వాదనలు, విజ్ఞప్తులు కమిషన్ ముందు వినిపించే అవకాశం కల్పించాలని అనుకున్నాం. ప్రతి చిన్న విషయాన్నీ పరిగణలోకి తీసుకొని ఎలాంటి విమర్శలకు తావులేకుండా విచారణ నిర్వహించాం.

విచారణలో భాగంగా సాక్ష్యాలు నమోదు ఆగస్టు 7, 1970నాటికి ముగిసింది.

మొత్తం విచారణలో భాగంగా నాలుగు సమావేశాలు నిర్వహించాం. అలాగే సంఘటనలు జరిగిన అనేక ప్రదేశాలను నాలుగురోజులపాటు స్వయంగా సందర్శించాం. మొత్తం 119 మంది సాక్షుల వాంగ్మూలం నమోదు చేశాం. మొత్తం నివేదిక 1532 పేజీలు వచ్చింది. అలాగే అఫిడవిట్లు, వాంగ్మూలం మరో 1426 పేజీలు వచ్చింది. ఇతర అఫిడవిట్లు అన్నీ కలిపి 27,041 పేజీలు వచ్చింది. కమిషన్ సూచన మేరకు ప్రభుత్వ న్యాయవాది, ఇతర న్యాయవాదులు ఇచ్చిన నివేదికలు కలిపి మరో 1032 పేజీలు వచ్చింది.

కమిషన్ విచారణ పరిధి మేరకు మత ఘర్షణలు జరిగిన ప్రదేశాలు, ప్రత్యేకించి అహ్మదాబాద్, బరోడా, నడియాడ్ తదితర ప్రాంతాలను సందర్శించి, నష్టాలను అంచనా వేసి, సాక్ష్యాలు సేకరించి విస్తృతమైన నివేదిక రూపొందించాం. నివేదిక మొత్తం 300 పేజీలు, ఒక్కో పేజీకి రెండువేల నుండి రెండువేల మూడువందల పదాలు, సిద్ధం చేశాం. విస్తృతమైన సాక్ష్యాలు, అఫిడవిట్లు వంటి అంశాలను క్షుణ్ణంగా వివరించాల్సి ఉన్నందున మా నివేదికను ఇంతకంటే కుదించలేకపోయాం.

విచారణ సందర్భంగా కమిషన్‌తో కలిసి పనిచేసిన ప్రతి వ్యక్తికీ కావలసిన అన్ని సదుపాయాలూ కల్పించాం. అలాగే సందర్భాన్ని బట్టి విచారణకు అవసరమైన ప్రతి ఒక్క సమాచారం కూడా మేము స్వీకరించాం. అలాగే పలువురు సాక్షులను క్రాస్ ఎగ్జామినేషన్ చేసిన తర్వాత, మరోసారి అలాంటి అవసరం వచ్చినప్పుడు ఒక్క న్యాయవాడికే అవకాశం కల్పించాలని నిర్ణయించాం. ఈ ప్రతిపాదనకు అన్ని వర్గాల, ప్రతినిధుల న్యాయవాదులు అంగీకరించారు. కానీ అహ్మదాబాద్ రిలీఫ్ కమిటీ ముస్లింల తరపు వాదన సంపూర్ణంగా, సవివరంగా రాలేదని, అందువల్ల న్యాయవాదులు అందరికీ అవకాశం కల్పించాలని కోరింది. ఈ వాదనతో కమిషన్ ఏకీభవించలేదు కానీ ఎలాంటి విమర్శలకు తావివ్వకూడదనే ఉద్దేశంతో న్యాయవాదులు అందరికీ అవకాశం కల్పించాలని నిర్ణయించింది.

అయితే ఏ అంశంపైన అయినా సమగ్రమైన విచారణ జరగలేదు అని ఎవరైనా భావించి సదరు అంశంపై మరోసారి విచారణ వివరంగా జరగాలని కోరితే కూడా అలాంటి కోరికలను మన్నించాలని, వారి వాదనలను కూడా మరోసారి వినాలని కమిషన్ నిర్ణయించింది. ఫలితంగా బాలరాజ్ మధోక్, ముఖ్యమంత్రి మరియు ఉప ముఖ్యమంత్రి, కమ్యూనిస్టుపార్టీల నాయకులు తమను సాక్షులుగా పరిగణించరాదని కోరారు. అయితే ఈ కోర్కెను కమిషన్ తిరస్కరించింది. విచారణపై ఎటువంటి అనుమానం ప్రజలకు కలగకూడదని ఆ నిర్ణయం తీసుకున్నాం. రాజకీయ మరియు మతపరమైన విషయాలు కమిషన్ పరిధిలోకి రావు. అలాంటి విషయాలు కమిషన్ పరిగణలోకి తీసుకుంటే విచారణలో సాక్షులు, ఇతర సంస్థల ప్రతినిధుల మధ్య ఘర్షణ వాతావరణం ఏర్పడుతుందని భావించి ఈ నిర్ణయం తీసుకోవడం జరిగింది. జనసంఘ్ కానీ మరేఇతర పార్టీ కానీ ఒకరిపై మరొకరు ఆరోపణలు ప్రత్యారోపణలు చేసుకున్నప్పటికీ రాజకీయ మరియు సైద్ధాంతిక విశ్వాసాల ప్రాతిపదికగా వారిని విచారణలో భాగం చేయలేదు.

బ్యాంకుల జాతీయాకరణపై సుప్రీం కోర్టు తీర్పు వెలువడిన తర్వాత అహ్మదాబాద్ అల్లర్లపై విచారణ పునరుద్ధరించేందుకు నేను తిరిగి అహ్మదాబాద్ చేరుకున్నాను. అప్పుడు ప్రధాన న్యాయమూర్తి శ్రీ.హిదయతుల్లా ఒక లేఖ రాశారు. బ్యాంకుల జాతీయకరణ తీర్పును కాంగ్రెస్ (ఐ) పార్లమెంటు సభ్యులు ఆరోపణలు చేస్తున్నారని చెప్పారు. తీర్పు చెప్పిన న్యాయమూర్తుల్లో కొందరికి బ్యాంకుల్లో షేర్లు ఉన్నాయని, అందువల్లే ప్రభుత్వ నిర్ణయానికి వ్యతిరేకంగా తీర్పు ఇచ్చారని ఆరోపణలు చేస్తున్నారని చెప్పారు. న్యాయమూర్తులపై తీవ్రమైన ఆరోపణ ఇది. ఈ తీర్పు వెలువరించిన న్యాయమూర్తుల బృందంలో ప్రధాన న్యాయమూర్తి లేరు. అందువల్ల ఈ అంశంపై వివాదం రేగకుండా, పార్లమెంటులో ప్రశ్నలు రాకుండా చూసేందుకు ఆయన తీవ్రంగానే ప్రయత్నాలు చేస్తున్నారు. ఈ మేరకు లోక్ సభ స్పీకర్‌తో ఆయన సమావేశం అయ్యారు. ఈ క్రమంలోనే ఎవరైనా న్యాయమూర్తులకు జాతీయాకరించిన బ్యాంకులతో సంబంధాలు ఉన్నాయో లేదో తెలుసుకునే ప్రయత్నం చేస్తున్నారు. నేను ఇంతకు ముందే చెప్పినట్టు జాతీయాకరణ చేసిన ఒక బ్యాంకులో తనకు షేర్లు ఉన్నాయని అందువల్ల తాను విచారణ చేస్తున్న న్యాయమూర్తుల బృందంలో ఉండడం పట్ల ప్రభుత్వానికి ఏమైనా అభ్యంతరాలు ఉన్నాయా అని అటార్నీ జనరల్ నిరేన్ డే ను జస్టిస్ సిక్రి ప్రశ్నించారు. అలాంటి అభ్యంతరాలు ఏవీ లేవని అటార్నీ జనరల్ చెప్పిన

తర్వాతే విచారణ బృందంలో జస్టిస్ సిక్రి కొనసాగారు. ప్రధాన న్యాయమూర్తి రాసిన లేఖతో నేను కొంత కలత చెందాను. ప్రధాన న్యాయమూర్తికి నేను వెంటనే ఫోన్ చేశాను. ఒక బ్యాంకులో షేర్లు ఉన్నాయని జస్టిస్ సిక్రి అటార్నీ జనరల్‌కు ముందుగానే చెప్పినప్పటికీ ఎందుకు ఇలాంటి ఆరోపణలు చేస్తున్నారు అని ప్రశ్నించాను. న్యాయమూర్తులుగా ఏకేసు అయినా విచారణ చేపట్టే సమయంలోనే సదరు కేసుకు సంబందించిన విషయాల్లో లేదా వ్యక్తులతో సంబంధాలు ఉంటే చెప్పడం మా బాధ్యత. ఆమేరకు జస్టిస్ సిక్రి తన విషయాలు చెప్పేశారు. ఇప్పుడు మళ్ళీ ఈ ఆరోపణలకు బదులు ఇవ్వడం అంటే నా స్వచ్ఛతను, వ్యక్తిత్వాన్ని ప్రశ్నించినట్టే. నాతోపాటు నా సహచర న్యాయమూర్తుల వ్యక్తిత్వాన్ని కూడా ప్రశ్నించినట్టే అనిపించింది. అయితే ఇలాంటి సందేహాలకు సరైన జవాబు ఇచ్చి ఆరోపణలకు అవకాశం లేకుండా చూసుకోవలసిన బాధ్యత, ఘర్షణ వైఖరి నివారించే బాధ్యత న్యాయమూర్తులపై ఉందన్నారు. ప్రధాన న్యాయమూర్తి సూచన మేరకు నాకు కానీ, నా కుటుంబ సంభ్యులకు కానీ, రక్తసంబంధీకులకు కానీ బ్యాంకుల్లో షేర్లు లేవని స్పష్టం చేస్తూ ఒక లేఖ రాశాను. బ్యాంకు షేర్లు లాభదాయకం కాదని మా నాన్నగారు చెప్పడంతో తమ కుటుంబసభ్యులు బ్యాంకుల్లో పెట్టుబడులు పెట్టలేదని తెలియజేశాను. ఆ లేఖల తర్వాత పార్లమెంటులో బ్యాంకుల జాతీయీకరణ తీర్పుపై ప్రశ్నలు అనుమతించకుండా స్పీకర్ ఒక రూలింగ్ ఇచ్చేలా జస్టిస్ హిదయతుల్లా కృషి చేశారు.

ఇక విచారణ కమిషన్ తన పని పునరుద్ధరించింది. కమిషన్ వాస్తవాలను తెలుసుకునే ప్రయత్నమే చేస్తోందని, నేరారోపణ చేసే ప్రయత్నం చేయడం లేదని నేను మరోమారు స్పష్టం చేశాను. అయితే కమిషన్‌కు అనేక అసౌకర్యాలు ఉన్నాయి. ఈ అల్లర్లను వివిధ రాజకీయ పార్టీలు, సంస్థలు ఒక అవకాశంగా తీసుకున్నాయి. తమ లబ్ధికోసం ప్రత్యర్థులపై దెబ్బతీయడం కోసం ఈ సంఘటనను వినియోగించుకున్నాయి. ఈ సంఘటనపై ఎంతోమంది రాజకీయ నాయకులూ, మతపెద్దలు అనేక చేశారు. పత్రికల్లో అనేక వార్తలు, వ్యాసాలు వచ్చాయి. వీరంతా ఆ సంఘటనపై తమకు అనుకూలంగా, వ్యతిరేకంగా తమకు తోచిన విధంగా తీర్పులు ఇచ్చేశారు! ఈ ప్రకటనల్లో చాలా వరకు సంబంధిత వ్యక్తులు అల్లర్లు జరిగిన ప్రదేశాల్లో కొద్దిసేపు సందర్శించిన తర్వాత వచ్చినవే. వీటన్నిటి సారం ఏమంటే ఈ సంఘటనలపై రాజకీయ పార్టీలు, మతసంస్థలు ముందుగానే హెచ్చరికలు చేసినా పోలీసులు తగిన రీతిలో స్పందించలేదు. ఈ సంఘటనలకు ప్రత్యక్ష సాక్షులు మరియు బాధితులు ఈ

మొత్తం ఘర్షణకు కార్యాంకులైన వారిచే ప్రభావితం అయ్యారు. అయితే నిష్పక్షపాతంగా, స్వతంత్రంగా సాక్ష్యం చెప్పగలిగిన వ్యక్తులు కమిషన్ ముందుకు రావటం లేదని మాకు అభిప్రాయం కలిగింది.

కమ్యూనిస్టు పార్టీ, జమైత్ ఉల్ ఉలేమా ఈ హింద్ అహ్మదాబాద్ శాఖ అలాగే సెంట్రల్ రిలీఫ్ కమిటీ ఈ సంఘటనలకు జనసంఘ్ మరియు ఆర్ ఎస్ ఎస్ సంస్థలు బాధ్యులని, ఈ సంస్థల సిద్ధాంతాలు ముస్లిం వ్యతిరేకతను రెచ్చగొట్టి అల్లర్లకు ఉసిగొల్పాయని చెప్పాయి. మరోవైపు జనసంఘ్, హిందూ మహాసభ, హిందూ ధర్మ రక్షా సమితి మరియు హుల్లాది పీడిత సహాయతా సమితి ఓట్లకోసం కమ్యూనిస్టులు ముస్లింలను ఆకర్షించే ప్రయత్నం చేస్తున్నారని, జమైత్ ఉల్ ఉలేమా మరియు జమాత్ ఈ ఇస్లామీ మత సంస్థలని, అవి ముస్లింలలో హిందూ వ్యతిరేక భావాలు రెచ్చగొడుతున్నాయని వాదించాయి. అలాగే కాంగ్రెస్ పార్టీ కూడా లౌకికత్వం పేరుతో ముస్లింలను రెచ్చగొడుతోందని, ముస్లింలను, ప్రత్యేకించి పాకిస్తాన్ అనుకూల ముస్లిం లీగ్ ను సమర్థిస్తోందని చెప్పారు. అయితే విచారణకు మాకు ఇచ్చిన విచారణ అంశాల పరిధిలో సిద్ధాంతాలు, సూత్రాలు, విధానాలు పరిశీలించే అవకాశం, వాటి ప్రభావాన్ని అంచనా వేసే అవకాశం లేదు. అలాగే మా విచారణ పరిధిలో ఈ పార్టీలు, సంస్థలు కూడా లేవు.

ఆగస్టు 7, 1970న సాక్ష్యాల నమోదు ముగింపు సందర్భంగా ప్రధాన న్యాయవాదులు కమిషన్ ఎదుట హాజరయ్యారు. కమిషన్ విచారణ నిర్వహించిన విధానం పట్ల వారు సంతృప్తి వ్యక్తం చేశారు. కమిషన్ చైర్మన్ హోదాలో నేను, నాతరఫున, నా సహచరుల తరఫున ప్రభుత్వ న్యాయవాది శ్రీ మెహతా, ఇతర న్యాయవాదులు శ్రీ షేక్, శ్రీ బరోట్ మరియు శ్రీ పీర్జాదకు ఇలా బదులిచ్చాను:

"కమిషన్ విచారణ పట్ల విశ్వాసం ప్రకటించినందుకు మీకు ధన్యవాదాలు. వాస్తవాలు తెలుసుకోవాలని మీరు కూడా కమిషన్ నివేదిక కోసం ఆసక్తిగా చూస్తున్నారు. ఈ సుదీర్ఘ, అత్యంత కష్టతరమైన ఈ బాధ్యత నిర్వహిస్తున్న మాకు మీ మాటలకంటే తృప్తి కలిగించేది ఏముంటుంది? మీరు, మేము కలిసి ఈ క్లిష్టతరమైన బాధ్యతను పూర్తిచేశాం. మీరు, మేము ఇందులో భాగమే. మీరు లేకుండా మా విచారణ లేదు. నేను ఎప్పుడూ మీ పాత్రను, శ్రమను విస్మరించను. వాస్తవానికి జస్టిస్ వాకిల్ మరియు జస్టిస్ సారెల మినహా మీరంతా నాకు కొత్తవారే. అయితే ఈ ఎనిమిది

నెలల కాలంలో కలిసి పనిచేస్తున్న క్రమంలో మీ పరిచయం నాకు కలిగింది. మనం ఒకరికొకరం తెలుసుకోగలిగాం."

హైదరాబాద్ వదిలిన 12 నెలల సుదీర్ఘ కాలంలో, అందులో 8 నెలలు విచారణ సమయంతో కలిపి, ఇంత ఎక్కువ కాలం గుజరాత్‌లో ఉండాల్సివస్తుందని నేను అనుకోలేదు. ఈ రకంగా హైదరాబాద్ తర్వాత అహ్మదాబాద్ నా రెండో ఇల్లు అయింది. నా తరపున, న్యాయమూర్తులు జస్టిస్ వాకిల్ మరియు జస్టిస్ సారెల తరపున వాస్తవాలు తెలుసుకునే ప్రయత్నంలో విచారణ సందర్భంగా మీరు కొంత బిన్నంగా ప్రవర్తించి ఉండొచ్చునని, వాటిని పరిగణలోకి తీసుకోవద్దని మీరు చెప్పారు. అయితే నేను స్పష్టంగా ఒక విషయం చెప్పదలచుకున్నాను. వాస్తవాలు తెలుసుకునే మా ప్రయత్నంలో ఏ అంశాలూ, పరిస్థితులూ మమ్ములను ప్రభావితం చేయలేదు. కొన్ని సందర్భాల్లో మేము కొంచం కఠినంగా వ్యవహరించినప్పటికీ ఇవేవి మన ఎనిమిది నెలల పరిచయాన్ని ప్రభావితం చేయలేదు. నేను మీకు పరిచయం లేకపోవచ్చు కానీ ఈ ఎనిమిది నెలల పరిచయంలో మీనుండి చాలా సంతోషకరమైన స్మృతులు తీసుకెళుతున్నాను. నేను, నా సహచర న్యాయమూర్తులు మీరు, ఇతరులు అందించిన సహాయ సహకారాలను ఎప్పటికీ మరచిపోలేము. కొంత మంది, కొన్ని వర్గాల్లో ఉన్న ఆతృతను మేము అర్థం చేసుకోగలం. మాకు సమాచారం ఇచ్చి వాస్తవాలు తెలియజేసేందుకు తద్వారా భవిష్యత్తులో ఇటువంటి సంఘటనలు తలెత్తకుండా, ఒకవేళ పునరావృతం అయితే తీసుకోవలసిన జాగ్రత్తలు సిఫార్సు చేసేందుకు మీరు, మీలాగే ఇతరులు చేసిన ప్రయత్నాలను మేము స్వాగతిస్తున్నాం. మా ప్రయత్నాలను మాకు ఇచ్చిన విచారణ పరిధిలో మేము చేస్తాం. ఎలాంటి నివేదిక తయారవుతుందో మాకే ఇప్పటికి స్పష్టత లేదు. అయితే నివేదిక ఇచ్చిన తర్వాత మీరు ఖచ్చితంగా మేము చేసిన ప్రయత్నాన్ని హర్షిస్తారు."

సంఘటనకు సంబంధించిన విషయాలు ప్రస్తావించే ముందు మేము అహ్మదాబాద్ నగర భౌగోళిక విషయాలు విస్తృతంగా వివరించాం. పాత నగరం, కొత్త నగరం, జనాభా వివరాలు, పోలీసు విభాగం వివరాలు వంటివి మా నివేదికలో పొందుపరిచాం.

అహ్మదాబాద్‌లోని జగన్నాథ్ దేవస్థానం పరిసరాల్లో సెప్టెంబర్ 18, 1969న మధ్యాహ్నం జరిగిన ఒక ఘటన మొత్తం అహ్మదాబాద్ మరియు గుజరాత్‌లోని ఇతర

ప్రాంతాల్లో ఘర్షణలకు, హింసకు దారితీసింది. ఈ ఘటన మరియు హింస జరిగిన తీరు, అది ఇతర ప్రాంతాలకు విస్తరించిన వేగం, ఈ ఘటనలో జరిగిన మానవ, ఆస్తి నష్టం ఇంతకు ముందెప్పుడూ, దేశంలో ఎక్కడా జరిగి ఉండలేదు. విద్యావంతులు, ఉన్నత వర్గాల ప్రజలు మరియు మధ్యతరగతి ప్రజలు ఎక్కువగా నివసించే ఎల్లిస్ బ్రిడ్జి మరియు నవరంగపుర ప్రాంతాలతో సహా అహ్మదాబాద్ నగరం మొత్తం ఈ అల్లర్లు విస్తరించాయి. ఈ అల్లర్లు బరోడా, కైరా, మెహసానా, సబర్కంటా, బనస్కాంత వంటి జిల్లాలకు విస్తరించాయి.

కొందరు ఈ అల్లర్లకు హిందువులపై మహ్మద్ గజని కాలంనాటి నుండి జరుగుతున్న దాడులను కారణంగా తెలుపగా, ఇతరులు ముస్లిం వర్గాల రాజకీయాన్ని కారణంగా చూపారు. ముస్లింలు భారత దేశ విభజన డిమాండ్, భారత్ పట్ల పాకిస్తాన్ శత్రువైఖరి, కాశ్మీర్‌లో పాకిస్తాన్ చొరబాటు దాడులు, పాకిస్తాన్ - చైనా చేపట్టిన భారత వ్యతిరేక ప్రచారం కారణాలుగా పేర్కొన్నారు. మరికొందరు భారతీయ జనసంఘ్, రాష్ట్రీయ స్వయంసేవక్ సంఘ్, హిందూ మహాసభ, రెండు కమ్యూనిస్టు పార్టీలు, మజ్లీస్ ముషావరత్, జమైత్ ఉల్ ఉలేమా ఈ హింద్ మరియు జమాత్ ఈ ఇస్లామీ సంస్థల రాజకీయ, ఇతర కార్యక్రమాలను కారణంగా పేర్కొన్నారు. మరో వర్గం కూడా 1964 మరియు 1969 లో జరిగిన మతఘర్షణలు, ఆయా సందర్భాల్లో జమైత్ ఉల్ ఉలేమా ఈ హింద్ సమావేశం(అహ్మదాబాద్, జూన్ 1969)న, ఆర్ ఎస్.ఎస్ సమావేశం(అహ్మదాబాద్, డిసెంబర్ 1968), చేసిన ఉపన్యాసాలు, మార్చి 1969లో జరిగిన ఖురాన్ సంఘటన, ఆగష్టు 1969లో జరిగిన అల్ అక్సా ప్రదర్శన, సెప్టెంబర్ 1969లో జరిగిన ఓదవ్ మరియు రామాయణ సంఘటనలు కారణంగా చెప్పారు.

ఖురాన్ ఘటన: ఒక ముస్లిం వ్యక్తికి చెందిన తోపుడు బండిని పోలీసులు రోడ్డుపక్కనుండి తొలగించడంతో రెచ్చిపోయిన కొందరు ముస్లిం ప్రజలు స్థానిక పోలీసులపై మరియు ప్రజలపై దాడి చేశారు. ఆ తోపుడు బండిపై ఖురాన్‌తో సహా కొన్ని పుస్తకాలు విక్రయానికి ఉన్నాయి.

అల్ అక్సా మసీద్: జేరూసలేంలోని అల్ అక్సా మసీద్‌కు అవమానం జరిగిందని నిరసన తెలుపుతూ స్థానిక ముస్లింలు ఒక ప్రదర్శన నిర్వహించారు. “మసీద్ పై దాడి చేసినవారికి సమాధి కడతాం” అని నినాదాలు చేస్తూ నిరసన కారులు ప్రదర్శన

నిర్వహించారు. మౌన ప్రదర్శన నిర్వహిస్తామని పోలీస్ అనుమతి పొందినప్పటికీ ప్రదర్శనకారులు నినాదాలు చేశారు.

రామాయణ సంఘటన: నగరంలోని రాంలీలా కార్యక్రమాన్ని ఒక ముస్లిం సబ్ ఇన్స్పెక్టర్ భగ్నం చేశాడని ఆరోపణ. అక్కడ ఉన్న సమూహాన్ని చెదరగొట్టి రామాయణ గ్రంథం మరియు హారతి ఉన్న ఒక టేబుల్ పై కొట్టి అవి పడిపోవడానికి కారణం అయ్యాడు. అంతేకాక కిందపడిన రామాయణ గ్రంథాన్ని కాలితో తన్నాడని ప్రజలు ఆరోపించారు.

ఖురాన్ సంఘటన: అహ్మదాబాద్ నగర శివార్లలో ఉన్న ఒఢ్వా ప్రాంతంలోని ఖాళీ ప్రదేశంలో మసీద్ నిర్మాణం కోసం కొందరు మౌల్వీలు ప్రయత్నం చేశారు. వారిపై ఈ సందర్భాగం కొందరు దాడి చేశారని ఆరోపణ. అయితే మసీద్ నిర్మించాలి అనుకున్న ఒఢ్వా గ్రామంలో ముస్లిం ప్రజలు లేరు.

ఏ రాజకీయ పార్టీ లేదా ఏ సంస్థ మతపరమైనదో నిర్ణయించే బాధ్యత మాది కానప్పటికీ, ఈ ఘర్షణలు, అలాగే అహ్మదాబాద్‌లోను, గుజరాత్‌లోను జరుగుతున్న మత ఘర్షణలు దేశంలోని ఇతరప్రాంతాల ఘర్షణలకు భిన్నమైనవి కావు. ఒకరకంగా చూస్తే ఒకదానికొకటి అంతర్లీనంగా ముడిపడి ఉన్నాయి. భారత్, పాకిస్తాన్ విభజన తర్వాత కూడా ముస్లిం లీగ్ చేస్తున్న విభజన వాదం, కాశ్మీర్‌లో పాకిస్తాన్ చొరబాటు దాడులు, పాకిస్తాన్ – చైనా కుట్రలు, పాకిస్తాన్‌లోని హిందువుల పట్ల ఆదేశం అనుసరిస్తున్న హింసాత్మక ధోరణి, ఫలితంగా భారతదేశానికి పాకిస్తాన్ నుండి వలస వస్తున్న హిందువులు, వారి దీన గాథలు, మతపరమైన అంశాలతో రాజకీయ లబ్ధి పొందాలని పార్టీలు చేసే ప్రయత్నాలు, నశించిపోతున్న పరమత సహనం, తమ మతంపై పూర్తి పరిజ్ఞానం లేకపోవడం, అంధ మరియు మూఢ విశ్వాసం వంటివి ఈ ఘర్షణలకు కారణం అవుతున్నాయి. మా విచారణకు ఉన్న పరిధి దృష్ట్యా రాజకీయ కారణాలు, రాజకీయ మతపరమైన కారణాలు, ఆర్థిక కారణాలు, మానసిక కారణాలు వంటి విషయాల పరిశోధనకు ప్రయత్నం చేయలేదు. ఈ ఘర్షణలకు తక్షణ కారణాలు పరిశీలించే ప్రయత్నం మాత్రమే చేశాం.

అన్ని సంఘటనలకు సంబంధించిన సాక్ష్యాలు పరిశీలన చేశాం. పత్రికల పాత్ర, పుకార్లు, పోలీసు చర్యలు, వారి స్పందన, పునరావాస చర్యలు వంటివి లోతుగా పరిశీలన చేశాం. భారత్ – పాకిస్తాన్ విభజన 1946 తర్వాత గుజరాత్ ప్రజలు,

ప్రత్యేకించి అహ్మదాబాద్ ప్రజల్లో మతవిద్వేషాలు లేవు కానీ వారిమధ్య సామాజిక మరియు ఆర్థిక విభేదాలు ఉన్నాయి. అయితే ఖురాన్, అల్ అక్సా మరియు రామాయణ గ్రంథం సంఘటనలు ఈ ఘర్షణలకు, విధ్వంసానికి కారణమయ్యాయి.

ఘర్షణలకు తక్షణ కారణంగా జగన్నాద్ దేవాలయం పరిసరాల్లోని బుఖారి సాహెబ్ చిల్ల దగ్గర నిర్వహించిన ఉరుసు ఉత్సవంగా మాకు కనిపించింది. ఈ ఉత్సవం సందర్భంగా దేవాలయానికి చెందిన ఒక ఆవు అక్కడ ముస్లింలు తోపుడు బండ్లపై విక్రయిస్తున్న వస్తువులను ధ్వంసం చేసింది. దీనితో ఆగ్రహించిన ముస్లింలు ఒక సాధువు పైన, దేవాలయం పైనా దాడిచేశారు. దేవాలయం ప్రధాన ద్వారంపై రాళ్ళదాడి చేశారు. ఈ దాడిలో ప్రధాన ద్వారంతో పాటు లోపల ఉన్న శ్రీకృష్ణ విగ్రహం మరియు మరికొన్ని ధ్వంసం అయ్యాయి. ఈ చర్యలతో హిందువులు కూడా విద్వేషంతో రెచ్చిపోయారు. ఈ కారణంగా అనేక పుకార్లు రేగాయి. కొన్ని పత్రికల్లో వచ్చిన వార్తలు కూడా ఉద్రిక్తను పెంచాయి. పోలీసులు ప్రమాదాన్ని పసిగట్టడంలో విఫలం చెందారు. పుకార్లు ఎలాంటి పరిస్థితికి దారితీస్తాయో అనే అంశం పోలీసులు విస్మరించారు. ఫలితంగా తగిన ముందస్తు భద్రతా చర్యలు తీసుకోలేదు. పోలీసు కర్ఫ్యూ విధించడంలో కూడా జాప్యం చేశారు. కర్ఫ్యూ విధించిన తర్వాత కూడా దాని అమలు చేయడంలో అలసత్వం వహించారు. పరిస్థితి చేయిదాటిన తర్వాత సైన్యాన్ని రప్పించడంలో కూడా జాప్యం చేశారు.

అయితే ముస్లింల సామూహిక హత్యలు, మరణహోమాన్ని ప్రభుత్వం, పోలీసులు చూస్తూ ఉండిపోయారనే వాదనతో మేము ఏకీభవించడం లేదు. పరిస్థితి విషమించిన తర్వాత అనేక వరుస సంఘటనలు జరిగాయి.

సెప్టెంబర్ 18న అల్లర్లు మొదలయ్యాయి. ఆ తర్వాత నాలుగైదు రోజుల్లోనే ఒక్క అహ్మదాబాద్ లోనే 500 మందికి పైగా హత్యచేయబడ్డారు. మరో 370 మందికి గాయాలయ్యాయి. షుమారు 20 వేలమంది నిరాశ్రయులయ్యారు. షుమారు రూ 4 కోట్ల 23 లక్షల స్థిర, చర ఆస్తినష్టం జరిగింది. ఈ అల్లర్లు అహ్మదాబాద్ నుండి ఇతర జిల్లాలకు విస్తరించినప్పటికీ ప్రాణ నష్టం, ఆస్తినష్టం అహ్మదాబాద్ కంటే తక్కువ స్థాయిలోనే ఉంది. ఒక సందర్భంలో సైన్యాన్ని పోలీస్ స్టేషన్‌కు పిలిచి అక్కడ వారి ఆయుధాలు పెట్టి వారికి లాఠీలు తీసుకోమన్నారు. అయితే సదరు కమాండర్ అందుకు అంగీకరించలేదు. అల్లర్లను అరికట్టేందుకు కాల్పులు జరిపితే

ఎక్కువమంది చనిపోయే ప్రమాదం ఉందని పోలీసులు భయపడ్డారని అనుకోవచ్చు. సైన్యానికి బాధ్యత అప్పగించిన తర్వాతే అల్లర్లు తగ్గి పరిస్థితి అదుపులోకి వచ్చింది. సైన్యాన్ని మరికొంత ముందుగానే పిలిచినా, గట్టి ముందస్తు చర్యలు తీసుకున్నా అల్లర్లు ఇంత తీవ్రంగా జరిగి ఉండేవి కావు.

ఈ సందర్భంగా మేము కొన్ని సిఫార్సులు చేశాం: 1) వివిధ మత విశ్వాసాలకు చెందిన ప్రజల్లో సోదరభావం పెంపొందించేందుకు పాఠశాలల్లో ప్రత్యేక తరగతులు నిర్వహించాలి; 2) మత ఘర్షణలు జరిగే అవకాశం ఉన్న వార్తలు పత్రికల్లో వస్తే వాటిని తక్షణమే పై అధికారులకు తెలియజేసేందుకు ఒక వ్యక్తిని ప్రత్యేకంగా నియమించాలి; 3) మత ఘర్షణలకు దారితీసే వార్తలపై ముందస్తుగానే నియంత్రణ ఉండాలి; 4) అల్లర్లను నిరోధించేందుకు ప్రత్యేక శిక్షాత్మక పన్ను ప్రజలపై విధించాలి. ఈ పన్ను ద్వారా వచ్చే ఆదాయాన్ని అల్లర్లలో నష్టపోయినవారి పునరావాసానికి ఇతరత్రా చెల్లించాలి; 5) ఇటువంటి అల్లర్లు జరిగినప్పుడు స్థానిక మరియు ఉన్నతాధికారులతో చర్చించి తగిన చర్యలు రాష్ట్రంలో ఒక ప్రత్యేక అధికారిని నియమించాలి; 6) పోలీసు సిబ్బంది సంఖ్యను పెంచాలి అలాగే వారికి ఆధునిక ఆయుధాలు సమకూర్చాలి; 7) పోలీసు శాఖలోని స్పెషల్ బ్రాంచ్ విభాగాన్ని మరింత పటిష్టంగా, సమర్థవంతంగా పనిచేసేందుకు పునర్నిర్మించాలి.

చివరిగా (చాప్టర్ 18) హిందువులు మరియు ముస్లింలు, అలాగే అన్ని విశ్వాసాల ప్రజలు సోదర భావంతో పరస్పర అవగాహనతో, పరస్పర సహకారంతో జీవించేందుకు అనుకూల పరిస్థితులు కల్పించాలి. అంటువంటి చర్యలు ప్రభుత్వం తీసుకోవాలి. ఈ క్రింది సూచనలతో మా నివేదిక ముగించాం:

"హిందూ – ముస్లిం వివాదంలో ఏ మతోన్మాదినీ నిందించినా సమస్య పరిష్కారం కాదు. వివిధ మతాల ప్రజలంతా తమ దేశంపట్ల బాధ్యతతో, తోటి ప్రజలపట్ల ప్రేమతో నడుచుకునే పరిస్థితి రావాలంటే ఒక రాజనీతిజ్ఞత ఉండాలి. దేశాభివృద్ధికి తమవంతు కృషి చేస్తూ అంతర్గత, బయటి శత్రువుల నుండి దేశాన్ని కాపాడేందుకు ప్రజలు ఎల్లవేళలా సంసిద్ధంగా ఉండేలా ప్రజల్ని సంసిద్ధుల్ని చేయాలి. హిందువులు మరియు ముస్లింలు తరచుగా తమ మతవిశ్వాసాలతో ఘర్షణ పడుతుంటారు. ప్రాథమికంగా ఇది రాజకీయ బాధ్యత (Phanikkar: The Future of India and South East Asia, pp - 30-32). ప్రజల మధ్య ఇలాంటి సమైక్యభావం కలిగించనంతకాలం ఇలాంటి

వివాదాలు, ఘర్షణలు నిరంతరం జరుగుతూనే ఉంటాయి. ఈ సమస్యను రాజకీయ నాయకులూ, సామాజిక వేత్తలు చొరవతో పరిష్కరించాలి. ఈ రెండు వర్గాల నేతలు మాత్రమే ప్రజల్లో ఐక్యతాభావం కలిగించగలుగుతారు. ఈ బాధ్యతను రాజకీయ నాయకులూ, సామాజిక వేత్తలకు వదిలిపెట్టాలి. వారు మాత్రమే ప్రజల్లో సమైక్యభావం కలిగించగలుగుతారు. సమైక్య భావం ద్వారానే ప్రజలమధ్య ఘర్షణలు రాకుండా దేశంలో శాంతిని సుస్థిరంగా నెలకొల్పి ఒక ఉన్నత సమాజాన్ని నిర్మించగలుగుతారు."

"మేము ఇక్కడ చెప్పేది విచారణ సందర్భంగా మాకు స్ఫురించిన అంశాలు మాత్రమే. అదికూడా అహ్మదాబాద్‌లో జరిగిన అల్లర్లను నిరోధించడంలో కనిపించిన వైఫల్యాన్ని చూసిన తర్వాత కలిగిన ఆలోచనల మేరకే ఈ ప్రతిపాదనలు చేస్తున్నాం. మతపరమైన అల్లర్ల నివారణ బాధ్యత దేశంలోని బాధ్యతాయుతమైన ఆలోచనాపరులదే. అందుకోసం జాతీయ స్థాయిలో ఒక కమిషన్ కూడా ఏర్పాటు చేస్తే మంచిది. కేవలం శాంతిభద్రతలు నిర్వర్తించే శక్తులను తప్పుబట్టి ప్రయోజనం లేదు. సమస్యకు పరిష్కారం ఎవరినో నిందించడం కాదు. ఈ మతకలహాలు ఎందుకు రేకెత్తుతున్నాయో ఆలోచన చేసి తదనుగుణంగా చర్యలు తీసుకోవాలి."

"హిందూ, ముస్లింల మధ్య వివాదానికి ఒక తెగులును చొరబట్టి తరచూ ఘర్షణలు జరిగేందుకు కొన్ని శక్తులు కారణం అవుతున్నాయని ఇంతకు ముందే వివరించాం. సమాజంలో శాంతియుత వాతావరణంలో ఉన్న విభిన్న మతాల ప్రజల మధ్య సాంస్కృతిక, సామాజిక, రాజకీయ, ఆర్థిక మరియు మతవిశ్వాస సంబంధమైన అంశాల్లో వివాదం రేపి లేదా వివాదాలకు కారణాలు సృష్టించే శక్తులు, వ్యక్తులు ఈ సమస్యకు పరిష్కారం కూడా చూడాల్సిన బాధ్యత, భవిష్యత్తులో ఇటువంటి ఘర్షణలు జరగకుండా అప్రమత్తంగా ఉండే బాధ్యతను తీసుకోవాలి. లేనట్లయితే ఈ ఘర్షణలు దేశ ప్రగతికి అలాగే హిందూ, ముస్లింల ఆమాటకొస్తే సమాజంలోని అన్నివర్గాల ప్రజల ప్రగతికి ఆటంకంగా తయారవుతాయి. అందువల్ల సమాజాభివృద్ధి ఏ వర్గాలకు అప్పగించబడిందో ఆ వర్గాలు చొరవతో బాధ్యతతో తమ కర్తవ్యాన్ని నిర్వర్తించి ఇటువంటి ఘర్షణలు జరగకుండా చర్యలు తీసుకోవాలి. ప్రజల్లో ఒకరిపట్ల ఒకరికి విద్వేషాలు కలగకుండా, ఒకరిపై మరొకరికి విశ్వాసం కలిగేలా జాతీయ సమైక్యత పటిష్టంగా ఉండేలా చర్యలు తీసుకోవాలి. ఈ దిశగా ఎలాంటి త్యాగాలకైనా సిద్ధంగా ఉండాలి. అలాగే ప్రజల మనసులకు కలిగిన గాయాలు, వారిలో రేకెత్తిన విభేధాలు సమసిపోయేందుకు చిత్తశుద్ధితో కృషి చేయాలి. ఇలాంటి వివాదాలకు, ఘర్షణలకు

ఒక పరిష్కారం చూడకపోతే ఈ కలుషితమైన పరిస్థితులు, మతఘర్షణలు, సమాజ అశాంతి భావితరాలు, ప్రత్యేకించి యువతను తీవ్రంగా నష్టపరుస్తుంది. మా విచారణలో తేలిన విషయం ఏమంటే ఈ అల్లర్లలో యువత తీవ్రంగా నష్టపోయారు. మరొక ప్రధాన అంశం ఏమంటే ఒక వర్గం లేదా కొన్ని సామాజిక వర్గాలు ఇటువంటి ఘర్షణలకు పాల్పడినప్పుడు రంగంలోకి దిగిన పోలీసు కానీ, బోర్డర్ సెక్యూరిటీ ఫోర్స్ కానీ, సెంట్రల్ రిజర్వు పోలీస్ కానీ లేదా సైన్యం కానీ చేయగలిగింది తక్కువే. ఎందుకంటే ఘర్షణలో భాగమైన సమూహాలనుండి వచ్చిన వ్యక్తులే పోలీసుల్లో, సైన్యంలో ఉంటారు. సమాజంలోని ఇతర వర్గాల ప్రజల్లాగే పోలీసులు కూడా, హిందువులు అయినా ముస్లింలు అయినా మతఘర్షణల సమయంలో తమ మతవిశ్వాసాలకు అనుగుణంగా ప్రవర్తించే అవకాశం లేకపోలేదు. ఆ విధంగా తమ విధినిర్వహణలో ప్రభావితం అయ్యే అవకాశం ఉంది. అందువల్ల సమాజంలోనుండి మతవైరుధ్యాన్ని తొలగించనాతవరకు, మతవిద్వేషాలను నివారించనతవరకు, ఏ పోలీసులు కానీ, ఏ సైన్యం కానీ లేదా ఏ విచారణ కమిషన్ కానీ, ఈ సమస్యను నివారించలేవు. ఈ విషయంలో మేమేమి ధర్మోపన్యాసం చేయడం లేదు. ఈ ఎనిమిది నెలల విచారణ సందర్భంగా మేము చూసిన ప్రదేశాలు, విన్న విషయాలు, పరిశీలించిన అంశాలు, అక్కడ జరిగిన అమానవీయ సంఘటనలు, ఒక చిన్న కారణం ఆధారంగా జరిగిన భయంకరమైన హింస చూసిన తర్వాత ఈ పరిస్థితులు పునరావృతం కాకుండా ఈ సమాజాన్ని కొంతమేర సంస్కరించాలనే సదుద్దేశంతో చెపుతున్న అంశాలు ఇవి."

రాష్ట్ర ప్రభుత్వ ప్రధాన కార్యదర్శికి మా నివేదికను ఒక సీల్డు కవర్‌లో అక్టోబర్ 21, 1970న అహ్మదాబాద్ విమానాశ్రయంలో అందజేసిన తర్వాత మేము ఢిల్లీకి చేరుకున్నాము. నేను ఢిల్లీ చేరుకున్న తర్వాత రాజభరణాల రద్దు కేసుపై విచారణ జరుగుతోంది. ప్రధాని శ్రీమతి ఇందిరా గాంధీ ప్రభుత్వ సూచన మేరకు రాష్ట్రపతి రాజభరణాలు రద్దు చేస్తూ నిర్ణయం తీసుకున్నారు. ఈ నిర్ణయాన్ని సవాలు చేస్తూ వివాదం సుప్రీం కోర్టుకు చేరింది. ప్రధాన న్యాయమూర్తి జస్టిస్ హిదయతుల్లా నేతృత్వంలో న్యాయమూర్తులందరూ ఈ వివాదంపై విచారణలో ఉండగా అహ్మదాబాద్ నుండి తిరిగి వచ్చిన నేను కోర్టు కేసుల స్వీకరణ బాధ్యతలో ఉన్నాను. సరిగ్గా ఇదే సమయంలో అహ్మదాబాద్ అల్లర్లపై విచారణ నిర్వహించిన కమిషన్ సభ్యుల్లో భిన్నాభిప్రాయాలు వచ్చాయనే పుకారు ఒకటి షికార్లు మొదలైంది. ఒక రోజు ప్రధాన న్యాయమూర్తి తర్వాత స్థానంలో ఉన్న సీనియర్ న్యాయమూర్తి జస్టిస్ జ.సి.షా ఈ

విషయం నన్ను అడిగారు. మా నివేదిక ఏకగ్రీవం అని నేను చెప్పినా, ఆయన కొన్ని అనుమానాలు వ్యక్తం చేశారు. విచారణలో నా సహచరులు చాలా విశాలమైన భావాలు కలవారని, వారంతా నాతో ఏకీభవించారని కూడా చెప్పాను. విచారణ తర్వాత అందరికి ఏకాభిప్రాయం కుదిరిందని చెప్పాను.

చివరిగా గుజరాత్ రాష్ట్ర ప్రభుత్వం కొన్ని వ్యాఖ్యలతో మా నివేదికను ఆమోదించి విడుదల చేసింది. ఆ తర్వాత కొద్దిరోజులకే రాష్ట్ర ప్రభుత్వం రద్దయి రాష్ట్రపతి పాలన ప్రారంభం అయింది. రాష్ట్రపతి పాలనలో మా నివేదికను యథాతథంగా ఆమోదించారు. మా సూచనలు అమలు చేసేందుకు కూడా ప్రభుత్వం నిర్ణయించింది. మా నివేదిక అమలుకు చర్యలు తీసుకున్న తర్వాత అహ్మదాబాద్ లో కానీ, మొత్తం గుజరాత్‌లో కానీ ఒక పదేళ్ళ పాటు ఎలాంటి మతఘర్షణలు జరగలేదు. ఆ తర్వాత అత్యవసర పరిస్థితి విధించిన కారణంగా1977లో శ్రీమతి ఇందిరా గాంధీ ఓటమి చెందిన తర్వాత మాత్రమే రాష్ట్రంలో మత ఘర్షణలు జరిగాయి. ఈ ఘర్షణలు చాలా బాధ కలిగించాయి.

నేను కమిషన్ పనిలో ఉండగా, న్యాయవాదుల సంఘం నుండి అనేక ఆహ్వానాలు వచ్చాయి. గుజరాత్ మరియు రాజస్థాన్‌లోని పలుప్రదేశాలు సందర్శించాను. కొందరు అధికారులు, అనధికారులతో సమావేశం నిర్వహించాను. అలాగే కొన్ని ప్రముఖ దర్శనీయ స్థలాలు సందర్శించాను.

బహుశా మార్చిలో కానీ, ఏప్రిల్‌లో కానీ గుజరాత్ న్యాయవాదుల సంఘం సమావేశంలో ప్రసంగించాను. "కొన్ని స్వతంత్ర ఆలోచనలు" అనే అంశంపై ప్రసంగించాను. ఈ సమావేశంలో న్యాయవాదులతో పాటు గుజరాత్ ప్రధాన న్యాయమూర్తి జస్టిస్ భగవతి, కోర్టు న్యాయమూర్తులు, న్యాయవ్యవస్థకు చెందిన పలువురు హాజరయ్యారు. ఆ తర్వాత నా ప్రసంగం "గుజరాత్ లా జర్నల్ 1970"లో ప్రచురితమైంది. న్యాయవాదులు, న్యాయమూర్తులు కూడా ఈ ప్రసంగాన్ని స్వాగతించారు. ఈ ప్రసంగంలో న్యాయస్థానాల్లో జరుగుతున్న ఆలస్యాన్ని ప్రస్తావించి ఇది అనివార్యం అని చెప్పాను. చాలా వివాదాలు విచారణకు రావడానికే ఎక్కువసమయం పడుతోంది.. విచారణకు వచ్చిన వివాదాలు తరచూ వాయిదాలు కోరడం వల్ల ఆలస్యం అవుతోంది. చాలా వివాదాలు విచారణకు రాకముందే ఆలస్యం అవుతున్నాయి. ఈ విషయంపై ఇంతవరకు నేను లోతుగా ఆలోచన చేయలేదు అని

చెప్పాను. ఈ సమస్యపై ఆలోచన చేయవలసిందిగా సమావేశంలో పాల్గొన్న వారిని, ఇతరులను కోరాను. అలాగే ఒకవేళ అన్ని పౌర వివాదాల్లో (civil litigation) ప్రభుత్వానికి CPC 80 కింద నోటీసులు ఇస్తే కేసుల సంఖ్య తగ్గే అవకాశం ఉందని సూచన చేశాను.

ఒక వ్యక్తి మరో వ్యక్తిపై దావా వేయాలనుకున్నప్పుడు సదరు వ్యక్తి ముందుగా ప్రత్యర్థికి నోటీసు ఇవ్వచ్చు. ఈ ప్రక్రియ ద్వారా సదరు ప్రత్యర్థి రాజీకి రావచ్చు లేదా తన ఆరోపణలు నిరూపించుకోవచ్చు లేదా అన్ని వివాదాంశాలపై చర్చకు అంగీకరించవచ్చు. ఏది జరిగినా ఈ క్రమంలో కొంత సమయం పడుతుంది. ఆ సమయం తర్వాత సదరు వ్యక్తి ప్రత్యర్థికి ముందస్తుగానే తెలియజేసి కోర్టుకు తన ఫిర్యాదును తేవచ్చు. ఈ క్రమంలో కోర్టు చివరిగా ఇరుపక్షాల వాదనలతో విచారణ చేపట్టి, అన్ని రకాల సాక్ష్యాధారాలు, ఇరుపక్షాల వాదనలు సరిచూసి విచారణ చేపట్టవచ్చు. వాది, ప్రతివాదులు కోర్టునుండి తాఖీదులు తీసుకుని సాక్షులకు విచారణకు పిలిపించవచ్చు. అంటే కోర్టు విచారణ చేపట్టే సమయానికి సాధ్యమైన మేర ప్రాథమిక విచారణ సాక్ష్యాధారాలతో వాది, ప్రతివాది మధ్య జరిగిపోతుంది. ఈ క్రమం మొత్తానికి కోర్టు కొంత నిర్ణిత సమయాన్ని కేటాయించవచ్చు అలాగే ఆ సమయాన్ని కొంత మేర పొడిగించవచ్చు. ఈ విధంగా కోర్టులో కేసుల విచారణలో జరుగుతున్న జాప్యాన్ని తగ్గించవచ్చు.

ఇక పునర్విచారణ కోర్టులకు సంబంధించి జాప్యం కేవలం సమన్లు జారీచేసే క్రమంలోనే జరుగుతోంది. అందువల్ల, ఇక్కడ కూడా కోర్టులు పైన పేర్కొన్న పద్ధతినే పాటించి జాప్యాన్ని నివారించవచ్చు. కొన్ని సందర్భాల్లో అప్పీల్ దాఖలు చేసిన తర్వాత కూడా న్యాయ ప్రతినిధి కారణంగా జాప్యం జరిగే అవకాశం ఉంది. ఇటువంటి సందర్భాల్లో న్యాయ ప్రతినిధి బదులుగా సదరు న్యాయవాదే ఆ పాత్ర పోషించి కేసు ప్రాథమిక విచారణ చేయవచ్చు. ఇలాంటి సందర్భాల్లో కూడా సదరు న్యాయవాదినే న్యాయప్రతినిధిగా పరిగణించి విచారణ చేపట్టవచ్చు. కోర్టు ఫీజు చెల్లించిన తర్వాత, అన్ని రికార్డులు సిద్ధం చేసిన తర్వాత కేసు వివరాలు విచారణ చేపట్టవచ్చు. ఆ తర్వాత నిర్ణిత గడువులో న్యాయ ప్రతినిధిని పిలిచి విచారణ నమోదు చేయవచ్చు. ఈ సూచనలపై పెద్ద ఎత్తున అభ్యంతరాలు వస్తాయని తెలుసు. అలాగే ఈ ప్రతిపాదనలపై నేను విస్తృతంగా ఆలోచన చేశానని చెప్పడం లేదు. ఇంతవరకూ ఈ విషయాలపై చర్చ చేయలేదు. అభ్యంతరాలేవీ రాలేదు. అయితే మన అలవాటు

ప్రకారం పాత ఆలోచనలతో ఈ విషయాన్ని చూడొద్దు. ప్రస్తుత అవసరాలకు అనుగుణంగా మన పనితీరులో మార్పు రావాలనే ఆలోచనతో ఈ ప్రతిపాదనను చూడాల్సి ఉంది. ఈ దిశగా మార్పుల కోసం జరిగే ప్రయత్నాలను స్వాగతించేందుకు సంసిద్ధంగా ఉండాలి. ఈ క్రమంలోనే న్యాయవాదుల వృత్తిని కూడా పునఃసమీక్షించుకోవాలి. న్యాయమూర్తులు ఇచ్చే తీర్పుల నాణ్యత న్యాయవాదుల సామర్థ్యంపై కూడా ఆధారపడి ఉంటుంది. అయితే కొన్ని సార్లు న్యాయవాదుల పాత్ర విచారణను అనవసరంగా పొడిగిస్తుంది. న్యాయవాదుల వాదనలో చెప్పిందే పదేపదే చెప్పే పద్ధతి కూడా విచారణ సమయాన్ని వృథా చేస్తుంది. ఇలాంటి వాదనలు కేసు విచారణకు మెరుగైన తీర్పుకు ఉపకరించవు. విచారణలో స్పష్టతకు అనుకూలించవు. అందువల్ల న్యాయవాదులు తమ వృత్తి నైపుణ్యాన్ని పెంచుకుని, వాదనా పటిమను పెంచుకుని న్యాయమూర్తులకు సహకరించాల్సి ఉంటుంది. సమయం వృథా చేసే వాదనలతో కాకుండా కొంత వాదనలు రాత పూర్వకంగానూ, మరికొంత సందర్భానుసారం మౌఖికంగాను ఉంటే బాగుంటుందని నా అభిప్రాయం. రాతపూర్వకంగా ఇచ్చే వాదన సుదీర్ఘంగా ఉండవచ్చు. మౌఖిక వాదన ఒకటి లేదా రెండు కీలక అంశాలపై కొనసాగితే విచారణ సమయం వృథా కాకుండా ఉంటుంది. అలా అని కేసులోని ఇతర అంశాలు అప్రధానమైనవని, వాటి మౌఖిక ప్రస్తావన అక్కర్లేదని కాదు. కాకపోతే మౌఖిక వాదనలో కేసు ప్రాథమిక అంశాలను మాత్రమే ప్రస్తావించి మిగిలిన అంశాలు రాతపూర్వకంగా ఇస్తే మంచిదని నా అభిప్రాయం. ఈ పద్ధతిని కింది కోర్టులనుండి అన్ని స్థాయిలవరకు ప్రవేశపెడితే బాగుంటుంది. కోర్టులు రాతపూర్వకంగా ఇచ్చిన వాదనలను కూడా సంపూర్తిగా చదివి అర్థం చేసుకోవాలి. అలా చదవని పక్షంలో పునర్విచారణకు అప్పీల్ చేసుకోవచ్చు. ఈ విధానంలో సబార్డినేట్ న్యాయమూర్తులు చాలా అప్రమత్తంగా ఉండాలి. తమకు రాతపూర్వకంగా ఇచ్చిన వాదనలను జాగ్రత్తగా చదవాల్సి ఉంటుంది. అందులోని ప్రతి అంశాన్ని, ప్రతివాదనను పరిగణలోకి తీసుకోవాల్సి ఉంటుంది. కొత్తగా వచ్చిన న్యాయవాదులకు సంబంధించినంతవరకు ఇంతకు ముందు కొన్ని సందర్భాల్లో నేను ప్రస్తావించాను. పెరుగుతున్న వివాదాలకు అనుగుణంగా కోర్టుల సంఖ్య కూడా పెరుగుతోంది. న్యాయమూర్తుల సంఖ్య కూడా పెరుగుతోంది. ఫలితంగా న్యాయవాదులకు అవకాశాలు వస్తున్నాయి. అయితే ఈ అవకాశాలన్నీ దురదృష్టవశాత్తూ కొద్దిమంది చేతుల్లోనే ఉంటున్నాయి. ఒకరకంగా ఈ అంశం కూడా కేసుల పురోగతికి

అడ్డంకిగా ఉంది. కేసుల సంఖ్య ఎక్కువగా ఉండడంతో ఒకే న్యాయవాది అన్ని కేసులకు ఒకేసారి హాజరు కాలేక విచారణ వాయిదా కోరుతున్నారు. కేసు వాయిదా వేయకపోతే న్యాయమూర్తులు, న్యాయవాదుల మధ్య మనస్పర్థలు వస్తున్నాయి. అందువల్ల ఏ న్యాయవాది కూడా మరో కోర్టులో వేరే కేసు విచారణ ఉందన్న కారణంగా ఇంకో కోర్టులో కేసు వాయిదా కోరకూడదని నా అభిప్రాయం. న్యాయవాది వ్యక్తిగత హాజరు సాధ్యంకాని అనారోగ్యం లేదా ఇతర అత్యవసర కారణాలతో కాక ఇతర కారణాలతో కేసు విచారణ వాయిదా కోరడం సమర్థనీయం కాదు. అయితే దీన్ని ప్రాథమిక హక్కు నిరాకరణ కోణంలో చూడొద్దు. జూనియర్ న్యాయవాదులు కేసుల విచారణ చూసుకోవచ్చు. సీనియర్ న్యాయవాదులు మాత్రం తాము ఏకేసు విచారణకు హాజరుకావాలో నిర్ణయించుకోవాలి. తాను ఏ కేసు విచారణకు హాజరు కావాలి, జూనియర్లను ఏ కేసు విచారణ బాధ్యత ఇవ్వాలి అనే విషయం సీనియర్ న్యాయవాదులు నిర్ణయించుకోవాలి. ఈ ఏర్పాటు చేసుకున్నప్పుడు జూనియర్లకు కూడా కేసును సంపూర్ణంగా చదవడం అలవాటు అవుతుంది. అయితే నిర్ణయాధికారం కక్షిదారులకు ఇవ్వవద్దు. కక్షిదారుడు తన న్యాయవాదిని ఎంపిక చేసుకునే హక్కు ఉంది. అంత మాత్రాన తన కేసు విచారణకు వచ్చిన ప్రతిసారీ తాను కోరుకున్న న్యాయవాది వాదించాలని కోరుకోవడాన్ని సమర్థించరాదు. కక్షిదారుడు తన కేసును ఏ న్యాయవాది కార్యాలయం చేపట్టాలి, తన ప్రధాన న్యాయవాది ఎవరు, జూనియర్ న్యాయవాదులు ఎవరు అనే విషయంలో మాత్రమే నిర్ణయాధికారం కలిగి ఉండాలి. అంతే కానీ తాను ఆశించిన న్యాయవాది తన కేసు విచారణ చేయడం లేదని కక్షిదారుడు ఫిర్యాదు చేసే పరిస్థితి రాకూడదు.

ఇదే సమయంలో నేను రాసిన పలు వ్యాసాల, ప్రసంగాల, రచనల సంకలనంతో కూడిన నా మొదటి పుస్తకం ప్రచురణ పూర్తయింది. ఈ పుస్తకాన్ని ఉస్మానియా లా కళాశాల ప్రిన్సిపాల్ ప్రొఫెసర్ వెంకట సుబ్బారావు సంపాదకత్వంలో "Quest for Justice" పేరుతో మద్రాస్ లా జర్నల్ ప్రచురించింది. ప్రొఫెసర్ వెంకట సుబ్బారావు ఈ పుస్తకానికి జులై 1,1969న పరిచయ వాక్యాలు రాశారు. ఇది నా ప్రథమ పుస్తకం. ఆ తర్వాత నిజాం పాలనలో 1942-43 సంవత్సరంలో The Excess Profit Tax పేరుతో మరో పుస్తకం కూడా రాశాను.

ప్రొఫెసర్ వెంకట సుబ్బారావు ఈ ఐదు భాగాల పుస్తకానికి రాసిన ముందుమాట, పరిచయ వాక్యాలు పాఠకులకు నచ్చుతాయి. చాలా శ్రద్ధతో, అభిమానంతో ఈ

పుస్తకానికి మంచి సందేశంతో కూడిన పరిచయ వాక్యాలు రాసినందుకు ఆయనకు నా కృతజ్ఞతలు. నేను రాసిన వ్యాసాలు, రచనలు, చేసిన ప్రసంగాలు అన్నీ విస్తృతంగా పరిశీలించి ఒక సందేశం అందించే లక్ష్యంతో ఆయనే వాటిలోనుండి కొన్ని ఈ పుస్తకం కోసం ఎంపిక చేశారు. అలా ఎంపిక చేసేందుకు స్వేచ్ఛ ఇచ్చినందుకు ఆయన నాకు కృతజ్ఞతలు తెలియజేశారు.

ఈ పుస్తకంపై దేశవ్యాప్తంగా అనేక పత్రికలూ, జర్నల్స్ సమీక్షలు రాశాయి. All India Reporter తన 1970 అక్టోబర్ సంచికలో సమీక్ష రాసింది. "రచయిత అనుభవం విజ్ఞానం అపరమైనవి. ఈ పుస్తకంలో న్యాయవాదికి, న్యాయమూర్తికి, న్యాయ ఉపాధ్యాయునికి తన అమూల్యమైన వ్యాసాలద్వారా వారి విధులను తెలియజేసే ప్రయత్నం జరిగింది. ఈ పుస్తకాన్ని విజ్ఞానం కోసం, కాలక్షేపం కోసం చదవ వచ్చు. ఇందులో అతిశయోక్తి లేదు" అని తన పరిచయ వాక్యాలలో పేర్కొన్నారు.

ఈ పుస్తకంపై సమీక్ష "బొంబాయి లా జర్నల్" ప్రచురితమైంది. ఆ ప్రతిని మద్రాస్ లా జర్నల్ కార్యాలయం జనవరి 22, 1971న నాకు పంపింది. ఆ సమీక్షలో "ఈ పుస్తకం న్యాయసత్రంపై లోతైన నమ్మకమైన పరిశోధనతో కూడినది. న్యాయ విభాగంలో ప్రస్తుతం ఉన్న కొన్ని సమస్యలకు పరిష్కారం చూపే దిశగా ఈ పుస్తకం పనికివస్తుంది. ఒక న్యాయవాదికి చాలా అమూల్యమైన సందేశాత్మకమైన విషయాలు ఈ పుస్తకంలో ఉన్నాయి. సంపాదకత్వం వహించిన వారు కొంత తక్కువ మోతాదులో పుస్తక పరిచయ వాక్యాలలో తన దండకం పరిమితం చేసి ఉంటే బాగుండేది. ఈ పరిచయ వాక్యాలు మరింత శక్తివంతమైన స్వీయప్రకాశితలుగా మారాయి," అని బొంబాయి లా జర్నల్ పేర్కొంది.

ఇక ఈ పుస్తకంపై సమీక్ష రాసిన పత్రికల్లో కొన్నింటిని నేను ప్రస్తావించదలచుకున్నాను. "హిందూస్తాన్ టైమ్స్" సెప్టెంబర్ 6, 1970న ఒక సమీక్ష రాసింది. సమీక్ష చివరిలో "పుస్తకం చివరిలో ఉన్న వ్యాసం డాక్టర్ రెడ్డి వృత్తిపరమైన అభీష్టాలు సాహిత్యం మరియు కళలపై తన వ్యక్తిగత అభీష్టాలకు భిన్నంగా లేవు. న్యాయవాదులందరూ సాహిత్యం చదివితే బాగుంటుందని తద్వారా ఉత్తమ న్యాయవాదులుగా గుర్తింపు పొందవచ్చని ఆయన అభిప్రాయం కావచ్చు," అని పేర్కొన్నారు. ఆ తర్వాత పుస్తకంలోని Measure for measure భాగం నుండి ఒక దొంగపై న్యాయమూర్తులు ఇచ్చిన తీర్పును ప్రస్తావించి "ఈ భాగం చాలా గొప్పగా

ఉంది. ఆలోచనలు రేకెత్తించేదిగా ఉంది. న్యాయవాదులే కాదు న్యాయవాదులు కానివారు కూడా చదివి ప్రయోజనం పొందాల్సిన విషయం" అని పేర్కొన్నారు.

ఢిల్లీకి చెందిన ఇండియన్ లా ఇన్స్టిట్యూట్ డైరెక్టర్ కూడా తమ జర్నల్‌లో ఒక సమీక్ష రాశారు. మన రాష్ట్రానికి చెందిన "డెక్కన్ క్రానికల్" ఆంగ్ల దినపత్రిక కూడా జనవరి 17, 1971న ఒక సమీక్ష ప్రచురించింది. "న్యాయవ్యవస్థలో జాప్యం నివారించడం ఎలా" అనే శీర్షికతో ఆ సమీక్ష ప్రచురించింది. కేరళ హై కోర్టు న్యాయమూర్తి జస్టిస్ కె కె మాథ్యూ సుప్రీం కోర్టు న్యాయమూర్తిగా నియమితులయ్యాక నేనోసారి కలిసినప్పుడు "మీరు నాకు తెలుసు. మీ పుస్తకం నేను చదివాను. చాలా ఆసక్తికరంగా ప్రశంసా పూర్వకంగా ఉంది" అంటూ ఆయన నన్ను పలకరించారు. ఈ పుస్తకంలోని "The Role of Judiciary" అనే వ్యాసాన్ని తమ పాఠ్యపుస్తకంలో తీసుకునేందుకు అనుమతి కోరుతూ సౌరాష్ట్ర విశ్వవిద్యాలయం జూన్ 5, 1971న నాకు ఒక లేఖ రాసింది. వారికి అనుమతి ఇస్తూ, పాఠ్యపుస్తకం ప్రచురించిన తర్వాత నాకు ఒక ప్రతి పంపించమని కోరాను. అలాగే మహారాష్ట్ర లా జర్నల్ నుండి మే 25, 1971న ఒక లేఖ వచ్చింది. మహారాష్ట్రలోని న్యాయవాదులు, న్యాయమూర్తులు ప్రత్యేకించి నాగపూర్ బార్ సభ్యులు నా పుస్తకం పట్ల చాలా ఆసక్తి కనపర్చారని, అందులోని కొన్ని భాగాలను మహారాష్ట్ర లా జర్నల్ మరియు మధ్య ప్రదేశ్ లా జర్నల్ లో ముద్రించే అనుమతి కావాలని కోరారు. "న్యాయవాద వృత్తి" అనే వ్యాసాన్ని ప్రత్యేకించి పునఃముద్రించాలని అందుకు అనుమతి కావాలని కోరారు. వారికి కూడా అనుమతి ఇచ్చాను. అలాగే మద్రాస్ లా జర్నల్ వారికి కూడా ఒక లేఖ ఇచ్చాను. ఈ మొత్తం నా కష్టానికి ప్రతిఫలంగా నేను భావించాను. న్యాయమూర్తిగా షుమారు 10 సంచికలు సరిపోను తీర్పులు ఇచ్చాను. అలాగే నిజాం హై కోర్టులో ఉర్దూలో తీర్పులు ఇచ్చాను. వాటిని అన్నిటినీ లా రిపోర్టర్లు మరియు ఇతరులు ఎంతో శ్రమకోర్చి సమీకరించిన ఫలితం ఇప్పుడు సమీక్షలు, ప్రశంసల రూపంలో వస్తోంది.

అహ్మదాబాద్ మినహా గుజరాత్‌లోని ఇతర ప్రణతాల్లోని మతఘర్షణలకు సంబందించిన నివేదికను రెండో భాగంలో పొందుపరచాము. ఈ రెండో భాగం నివేదికలో "అహ్మదాబాద్ నుండి జిల్లాలకు అందే పత్రికలోని వార్తలతో పాటు, అహ్మదాబాద్ నుండి జిల్లాలకు వచ్చే ప్రయాణికులు కూడా మతఘర్షణల వార్తలు స్థానిక ప్రజలకు చేరవేశారని, ఈ వార్తలు, సమాచారం మేరకు జిల్లాలో ఘర్షణలు చిన్నగా జరుగుతున్నాయని, సూరత్, బ్రోచ్ మరియు పంచమహల్స్ ప్రాంతాల్లో

అశాంతి నెలకొని ఉందని, మేము ముందుగానే స్పష్టంగా చెప్పాము. సబర్కంతా, జునాఘడ్ మరియు రాజకోట్ జిల్లాలో ఘర్షణలు జరిగాయి కానీ అవి చెప్పుకోదగ్గ తీవ్రస్థాయిలో లేవు. బరోడా, నోయిడా మరియు మెహసానా జిల్లాలోని సంఘటనలు మాత్రమే ఎక్కువగా ప్రస్తావించాము. నేను వ్యక్తిగతంగా జునాఘడ్, సబర్కంతా, రాజకోట్, సోమనాథ్, మౌంట్ అబూ, రణకపూర్ తదితర ప్రణతలు సందర్శించాను. మౌంట్ అబూలోని జైన్ మందిరం మమ్ములను మంత్రముగ్ధులను చేసింది. ఈ మార్బుల్‌ను నేలపైనుండి కొండమీదికి ఆరు, ఏడు వేల అడుగులు ఎలా తెచ్చాయో మాకు అర్థం కాలేదు. తెల్లని పాలలాంటి మార్బుల్ పై చెప్పులు లేకుండా నడుస్తుంటే పాదాలకు చల్లగా అనిపించేది. జునాఘడ్ చరిత్ర చాలా ప్రాముఖ్యమైనది. అక్కడి నిజాం తన ప్రాంతాన్ని పాకిస్తాన్‌లో కలిపేందుకు నిర్ణయించుకున్నారు. కానీ భారత ప్రభుత్వం ఆ ప్రాంతాన్ని స్వాధీనం చేసుకుంది. అక్కడ పాలనాధికారిగా కేంబ్రిడ్జి విశ్వవిద్యాలయంలో నా సహచరుడు శ్రీ శివేశ్వర్కర్, ICS, బాధ్యతలు నిర్వహిస్తున్నారు. మేము అక్కడికి వెళ్ళినప్పుడు నవాబ్ పడకగది నాకు విడిదిగా ఇచ్చారు. అక్కడ మంచం చాలాకాలంగా శుభ్రం చేసినట్టు లేదు. చాలా దుమ్ము కనిపించింది. దానిమీద పడుకోవడంతో నాకు, నా భార్యకు తీవ్రమైన దగ్గు పట్టుకుంది. నవాబు ప్రజల బాగోగులకంటే తనవద్ద ఉన్న పెంపుడు కుక్కలకే ఎక్కువ సమయం కేటాయించేవారని చెపుతారు. ఆయన ఒక్కోసారి తన పెంపుడు కుక్కలకు పేస్టుతోనో, పండ్లపొడితోనో పళ్ళు తోమేవారని కూడా చెపుతారు.

సోమనాథ్ దేవాలయానికి కూడా ఎంతో చారిత్రక ప్రాధాన్యత ఉంది. ఈ దేవస్థానాన్ని మొదట ఘజిని మహ్మద్ ధ్వంసం చేశాడని చెపుతారు. దేవుని విగ్రహం అడుగున గుప్తనిధి ఉందని భావించి ఆ నిధి కోసం మొత్తం దేవాలయాన్ని ధ్వంసం చేసారని చెపుతారు. స్వాతంత్ర్యం వచ్చిన తర్వాత లౌకికవాదుల ప్రతిఘటనను పట్టించుకోకుండా సర్దార్ వల్లభాయ్ పటేల్ ఈ దేవాలయాన్ని నిర్మించారు. గజని ధ్వంసం చేసిన దేవాలయానికి పక్కనే ఈ కొత్త దేవాలయాన్ని నిర్మించారు. నూతన దేవాలయం కర్షణీయంగా కనిపిస్తుంది.

రాజస్థాన్ ప్రభుత్వ ఆహ్వానం మేరకు జైపూర్, ఉదయపూర్, జోధ్ పూర్, చిత్తోర్ ఘర్ మరియు దిల్వారా ప్రాంతాలు సందర్శించాం. చారిత్రక ప్రాధాన్యత కలిగిన దిల్వారా దేవాలయాన్ని సందర్శించమని జస్టిస్ భగవతి సూచించారు. ఒక చారిత్రక కథనం ప్రకారం ఔరంగ జేబు హిందూ దేవాలయాలను ధ్వంసం చేస్తున్న సమయంలో

మధురలోని కొందరు హిందూ భక్తులు అక్కడి దేవస్థానంలోని శ్రీకృష్ణ విగ్రహాన్ని తీసుకొని సుదూర ప్రాంతం ప్రయాణించి దిల్వారా ప్రాంతంలోని ఒక గొర్రెల కాపరి గుడిసెలో దాచారు. అక్కడే ఉండి ఆ విగ్రహాన్ని ఆరాధించడం మొదలు పెట్టారు. అక్కడి గొర్రెల కాపరుల్లో విపరీతమైన భక్తి కారణంగా ఈ దేవాలయానికి విశేష ప్రాచుర్యం వచ్చింది. పండుగ సమయాల్లో భక్తులు పెద్దఎత్తున అన్నదానం ఏర్పాటు చేసేవారు. ప్రత్యేకించి హారతి సమయంలో హారతి అందుకోవడం కోసం ముందువరుసలో ఉన్న వారిపై భక్తులు పడిపోతారు. ఈ పరిస్థితి నేనూ, నా భార్య అనుభవించాం. అక్కడి ప్రజల భక్తి విశ్వాసం పట్ల నేను ఆకర్షితుణ్ణయ్యాను. ఈ ప్రదేశాలన్నీ విచారణ సమయంలో దొరికిన విరామంలో మేము సందర్శించాం. ఇంతకు మించి ఇతర విషయాలు ఇక్కడ ఎక్కువగా చెప్పదలచుకోలేదు.

నేను విచారణ పేరుతో సుప్రీం కోర్టుకు దూరంగా ఉన్న సమయంలో రాష్ట్రపతి గిరి ఎన్నికపై వచ్చిన వ్యాజ్యం విచారణ చేసే అవకాశం కోల్పోయాను. దీనితో పాటు రాజభరణాల రద్దుపై విచారణ అవకాశం కూడా కోల్పోయా. రాజభరణాల విషయంలో ఉన్న రాజుల గుర్తింపు రద్దు చేసి, కొత్తవారికి గుర్తింపు ఇచ్చే సదుపాయాన్ని ఉపయోగించుకుని ప్రభుత్వం రాజ్యాంగ పరంగా కల్పించిన ఈ హక్కును తొలగించింది.

ఇక నా వ్యక్తిగత విషయాలకు వస్తే ఈ సమయంలో మా కుటుంబలో మూడు వివాహాలు జరిగాయి. రెండు మా ఇంట్లో, ఒకటి నా కుమారుడి వివాహం అహ్మదాబాద్‌లో మే 8, 1974న అలాగే నా కుమార్తె వివాహం డిసెంబర్ 13, 1970న, నా సోదరి కుమార్తె భారతి వివాహం ఏప్రిల్ 24, 1970న జరిగాయి. వీటికోసం మేము హైదరాబాద్ వచ్చాం. ఇవి కాక మేము అహ్మదాబాద్‌లో ఉండగా మా అత్తగారు సెప్టెంబర్‌లో కాలం చేశారు. ఆ సమయంలో మా కొడుకు, కోడలు, గ్లాస్ గౌ విశ్వవిద్యాలయం నుండి పరిశోధన చేసే నిమిత్తం హైదరాబాద్ వచ్చి ఉన్నాడు. అందరూ ఇంటివద్దే ఉన్నారు. రాజభరణాల రద్దుపై తీర్పు వచ్చిన డిసెంబర్ 15న కానీ, జస్టిస్ హిదయతుల్లా పదవీవిరమణ చేసిన డిసెంబర్ 16న కానీ మేము ఢిల్లీలో లేము. డిసెంబర్ 13న మా అమ్మాయి వివాహం అయిన మరుసటి రోజే ఢిల్లీ చేరుకుని జస్టిస్ హిదయతుల్లా వీడ్కోలు సభకు హాజరు కావాలనుకున్నా. కానీ జస్టిస్ హిదయతుల్లా వారించారు. బంధువులు, బాధ్యతలు పక్కన పెట్టి ఇపుడు ఢిల్లీ రావాల్సిన అవసరం లేదని జస్టిస్ హిదయతుల్లా వారించారు. "నాకు, నీకూ సంబంధించినంతవరకూ నేను పదవీవిరమణ చేయడం లేదు. నేను ఢిల్లీ వచ్చిన

ప్రతిసారి మనం కలుద్దాం. నా వీడ్కోలు సభకోసం నీ బంధువులను, స్నేహితులను వదిలేసి ఢిల్లీ రావాల్సిన అవసరం లేదు," అన్నారు. ఆయన చూపించిన ప్రేమకు కృతజ్ఞుడను. ఇక రాజభరణాల కేసు విషయాలు తర్వాత తెలియజేస్తా.

ఇక్కోడో విషయం ప్రస్తావించాలనుకుంటున్నాను. జస్టిస్ హిదయతుల్లా తన పదవీకాలంలో ఎదుర్కొన్న సమస్య అది. నవంబర్‌లో జరిగిన ఒక సమావేశంలో జస్టిస్ జె సి షా ను ప్రధాన న్యాయమూర్తిగా ప్రభుత్వం నియమించకపోవచ్చని, సుప్రీమ్ కోర్టు ప్రభుత్వానికి మద్దతు ఇవ్వడం లేదనే భావన ప్రభుత్వంలో ఉందని జస్టిస్ హిదయతుల్లా సూచనప్రాయంగా తెలియజేశారు. వాస్తవానికి ప్రభుత్వం తనకు అనుకూలుడు కాదనే ఆలోచనతో ఆయనను పక్కన పెట్టే ప్రయత్నం అది. అయితే ఈ ప్రయత్నం జరిగితే సుప్రీం కోర్టు న్యాయమూర్తులు అందరూ రాజీనామా చేసేందుకు సిద్ధంగా ఉన్నారని జస్టిస్ హిదయతుల్లా ప్రభుత్వానికి చెప్పదలచుకున్నారు. దీనిపై మా అభిప్రాయాలను ఆయన కోరారు. ఒక్కరు మినహా మిగిలిన న్యాయమూర్తులు అందరూ ఈ అభిప్రాయంతో ఏకీభవించారు. నేను రాజీనామా చేయలేను అని మాత్రమే ఆయన చెప్పారు. ఉన్న న్యాయమూర్తులతో నేను పిన్న వయసువాడిని. జస్టిస్ దువా పదవీవిరమణకు ఎంతో కాలం లేదు. అందరూ రాజీనామా చేస్తే అందుకు నేనుకూడా సిద్ధమే అని చెప్పాను. అయితే మా అభిప్రాయాలు ప్రభుత్వానికి చేరడంతో జస్టిస్ షాను ప్రధాన న్యాయమూర్తిగా డిసెంబర్ 17, 1970న నియమించారు. అలాగే జస్టిస్ సిక్రి ని ప్రధాన న్యాయమూర్తిగా జనవరి 12, 1970నుండి నియమిస్తూ ఉత్తర్వులు వెలువడ్డాయి. ప్రభుత్వం గోలఖ్ నాథ్ కేసు మరియు బ్యాంకుల జాతీయీకరణ కేసు తర్వాత ఇలాంటి ఆలోచనలు చేసింది. శ్రీమతి ఇందిరా గాంధీ నేతృత్వంలోని ప్రభుత్వం న్యాయమూర్తులకు చిన్న హెచ్చరికల ఇలాంటి నిర్ణయం చేసింది. ఇదే సమయంలో ప్రాథమిక హక్కులకు కొన్ని పరిమితులు విధిస్తూ రాజ్యాంగంలో ప్రాథమిక హక్కుల విభాగంలో పార్ట్ 3 చేర్చింది. ఈ చర్యలు కొందరు అధికారుల్లో న్యాయవ్యవస్థను కట్టడి చేయవచ్చనే ఒక నూతన వరవడిని ప్రోత్సహించాయి. అప్పటి వరకూ కొందరు న్యాయమూర్తులు స్వతంత్రులుగా వ్యవహరిస్తూ వచ్చారు. ప్రాథమిక హక్కుల పరిరక్షణకు ఎప్పటికప్పుడు గట్టి ప్రయత్నాలు చేస్తూ వచ్చారు. అత్యంత కీలక తీర్పులు ఇచ్చి అందరి మన్ననలు పొందిన జస్టిస్ హిదయతుల్లా పదవీవిరమణ తర్వాత ప్రధాన న్యాయమూర్తిగా బాధ్యతలు స్వీకరించిన జస్టిస్ షా హయాంలో కూడా సుప్రీం కోర్టు స్వతంత్ర ప్రతిపత్తి కొనసాగుతుందని

ఆశించారు. జస్టిస్ హిదయతుల్లా నిఖార్సయిన వ్యక్తి. మర్యాదల్లోనూ, ప్రవర్తనలోనూ ఆయనకు ఆయనే సాటి. తప్పును తప్పు అని నిర్ధ్వందగా చెప్పగలిగిన వ్యక్తిత్వం ఆయనది. స్వతంత్ర ఆలోచనలు కలిగినవాడు. నిర్భయస్తుడు. రాజభరణాల రద్దు విషయంలో రాష్ట్రపతి రాత్రిపూట ఉత్తర్వులు జారీచేస్తే వాటిని "అర్ధరాత్రి ఉత్తర్వులు" అని పిలిచారు. వీటన్నిటికీ మించి దేశంలో రాష్ట్రపతి భవనంలో తాత్కాలిక రాష్ట్రపతి హెూదాలో కొద్దికాలం బాధ్యతలు నిర్వహించిన ఏకైక ప్రధాన న్యాయమూర్తి జస్టిస్ హిదయతుల్లా. శ్రీ వివి గిరి ఎన్నిక సమయంలో జస్టిస్ హిదయతుల్లా ఈ బాధ్యతలు నిర్వర్తించారు.

ఇటీవల జరిగిన పరిణామాలపై జస్టిస్ షా చాలా గట్టి ఆలోచనలో ఉన్నారు. న్యాయవాదులు మరియు ప్రజలు సంతోషంగా ఉన్నారు. ప్రధాన న్యాయమూర్తి నియామకం నిర్ణయంలో ప్రభుత్వం చేసిన ఆలస్యం, ఆచితూచి తీసుకున్న నిర్ణయాన్ని ప్రజలు స్వాగతించారు. న్యాయశాస్త్రంలో జస్టిస్ షాకు ఉన్న అపార అనుభవం, ఆయన వ్యక్తిత్వం, ముందుచూపు, జూనియర్ న్యాయవాదులను ప్రోత్సహించే తత్త్వం ఆయనను సుప్రీం కోర్టు న్యాయమూర్తులు అందరిలో ఉన్నతస్థానంలో నిలబెట్టాయి.

@@@

అధ్యాయం - XVIII

రాజ్యాంగానికి సవాళ్ళు

ఇంతకు ముందు నేను చెప్పినట్టుగానే మా అమ్మాయి ఊర్మిళ వివాహం డిసెంబర్ రెండో వారంలో అంటే 13వ తేదీ 1970కి ఖరారు అయింది. సమయాభావం వల్ల చాలా హడావుడిగా వివాహ తంతు జరిపించాం. అన్నీ అనుకున్నట్టుగానే విజయవంతంగా వివాహం జరిగింది. ఐబీఎంలో పని చేస్తున్న మా అల్లుడు, పి.నరసింహ రెడ్డి (బాబు) అమెరికా వెళ్ళాల్సి ఉంది. వివాహం తర్వాత మా అమ్మాయికి కూడా అమెరికా వీసా తీసుకునేందుకు కొత్త దంపతులు ఇద్దరూ మద్రాసు వెళ్ళారు. అక్కడి నుండి ఇద్దరూ తిరుపతి వచ్చారు. మేము కూడా మా వియ్యంకుడి కుటుంబంతో కలిసి హైదరాబాద్ నుండి తిరుపతి వెళ్ళాం. గుడిలో పూజ, దర్శనం తర్వాత హైదరాబాద్ తిరిగి వచ్చేశాం. కోర్టు శీతాకాలం విరామం తర్వాత మేము ఢిల్లీ చేరుకున్నాం. అమ్మాయి ఊర్మిళ మరియు అల్లుడు బాబు అమెరికా వెళ్ళే ముందు కొన్నిరోజులు ఢిల్లీలో ఉండాలని రావడంతో మేము ఢిల్లీలోని మా మిత్రులు కొందరిని విందుకు ఆహ్వానించాం. అతి తక్కువ సమయంలోనే ఆహ్వానించినప్పటికీ నా మిత్రులు చాలా మంది కుటుంబసమేతంగా ఈ విందుకు హాజరయ్యారు. మా సిబ్బంది, అంటే జమేదార్లు, డ్రైవర్లు, ప్యూన్లు అందరూ కలిసి కష్టపడి ఏర్పాట్లు పూర్తిచేశారు. ఈ సందర్భంలో మాకు తెలిసిన విషయం ఏమంటే ఉత్తర భారత దేశంలో ఒక కుటుంబంలో వివాహం అంటే బంధువులు, మిత్రులు అందరూ తమ కుటుంబంలో వివాహంలాగే పరిగణిస్తారు.

మేము ఢిల్లీ చేరుకుంటున్న సమయంలోనే దేశ వ్యాప్తంగా ఒక సంచలనాత్మక ప్రకటన వచ్చింది. కేంద్ర ప్రభుత్వం పార్లమెంటును రద్దు చేస్తూ తీర్మానం చేసి రాష్ట్రపతి ఆమోదానికి పంపింది. రాష్ట్రపతి డిసెంబర్ 28, 1970న పార్లమెంటును రద్దు చేస్తూ, సరికొత్తగా ఎన్నికలకు ఆదేశిస్తూ ఉత్తర్వులు ఇచ్చారు. ప్రభుత్వం రాజభరణాల

రద్దు నిర్ణయానికి వ్యతిరేకంగా కోర్టు తీర్పు వచ్చే అవకాశం ఉండడంతో ప్రభుత్వం ఈ నిర్ణయం తీసుకున్నట్టు తెలుస్తోంది.

ఐ సి గోలక్ నాథ్ మరియు పంజాబ్ రాష్ట్రం (1967 SCR: 1643) కేసులో11 మంది న్యాయమూర్తులు ఉన్న ధర్మాసనం రాజ్యాంగంలోని 368వ అధికరణ ప్రకారం 13(2)వ అధికరణను సవరించి పార్ట్ 3లోని పౌరుల ప్రాథమిక హక్కులను కుదించే లేదా సవరించే అవకాశం ప్రభుత్వానికి లేదని తీర్పు చెప్పింది. మొత్త 11 మంది న్యాయమూర్తుల్లో ఆరుగురు, ప్రధాన న్యాయమూర్తి జస్టిస్ సుబ్బారావు, జస్టిస్ షా, జస్టిస్ సిక్రి, జస్టిస్ షెలాత్, జస్టిస్ హిదయతుల్లా మరియు జస్టిస్ వైద్యలింగం, ఈ తీర్పుకు మద్దతు ఇచ్చారు. రాజ్యంగంలో పొందుపర్చిన13 (2) అధికరణలో పేర్కొన్నట్టు "పార్ట్ 3లో నిర్దేశించిన పౌర హక్కులను సవరిస్తూ లేదా తొలగిస్తూ చట్టం చేసే అధికారం ప్రభుత్వానికి లేదు" అని స్పష్టంగా పేర్కొన్న నిబంధన మేరకు ధర్మాసనం ఈ తీర్పు ఇచ్చింది. ఈ క్లాజుకు బిన్నంగా 368 అధికరణ ప్రకారం సవరణ చేస్తే సదరు సవరణ అనర్హమవుతుంది. జస్టిస్ హిదయతుల్లా ఒక సందర్భంలో "రాజ్యాంగబద్ధమైన సంస్థ" మరియు "ఏర్పాటు చేసిన సంస్థ" మధ్య తేడా స్పష్టంగా వివరించారు. రాజ్యాంగంలోని ప్రాథమిక హక్కులు సవరించాలన్నా, తొలగించాలన్నా రాజ్యాంగబద్ధమైన సంస్థ నిర్ణయం తీసుకోవాలి. అందువల్ల ప్రాథమిక హక్కులు రాజ్యాంగ రక్షణలో ఉన్నాయని, వాటిని తొలగించడం లేదా సవరించడం సులువు కాదని చెప్పారు. రాజ్యాంగంలోని 13(2) ప్రకారం ప్రాథమిక హక్కులు తీసివేయడానికి వీలులేదు. అయితే ధర్మాసనంలోని 11 మందిలో ఐదుగురు న్యాయమూర్తులు మాత్రం రాజ్యాంగం సవరించే చట్టాలు చేసినప్పుడు 13(2) అధికరణ అమలు కాదని చెప్పారు. మొదటిసారి ప్రధాన న్యాయమూర్తి జస్టిస్ పతంజలి శాస్త్రి అధ్యక్షతన విచారించిన శంకరి ప్రసాద్ మరియు కేంద్ర ప్రభుత్వం (1952, SCR; 89) కేసులో ఈ అంశం ప్రధానంగా చర్చకు వచ్చింది. ఈ కేసు విచారణ సందర్భంగా 1951లో జరిగిన మొదటి రాజ్యాంగ సవరణ ప్రస్తావన పరిశీలించింది. ఈ సవరణ సందర్భంలో రాజ్యాంగంలోని ఏ ఒక్క అధికరణ కూడా సవరణకు అతీతమైనది కాదని అయితే 368 అధికరణ ప్రకారమే అన్ని సవరణలు జరగాలని సూచించింది. అయితే ఈ 368 అధికరణ ప్రకారం ఆలోచన చేస్తే పార్లమెంటు ఈ 368వ అధికరణను కూడా సవరించే అధికారం కలిగి ఉంది. ప్రాథమిక హక్కుల్లో ఆస్తి హక్కు కూడా వాటి సవరణ లేదా తొలగింపుతో నిమిత్తం లేకుండా అంగీకారమే అవుతుంది. ఈ నిర్ణయంతో

దేశంలో సామ్యవాదం ప్రోత్సహించే లక్ష్యంతో ఈ నిర్ణయాలు తీసుకోవడం జరిగింది. రాజ్యాంగంలోని పార్ట్ 3 సవరణ అధికారం ప్రభుత్వానికి ఉందా లేదా అనే ప్రశ్న మొదటిసారిగా సజ్జన్ సింగ్ మరియు రాజస్థాన్ ప్రభుత్వం కేసును ప్రధాన న్యాయమూర్తి జస్టిస్ గజేంద్ర గడ్కర్ నేతృత్వంలోని ఐదుగురు న్యాయమూర్తుల ధర్మాసనం విచారణ చేసింది ఇద్దరు న్యాయమూర్తులు జస్టిస్ హిదయతుల్లా మరియు జస్టిస్ ముదోల్కర్ శంకరి ప్రసాద్ కేసులో పేర్కొన్న సహేతుకతను ప్రశ్నించారు. ప్రభుత్వం 14, 19 మరియు 31 వ అధికరణల ద్వారా ఇచ్చిన ఆస్తి హక్కును 31-A అధికారంలో పేర్కొన్న "ఎస్టేట్"తో సమానంగా భావించి రద్దు చేస్తూ చేసిన 17వ రాజ్యాంగ సవరణ, దానిపై తీర్పును పరిశీలించారు. ఈ కేసులో పార్ట్ 3లోని ప్రాధమిక హక్కుల సవరణ లేదా తొలగింపు 368వ అధికరణ పరిధిలోకి వస్తుందా, రాదా అనే ప్రశ్న అప్పటి న్యాయవాది లేవనెత్తలేదు. అయినప్పటికీ ప్రధాన న్యాయమూర్తి ఈ ప్రశ్నను ప్రస్తావించి శంకరి ప్రసాద్ కేసు తీర్పుతో ప్రధాన న్యాయమూర్తి ఏకీభవించారు. అయితే వాస్తవాల పట్ల గౌరవం ఉన్న మిగతా ఇద్దరు న్యాయమూర్తులు ఈ అంశాన్ని మరింత విస్తృతమైన ధర్మాసనానికి ఎందుకు పంపించకూడదో ఆలోచించాలని కోరారు. అయితే వాస్తవానికి ఈ మౌళిక ప్రశ్న శంకరి ప్రసాద్ కేసులోనే తలెత్తిందని ఇది సజ్జన్ సింగ్ కేసులో లేదని అందువల్ల విస్తృత ధర్మాసనానికి ఈ కేసు పంపవలసిన అవసరం లేకపోయింది. గోరఖ్ నాథ్ కేసులో రాజ్యాంగంలోని పార్ట్ 3 సవరించే అధికారం ఉందా లేదా అన్న ప్రశ్న వచ్చింది. అయితే పార్లమెంటు 368 అధికరణ ప్రకారం అయితే పార్ట్ 3లోని ప్రాధమిక హక్కులను సవరించే లేదా తొలగించే అధికారం లేదని ధర్మాసనం తీర్మానించింది. ఈ తీర్పుతో ప్రభుత్వం సామ్యవాదం అనుసరించే క్రమంలో వ్యక్తుల లేదా సంస్థల ఆస్తులు సమీకరించే హక్కు కోల్పోయింది.

ఇక రాజభరణాల రద్దు విషయంలో మొదట రాచరికాన్ని, రాజభరణాలను చట్టం ద్వారా రద్దు చేయాలని భావించిన ప్రభుత్వం పార్లమెంటులో తనకు తగిన సంఖ్యాబలం లేదని గ్రహించి చివరికి ఒక ఆర్డినెన్స్ జారీచేసింది. ఈ ఆర్డినెన్స్ కూడా చెల్లదని కోర్టు చెప్పడంతో శ్రీమతి ఇందిరా గాంధీ, గరీబీ హఠావో అనే నినాదంతో, సామ్యవాదం ప్రవేశపెట్టే ఆలోచనతో పార్లమెంటును రద్దు చేస్తూ డిసెంబర్ 28, 1971న రాష్ట్రపతి ద్వారా ఉత్తర్వులు ఇప్పించింది. అలాగే ఎన్నికలు నిర్వహించే నిర్ణయం కూడా ప్రకటించింది.

అహ్మదాబాద్ లో మతఘర్షణలు విచారణలో ఉన్న కారణంగా రాజభరణాల

రద్దు కేసు పూర్వాపరాలు నేను పూర్తిగా తెలుసుకోలేకపోయాను. అందువల్ల ఈ కేసు ప్రధాన వివరాలు మాత్రమే ఇస్తున్నాను.

"ఫ్రీ ప్రెస్ జర్నల్" లో జనవరి 6, 1971న రాసిన ఒక వ్యాసంలో మాజీ సొలిసిటర్ జనరల్ శ్రీ ఎస్.వి.గుప్తా కొంత క్లుప్తంగా ఈ అంశంపై చర్చ చేశారు. బ్యాంకుల జాతీయకరణ వ్యాజ్యంలానే మొత్తం 19 రోజుల పాటు సుదీర్ఘ విచారణ జరిగిన ఈ తీరును "అనవసరంగా అమూల్యమైన కోర్టు సమయాన్ని వృథా చేసిన" కేసుగా దీన్ని అభివర్ణించారు. ఇంతకు ముందే చెప్పినట్టు ప్రభుత్వం ఏదో ఒక రాజునో వారి భరణాన్నో రద్దు చేయడం కాక, మొత్తం రాచరిక వ్యవస్థను, రాజభరణాలను మూకుమ్మడిగా రద్దు చేసింది. ఇందులో నవ్వు తెప్పించే విషయం ఏమంటే రాజభరణాలు రద్దు చేస్తూ ప్రభుత్వం పార్లమెంటులో బిల్లు ప్రవేశ పెట్టినప్పుడు, తిరిగి తీవ్ర వ్యతిరేకత వ్యక్తమవుతున్నదని గ్రహించి, ఆ బిల్లును వెనక్కి తీసుకుని, ఆ వెంటనే అర్థరాత్రి రాష్ట్రపతి సంతకంతో ఆర్డినెన్సు విడుదల చేసింది. ఈ క్రమంలోనే ప్రభుత్వం తీవ్ర విమర్శలకు గురైంది. ప్రభుత్వ చిత్తశుద్ధిని శంకించాల్సి వచ్చింది. ప్రభుత్వం ప్రజాస్వామ్య విలువలను అపహాస్యం చేస్తూ ప్రవర్తించింది. అందువలనే, నేను ఇంతకు ముందు చెప్పినట్టుగా, ప్రధాన న్యాయమూర్తి జస్టిస్ హిదయతుల్లా, ఈ ఆర్డినెన్సును "అర్థరాత్రి తలుపు తట్టటం" అనే అర్థం స్ఫురించేలా "అర్థరాత్రి ఉత్తర్వు" అని సంబోధించారు. ఈ సంబోధనకు ప్రధాన మంత్రి శ్రీమతి ఇందిరా గాంధీ కొంత కలత చెందారు. ఈ పరిణామ క్రమంలో రాజులు ప్రభుత్వ నిర్ణయాన్ని చాలా వేగంగా కోర్టులో సవాలు చేశారు. వారి దృష్టిలో ప్రభుత్వ ఉత్తర్వు (1) చట్టబద్ధంగా చెల్లదు. (2) చట్టం గుర్తించని ఈ ఉత్తర్వులను రాష్ట్రపతి జారీచేసే అధికారం లేదు, (3) రాజులకు పౌరులుగా రాజభరణం (ఆస్తి) పొందే హక్కును కాలరాస్తున్న ఈ చట్టం రాజ్యాంగబద్ధం కాదు. పూర్తిగా రాజ్యాంగ వ్యతిరేకం.

ఈ వాదనలను ప్రభుత్వం తిరస్కరించింది. (1) ప్రభుత్వ ఉత్తర్వులు నేరుగా ప్రాథమిక హక్కులకు భంగం కలిగించనందున ఈ అభ్యర్థన 32వ అధికరణ ప్రకారం స్వీకరణకు ఆమోదయోగ్యం కాదు, (2) అధికరణ 363 ప్రకారం ఈ అంశం కోర్టు పరిధిలోకి రాదు, (3) అధికరణ 366(22) ప్రకారం ఉత్తర్వులు ఇచ్చే అధికారం రాష్ట్రపతికి లేదు, (4) ఈ ఉత్తర్వులు ప్రభుత్వం ద్వారా రాష్ట్రపతికి సంక్రమించిన రాజకీయాధికారం, గతంలో బ్రిటిష్ రాజు అనుభవించిన, అధికారం, (5) ఈ ఉత్తర్వు చట్టంగా మారబోతోంది, (6) ఈ ఉత్తర్వు దురుద్దేశపూర్వకం కాదు.

ఇందులో 2 మరియు 3 అంశాలు మినహా మిగిలిన అన్ని అంశాలను ధర్మాసనం 10:1 ఆధిక్యతతో పరిష్కరించింది. ఇప్పటికి ఇంకా పూర్తిస్థాయి తీర్పు రానందున మీడియాలో వచ్చిన విషయాలపై ఆధారపడాల్సి వస్తోంది. ఈ విషయాలపై కొంత దృష్టి పెట్టి చూస్తే (1) అభ్యర్థన రాజ్యాంగంలోని 32వ అధికరణ ప్రకారం కోర్టు అనుమతించదగ్గదే; (2) ఈ ప్రభుత్వ ఉత్తర్వులు రాజ్యాంగం హామీ ఇచ్చిన ఆస్తి హక్కుకు భంగం కలిగించేదిగా ఉంది; (3) రాష్ట్రపతి ఉత్తర్వుల చట్టబద్ధతను సమీక్షించే హక్కు ఉంది. ఇది 363 అధికరణ పరిధిలోకి రాదు; (4) అధికరణ 366 కు వివరణ ఇచ్చిన ప్రభుత్వం ఈ ఉత్తర్వులు ఇవ్వగల అర్హతను చెప్పలేకపోయింది; (5) రాజ్యాంగం పరిధిలో రాజ్యాంగం యొక్క మౌలిక సూత్రానికి భిన్నంగా రాష్ట్రపతి కూడా ఎలాంటి ఉత్తర్వులు ఇచ్చే అధికారం – రాజకీయాధికారం లేదా మరే ఇతర అధికారం లేదు; (6) రాజ్యాంగంలోని 291 అధికరణ ప్రకారం రాజభరణాల హామీ హక్కుగా ఉన్నదృష్ట్యా ఈ అంశాన్ని సమీక్షించే అధికారం కోర్టుపరిధిలో ఉంది. ఇది అధికరణ 363కు పరిధిలోకి రాదు. (7) ఈ ఉత్తర్వు దురుద్దేశపూర్వకం కాకపోయినా ఇది అనుచిత ఉత్తర్వు.

అయితే రాజులు ఈ వివాదంలో విజయం సాధించినప్పటికీ ప్రభుత్వం రాజభరణాల రద్దును ప్రభుత్వ విధానంగా ప్రకటించింది. ఈ అంశం చివరికి ప్రభుత్వం తన ప్రతిష్టకు సంబంధించిన అంశంగా తీసుకుంది. అందువల్ల తగిన జాగ్రత్తలు తీసుకుని మరోసారి పరాజయం పాలుకాకుండా కాపాడుకుంది.

మరోసారి పరాభవం కాకుండా ఉండేందుకు ప్రభుత్వం దగ్గర కొన్ని మార్గాలు ఉన్నాయి.(1) రాజ్యాంగాన్ని సవరించి ఆస్తిహక్కును ప్రాధమిక హక్కుల జాబితానుండి తొలగించడం; (2) రాజ్యాంగంలోని 291వ అధికరణ తొలగించడం మరియు (3) రాజభరణాల రద్దు ధ్రువపర్చుతూ సరికొత్త బిల్లు ప్రవేశపెట్టడం.

శ్రీ గుప్తా అభిప్రాయం ప్రకారం ఒక్క 291 అధికరణపై ఇచ్చిన వివరణ మినహా కోర్టు తీర్పులో తప్పుపట్టాల్సిన విషయం లేదు. ఈ అధికరణపై కోర్టు ఇచ్చిన వివరణ అసంబద్ధంగా ఉందని ఆయన అభిప్రాయం. కొన్ని అర్హత కలిగిన న్యాయసంస్థల అభిప్రాయం మేరకు అధికరణ 366 (22) ప్రకారం ప్రభుత్వ వాదన ప్రస్తావనహారం కాదు. అలాగే రాజ్యాంగ మౌలిక అంశాలపైన, చట్టం చేసే హక్కుపైన పైనా ప్రభుత్వం చేసిన వాదన అర్థరహితం. ప్రజలకు సంబంధంలేని, దేశ సార్వభౌమత్వానికి సంబంధం లేని ప్రభుత్వ చట్టం ఉంటుందనుకోవడం ఊహా జనితం.

ప్రజలు తమ హక్కులను వదులుకునే లేదా బదలాయించే అధికారాన్ని రాజ్యాంగ పరిధిలో కలిగి ఉన్నారు.

భారత రాజ్యాంగాన్ని భారత ప్రజలు తమకు తాము అందించుకున్నారు అనేది వాస్తవం. అలాగే రాజ్యాంగాన్ని పరిరక్షించే బాధ్యతను రాజ్యంలోని వివిధ విభాగాలకు కట్టబెట్టారు. అంతే కానీ రాష్ట్రపతికో లేక పార్లమెంటుకో తమ హక్కులపై ఆధిపత్యాన్ని కట్టబెట్టలేదు. రాజ్యం చట్టపరిధికి అనుగుణంగా ప్రభుత్వాధికారం పనిచేయాల్సి ఉంటుంది. ప్రభుత్వం ఇతర రాజ్యాలతో, దేశాలతో కొన్ని ఒప్పందాలు చేసుకోవచ్చు. అయితే రాజ్యం చేసే నిర్ణయాలు అన్నీ ప్రజలు తమ ప్రతినిధులుగా ఎన్నుకునే పార్లమెంటు నిర్ణయాలకు లోబడి ఉంటాయి.

శ్రీ గుప్తా అభిప్రాయం ప్రకారం గోలక్ నాథ్ కేసులో తీర్పు 6:1 గా వచ్చినందున దాని పునఃసమీక్షించమని సుప్రీం కోర్టును కోరవచ్చు. ఇంతకు పూర్వం సుప్రీం కోర్టు తన తీర్పులను పునఃసమీక్షించుకోలేదు అని కాదు. రాజభరణాల రద్దు విషయంలోనూ, మరికొన్ని ఇతర కేసుల్లోనూ సుప్రీం కోర్టు తన నిర్ణయాలను పునఃసమీక్షించింది. రాజ్యాంగంలోని 291వ అధికరణకు సుప్రీం కోర్టు తప్పుడు భాష్యం చెప్పిందని, గుర్తింపు పొంది భరణాలు అనుభవిస్తున్న రాజులకు అలిఖిత స్వేచ్ఛ ఇచ్చిందని శ్రీ గుప్తా అభిప్రాయపడ్డారు. రాజభరణం ఆస్తి హక్కుగా చూసినప్పుడు 291వ అధికరణ రద్దు కూడా ప్రాథమిక హక్కుల ఉల్లంఘనగా పరిగణించబడుతుంది. ఈ పరిస్థితుల్లో సుప్రీం కోర్టు నిర్ణయం పునఃసమీక్ష చేయాల్సి వస్తే దేశంలోని ఏ న్యాయవ్యవస్థ కూడా ఎలాంటి ప్రతిష్టలకు పోకూడదు. అదే మన న్యాయవ్యవస్థ విశిష్టత.

కేశవానంద భారతీ కేసు పూర్వాపరాలు ఏప్రిల్ 24, 1973న వచ్చిన ఆ కేసు తీర్పు ప్రస్తావించే ముందు 1971న జరిగిన సంఘటన, 1972 సెలవుల్లో నా స్కాట్లాండ్ పర్యటన, అక్కడ స్కాటిష్ న్యాయవ్యవస్థ అధినేత లార్డ్ కామెరాన్ తో నా సమావేశం వివరాలు చెప్పాలని ఉంది. వీటిలో మొదటిది అమ్రిక్ సింగ్ మరియు రాజ్యం (ఢిల్లీ యంత్రాంగం 1971 3 SCC 215) కేసు విచారణ జస్టిస్ హెగ్డే, జస్టిస్ రే మరి నేను ఉన్న ముగ్గురు సభ్యుల బెంచ్. అయితే జస్టిస్ రే మరియు నేను ఈ కేసులో భాగస్వాములం అని అందువల్ల విచారణ చేయడానికి మేము అర్హులం కాదు అని మార్చి 22, 1971న అర్జీదారుడు ఒక అభ్యంతరం లేవనెత్తాడు. దీనితో అర్జీదారుడి అభ్యంతరాలు అఫిడవిట్ రూపంలో తెలపాలని అమ్రిక్ సింగ్‌ను మేము ఆదేశించాం.

ఇంతకు ముందు మరో కేసులో (569/68) అర్జీదారుడు తన కేసులో ప్రధాన న్యాయమూర్తి జస్టిస్ హిదయతుల్లా మరియు జస్టిస్ అమర్నాథ్ గ్రోవర్ భాగస్వాములని అందువల్ల వారు విచారణకు అర్హులు కాదని అభ్యంతరం లేవనెత్తారు. ఈ సందర్భంలో

ప్రధాన న్యాయమూర్తి జస్టిస్ హిదయతుల్లా కేసును అర్జీదారుకు అభ్యంతరం లేని న్యాయమూర్తుల బెంచికి విచారణకు అప్పగించారు. ఆసందర్భంలోనే "న్యాయం జరగడమే కాదు, న్యాయం జరిగినట్టు కనిపించడం కూడా ముఖ్యమే" అన్నారు.

దీని తర్వాత ఆగస్ట్ 1, 1967న నాకు, జస్టిస్ రే కు పదోన్నతి లభించింది. కేసు విచారణ చేపట్టిన తర్వాత అర్జీదారుడు నన్ను, జస్టిస్ రే ని కూడా వ్యతిరేకిస్తే ఇక తన కేసు విచారణ జస్టిన్ హెగ్డే ఒక్కరి ముందుకు మాత్రమే వెళుతుందని గ్రహించాడు. అయితే కోర్టు నిబంధనల ప్రకారం కేసును కనీసం ఇద్దరు న్యాయమూర్తులు విచారించవలసి ఉంది. కానీ ఇప్పుడు జస్టిస్ హెగ్డే ఒక్కరే మిగిలి ఉన్నందున ఈ కేసు విచారణ సుప్రీం కోర్టు చేపట్టకపోవచ్చు. ఈ కారణంతోనే అర్జీదారుడు తన అభ్యంతరాలు తెలియజేస్తూ అఫిడవిట్ దాఖలు చేయవలసిందిగా కోరాం. ఆమేరకు మార్చి 22, 1971 అర్జీదారుడు తన అభ్యంతరాలు తెలియజేస్తూ అఫిడవిట్ దాఖలు చేశారు. ఈ అఫిడవిట్ లో ఈ క్రింది విధంగా ఉంది:

3. నా అభ్యంతరం ఏమంటే ఈ కేసులో, ప్రత్యేకించి FIR... మరియు సెక్షన్ 120 B, 409, 420 IPC ప్రకారం సదరు బిల్లుల్లో ఎక్కువ వ్యయం చూపబడింది. ఈ వ్యయం సంబంధిత పనులకోసం చేయబడింది. ఇందుకు సంబంధించిన బిల్లులు, ఇతరత్రా రసీదులు సెక్షన్ 164 CrPC ప్రకారం నేను స్పెషల్ మెజిస్ట్రేట్ కోర్టుకు దఖలు చేశాను. ఈ కేసులు SPE పునఃవిచారణ చేపట్టి ఇందుకు సంబంధించిన ఒరిజినల్ బిల్లులు, రసీదులు ఇతర డాక్యుమెంట్లు కోర్టుకు సమర్పించవలసిందిగా ఆదేశించింది.

4. సదరు బిల్లులు, చెల్లింపులు, చెల్లించిన వ్యక్తుల పేర్లు వంటి వివరాలు పేర్కొనడం జరిగింది. ఈ పేర్లలో శ్రీ ఏ ఎన్ రే మరియు శ్రీ జగన్మోహన్ రెడ్డి కూడా ఉన్నారు. ఈ ఇద్దరూ ప్రస్తుతం న్యాయమూర్తులు. ఈ న్యాయమూర్తుల బెంచిపై ఈ కేసు విచారణకు వచ్చింది. ఈ చెల్లింపులు వారు సుప్రీం కోర్టులో నియామకం కాకముందు జరిగాయి.

అలాగే తాను చేసిన ఆరోపణలకు సంబంధించి మార్చి 1959న, అక్టోబర్

1958 పత్రాలు, FIRలో భాగమైన రూ 10 వేల ప్రోనోటు, జనవరి 2, 1961 మరియు సెప్టెంబర్ 25, 1964న ఇచ్చిన మెజిస్ట్రేట్ ఉత్తర్వులు, అక్టోబర్ 11, 1958న 95/1958 కేసు తీర్పు అర్జీదారుడు కోర్టుకు సమర్పించాడు.

అయితే ఈ ఆరోపణలు అన్నీ అస్పష్టంగా ఉన్నాయని అర్జీదారుడు మరింత వివరంగా, పూర్తిఆధారాలతో మరో అఫిడవిట్ మార్చి 23, 1971న సాయంత్రం 4.30 గంటలకు, అంటే ధిక్కార కేసుపై తీర్పు రావడానికి ఒకరోజు ముందు, కోర్టుకు దాఖలు ఆదేశించడమైనది. ఈ మేరకు అర్జీదారు మార్చి 23, 1971న మరో అఫిడవిట్ దాఖలు చేశారు. ఈ అఫిడవిట్ లో కోర్టు ఆదేశించిన వివరాలు లేకపోగా అంతకు ముందు విచారణ సందర్భంగా చేసిన బాధ్యతరహిత ఆరోపణలకు ఆధారాలు చూపలేకపోయారు. ఈ అఫిడవిట్‌లో జతచేసిన పత్రాలను మేము మరోసారి పరిశీలించాం. అయితే ఈ పత్రాల్లో ఆయన న్యాయమూర్తులపై చేసిన అవినీతి ఆరోపణలను సమర్ధించేవి ఒక్కటీ కనిపించలేదు. అనేక సందర్భాల్లో కోర్టు సరైన సాక్ష్యాలు ఇచ్చుకునే అవకాశం ఇచ్చినా లేదా పొరపాటును అంగీకరించి కోర్టుకు క్షమాపణ చెప్పి కేసు ఉపసంహరించుకోమని చెప్పినా ఏ అవకాశాన్నీ అతను ఉపయోగించుకోలేదు. ఈ కేసు మొత్తం మెజిస్ట్రేట్లు, న్యాయమూర్తులను భయపెట్టే ప్రయత్నం మాత్రమే. చివరిగా మేము ఇలా చెప్పాం:

"అర్జీదారు కోర్టు ధిక్కార నేరానికి పాల్పడినట్లు మేము నిర్ణయిస్తున్నాం. ఇదేదో న్యాయమూర్తుల గౌరవం కాపాడే ప్రయత్నం కాదు. ఇకపై కోర్టులకు ఇలాంటి అసంబద్ధ కేసులు రాకుండా నిరోధించేందుకు ఈ నిర్ణయం. కోర్టు పాలనా వ్యవహారాల్లో ఇలాంటి అనుచిత జోక్యం నివారించే ప్రయత్నం ఇది. కోర్టు వ్యవహారాల్లో అర్జీదారుడు నిరంతరం జోక్యం చేసుకునే ప్రయత్నం చేస్తున్నాడు. అందుకే అసంబద్ధ ఆరోపణలు చేస్తున్నాడు. ఏది ఏమైనా నా విషయం వచ్చేసరికి అర్జీదారుడు నాపై ఆరోపణలు చేసినట్టు, ఆ తేదీల్లో నేను ఢిల్లీ సందర్శించలేదు. ఇదేదో సంజాయిషీ కోసం చెప్పడం లేదు. అర్జీదారుడు ఎంత బాధ్యతారాహిత్యంతో ఆరోపణలు చేస్తున్నాడో చెప్పేందుకు మాత్రమే ఈ విషయాలు ప్రస్తావిస్తున్నాను."

అర్జీదారుడు క్షమార్హం కానీ నేరానికి పాల్పడ్డాడు. కోర్టు పట్ల అతని ప్రవర్తన ఎదురుదాడి మాత్రమే. అందువల్ల అతనికి ఆరునెలల సాధారణ శిక్ష విధించాం.

ఈ ఉత్తర్వులు వెలువరించగానే అర్జీదారుడు తీవ్రంగా కలత చెంది,

పశ్చాత్తాపంతో కనిపించాడు. ఇంతకు ముందు ఆదేశించిన మేరకు కోర్టు తీర్పు అనుసరించి రిజిస్ట్రార్ వారెంట్ సిద్ధం చేసి శిక్ష అమలు చేసేందుకు అతన్ని తీసుకెళ్ళారు.

ఇందులో ఆసక్తికరమైన విషయం ఏమంటే అర్జీదారుడు అమ్రిక్ సింగ్ తనను తాను ఒక గిరిజన తెగకు చెందిన ప్రధాన నాయకుణ్ణని చెప్పుకుంటాడు. అతను ఒక మూడు నెలలు జైల్లో ఉన్నతర్వాత భారత సైన్యంలో పనిచేస్తున్న అతని కొడుకు సైనిక దుస్తుల్లో మా వద్దకు వచ్చి జరిగినదానికి క్షమాపణ చెపుతూ తన తండ్రిని క్షమించి శిక్ష తగ్గించి విడుదల చేయవలసిందిగా ఒక అర్జీ పెట్టుకున్నాడు. తన తండ్రికి కంటి ఆపరేషన్ చేయాల్సి ఉందని అందువల్ల తన తండ్రిని విడుదల చేయాలని కోరాడు. జస్టిస్ రే కాస్త మొండిగా ఉన్నారు. అతను పూర్తి శిక్షాకాలం జైల్లోనే ఉండాలని అన్నారు. కోర్టు అతన్ని శిక్షించింది. శిక్షాకాలం సగం పూర్తిచేశాడు కనుక కోర్టు లక్ష్యం నెరవేరినట్టే, న్యాయం జరిగినట్టే అని జస్టిస్ రేతో చెప్పాను. క్షమాపణ కోరినందున, శిక్షలో మినహాయింపు ఆరోగ్యకారణాలతో కోరిన రీత్యా మనం ఈ విజ్ఞప్తిని అంగీకరించడం సబబుగా ఉంటుందని చెప్పాను. జస్టిస్ హెగ్డే మరియు నేనూ కలిసి నిందితుడి శిక్షాకాలం తగ్గిస్తూ అతన్ని జైలునుండి విడుదల చేయాల్సిందిగా తీర్పు ఇచ్చాం.

ఒక బాధ్యతారహితంగా కక్షిదారుడు నిష్కారణంగా, నిరాధారంగా సుప్రీం కోర్టు న్యాయమూర్తుల్లో ఒక్కరు తప్ప అందరిపై ఎలా ఆరోపణలు చేశారో వివరించేందుకే ఈ కేసు గురించి చెప్పాల్సి వచ్చింది. మొదటి దశలో అతడి ప్రయత్నాలు కొంతమేర ఫలించినా చివరికి అతని అసత్య ఆరోపణలు వెల్లడయ్యాయి. అతనికి శిక్ష పడింది. ఇలాంటి ప్రయత్నం ఇకముందు ఎవరు చేసినా ఈ కేసు ఒక గుణపాఠంగా ఉంటుంది.

1971, 1972 మరియు 1973 లా నివేదికల్లో ప్రధాన న్యాయమూర్తి జస్టిస్ సిక్రి, జస్టిస్ హెగ్డే, జస్టిస్ మిట్టర్ మరియు జస్టిస్ రే తో పాటు జస్టిస్ దువా నేనూ లేక జస్టిస్ వైద్యలింగం, నేనూ తరచూ అనేక వివాదాల విచారణ చేపట్టేవాళ్ళం. నేను 1970లో అహ్మదాబాద్ లో ఉన్నాను. ఆ యేడాది ఒక్క బ్యాంకుల జాతీయీకరణ వివాదం మినహా ఇతర వివాదాలేవీ నేను విచారించలేదు. నేను విచారణ చేసిన కేసుల్లో ఏదైనా న్యాయవ్యస్త పనితీరు తదితర విషయాలు ఉంటే మినహా ఇతర కేసులను నేను ప్రస్తావించదలుచుకోలేదు.

1972 వేసవి విరామంలో మే-జులై మాసాల్లో నేనూ, నా భార్య బ్రిటన్ సందర్శించాలని అనుకున్నాం. మా అబ్బాయి జయచంద్ర, కోడలు సురేఖ ఎడిన్ బర్గ్‌లోని ప్రిన్సెస్ మార్గరెట్ రోజ్ ఆస్పత్రిలో వైద్యులుగా పనిచేస్తున్నారు. వారికి జనవరి 11, 1972న ఒక పాప పుట్టింది. ఆ పాప మా మొదటి మనవరాలు. ఇప్పటికే పాపను చూడడం ఆలశ్యం అయింది. అంతే కాదు, నాకు మూత్రపిండాల్లో రాయి ఉన్నట్టు తెలిసింది. దానికి వైద్యం చేయించుకోవాలి. గతంలో లండన్ లో ఆపరేషన్ చేయించుకోవాలి అనుకున్నాను. కానీ వైద్యులు ఆపరేషన్ వద్దని సలహా ఇచ్చారు. ఈ సారి స్కాట్లాండ్ సరిహద్దులోని న్యూక్యాస్టల్ లో ఉన్న ప్రముఖ వైద్యుడు ప్రొఫెసర్ స్వీనీని సంప్రదించాలి అనుకున్నా. ఈ విషయం జస్టిస్ సిక్రికి చెప్పినప్పుడు మా సందర్శనలో స్కాట్లాండ్ ప్రధాన న్యాయమూర్తి జస్టిస్ కామెరాన్‌ను కూడా కలుసుకోమని ఆయన సూచన చేశారు. అందుకు తగిన ఏర్పాట్లు చేస్తానని, జస్టిస్ కామెరాన్‌కు ఒక లేఖరాస్తానని జస్టిస్ సిక్రి తెలిపారు. అటువంటి అవకాశాన్ని వదులుకోమని, తప్పకుండా ఆయన్ను కలిసి సద్వినియోగం చేసుకుంటామని చెప్పాను.

ఈ సందర్శనకు నిర్ణయం తీసుకున్న తర్వాత బ్రిటన్ వెళ్ళే ముందు హైదరాబాద్ వెళ్ళాం. మా పర్యటన గురించి తెలిసిన మా మిత్రురాలు డాక్టర్ హెలెన్ హల్దానే లండన్‌లోని తన సహచరి కోసం ఒక తాబేలు పిల్లను బహుమతిగా తీసుకెళ్ళవలసిందిగా కోరారు. ఆమె స్వయంగా చేసిన ఈ అభ్యర్ధనను కాదనలేకపోయాం. పైగా తన సహచరి మాకు లండన్‌లో స్వాగతం చెపుతారని కూడా హామీ ఇచ్చారు. మేము ఎడిన్ బరో వేళ్లేందుకు లండన్‌లో విమానం మారవలసి వస్తుంది. అందువల్ల తాబేలు పిల్లను వెంట తీసుకెళ్ళేందుకు అంగీకరించాం. అదృష్టవశాత్తు మా ప్రయాణం గురించి ఇంతకు ముందే మా స్నేహితులు ప్రొఫెసర్ స్మిత్ మరియు అతని సతీమణికి లేఖ రాశాం. ఈ దంపతులిద్దరూ ఒకసారి భారత స్టాటిస్టికల్ ఇన్స్టిట్యూట్, కలకత్తా వారి ఆహ్వానం మేరకు భారతదేశం సందర్శించినప్పుడు, కలకత్తా మరియు బొంబాయి సందర్శించిన సందర్భంలో ఆదిలాబాద్ జిల్లా చెన్నూరులోని మా పొలాలను సందర్శించి మా ఆతిథ్యం స్వీకరించారు.

లండన్ వెళ్లేందుకు విమానం ఎక్కినప్పుడు మేము తాబేలు పిల్లను తీసుకెళ్ళడానికి ఢిల్లీ కస్టమ్స్ అధికారులు అభ్యంతర పెట్టలేదు. బ్రిటిష్ కస్టమ్స్ అధికారులకు లేకపోతే మాకు అభ్యంతరం లేదు అని అధికారులు చెప్పారు. లండన్ లో ఒక ప్రొఫెసర్ తన అధ్యయనానికి ఈ తాబేలు పిల్ల అవసరం అయిందని ఆ ప్రొఫెసర్ తగిన అనుమతి

పత్రాలతో విమానాశ్రయానికి వచ్చి తీసుకువెళతారని చెప్పా. మేము లండన్ చేరే వరకూ ఆ తాబేలు పిల్ల వ్యవహారం అంతా మా ఆవిడే చూసుకుంది. అది ప్రయాణంలో అటూ ఇటూ కదులుతూ మల, మూత్ర విసర్జన చేస్తూ మా ఆవిడకు కొంత అసౌకర్యం కలిగించింది. ఆవిడే అంతా శుభ్రం చేసింది. మేము లండన్ చేరుకోగానే అక్కడ కస్టమ్స్ అధికారులు మేము ప్రకటించాల్సినవి ఏమైనా ఉన్నాయా అని అడిగారు. అలాంటి వస్తువులేవీ మావద్ద లేవని అయితే లండన్ ప్రొఫెసర్ కు అందజేయాల్సిన ఒక తాబేలు పిల్ల మాత్రం ఉందని, దాని భారత దేశంనుండి ఒక శాస్త్రవేత్త పంపించారని, లండన్ ప్రొఫెసర్ దాన్ని తీసుకోడానికి విమానాశ్రయంలోనే వేచి ఉన్నారని చెప్పాం. “తాబేలు! ఎక్కడుంది?” అని ఆతృతగా అడిగారు అధికారులు. తాబేలును మోస్తున్న బ్యాగ్‌ను ఆ అధికారులకు ఇచ్చాం. ఒక అధికారి ఆ బ్యాగ్ తీసుకుని అక్కడినుండి మాయం అయ్యారు. ఒక పది నిమిషాల తర్వాత అతను తిరిగి వచ్చారు. తాబేలును తీసుకెళ్లాలంటే విదేశీ వ్యవహారాల శాఖనుండి అనుమతి కావాలని చెప్పారు. బయట వేచి ఉన్న ప్రొఫెసర్ వద్ద అలాంటి అనుమతి పత్రం ఉండే అవకాశం ఉందని, వెళ్ళి చూసొస్తానని చెప్పాను. బయటకు వెళ్లేందుకు నాకు అనుమతి ఇచ్చారు. నాకు అక్కడ డాక్టరు మరియు శ్రీమతి స్మిత్ కలిశారు కానీ ఆ ప్రొఫెసర్ కనిపించలేదు. మేము మైక్ లో ఆయనకోసం ప్రకటన చేయించాం. ఆయన జాడ కనిపించలేదు. ఇప్పుడు మాకు పెద్ద చిక్కొచ్చి పడింది. చేసేది ఏమీ లేక తాబేలును ఏమైనా చేసుకోవచ్చు అని కస్టమ్స్ అధికారులతో చెప్పాను. సరిగ్గా అదేసమయంలో శ్రీమతి స్మిత్ కు ఒక మంచి ఆలోచన వచ్చింది. ఆ చిన్న తాబేలును తాము లండన్ జంతుప్రదర్శనశాలలో భద్రపరుస్తామని, అందుకోసం అవసరమైన అనుమతులు తీసుకుంటామని అయితే దాన్ని మరో విమానాశ్రయం వరకు తరలించేందుకు అనుమతి ఇవ్వాలని కోరారు. అధికారులు అందుకు అనుమతి ఇవ్వడంతో అక్కడి నుండి రోల్స్ రాయిస్ కారులో 50 మైళ్ళ దూరంలోని మరో విమానాశ్రయానికి చేరుకున్నాం. ఎడిన్ బర్గ్ చేరుకోడానికి విమానం సిద్ధంగా ఉంది. ఏమాత్రం ఆలస్యం చేయకుండా ఆ విమానంలోకి చేరుకున్నాం.

మేము రాత్రి 11 గంటలకు చేరుకున్నాం. జైరాం వచ్చి మమ్ముల్ని ఇంటికి తీసుకెళ్లాడు. వెంటనే మా మనవరాలు దివ్యను చూసేందుకు వెళ్ళాం. కానీ అప్పటికే తను నిద్రపోతోంది. మరునాడు ఉదయమే తనను మేము చూడగలిగాం. తాను చాలా ఉత్సాహంగా ఉంది. ఆ తార్వాత లార్డ్ కామెరాన్‌కు ఫోనే చేసి నేనూ, నా భార్య

కలిసి సాయంత్రానికి వారి ఇంటికి వెళ్ళాం. వారు చాలా సాధారణ జీవితం గడుపుతున్నారు. నాకు ఎంతగానో నచ్చింది. చాలాసేపు మాట్లాడుకున్నాం. చివరికి రాత్రి 7.30 గంటలకు మనం ఒక ఫ్రెంచ్ రెస్టారెంట్ లో విందుచేద్దామా అని లార్డ్ కామెరాన్ అడిగారు మా అబ్బాయి, కోడలు ఎదురుచూస్తూ ఉంటారని చెప్పగా లార్డ్ కామెరాన్ వారికి తాను ఫోన్ చేసి డిన్నర్ కి వెళుతున్న విషయం చెపుతానని, ఆ తర్వాత తమ కారులోనే ఇంటికి తీసుకెళ్తానని చెప్పారు. అలాగే మేము జైరాం, సురేఖకు ఫోనే చెయిన్ సమాచారం ఇచ్చాం. ఆ తర్వాత రెస్టారెంట్‌కు ఫోన్ చేసి మాకోసం ఒక టేబుల్ సిద్ధంగా ఉంచామని చెప్పారు. లార్డ్ కామెరాన్ స్వయంగా రోల్స్ రాయిస్ కారులో రెస్టారెంటుకు తీసుకెళ్ళారు. డిన్నర్ తర్వాత జైరాం ఇంటివద్ద దింపి వెళ్ళిపోయారు. అదొక అద్భుతమైన సాయంత్రం. చాలా చక్కని వాతావరణంలో గడిచింది.

నన్ను తమ కోర్టును సందర్శించవలసిందిగా కోరారు. అలాగే కోర్టులో లార్డ్ కామెరాన్ విచారణ చేస్తున్న ధర్మాసనంపై నన్ను కూడా కూర్చోవలసిందిగా ఆహ్వానించారు. నేను అంగీకరించాను. లార్డ్ కామెరాన్ మరియు ఆయన సహచరుడు కోర్టు దుస్తుల్లో ఉన్నారు. వారిద్దరూ ఒకరికొకరు కొంత దూరంలో కూర్చోవడం నేను గమనించాను. నేను లార్డ్ కామెరాన్ పక్కనే కూర్చున్నా. కోర్టు విచారణ ప్రారంభం కాగానే భారత సుప్రీం కోర్టు న్యాయమూర్తిగా సహచరులకు, న్యాయవాదులకు లార్డ్ కామెరాన్ పరిచయం చేశారు. న్యాయవాదులు నాకు స్వాగతం చెప్పారు. విచారణ మధ్యలో విరామం తీసుకుని న్యాయమూర్తులు, న్యాయవాదులు ఒక విశాలమైన హాలులో కబుర్లు చెప్పుకోవడం చూశాను. ఇది నాకు కొత్తగా కనిపించింది. అలాగే ధర్మాసనంపై ఉన్న జూనియర్ న్యాయమూర్తి తన స్థానం నుండి లేచి మరో సీనియర్ న్యాయమూర్తి దగ్గరికి విచారణ మధ్యలో సంప్రదింపులకు వెళ్ళడం కూడా అసాధారణంగా కనిపించింది.

మేము జైరాం మరియు సురేఖతో కలిసి లండన్‌లోని లేబర్ మంత్రివర్గంలో మంత్రి లార్డ్ మిచిసన్ సతీమణి శ్రీమతి మిచిసన్ ను మరియు జన్యుశాస్త్ర నిపుణుడు శ్రీ హల్దానే లను సందర్శించాం. వారి అందమైన ఇంటిని చూశాం. వారి ఆతిథ్యాన్ని ఆస్వాదించాం. శ్రీమతి మిచిసన్ స్వయంగా మాకోసం వంట చేశారు. ఒక మంచి అనుభవం ఇచ్చిన ప్రయాణం ఇది.

మేము జైరాం, సురేఖ, మనువరాలు దివ్యతో కలిసి లోచ్ నెస్ అనే ఒక పెద్ద చెరువు ప్రాంతాన్ని సందర్శించాం. ఒక రాక్షసి అక్కడ ఉంటోందని బాగా ప్రచారంలో ఉంది. అయితే అలాంటి ఛాయలేవీ మేము సందర్శించినప్పుడు కనిపించలేదు. జైరాం స్నేహితుడు ఆహ్వానం మేరకు మేము ఎడిన్ బర్గ్ కోటను కూడా సందర్శించాం. అక్కడో జాతర జరుగుతోంది. ఈ సందర్భంగా అక్కడ స్కాటిష్ విద్వాంసులు సాంప్రదాయక దుస్తుల్లో వాయిద్యాల విన్యాసం చూశాం. అది చాలా అద్భుతంమైన ప్రదర్శన. ఆ తర్వాత జైరాం మరో స్నేహితుడు కూడా తన ఇంటికి ఆహ్వానించారు. అదికూడా ఒక అందమైన ప్రదేశం.

నా మూత్రపిండాల ఆపరేషన్‌కు సంబంధించి ఆస్పత్రిలో వైద్య పరీక్షలు జరిగాయి. వైద్యులు నాకు ఒక ఇంజక్షన్ ఇచ్చి మూత్రపిండాల ఎక్స్ రే తీసుకున్నారు. ఈ ఎక్స్ రే మరియు ఇతర మెడికల్ రిపోర్టులు తీసుకుని న్యూ క్యాస్టల్‌లోని మిత్రుడు ప్రొఫెసర్ స్వీనీకు చూపించాం. ఆయన వాటిని నిశితంగా పరిశీలించి ఎడమ మూత్రపిండం పైభాగంలో చిన్న రాయి ఉందని, అది పెద్ద ప్రమాదం ఏమీ కాదని చెప్పారు. అది తన స్థానం నుండి కదిలే అవకాశం లేదని, దానికోసం ఆపరేషన్ చేయించుకోవాల్సిన అవసరం లేదని చెప్పారు. ఆ తర్వాత మేం ఎడిన్ బర్గ్ తిరిగి చేరుకున్నాం.

ఎడిన్ బర్గ్ కు కారులో ఒక గంట ప్రయాణం దూరంలోని గ్లాస్గో విశ్వవిద్యాలయంలో మా చిన్నబ్బాయి గౌతమ్ ఆర్థిక శాస్త్రంలో పరిశోధన చేస్తున్నాడు. తనని, తన గురువు డాక్టర్ రాధా రామన్ సిన్హాను చూసేందుకు అక్కడికి వెళ్ళాం. అప్పుడే విశ్వవిద్యాలయంలోని ఆర్థికశాఖాధిపతిని కూడా కలిశాం. గౌతమ్ బాగా పనిచేస్తున్నాడు. తన పని విధానాన్ని అందరూ అభినందిస్తున్నారు. తిరిగి ఎడిన్ బర్గ్ వచ్చేశాం. జైరాం ఒక కారు కొంటున్నాడు. దానికోసం లండన్ వెళ్ళాల్సి వచ్చింది. మేము రైల్లో లండన్ వెళ్ళి తిరిగి కొత్తకారులో ఎడిన్ బర్గ్ వచ్చాం. ఈ కారును జైరాం భారత దేశం తీసుకురావాలనే ఆలోచనలో ఉన్నాడు. కేవలం అది ఒకరోజు ప్రయాణమే అయినా లండన్ ప్రయాణం బాగా జరిగింది. అక్కడ కొద్దిసేపు మార్కెట్లో షాపింగ్ చేశాం. ఆ రాత్రి అక్కడే ఉండి మరుసటి ఉదయం ఎడిన్ బర్గ్ బయలుదేరాం. ఇదే సమయంలో మా అబ్బాయి అజిత్, కోడలు డయానా చికాగో నుండి మాకోసం వచ్చారు. తర్వాత తిరిగి చికాగో వెళ్లకుండా మాతోపాటు భారత దేశం వచ్చి కొన్ని రోజులు మాతో గడపాలని అజిత్ అనుకున్నాడు. అనుకున్నట్టుగానే మాతోకలిసి

భారతదేశం వచ్చాడు. ప్రయాణాలు పూర్తి చేసుకుని కోర్టు తిరిగి తెరిచే నాటికి మేము ఢిల్లీ చేరుకున్నాం.

ఇంతకుముందు నేను చెప్పినట్టు కాంగ్రెస్ పార్టీలో చీలిక తర్వాత శ్రీమతి ఇందిరాగాంధీ నాయకత్వం చేపట్టారు. ఆమె ప్రభుత్వానికి కొన్ని పార్టీల మద్దతుకూడా ఉంది. బ్యాంకుల జాతీయకరణ మరియు రాజభరణాల రద్దు అంశాల్లో కోర్టు ప్రతికూల తీర్పు ఇచ్చినందువల్ల, "గరీబీ హఠావో" నినాదం ముందుకెళ్ళే అవకాశం లేదని గ్రహించిన శ్రీమతి ఇందిరా గాంధీ పార్లమెంటు గడువుకు ముందే ఎన్నికలకు సిద్ధం అయ్యారు. మార్చి 1971లో వచ్చిన ఎన్నికల ఫలితాలు ఆమెకు తిరుగులేని ఆధిక్యతను ఇచ్చాయి. ప్రజలు శ్రీమతి ఇందిరా గాంధీకి తిరుగులేని ఆధిక్యతను ఇచ్చి ఎన్నికలు ఏకపక్షంగా జరిగాయన్న భావనను కలిగించారు. ఈ ఎన్నికల్లో, ఎన్నికల ఫలితాల్లో ఆమె నాయకత్వానికి విస్తృత ప్రచారం, ప్రజామోదం లభించాయి. ప్రజాస్వామ్యం ప్రమాదంలో ఉంది అని ఆమె ప్రత్యర్థులు చేసిన ప్రచారాన్ని ప్రజలు పట్టించుకోలేదు. తిరుగులేని ఆధిక్యత ఇచ్చి శ్రీమతి ఇందిరా గాంధీకి మరింత బాధ్యతాయుతమైన పాలనకు అధికారం కట్టబెట్టారు.

ఈ ఎన్నికల తర్వాత బొంబాయి హై కోర్టు న్యాయమూర్తిగా ఆర్థిక కారణాలతో రాజీనామా చేసిన శ్రీ గోఖలేను న్యాయశాఖామంత్రిగా శ్రీమతి ఇందిరా గాంధీ నియమించారు. న్యాయవాది, భారత కమ్యూనిస్ట్ పార్టీ నాయకుడు, కేంబ్రిడ్జి విశ్వవిద్యాలయంలో నా సహచరుడు అయిన శ్రీ మోహన్ కుమారమంగళంను ఉక్కు శాఖామంత్రిగా నియమించారు. శ్రీ గోఖలే, శ్రీ కుమారమంగళం, మరియు మరో న్యాయవాది, పశ్చిమ బెంగాల్ ముఖ్యమంత్రిగా చేసిన సిద్ధార్థ శంకర్ రాయ్‌కు సుప్రీం కోర్టు తీర్పుతో వచ్చిన సమస్యలు పరిష్కరించే బాధ్యత అప్పగించారు. ఈ ముగ్గురూ రాజ్యాంగ సవరణలు చేయాలనీ, పార్లమెంటులో చేసే చట్టాలను గౌరవించే న్యాయమూర్తులను నియమించుకోవాలని ప్రధానమంత్రికి సూచన చేశారు. ఈ విషయంపై పార్లమెంటులో చర్చ కూడా జరిగింది. అయితే ఈ చర్చకు ప్రధాన న్యాయమూర్తి జస్టిస్ సిక్రి అభ్యంతరం తెలియజేస్తూ ప్రధాన మంత్రికి రాసిన లేఖ గురించి తర్వాత వివరిస్తాను.

ఎన్నికల తర్వాత ప్రధాని శ్రీమతి ఇందిరా గాంధీకి తిరుగులేని ఆధిక్యత ఇచ్చిన పార్లమెంటు రాజ్యాంగంలో 368వ అధికరణ సవరిస్తూ 24వ రాజ్యాంగ సవరణ 1971లో తెచ్చింది. ఈ సవరణ ప్రకారం 368 అధికరణ లో "రాజ్యాంగ సవరణ

విధానం" స్థానంలో "రాజ్యాంగ సవరణకు పార్లమెంటు ఆమోదం, విధానం" అనే పదాలు చేరాయి. ఆ తర్వాత 368 అధికారంలో ఈ క్రింది సబ్ క్లాజు చేర్చారు:

(1) రాజ్యంగంలో పేర్కొన్నవాటితో ప్రమేయం లేకుండా తనకు సంక్రమించిన రాజ్యాంగాధికారాలతో పార్లమెంటు రాజ్యాంగంలోని ఏ అంశాన్ని అయినా ఈ అధికారంలో పొందుపర్చిన విధానాల మేరకు తొలగించవచ్చు, సవరించవచ్చు లేదా మార్పు చేయవచ్చు. రాజ్యాంగంలోని అధికరణను సబ్ -క్లాజు (2)గా పేర్కొన్నారు. దీనిలో "రాష్ట్రపతి ఆమోదం కోసం పంపాల్సి ఉంటుంది. రాష్ట్రపతి ఆమోదం రాగానే" అనే పదాలకు మారుగా "బిల్లు రాష్ట్రపతి ఆమోదానికి పంపి, రాష్ట్రపతి ఆమోదించగానే" అని మార్పు చేశారు. అలాగే మూడో క్లాజు (3) కూడా చేర్చారు. "ఆ అధికరణ ప్రకారం చేసిన సవరణ ఏదీ 13వ అధికరణకు వర్తించదు."

గోలక్ నాథ్ కేసు, రాజభరణాల కేసు మరియు కేరళ హైకోర్టు తీర్పులు వర్తించిన విధానాలను తొలగిస్తూ 25వ రాజ్యాంగ సవరణ చట్టం 1972, 26వ రాజ్యాంగ సవరణ చట్టం 1972 మరియు 28వ రాజ్యాంగ సవరణ చట్టం 1972 పార్లమెంటు చేసింది. "అధికరణ 368 ప్రకారం రాష్ట్రపతి తన ఆమోదం ఇవ్వవచ్చు లేదా తిరస్కరించవచ్చు" అని వాంఛూ చేసిన వ్యాఖ్యను రద్దు చేస్తూ అధికరణ 368కి సవరణ చేసి సబ్-క్లాజు 3 చేర్చారు. ఇక 24, 26 మరియు 29 రాజ్యాంగ సవరణలు "ఆస్తి హక్కు"కు సంబంధించినవి. అధికరణ 31ని సవరిస్తూ, దీనిలో 31C చేరుస్తూ 25వ రాజ్యాంగ సవరణ చట్టం తెచ్చారు. ఇక 26వ రాజ్యాంగ సవరణ చట్టం దేశంలో రాజభరణాలను రద్దు చేస్తూ, రాజులకు గుర్తింపు రద్దు చేస్తూ చేసిన చట్టం. కేరళలోని రెండు చట్టాలను రాజ్యంగంలోని 9వ షెడ్యూల్ లో చేరుస్తూ 29వ రాజ్యాంగ సవరణ చేశారు. ఈ సవరణ ప్రకారం రాజ్యంగంలో చేర్చిన ఈ సవరణను దేశంలో ఏ కోర్టులోనూ సవాలు చేసే అధికారం లేదు. ఈ సవరణాలన్నీ సుప్రీం కోర్టులో సవాలు చేయదగ్గవే కానీ అలా వీలు లేకుండా చాలా పకడ్బందీగా చేశారు. ప్రధాన మంత్రి మరియు మంత్రివర్గ విధాన నిర్ణయాలు సవాలు చేసే వీలు లేకుండా పార్లమెంటు ఆధిపత్యాన్ని అంగీకరించే న్యాయవాదులనే నియమించే పనిలో ప్రభుత్వం నిమగ్నమైంది. ఈ ప్రయత్నాలన్నిటిని ఒక గొప్ప ప్రామాణికంగా చెప్పే, ప్రాధాన్యతను బట్టి మొత్తం 13 మంది న్యాయమూర్తుల ధర్మాసనం విచారించిన కేశవానంద భారతి కేసుతో పోల్చే ప్రయత్నాలు వేగంగా జరిగాయి. నవంబర్ 1972 నుండి ఈ కేసు విచారణ ప్రారంభమైంది. ఈ కేసు విచారణ, అందులో భాగంగా ఇంతకు ముందు

ఎన్నడూ జరగని రీతిలో ప్రభుత్వానికి అనుకూలంగా ప్రవర్తించిన న్యాయమూర్తికి మద్దతుగా ఆయనను ప్రధాన న్యాయమూర్తిగా నియమించేందుకు వీలుగా ముగ్గురు న్యాయమూర్తుల సస్పెన్షన్, వంటి విషయాలు తర్వాత ప్రస్తావిస్తాను. ఈ కేసు విచారణకు ముందు న్యాయమూర్తుల నియామకానికి సంబంధించి కొంత వివరణ ఇస్తున్నాను. ఈ వివరణ ఇంతకు ముందు ప్రస్తావించిన ఆరోపణలను సూచిస్తుంది.

జులై 1971లో నేను సెలవుపై హైదరాబాద్ లో ఉండగా జస్టిస్ ఎస్ సి రాయ్‌ని సుప్రీం కోర్టు న్యాయమూర్తిగా నియమించిన వార్త పత్రికల్లో చదివాను. ఆయన ఎవరా అని ముందుగా ఆశ్చర్య పోయాను. ఆయన జులై 19, 1971 న్యాయమూర్తిగా ప్రమాణ స్వీకారం చేశారు. విరామం తర్వాత కోర్టు తిరిగి విచారణ చేపట్టే వారాంతంలో నేను ఢిల్లీ చేరుకోగానే, లండన్ నుండి నా పాత మిత్రుడు సుబిమల్ నుండి ఆశ్చర్యకరంగా నాకు ఫోన్ వచ్చింది. ఆయన కలకత్తా హై కోర్టులో న్యాయవాదిగా పనిచేస్తున్నప్పుడు 1953 నవంబర్ లో నేను ఆయనను కలుసుకున్నాను. నా పాత మిత్రుడు సుబిమల్ చంద్ర రాయ్ ఇప్పుడు న్యాయమూర్తిగా ప్రమాణ స్వీకారం చేసిన ఎస్ సి రాయ్ ఒక్కరే అని గుర్తించలేక పోయాను. సుబిమల్ పశ్చిమ బెంగాల్ ముఖమంత్రి డాక్టర్ బి సి రాయ్ మేనల్లుడు. ఈయన పేరు అప్పటి పశ్చిమ బెంగాల్ ముఖ్యమంత్రి సిద్ధార్థ శంకర్ రాయ్ ఈ సుబిమల్ పేరు ప్రతిపాదించారనేది వాస్తవం. ఈ నియామకం సమయంలో సుబిమల్ కు కలకత్తా హై కోర్టులో మంచి పేరు ఉంది. ఆయన ప్రాక్టీసు కూడా బాగానే ఉంది. న్యాయవాద వృత్తినుండి నేరుగా సుప్రీం కోర్టు న్యాయమూర్తిగా నియమితుడైన మొదటి వ్యక్తి జస్టిస్ సిక్రి. సుబిమల్ రెండో వ్యక్తి. పదవీ ప్రమాణం చేసిన రోజునుండి సుబిమల్ నేను ఎప్పుడు ఢిల్లీ వస్తానో అని అందరినీ అడుగుతున్నట్టు తెలిసింది. నేను ఢిల్లీ చేరుకోగానే ఆయన ఫోన్ చేసి నేరుగా ఇంటికి వచ్చారు. ఆయన నియామకం గురించి ఆయనే చెప్పిన విషయాలు చాలా ఆసక్తికరంగా ఉన్నాయి.

బ్యాంకుల జాతీయకరణ మరియు రాజభరణాల రద్దు తీర్పులు వచ్చినప్పటి నుండి శ్రీమతి ఇందిరా గాంధీ మిత్ర త్రయంగా ప్రసిద్ధి చెందిన న్యాయశాఖా మంత్రి శ్రీ హెచ్ ఆర్ గోఖలే, పశ్చిమ బెంగాల్ ముఖ్యమంత్రి సిద్దార్ధ శంకర్ రాయ్ మరియు ఉక్కుశాఖ మంత్రి మోహన్ కుమార మంగళం తమకు అనుకూలమైన న్యాయమూర్తులకోసం వెతకటం ప్రారంభించారు. ఈ ప్రయత్నాల్లో భాగంగా, న్యాయవ్యవస్థ స్వయంప్రతిపత్తిని నిరోధించే క్రమంలో సిద్ధార్థ శంకర్ రాయ్ సూచన

మేరకు కలకత్తాలో ఉన్న సుబిమల్‌ను న్యాయశాఖా మంత్రి గోఖలే ఢిల్లీ పిలిపించుకున్నారు. ఆయన వెళ్ళే సరికే మిగిలిన ఇద్దరు - సిద్ధార్థ శంకర్ రాయ్ మరియు మోహన్ కుమార మంగళం - మంత్రి గోఖలే వద్ద ఉన్నారు. ఈ ముగ్గురూ సుబిమల్ ఆలోచనా విధానం అంచనా వేసేందుకు అయనతో అనేక విషయాలు చర్చించారు. ఆ తర్వాత ఆ ముగ్గురూ ఆగదిలోని ఒక మూలకు వెళ్ళి ఏదో విషయం తీవ్రంగా చర్చించుకున్నారు. కొన్నిసార్లు సుబిమల్ వైపు చూస్తూ తనగురించే మాట్లాడుతున్న అభిప్రాయం కలిగించేలా మాట్లాడుకున్నారు. తర్వాత సాయంత్రం తనతో విందుకు హాజరు కావలసిందిగా సుబిమల్‌ను మంత్రి గోఖలే కోరారు. సాయంత్రం విందులో ప్రధాన న్యాయమూర్తి జస్టిస్ సిక్రి కూడా పాల్గొన్నారు. సుబిమల్ ఢిల్లీ నుండి కలకత్తా చేరుకోగానే "వరుడు అంగీకరించాడా" అంటూ ఆయన భార్య ప్రశ్నించింది. బొంబాయి హై కోర్టు న్యాయమూర్తి జస్టిస్ డి.ఎస్ పాలేకర్ కూడా సుప్రీం కోర్టు న్యాయమూర్తిగా నియమితులయ్యారు. ప్రమాణ స్వీకారం తర్వాత మరుసటి రోజునుండి క్రిమినల్ కేసుల విచారణ తనకు అప్పగించడంతో సుబిమల్‌ను కొంత విచారం ఆవహించింది. ఇంతకు ముందెప్పుడూ క్రిమినల్ కేసులు చూడని కారణంగా సుబిమల్‌కు కొంత అసౌకర్యంగా అనిపించింది. ఇందులో భయపడాల్సింది, ఆందోళన చెందాల్సింది ఏమీ లేదని చెప్పాను. క్రిమినల్ కేసులకు సంబంధించినంతవరకు రెండున్నర చట్టాలు మాత్రమే ఉన్నాయి. పీనల్ కోడ్, క్రిమినల్ ప్రొసీజర్ కోడ్ మరియు ఎవిడెన్సెస్ యాక్ట్ లో సగం ఉన్నాయి. ఇందులో భయపడాలిసింది ఏమీ లేదని, ఏదైనా సందేహం ఉంటే తనను సంప్రదించవచ్చునని చెప్పాను. నా మాటతో ఆయన కొంత ఊరడింపు పొందారు.

సుబిమల్ మరియు పాలేకర్ తర్వాత పంజాబ్ హై కోర్టు నుండి హెచ్.ఆర్ ఖన్నాను సుప్రీం కోర్టు న్యాయమూర్తిగా నియమించారు. ఆయన సెప్టెంబర్ 22, 1971న ప్రమాణ స్వీకారం చేశారు. సిద్ధార్థ శంకర్ రాయ్ సిఫార్సు మేరకు సుబిమల్, గోఖలే సిఫార్సు మేరకు పాలేకర్, సిక్రి సిఫార్సు మేరకు ఖన్నా నియమితులు అయినట్టు బహిరంగంగానే చెప్పుకుంటున్నారు. కేరళ హై కోర్టు నుండి మాథ్యూ అనే న్యాయమూర్తి పేరు మోహన్ కుమార మంగళం సిఫార్సు చేశారని కూడా వినిపిస్తోంది. మాథ్యూ అక్టోబర్ 4, 1971న న్యాయమూర్తిగా ప్రమాణస్వీకారం చేశారు. దురదృష్టవశాత్తు సుబిమల్ మూత్రపిండాల వ్యాధితో బాధపడుతున్నారు. ఈ విషయం మాకెవరికీ తెలియదు. వారి పిల్లలకు కలకత్తాలో పరీక్షలు ఉన్న కారణంగా సుబిమల్ భార్య

అర్చన కలకత్తాలోనే ఉంటున్నారు. న్యాయమూర్తిగా బాధ్యతలు చేపట్టిన నాలుగు నెలలకు నవంబర్ 12, 1971న సుబిమల్ మృతిచెందారు. ఈ మరణం వ్యక్తిగతంగా నాకు కొంత నష్టం అని చెప్పాలి. అప్పటి నుండి ఇప్పటి వరకు నేనూ, నా భార్య అర్చనతో స్నేహం కొనసాగిస్తూనే ఉన్నాం. వాళ్ళూ, మేమూ ఒకే కుటుంబంగా కలివిడిగా ఉంటున్నాం.

ఈ వరుస నియామకాల్లో ఒకేఒక నియామకం విషయంలో జస్టిస్ సిక్రి నన్ను సంప్రదించారు. అది హామీదుల్లా బేగ్ నియామకం. అతను నాకు పాఠశాలలో సహచర విద్యార్థి. కేంబ్రిడ్జ్ విశ్వవిద్యాలయంలో కూడా సహాధ్యాయి. అతని గురించి, అతని కుటుంబం గురించి నాకు బాగా తెలుసు అని చెప్పాను. ఆయన మంచి వ్యక్తి అని, ఈ నియామకానికి అతని అభ్యర్థిత్వాన్ని పరిగణలోకి తీసుకోవచ్చని చెప్పాను. ఒకరోజు సిక్రి నాకు ఫోన్ చేసి హామీదుల్లాకు భిన్నమైన ఆలోచనలు ఉన్నాయని, ఆయన అభ్యర్థిత్వాన్ని తాను పరిగణలోకి తీసుకోవడం లేదని చెప్పారు. తాను హామీదుల్లాను ఒక అంతర్జాతీయ న్యాయ సదస్సులో చూశానని, హామీదుల్లా ఆ సదస్సులో ప్రసంగించాడని, ఆ ప్రసంగం విన్న తర్వాత తన ఆలోచన మార్చుకున్నానని సిక్రి చెప్పారు. అయితే ప్రధాన మంత్రి ఈ నియామకం పట్ల పట్టుబట్టడంతో సిక్రి అభిప్రాయానికి తావులేకుండా పోయి హమీదుల్లా నియామకం జరిగిపోయింది.

ఇదే సమయంలో కొత్తగా ఏర్పాటైన పార్లమెంటులో సంపూర్ణ ఆధిక్యత పొందిన శ్రీమతి ఇందిరా గాంధీ మంత్రివర్గంలోని కొందరు మంత్రులు సుప్రీం కోర్టును తీవ్రంగా విమర్శించారు. ప్రత్యేకించి శ్రీమతి ఇందిరా గాంధీ సోషలిస్టు సిద్ధాంతంగా ఎంపిక చేసుకున్న గరీబీ హటావో నినాదానికి అడ్డుగా నిలిచిన కొన్ని తీర్పుల పట్ల మంత్రులు బహిరంగ విమర్శలు మొదలుపెట్టారు. ఈ విమర్శలకు ప్రధాన న్యాయమూర్తి సిక్రి తీవ్ర అభ్యంతరం వ్యక్తం చేశారు. డిసెంబర్ 3, 1971న జస్టిస్ సిక్రి ప్రధాని శ్రీమతి ఇందిరా గాంధీకి ఒక లేఖ రాశారు. ఈ లేఖకు శ్రీమతి గాంధీ డిసెంబర్ 18, 1971న జవాబు రాశారు. ఈ లేఖను యధాతధంగా పాఠకుల సౌకర్యార్థం ఇక్కడ ఇస్తున్నాను. ఈ లేఖలో పేర్కొన్న అంశాలు, వాటికి ప్రభుత్వం స్పందించిన తీరు, తదనంతర పరిణామాలు అర్థం చేసుకోవడానికి ఈ లేఖ ఉపయోగపడుతుంది.

శ్రీమతి గాంధీ జస్టిస్ సిక్రికి రాసిన లేఖ పూర్తి పాఠం:
డిసెంబర్ 18, 1971
ప్రియమైన ప్రధాన న్యాయమూర్తి గారు,

మీరు డిసెంబర్ 3, 1971 న రాసిన లేఖ నాకు అందింది. మీకు తెలుసు, నేను ఆరోజు అందుబాటులో లేను. అలాగే జరుగుతున్న పరిణామాలు, మాపై వత్తిడి పెంచి విరామం లేకుండా ఉంటున్న అంశాలు మీకు కూడా తెలుసు. ఈ పనివత్తిడిలోనే సాధ్యమైనంత వేగంగా మీకు జవాబు రాస్తున్నాను.

మీరు నాకు లేఖ రాయడం పట్ల నేను సంతోషిస్తున్నాను. ఈ లేఖ ద్వారా మీరు వెలుబుచ్చిన ఆందోళనలకు వివరంగా సమాధానం ఇచ్చే అవకాశం నాకు కలిగింది. పార్లమెంటులో చర్చ సందర్భంగా న్యాయశాఖామంత్రి చేసిన వ్యాఖ్యల పట్ల మీరు, మీ సోదర న్యాయమూర్తులు అభ్యంతరం తెలిపారు. న్యాయశాఖామంత్రి మీకు తెలుసు. ఇతర మంత్రులు శ్రీ మోహన్ కుమార మంగళం మరియు శ్రీ సిద్ధార్థ శంకర్ రాయ్ గురించి కూడా మీకు తెలుసు. న్యాయవ్యవస్థపై గౌరవంతో పెరిగిన వ్యక్తులు వారు. ప్రభుత్వం న్యాయవ్యవస్థ గౌరవాన్ని, ప్రత్యేకించి భారత దేశ అత్యున్నత న్యాయస్థానం గౌరవాన్ని కాపాడేందుకు ప్రభుత్వం కట్టుబడి ఉంది. ఇందులో మీకు ఎలాంటి సందేహం వద్దు.

మనదేశం ప్రస్తుతం సామాజిక, ఆర్థిక మరియు రాజకీయ సంస్కరణల దిశగా వెళుతోంది. ఇలాంటి సంస్కరణల కోసం అమెరికా మరియు యూరప్ దేశాలు విప్లవం, హింస వంటి అనేక ఒడుదుడుకులు చూశాయి. కానీ అవే మార్పులు, ఫలితాలు చర్చల ద్వారా సాధించే ప్రయత్నం భారతదేశంలో జరుగుతోంది. ఫలితంగా పార్లమెంటు మరియు న్యాయవ్యస్థ మధ్య, అలాగే న్యాయవ్యవస్థ మరియు అధికార యంత్రంగం మధ్య ఘర్షణపూరిత వాతావరణం వస్తుంది. ఈ ఘర్షణ సజీవంగా ఉన్న, మార్పు చెందుతున్న సమాజం స్వభావం.

బ్రిటన్ మరియు అమెరికాలో జరిగిన ఇటువంటి ఘర్షణ వివరాలు ఇక్కడ ప్రస్తావించదలుచుకోలేదు. ఈ ఘర్షణ జరుగుతున్నప్పటికీ వ్యవస్థలు పెరిగి విస్తృతం, పటిష్టం అయ్యాయి. ఈ శతాబ్దంలో పావు వంతు ఘర్షణ నివారించి, సమస్యాలను, వివాదాలను మారుతున్న పరిస్థితులకు అనుగుణంగా పరిష్కరించుకోగలిగినందుకు కొంత తృప్తి పొందవచ్చు. ఈ దిశగా న్యాయవ్యవస్థ గౌరవానికి భంగం కలగకుండా జాగ్రత్తలు తీసుకోగలిగాం.

ఒక న్యాయమూర్తి తన తీర్పును ప్రకటించిన తర్వాత "విమర్శకు ఆస్కారం ఇచ్చినట్టే" అని బెంథం (Bentham) చేసిన వ్యాఖ్యను ఈ సందర్భంగా గుర్తుచేస్తున్నాను. రాజ్యాంగంలోని కొన్ని అధికరణలకు ఒక ప్రత్యేక వివరణకు అన్ని సవరణలు జరిగాయని మీకు తెలుసు. ఈ సవరణలు తెచ్చే క్రమంలో పార్లమెంటులో గట్టి చర్చ జరిగింది. ఇలాంటి చర్చ చేయడమే ఈ పార్లమెంటుకు, ప్రభుత్వానికి న్యాయ వ్యవస్థపై ఉన్న గౌరవాన్ని తెలియజేస్తుంది.

పార్లమెంటులో జరిగిన చర్చను, వాదోపవాదాలను సమాజ విస్తృత ప్రయోజనాల కోణంలో మీరు, మీ సహచర న్యాయమూర్తులు చూస్తారని, వ్యతిరేక భావంతో చూడరని ఆశిస్తున్నాను.

నాకు తెలిసినంతవరకూ మంత్రులు కానీ, ఇతరులు కానీ ఈ చర్చ సందర్భంగా ఇంతకు ముందు పార్లమెంటులో ప్రస్తావించని అంశాలు, చేయని లేదా చేయకూడని వ్యాఖ్యలేవీ చేయలేదు. రాజ్యాంగానికి జరిగిన నాలుగవ సవరణ సందర్భంగా మీ సహచరుల్లో ఒకరైన జస్టిస్ హెగ్డే పార్లమెంటు సభ్యుడిగా కొన్ని వ్యాఖ్యలు చేశారు. ఆ వ్యాఖ్యలేవీ సుప్రీం కోర్టు ప్రతిష్టకు, గౌరవానికి భంగం కలిగేవి కాదని నా నమ్మకం. మీ లేఖలో మీరు ప్రస్తావించిన ప్రసంగ పాఠం జస్టిస్ హెగ్డే పార్లమెంటు ప్రసంగంలోని భాగమే.

మన దేశం ప్రగతిపథంలో ముందుకు వెళుతుందనడంలో నాకు ఎలాంటి సందేహం లేదు. ఈ కృషిలో మన పార్లమెంటు, న్యాయవ్యవస్థ, పరిపాలనా వ్యవస్థ తమవంతు కృషి చేసి, ఐక్యతను ప్రదర్శించి మన సమాజాన్ని ముందుకు నడిపిస్తాయని నా విశ్వాసం. ఈ క్రమంలో మన న్యాయవ్యవస్థ కూడా వెనుక ముందు ఆలోచించి సమాజ అభివృద్ధి, సంక్షేమం దృష్ట్యా పార్లమెంటు, పరిపాలనా యంత్రాంగం మరియు న్యాయవ్యవస్థ ఉమ్మడిగా కృషి చేస్తాయని నా నమ్మకం. సుస్థిరమైన, పటిష్టమైన న్యాయవ్యవస్థ ఈ క్రమంలో వస్తున్న సానుకూల మార్పులను విశాల దృష్టితో చూస్తుందని ఆశిస్తున్నాను. పార్లమెంటులో ప్రజాభీష్టం ప్రతిబింభించినట్టుగా వ్యక్తులుగా మనం వీటిని స్వాగతిస్తూ వ్యవస్థలను పటిష్టం చేసుకోవాలి. ప్రజాస్వామ్యంలో ప్రజల అవసరాలు, అసంతృప్తులను అణచివేతతో కాక ఆ సమస్యల పరిష్కార దిశగా వ్యవస్థను సిద్ధం చేసే శక్తులుగా రూపొందాలి.

న్యాయస్థానాలు మరియు వాటి ప్రాముఖ్యతను పరిరక్షించే విషయంలో మీకు,

మీ సహచరులకు ప్రభుత్వం, నేనూ పూర్తి హామీ ఇస్తున్నాను. అందరూ నిష్పాక్షికంగా, తరతమ భేదాలు లేకుండా అత్యుత్తమ విలువలను పరిరక్షిస్తూ ఉండాలని దేశం కోరుతోంది. భవిష్యత్తులో ఏ విషయంపైన అయినా నాకు లేఖ రాయాలని మీకు అనిపిస్తే సంకోచించకుండా వెంటనే లేఖ రాయండి.

ధన్యవాదాలతో
మీ విధేయురాలు
(ఇందిరా గాంధీ)
గౌరవ శ్రీ ఎస్ ఎం సిక్రి
భారత ప్రధాన న్యాయమూర్తి
5, హేస్టింగ్స్ రోడ్
న్యూ ఢిల్లీ

కేంద్ర ప్రభుత్వం 1972లో మరో ముగ్గురు న్యాయమూర్తులను నియమించింది. వారిలో ఆగస్టు 14, 1972న ఇద్దరు, ఆగష్టు 28, 1972న ఒకరిని నియమిస్తూ ఉత్తర్వులు వెలువడ్డాయి. అలహాబాద్ హైకోర్టు నుండి ఎస్ ఎన్ ద్వివేది ఆగస్టు 14న నియమితులయ్యారు. ఈయన బేగ్‌కు సహచరుడు. ఇందిరా గాంధీ ప్రభుత్వంలో మంత్రిగా ఉన్న హిమవతి నందన్ బహుగుణ, ద్వివేది దగ్గరి బంధువులు (వియ్యంకులు). అలాగే కలకత్తా హైకోర్టుకు చెందిన జస్టిస్ అరుణ్ కుమార్ ముఖర్జీ కూడా ఆగస్టు 14, 1972న న్యాయమూర్తిగా ప్రమాణ స్వీకారం చేశారు. ఈయన అభ్యర్థిత్వాన్ని సిద్ధార్థ శంకర్ రాయ్ సిఫార్సు చేశారు. అరుణ్ ICS అధికారి. బెంగాల్‌ను విడగొడుతూ భారత దేశం, పాకిస్తాన్ విడిపోయినప్పుడు ఏర్పడిన లార్డ్ రాడ్క్లిఫ్ కమిషన్‌కు ఆయన కార్యదర్శిగా ఉన్నారు. ఈ విభజన తర్వాత ఆయన రాజీనామా చేసి 1951లో ఇంగ్లాండ్ వెళ్ళి న్యాయవాద వృత్తి ప్రారంభించారు. తర్వాత కలకత్తా హైకోర్టు న్యాయమూర్తిగా నియమితులై 1962 నుండి 1972 వరకు పనిచేశారు. ఆయన, ఆయన భార్య గీత మా కుటుంబానికి మిత్రులయ్యారు. అరుణ్ తెలివైన విద్యార్థి, ప్రతిభ కలిగిన అధికారి, విజయవంతమైన న్యాయవాది. కేవలం 11 సంవత్సరాల న్యాయవాద వృత్తితోనే కలకత్తా హైకోర్టు న్యాయమూర్తిగా బాధ్యతలు చేపట్టారు. ఇవి కాక విద్యావేత్తగా ఆయన అనేక విజయాలు సాధించారు. చాలా

కమిషన్లకు ఆయన సేవలు అందించారు. మూడో న్యాయమూర్తి వై వి చంద్రచూడ్. బొంబాయి హై కోర్టు న్యాయమూర్తిగా ఉన్న చంద్రచూడ్‌ను సుప్రీం కోర్టు న్యాయమూర్తిగా ఆగస్టు 28, 1972 నియమించారు. న్యాయమూర్తిగా బాధ్యతలు చేపట్టక ముందు న్యాయవాదిగా మరియు పబ్లిక్ ప్రాసిక్యూటర్ గా ఆయన మంచిపేరు సంపాదించారు. అయితే ఒక హై కోర్ట్ ప్రధాన న్యాయమూర్తి తన సీనియారిటీ ప్రకారం చంద్రచూడ్ స్థానంలో తనను న్యాయమూర్తిగా నియమించాల్సి ఉంది అని వాదించారు. అయితే ఆయన ప్రయత్నాలేవీ ఫలించలేదు.

ఈ నియామకాలకు దారితీసిన కారణాలను నేను ఇక్కడ ప్రస్తావించదలచుకోలేదు. అయితే ఈ సందర్భంగా ఇటాలియన్ రచయిత్రి ఒరియానా ఫల్లాసి చేసిన వ్యాఖను ప్రస్తావించదలచాను. "మనిషి" (Man) పేరుతో తను రాసిన పుస్తకంలో "ఒక వ్యక్తికి అధికారం ఇస్తే మినహా సదరు వ్యక్తిగురించి తెలుసుకోలేము," అని వ్యాఖ్యానించారు. ఈ ప్రాతిపదికనే ఈ న్యాయమూర్తులు ఎలాంటి "నిబద్ధత" కలిగినవారో చూడవలసి ఉంది. వారు శ్రీమతి ఇందిరా గాంధీ, గోఖలే, కుమార మంగళం మరియు సిద్ధార్థ శంకర్ రాయ్ చెప్పిన రాజ్యాంగానికి కట్టుబడి ఉన్నారనడంలో సందేహం లేదు. న్యాయమూర్తి ప్రమాణ స్వీకారం చేసే సమయంలో "శాసనం ద్వారా నిర్మితమైన భారత రాజ్యాంగం పట్ల నిజమైన విశ్వాసం, విధేయత చూపుతానని, రాజ్యాంగాన్ని, శాసనాలను అనుసరించి పరిరక్షిస్తానని" ప్రమాణం చేస్తారు.

లా జర్నల్ (1972, Vol II SEC) లో జర్నల్ గౌరవ సంపాదకులు ముగ్గురు నూతన న్యాయమూర్తులు, ద్వివేది, ముఖర్జీ మరియు చంద్రచూడ్లను అభినందిస్తూ "న్యాయమూర్తుల అధికారాలు కుదింపు చేయాల్సిన అవసరంపై ఇటీవల కాలంలో పెద్దఎత్తున చర్చ జరుగుతోంది," అని వ్యాఖ్యానించారు.

భారత స్వాతంత్ర్య స్వర్ణోత్సవాల సందర్భంగా ఈ సంపాదకుడు "దేశ భవిష్యత్తు దృష్టిలో ఉంచుకుని అధికార యంత్రాగం, పార్లమెంటు మరియు న్యాయవ్యవస్థల అధికారాల విభజనలో స్పష్టత ఇవ్వాల్సిన ఆవశ్యకత ఉంది" అని రాశారు. "న్యాయవ్యవస్థ ప్రత్యేకించి సుప్రీం కోర్టు అధికారాలపై ఒక రావాల్సి ఉంది" అని అలాగే "రాజ్యాంగ విధివిధానాల ప్రకారం అన్ని విభాగాల హక్కుల నిర్దేశంలో సుప్రీం కోర్టు వైపు దేశం చూస్తోంది" అని రాశారు.

చివరిగా "ఇప్పుడు పూర్తిస్థాయిలో ఏర్పడిన సుప్రీం కోర్టు 1950నాటి జాతీయ పత్రంలో అస్పష్టంగా పేర్కొన్న రాజ్యాంగ బాధ్యతలను పరిరక్షిస్తుందని ఆశిస్తున్నా" అంటూ తన సంపాదకీయం ముగించారు.

ఈ సంపాదకుడు చెప్పిన విషయాలు న్యాయవ్యవస్థ స్వయంప్రతిపత్తి పట్ల ప్రభుత్వ యంత్రంగం చూస్తున్న విధానం, ఫలితంగా కలుగుతున్న ఆందోళనకు, ఆతర్వాత జరిగిన పరిణామాలకు అద్దం పట్టాయి.

@@@

అధ్యాయం - XIX

కేశవానంద భారతి కేసు

ఈ ప్రతిష్టాత్మక "కేశవానంద భారతి మరియు కేరళ ప్రభుత్వం కేసు (1973, 4 SCC: 225) సంపాదకీయం ఇలా సాగింది: "ఈ కేసు ప్రాధమిక అంశం రాజ్యాంగ సవరణ అవసరం, అనుసరించిన విధానం, సవరణ విస్తృతి వంటివే అయినప్పటికీ, కేసు విచారణ సందర్భంగా రాజ్యాంగ స్ఫూర్తి, రాజ్యాంగ సవరణకు ఇచ్చిన వ్యాఖ్యానం చర్చించటమైనది." దీనితో పాటు ఈ కేసు విచారణలో ఉన్న న్యాయ సంబంధ విషయాలు, రాజకీయ ఉద్దేశాలు, యుక్తులు, అందుకోసం వేసిన ఎత్తులు చివరిగా న్యాయవ్యవస్థ స్వయంప్రతిపత్తిని దెబ్బతీసే చర్యలు సుదీర్ఘంగా విచారించబడినవి. మొత్తం 11 తీర్పులు ఉన్నాయి. ఇవి అన్నీ కలిపి 703 పేజీలు అయ్యాయి. నలుగురు అర్జీదారుల తరపు న్యాయవాదులతో పాటు కొన్ని రాష్ట్రాల ప్రతినిధులు, ప్రతివాదుల తరపున న్యాయవాదులు అందరూ చాలా ప్రముఖమైన వారే. మొత్తం 11 మంది న్యాయమూర్తులు, 1. ప్రధాన న్యాయమూర్తి జస్టిస్ సిక్రి, 2. షెలాత్ మరియు గ్రోవర్, 3. హెగ్డే మరియు ముఖర్జీ, 4. రే, 5. నేను, 6. పాలేకర్, 7. ఖన్నా, 8. మాత్యు, 9. బేగ్, 10. ద్వివేది మరియు 11. చంద్రచూడ్ తీర్పులు ప్రకటించారు. ఈ తీర్పులో ప్రధాన శీర్షిక 85 పేజీలు ఉంది. అక్టోబర్ 31, 1972 నుండి మార్చి 23, 1973 వరకు కేసు విచారణ జరిగింది. వాదనలు 66 రోజులు నడిచాయి. తర్వాత 11 మంది న్యాయమూర్తులు తమ తీర్పు ప్రకటించడానికి మరో 4 రోజులతో కలుపుకుని మొత్తం 67 రోజులు ఈ కేసు నడిచింది.

ఈ కేసుపై ఏప్రిల్ 24, 1973న ఇచ్చిన తీర్పు నిష్పత్తి ఈ శతాబ్దం పావు వంతు తర్వాత కూడా ఈనాటికీ కొన్ని ప్రాధాన్యత కల కేసుల్లో ప్రస్తావనకు వస్తూనే ఉంది. అత్యవసర పరిస్థితుల్లో ఈ తీర్పును ఎక్కువమంది న్యాయమూర్తుల ధర్మాసనం ద్వారా తుడిచివేయాలనే ప్రయత్నాలు జరిగాయి. ఈ ప్రయత్నం విఫలం అవడమే కాదు ఈ తీర్పును అనేక కేసులు అనేక సందర్భాల్లో నిర్ధారణ చేశాయి. న్యాయమూర్తులు అనేకమంది ఈ తీర్పును సమర్ధించారు. న్యాయమూర్తులే కాక

సుప్రసిద్ధ న్యాయవాది ఎన్ ఏ పాల్కివాలా, మహారాష్ట్ర అడ్వకేట్ జనరల్ హెచ్ ఎం సీర్వాయ్, భారత అటార్నీ జనరల్ నీరెన్ డే, సీనియర్ న్యాయవాది మరియు భారత మాజీ అటార్నీ జనరల్ సి కే డాఫ్టరే, బొంబాయి మాజీ ప్రధాన న్యాయమూర్తి ఎం సి చగ్ల వంటి వారు ఈ తీర్పును ధృవీకరించారు. అయితే ఈ కేసులో తీర్పు శ్రీమతి ఇందిరా గాంధీ మరియు ఆమె మంత్రివర్గానికి అవమాన కరంగా అనిపించింది. ఉర్దూ సామెత లా "ఎలుకను పట్టుకోలేకే పోయిన పిల్లి గోడంతా గీరి తానే శక్తిమంతురాలిని అని ప్రకటించినట్టు, ప్రభుత్వం, తనకు అనుకూలంగా బ్యాంకుల జాతీయీకరణ కేసు, రాజభరణాల రద్దు కేసు, ఇప్పుడు ఈ కేసులో ప్రభుత్వానికి అనుకలంగా వ్యవహిరించిన న్యాయమూర్తిని ప్రధాన న్యాయమూర్తి చేసేందుకు ఆయనకంటే సేనియర్లుగా ఉన్న ముగ్గురు న్యాయమూర్తులను తొలగించింది. గతంలో 1970లో జస్టిస్ హిదయతుల్లా పదవి విరమణ సందర్భంగా జస్టిస్ షాకు పదోన్నతి దాటవేయాలని ప్రయత్నం చేసినప్పుడు, ప్రభుత్వం ఇలాంటి నిర్ణయం తీసుకుంటే న్యాయమూర్తులందరూ రాజీనామాకు సిద్ధమని తెలియజెప్పాలని జస్టిస్ హిదయతుల్లా సూచించారు. ఈ ప్రతిపాదనకు ఒక న్యాయమూర్తి మినహా అందరూ అంగీకరించారు. రాజీనామా నిర్ణయం గురించి తెలుసు కున్న శ్రీమతి గాంధీ జస్టిస్ షాకు పదోన్నతి కల్పించి ప్రధాన న్యాయమూర్తిగా నియమించారు. ఆయన కేవలం డిసెంబర్ 17, 1970 నుండి జనవరి 21, 1971 వరకు 36 రోజులే ప్రధాన న్యాయమూర్తిగా పనిచేశారు. ఆయన తర్వాతనే జస్టిస్ సిక్రి ప్రధాన న్యాయమూర్తిగా నియమితులయ్యారు. ఇదే సమయంలో జరగవలసిన ఎన్నికలు ఇంకా జరగలేదు. అయితే జస్టిస్ రాయ్ ను ప్రధాన న్యాయమూర్తిగా నియమించడం పట్ల ఇటు న్యాయవాదుల్లో, అటు ప్రజల్లో తీవ్ర వ్యతిరేకత వచ్చింది. ప్రతిపక్ష పార్టీలు కూడా తీవ్రంగా విమర్శించాయి.

డిసెంబర్ 31, 1972లో ఈ కేసు విచారణ ప్రారంభం అయిన నాటినుండి కేవలం వారం రోజుల్లోనే రెండు వాదనలు ముందుకు వచ్చాయి: ఒక వాదన ప్రకారం "సవరణ" అనే పదానికి పరిమితమైన అర్థం ఉందని, ఈ సవరణ పేరుతో మౌళిక సూత్రాలు లేదా ప్రామాణికాలు మార్చకూడదని. రెండో వాదన ప్రకారం "సవరణ" కు విస్తృత అర్థం ఉందని, దానికి ఆకాశమే హద్దు అని. ఇందులో మొదటి వాదనకు అనుకూలంగా ప్రధాన న్యాయమూర్తి జస్టిస్ సిక్రి, న్యాయమూర్తులు జస్టిస్ హెగ్డే మరియు జస్టిస్ గ్రోవర్ పదే పదే తమ వాదనలకు అనుకూల సమాధానం, సలహాల కోసం ప్రశ్నలు వేస్తూ, తదనుగుణంగా అనేక ఉదాహరణలు ఇస్తుండగా, జస్టిస్ రే,

జస్టిస్ పాలేకర్, జస్టిస్ మాథ్యూ మరియూ జస్టిస్ ద్వివేది రెండో వాదనకు అనుకూలంగా న్యాయవాది పాల్కివాలా ప్రశ్నల వర్షం కురిపించేవారు. "పరిమిత అర్థం" ఎక్కడినుండి వచ్చింది, మౌళిక సూత్రాలు ఏమిటి అనే ప్రశ్నలు సాధించేవారు. ఈ పద్ధతి 32 రోజులపాటు సాగింది. ఈ క్రమంలోనే అనేక ఐరిష్ కేసులు, అమెరికా కేసులు, సిలోన్ కేసులు, ఆస్ట్రేలియా కేసులు విస్తృతంగా ఉదాహరించేవారు. వాదోపవాదాలు రాజీకి సాధ్యపడని స్థాయిలో తీవ్ర విభజన తెచ్చాయి. ఈ విచారణలో మెదడు పనిచేయడం ఆపేశారని, ముందస్తు ఆలోచనలతో ఉన్నారని నాకు అర్థమయింది. జస్టిస్ ఖన్నా ప్రముఖ న్యాయశాస్త్ర నిపుణులు హెూమ్స్, ఫ్రాంక్ ఫుర్టర్, లెర్నర్డ్ హాండ్ వంటి వారిని చాలా మక్కువతో ఉదహరిస్తున్నారు. జస్టిస్ పాలేకర్ వివిధ రాజ్యాంగాలను ఉదహరిస్తున్నారు. అలాగే ద్వివేది ఆబ్బె సయెస్‌ను, అలాగే బేగ్ డైసీ మరియు ఎర్నెస్ట్ బేకర్‌ను ఉదహరిస్తున్నారు. ఒక సందర్భంలో ద్వివేది పాల్కివాలాను ఉద్దేశించి ఆశ్చర్యకరమైన సూచన చేశారు. వ్యక్తిగత ఆస్తి హక్కు తీసేయడానికి పాల్కివాలాకు అంగీకారం అయితే ఇతర ప్రాథమిక హక్కులు కూడా తొలగించమని తాను పార్లమెంటును కోరతాను అన్నారు. అందుకు "ఇప్పటివరకు ఎప్పుడైనా ఆస్తి హక్కు గురించి నేను ప్రస్తావించానా? నేను రాజ్యంగంలో సూచించిన పరిమితులు, నిర్దేశించిన హక్కుల గురించే మాట్లాడుతున్నాను," అని పాల్కివాలా బదులిచ్చారు. ద్వివేది లాంటి ఒక న్యాయమూర్తి పార్లమెంటు తరపున ఇలాంటి వ్యాఖ్య ఎలా చేస్తారు? ఆయనకు ఉన్న అధికారం ఏంటి? అనే ప్రశ్న అందరిలోనూ కనిపించింది. రాత్రి 9.30 గంటల ప్రాంతంలో ద్వివేది నాకు ఫోన్ చేసి తాను అలాంటి వ్యాఖ్య చేయకుండా ఉండాల్సింది అని పశ్చాత్తాపం వ్యక్తం చేశారు. అయితే ఆస్తి హక్కు మినహా ఇతర ప్రాథమిక హక్కులన్నీ సవరణకు అతీతం అని పార్లమెంటు చెపితే పాల్కివాలాకు అభ్యంతరం లేదా అని అడగదల్చుకున్నారా మీరు? ఆ ప్రశ్న చివరికి అలా వచ్చిందా అని అడిగాను. సరిగ్గా అలానే అడగలనుకున్నానని బదులిచ్చారు. ఈ విషయంలో ఇతర న్యాయమూర్తులు ఎలా అర్థం చేసుకున్నా జస్టిస్ రే మరియు నేను తనను అపార్థం చేసుకోవద్దని కోరారు. ఇప్పుడు తాను చేయగలిగింది ఏమీ లేదు కనుక భవిష్యత్తులో నైనా తక్కువ మాట్లాడితే మంచిదని లేకపోతే అభిప్రాయాలు చెప్పినట్టు అవుతుందని సలహా ఇచ్చాను. ఏదైనా వాదోపవాదాలు చర్చల్లో అవసరమైన సమాచారం రాబట్టేందుకు మాత్రమే మాట్లాడితే మంచిదని కూడా సలహా ఇచ్చాను. నేను నా వృత్తిలో ఈ పద్ధతినే అనుసరిస్తున్నాని చెప్పాను. అందుకు ద్వివేది అంగీకరించారు. ఆ మరుసటి రోజు ద్వివేది తనకు ఫోన్ చేసి ఇదే విషయం మాట్లాడినట్టు జస్టిస్ రే

కూడా నాతో చెప్పారు. ఇంతకు ముందే చెప్పినట్టు ద్వివేది కుమార్తెను కేంద్ర మంత్రి బహుగుణ కుమారుడికి ఇచ్చి పెళ్ళి చేశారు. ఆయన నియామకం కేంద్ర ప్రభుత్వ రాజకీయ వ్యూహంలో భాగమే. ప్రధాన న్యాయమూర్తి జస్టిస్ సిక్రి తన పదవీవిరమణ తర్వాత ఒకరోజు నాతో మాట్లాడుతూ జస్టిస్ ద్వివేది కమ్యూనిస్టు పార్టీ సభ్యుడు అయినందువల్ల అతని నియామకాన్ని తాను మొదట వ్యతిరేకించానని, అంతే కాక అలహాబాద్ హై కోర్టులో ఆయన జూనియర్ న్యాయమూర్తి అని, ఇప్పటివరకూ న్యాయమూర్తిగా చెప్పుకోదగ్గ తీర్పులేమీ ఇవ్వలేదని అందువల్ల ఇప్పుడు సుప్రీం కోర్టు న్యాయమూర్తిగా నియమించేందుకు తగిన అర్హతలు లేవని ప్రభుత్వానికి చెప్పినట్టు నాతో చెప్పారు. అయితే ద్వివేది నియామకానికి ప్రతిగా తాను సిద్ధార్థ శంకర్ రాయ్ మరియు గోఖలే సూచన మేరకు అరుణ్ కుమార్ ముఖర్జీ మరియు చంద్రచూడ్ పేర్లు న్యాయమూర్తులుగా ప్రతిపాదించినట్టు చెప్పారు. ఈ పేర్లను కూడా ప్రభుత్వం ఆమోదించి మొదట ద్వివేది నియామకం జరగాలని షరతు పెట్టింది. అరుణ్ కుమార్, ముఖర్జీ పేరు సిద్ధార్థ శంకర్ రాయ్ ప్రతిపాదించినపుడు ద్వివేదికి ప్రతిగా ముఖర్జీ నియామకం సరిపోతుందని సిక్రి భావించారు. అలాగే చంద్రచూడ్ పేరును మంత్రి గోఖలే ప్రతిపాదించినపుడు, ఆ పేరును షెలాత్ బలపరిచినప్పుడు చంద్రచూడ్ పేరుకూడా ద్వివేదీకి ప్రతిగా పనికొస్తుందన్న అభిప్రాయం సిక్రికి కలిగింది. సుప్రీం కోర్టుకు వచ్చే ముందు అలహాబాద్ కోర్టులో జరిగిన వీడ్కోలు సభలో మాట్లాడిన ద్వివేది తాను గోలఖ్ నాథ్ కేసును కొట్టివేయడానికే సుప్రీం కోర్టుకు వెళుతున్నానని ప్రకటించారని జస్టిస్ హిదయతుల్లా అలాగే ఇంకొందరు నాతో చెప్పారు. ఆ సమావేశ ప్రసంగం కాపీ కోసం ప్రయత్నించా కానీ అది నాకు దొరకలేదు. బహుశా దాన్ని ఆ తర్వాత కనిపించకుండా చేసినట్టు నాకు అర్థమైంది. ఈ ప్రసంగం గురించి హిదయతుల్లాతో ఉత్తరప్రదేశ్ అడ్వకేట్ జనరల్, కాంగ్రెస్ అభిమాని, స్వయంగా సమావేశంలో పాల్గొని సుప్రీం కోర్టు న్యాయమూర్తిగా నియమితులైన ద్వివేది ప్రసంగం విని నిర్ఘాంతపోయానని, ఆ తర్వాత సుప్రీం కోర్టు నియామకం రాజకీయ లక్ష్యంతోనే జరిగిందని అర్థమైందని చెప్పినట్టు హిదయతుల్లా నాతో చెప్పారు. ఇదంతా విన్నాక పాల్కివాలాతో ఆయన చేసిన వ్యాఖ్య ఉద్దేశపూర్వకంగా చేసిందేనని, అలాగే విచారణ సమయంలో ఆయన చేసిన వ్యాఖ్యలు, చివరిగా తీర్పు తుది రూపం తీసుకుంటున్న సమయంలో ఆయన చేఇస్నా వ్యాఖ్యలు ఆయన నియామకం పట్ల అనుమానం కలిగేలా ఉన్నాయి. ఈ విషయాలపై తగిన సందర్భంలో మరింత వివరంగా తెలియజేస్తాను.

ఈ కేసులో వాదోపవాదాల సందర్భంగా జస్టిస్ రే మరియు జస్టిస్ హెగ్డే మధ్య చిన్న వివాదం వచ్చింది. సీర్వాయ్ వాదనలు వినిపిస్తున్న రోజు, ప్రధాన న్యాయమూర్తి ఏ ప్రశ్న వేసినా జస్టిస్ రాయ్ జోక్యం చేసుకుని "మీరు ఏం చెప్పాలనుకుంటున్నారో చెప్పండి," అని సీర్వాయ్‌తో అన్నారు. ఈ జోక్యం ప్రధాన న్యాయమూర్తిని అవమానించినట్టుగా జస్టిస్ హెగ్డే భావించారు. ఇంకొందరు కూడా అలాగే భావించారు. ప్రధాన న్యాయమూర్తి ముందు లేదా సహచర న్యాయమూర్తుల ముందు ఇలా ప్రవర్తించడంహో మంచిది కాదు. ఒకసారి హెగ్డే ఏదో ప్రశ్న అడిగినప్పుడు రే ఏదో జవాబు సూచించారు. ఈ సందర్భంగా హెగ్డే జోక్యం చేసుకుని "నేను మీ నుండి జవాబులు ఆశిస్తున్నాను. కానీ మీ సోదరులు జవాబు చెపుతున్నారు. ఏదేమైనా మీరు మాత్రమే జవాబు చెప్పాలి. మీ జవాబులు నచ్చిన వారికే కాదు, నచ్చని వారికి కూడా చెప్పాలి," అంటూ సీర్వాయ్‌ని ఉద్దేశించి చురక వేశారు. "మీరిలా మాట్లాడడం భావ్యం కాదు" అని రాయ్, జస్టిస్ హెగ్డేని ఉంద్దేశించి అన్నారు. ధర్మాసనంలో ఆ ఇద్దరు న్యాయమూర్తుల మధ్య ఏదో జరుగుతోందని మాకు తెలుస్తోంది కానీ ఏం జరుగుతోందో అర్థం కాలేదు. తర్వాత వారిద్దరిమధ్య విభేదాలకు కారణం ఏంటో ఎవరో చెప్పగా నాకు తెలిసింది. ఈ పరిణామం తర్వాత రే కాస్త చిన్నబుచ్చుకున్నారు. మేము నడకలో కలిసినప్పుడు తనకు ఇలాంటి అనుభవం ఎప్పుడూ ఎదురవ్వలేదని చెప్పారు. న్యాయవాదులను న్యాయమూర్తులు అడిగే ప్రశ్నలకు హెగ్డే జవాబిస్తున్న మాట వాస్తవం. రే పొరపాటుపై ఫిర్యాదు చేయడం న్యాయవ్యవస్థలో అరుదు. హెగ్డే అనేక సందర్భాల్లో ఇలాగే ప్రవర్తించారు. తన ఆలోచనలకు భిన్నంగా ఏదైనా ప్రశ్న వస్తే హెగ్డే ఇలాగే స్పందిస్తున్నారు. కొన్ని సార్లు ఇలాంటి ప్రవర్తన వల్ల మనస్తాపం కలుగుతుంది. అసౌకర్యం కూడా కలుగుతుంది. కొద్దిగా కోపం వస్తుంది. అసహనం కలుగుతుంది. ఇవన్నీ న్యాయవాదుల దృష్టికి పోకుండా చూసుకోవాలి. లేదంటే ధర్మాసనంలో న్యాయమూర్తులు ఘర్షణ పడుతున్నారు అనే అభిప్రాయం వస్తుంది. మొదట రే తప్పు ఉన్నప్పటికీ హెగ్డే స్పందన "కుండ నలుపు గురించి కడవ ఎక్కిరించిన" సామెత చందంగా ఉంది. దేశంలోని అత్యున్నత న్యాయస్థానంలో న్యాయమూర్తులు గౌరవప్రదంగా కేసు విచారణ చేయాలని ప్రజలు ఆశిస్తారు. విచారణ నిష్పాక్షికంగా, వాస్తవాలను వెలుగులోకి తెచ్చే విధంగా న్యాయమూర్తులు ప్రవర్తించాల్సి ఉంటుంది. కేసు విచారణ సందర్భంగా వాదోపవాదాల వేడిని, వాడిని తగ్గించే ప్రయత్నం ప్రధాన న్యాయమూర్తి చేయలేదు. అంతే కాదు తన సహచర న్యాయమూర్తుల ఆలోచనా

విధానాన్ని సరిచేసి విబేధాలు బహిర్గతం కాకుండా ప్రయత్నం చేయలేదు. అలాగే అనవసర వాదనలు, కేసుతో సంబంధం లేని వాదనలు నివారించే ప్రయత్నం చేయలేదు. ఒకసారి విచారణకు వెళ్ళే ముందు ప్రధాన న్యాయమూర్తి గదిలో కలిసిన సందర్భంలో పాల్కివాలా వాదనలోని అంశాలు పునఃశ్చరణ చేస్తున్నారని, అది తగ్గించాలని ప్రధాన న్యాయమూర్తికి సూచన చేసినప్పుడు అలాంటిదేమీ లేదని ప్రధాన న్యాయమూర్తి, షెలాత్ మరియు హెగ్డే చెప్పారు. పాల్కివాలా న్యాయమూర్తుల ద్వారా ప్రజలకు అర్థమయ్యేలా వాదనలు చేస్తున్నారని ప్రధాన న్యాయమూర్తి, ఇతరులు భావిస్తున్నట్టు మాలో కొందరికి అర్థమైంది. తన వాదనలకు ప్రజల ఆమోదం పొందాలని పాల్కివాలా ప్రయత్నిస్తున్నారని వీళ్ళు నమ్ముతున్నారు. మాతో వాదిస్తున్నపుడు ఆయన ఏం మాట్లాడుతున్నారో అది మీడియాలో వస్తే అది న్యాయవాది తప్పు కాదు. న్యాయవాది లక్ష్యం ఏదైనప్పటికీ దేశం ఎదుర్కొంటున్న ప్రధాన సమస్య ప్రజలకు అర్థం అవుతుంది. పాల్కివాలలో నేను గమనించిన విషయం ఒకటుంది. ప్రధాన న్యాయమూర్తి కానీ, హెగ్డే కానీ, గ్రోవర్ కానీ ఏదైనా అడిగితే అత్యంత ఉత్సాహంగా, మరింత సుదీర్ఘంగా చెప్పేవారు. ఈ ప్రశ్నల్లో రే లేదా మాథ్యూ లేదా పాలేకర్ లేదా ఖన్నా ప్రశ్నలకు ఉండేవి. అయితే అప్పుడప్పుడు ద్వివేది కానీ బేగ్ కానీ అడిగిన ప్రశ్నలను పాల్కివాలా పట్టించుకునే వారు కాదు. వారి ప్రశ్నలు ముందుగానే సిద్ధంగా ఉన్నాయనో లేక ప్రశ్నలకంటే వ్యాసాలుగా సుదీర్ఘంగా ఉన్నాయనో అభిప్రాయంలో ఉండేవారు. ముఖర్జీ ఎక్కువగా మాట్లాడేవారు కాదు. అయితే ఒకసారి సీర్వాయ్ వాదనలో జోక్యం చేసుకుని ఒక కీలకమైన, క్లిష్టమైన ప్రశ్న అడిగితే, దానికి సీర్వాయ్ జవాబు సిద్ధం చేసుకోడానికి కొంత సమయం పట్టింది. నేనూ, చంద్రచూడ్ చాలా తక్కువగా ప్రశ్నలు వేసేవాళ్ళం.

సీర్వాయ్ చాలా నమ్రతగా కోర్టుపట్ల విధేయతగా ఉండేవారు. రాజ్యాంగంపై తను రాసిన ఒక పుస్తకంలో మినహా ఎప్పుడూ ఆయన కోర్టులను తప్పుపట్టలేదు. కోర్టులో చాలా దురుసుగా, నిర్లక్ష్యంగా ఉండే అటార్నీ జనరల్ మాత్రం ఒకటిరెండు సందర్భాల్లో కోర్టుల భవిష్యత్తు ప్రమాదకరంగా ఉండబోతోందని హెచ్చరికలు చేశారు. ఒక సందర్భంలో మాత్రం కోర్టు తీర్పు ప్రభుత్వ నిర్ణయానికి వ్యతిరేకంగా ఉంటే ఆ తర్వాత జరిగే పరిణామాలకు కోర్టే బాధ్యత వహించాల్సి వస్తుందని అన్నారు. ఇదేదో బెదిరింపులా నాకు అనిపించింది. వాదన సందర్భంగా న్యాయవాదులు ప్రయోగించే పదాలు ఆధారంగా కలిగే అభిప్రాయం వాస్తవంగా అలా అనిపించవు. అందుకు

కారణం న్యాయవాదులు కొన్ని పాదాలను ఉచ్చరించే తీరు, వాటిని ప్రయోగించి చేసే పదవిన్యాసం, న్యాయమూర్తులపై విసుర్లు అలా ఉంటుంది. ఇటువంటి పదవిన్యాసంపై కొందరు సీనియర్ న్యాయమూర్తులు తమ అసహనాన్ని వ్యక్తం చేశారు. అయినా న్యాయవాదులు అటువంటి పదప్రయోగం చేస్తూనే ఉన్నారు. ఒక సందర్భంలో న్యాయమూర్తులు చంద్రచూడ్ మరియు హెగ్డే తీవ్రంగా స్పందించారు. గార్గ్ పరోక్షంగా హెగ్డే అభిప్రాయాలపై వేసిన దురుసు వ్యాఖలపై న్యాయమూర్తులు గట్టిగ మందలించారు. కోర్టులపై ఉన్న వ్యతిరేకతను న్యాయవాదులు తరచుగానే బయట పెట్టేవారు. పదాలలో విషం నింపి వాదనలో వినిపించేవారు. అటార్నీ జనరల్ కూడా ఈ విష పద ప్రయోగంలో మినహాయింపేమీ కాదు. (ఈ అంశంపై తర్వాత వివరంగా రాస్తాను). బహుశా న్యాయవాది నిరేన్ డే ని తొలగించేందుకు అతన్ని అవమానిస్తూ న్యాయమూర్తి గోఖలే చేసిన వ్యాఖ్యలు ఈ పద్ధతికి కారణం కావచ్చు. ఒక దశలో నిరేన్ ప్రధాన న్యాయమూర్తి హిదయతుల్లాని కలిసి గోఖలే దాడి నుండి తనను కాపాడవలసిందిగా కోరారు. గోఖలే ప్రోద్భలంతో సీర్వాయ్ రంగప్రవేశం చేశారు. తన తర్వాతే డే వాదనలు చేస్తారనే హామీతో ఆయన వచ్చారు. దీనికి నేనూ, రే అభ్యంతరం చెప్పాం. అటార్నీ జనరల్ మాత్రమే వాదన ప్రారంభించాలని ఆమేరకు గతంలో బ్యాంకుల జాతీయకరణ కేసులో ఈ విషయంపై ప్రధాన న్యాయమూర్తి, షెలాత్ మరియు హెగ్డే పెట్టిన నిబంధనను గుర్తు చేశాం. ఇందుకు భిన్నంగా జరిగే వాదనలు మేము అంగీకరించబోము అని చెప్పాను. అయితే ఈ విషయంలో సీర్వాయ్ మరియు డే పరిష్కరించుకోవాల్సిందేనని, డే అనుమతి ఇస్తే సీర్వాయ్ వాదనలు మొదలుపెట్టవచ్చని ప్రధాన న్యాయమూర్తి సిక్రి స్పష్టం చేశారు. ఈ మేరకే నిర్ణయం జరగాల్సి ఉంది. అయితే అప్పటికే గోఖలే చొరవతో సీర్వాయ్ కి డే అవకాశం ఇచ్చారు. అయితే నాకు విశ్వసనీయంగా తెలిసిన విషయం ఏమంటే డే ప్రధాన మంత్రిని కలిసి ఫిర్యాదు చేశాడు. ఆమె తన న్యాయ సలహాదార్లతో సంప్రదించి చివరికి ఈ విషయంలో తాను చేయగలిగింది ఏమీ లేదని ఆసక్తత వ్యక్తం చేశారు. దీన్ని అవమానంగా భావించిన డే ఆ అవమానాన్ని దిగమింగుకుని తన పని కొనసాగించాడు. తర్వాత అలా సర్దుకుపోవడం ఆయనకు అలవాటయ్యింది. ఒక సందర్భంలో నాతో మాట్లాడుతూ తాను కోర్టులో వివాదం సృష్టించదలచలేదని అన్నాడు. అలాగే సీర్వాయ్ అస్పష్ట వాదనలను ఎందుకు అంగీకరిస్తున్నారు అంటూ ప్రశ్నించాడు.

కేసు విచారణ ముగింపుదశకు చేరుకుంటున్న సమయంలో ఒకరోజు

హైదరాబాద్ నుండి నాకోసం వచ్చిన ద్రాక్ష పళ్ళను ప్రధాన న్యాయమూర్తి జస్టిస్ సిక్రి మరియు ఇతర సహచర న్యాయమూర్తులకు పంపించాను. జస్టిస్ సిక్రి ఫోన్ చేసి ద్రాక్ష పళ్ళు పంపినందుకు కృతజ్ఞతలు తెలియజేసి "రేపు ఆదివారం ఏం చేస్తున్నారు" అని అడిగారు. "ఏమీ లేదు" అన్నాను. ఖాళీగా ఉంటే, అభ్యంతరం లేకపోతే తన ఇంట్లో జరగనున్న న్యాయమూర్తుల సమావేశానికి హాజరు కావలసిందిగా ఆహ్వానించారు. "అది (హాజరు కావడం) నా బాధ్యత. తప్పకుండా వస్తాను," అని బదులిచ్చాను. ఆ మరుసటిరోజు ఉదయం రే కలిస్తే అడిగాను, "ప్రధాన న్యాయమూర్తి ఇంట్లో సమావేశానికి వస్తున్నారా" అని. "నాకు ఆహ్వానం లేదు" అని ఆయన చెప్పగానే నాకు ఆశ్చర్యం వేసింది. "పిలుస్తారేమో లే" అని సర్దుకున్నాను. ఆరోజు ఉదయం 10.30 గంటలకు నేను ప్రధాన న్యాయమూర్తి ఇంటికి చేరుకునే సరికి మొత్తం ఎనిమిది మంది న్యాయమూర్తులమే ఉన్నాం. ప్రధాన న్యాయమూర్తి సిక్రి, న్యాయమూర్తులు షెలాత్, హెగ్డే, గ్రోవర్, నేనూ, ఖన్నా, ముఖర్జీ మరియు చంద్రచూడ్ హాజరయ్యాం. "మిగిలిన వాళ్ళను ఎందుకు పిలవలేదు" అని సిక్రిని అడిగాను. "వారి అభిప్రాయాలు నాకు తెలిశాయి. మీవే తెలియాల్సి ఉంది. అందుకే మీ వరకే పిలిచా," అన్నారు. "ఇది సరైన పద్ధతి కాదు," అని చెప్పేశా. అందర్నీ పిలిస్తే గోలగోలగా ఉంటుంది. పైగా కాలక్షేపం కబుర్లు ఎక్కువ అని సిక్రి వివరణ ఇచ్చారు. ఇంతకు ముందెప్పుడూ ఇలాంటి సమావేశాలకు నన్ను పిలిచిన జ్ఞాపకం లేదు. అయితే విచారణ సమయంలో కొంతమంది న్యాయమూర్తులు ధర్మాసనం నుండి పలు రకాల వ్యాఖ్యలు, ప్రశ్నల ద్వారా వారి అభిప్రాయాలు తాను కొంతమేర తెలుసుకోగలిగానని సిక్రి చెప్పారు. ఏదిఏమైనా నేను మాత్రం వాదనలు పూర్తయ్యేవరకు మాట్లాడదలచుకోలేదు. ఒక సందర్భంలో నిరేన్ డే వివరణ కొంచెం స్పష్టంగా చెప్పమని నేను అడిగినప్పుడు డే బదులు అలవాటు ప్రకారం హెగ్డే జవాబిచ్చారు. అది నాకు మనస్తాపం కలిగించింది. వెంటనే నిరేన్ డే తో "ఇన్నిరోజులుగా నేను మౌనంగా మీ వాదనలు వింటూనే ఉన్నాను. మీ వాదనలను ఆటంకపర్చలేదు. కానీ ఇప్పుడు ఏదో అడిగితే మీరు జవాబు చెప్పడం లేదు. నా సహచర న్యాయమూర్తి చెప్పాల్సి వస్తోంది. నేను మీ జవాబు కోరుతున్నాను. నా సహచర న్యాయమూర్తి జవాబుకాదు," అని కొంచెం గట్టిగానే చెప్పాను. భోజన విరామానికి విచారణ వాయిదా వేశాక హెగ్డే నా దగ్గరకు వచ్చి క్షమాపణలు కోరారు. "సోదరా, నా వ్యాఖ్యలు ధర్మాసనం నుండి నా గదిలోకి తీసుకు రాను. ఏది చెప్పాలనుకున్నా ధర్మాసనం నుండే చెపుతాను. అది

అక్కడితో ముగుస్తుంది," అని చెప్పాను. జస్టిస్ చంద్రచూడ్‌తో సహా ప్రధాన న్యాయమూర్తి ఇంట్లో జరిగిన సమావేశంలో పాల్గొన్న న్యాయమూర్తులు అందరూ తమ అభిప్రాయాలు చెప్పారు. వారి అభిప్రాయాలు అన్నీ ఇంచుమించు ఒకేలా ఉన్నాయి. నా అభిప్రాయం అడిగినప్పుడు, నేను ఇంకా ఒక అభిప్రాయానికి రాలేదని చెప్పాను. గోలక్ నాథ్ కేసులో మాత్రం నాది భిన్న వైఖరి అని చెప్పాను. ఇక రాజ్యాంగ సవరణ పరిమితులు, మౌలిక నిర్మాణం, ప్రధాన లక్షణాలు వంటి వాటికి సంబంధించినంతవరకు నేను ఇంకా అంతర్మథనంలో ఉన్నానని, ఇంకా ఒక నిర్ణయానికి రాలేదని చెప్పాను. ప్రధాన న్యాయమూర్తి సిక్రి మాత్రం తన తీర్పు చిత్తు ప్రతిని 1973లో 16 రోజుల కాల పరిమితితో లండన్ ప్రయాణానికి ముందే సిద్ధం చేసుకున్నారు. ఆయన చాలాకాలంగా ఈ ప్రయాణం గురించి ఆలోచన చేస్తున్నారు. అలాగే షేలాత్ మరియు గ్రోవర్ తీర్పు, హెగ్డే మరియు ముఖర్జీ తీర్పు ప్రతులు సిద్ధం అయ్యాయి. ఖన్నా తాను సిద్ధం చేసుకున్న తీర్పు ప్రతిని అందరికీ ఇచ్చే ముందే నాకు చూపించారు. అది చదివిన తర్వాత అధికరణ 32 ప్రకారం ఆస్తి హక్కును ప్రాథమిక హక్కుల్లో పేర్కొనకపోవడాన్ని అసంబద్ధంగా ఉందని నా అభిప్రాయం వ్యక్తం చేశాను. నాతో వాదించేందుకు ఖన్నా సిద్ధంగా లేరు. కానీ "అది వదిలేయండి. ఆ విషయాన్ని ఆలోచిస్తున్నాను. మీకు చూపించాలి అనుకున్నాను. ఇది చిత్తు ప్రతిమాత్రమే. అసలు ప్రతి సిద్ధం చేసి అప్పుడు అందరికీ ఇస్తా," అన్నారు.

బేగ్ మరియు ద్వివేదికి నేనింకా రాజ్యాంగ సవరణ పరిమితుల విషయంలో ఒక అభిప్రాయానికి రాలేదని అర్థమైంది. అందువల్ల, వారిద్దరూ ఉమ్మడిగా అలాగే విడివిడిగా వచ్చి నన్ను కలిసి సవరణ అధికారం అపరిమితం అని, రాజ్యాంగ ప్రాథమిక నిర్మాణాన్ని, రాజ్యాంగ సూత్రాలను సవరించే అధికారం ప్రభుత్వానికి లేదా పార్లమెంటుకు లేదనడం సరికాదని నాకు చెప్పేందుకు ప్రయత్నాలు చేశారు. నేను కూడా ప్రధానంగా పరిమితులు ఏవీ లేకుండానే సవరణలు చేసే అధికారం ఉందా లేదా అనే ఆలోచన చేస్తున్నానని చెప్పను. అలాంటి అధికారాలు ఉంటే అది ప్రజాస్వామ్యం కాదని, దాన్ని నియంతృత్వం అంటరాని లేదంటే ప్రభుత్వాన్ని రాచరికం దిశగా నడిపించవచ్చని చెప్పాను. నేను విద్యార్థిగా ఇంగ్లాండ్ లో ఉన్నప్పుడు హిట్లర్ పనివిధాన్ని నేను క్షుణ్ణంగా పరిశీలించాను. హిట్లర్‌ను ఆదేశ అధ్యక్షుడు ఛాన్సలర్‌గా నియమించినప్పటికీ రాజ్యాంగాన్ని సవరించి తనను తాను అధ్యక్షుడుగా ప్రకటించుకున్నారు. నియంతృత్వ పాలన ప్రవేశపెట్టారు. మార్చిలో సిక్రి లండన్

వెళ్ళిన తర్వాత న్యాయమూర్తులు అందరూ తమ తీర్పును సిద్ధం చేసుకుంటున్న తరుణంలో నేనూ, గ్రోవర్ కలిసి బేగ్ వద్దకు వెళ్ళాం. మేము ఆయన ఇంటికి వెళ్ళేసరికి ఆయన అస్వస్థకు గురయ్యారని చెప్పారు. వెంటనే మేము ఆయనను మా కారులో ఆస్పత్రికి తీసుకెళ్ళాం. ఈ పరిస్థితితో మేము కలత చెందాం. ఆయన ఆరోగ్యం గురించి నిరంతరం వాకబు చేస్తూనే ఉన్నాం. ఆయన క్రమేణా కోలుకుంటున్నారని వైద్యులు చెప్పారు. బేగ్ అస్వస్థత అనేక పుకార్లకు, ఊహాగానాలకు ఊపిరి పోసింది. కేసు విచారణ పొడిగించి, తీర్పు వాయిదా వేసేందుకు కొనితెచ్చుకున్న అస్వస్థత అని కొందరు అన్నారు. సిక్రి పదవీవిరమణ చేసేవరకు కేసును సాగదీసేందుకే బేగ్ ఆస్పత్రిలో చేరారని కొందరు వ్యాఖ్యానించారు. సిక్రి పదవీవిరమణ చేస్తే కేసు విచారణ వేరే ధర్మాసనానికి బదలీ అవుతుందని మరికొందరు అన్నారు. ఇంకొందరు అయితే బేగ్ తన తీర్పు చెప్పకుండా ఉండేందుకే ఆస్పత్రిలో చేరారని అన్నారు. ఈ వాదనల్లో తర్కం ఏంటో నాకు బోధపడలేదు. తీర్పు చెప్పేపరిస్థితుల్లో లేకపోతే విచారణలో కూడా పాల్గొనలేరుకదా అన్నది నా అభిప్రాయం. న్యాయమూర్తులు అందరూ తీర్పు వెల్లడించే ముందు విధిగా విచారణలో పాల్గొనాలనేది నిబంధన. సిక్రి పదవీవిరమణ త్వరలోనే ఉండడంతో కేసు విచారణ పొడిగించడం సాధ్యం కాదు. అందువల్ల విచారణ మొత్తం రికార్డు చేయాలనీ అందువల్ల బేగ్ కోలుకున్న తర్వాత విచారణ వినే అవకాశం ఉంటుందని సిక్రి సూచన చేశారు. అయితే ప్రభుత్వం తరపున న్యాయవాదులు ఈ సూచనను వ్యతిరేకించారు. విచారణలో బేగ్ లేకపోతే తాను కేసునుండి వైదొలుగుతామని నిరేన్ డే హెచ్చరిక చేశారు. మధ్యే మార్గంగా తన వాదనలు రాతపూర్వకంగా ఇచ్చేందుకు పాల్కివాలా అంగీకరించారు. అయితే ఆ అవసరం లేకుండా తదుపరి విచారణ సమయానికి బేగ్ పూర్తిగా కోలుకున్నారు. బేగ్ తాను ఇవ్వదలచుకున్న తీర్పు కాపీని ఆస్పత్రిలో తన దిండు కింద ఉంచారని, గోఖలే లేదా మరొక న్యాయమూర్తి ద్వారా తన తీర్పు ప్రతిని పంపించేందుకు కూడా సిద్ధమయ్యారని ఆస్పత్రి ప్రధాన వైద్యుడు చెప్పినట్టు కొందరు తెలియజేశారు. అయితే బేగ్ గురించి పూర్తిగా తెలిసిన నేను ఈ కట్టుకథలు నమ్మలేదు. అయితే ఆ దిండు కింద కనిపించిన తీర్పు కాపీ గోఖలే కానీ మరొకరు కానీ లేదా ప్రభుత్వం తరపున ఒక ప్రతినిధి కానీ ఇచ్చినది కావచ్చు అనుకున్నాను. లేదా అందరు న్యాయమూర్తుల లాగే బేగ్ కూడా తన తీర్పు తానే తయారు చేసి ఉండొచ్చు. కాస్త కోలుకున్న తర్వాత తన కార్యదర్శి ద్వారా ఒక కాపీ తెప్పించుకుని ఉండొచ్చు. ఈ అభిప్రాయంతో నేను ఏకీభవించాను. బేగ్ రాసుకున్న రెండు కాగితాలు నావద్ద ఉన్నాయి. ఆ రెండు కాగితాల్లో ఒకటి

ప్రధాన న్యాయమూర్తి తీర్పుపై తన అభిప్రాయం. రెండో కాగితం హెగ్డే తీర్పుపై తన అభిప్రాయం. ఒక కాగితం మార్చి 24, 1973న రాసింది. రెండోది మార్చి 27, 1973న రాసి తాత్కాలిక ప్రధాన న్యాయమూర్తి షెలాత్‌కు, గ్రోవర్, రే, నాకు మరియు పాలేకర్‌కు రాసింది. మార్చి 24, 1973 బేగ్ రాసిన రాసిన కాగితంలోని రెండో పేరాలో: “నా ఆరోగ్యం మెరుగుపడింది. కేసు విచారణకు హాజరయ్యేందుకు నేను సిద్ధం. అయితే నా వైద్యుల సలహా మేరకు కనీసం వచ్చే సోమవారం వరకు విశ్రాంతి అవసరం.” అందువల్ల ప్రభుత్వం ఒక చిత్తు ప్రతిని పంపి దానినే బేగ్ తీర్పుగా చెప్పించుకునే ప్రయత్నానికి ఆస్కారం ఎక్కడిది? అందువల్ల ఇవన్నీ పుకార్లే. నిరాధారమైన పుకార్లు. ఇలాంటి పుకార్లు పుట్టించేవారు కానీ, వాటికి ప్రాధాన్యత ఇచ్చే మీడియా కానీ బాధ్యతారాహిత్యంగా పనిచేస్తున్నాయి.

⌖ ⌖ ⌖

“సోదరా, రాజ్యాంగ మౌలిక నిర్మాణం ఎక్కడ లభిస్తుంది,” అని ఒకరోజు ఉదయం నడకలో కలిసినప్పుడు రే నన్ను అడిగారు. “రాజ్యాంగంలోని అనేక ఇతర అంశాలకు ప్రాతిపదిక, దానికి వివరణ ఎక్కడినుండి వచ్చిందో అక్కడే లభిస్తుంది. ఏ ప్రాతిపదిక ఆధారంగా రాజ్యాంగాన్ని ఆవిష్కరించిన రోజునుండి ఇన్ని చట్టాలు చేసుకున్నామో, ఇన్ని సంచికల విశ్లేషణలు రాసుకున్నామో అక్కడే లభిస్తుంది,” అని నేను బదులిచ్చాను. ఆ తర్వాత ఈ విషయంపై ఆయన మాట్లాడలేదు. ఏదిఏమైనా మేము అనేక అంశాలు పరిగణలోకి తీసుకుని, పరిశీలించి చివరికి 11 తీర్పులు వెల్లడించాం. ఏప్రిల్ 24, 1973న ఇచ్చిన తీర్పును సంక్షిప్తంగా వివరిస్తాను. పూర్తి తీర్పు కావాలనుకున్నవారు ఆ తీర్పు కాపీలు చూడవచ్చు. ప్రధాన న్యాయమూర్తి జస్టిస్ సిక్రి, న్యాయమూర్తులు షెలాత్ మరియు గ్రోవర్, హెగ్డే మరియు ముఖర్జీ, నాతో సహా ఆరుగురు న్యాయమూర్తులు కలిసి “రాజ్యాంగానికి అధికారం పార్లమెంటుకు పరిమితంగా ఉంటుంది,” అని మా తీర్పులో స్పష్టం చేశాం. రాజ్యాంగాన్ని మార్చే అధికారం, ప్రాథమిక హక్కులను కుదించే అధికారం పార్లమెంటుకు ఉన్నప్పటికీ రాజ్యాంగ మౌలిక స్వరూపాన్ని మార్చే అధికారం లేదు. వీటిని సవరించవచ్చు కానీ పూర్తిగా రాజ్యాంగానికి నష్టం కలిగించడం, ధ్వంసం చేయడం అంగీకారం కాదు. నేను విడిగా చెప్పిన తీర్పులో “రాజ్యాంగంలోని 368వ అధికరణలో చెప్పిన “సవరణ” పదానికి “ఉపసంహరణ” అనే అర్థం లేదని పేర్కొన్నాను. పార్లమెంటు రాజ్యాంగంలోని 368వ అధికరణ, 13వ అధికరణ అలాగే ప్రాథమిక హక్కులు లేదా రాజ్యాంగ

ప్రాధమిక నిర్మాణం సవరించి దాని గుర్తింపును సవరించలేదు. పార్లమెంటు 368వ అధికరణ ఆధారంగా రాజ్యాంగం యొక్క పునాదిని, ప్రాధమిక సూత్రాలను, దాని లక్ష్యాలను, లక్షణాలను, సమగ్ర స్వరూపాన్ని మార్చే అర్హతలను సమకూర్చుకోజాలదు. న్యాయమూర్తి ఖన్నా కూడా 31సి అధికరణ ప్రకారం రాజ్యాంగంలోని 14, 19 మరియు 31వ అధికారణాల్లో పేర్కొన్న, ప్రజలకు హామీ ఇచ్చిన ప్రాధమిక సూత్రాలను, హక్కులను మార్చే అవకాశం పార్లమెంటుకు లేదనే అభిప్రాయం వ్యక్తం చేశారు. మొత్తానికి రాజ్యాంగ ప్రాధమిక స్వరూపం మార్చే అధికారమే పార్లమెంటుకు లేదని, సవరణలు చేసే అధికారం అపరిమితం కాదని స్పష్టం చేశారు. ఖన్నా మేము ఆరుగురం వెలుబుచ్చిన అభిప్రాయంతో ఏకీభవిస్తూ పార్లమెంటు అధికారాలు పరిమితమని, రాజ్యాంగ స్వరూపం, స్వభావం పూర్తిగా మార్చడం లేదా సవరించడం పార్లమెంటు పరిధిలో లేదని అంగీకరించారు. మొత్తం న్యాయమూర్తుల్లో అధికులు (11 మందిలో ఆరుగురు) పార్లమెంటుకు పరిమితమైన అధికారాలే ఉన్నాయని, ఉదాహరణకు భారత దేశ సార్వభౌమత్వాన్ని సవరణ ద్వారా రద్దుచేసే అధికారం, ప్రజాస్వామ్యం, సమగ్రత, సమైక్యత, సమాఖ్య (federal) స్వరూపం మార్చే అధికారం పార్లమెంటుకు లేదని ప్రకటించారు. అలాగే తనకు ఉన్న రాజ్యాంగ సవరణ అధికారం ఉపయోగించుకుని రాజ్యాంగ స్వరూపాన్ని మార్చే హక్కు పార్లమెంటుకు లేదని స్పష్టం చేశాం.

ప్రజలకు చెల్లించే నష్టపరిహారం విషయంలో కూడా పరిహారంగా ప్రభుత్వం నిర్ణయించిన మొత్తాన్ని కోర్టులో సవాలు చేసే హక్కు లేకపోయినా నష్టపరిహారం నిర్ణయం అశాస్త్రీయంగా అతితక్కువగా ఉండకూడదు. ప్రభుత్వం సేకరించే లేదా సమీకరించే ఆస్తికి నష్టపరిహారం ఏదో ఒక రూపంలో సమర్ధనీయంగా, న్యాయబద్ధంగా ఉండాలి.

ప్రభుత్వం తన ఆలోచనా విధానం పట్ల సానుకూలంగా ఉన్నవారిని న్యాయమూర్తులుగా నియమిస్తోందని అనేక ఆరోపణలు, ఊహాగానాలు ప్రచారంలోకి వచ్చాయి. "సానుకూల" న్యాయమూర్తులు తాను ఆశించిన విధంగా పనిచేస్తారని ప్రభుత్వం ఆలోచన చేస్తోందని ప్రచారం జరిగింది. అయితే కొంతమంది న్యాయమూర్తులు ప్రభుత్వం ఆశించిన విధంగా, ఆశించిన స్థాయిలో విధేయతగా ఉండక ప్రభుత్వంలో ఉన్న పెద్దలను సంతృప్తిపర్చలేకపోయి ఉండవచ్చు.

ఈ సందర్భంగా ఒకవిషయం మరోసారి గుర్తుచేయాల్సి ఉంది. గతంలో

అహ్మదాబాద్ న్యాయవాదుల సంఘం సభ్యులను ఉద్దేశించి మతఘర్షణలు విచారణ కమిటీ చైర్మన్ హోదాలో ఏప్రిల్ 1970లో నేను ప్రసంగించిన సందర్భంలో ఈ అంశం గురించి ప్రస్తావించాను. ఈ సమావేశంలో గుజరాత్ హై కోర్టు ప్రధాన న్యాయమూర్తి జస్టిస్ పి ఎన్ భగవతి, ఇతర న్యాయమూర్తులు కూడా పాల్గొన్నారు (గుజరాత్ లా జర్నల్ రెండవ సంచిక 1970, XXV, XXIX). అమెరికా సుప్రీం కోర్టు ప్రధాన న్యాయమూర్తిగా జస్టిస్ వారెన్ బర్గర్ ను నియమించిన విషయాన్ని ప్రస్తావిస్తూ "న్యాయమూర్తిగా లేదా ప్రధాన న్యాయమూర్తిగా నియమింపబడే వ్యక్తుల అభిప్రాయాలు సదరు నియామకం చేసే వ్యక్తుల అభిప్రాయాలతో ఏకీభవిస్తే, కొన్ని సందర్భాల్లో సదరు న్యాయమూర్తులు లేదా ప్రధాన న్యాయమూర్తులు తమ అభిప్రాయాలు విధినిర్వహణలో భాగంగా భిన్నమైన అభిప్రాయాలు వ్యక్తం చేసి వారిని నియమించిన వ్యక్తులకు నిరాశ కలిగించే అవకాశం ఉంది. మనిషి మనసు ఇతరులను మెప్పించడానికి, ఒప్పించడానికి మాత్రమే ఎల్లవేళలా పనిచేయదు. కొన్ని సందర్భాల్లో వ్యక్తి తన అభిరుచులు, ఆలోచనల మేరకు మాత్రమే పనిచేస్తారు. పరిస్థితులు తన వ్యక్తిగత అభీష్టాలకు భిన్నంగా ఉంటే తనను నియమించిన వ్యక్తుల ఆశలకు భిన్నంగా నిర్ణయం తీసుకునే అవకాశాలు ఉన్నాయి. అమెరికా అధ్యక్షుడు రూజ్వెల్ట్ మొత్తం సుప్రీం కోర్టును తన మనుషులతో నింపాలని చూశారు కానీ అది సాధ్యపడలేదు. అనేక అంశాలపై నిర్ణయం రాజ్యాంగ పరిధిలో ఆత్మప్రభోదానుసారం, సదరు వ్యక్తి మనోభావాలకు అనుగుణంగా ఉంటుంది. అమెరికా సుప్రీం కోర్టు ప్రధాన న్యాయమూర్తి జస్టిస్ చార్లెస్ ఎవాన్స్ హుగ్స్ ఒక సందర్భంలో మాట్లాడుతూ "మనలోని హేతుబద్ధమైన ఆలోచన మన అభిరుచులకు అనుగుణంగానే రూపొందుతుంది," అన్నారు. సరిగ్గా ఇదే కారణంతో న్యాయమూర్తులను ఎవరు, ఎలాంటి లక్ష్యంతో నియమించినా కేసు తీర్పులో ఏకీభావం కుదరలేదు. రాజ్యాంగంలోని స్వాతంత్ర్యం, వ్యక్తిగత స్వేచ్ఛ, వంటి అంశాలపై న్యాయమూర్తుల విజ్ఞత, విజ్ఞానం, ఆలోచనా ధోరణి, భావోద్వేగం వంటివి తీర్పును ప్రభావితం చేస్తాయి. రూజ్వెల్ట్ కోర్టు అంతకు ముందుకంటే ఏకపక్షంగా లేదు. అలాగే తమకు అనుకూలురైన న్యాయమూర్తులను నియమించుకొని తాము ఆశించిన రీతిలో తీర్పులు పొందాలని గోఖలే, కుమారమంగళం, సిధార్థ శంకర్ రే చేసిన ప్రయత్నాలు కూడా సత్ఫలితాలివ్వలేదు. ప్రభుత్వ నిర్ణయాలకు అనుకుణంగా రాజ్యాంగాన్ని మార్చుకోవాలనే ప్రయత్నాలు ఫలించలేదు. ఈ పథకం ఫలించకపోవడంతో ఆ తర్వాత కాలంలో ప్రభుత్వం వేరే

ఆలోచనలు చేసింది. ఇక కేశవానంద భారతి కేసు తీర్పు విషయానికి వస్తే, ఈ తీర్పును, అలాగే గోలఖ్ నాథ్ కేసు తీర్పును ప్రభుత్వం సవాలు చేసింది. సామాజిక న్యాయం సాధించే క్రమంలో న్యాయవ్యవస్థ, న్యాయవ్యవస్థ పనితీరుకు ఒక పరీక్ష ఎదురయ్యిందనే చెప్పాలి.

కోర్టు 13 మంది న్యాయమూర్తుల ధర్మాసనంలో 10 మంది న్యాయమూర్తులు రాజ్యాంగంలోని 13(2) అధికరణ ప్రకారం రాజ్యాంగాన్ని సవరించేందుకు, ప్రాధమిక హక్కులను సమీక్షించేందుకు 368 అధికరణ పార్లమెంటుకు పరిమిత అధికారాలు ఇవ్వలేదని అందువల్ల, గోలఖ్ నాథ్ కేసు తీర్పు తప్పు అని తేల్చింది. రాజ్యాంగ సవరణ చేసే అధికార పరిమితుల విషయంలో న్యాయమూర్తుల్లో ఏకాభిప్రాయం కుదరలేదు. అయితే 13 మంది న్యాయమూర్తుల్లో అధికంగా 7గురు న్యాయమూర్తులు 368 అధికరణ పార్లమెంటుకు విస్తృత అధికారాలు ఇవ్వలేదని, అందువల్ల పార్లమెంటు రాజ్యాంగ మౌలిక రూపాన్ని మార్చజాలదని తీర్పు చెప్పారు. ఒక వేళ 368 అధికరణ ప్రకారం పార్లమెంటుకు సర్వ హక్కులు ఉంటే పార్లమెంటు ఇప్పుడున్న రాజ్యాంగాన్ని సమూలంగా మార్చి వేసి నియంతృత్వ లేదా రాచరిక ప్రభుత్వాన్ని ఏర్పరచే అవకాశం ఉందా అనే ప్రశ్న ఈ తీర్పును వ్యతిరేకించిన ఆరుగురు న్యాయమూర్తులకు ఎదురయింది. ఒకవేళ అలా రాజ్యాంగాన్ని పూర్తిగా మార్చివేసే అధికారం ఉంటే దాన్ని "సవరణ అధికారం" అనరనీ, అది రాజ్యాంగ మార్పిడి అధికారం అంటారని వాదనలు వచ్చాయి. ఈ వాదనలు, ప్రశ్నలతో ఆరుగురు న్యాయమూర్తుల్లో ఇద్దరు, జస్టిస్ రే మరియు జస్టిస్ మాథ్యూ ఒక వివరణ ఇచ్చారు. అటార్నీ జనరల్ శ్రీ హెచ్ ఎం సీర్వాయ్ వాదనతో ఏకీభవిస్తూ "రాజ్యానికి రాజ్యాంగ పరిధిలో విధి విధానాలను నిర్దేశిస్తూ సవరణలు చేయాల్సి ఉంది," అని జస్టిస్ రే తన వివరణలో పేర్కొన్నారు. "ప్రస్తుతం ఉన్న రాజ్య వ్యవస్థను మార్చకుండా రాజ్యాంగాన్ని సమూలంగా మార్చకుండా లేదా తొలగించకుండా సవరణ చేసుకోవచ్చు. ఈ పరిధి సదరు అధికారంలో పేర్కొన్న పదజాలం ప్రకారం నిర్దేశించబడింది," అని జస్టిస్ మాథ్యూ వ్యాఖ్యానించారు. అంటే రాజ్యాంగానికి ఎటువంటి సవరణలు చేసినా అది రాజ్యాంగ మౌలిక స్వరూపం, స్వభావం మార్చలేనంత వరకే విస్తరించి ఉంటుంది అని తొమ్మిదిమంది న్యాయమూర్తులు ప్రకటించారు. అంటే రాజ్యాంగ సవరణ ఏదైనా రాజ్యాంగ నిబంధనలకు లోబడే ఉండాలి. నిబంధనలకు భిన్నంగా సవరణ లేదా తొలగింపు జరగాలంటే ప్రస్తుతం ఉన్న రాజ్యాంగాన్ని పూర్తిగా తొలగించాలి లేదా మార్పు చేయాలి.

అలా మార్పు జరిగినప్పుడు అది ప్రస్తుత రాజ్యాంగం కాదు, నూతన రాజ్యాంగం అవుతుంది అనేది వారి అభిప్రాయం.

న్యాయమూర్తులు వెలిబుచ్చిన ఈ అభిప్రాయానికి ఆధారం మరో సందర్భంలో సీనియర్ న్యాయవాది శ్రీ బాబుల్ రెడ్డి పేర్కొన్నారు. తన స్నేహితుడికి ఒక వ్యక్తి క్షురకత్తి బహుమతిగా ఇచ్చారు. తన స్నేహితుడు కత్తిని కొంతకాలం ఉపయోగించుకున్న తర్వాత మొదట ఆ కత్తి పిడిని మార్చాడు. ఆ తర్వాత మరి కొన్ని రోజులకు బ్లేడును మార్చాడు. ఆ తర్వాత ఆ కత్తిని బహుకరించిన వ్యక్తి తాను ఇచ్చిన కత్తి పనిచేస్తోందా అని ప్రశ్నించారు. అతను ఆ కత్తి బాగానే పనిచేస్తోందని చెప్పారు. అయితే ఇక్కడ ప్రశ్న ఏమంటే ఆ కత్తి మొదట తన స్నేహితుడు బహుమతిగా ఇచ్చిన కత్తేనా? లేక కొత్తదా? ఈ ప్రశ్నకు జవాబు చెప్పలేం. కత్తి పిడి వేరేది. కత్తి బ్లేడు వేరేది. ఇది కొత్త కత్తి కాదు. అలాగని మిత్రుడు ఇచ్చిన కత్తి కూడా కాదు. రాజ్యాంగ సవరణ అధికారంపై ఇద్దరు న్యాయమూర్తులు చెప్పిన విషయం కూడా ఇలాగే ఉంది. తీర్పులోని ఈ భాగం చట్టసభల గాయాలకు ఉపశమనం కాదు. అలాగే ప్రభుత్వాలు ప్రజా సంక్షేమం కోసం చట్టాలు చేయడానికి ఇది వ్యతిరేకం కూడా కాదు.

రాజ్యాంగంలోని పార్ట్ III లో పేర్కొన్న ప్రాథమిక హక్కులు, ఆస్తి హక్కు మినహా, రాజ్యాంగ మౌలిక స్వరూపంలో భాగమే. రాజ్యాంగ పీఠికలో అస్పష్టంగా పేర్కొన్న అనేక ఇతర అంశాలు కూడా రాజ్యాంగ ప్రాథమిక స్వరూపంలో భాగమే. అయితే రాజ్యంగంలో పేర్కొన్న అన్ని ప్రాథమిక హక్కులూ రాజ్యాంగ మౌలిక రూపంలో భాగమనే వాదనతో జస్టిస్ ఖన్నా ఏకీభవించలేదు. ఆస్తి హక్కు రాజ్యాంగ మౌలిక రూపంలో భాగం కాదని అభిప్రాయం. ఈ ఆస్తి హక్కు మినహా ఇతర ప్రాథమిక హక్కులన్నీ రాజ్యాంగ మౌలిక స్వరూపంలో భాగమేననే అభిప్రాయంతో ఆయన ఏకీభవించారు. మిగతా ఆరుగురు న్యాయమూర్తులు మాత్రం రాజ్యాంగ సవరణ అధికారానికి పరిమితులు లేవని పేర్కొంటూనే రాజ్యాంగ ప్రాథమిక లేదా మౌలిక స్వరూపం ఉందనే అంశాన్ని అంగీకరించారు. అయితే జస్టిస్ మాథ్యూ మాత్రం మెజారిటీ న్యాయమూర్తులు ఎదుర్కొంటున్న విమర్శకు జవాబిచ్చారు. రాజ్యాంగ సవరణ అధికారాలు పరిమితమైనవని పేర్కొన్న న్యాయమూర్తులు రాజ్యాంగ మౌలిక స్వరూపం ఏమిటి అన్న విషయంలో స్పష్టత ఇవ్వలేదనే విమర్శకు ఆయన జవాబిచ్చారు. సుదీర్ఘ తీర్పులో 826 నుండి 827వ పేజీ వరకు జస్టిస్ మాథ్యూ ఇలా చెప్పారు:

"రాజ్యాంగ ప్రాధమిక సూత్రం ఏమిటన్నది కానీ, హక్కుల ప్రాధమిక సూత్రం ఏమిటన్నది కానీ తెలుసుకోడానికి కోర్టుకు అందుబాటులో ఎలాంటి కొలమానం లేదు. న్యాయమూర్తులు శిక్షణ, పని చేస్తున్న క్రమంలో వచ్చే విజ్ఞత తప్ప ఇంకే ఆధారం లేదు అని చెపితే నేను ఆశ్చర్య పోవడం లేదు. రాజ్యాంగంలోని కొన్ని అంశాలు స్పష్టంగా చెప్పవచ్చు. రాజ్యంగంలో ప్రధానమైన అంశాలు, అప్రధానమైన అంశాలు ఏమిటి? ఒక హక్కు పరిధి ఎక్కడ మొదలవుతుంది? ఎక్కడ ముగుస్తుంది? ఇవన్నీ సాధారణ విషయాలు కాదు. అంతమాత్రాన అలాంటి సౌలభ్యం ఏమీ లేదని నేను చెప్పలేను. అలాగే న్యాయవ్యవస్థ విశ్లేషణకు అవి అందనివి అని కూడా చెప్పలేను. జీవితంలో చాలా విషయాలు ఏదో ప్రాతిపదికన ఉంటాయి. అయితే ఏవిషయంలో ఎలాంటి వ్యత్యాసం ఉంది అని చెప్పగలిగిన వారే గొప్ప న్యాయమూర్తులు."

"రాజ్యాంగంలోని అన్ని అధికరణలూ ప్రాముఖ్యమైనవే అని నేను చెప్పదలచలేదు. మన రాజ్యాంగం చాలా అధికరణలను ఇప్పటికే వదిలించుకుని ఉండాల్సింది. అన్ని అధికరణలు ఒకే పుస్తకంలో ఉన్న కారణంగా, వాటిని సవరించే లేదా తొలగించేందుకు 368 అధికరణలో ఒక పద్ధతి పేర్కొన్న కారణంగా అన్ని అంశాల్లోనూ అన్ని అధికరణలు, అన్ని భాగాలూ ప్రాముఖ్యమైనవని చెప్పలేం."

"ప్రాధమిక హక్కు ప్రామాణికత కనిపించినప్పుడు, సవరణ చేయగల అధికారం ఉన్న యంత్రాంగం ఆ ప్రామాణికతను కూడా సవరించగలుగుతుందా అన్న ప్రశ్నకు జవాబు కావాలి."

అత్యధిక న్యాయమూర్తులు పేర్కొన్నట్టు రాజ్యాంగ ప్రాధమిక లక్షణాన్ని సవరించే అధికారం ఉందనే వాదనతో జస్టిస్ మాథ్యూ విబేధించినప్పటికీ, రాజ్యాంగ మౌలిక విధానాలు, స్వరూపం, ప్రాధమిక హక్కులు అభేద్యం అనే అంశం ఆయన గుర్తించారు. మరో మాటలో చెప్పాలంటే, ప్రధాన న్యాయమూర్తి సిక్రి, షెలాత్, హెగ్డే, గ్రోవర్, నేను, మాథ్యూ, ఖన్నా మరియు ముఖర్జీ పేర్కొన్నట్టు రాజ్యాంగానికి ప్రాధమిక లక్షణాలు ఉన్నాయి. అయితే ఖన్నా మినహా మిగిలిన ఏడుగురు న్యాయమూర్తులు ప్రాధమిక హక్కులన్నీ రాజ్యాంగ మౌలిక సూత్రాలే అని పేర్కొన్నారు. ఖన్నా మాత్రం ఆస్తి హక్కు ప్రాధమిక హక్కు కాదని అభిప్రాయపడ్డారు. అయితే మొత్తం ప్రాధమిక హక్కుల్లో ఆస్తి హక్కును మాత్రమే వేరుగా చూడడానికి ఖన్నా ఏ ప్రాతిపదికను ఎంచుకున్నారో తెలియదు. కానీ మాథ్యూ మాత్రం ఆస్తి హక్కు ప్రాధమిక హక్కే అని పేర్కొన్నారు.

అయితే ఇంతకు ముందు చెప్పినట్టు ఒక్క ఆస్తిహక్కు మినహా మిగిలిన ప్రాథమిక హక్కులన్నీ రాజ్యాంగ మౌలిక రూపంలో భాగమే అని జస్టిస్ మాథ్యూ అభిప్రాయపడ్డారు.

నేను ఇంతకు ముందే చెప్పినట్టు ఈ కేసులో వాదనలు 66 రోజులు జరిగాయి. ప్రభుత్వం తరపున అటార్నీ జనరల్ వాదనలు కొంత కరువుగానే ఉండేవి. కొన్ని సందర్భాల్లో హెచ్చరికరూపంలో కూడా ఉండేవి. కొందరు సీనియర్ న్యాయవాదుల వాదనలు కూడా కొంత తీవ్రంగా ఉండేవి. వాటిలో కొన్ని పదాలు వాడకపోయినా బాగుండేది. న్యాయమూర్తుల్లో ఎక్కువమంది ఇలాంటి దురుసు, దుందుడుకు సుదీర్ఘ వాదనలను మౌనంగా వింటూ కూర్చున్నాం. అయితే తుది తీర్పులో బహుశా నేను ఒక్కడినే అటార్నీ జనరల్ నిరేన్ డే చేసిన హెచ్చరికను ప్రస్తావించాను. "తీర్పు ప్రభుత్వ నిర్ణయానికి వ్యతిరేకంగా ఉంటే కోర్టు తీవ్ర పరిణామాలు ఎదుర్కోవలసి వస్తుంద"ని ఆయన తన వాదనల సమయంలో ఓ హెచ్చరిక జారీచేశారు. ఈ అంశంలో తీర్పులోని 613వ పేజీలో (1973, IV, SCC) నేను స్పష్టంగా చెప్పాను. "తీర్పు ఒక వైపు లేదా ఇతరవైపు ఉంటే వచ్చే విపత్కర పరిణామాలు ఉంటాయని వాదనల్లో పలుమార్లు వినిపించింది. అయితే ఈ పరిణామాల పట్ల కోర్టు స్పందించదు. తీర్పు మాత్రం రాజ్యాంగ బద్ధంగా, న్యాయం వైపు ఉంటుంది. మానసిక వత్తిడికి గురిచేసే ఎటువంటి హెచ్చరికలను పరిగణలోకి తీసుకోవాల్సిన పనిలేదు. మన నిర్ణయాలను ప్రభావితం చేయవలసింది జరగబోయే పరిణామాలు కాదు, మిల్టన్ చెప్పినట్టు, "వాస్తవ ప్రపంచాన్ని వదిలేసి ఊహాజనిత ప్రపంచంలో విహరించకుండా విజ్ఞతగా ఉండాలి." అంతే కాదు, మన నిర్ణయాలు "ఆమోదించబడిన నిర్మాణాత్మక విధానాలకు రాజ్యాంగబద్ధమై ఉండాలి."

ఈ వివాదానికి సంబంధించి న్యాయవాదుల సుదీర్ఘ వాదనల గురించి నేను ఇంతకు ముందు ప్రస్తావించాను. వాదనల సందర్భంగా ప్రపంచంలోని పలు దేశాల రాజ్యాంగాలపై, రాజ్యాంగ చట్టాల ఒప్పందాలు, న్యాయవిద్యావేత్తల అభిప్రాయాలూ, సహజ చట్టాల అనుసరణ, ఇతర ఉన్నత చట్టాలు, లాస్కీ రచించిన "గ్రామర్ ఆఫ్ పాలిటిక్స్" పుస్తకం, వంటి వాటిపై కూడా చర్చ జరిగింది. ప్రముఖ న్యాయవాదులు కీలకమైన చట్టాలను, రాజ్యాంగాలను క్షుణ్ణంగా చర్చ చేశారు. ఈ చర్చల్లోనే కొన్ని సార్లు, ప్రత్యేకించి న్యాయశాస్త్ర పండితులు, పరిశోధకుల అభిప్రాయాలు చర్చించే సందర్భంలో, కాస్త ఎక్కువగానే చర్చ జరిగింది. ఇంకొన్ని సందర్భాల్లో చర్చ కుదించబడింది. ఈ పరిణామాలు అన్నీ న్యాయమూర్తుల నిర్ణయంపై ప్రభావితం

చూపే ప్రయత్నం జరిగింది. మా తీర్పుపై ఎలాంటి పరిణామాలు ఉండబోతున్నాయో అటార్నీజనరల్ చేసిన హెచ్చరికను నేను ఇంతకు ముందు చెప్పాను. ఇంకో విషయం ఏమంటే వాదనల సందర్భంగా మన దేశంలోని అత్యున్నత న్యాయస్థానం ఇచ్చిన తీర్పులను వదిలేసి ప్రపంచంలోని పలు న్యాయమూర్తుల తీర్పులను, వ్యాఖ్యలను ఉటంకిస్తూ న్యాయవాదులు మాట్లాడారు. ఇది మన అత్యున్నత న్యాయస్థానాన్ని తక్కువచేసి చూడడమే అని నా భావన. అంతే కాదు,:

"ప్రజల ప్రాథమిక హక్కులకు భంగం కలిగినప్పుడు వారు న్యాయస్థానాలను ఆశ్రయిస్తారు. అప్పుడు న్యాయస్థానానికి ప్రజల హక్కుల పరిరక్షణ మినహా ప్రభుత్వ విజ్ఞత లేదా విధానాలతో సంబంధం ఉండదు. కోర్టులు ఒక చట్టాన్ని ప్రకటించినప్పుడు అవి భావితరాల ఆశలను, అవకాశాలను తాకట్టు పెట్టే ప్రయత్నం చేయదు. అలాగే ఆ తీర్పులకు, చట్టాలకు అపరిమిత కాలవ్యవధి ఉండదు అలాగే నిర్ణీత కాలవ్యవధి కూడా ఉండదు. అంటే, ఒక తీర్పు అప్పటికి అమలులో, ఆచరణలో ఉన్న చట్టాలకు అనుగుణంగా, అప్పటి సమాజ సాంఘిక, రాజకీయ, ఆర్థిక తదితర పరిస్థితులకు అనుగుణంగా ఉంటుంది. తరువాత కాలంలో లేదా తరాలకు, అప్పటి సామాజిక, ఆర్థిక పరిస్తుతులకు అనుగుణంగా లేదా ప్రజల అవసరాలకు అనుగుణంగా ఇప్పటి తీర్పులు లేకపోతె వాటిని తదనుగుణంగా చట్టం ద్వారానో, సమీక్షా ద్వారానో సవరించుకోవచ్చు. కోర్టులు తమ తీర్పులను ఎప్పటికప్పుడు అమలులో ఉన్న చట్టాల ప్రాతిపదికగా, ప్రజల సామాజిక, ఆర్థిక, రాజకీయ అవసరాలు, పరిస్థితులకు అనుగుణంగా మార్పుచేసుకోవచ్చు. చట్టంలో పేర్కొన్న పదాలు బైబుల్ లో జోసెఫ్ కోటు రంగుల్లా కాలానుగుణంగా, సమాజ పరిస్థితులు, ప్రజల అవసరాలకు అనుంగుణంగా అన్వయించుకోడానికి అనుకూలంగా ఉండాలి. వివరణ చెప్పడంలో సానుకూలత కనిపించకపోతే కోర్టు తీర్పు లక్ష్యం నెరవేరినట్టు కాదు."

ఇతర దేశాల రాజ్యాంగ పరిశీలన లేదా ఆయా దేశాల్లో ఆయా సందర్భాల్లో చెప్పిన తీర్పులు ఉదాహరణగా తీసుకునే సందర్భంలో కొంత అప్రమత్తత అవసరం. ఇతర దేశాల రాజ్యాంగాలు, అందులోని అంశాలు ఆయా దేశాల సామాజిక, ఆర్థిక, రాజకీయ పరిస్థితులకు అనుకూలంగా ఆ దేశాల ప్రజల అవసరాలకు సరిపోయేలా రూపొందించబడ్డాయి. రాజ్యాంగమనే విత్తనం ఆయా దేశాల నేలను బట్టి, అక్కడి వాతావరణాన్ని బట్టి, అక్కడి అనుకూల పరిస్థితులను బట్టి నాటబడుతుంది. ఆ విత్తనం నాటబడిన పరిస్థితులను బట్టి, పెంచుకున్న విధానాలను బట్టి దాని పెరుగుదల

ఆధారపడి ఉంటుంది. ఒకే విత్తనాన్ని ఏ నేలలోనైనా పాతటం కుదరదు. అక్కడి వాతావరణ పరిస్థితులతో పాటు నేల స్వభావం కూడా పరిగణలోకి తీసుకోవాల్సిందే. లేకపోతే ఆశించిన ఫలితాలు లభించవు. అలాగే చట్టం, న్యాయం కూడా ఆయా కాలమాన పరిస్థితులను బట్టి ఉండాలి. న్యాయం ఆయా సమాజాల ఆర్థిక, సామాజిక పరిస్థితులను బట్టి మారుతూ ఉంటుంది. ఇంచుమించు మన దేశంతో సహా అన్ని కామన్వెల్త్ దేశాల రాజ్యాంగాలు ఒకే ప్రాతిపదికగా ఉన్నప్పటికీ ఆ దేశాల చట్టాలు పరిస్థితులకు అనుగుణంగా అదే రకమైన కేసుల తీర్పులకు వర్తించే లక్షణం కలిగి ఉండవు. ఆయా సమస్యలు తలెత్తిన సమాజ పరిస్థితులు, సదరు సమాజ రాజకీయ, సామాజిక మరియు ఆర్థిక పరిస్థితులు, ప్రజల అవసరాలు, అలవాట్లు, విశ్వాసాలు, ఆచారాలు, ఈ దేశ ప్రజల అవసరాలు, ఆర్థిక, సామాజిక పరిస్థితులకు, విశ్వాసాలకు, ఆచారాలకు భిన్నంగా ఉంటాయి. అయితే ఇలా చెప్పడం మనకు అవసరమైన పరిజ్ఞాన్ని, వెలుగును నిరాకరించేందుకు తలుపులు మూయడం కాదు. గుడ్డిగా అనుసరించే లేదా అనుకరించే పద్ధతిని నిరాకరించడమే. మన రాజ్యాంగానికి ఆధారమైన భారత ప్రభుత్వ చట్టం 1935 ప్రాతిపదికగా రాజ్యాంగ రచన మొదలు పెట్టినప్పుడు సుప్రీం కోర్టు ప్రధాన న్యాయమూర్తి ఒక హెచ్చరిక చేశారు. కామన్వెల్త్ దేశాల కోర్టు తీర్పులను పరిగణలోకి తీసుకోవాల్సిన అవసరం లేదని, ఒకే రకమైన కేసు తీర్పు అమెరికా కోర్టులో భిన్నంగా ఉంటుందని చెప్పారు. మన దేశంలో 1935 చట్టం ప్రకారం విచారణ జరిగిన మొదటి కేసు, ది సెంట్రల్ ప్రావిన్స్ మరియు బేరర్ చట్టం 1938లో తొలి ప్రధాన న్యాయమూర్తి జస్టిస్ గీయర్ (Gwyer) ఈ తీర్పు ఇచ్చారు: "ఇతర కోర్టుల తీర్పుల్లో కొన్ని మనం అత్యంత అప్రమత్తతతో పరిగణలోకి తీసుకోవాలి. ఆ తీర్పులు రాజ్యాంగ నిర్మాణానికి అనుగుణంగా ఉంటాయి. అయితే ఏ తీర్పు కానీ ఒకే పద్ధతిలో ఉన్న రెండు రాజ్యాంగాల ప్రాతిపదికగా ఉన్నప్పటికీ అన్వయించుకునే మంచిది కాదు. ఒక రాజ్యాంగ ఆధారంగా ఇచ్చిన తీర్పును మరో రాజ్యాంగానికి అన్వయించుకోవడం సముచిత నిర్ణయం కాదు," అని చెప్పారు. ఈ వ్యాఖ్యను కాలంలో ప్రధాన న్యాయమూర్తిగా పనిచేసిన జస్టిస్ గజేంద్ర గడ్కర్ సమర్థించారు. (ఏడుగురు న్యాయమూర్తులకోసం ప్రసంగం "స్పెషల్ రిఫరెన్స్ 1, 1964, పేజీలు 614-615).

విచారణ సందర్భంగా న్యాయమూర్తుల మస్తిష్కాలపై భారీగా మోపిన పలు దేశాల రాజ్యాంగాలు, పలు కోర్టుల తీర్పులు పలు న్యాయమూర్తులపై పలు రకాల

ప్రభావం చూపాయి. నా అభిప్రాయాలను ఇంతకు ముందే వివరించాను. నేను నా తీర్పు పాఠం చదువుతున్న సమయంలోనే సోదర న్యాయమూర్తి జస్టిస్ పాలేకర్ నన్ను అభినందిస్తూ కొన్ని చిటీలపై రాసి ఇచ్చారు. ఆ తర్వాత నన్ను అభినందించినందుకు కృతజ్ఞతలు తెలియజేసి ఆయననే అడిగాను. "ఎందుకు ప్రభుత్వానికి అంతటి మద్దతు ఇచ్చారు? రాజ్యాంగ సవరణ చేసేందుకు ప్రభుత్వానికి అప్రజాస్వామిక అపరిమిత అధికారం ఉండడాన్ని ఎందుకు సమర్ధించారు," అని అడిగాను. "అలాంటి ప్రభుత్వాలను నియంత్రించే అధికారం ఓటర్లదే అని నా అభిప్రాయం," అని బదులిచ్చారు. సుదీర్ఘ వాదనల ప్రభావం ఎలా ఉందో జస్టిస్ బేగ్ తీర్పులోని ఈ క్రింది అంశం చూస్తే తెలుస్తుంది:

"విజ్ఞానవంతులైన న్యాయమూర్తులు, న్యాయవాదులు ఈ కేసు సుదీర్ఘ విచారణలో అనేక అంశాలు ప్రత్యక్షంగా కానీ పరోక్షంగా కానీ చర్చ చేశారు. ఇవన్నీ విన్న తర్వాత ఇప్పుడు మనం చెట్టు కోసం చెక్కను వదులుకుంటున్నాం అనే ప్రమాదంలో ఉన్నాం. అయితే ఈ చెట్టుకొమ్మల్లో మనం చిక్కుకుపోతే మన లక్ష్యాన్ని చేరుకోలేకపోవచ్చు. అత్యధిక న్యాయమూర్తుల అభిప్రాయం ఇది (1973 AIR SC 197).

ఆలోచనలో స్పష్టత లోపిస్తే జస్టిస్ బేగ్ చెప్పిన ఫలితాలే కనిపిస్తాయి. స్వాతంత్ర్యానికి పూర్వం శ్రీనివాస శాస్త్రి అనే స్వాతంత్రోద్యమకారుడు పండిట్ నెహ్రూను తీవ్రంగా విమరించారు. ఆ తర్వాత ఉద్వేగభరిత సందర్భంలో తాను అలాంటి విమర్శ చేయవలసి వచ్చిందని చింతిస్తున్నానని ఆయన పండిట్ నెహ్రూకు క్షమాపణలు చెప్పారు. బహుశా అందువల్లనో ఏమో, సుదీర్ఘ వాదనలు గందరగోళం సృష్టిస్తాయని భావించి కావచ్చు, జస్టిస్ బేగ్ తన తీర్పుపై మిగిలిన న్యాయమూర్తులతో కలిసి, ప్రత్యేకించి తను ఏకీభవించిన జస్టిస్ రే, జస్టిస్ మాథ్యూ మరియు జస్టిస్ ద్వివేదితో కలిసి సంతకం చేసేందుకు నిరాకరించారు.

ప్రాధమిక సమాచారం మేరకు కోర్టు తీర్పు వెలువడకముందే తీర్పు ఎలా ఉండబోతోందో అనే విషయంపై ప్రభుత్వానికి ఒక అవగాహన ఉంది. అందుకే జస్టిస్ రే ని ప్రధాన న్యాయమూర్తిగా నియమించేందుకు ముగ్గురు సీనియర్ న్యాయమూర్తులను పక్కన పెట్టాలని కూడా నిర్ణయం తీసుకుంది. అయితే అందుబాటులో ఉన్న సమాచారం మేరకు తన పదోన్నతి పట్ల జస్టిస్ రేకు ప్రాధమిక

సమాచారం ఉంది. తీర్పు రావడానికి ఒక వారం ముందు ఒక సంఘటన జరిగింది. విదేశీ వ్యవహారాల మంత్రి శ్రీ స్వరణ్ సింగ్ నన్ను, జస్టిస్ బేగ్ మరియు జస్టిస్ రే ని కుటుంబ సమేతంగా రష్యా రాయబారి వీడ్కోలు సందర్భంగా ఏర్పాటు చేసిన ఒక విందుకు ఆహ్వానించారు. ఈ విందులో నా భార్య మరియు జస్టిస్ రే భార్య ఒకేచోట కూర్చున్నారు. విందుకు జస్టిస్ బేగ్ ఒంటరిగా హాజరయ్యారు. విందు ముగిసిన తర్వాత విదేశాంగమంత్రి మరియు మోహన్ కుమారమంగళం తలుపుదగ్గర నిలబడి అతిథులకు వీడ్కోలు పలుకుతున్నారు. తలుపు పక్కనే అతిథులకు కిళ్ళీలు ఉన్నాయి. నేను, నా భార్య కూడా బయటకు వెళ్లేందుకు వరుసలో ఉన్నాం. నా భార్య కిళ్ళీ తీసుకునేందుకు అక్కడ ఉన్న టేబుల్ వద్దకు వెళ్ళారు. రే మరియు ఆయన భార్య నా ముందు వరుసలో ఉన్నారు. అయితే కిళ్ళీ టేబుల్ దగ్గర రద్దీ కారణంగా వారు మమ్మల్ని గమనించలేదు. రే దంపతులు తలుపు వద్దకు చేరుకోగానే కుమారమంగళం రేకు చేయి చాపి "వచ్చే వారానికి ముందస్తు శుభాకాంక్షలు" అంటూ అభినందనలు తెలిపారు. జస్టిస్ రే ప్రతిగా చిరునవ్వు నవ్వి ధన్యవాదాలు తెలుపుతున్నట్టు తలా ఊపారు. వెనుక వరుసలో ఉన్న నేనూ, నా భార్య ఇది గమనించాం. సరిగ్గా అప్పుడే మోహన్ కుమారమంగళం నన్ను చూసి "రెడ్డిగారు" అంటూ పలకరించారు. తర్వాత జస్టిస్ రే దంపతులు వెళ్లిపోయారు. అయితే అభినందనలు ఎందుకోహో కాలేదు. మరుసటిరోజు ఉదయం నడకలో కలిసినప్పుడు నేనే జస్టిస్ రేని అడిగాను. "ఎందుకు మోహన్ (కుమారమంగళం) మీకు అభినందనలు తెలిపారు" అని అడిగేశా. "నాకు తెలియదు. బహుశా వచ్చే వారంలో మనం తీర్పు వెలువరించనున్నాం కదా! అందుకేనేమో!" అన్నారు. "అందుకోసమే అయితే నిన్ను మాత్రమే అభినందించడం ఎందుకు? ధర్మాసనంలో నేను కూడా ఉన్నాను కదా?" అన్నాను. "వివరాలు నాకు తెలియదు" అని బదులిచ్చారు.

మా తీర్పు వెలువడడానికి ఒకరోజు ముందు రెండో సంఘటన జరిగింది. ఆదివారమో లేక సోమవారమో సరిగా గుర్తు లేదు. ఆ రోజు సాయంత్రం రే నాకు ఫోన్ చేసి జస్టిస్ హిదయతుల్లా అశోక హోటల్లో ఉన్నారని, ఏదో సమావేశానికి వచ్చారని చెప్పి "వెళ్ళి కలుద్దామా" అని అడిగారు. సరే అన్నాను. రే తన భార్యతో కలిసి కారులో వచ్చి నన్ను, నా భార్యను ఎక్కించుకున్నారు. హోటల్లో హిదయతుల్లాను కలిసి మాట్లాడాం. "గురువారం సాయంత్రం విందులో కలుద్దాం" అని రే జస్టిస్ హిదయతుల్లాతో చెప్పారు. ఆ తర్వాత తెలిసింది ప్రధాన న్యాయమూర్తిగా రే ఏప్రిల్

26న బాధ్యతలు స్వీకరించబోతున్నట్టు. ఈ ఆహ్వానం నాకు ఆశ్చర్యం కలిగించింది. "చాలా సంతోషం. మనం సాయంత్రం 7 గంటలకు కానీ 7.30 గంటలకు కానీ కలుద్దాం," అని బదులిచ్చారు. జస్టిస్ సిక్రి పదవీవిరమణకు (ఏప్రిల్ 25) ఒక రోజు ముందు ఏప్రిల్ 24న మేము మా తీర్పు వెలువరించాం. అయితే జస్టిస్ సిక్రి స్థానంలో ఎవరినీ నియమిస్తున్నట్టు రాష్ట్రపతి ఇంకా ప్రకటన చేయలేదు. ప్రధాన న్యాయమూర్తి నియామకం ప్రకటన రాగానే నేరుగా రాష్ట్రపతి భవన్‌లో జరిగే ప్రమాణ స్వీకారోత్సవానికి హాజరు అయ్యేందుకు వీలుగా కోర్టు గౌనులు తీసుకుని ఇంటికి వెళ్ళమని మాతో చెప్పారు. గ్రోవర్‌కు హోమ్ కార్యదర్శితో కొంత పరిచయం ఉంది. అందుకే ఆయన హోమ్ కార్యదర్శికి ఫోనే చేశారు. నూతన ప్రధాన న్యాయమూర్తి నియామక వ్యవహారం రాష్ట్రపతి పరిశీలనలో ఉందని మాత్రమే హోమ్ కార్యదర్శి చెప్పారు. అంతకు మించి ఏమీ చెప్పలేకపోయారు. సాయంత్రం 4.45 గంటల ప్రాంతంలో ఇండియన్ ఎక్స్‌ప్రెస్ ప్రతినిధి రంగారెడ్డి ఫోన్ చేసి ఇంటికి వచ్చి కలుస్తాను అన్నారు. సరే అన్నాను. ఈయనను నేను 1969లో న్యూయార్క్‌లో కలిశాను. ఆయన ఇంటికి వచ్చి అసౌకర్యం కలిగిస్తున్నందుకు చింతిస్తున్నాను అన్నారు. "రేని ప్రధాన న్యాయమూర్తిగా నియమించారని మీకు తెలుసా?" అని అడిగారు. ఒక్కసారిగా అవాక్కయ్యా. ముగ్గురు సీనియర్ న్యాయమూర్తులను పక్కనబెట్టి రేని నియమించారా అని నిర్ఘాంతపోయా. న్యాయవాదులు ఈ విషయం గురించి మాట్లాడుకుంటున్నారు అని చెప్పారు. మేమిద్దరం మాట్లాడుతుండగానే హిదయతుల్లా నుండి నాకు ఫోన్ వచ్చింది. "రేడియోలో సాయంత్రం 5 గంటల వార్తలు విన్నావా?"హో అని హిదయతుల్లా అడిగారు. వినలేదు అని చెప్పాను. రేని ప్రధాన న్యాయమూర్తిగా నియమించారు అని చెప్పి ఏప్రిల్ 26న అనుకున్న కార్యక్రమం రద్దు చేస్తున్నట్టు చెప్పారు. "నేను గౌరవించే సీనియర్ న్యాయమూర్తులెవరూ నేను పదోన్నతి పొందిన రే కు విందు ఇస్తున్నాను అని భావించడం నాకు ఇష్టం లేదు. వాళ్ళు నన్ను అపార్థం చేసుకోవడం నాకిష్టం లేదు. వారిని పక్కన పెట్టడాన్ని నేను పండగలా జరుపుకుంటున్నాననే భావన వారికీ కలిగించడం నాకు ఇష్టం లేదు. అందుకే విందు రద్దు చేస్తున్నాను," అన్నారు. "నేను అర్థం చేసుకోగలను" అని బదులిచ్చాను. నేను కూడా మీలాగే చేసేవాడిని అని కూడా చెప్పాను. తాను ఆరోజు మధ్యాహ్నం కొందరు న్యాయమూర్తులతో కలిసినప్పుడు వారిలో ఒకరు తనకు కలకత్తాలోని సిద్ధార్థ శంకర్ రాయ్ నుండి కొంత సమాచారం ఉందని, అయితే అది ఎంతవరకు వాస్తవమో తెలియదని చెప్పినట్టు హిదయతుల్లా చెప్పారు. విందు రద్దు చేస్తున్న విషయాన్నీ

హిదయతుల్లా జస్టిస్ రేకి కూడా చెప్పారు. నేను సిక్రికి ఫోన్ చేశాను. అయితే అప్పటికే ఆయన గోల్ఫ్ ఆడేందుకు వెళ్ళారని చెప్పారు. ఆ తర్వాత షెలాత్, హెగ్డే మరియు గ్రోవర్ కి ఫోన్ చేశా కానీ వారు అప్పటికే సిక్రి ఇంటికి వెళ్ళినట్టు చెప్పారు.

ఇక మూడో సంఘటన షెలాత్ వివరించారు. ఈ వారం ముందుగా చేసుకున్న ఏర్పాట్ల ప్రకారం రే తన కారును షెలాత్‌కు పంపించాల్సి ఉంది. ఇంటినుండి కోర్టుకు తిరిగి ఇంటికి ఇద్దరూ ఇలా వారానికొకరి కారులో తిరిగే ఏర్పాటు చేసుకున్నారు. ఆ ముందురోజు రే "రేపు ఎవరి కారులో ఎవరు వెళ్ళాలి" అని అడిగారు వాస్తవానికి ఈ వారం అంతా ఆయనే షెలాత్‌ను తనకారులో కోర్టుకు తీసుకెళ్ళి ఇంటికి తీసుకురావాల్సి ఉంది. ఇలాంటి పరిస్థితుల్లో రే ఈ ప్రశ్న అడిగారంటే ముందురోజు వచ్చే పదోన్నతి గురించి ఆయనకు ముందే తెలుసు. సిక్రి ఏప్రిల్ 25న పదవీవిరమణ చేస్తున్నారు. అందువల్ల ఏప్రిల్ 24న సాయంత్రం 4.15 గంటలకు కోర్టు సిబ్బంది ఆయనకు వీడ్కోలు సమావేశం ఏర్పాటు చేశారు. మేం అందరం హాజరయ్యాం. తిరిగి సాయంత్రం 4.45 గంటలకు ఇంటికి చేరుకున్నాం. రే నియామకం అధికారికంగా ప్రకటించగానే షెలాత్ మరియు హెగ్డే రాజీనామా చేశారు. గ్రోవర్ రాజీనామా చేయకుండా సెలవు తీసుకున్నారు. మే 31, 1971 వరకు సెలవులో ఉండి జూన్ 1, 1973న ఆయన రాజీనామా చేశారు.

ఏప్రిల్ 25న సాయంత్రం పదవీవిరమణ చేసిన జస్టిస్ సిక్రి గౌరవార్థం సుప్రీం కోర్టు గెజిటెడ్ అధికారులు విందు ఇచ్చారు. మొదట ఈ విందుకు నేనూ, రే కలిసి వెళ్దాం అనుకున్నాం. కానీ ఈలోగా వచ్చిన ప్రకటన కొంత అసౌకర్యంగా అనిపించింది. ముగ్గురు సీనియర్ న్యాయమూర్తులకు అన్యాయం జరిగిందని నా భార్య భావించి విందుకు హాజరయ్యేందుకు నిరాకరించింది. నేను అతికష్టం మీద ఒప్పించాను. రే తన భార్యతో వచ్చి నన్ను, నా భార్యను తన కారులో తీసుకెళ్ళారు. సిక్రి నేరుగా మేము కూర్చున్న చోటికి వచ్చి మాకు ధన్యవాదాలు తెలిపారు. రేను చూసిన వెంటనే "ప్రధాన న్యాయమూర్తి పదవి అంగీకరించిన రోజు నువ్వు విచారం వ్యక్తం చేస్తావు," అని అన్నారు. రే కొంత అసౌకర్యంగా కనిపించినా మళ్ళీ వారిద్దరూ ఏదో మాట్లాడుకుంటూ కనిపించారు.

"ది సప్రెషన్ ఆఫ్ జడ్జెస్" అనే తన పుస్తకంలో కులదీప్ నయ్యర్ చెప్పినట్టు రే స్వీయరక్షణలో పడ్డారు. గోఖలే ఏప్రిల్ 24 సాయంత్రం తన ఇంటికి వచ్చి ప్రధాన

న్యాయమూర్తి పదవి అవకాశం ఇచ్చారని రే జస్టిస్ సిక్రితో చెప్పారు. అంటే కేశవానంద భారతి కేసు తీర్పు వెలువడినరోజు సాయంత్రం ఇది జరిగింది. సిక్రి మాటల్లో, అంటే కులదీప్ నయ్యర్ రాసినట్టు, ప్రధాన న్యాయమూర్తి పదవిని వెంటనే రే అంగీకరించలేదు. కొంతసేపు ఆలోచన చేసిన తర్వాతనే రే ఈ పదవికి తన అంగీకారం తెలియజేసారని కుమారమంగళం చెప్పినట్టు కులదీప్ నయ్యర్ తన పుస్తకంలో రాశారు. నాకు తెలిసినంతవరకు, ఉన్న సమాచారం మేరకు ఇవన్నీ అవాస్తవాలు. హిదయతుల్లాకు ఉన్న సమాచారం ప్రకారం కానీ, నాకు ఉన్న సమాచారం ప్రకారం కానీ లేదా ఆకాశవాణి వార్తల ప్రకారం కానీ రే నియామకాన్ని రాష్ట్రపతి ముందుగానే ఆమోదించారు. ఇదంతా ఒక గంట వ్యవధిలో జరిగే పని కాదు. కోర్టు తీర్పు ఏప్రిల్ 24న వెలువడకముందే ఆరోజు ఉదయం 10 గంటలకు కేంద్ర మంత్రివర్గ సమావేశం ఎలా జరిగింది? అప్పటికే కోర్టు తీర్పు వివాదం కాబోతున్నదని 13 మంది న్యాయమూర్తుల్లో ఏడుగురు ఒక వైపు, ఆరుగురు మరోవైపుగా చీలిపోయారని ప్రభుత్వానికి సమాచారం ఉంది. ప్రభుత్వ వ్యతిరేక తీర్పుల నకలు అప్పటికే ప్రభుత్వానికి అందుబాటులో ఉన్నాయి (నయ్యర్, 13,14).

ఒక సోదర న్యాయమూర్తికి పంపిన నా తీర్పు కాపీ నాకు తిరిగి రాలేదు. ఒక వారం ముందుగానే కుమారమంగళం అభినందించారు అంటే అప్పటికే రేకు తన పదోన్నతి గురించి తెలుసు. అందుకు ఆయన తన అంగీకారం కూడా ఇచ్చి ఉంటారు. అలాగే ఆ ముందురోజు రేపటినుండి ఎవరి కారులో వెళ్ళాలి అనే ప్రశ్న షెలాత్‌ను రే అడిగారు అంటే అప్పటికే నిర్ణయాలు జరిగి ఉంటాయి. అవి రేకు తెలుసు. ఇవన్నీ తన పదోన్నతి గురించి రేకు ముందుగానే తెలుసు అనే వాదనకు బలం చేకూర్చుతున్నాయి.

నా అభిప్రాయాలు నయ్యర్ అభిప్రాయాలతో కలుస్తున్నాయి. ప్రభుత్వం ప్రయతించినట్టు ఏప్రిల్ 25నాటికి ముందే తన నియామకం గురించి రేకి తెలుసు. ఈ నిర్ణయం కొన్ని రోజుల ముందే జరిగింది. ఈ విషయాన్ని గోఖలే మే 31, 1973న ఢిల్లీ టీవీలో మాట్లాడుతున్నప్పుడు చెప్పారు. అదేరోజు విమాన ప్రమాదంలో మరణించిన కుమారమంగళం గురించి చెపుతూ గోఖలే ఈ విషయాలను కూడా వెల్లడించారు. ఈ సందర్భంగా ఆయన తన ప్రసంగంలో (నయ్యర్ తన పుస్తకంలో 14వ పేజీలో పేర్కొన్నట్టు) రేకి పదోన్నతి కల్పించే నిర్ణయం తానూ, కుమారమంగళం కలిసి తీసుకున్నామని, ఈ నిర్ణయానికి వ్యతిరేకత వస్తుందని ముందుగానే

ఊహించామని, అందుకు సిద్ధపడే ఈ నిర్ణయం తీసుకున్నామని గోఖలే చెప్పారు. వారి అభిప్రాయం ప్రకారం అదే సరైన నిర్ణయం. ఎవరు ఎలా అనుకున్నా ఈ నిర్ణయం తీసుకోవాల్సిందే అనే అభిప్రాయానికి వారిద్దరూ వచ్చారు. ఈ నిర్ణయంపై తాను పదేపదే కుమారమంగళంని అడిగానని చెప్పారు. "గోఖలే, మనం ఈ నిర్ణయం తీసుకున్నాం. నిర్ణయం తీసుకోవడంలో నేను నీకు మద్దతు ఇస్తున్నాను. తర్వాత ఏం జరిగినా నేను నీకు మద్దతుగా నిలుస్తాను. నిలబడినా, పడిపోయినా ఇద్దరం కలిసే ఉందాం" అని గోఖలేకు కుమారమంగళం హామీ ఇచ్చారు. అలాంటి స్నేహితులు అరుదుగా ఉంటారు (నయ్యర్ 14 పేజీ). నయ్యర్ (14వ పేజీ) ప్రకారం "కలకత్తాలోని ఒక ప్రముఖ న్యాయవాదిని రే ముందుగానే సంప్రదించారని, ప్రధాన న్యాయమూర్తిగా నియామకానికి మూడురోజుల ముందే తన అభిప్రాయం రే కోరారని చెప్పారు."

నాకు తెలిసినంతవరకూ మనం రాజకీయాల్లోకి వెళితే మన జ్ఞాపకశక్తి తగ్గిపోతుంది. ఒక నిర్ణయం తీసుకున్నప్పుడు సదరు నిర్ణయం తీసుకున్న ప్రముఖ వ్యక్తి నిర్ణయంతో లబ్ధి పొందే వ్యక్తిని వారం రోజులకు ముందే అభినందనలు తెలియజేస్తే సదరు నిర్ణయాన్ని మరికొందరు సదరు వ్యక్తిని పొగిడితే అటువంటి నిర్ణయం కేవలం కోర్టు తీర్పు వెలువడిన కొద్దిగంటల్లోనే తీసుకున్న నిర్ణయం అంటే నేను నమ్మలేను.

ప్రధాన న్యాయమూర్తి ప్రమాణ స్వీకారం జరిగిన ఏప్రిల్ 25, 1973న రాష్ట్రపతి భవన్‌లోని అశోక హాలులో నేను మోహన్ కుమారమంగళంని కలిశాను. "మోహన్, ఏంచేశావు?" అని అడిగాను "నేనేం చేశాను" అన్నారు. "కోర్టును గాయపర్చారు," అన్నాను. "ఏం చేయమంటారు? మీరు కేసు విచారణకు ఎక్కువ సమయం తీసుకున్నారు. తీర్పు వెలువడిన తర్వాత కొత్త నియామకం ప్రకటించేందుకు సమయం చాలలేదు" అన్నారు. "షెలాత్‌ను నియమిస్తే ఆకాశం కూలిపోతుందా?" అని అడిగాను. షెలాత్ పదవీకాలం మూడు నెలలు ఉంది. అందులో పనిదినాలు కేవలం 20 రోజులే. ఈలోగా ప్రభుత్వం ఒక ప్రధాన న్యాయమూర్తిని నియమించే విధానం పట్ల చర్చ చేసి ఉండొచ్చు. పార్లమెంటులో చర్చ చేసి నియామకం చేసి ఉంటే ప్రజలకు కూడా కొంత అవగాహన వచ్చి ఉండేది, అన్నాను. ఆయన బదులివ్వలేదు. నేను కూడా ఇంకా ఏమీ మాట్లాడలేదు.

ప్రధాన న్యాయమూర్తి నియామకంలో శ్రీ గోఖలే ఒక వివరణ ఇచ్చారు. "ప్రధాన

న్యాయమూర్తి వంటి పదవి కేవలం సీనియారిటీ ప్రకారం ఇచ్చేది కాదని, సదరు న్యాయమూర్తి సమర్థుడై, పరిపాలనా దక్షుడై, ఎప్పటికప్పుడు వచ్చే సమస్యలను పరిష్కరించగలిగే సామర్థ్యం ఉండి అన్నిటికంటే మించి దేశ న్యాయవ్యవస్థ స్వతంత్ర ప్రతిపత్తిని కాపాడగలిగి ఉండే న్యాయమూర్తి అయి ఉండాలి. సమర్థుడైన న్యాయమూర్తి మాత్రమే సరిపోదని, ప్రధాన న్యాయమూర్తి పదవికి ఇతర అర్హతలు ఉంటాయి" అని సమర్థించుకున్నారు. ఇది కేవలం వాక్చాతుర్యం మాత్రమే. ప్రధాన న్యాయమూర్తి పదవికి ముగ్గురు సీనియర్లను పక్కన పెట్టి అవకాశం వచ్చిన న్యాయమూర్తి సమర్థవంతుడైన, పరిపాలనాదక్షుడా, న్యాయవ్యవస్థ పరిరక్షకుడా కాదా అనే విషయాలు అందరికీ తెలిసినవే. పక్కన పెట్టిన ముగ్గురు న్యాయమూర్తులకు ఈ అర్హతలు లేవని ఎవరూ చెప్పలేరు. శ్రీ గోఖలే పేర్కొన్న లక్షణాలు అన్నీ ఈ ముగ్గురు న్యాయమూర్తుల్లో పుష్కలంగా ఉన్నాయి. మరీ ముఖ్యంగా ఈ ముగ్గురిలో ఇద్దరు ప్రధాన న్యాయమూర్తులుగా (హై కోర్టులో) పనిచేసి తమ సమర్థతను ఋజువుచేసుకున్న అనుభవం ఉంది. అలాంటి అనుభవం ఇప్పుడు ప్రధాన న్యాయమూర్తిగా అవకాశం పొందిన న్యాయమూర్తికి లేదు. కేవలం ఈ కారణాలతోనే వారిని పక్కన పెట్టారా? అయితే మోహన్ కుమారమంగళం భిన్నమైన కారణం చెప్పారు. ఈ కారణం కొంత సమర్థనీయంగా ఉంది. "ఈ ముగ్గురు న్యాయమూర్తుల సామాజిక స్పృహ ప్రజల విశేషాభిమానం గెలుచుకున్న ప్రభుత్వ సామాజిక విధానాలకు అనుగుణంగా లేదు," అని చెప్పారు. ఈ జవాబుతో అసలు విషయం బయటపడింది. సుప్రీం కోర్టు ప్రధాన న్యాయమూర్తి మరియు ఇతర న్యాయమూర్తులు ప్రభుత్వ విధానానికి అనుగుణంగా పనిచేయాలని ఆశించారు. జస్టిస్ హిదయతుల్లా చెప్పినట్టు ప్రభుత్వం "ముందు చూపు కలిగిన న్యాయమూర్తులను" కాక "ప్రభుత్వ చూపు కలిగిన న్యాయమూర్తులను" కోరుకుంటోంది. ఒక న్యాయమూర్తి పదవీ స్వీకార ప్రమాణంలో ప్రభుత్వ సామాజిక దృక్పథం అనే అంశం లేదు.

ఈ వ్యవహారంలో ఒక ముఖ్యమైన సమాచారం ఏమంటే ఇందిరా గాంధీ ప్రభుత్వంలోని ఒక మంత్రి 13 మంది న్యాయమూర్తుల్లో ఒకరిని ప్రభావితం చేసే ప్రయత్నం చేసినట్టు ఆయన భార్య చెప్పారు. ఒక మంత్రి నా సహచర న్యాయమూర్తిని తన భార్యతో సహా ఒకటి రెండు శనివారాలు విందుకు ఆహ్వానించి ప్రభావితం చేసేందుకు ప్రయత్నం చేశారు. ప్రభుత్వ ఆలోచనలకు అనుకూలంగా ఆ న్యాయమూర్తి కూడా నిర్ణయం తీసుకుంటే తీర్పులో మెజారిటీ న్యాయమూర్తులు ప్రభుత్వ వాదనను

బలపర్చినట్టు ఉంటుందని సదరు మంత్రి న్యాయమూర్తిని ఒప్పించే ప్రయత్నం చేశారు. ప్రభుత్వ ఆలోచనతో అంగీకరించని పక్షంలో భవిష్యత్తులో ఉన్నత అవకాశాలు కోల్పోతారని కూడా మంత్రి సూచన ప్రాయంగా తెలియజేశారు. అందుకు సదరు న్యాయమూర్తి అంగీకరించలేదని తెలిసి నేను చాలా గర్వపడ్డాను. అలాంటి అవకాశాలు ప్రభుత్వ ఆలోచన ప్రకారం పనిచేసేందుకు సిద్ధమయ్యే న్యాయమూర్తులు ఎవరైనా ఉంటే వారికి ఇవ్వండి అని నా మిత్రుడు మంత్రికి చెప్పినట్టు తెలిసింది.

ఇక న్యాయమూర్తుల నిష్పత్తికి సంబంధించి ఆ తర్వాత వచ్చిన ఇందిరా నెహ్రూ గాంధీ మరియు రాజ్ నారాయణ కేసు (AIR 1975 SC 2299), ప్రధాన మంత్రి ఎన్నికల కేసుగా ప్రసిద్ధి చెందిన కేసులో జస్టిస్ ఖన్నా తాను ఎప్పుడూ నా అభిప్రాయంతో ఏకీభవించేవారని, ఆస్తిహక్కు మినహా ప్రాథమిక హక్కులు అన్నీ రాజ్యాంగ మౌలిక రూపంలో భాగమేనని విశ్వసించానని చెప్పారు. తన తీర్పులోని 2369 పేజీలో ఖన్నా ఈ విధంగా పేర్కొన్నారు:

"ప్రాథమిక హక్కులకు సంబంధించి, ఇతర అంశాలకు సంబంధించి సవరణ అధికారాల్లో నేను తేడాను చూడలేదు. 'సవరణ' పదంలోని పరిమిత అధికారాలు ప్రాథమిక హక్కులతో పాటు రాజ్యాంగంలోని ఇతర అధికరణలకు వర్తిస్తుందని నా అభిప్రాయం."

పేజీ 2370లో మరోసారి ఇలా చెప్పారు:

"ప్రాథమిక హక్కులు రాజ్యాంగ మౌలిక రూపంలో భాగం కాదనే అభిప్రాయంతో మరోసారి నేను భాగస్వామి అయ్యాను. ప్రాథమిక హక్కుల్లో ఏ ఒక్కటి రాజ్యాంగ మౌలిక రూపంలో భాగం కాదు అనుకుంటే ఈ వివాదానికి తావులేదు."

కేశవానంద భారతి కేసులో న్యాయమూర్తుల నిష్పత్తిపై వ్యాఖ్యలు చేయకపోయినప్పటికీ నింద మోస్తున్న ఇద్దరు న్యాయమూర్తులు శ్రీమతి ఇందిరాగాంధీ కేసు విచారణ ధర్మాసనంలో కూడా ఉన్నారు. ఈ కేసు విచారణ చేసిన ముగ్గురు న్యాయమూర్తుల్లో ఇద్దరు కేశవానంద భారతి కేసులో తీర్పు చెప్పినవారే. న్యాయమూర్తుల్లో విభజన సందర్భంలో, ప్రత్యేకించి కేశవానంద భారతి కేసులో నలుగురు న్యాయమూర్తులు, రే, మాథ్యూ, బేగ్ మరియు ద్వివేది, తమ తీర్పులో రాజ్యాంగ మౌలిక నిర్మాణం ఏమిటనే విషయంలో స్పష్టత లేదనే కారణంతో విభేదించినప్పటికీ మాథ్యూ మిగిలిన న్యాయమూర్తులతో ఏకీభవించిన తీరు న్యాయ వ్యవస్థలోని

క్రమశిక్షణకు అద్దం పడుతుంది. రాజ్యాంగ (39వ) సవరణ కొట్టివేస్తూ జస్టిస్ మాథ్యూ చేసిన వ్యాఖ్య కీలకమైనది. “సవరణ చేసిన వ్యవస్థ (పార్లమెంటు)కు 368వ అధికరణ ప్రకారం ఆ హక్కు లేదని స్పష్టం చేశారు. ఈ సందర్భంగా ఆయన తీర్పులోని 2382 పేజీలో ఇలా పేర్కొన్నారు:

“సవరణ చేసే వ్యవస్థకు 368వ అధికరణ సదరు అధికారాన్ని అన్వయించుకుని అవకాశాన్ని ఇవ్వదు.”

అలాగే 2381వ పేజీలో ఇలా చెప్పారు:

“శాసన మరియు అధికార యంత్రాంగ వ్యక్తి చేతిలో కేంద్రీకృతమై ఉన్నప్పుడు, తప్పు, ఒప్పులను నిర్ణయించే అధికారం విడిగా లేనప్పుడు అక్కడ స్వేచ్ఛ ఉండదు.”

మరోసారి 2382వ పేజీలో ఇలా పేర్కొన్నారు:

“సవరణ చేయకుండా పనిచేయలేని నిబంధన ఉన్నదంటే సదరు వ్యక్తికి సవరణ చేసే అధికారం పరిమితమైనదే. తన అభీష్టం మేరకు ఏమీ చేయలేరు.”

రాజ్యాంగ మౌలిక నిర్మాణం ఏమిటనే విషయాన్ని ధృవీకరించిన కేశవానంద భారతి కేసులోని ప్రాథమిక సూత్రాన్ని జస్టిస్ మాథ్యూ శ్రీమతి ఇందిరా గాంధీ కేసులో ఉదహరించారు. అయితే ఈ విషయంలో జస్టిస్ మాథ్యూ ఇంతకు ముందు నేను చెప్పినట్టు కేశవానంద భారతి కేసులో రాజ్యాంగ మౌలిక సూత్రాన్ని నిర్దేశించలేదని చెప్పారు. హోహో అందుకే తాను తీర్పుపై సంతకం చేసేందుకు నిరాకరించినట్టు కూడా చెప్పారు. అయితే ఈ కేసులో ఆయన ఈ విధంగా చెప్పారు:

“ఆ (కేశవానంద భారతి) కేసులో మెజారిటీ న్యాయమూర్తులు నిర్ణయించిన మేరకు, ఈ నిర్ణయాన్ని నేను అంగీకరించనప్పటికీ, నిబంధనలు ఈ (ఇందిరాగాంధీ) కేసులో కూడా వర్తిస్తాయి.”

న్యాయమూర్తి చంద్రచూడ్ కేశవానంద భారతి కేసులో సవరణ అధికారాలు విస్తృతమైనవని నమ్మి, మెజారిటీ న్యాయమూర్తులతో విభేదించిన ఆరుగురు న్యాయమూర్తులు, ఆరుగురిలో చంద్రచూడ్ కూడా ఒకరు, దేశానికి రాజ్యాంగం స్థిరమైన రాజ్యాంగం లేకుండా మొత్తం రాజ్యాంగం మార్చే అధికారం లేదనే వాదనతో అంగీకరించినప్పటికీ, ఈ కేసు తీర్పు (పేజీ 2461)లో ఇలా చెప్పారు:

“ప్రాథమిక హక్కుల కేసు తీర్పును కొందరు హర్షించరు. కొందరు విమర్శించారు. నేను విస్మరించలేని ఈ విమర్శలు న్యాయవ్యవస్థలో ప్రకంపనలు లేపాయి. అయితే అధికరణ 141 ప్రకారం సుప్రీం కోర్టు ఇచ్చిన తీర్పు దేశంలోని అన్ని కోర్టులకు వర్తిస్తుంది. అందువల్ల ప్రాథమిక హక్కుల విషయంలో సుప్రీం కోర్టు న్యాయమూర్తులు 7:6 నిష్పత్తిలో ఇచ్చిన తీర్పు ఇప్పుడు ఈ కేసులో కూడా ఆమోదమే. ఈ తీర్పును ఎలాంటి ఆక్షేపణలు లేకుండా ఇప్పుడు మేము అంగీకరించవలసి ఉంది. అత్యల్ప ఆధిక్యతతో ఇచ్చిన తీర్పులు చిరస్థాయిగా, చిరస్మరణీయంగా మిగులుతాయి.”

ఆ తర్వాత ప్రధాన న్యాయమూర్తి జస్టిస్ రే అత్యవసర పరిస్థితి కాలంలో భూ సేకరణ చట్టాలు, కేసులు విచారణకు వచ్చిన సందర్భంలో రాజ్యాంగ మౌలిక ప్రశ్న తలెత్తినప్పుడు కేశవానంద భారతి కేసును ప్రధాన న్యాయమూర్తి పునర్విచారణకు తీసుకున్నారు. అయితే అలాంటి కేసులు ఏమైనా ఉన్నాయో లేదో అని తెలుసుకోక ముందే అలాంటి కేసులన్నీ సుప్రీం కోర్టు పూర్తి ధర్మాసనం ముందు విచారణకు ఉంచాలని ఆదేశించారు. పూర్తి ధర్మాసనం ఈ కేసుల విచారణ చేపట్టినప్పుడు కొందరు న్యాయమూర్తులు అసలు ఈ కేసు విచారణ ఆదేశాలు ఎలా వచ్చాయని, ఆదేశాలు మౌఖికంగా వచ్చాయా లేక రాతపూర్వకంగా వచ్చాయా, అవి పరిపాలనా (అడ్మినిస్ట్రేటివ్) సంబంధమైన ఉత్తర్వుల లేక న్యాయసంబంధమైన (జ్యూడిషియల్) ఉత్తర్వులా అనే ప్రశ్న వచ్చింది. ఈ ప్రశ్నలతో అసలు ఈ పూర్తి ధర్మాసనం ఎంత వేగంగా వేర్పాటు చేశారో అంతే వేగంగా రద్దు చేస్తూ ప్రధాన న్యాయమూర్తిహా ఆకస్మిక ప్రకటన చేశారు. ఇలా పూర్తి ధర్మాసనం ఏర్పాటు చేయడం, తిరిగి ఆ ధర్మాసనాన్ని రద్దు చేయడం వాస్తవానికి ప్రధాన న్యాయమూర్తి అధికార పరిధిలో లేదు.

ఇదే సమయంలో కోర్టుల పరిధి నుండి రాజ్యాంగ సవరణల సమీక్ష అధికారం తొలగిస్తూ (42వ) రాజ్యాంగ సవరణ వచ్చింది. రాజ్యాంగ సవరణల విషయంలో రాజ్యాంగ మౌలిక సూత్రాల అంశాన్ని ప్రస్తావించే అవకాశం కోర్టులకు లేకుండా చేసే ప్రయత్నం ఇది. అయితే ఈ సవరణే ప్రశ్నర్థకంగా మిలిగింది. ఎందుకంటే పార్లమెంటు తీసుకున్న ఈ నిర్ణయం సరైనదా కాదా అని నిర్ణయించే అధికారం ఎవరో ఒకరికి ఉండాలి. ఆ ఎవరో ఒకరు పార్లమెంటు లేదా ప్రభుత్వ యంత్రాంగం కాదు. రాజ్యాంగంలోని 32 వ అధికరణ ప్రకారం ఈ అధికారం న్యాయవ్యవస్థకే ఉంది. ఈ అధికారం కూడా నిర్ణయించాల్సింది కోర్టులే. దేశంలోని అత్యున్నత

న్యాయస్థానానికి రాజ్యాంగంలోని 32వ అధికరణ ద్వారా సంక్రమించిన హక్కులను తొలగించే అధికారం పార్లమెంటుకు లేదు. అలాగే మినర్వా మిల్స్ మరియు ఇతరులు మరియు భారత ప్రభుత్వం కేసులో ధర్మాసనం ముందు ఈ ప్రశ్న వచ్చినప్పుడు రాజ్యాంగ మౌలిక స్వరూపం చర్చకు వచ్చింది. ధర్మాసనంలోని ప్రధాన న్యాయమూర్తి జస్టిస్ చంద్రచూడ్, న్యాయమూర్తులు గుప్త, ఉంట్వాలియా మరియు కైలాసం, వీరితో విభేదించిన జస్టిస్ భగవతి కేశావానంద భారతి కేసులోని రాజ్యాంగ మౌలిక సూత్రం సిద్ధాంతం వర్తింపజేస్తూ 42వ రాజ్యాంగ సవరణ ద్వారా వచ్చిన 368వ అధికారణలోని 5వ క్లాజును ధర్మాసనం కొట్టివేసింది. రాజ్యాంగంలోని 368వ అధికారంలో 4 మరియు 5వ క్లాజులు చేర్చిన 42వ సవరణ చట్టం (1976)లోని 55వ సెక్షన్ ప్రకారం పార్లమెంటుకు రాజ్యాంగ సవరణకు విశేషాధికారం కల్పించింది. కేశవానంద భారతి కేసులో చెప్పినట్టు రాజ్యాంగాన్ని సవరించేందుకు పరిమిత అధికారం మాత్రమే పార్లమెంటుకు ఉన్నందున, ప్రస్తుత సవరణ రాజ్యాంగ మౌలిక రూపాన్ని, లక్షణాన్ని సంపూర్ణంగా మార్చే అధికారం కల్పించినందున ఈ సవరణ చెల్లదని కోర్టు తీర్పు చెప్పింది. అధికారంలో ఉన్నవారికి ఈ తీర్పు ఒక అడ్డంకిగా తయారయినందున కోర్టు పరిధిని తగ్గించేందుకు మరిన్ని చర్యలకు పార్లమెంటు ఉపక్రమించే అవకాశం ఉందని నాకు అనిపిస్తోంది. ఈ విషయంలో ప్రభుత్వం తాను అమలు చేయదలచుకున్న పథకాలకు ఈ తీర్పు అడ్డంకిగా కంటే ప్రతిష్టగా ఉన్నందున పాలకులు మరోఅడుగు ముందుకేసి కోర్టు అధికారాలను కుదించే సాహసం చేయవచ్చని భావిస్తున్నాను.

కేశవానంద భారతి కేసులో వాదనలు వినిపించిన సీనియర్ న్యాయవాది సీర్వాయ్ తన పుస్తకంలో (ది ఎమర్జెన్సీ: ఫ్యూచర్ సేఫ్ గార్డ్స్ అండ్ ది హెబియస్ కార్పస్ కేసు: ఆ క్రిటిసిజం (1978) కేశవానంద భారతి కేసులో మెజారిటీ న్యాయమూర్తులు చెప్పిన అభిప్రాయంతో ఏకీభవించారు. ప్రాథమిక హక్కులు రాజ్యాంగ మౌలిక రూపంలో భాగం కాదని జస్టిస్ ఖన్నా అభిప్రాయం ప్రస్తావిస్తూ, ఈ అభిప్రాయం సరికాదని పేర్కొన్నారు. ఆస్తిహక్కు మాత్రమే రాజ్యాంగ మౌలిక రూపంలో భాగం కాదని పేర్కొన్నారు. అయితే కేసులో రాజ్యాంగ సవరణ హక్కుపై లోతైన ఆలోచన వచ్చింది. ఈ కేసులో సవరణ అధికారం పార్లమెంటుకు, ప్రభుత్వ యంత్రాంగానికి మరియు న్యాయవ్యవస్థకు ఉమ్మడి హక్కు అని నిర్ధారించబడింది. బ్రిటిష్ పార్లమెంటు 250 సవంత్సరాల క్రితం ఇచ్చిన తీర్పు లాగ ఇలాంటి అధికారాలు మనుషులకు మరణ శిక్ష విధించే అధికారం కూడా ఉంటుంది. రాజ్యాంగ మౌలిక స్వరూపానికి

భిన్నంగా ఉన్నందున అధికరణ 329A ను సుప్రీం కోర్టు రద్దు చేసింది (సీర్వాయ్ 132–133, 1978). సీర్వాయ్ ఇంకా ఈ విధంగా చెప్పారు: "సవరణ అధికారాలకు అనుకూలంగా అసంబద్ధమైన వాదన, తదనుగుణంగా జరిగిన అసంబద్ధ చర్యలు, ప్రత్యేకించి ప్రాథమిక హక్కుల విషయంలో జస్టిస్ మాథ్యూ తీర్పు నేపథ్యంలో ప్రాథమిక హక్కుల కేసులో ఇరుపక్షాల న్యాయవాదులు, అలాగే ధర్మాసనంపై కూర్చున్న న్యాయమూర్తులు సవరణ అధికారం పరిధిలోని కీలక అంశాలు విస్మరించలేదు. అయితే కొన్ని చారిత్రక వాస్తవాలు విస్మరించి వాటినుండి ముగింపు చూసే ప్రయత్నం చేయలేదు. సవరణ అధికారంపై ఒక అధ్యాయాన్ని ఆయన ఎమర్జెన్సీ సమయంలో ఎన్నికలకు ముందు రాశారు. అయితే ఎన్నికల్లో చర్చించిన, ఎన్నికలు నిర్ధారించిన అంశాన్ని ఈఅధ్యాయంలో ధృవీకరించింది. సవరణ అధికారం విషయంలో ఆయన సరికొత్త ఆలోచనలు ఈ క్రిందివిధంగా ఉన్నాయి (సీర్వాయ్ 1978; పేజీ 133).

"ప్రాథమిక హక్కుల కేసులో రాజ్యాంగ సవరణకు అధికారం లేని రాజ్యాంగం విప్లవం ద్వారా తొలగిపోదా అని న్యాయవాది అడిగిన ప్రశ్నకు సానుకూల జవాబు వచ్చింది. అయితే న్యాయవాది కానీ, న్యాయమూర్తులు కానీ సవరణకు ఉండే విస్తృత అధికారాలు కూడా విప్లవానికి దారితీస్తాయా అని కానీ, పరిమిత అధికారాలు విప్లవాత్మక కారణమయ్యాయా అని ప్రశ్నించలేదు. ఎన్నికల్లో వచ్చే సంపూర్ణ ఆధిక్యతను సాధించి రాజ్యాంగాన్ని రద్దు చేసేందుకు ఆ వినియోగించుకుని, రాజ్యాన్ని ప్రజాస్వామ్యం నుండి నియంతృత్వం వైపు లేదా రాచరికం వైపు నడిపిస్తే ఏమిటి అనే ప్రశ్న ఎవరూ లేవనెత్తలేదు. కెనడా, ఆస్ట్రేలియా దేశాల్లో రాజ్యాంగ సవరణ చరిత్ర చూసి సీర్వాయ్ (సీర్వాయ్ 133 నుండి 135 వరకు) ఇలా వివరించారు: "సవరణ చేసే అధికారం లేని రాజ్యాంగం ఒక విప్లవం ద్వారా తొలగించబడుతుంది అని మనం చూశాం. ఎందుకంటే మరే ఇతర పద్ధతుల్లోనూ ఆ రాజ్యాంగాన్ని సవరించలేం." సీర్వాయ్ వ్యక్తం చేసిన ఈ అభిప్రాయం కూడా కాస్త అనుమానాస్పదమైనదే. ఎందుకంటే విజ్ఞులైన ఓటర్లు తమ కాల మాన పరిస్థితులకు అనుగుణంగా తమ రాజ్యాంగాన్ని పరిమితులకు లోబడి సవరించుకునే అధికారాన్ని తాము ఎన్నుకున్న ప్రభుత్వానికి ఇవ్వవచ్చు. అయినా కూడా ప్రాథమిక హక్కుల వివాదంలో తీర్పును పరిశీలించిన తర్వాత కూడా, తీర్పు తెలిసుండి తన పుస్తకంలో 140–141 పేజీల్లో ఇలా పేర్కొన్నారు: "పార్లమెంటుకు ఉన్న పరిమిత సవరణ అధికారాలు రాజ్యం సార్వభౌమత్య విస్తృతాధికారాలతో స్థిరం కాదని చూశాం. అయితే 1977లో దేశంలో జరిగిన

ఎన్నికలు చట్టసభకు ఎన్నికైన ప్రజా ప్రతినిధులు ప్రజల అభీష్టాన్ని ప్రతిబింభించరు అని చెప్పేందుకు ఒక చక్కటి ఉదాహరణగా నిలిచాయి. ప్రజలచే ఎన్నికైన ప్రతినిధులు ప్రజల అభీష్టాలకు భిన్నంగా ప్రవర్తించవచ్చు. ఎన్నికల తర్వాత విధించిన నిషేధం, సమాచార నియంత్రణ, ముందస్తు అరెస్టులు తదితరమైన నిర్బంధ చర్యలు ప్రజాతీర్పును ప్రతిబింభించలేదు. ఈ నిర్ణయాలపై ప్రజలను సంప్రదించి ఉంటే వారు ఖచ్చితంగా వీటిని వ్యతిరేకించేవారు. 1977 ఎన్నికల ఫలితాలు ప్రజల వ్యతిరేకతను తెలియజేశాయి. ప్రజలకు తమ అభిప్రాయాన్ని, నిర్ణయాన్ని తెలియజేసే అవకాశం ఇచ్చినప్పుడు నిర్బంధ నిర్ణయాలు, నిర్బంధ చర్యలను వారు వ్యతిరేకించారు. తమ ప్రతినిధులుగా కొందరు తీసుకున్న ఈ నిర్ణయాలను ఓటు ద్వారా ప్రజలు వ్యతిరేకించారు. అందువల్ల ప్రజా ప్రతినిధులు తీసుకునే నిర్ణయాలు నిజంగా ప్రజాతీర్పును ప్రతిబింభించేవిగా చూడలేం. అందువల్ల సవరణకు ఉండే పరిమిత అధికారం ప్రజా తీర్పు పేరుతో ప్రజా ప్రతినిధులు తీసుకునే లేదా అమలు చేసే విస్తృతాధికారాలను అడ్డుకుంటుంది."

సీర్వాయ్ వివరణ ప్రభుత్వానికి ఉండే పరిమిత సవరణ అధికారాల ఫలితాలను ప్రతిబింబిస్తుంది. కులదీప్ నయ్యర్ న్యాయమూర్తుల భర్తీపై రాసిన పుస్తకం కూడా చదవాల్సిన మంచి పుస్తకమే. దీన్ని హింద్ పోకెట్ బుక్స్ సంస్థ 1973లో ప్రచురించింది. కులదీప్ నయ్యర్ రాసిన "13వ ప్రధాన న్యాయమూర్తి" అనే వ్యాసంతో సహా ఇవన్నీ నాటి న్యాయమూర్తుల నియామకం గురించి రాసినవే. నయ్యర్ రాసిన వ్యాసంలో పదోన్నతి కల్పించని ముగ్గురు న్యాయమూర్తుల అభిప్రాయాలు కూడా ఉన్నాయి. జయప్రకాష్ నారాయణ రాసిన "ప్రధాన న్యాయమూర్తి నియామకం" (ఇందులో జయప్రకాష్ నారాయణ మరియు శ్రీమతి ఇందిరా గాంధీ మధ్య నడిచిన ఉత్తర ప్రత్యుత్తరాలు కూడా ఉన్నాయి) పుస్తకం, ఎస్ కుమారమంగళం మరియు హెచ్ ఆర్ గోఖలే అభిప్రాయాలూ, ఎం.సి.చగ్ల మరియు హెచ్ పి రాణిన వివరణలు కూడా చదవదగినవే. అలాగే న్యాయమూర్తులు, ప్రధాన న్యాయమూర్తుల నియామకం పట్ల ప్రభుత్వ వైఖరి, 368వ అధికరణ, సవరణ పరిమిత అధికారాలు వంటి అంశాలపై ఆసక్తి ఉన్నవారు ఈ పుస్తకాలూ, వ్యాసాలూ చదవాల్సిందే. ఇవన్నీ కేశవానంద భారతి కేసు తీర్పు, ఆ తర్వాత జరిగిన పరిణామాలపై వచ్చిన విశ్లేషణలు, వివరణలు. అలాగే 1937 నుండి 1942 వరకు బొంబాయి అడ్వొకేట్ జనరల్ గా పనిచేసి, స్వాతంత్ర్య పోరాటం కారణంగా బ్రిటిష్ ప్రభుత్వానికి అనుకూలంగా పనిచేయడానికి

నిరాకరించి రాజీనామా చేసి ఆ తర్వాత భారత అటార్నీ జనరల్ గా 1950 నుండి 1962 వరకు పనిచేసిన శ్రీ ఎం.సి సెతల్వాద్ కూడా తన అభిప్రాయాలు వెల్లడించారు. ఆయన ప్రముఖ న్యాయవాది. ఆ తర్వాత 1966 నుండి 1972 వరకు రాజ్యసభ సభ్యుడిగా కూడా పనిచేశారు. ఈయన రాసిన ఈస్టర్న్ లా హౌస్ ప్రచురించిన ఠాగూర్ ప్రసంగాలు ప్రముఖమైనది. ఈ పుస్తకంలో కేశవానంద భారతి కేసులో 13మంది న్యాయమూర్తులు ఇచ్చిన తీర్పుపై ఆయన ప్రసంగాలను కూడా జోడించారు. సెతల్వాద్, సీర్వాయ్ మరియు పాల్కివాలా రాసిన పుస్తకాలు (The Emergency, Future Safeguards and the Habeas Corpus Case and Our Constitution Defaced and Defiled) ప్రభుత్వం, ప్రజాస్వామ్యం, ప్రజాస్వామ్యంలోని మూడు వ్యవస్థల పనివిధానం, మన రాజ్యాంగ పునాది, రాజ్యాంగ నిర్మాతల ఆలోచన తీరు వంటి అనేక విషయాలు ఆసక్తికరంగా ఉంటాయి. పైన పేర్కొన్న రెండూపుస్తకాలు చదివితే కేశవానంద భారతి కేసు విచారణ, తీర్పుపై అవగాహన కలుగుతుంది.

@@@

అధ్యాయం - XX

న్యాయవృత్తి ముగింపు

1973లో కేశవానంద భారతి కేసు తీర్పు తర్వాత సుప్రీం కోర్టుకు వేసవి విరామం ఇచ్చాం. ఈ విరామంలో మేము ఎక్కడికి వెళ్ళినా కోర్టు తీర్పు, ఇందిరా గాంధీ నిర్ణయం, ముగ్గురు సీనియర్ న్యాయమూర్తులను పక్కనబెట్టి జస్టిస్ రే ను ప్రధాన న్యాయమూర్తిగా నియమించడం వంటి అంశాలపైనే చర్చ జరిగింది. చాలా మంది ఈ చర్యలను విమర్శించారు. మరికొంతమంది ఇందిరా గాంధీపై ఆరోపణలు చేశారు. వేసవి విరామం తర్వాత జులై 17న కోర్టు తిరిగి సమావేశం అయ్యే రోజు గుజరాత్ హై కోర్టు ప్రధాన న్యాయమూర్తి జస్టిస్ పి.ఎన్.భగవతి, కేరళ హై కోర్టు న్యాయమూర్తి జస్టిస్ వి.ఆర్ కృష్ణయ్యర్ సుప్రీం కోర్టు న్యాయమూర్తులుగా, కేంద్ర లా కమిషన్ సభ్యులుగా నియమితులయ్యారు. ఆ తర్వాత రెండు నెలలకు అస్సాం ప్రధాన న్యాయమూర్తి జుస్తియే పి.కె గోస్వామి ని సెప్టెంబర్ 10, 1973న, పంజాబ్ హై కోర్టు న్యాయమూర్తి జస్టిస్ ఆర్.ఎస్.సర్కారియాను సెప్టెంబర్ 17, 1973న సుప్రీం కోర్టు న్యాయమూర్తులుగా నియమిస్తూ ఉత్తర్వులు వచ్చాయి. అలాగే మద్రాసు హై కోర్టు న్యాయమూర్తి మరియు లా కమిషన్ సభ్యుడు అయిన జస్టిస్ ఏ అళగరిస్వామిని సుప్రీం కోర్టు న్యాయమూర్తిగా నియమిస్తూ అక్టోబర్ 17, 1972న ఉత్తర్వులు వచ్చాయి. కేశవానంద భారతి కేసు విచారణ జరుగుతున్న సమయంలో న్యాయమూర్తుల్లో ఎవరైనా అందుబాటులో లేని సమయంలో జస్టిస్ అళగరిస్వామి ధర్మాసనంపై కూర్చునేవారు. అడ్ హాక్ న్యాయమూర్తులుగా జస్టిస్ వైద్యలింగం అక్టోబర్ 23, 1972న మరియు జస్టిస్ దువా అక్టోబర్ 4, 1972న నియమితులై మే 4, 1973న పదవీవిరమణ చేశారు. అయినప్పటికీ అక్టోబర్ 23, 1973 వరకు అడ్ హాక్ న్యాయమూర్తులుగా అందుబాటులో ఉన్నారు.

జస్టిస్ వైద్యలింగం మరియు జస్టిస్ దువా అక్టోబర్ 23, 1973న అడ్ హాక్ న్యాయమూర్తుల బాధ్యతలనుండి వైదొలగిన తర్వాత ప్రధాన న్యాయమూర్తి జస్టిస్ రే

వారికి విందు ఇచ్చారు. రాత్రి 8 గంటలకు సుప్రీం కోర్టు ప్రాంగణంలో విందుకోసం మేము చేరుకున్నప్పుడు జస్టిస్ రే కి ఒక ఫోన్ వచ్చింది. మా సహచర న్యాయమూర్తి జస్టిస్ అరుణ్ కుమార్ ముఖర్జీ ఈ విందుకు హాజరయ్యేందుకు తయారవుతున్న సమయంలో గుండె పోటు వచ్చిందని ఆయన మృతి చెందారని ఫోనే చేసిన వారు జస్టిస్ రే కు సమాచారం ఇచ్చారు. ఈ వార్త విని మేం అందరం దిగ్భ్రాంతి చెందాం. జస్టిస్ రే ఆ విందును రద్దు చేశారు. అక్కడి నుండి మేం అందరం జస్టిస్ ముఖర్జీ ఇంటికి వెళ్ళాం. ఆయన విందుకు హాజరయ్యేందుకు సిద్ధం అయిన తర్వాత ఛాతి నొప్పి వచ్చిందని, ఆయన భార్య గీత వెంటనే మందుబిళ్ళ వేశారని అయినా ప్రయోజనం లేదని ఇంట్లో వారు చెప్పారు. ఆయన అకాల మరణం కోర్టుకు తీరని లోటు.

జస్టిస్ ముఖర్జీ ఒక అద్భుతమైన వ్యక్తి. అణువణువునా మానవత్వం మూర్తీభవించిన వ్యక్తి. మంచి మేధావి. అన్నిటికీ మించి మంచి స్నేహితుడు. ఆయన మరణం మాలో కొందరికి పూడ్చలేని లోటు. ఈ అకాల మరణంతో 15వ శతాబ్దపు పండితుడు అయిన గంగేశా జీవితంపై ఆయన మొదలు పెట్టిన ఒక పుస్తకం ఆగిపోయింది. ఒకరోజు ఆయనకోసం మేము వెళ్ళినప్పుడు ఆయన ఈ పుస్తకం పనిమీదే ఉన్నారు. ఏంచేస్తున్నారో అని అడగ్గా తన కార్యాలయంలోని ఒక పెట్టెను తెరిచి చూపించారు. అందులో పలు రకాల పుస్తకాలూ, కాగితాలు ఇంకా ఏదో సమాచారం ఉంది. ప్రధానంగా జయదేవ్ పక్షాదారా తత్ర చింతామణి నవ్యన్యాయ (1425-1500) గంగేశా గురించి చెప్పిన విషయాలు ఉన్నాయి. తాను అవన్నీ చదువుతున్నానని, ఒక పుస్తకం రాయదలచానని చెప్పారు. జస్టిస్ ముఖర్జీకి ఒక్కడే కొడుకు. ఆయన మృతి గీత (ఆయన భార్య) పూరించలేని లోటు.

జస్టిస్ పాలేకర్ సెప్టెంబర్ 5, 1974న పదవీవిరమణ చేశారు. దానికి రెండురోజుల ముందు కలకత్తా హై కోర్టు న్యాయమూర్తి జస్టిస్ ఏ.సి.గుప్తా ను సుప్రీం కోర్టు న్యాయమూర్తిగా నియమిస్తూ ఉత్తర్వులు వచ్చాయి. అలాగే సెప్టెంబర్ 3, 1974న పాట్నా హై కోర్టు ప్రధాన న్యాయమూర్తి జస్టిస్ ఎన్.ఎల్.ఉంత్వాలియా నియమితులయ్యారు. ఈ నియామకాలు దాదాపు నా పదవీ విరమణకు సమీప కాలంలో జరిగాయి. కోర్టులో ప్రధాన న్యాయమూర్తితో కలిసి 15మంది న్యాయమూర్తులు ఉండేలా ఈ నియామకాలు పూర్తిచేశారు. ఉంత్వాలియా నియామకం పరిశీలనలో ఉండగా ప్రధాన న్యాయమూర్తి జస్టిస్ రే నన్ను సంప్రదించారు. వాస్తవానికి కేవలం

రెండు నియామకాల విషయంలోనే నన్ను సంప్రదించారు. ఒకటి పి.ఎన్ భగవతి నియామకం రెండోది ఉంత్వాలియా నియామకం. భగవతి నియామకానికి కొన్ని అడ్డంకులు వచ్చాయి. ఈ విషయం భగవతి నాతో స్వయంగా చెప్పారు. నేను అంతకు ముందు ఒకటి రెండు సార్లు పాట్నా సందర్శించడం, ప్రత్యేకించి ఉంత్వాలియా నాకు పరిచయం ఉండడం వల్ల ఉంత్వాలియా నియామకం విషయంలో ప్రధాన న్యాయమూర్తి రే నన్ను ఒకటి రెండు సందర్భాల్లో సంప్రదించారు. ఈ నియామకం మంచిదేనని, ఉంత్వాలియా సమర్థుడని చెప్పాను. అయితే ఆయనను సుప్రీం కోర్టుకు తీసుకురావడం వల్ల పాట్నా హై కోర్టు ఒక సమర్థుడైన ప్రధాన న్యాయమూర్తిని కోల్పోతుందని జస్టిస్ రే అభిప్రాయం వ్యక్తం చేశారు. ఒక న్యాయమూర్తికి దేశ అత్యున్నత న్యాయస్థానంలో పనిచేసే అవకాశానికి ఇలాంటి కారణాలు అడ్డుకారాదని నా అభిప్రాయం చెప్పాను.

విరామం తర్వాత 1973లో కోర్టు తిరిగి ప్రారంభమైనప్పుడు అనేక కేసుల విచారణలో నేను అనేకమంది న్యాయమూర్తులతో కలిసి పాల్గొన్నాను. ఇవన్నీ 1973, 1974 మరియు 1975లో సుప్రీం కోర్టు కేసులు, సుప్రీం కోర్టు రిపోర్ట్స్ మరియు ఆల్ ఇండియా రిపోర్టర్ వంటి వాటిలో ప్రచురితం అయ్యాయి. ఒకటి రెండు ముఖ్యమైన తీర్పులు మినహా మిగతా కేసుల వివరాలు ఇక్కడ ప్రస్తావించి పాఠకులకు శ్రమ కలిగించదలచుకోలేదు.

ఈ కేసుల్లో మొదటిది ముందస్తు అరెస్టు (ప్రివెంటివ్ డిటెన్షన్) చట్టం పరిధిలో దేశవ్యాప్తంగా చేసిన అరెస్టులు. అధికారులు విచక్షణ లేకుండా ప్రజలను ముందస్తు అరెస్టులు చేశారు. ఇలాంటి అనేక కేసులను అక్రమం అని ప్రకటించి నిర్బంధంలో ఉన్నవారిని విడుదల చేశాం. ఒక కేసులో నలుగురు న్యాయమూర్తుల ధర్మాసనంలో నేను ఉన్నప్పుడు అధికారులు చేస్తున్న ఆరోపణలకు ఆధారాలు ఉన్నప్పటికీ అరెస్ట్ ఉత్తర్వులలో వేరే కారణాలు పేర్కొన్నారు. ఇటువంటి కేసుల్లో మేము నిర్బంధాన్ని కొట్టివేశాము. ఒక వ్యక్తిని నిర్బంధించేందుకు తగిన ఆధారాలు ఉన్నప్పటికీ అరెస్ట్ ఉత్తర్వుల్లో ఆ ఆధారాలు పేర్కొనకపోవడం కారణంగా నిర్బంధం అక్రమం అవుతుంది. నిర్బంధానికి గురవుతున్న వ్యక్తికీ తన నిర్బంధాన్ని ప్రశ్నించే అవకాశం లేకపోవడం పైగా సరైన ఆరోపణలు లేకపోవడంతో తీర్పులు ఎక్కువ మేరకు నిర్బంధానికి వ్యతిరేకంగా వచ్చాయి. అలాగే నిర్బంధానికి అనుకూల కారణాలను అధికారులు చెప్పలేకపోయినా సందర్భాల్లో కూడా అలాంటి నిర్బంధాలను కోర్టు కొట్టివేసింది.

ఇక రెండో కేసు రాజ్యాంగంలోని 28, 29 మరియు 20 అధికరణల ద్వారా సంక్రమించిన ప్రాథమిక హక్కులను వినియోగించుకుని అల్పసంఖ్యాక వర్గాల వారు మైనారిటీ విద్యాసంస్థలను నిర్వహించే అంశం. ఇలాంటి కేసుల్లో అహ్మదాబాద్ సెయింట్ జేవియర్ కాలేజీ సొసైటీ, ఇతరులు మరియు గుజరాత్ రాష్ట్రం ఇతరులు 1974 (1) SCC 717. ఈ కేసు తీర్పు కేశవానంద భారతి కేసు తీర్పు వచ్చిన యేడాదికి, అంటే ఏప్రిల్ 26, 1974న వెలువడింది. ధర్మాసనంపై ప్రధాన న్యాయమూర్తి జస్టిస్ రే, నేను, జస్టిస్ పాలేకర్, జస్టిస్ ఖన్నా, జస్టిస్ మాథ్యూ, జస్టిస్ బేగ్, జస్టిస్ ద్వివేది, జస్టిస్ చంద్రచూడ్ మరియు జూనియర్ న్యాయమూర్తి జస్టిస్ అళగిరిస్వామి విచారణ చేశాం. విచారణ 1973 సంవత్సరం చివరి భాగంలో మొదలైంది. ఈ కేసు గురించి తర్వాత వివరిస్తాను.

జులై 1973 చివరిలో కానీ ఆగస్టు మొదటివారంలో కానీ మా మేనకోడలు సువర్ణ బావగారి నుండి మాకు ఒక లేఖ వచ్చింది. భర్త చనిపోయిన నాటినుండిహోఆమె ఒంటరి అయిందని ఆ మనోవేదనతో మానసికంగా దెబ్బతిన్నదని లేఖలో తెలియజేశారు. ఆమె ఇప్పుడు ఏపనీ చేయడంలేదు. పిల్లలు హాస్టల్లో ఉంటున్నారు. ఇలాంటి సమయంలో ఆమె మాతో కొన్నిరోజులు గడిపితే కాస్త కోలుకునే అవకాశం ఉందని ఆ లేఖలో రాశారు. ఈ లేఖతో నా భార్య సువర్ణను మా ఇంటికి రమ్మని ఆహ్వానించింది. సువర్ణ కూడా అంగీకరించింది. ఆమె బావగారు తన లేఖలో చెప్పినట్టుగానే ఉంది ఆమె పరిస్థితి. మా స్నేహితుడు సఫ్దర్ జంగ్ ఆస్పత్రిలో పనిచేస్తున్న డాక్టర్ మీర్ చాందిని సహాయం కోరాం. ఆయన సువర్ణను చూసిన తర్వాత కొన్నిరోజులపాటు చికిత్స అవసరం అని చెప్పారు. ఆమె వాడుతున్న మందులు వద్దని తాను కొన్ని మందులు రాసి ఇచ్చారు. డాక్టర్ మీర్ చాందిని చెప్పినట్టు కొత్తమందులు వాడేందుకు మేముచేసిన సూచనను సువర్ణ అదృష్టవశాత్తు అంగీకరించింది. మందులతో పాటు నగరంలోని పలు ప్రదేశాలకు సువర్ణను నా భార్య వెంటబెట్టుకుని తిప్పింది. వారాంతాల్లో మధుర, ఆగ్రా ఎర్రకోట, తాజ్ మహల్, మీరట్, సహరాన్పూర్ తదితర ప్రదేశాలు తిరిగి చూపించింది. డెహ్రాడూన్ మరియు బద్రీనాథ్ ప్రాంతాలను సందర్శించేందుకు ఆలోచన చేశాం. ఇక్కడే మహా శివుడి 12 జ్యోతిర్లింగాలలో ఒకటి బద్రీనాథ్ లోనే ఉంది. మార్గం మధ్యలో స్వామి చిదానంద నిర్వహిస్తున్న శివానంద ఆశ్రమాన్ని సందర్శించాం. ఇంతకు ముందు చెప్పినట్టు గతంలో ఓసారి శివానంద ఆశ్రమాన్ని సందర్శించినప్పుడు బద్రీనాద్ కూడా

సందర్శించమని స్వామిజి మాకు ఓసారి చెప్పారు. పనివత్తిడి కారణంగా నేను బద్రీనాద్ సందర్శించడం కుదరలేదు. ఇప్పుడు, 1973లోనే, వీలుపడింది. ఢిల్లీ నుండి మధుర 146 కిమీ దూరంలోనే ఉంది. ఈ నగరం యమునానదికి పశ్చిమ వడ్డున ఉంది. ఇది దేశంలోని అతి పురాతన నగరాల్లో ఇది ఒకటి. శ్రీకృష్ణుడి జన్మస్థానం ఇదే. మధురకు అతి సమీపంలోనే బృందావనం నగరం ఉంది. ఇది శ్రీకృష్ణుడు నడయాడిన ప్రాంతం. కొద్ది వారాల్లోనే సువర్ణాలో మార్పు వచ్చింది. బ్రతుకుపై ఆమెకు ఆశ కలుగుతోంది. బదరీనాథ్ ప్రయాణంలో సైన్యం సహాయంతో రోడ్డు విశాలంగా రద్దీ తక్కువగా ఉండేలా చూసుకున్నాం. సైన్యం ఎనిమిది మంది కూర్చోడానికి వీలుగా ఉన్న ఒక వాహనంలో వారానికి రెండుసార్లు సరిహద్దులో ఉన్న సైనికులకు కూరగాయలు, సరుకులు తీసుకెళుతుంది. మార్గ మధ్యలో సైన్యానికి విశ్రాంతి భవనాలు కూడా ఉన్నాయి. మేము వాటిలోనే బస చేశాం. ఈ విశ్రాంతి భవనాల్లో శాఖాహార భోజనం మాత్రమే లభిస్తుంది. మా ముగ్గురిని బద్రీనాథ్ వరకు తీసుకెళ్ళమని, దారి ఖర్చులన్నీ మేమే భరిస్తాం అని మిలటరీ జనరల్ ను నేను కోరినప్పుడు "సైనికులు, కార్మికులను తీసుకెళ్ళే చిన్న వ్యానులో సుప్రీం కోర్టు న్యాయమూర్తిని, వారి కుటుంబ సభ్యులను ఎలా తీసుకెళ్ళమంటారు?" అని అడిగారు. "మేము దర్శనానికి వెళుతున్నాం కాబట్టి ప్రముఖుల ఏర్పాట్లలా కాకుండా యాత్రికుల ఏర్పాట్లలా చూడమని" నేను కోరాను. చివరికి ఎలాగైతేనేం ఆయన అంగీకరించి ఏర్పాట్లు చేశారు.

సెప్టెంబర్ నెలలో మరోసారి ఒక వారం పదిరోజుల విహార యాత్రకు వెళ్ళాం. మొదట నా చిరకాల మిత్రుడు మేజర్ రతన్ సింగ్ దంపతులను డెహ్రాడూన్‌లో సందర్శించాం. అక్కడినుండి హరిద్వార్ వరకు వారి కారులో తీసుకెళ్ళారు. ఆ తర్వాత మేము సైనిక వ్యాన్‌లో రిషికేష్, లక్ష్మణ్ ఝులు, జోషి మఠ్ మీదుగా బద్రీనాథ్‌కు ప్రయాణం సాగించాం. గంగానది, దాని ఉపనదులు ప్రవహిస్తుండగా ఆ మార్గంలో రెండురోజులు సాగిన మా ప్రయాణం ఎంతో సంతోషాన్నిచ్చింది. గంగానది, దాని ఉపనదులైన అలకనంద మరియు మందాకినీ ఆ పర్వతాల నుండి ప్రవహిస్తుంటే చూసేందుకు ముచ్చటేసింది. ప్రయాణం మొత్తం చాలా ఆసక్తికరంగా, మనోరంజకంగా ఉన్నప్పటికీ కొన్ని చోట్ల చాలా ప్రమాదకరంగా అనిపించింది. మొదటిరోజు రాత్రి విడిది కోసం జోషి మఠ్ దగ్గర ఆగినప్పుడు ఒక సైనిక అధికారి వచ్చి తమ వద్ద కామకోటి పీఠాధిపతి జూనియర్ శంకరాచార్య కూడా ఉన్నారని, ఆయన కూడా

బద్రీనాథ్ వెళుతున్నారని చెప్పారు. ఆయన పెద్ద శంకరాచార్యుని వారసుడిగా ప్రకటింబడ్డారు. అప్పటి నుండి మఠం తరపున చాలా కార్యక్రమాలు ఈయనే నిర్వహిస్తున్నారు. ఆయన బస చేసిన సైనిక అతిథి గృహం సందర్శించినప్పుడు విపరీతమైన చలి కారణంగా సైనికాధికారులు ఆయనకు ఒక కంబళి కప్పారు. మరో కంబళి కూడా కప్పితే చలి తగ్గుతుందని నేను అధికారులకు సూచన చేశాను. వారు అలాగే రెండో కంబళి కూడా కప్పారు. సైనిక అధికారులు నాపేరు చెప్పి నేను కూడా బద్రీనాథ్ వెళుతున్నానని చెప్పడంతో ఆయన నావైపు చూసి "మీరు తెలియనివారు ఎవరు? మీరు ఆంధ్రప్రదేశ్ ప్రధాన న్యాయమూర్తిగా పనిచేశారు కదా?" అన్నారు. తర్వాత ఆయన నాతో తెలుగులో మాట్లాడారు.

మరునాటి సాయంత్రం మేము బద్రీనాథ్ చేరుకున్నాం. ఆ ప్రాంతం 10,500 అడుగుల ఎత్తులో ఉంది. నర (మానవుడు), నారాయణ (దేవుడు) అనే రెండు పర్వతాల మధ్య ఉన్న ప్రదేశం అది. చైనా, భారత్ సరిహద్దు భాగంలో ఉంది. అక్కడే ఉన్న అతిథి గృహానికి ఒక సైనిక అధికారి మమ్మలను తీసుకెళ్ళారు. ఆ అతిథి గృహం సౌకర్యవంతంగానే ఉంది. బద్రీనాథ్ దేవస్థాన అధికారులు, నంబూద్రి పూజారి, మాకోసం ప్రత్యేకంగా ఒక వ్యక్తిని నియమించారు. అతిథి గృహం సంరక్షకుడు కూడా మాకు చాలా సహాయకారిగా ఉన్నారు. తాము ఉన్న ప్రాంతం చాలా ఎత్తులో ఉన్నందున ఊపిరి పీల్చుకోవడం కష్టంగా ఉంటుందని, గాలి తక్కువగా ఉంటుందని ఆయన మమ్మలను ముందుగానే హెచ్చరించారు. నెమ్మదిగా నడవమని, ఎక్కువగా కష్టపడి అలసిపోవద్దని చెప్పారు. అలసిపోతే ఊపిరి పీల్చుకోవడం సమస్యగా మారుతుందని చెప్పారు. ఈ జాగ్రత్తలు తీసుకుంటే అక్కడి పరిస్థితికి అలవాటుపడవచ్చు. మొదటిరోజు కిటికీలు అన్నీ మూసేయడం వల్ల నేను కొంత అసౌకర్యానికి గురయ్యాను. ఈ విషయమే అతిథి గృహం సంరక్షకుడికి చెపితే కిటికీ తలుపులు తెరుచుకుని ఉంచాలని చెప్పారు. ఉదయాన్నే గుడిలో పూజకు హాజరయ్యాం. దేవస్థానం నరసింహ సాలిగ్రామ పద్ధతిలో నిర్మించబడింది. దీనిని శంకరాచార్య ఆవిష్కరించారు. ఇక్కడే ప్రతిరోజూ పూజ నిర్వహిస్తారు. చెప్పులు లేకుండా పాదాలకు వత్తైన సాక్సు వేసుకున్నప్పటికీ కాసేపు నడిచేసరికి అవి చలికి తడిసిపోయాయి. మెల్లగా చలి మొదలైంది. మేము దేవాలయానికి వెళ్ళినప్పుడు అక్కడ ఒక సైనికాధికారిని కలిశాం. ఆయన తన భార్యతో కలిసి దర్శనానికి వచ్చారు. ఆయనగురించి చెప్పినవారికి కూడా ఆయన హోదా ఏమిటనేది తెలియదు. ఆయన తన భార్యతో కలిసి ఒకవైపు

కూర్చున్నారు. మరోవైపు నేను, నా భార్య, మా మేనకోడలు సువర్ణ కూర్చున్నాం. ఇంకా ఎవరూ తిరిగేందుకు, మాకు సమీపంగా వచ్చేందుకు ఖాళీ లేదు. పూజారి పూజ చేస్తూ ఉండగా కొంచెం దూరంలో ఒక సెక్యూరిటీ అధికారి చేతిలో ప్రసాదం పట్టుకుని, వీపుపై భారీ సైనిక కోటు తగిలించుకుని నిలబడి కనిపించారు. బహుశా ఆయన శివలింగం దర్శనానికి వచ్చినట్టు కనిపించారు. లోపల ఖాళీ లేకపోవడంతో కాసేపు ఆగవలసిందిగా పూజారి ఆ అధికారికి సైగ చేసి చెప్పారు. దీనితో ఆ అధికారి కొంత అసహనం చెంది అందరూ భగవంతుని దర్శనానికే వచ్చారని, భగవంతుని సన్నిధిలో అందరూ సమానమేనని అన్నారు. "సైనికులుగా ఈ దేశంకోసం మేము ప్రాణాలర్పిస్తున్నాం. మీరు మాత్రం భగవంతుణ్ణి దర్శించుకుని ప్రసాదం పెట్టేందుకు మీరు అవుతున్నారు," అంటూ పూజారిపై ఆగ్రహం వ్యక్తం చేశారు. ఈ సమయంలో కలగజేసుకున్న మిలటరీ జనరల్ ఆ అధికారిని లోపలి పిలవండి అంటూ పూజారికి చెప్పారు. పూజారి అనుమతి ఇవ్వగానే అతను లోపలికి వచ్చి ప్రసాదం అర్పించి చాలా భక్తితో శ్లోకాలు వినిపించడం మొదలు పెట్టారు. శ్లోకాలు పూర్తికాగానే ఆయన నెమ్మదిగా వెళ్ళిపోయారు. ఆయన భక్తికి, నిర్మొహమాటానికి మేము ఎంతో ముగ్ధులమయ్యాం. దర్శనం, పూజ అయిన తర్వాత నేను తపిత కుండ్ వద్ద వేడినీళ్ళలో మునకవేశాను. ఈ స్నానం ఆరోగ్యానికి చాలా మంచిదని, చర్మానికి కూడా మంచిదని చెపుతారు. సాయంత్రం బద్రీనాథ్ ప్రాంత ఇంచార్జిగా ఉన్న సైనిక అధికారి భోజనానికి ఆహ్వానించారు. ఆయన చైనా సరిహద్దువరకూ తీసుకెళ్ళి ఆ ప్రాంతాన్ని చూపించారు. సరిహద్దు నిర్మాణాలు మాకు కనిపిస్తూనే ఉన్నాయి. ఇక్కడ డ్యూటీ చేసే సైనికులకు అన్ని సదుపాయాలు కల్పిస్తారని చెప్పారు. అయితే మంచు వెక్కువైనప్పుడు మాత్రం ఈ ప్రాంతంతో భౌతిక సంబంధాలు ఉండవని, సైనికులతో కేవలం ఫోన్ ద్వారా మాట్లాడుకోవడమే అని చెప్పారు. ప్రతి యేడాది మన సైనికులు ఆరునెలలపాటు అలా మంచులో గడుపుతారు. జూన్ లేదా జులై నెలలో మంచు కరిగే వరకూ ఇక్కడ రాకపోకలు ఉండవు. ఆ తర్వాత మేము ఆర్మీ మెస్ లో భోజనం చేశాం. ఈ భోజనానికి, ఆతిధ్యానికి, చైనాతో సరిహద్దు ప్రాంతాన్ని చూపించినందుకు అధికారికి కృతజ్ఞతలు తెలియజేశాం. ఆ మరుసటి ఉదయం మా తిరుగు ప్రయాణానికి సిద్ధం అయ్యాం. జోషి మఠ్ చేరుకున్నప్పుడు అక్కడ జూనియర్ శంకరాచార్య పూజ నిర్వహించడం చూశాం. త్రిదండతో పూజ చేస్తున్నపుడు సంకరాచార్యను చూస్తే చాలా గొప్పగా అనిపించింది. అది మాకు ఎంతగానో తృప్తి కలిగించింది. పూజ తర్వాత మేము శంకరాచార్య పాదాలకు అభివాదం చేశాం. మా మేనకోడలు సువర్ణ ఆయన పాదాలు

తాకినప్పుడు ఆయన తన చేతిని ఆమె తలపై ఉంచి ఆశీర్వదించారు. ఇలాంటి చర్య ఆయన చాలా అరుదుగా చేస్తారు. అక్కడినుండి బయలుదేరి శివానంద ఆశ్రమం దగ్గర ఆగి స్వామి చిదానంద దర్శనం చేసుకున్నాం. మేము హరిద్వార్ చేరుకోగానే మాతా ఆనందమయి అక్కడే ఉన్నారని తెలిసింది. మాత గురించి మేము చాలా విన్నాం. ప్రధాన మంత్రి శ్రీమతి ఇందిరా గాంధీ ఈ మాత భక్తురాలు. మేము అక్కడికి వెళ్ళినప్పుడు మాగురించి ఎవరికీ తెలియదు. మేము నిలబడి ఉండగా మాత చూసి దగ్గరకు పిలిచారు. నేను నమస్కారం పెట్టగానే నా తలపై చేయి ఉంచి ఆశీర్వదించారు. ఇది చూసి నా భార్య, మేనకోడలు చాలా సంతోషించారు. అక్కడి నుండి మేము ఢిల్లీ తిరిగి వచ్చాం. ఈ మొత్తం ప్రయాణం మాకు సరిగ్గా తొమ్మిది రోజులు పట్టింది. మాకు బాగా సంతోషంగా అనిపించిన విషయం ఏమంటే సువర్ణ బాగా కోలుకుంది. ఆమె తిరిగి వెళ్ళిపోయింది. తనపని తాను చేసుకుంటూ తన నలుగురు పిల్లలు - ఇద్దరు మగపిల్లలు ఇద్దరు ఆడపిల్లలు - బాగా పెంచింది.

దీపావళి విరామం తర్వాత కోర్టు ప్రారంభం కాగానే తొమ్మిదిమంది న్యాయమూర్తుల ధర్మాసనం సెయింట్ జేవియర్ కాలేజీ మరియు గుజరాత్ ప్రభుత్వం కేసు విచారణ పునఃప్రారంభించాం. గుజరాత్ ప్రభుత్వం తెచ్చిన విశ్వవిద్యాలయ చట్టం 1970ని జేవియర్ కాలేజీ సవాల్ చేసింది. చట్టం ఆర్టికల్ 30కు భిన్నంగా గవర్నింగ్ బాడీ మరియు సెలెక్షన్ కమిటీ ఏర్పాటుకు చట్టంలోని సెక్షన్ 33 A (1)A అలాగే 40 మరియు 41 అనుబంధ కాలేజీలను నిర్మిత కళాశాలలుగా పేర్కొందని అలాగే సెక్షన్ 51 A మరియు 52 A కాలేజీల అధ్యాపకులపై చర్యలు తీసుకునేందుకు, పాలకవర్గాలను తొలగించేందుకు ఉన్నాయని ఇవన్నీ రాజ్యాంగ వ్యతిరేకమని కేసు వచ్చింది. ఈ కేసులో (1) రాజ్యాంగంలోని ఆర్టికల్ 30(1) ప్రకారం సంబంధిత అల్పసంఖ్యాక విద్యాసంస్థలు ఆర్టికల్ 29(1) ప్రకారం సంబంధిత అల్పసంఖ్యాక వర్గాల భాష, సంస్కృతీని పెంపొందించేందుకు మాత్రమే ఏర్పాటయ్యాయా లేక ఆ సంస్థలు సాధారణ విద్య, భాష, సంస్కృతిని కూడా బోధించే హక్కు కలిగి ఉన్నాయా? (2) ఆర్టికల్ 30 (1) ప్రకారం సదరు అల్పసంఖ్యాక వర్గాల విద్యాసంస్థలకు ఇచ్చిన హక్కుల మేరకు విశ్వవిద్యాలయం మరియు ప్రభుత్వం ఇచ్చే నిధులు, గుర్తింపు వంటివి ఇతర అంశాలకు కూడా వర్తిస్తాయా? (3) అల్పసంఖ్యాక వర్గాలకు విద్యాసంస్థలు నెలకొల్పి నిర్వహించుకునేందుకు ఇచ్చిన హక్కు వాటికి గుర్తింపు మరియు నిధులకు కూడా వర్తిస్తుందా? అనే ప్రశ్నలు తేల్చవలసి ఉంది.

ఈ ప్రశ్నలు కొత్తగా వచ్చినవి కాదు. దీనిపై గతంలో నేను జస్టిస్ అళగరిస్వామితో కలిసి ఇచ్చిన తీర్పుల్లో పేర్కొన్నాను. ఈ కేసు 9 మంది న్యాయమూర్తుల ధర్మాసనంపైకి రావడానికి కారణం అంతకు ముందు ఈ కేసు రాజ్యాంగ ధర్మాసనంపైకి విచారణకు వచ్చినప్పుడు ఉపాధ్యాయుల తరపున వాదించిన న్యాయవాది గతంలో ఆర్టికల్ 29 మరియు 30 పునఃసమీక్ష చేయాలని గతంలో సుప్రీం కోర్టు మాజీ ప్రధాన న్యాయమూర్తి జస్టిస్ పి బి గజేంద్ర గడ్కర్ చెప్పిన విషయాన్ని తన వాదనలో గుర్తు చేశారు. "భారత పార్లమెంటు మరియు ప్రాథమిక హక్కులు" అనే అంశంపై ఠాగూర్ లా ఉపన్యాసాలలో భాగంగా మాజీ ప్రధాన న్యాయమూర్తి గజేంద్రగడ్కర్ ఈ ప్రస్తావన తెచ్చారు. ఆయన తన ప్రసంగ పాఠం లోని 57వ పేజీలో ఇలా చెప్పారు: "ఈ విషయం పునఃసమీక్షించకపోతే, మత లేదా భాషా సంబంధమైన అల్పసంఖ్యాక వర్గాలు దేశవ్యాప్తంగా విద్యాసంస్థలు ఏర్పాటు చేసి, ఆర్టికల్ 30(1) ప్రకారం రక్షణ కోరితే విశ్వవిద్యాలయాల నిర్వహణలో పెద్ద గందరగోళం ఏర్పడుతుంది. ఈ విషయాన్ని సుప్రీం కోర్టు పరిశీలనలోకి తీసుకున్నప్పుడు, వివిధ పరిణామాలతో సహా అన్ని విషయాలు సవివరంగా సుప్రీం కోర్టు పరిశీలనకు తెచ్చినట్టు లేదు. ఒకవేళ ఈ అంశాలు అన్నీ సుప్రీం కోర్టు దృష్టికి వచ్చి ఉంటే కోర్టు తప్పని సరిగా అన్ని రాష్ట్రాల, విశ్వవిద్యాలయాల అభిప్రాయాలను కూడా సేకరించి విద్యారంగ మరియు విశ్వవిద్యాలయాల భవిష్యత్తు దృష్ట్యా ఒక పరిష్కారం చూపించి ఉండేది అని నా నమ్మకం."

ఈ వాదన మేరకు కోర్టు ఈ కేసును తొమ్మిది మంది న్యాయమూర్తుల ధర్మాసనానికి సిఫార్సు చేసింది. "శ్రీ ఎం కె రామమూర్తి వాదన మరియు ఇతర న్యాయవాదుల వాదనలు విన్న మీదట ఈ కేసును మరింత విస్తృత ధర్మాసనానికి సిఫార్సు చేస్తోంది. అన్ని రాష్ట్రాల అడ్వకేట్ జనరల్స్‌కు, భారత అటార్నీ జనరల్‌కు, భారత ప్రభుత్వానికి కూడా నోటీసులు ఇవ్వవలసి ఉంటుంది. అలాగే అన్ని అల్పసంఖ్యాక వర్గాల విద్యాసంస్థలకు కూడా ఒక ప్రకటన ద్వారా నోటీసు ఇచ్చి అవసరం అనుకుంటే వ్యాజ్యంలో భాగస్వామి కావాలని సూచన చేస్తూ కోర్టు రిజిస్ట్రార్ స్టేట్స్ మన్, టైమ్స్ అఫ్ ఇండియా, ది హిందూ మరియు మెయిల్ పత్రికలలో అన్ని ప్రాంతాల్లో విస్తృతంగా ప్రచురించాలని కోర్టు ఆదేశించింది. అఖిల భారత విశ్వవిద్యాలయ ఉపాధ్యాయ సంఘం కూడా వ్యాజ్యంలో భాగస్వామి అయితే ఆహ్వానించాలని స్పష్టం చేసింది. అయితే ఈ ఫిర్యాదులో అల్పసంఖ్యాక విద్యాసంస్థలకు

ప్రిన్సిపాల్ మరియు ఇతర సిబ్బందిని నియమించుకునే హక్కు కల్పించే సెక్షన్ 33 A (1)(B) ప్రస్తావించనప్పటికీ వాదనల్లో ఈ సెక్షన్ ప్రస్తావన వచ్చింది.'

ఈ కేసులో (1) ప్రధాన న్యాయమూర్తి మరియు జస్టిస్ పాలేకర్, (2) నేను మరియు అళగిరిస్వామి, (3) ఖన్నా, (4) మాథ్యూ మరియు చంద్రచూడ్, (5) బేగ్ మరియు ద్వివేది తీర్పు ఇచ్చారు. ఈ తీర్పులన్నీ 741 నుండి 853 వరకు మొత్తం 112 పేజీలు ఉన్నాయి. ఈ తీర్పు మేరకు కోర్టు క్రమంలో ఈ విధంగా చేర్చబడింది: "మెజారిటీ నిర్ణయం ప్రకారం గుజరాత్ విశ్వవిద్యాలయం చట్టం 1949 లోని సెక్షన్స్ 33 A, 40, 41, 51A (1)(ఎ), 51(A)(2)(b) మరియు 52A ఇంతకు ముందే ఏర్పాటు చేయబడిన బాషా మరియు మత పరమైన అల్పసంఖ్యాక విద్యాసంస్థలకు వర్తించవు. వ్యాజ్యంలో భాగస్వాములందరూ ఖర్చులను భరించవలసి ఉంటుంది."

ఈ కేసులో ఇంతకు ముందు వచ్చిన న్యాయ ప్రకటనను పరిశీలించి ప్రధాన న్యాయమూర్తి జస్టిస్ రే మరియు న్యాయమూర్తి జస్టిస్ పాలేకర్ గుజరాత్ చట్టంలోని సెక్షన్లు 40, 41, 33 A(1)(ఎ), 51(A) మరియు 52A ఈ విద్యాసంస్థలకు వర్తించవని, ఈ సెక్షన్లు అల్పసంఖ్యాక వర్గాలకు ఇచ్చిన ప్రాథమిక హక్కులను హరించేవిగా ఉన్నాయని పేర్కొన్నారు. "సాధారణ విద్య అందించే అల్పసంఖ్యాక వర్గాల విద్యాసంస్థల ప్రధాన లక్ష్యం ఆధునిక విద్యాబోధన. విద్యా విషయాల్లో జాతీయ స్థాయిలో ఒకే ప్రామాణిక విధానం సాధించే పేరుతో అన్నిటిని నియంత్రించాలని చూడడం ఆశాజనకం మరియు సమర్ధనీయం కాదని ఈ కోర్టు అనేక సందర్భాల్లో స్పష్టం చేసింది. విద్యాసంస్థల నిర్వహణ విషయంలో ఈ విద్యాసంస్థలకు పూర్తి స్వేచ్ఛ ఉన్నదనుకోవడం కూడా సమర్ధనీయం కాదు. నిర్వహణ విషయంలో నాణ్యత కోసం మెరుగైన వైద్యసేవలు అందించేందుకు పర్యవేక్షణ అవసరం. మైనారిటీ విద్యాసంస్థల యాజమాన్య నిర్వహణ విషయంలో పరస్పర సహకార నియంత్రణ అవసరం. ఉపాధ్యాయులు మరియు విద్యార్థులు విద్యావిషయంలో ఉమ్మడి కృషి చేస్తున్నారు. వారి మధ్య వ్యత్యాసాలు ఉండేలా కనిపించే ప్రయత్నాలు చర్యలు జరగకూడదు. క్రమశిక్షణతో కూడిన నిరంతర విద్యా ప్రక్రియ జరగాల్సి ఉంది. ఈ సంస్థల్లో నాణ్యమైన విద్య అందించేందుకు యాజమాన్యం కృషి చేయాల్సి ఉంది. ఈ సంస్థల్లో విద్యార్థులు మరియు ఉపాధ్యాయులకు నాణ్యమైన విద్యాభ్యాసం పట్ల మాత్రమే దృష్టి కేంద్రీకృతం అయ్యేలా ఆ దిశగా కృషి జరిగేలా చర్యలు ఉండాలి. ఈ విషయంలో విశ్వాసం లేదా ఇతర తేడాలు కనిపించకూడదు." నేను నాతరఫునా, సహచర న్యాయమూర్తి

అళగిరిస్వామి తరపున నేను మాట్లాడుతూ: "ఆర్టికల్ 29 (1) మరియు 30 (1) పరిధి మరియు విస్తృతి సవాలు చేయబడ్డాయి. ఈ విషయాలు కోర్టుకు కొత్త కాదు. ఇంతకు ముందు కూడా ఈ విషయాలపై విచారణ జరిపి కోర్టు నిర్ణయం తెలియజేసింది. గుజరాత్ ప్రభుత్వం అల్పసంఖ్యాక వర్గాలకు విద్యాసంస్థలు ఏర్పాటు చేసి నిర్వహించే హక్కు, ప్రభుత్వం విద్యాసంస్థలను అల్పసంఖ్యాక లేదా అత్యధిక ప్రజల సంస్థలుగా చూడాలా లేదా అనే అంశాలపై కోర్టు విచారణ చేసి చాలా స్పష్టమైన తీర్పులు ఇచ్చింది. ఇప్పుడే ప్రధాన న్యాయమూర్తి జస్టిస్ రే వెలిబుచ్చిన అభిప్రాయంతో ఏకీభవిస్తున్నాం. గుజరాత్ చట్టంలోని 40, 41, 33(A)(1)(a), 33(A)(1)(b), 51 A మరియు 52 A సెక్షన్ల ద్వారా అల్పసంఖ్యాక వర్గాలకు విద్యాసంస్థలను నెలకొల్పి, నిర్వహించే హక్కును హరించలేమని ప్రధాన న్యాయమూర్తి అభిప్రాయాన్ని మేము ధ్రువపర్చుతున్నాము. ఇంతకు ముందు చెప్పిన అంశాన్నే మళ్ళీ చెప్పవలసి వచ్చినప్పుడు సాధారణంగా రెండో తీర్పు చెప్పవలసిన అవసరం లేదు. ఏదైనా కొత్త విషయం ఉన్నప్పుడు కానీ, ఇంతకు ముందు చెప్పిన దానిలో మరింత స్పష్టత ఇచ్చేందుకు కానీ అసంపూర్తిగా ఉన్న విషయాన్ని సంపూర్తిగా చెప్పేందుకు గాని విడిగా తీర్పు రాయవలసి వస్తుంది. ఇటువంటి లేకుండా ఇంతకు ముందు చెప్పిన విషయాలు కొన్ని పునఃచ్ఛరణ చేస్తూ అల్పసంఖ్యాక వర్గాలకు 30(1) అధికరణ ద్వారా ఇచ్చిన ప్రాథమిక హక్కులకు భంగం కలిగించే ఈ చట్టాలను, నిబంధనలను అంగీకరించబోమని తెలియజేస్తూ ఈ కొత్త చట్టంలోని నిబంధనలు అల్పసంఖ్యాక వర్గాల ప్రాథమిక హక్కులకు భంగం కలిగించేవి అని పునరుద్ఘాటిస్తున్నాము. ఈ ప్రత్యేక తీర్పును కేవలం ప్రధాన న్యాయమూర్తి చెప్పిన అంశాలను మరోసారి చెప్పడానికే కాకుండా 30(1) అధికరణ సదరు అల్పసంఖ్యాక వర్గాలకు తమ విద్యాసంస్థలకు గుర్తింపు లేదా అనుబంధం పొందే హక్కును కూడా కలిగిస్తుంది అని స్పష్టం చేస్తున్నాం."

గతంలో ప్రధాన న్యాయమూర్తి జస్టిస్ దాస్ కేరళ విద్య బిల్లు వివాదంలో ప్రస్తుత ప్రైవేటు విద్యాసంస్థల్లో చదివి ఉన్నత విద్యకు విశ్వవిద్యాలయాల్లో చదువుకునే అవకాశం అలాగే ప్రభుత్వ ఉద్యోగాల అర్హత కోల్పోవడంతో అల్పసంఖ్యాక వర్గాలు విద్యాసంస్థలు ఏర్పాటుచేసుకునే హక్కు, ఉన్నత విద్యను అభ్యసించే హక్కు ప్రశ్నార్థకం అవుతున్నాయని వ్యాఖ్యానించారు. ఈ అంశాన్ని ప్రస్తావించి ఇలా చెప్పాం: "ఒక స్పష్టమైన అర్థం లేకుండా 30 అధికరణ ఉపయోగించలేం. అలాగని అనుబంధం, గుర్తింపు ప్రభుత్వం నుండి వచ్చే హక్కుగా భావించలేం. ప్రజాస్వామ్యంలో ప్రభుత్వం

ప్రజలకు విద్య, విజ్ఞానం అందించే లక్ష్యంతో విద్యాసంస్థలను ప్రోత్సహిస్తుంది. ఈ ప్రోత్సాహానికి ఒక నిబంధన ఉండాలి. మైనారిటీ విద్యాసంస్థలు అధికరణ 30(1) క్రింద విద్యాసంస్థలు ఏర్పాటు చేసుకుంటే ఆ విద్యా హక్కు లౌకికమైనదిగా ఉండాలి. సదరు మైనారిటీ విభాగానికి మాత్రమే వర్తించేదిగా ఉండకూడదు. అలా లౌకికతత్వం లేని విద్య ఈ హక్కును దుర్వినియోగం చేయడమే అవుతుంది. ఈ లక్ష్యం లేని విద్య విధానాన్ని, ప్రభుత్వం ఇచ్చే అనుబంధ, గుర్తింపును హక్కుగా అధికరణ 30(1) ఇచ్చే నిర్ణయాలను ఈ కోర్టు అనేక సందర్భాల్లో నిరంతరంగా తిరస్కరిస్తూనే ఉంది. ఈ విద్యాసంస్థలకు ఇచ్చే గుర్తింపు లేదా అనుబంధం ఈ హక్కును రక్షించేదిగా ఉండాలని కోర్టు భావిస్తోంది.'

ప్రభుత్వం ఇచ్చే గుర్తింపు అధికారం ప్రాథమిక హక్కు కాకపోతే ప్రభుత్వాలు సాధారణ విద్యాసంస్థలకు ఇచ్చే గుర్తింపు ఇతర సంస్థలకు ఇవ్వాల్సిన అవసరం లేదు. అయితే ప్రభుత్వం ఇచ్చే గుర్తింపు పరిమితమైనది అయితే, ప్రత్యేకించి అల్పసంఖ్యాకవర్గాల విద్యాసంస్థలకు సంబంధించి, అధికరణన 30(1)ని నిరాకరించే షరతులు విధించడం సమర్థనీయం కాదు. అందువల్ల అల్పసంఖ్యాక వర్గాల విద్యాసంస్థలకు ఇచ్చే గుర్తింపు ప్రాథమిక హక్కు కాదని చెప్పడం కూడా సమర్థనీయం కాదు. గతంలో ప్రధాన న్యాయమూర్తి జస్టిస్ దాస్ చెప్పిన అభిప్రాయాల్లో ఈ అభిప్రాయమే వెల్లడయింది. ఇక రెండో విషయం ఏమంటే ఈ నిబంధనలు అన్నీ చట్టంలోని అంశాలకు పరిమితం చేసి వాటి చట్టబద్ధతను తేల్చమని కోర్టును కోరడం. ఈ విషయంలో ప్రైవేటు విద్యాసంస్థలు విద్యార్థులను బోర్డు పరీక్షలకు సిద్ధం చేసే పక్షంలో అలాంటి సంస్థలకు గుర్తింపు ఇవ్వడం అనే నిబంధన. ఈ నిబంధనను కోర్టు సమర్థించలేదు. ఈ నిబంధన కారణంగా మైనారిటీ విద్యాసంస్థలకు అధికరణ 30(1) మేరకు ఇచ్చిన హక్కును భంగపర్చడం అవుతుందని కోర్టు అభిప్రాయపడింది. గుర్తింపు లేదా అనుబంధం ఇచ్చే నిబంధనలు లేదా ప్రభుత్వం నిర్వహించే పాఠశాలల్లో బోధనా పద్ధతిని అనుసరించే చట్టాన్ని కోర్టు అంగీకరించలేదు. అందువల్ల ప్రధాన న్యాయమూర్తి జస్టిస్ దాస్ అభిప్రాయం ఈ విధానంలో వర్తించదు. ఒకవేళ ఇలాంటి నిబంధనలు వర్తించే పక్షంలో అధికరణ 30(1)లో ఈ నిబంధనలు పొందుపర్చి ఉండాల్సింది. ఇంకో మాటలో చెప్పాలంటే అధికరణ 30(1) ప్రకారం నెలకొల్పిన విద్యాసంస్థలు తమ ఆశయాలమేరకు విద్యాబోధన చేస్తూ గుర్తింపు ఉన్నా లేకున్నా పనిచేయలేవా అనే ప్రశ్న ఉత్పన్నం అవుతుంది. ఒకవేళ ఈ సంస్థలు గుర్తింపు

లేకపోయినా తమ బోధనను కొనసాగించలేని పక్షంలో అధికరణ 30(1) అర్థం ఏమిటి? అనే ప్రశ్న కూడా ఉత్పన్నం అవుతుంది. అయితే మైనారిటీ విద్యాసంస్థలు తమ లక్ష్యాల మేరకు విద్యా బోధన సాగించి, పరీక్షలు నిర్వహించి డిగ్రీలు, డిప్లొమాలు కేటాయించుకోవచ్చు. అలాంటి సందర్భంలో ఆ విద్యాసంస్థలు గుర్తింపు కోసం ప్రభుత్వానికి దరఖాస్తు చేసుకోవచ్చు. ప్రభుత్వం కూడా ఇతర విద్యాసంస్థలకు ప్రతిభ ఆధారంగా ఇచ్చే గుర్తింపును ఈ సంస్థలకు ఇవ్వవచ్చు. ప్రభుత్వం ఈ సంస్థలకు ప్రతిభ ఆధారంగా గుర్తింపు ఇవ్వడం, యాజమాన్య విధానాన్ని బట్టి నిధులు కేటాయించడం తప్పనిసరి అవుతుంది.

ఇక ఇలాంటి వివాదమే DAV కాలేజీ మరియు పంజాబ్ ప్రభుత్వం (1971, 2 SSC 269) లో ప్రభుత్వం మైనారిటీ విద్యాసంస్థలకు ప్రభుత్వ విశ్వవిద్యాలయ అనుబంధ గుర్తింపు ఇచ్చేందుకు సదరు మైనారిటీల మాతృ బాషకు అదనంగా అధికారిక భాషను తప్పనిసరి చేసింది. ఈ నిబంధన రాజ్యాంగంలోని అధికారణాలు 29(1) మరియు 30(1) ఇచ్చిన హక్కుకు విరుద్ధం అని కోర్టు భావించింది. ఇలాంటి నిబంధన అంగీకారం కాదు. అందుకే సెప్టెంబర్ 19, 1956న రాష్ట్రాల పునర్విభజన నివేదిక IV ప్రకారం ఆయా రాష్ట్రాల్లో విద్యాసంస్థలు మైనారిటీల మాతృభాషను గుర్తించాలని పార్లమెంటు చేసిన తీర్మానానికి విరుద్ధంగా పంజాబ్ ప్రభుత్వ చట్టం ఉందని కోర్టు అభిప్రాయపడింది. అయితే “ఈ నిబంధన ప్రకారం మైనారిటీ విద్యాసంస్థలు తమ రాష్ట్రం వెలుపల ఉన్న విద్యాసంస్థలు, ప్రత్యేకించి విశ్వవిద్యాలయాలతో గుర్తింపు పొందాలంటే ఎలా?” అని నేను ప్రశ్న లేవనెత్తాను. ఇలాంటి పరిస్థితుల్లో మైనారిటీ విద్యాసంస్థలు తమ హక్కుగా అధికరణ 29(1) మరియు 30(1) ప్రకారం తమ సంస్థల్లో విద్యార్థులకు గుర్తింపు ఇవ్వాలని కోరవచ్చు. అయితే సదరు విద్యార్థులకు లేదా వారికి ఇచ్చే డిగ్రీలకు ప్రభుత్వ విద్యా సంస్థల డిగ్రీలతో సారూప్యత ఉండాలి.

ప్రముఖ న్యాయవాది మరియు రచయిత హెచ్.ఎం.సీర్వాయ్ తన “భారత రాజ్యాంగ చట్టం (Constitution Law of India) అనే పుస్తకం మూడవ ముద్రణ మొదటి సంచికలో ఈ తీర్పుపై నేను విడిగా తీర్పు ఇవ్వడాన్ని సమర్థిస్తూ డాక్టర్ గజేంద్రగడ్కర్ అభిప్రాయాలపై వ్యాఖ్య చేశారు. అందులో 963వ పేజీలో ఇలా పేర్కొన్నారు: “అల్పసంఖ్యాక వర్గాలు తమ భాషను, సంస్కృతిని, మతవిశ్వాసాలను పరిరక్షించుకునేందుకు విద్యాసంస్థలు నెలకొల్పి నిర్వహించుకునే హక్కు అధికరణ 19(1) మరియు 30(1) కల్పిస్తున్నాయి. ఒక అల్పసంఖ్యాక వర్గం తమ భాషను,

సంస్కృతిని, మతవిశ్వాసాలను పరిరక్షించుకునేందుకు పూర్తిగా కానీ పాక్షికంగా కానీ విద్యాసంస్థలను నెలకొల్పవచ్చు. (ఠాగూర్ లా ఉపన్యాసాలు, పేజీ 55). దీన్ని న్యాయమూర్తులు అందరూ తిరస్కరించారు. ఇందులో డాక్టర్ గజేంద్రగడ్కర్ అభిప్రాయాన్ని ఎక్కువగా విశ్లేషించాల్సిన అవసరం లేదు. ఎందుకంటే అధికరణ 29 మరియు 30లను లోతుగా విశ్లేషించలేదు. అయితే ఆయన అధికరణ 29 మరియు 20 ప్రకారం రాజ్యాంగ నిర్మాతల ఉద్దేశాలను విశ్లేషించారు. ఇది ఆమోదిత రాజ్యాంగ సూత్రాలకు విరుద్ధం. ఇక రెండో అంశం ఆయన అభిప్రాయం ప్రకారం అల్పసంఖ్యాక వర్గాలకు ఇచ్చిన ప్రాథమిక హక్కులు ఆచరణాత్మకం కాదు. ఈ విషయం ఆయన ఉపయోగించిన బాషలోనే తెలుస్తుంది. "అల్పసంఖ్యాక వర్గాలు తమకు విద్యాసంస్థలను నెలకొల్పుకోవచ్చు అనే భావం ఉంది." అయితే 1947-50 నాటికి చారిత్రక ప్రదర్శనశాలలను పోలిన విద్యాసంస్థలను ఏర్పాటుచేసుకునేందుకు ప్రాథమిక హక్కులు నెలకొల్పబడలేదు. అయితే అప్పటికే అల్పసంఖ్యాక వర్గాలు విద్యాసంస్థలను నెలకొల్పి విద్యాబోధన చేస్తున్న విషయం రాజ్యాంగ నిర్మాతలకు తెలుసు. ఈ సంస్థలు అప్పటికే ప్రభుత్వ విశ్వవిద్యాలయాలనుండి గుర్తింపు, ప్రభుత్వం నుండి నిధులు పొందుతున్నాయని కూడా రాజ్యాంగ నిర్మాతలకు తెలుసు. అయితే అధికరణ 28(3) ప్రకారం ఈ విద్యాసంస్థల్లో చదువుతున్న వ్యక్తి తన ఇష్టాలకు, తన సంరక్షకుని ఇష్టాలకు భిన్నంగా సదరు సంస్థ నిర్వహించే మతపరమైన కార్యక్రమాలకు హాజరు కావాల్సినపని లేదు. అలాగే అధికరణ 29(2) ప్రకారం ఈ దేశంలోని ఏ పౌరుడు కూడా మతం, బాషా, ప్రాంతం, కులం, లింగ ప్రాతిపదికన ఏ ప్రభుత్వ విద్యాసంస్థ లేదా ప్రభుత్వ నిధులతో నిర్వహించే విద్యాసంస్థలో ప్రవేశానికి అనర్హుడు కాదు. అధికరణ 337 ప్రకారం ఒక్క ఆంగ్లో ఇండియన్ అల్పసంఖ్యాకులు మినహా (సంవత్సరానికి 40 శాతం ప్రవేశాలు ఇతర వ్యక్తులకు ఇవ్వాలి) అనే నిబంధన మినహా ఇతర అన్ని అల్పసంఖ్యాక విద్యాసంస్థలకు ఉన్న అర్హతలు, హక్కులను రాజ్యాంగ నిర్మాతలు గుర్తించి పరిరక్షించారు. అందువల్ల డాక్టర్ గజేంద్రగడ్కర్ అభిప్రాయం ప్రకారం "మైనారిటీ విద్యాసంస్థలు ఏర్పాటు చేసుకోవచ్చు" అనే మీమాంస లేదు. అది హక్కుగా రూపొందింది. చివరిగా, అల్పసంఖ్యాక వర్గాలకు ప్రత్యేక హక్కులు కల్పించిన విషయంలో అల్పసంఖ్యాక వర్గాల హక్కులు అధిక సంఖ్యాక ప్రజల హక్కులకు భిన్నంగా ఉన్నాయి. కనుక అల్పసంఖ్యాకులకు, అధిక సంఖ్యాకులకు ఒకే రకం హక్కులు ఉండాలనే వాదనలో లేదా అలాంటి అభిప్రాయంలో రాజ్యాంగబద్ధత లేదు.

సెయింట్ జేవియర్స్ కాలేజీ వివాదంలో జస్టిస్ ద్వివేది పాక్షిక ఆమోదం మినహా అందరూ గతంలో లేవనెత్తిన అభ్యంతరాలే ఇప్పుడూ ప్రస్తావనకు వచ్చాయని అభిప్రాయపడ్డారు. ఇంతకు ముందే చెప్పినట్టు ఈ వివాదంలో కేంద్ర మరియు రాష్ట్ర ప్రభుత్వాలకు చెందిన విద్యాసంస్థలు, ప్రైవేటు విద్యాసంస్థలు భాగస్వాములు కావాలని ఒక నోటిఫికేషన్ జారీచేయడం జరిగింది. విచారణ తర్వాత అధికరణ 28, 29 మరియు 30లపై ఉన్న భిన్నాభిప్రాయాలను తొలగించడం జరిగింది.

తొమ్మిది మంది న్యాయమూర్తుల ధర్మాసనం ముందుకు వచ్చిన మూడు ప్రధాన ప్రశ్నల్లో ఒక ప్రశ్నకు బాష మరియు మతపరమైన అల్పసంఖ్యాక వర్గాలకు వారి బాష, సంస్కృతీ సంరక్షణలో భాగంగా వారికి కల్పించిన హక్కుల్లో వారు విద్యాసంస్థలు నెలకొల్పి నిర్వహించుకునే హక్కు కలిగి ఉన్నారు అని స్పష్టం చేయడమైనది. ఈ వివరణ అధికరణ 29 మరియు 30 ఏ విశ్లేషణకు భిన్నమైన వివరణ ఇవ్వవు. ఇక అనుబంధంకి సంబంధించి రెండు ప్రశ్నలు ఉత్పన్నం అయ్యాయి: 1. ప్రభుత్వం ఇచ్చే గుర్తింపు లేదా అనుబంధం కారణంగా అధికరణ 30(1) లో ఇచ్చిన హక్కులు చెల్లకుండా పోతాయా? 2. అధికరణ 30(1) ఇచ్చిన హక్కుల్లో గుర్తింపు మరియు అనుబంధం ఇమిడి ఉన్నాయా? లేక గుర్తింపు పొందేందుకు ఏమి అవసరం అనేది.

మొదటి (1) ప్రశ్నకు మేమంతా సానుకూలంగానే ఉన్నాం. కేరళ విద్యా బిల్లు విషయంలో జస్టిస్ దాస్ ఇచ్చిన తీర్పు పరిధి దాటి మేము చూడలేదు. ఇక రెండో ప్రశ్నకు (2) మొత్తం 9 మని న్యాయమూర్తుల్లో ఏడుగురు (7) ఒక వైపు ఇద్దరు (2) మరోవైపు నిలిచాం. భిన్న అభిప్రాయం వ్యక్తం చేసిన ఇద్దరు న్యాయమూర్తులు, బేగ్ మరియు ద్వివేది, మధ్యకూడా ఏకాభిప్రాయం లేదు. ఒకరితో ఇంకొకరు విభేదించారు. ఇంతకు ముందే చెప్పినట్టు కేరళ విద్యా బిల్లు వివాదంలో జస్టిస్ దాస్ గుర్తింపు లేదా నిధులు ఇవ్వడం ప్రాథమిక హక్కు కాదు అని అభిప్రాయం వ్యక్తం చేశారు. అలాగే గుర్తింపు లేదా అనుబంధం పొందడం ద్వారా ఈ సంస్థలు తమ ప్రాథమిక హక్కులు కోల్పోవు. సీర్వాయ్ చెప్పినట్టు "ఈ అభిప్రాయాన్ని తొమ్మిది మంది న్యాయమూర్తులు మరోసారి ధృవీకరించారు. అయితే దీని పరిణామాలు జస్టిస్ (జగన్మోహన్) రెడ్డి మాత్రమే ప్రస్తావించారు. ఆ తర్వాత తన పుస్తకంలోని 967 నుండి 968 పేజీల్లో సీర్వాయ్ ఈ తీర్పులోని నాలుగు అంశాలను విశ్లేషించారు. సీర్వాయ్ తన వ్యాఖ్యానంలో "ప్రధాన న్యాయమూర్తి జస్టిస్ దాస్, గుర్తింపు లేదా నిధులు ప్రాథమిక హక్కు కాదని చెప్పారు. అధికరణ 30(1)ని ఈ సందర్భంగానూ, ఇతర సందర్భాలను దృష్టిలో

పెట్టుకుని జస్టిస్ దాస్ అలా వ్యాఖ్యానించారు. అల్పసంఖ్యాక వర్గాల సంస్థలకు 30(1) అధికరణ ప్రకారం గుర్తింపు లేదా నిధులు పొందే ప్రాథమిక హక్కు ఉండాలా లేక గుర్తింపు లేదా నిధులు పొందే హక్కు లేనప్పుడు 30(1) అధికరణ హక్కులు సమగ్రం అవుతాయా?" అనే సంశయం లేవనెత్తారు. అయితే గుర్తింపు లేదా నిధులు పొందే హక్కు లేకుండా అధికరణ 30(1) ఇచ్చే హక్కులకు అర్థం లేదని చెప్పారు. కేరళ అభిప్రాయం ప్రకారం నిధులు, గుర్తింపు లేని హక్కులు విలువలేనివి. అంటే ఈ సంస్థలకు గుర్తింపు లేదా నిధులు పొందే హక్కు కూడా ఉంది. అయితే ఈ హక్కు విస్తృతి ఎంతో వేరే సందర్భంలో విశ్లేషించవలసి ఉంది. ఇక మూడో అభిప్రాయం ప్రకారం అధికరణ 30(1) ప్రకారం నిధుల, గుర్తింపు ప్రస్తావన లేనందువల్ల అవి విధిగా ఇవ్వవలసినవి కావు. ఒక రాష్ట్రంలో విశ్వవిద్యాలయాలు కేవలం బోధన మాత్రమే చేస్తూ అనుబంధ గుర్తింపు ఇవ్వనప్పుడు మాత్రమే అక్కడి అల్పసంఖ్యాక వర్గాల విద్యాసంస్థలు ఇతర రాష్ట్రాల విశ్వవిద్యాలయాల గుర్తింపు కోసం దరఖాస్తు చేసుకోవచ్చు. ఈ మేరకు గతంలో సుప్రీం కోర్టు ఒక తీర్పు వెల్లడించింది. అయితే ఇలాంటి గుర్తింపు లభించని పక్షంలో అధికరణ 30(1) ప్రకారం లభించే ప్రాథమిక హక్కుకు అర్థం ఏముంది? ఈ చారిత్రాత్మక తీర్పులో జస్టిస్ రెడ్డి తన తీర్పు ద్వారాహేతుసరైన జవాబు ఇచ్చారు.'

"అయితే గుర్తింపు అవసరంలేని పక్షంలో అధికరణ 30(1) ప్రకారం అల్పసంఖ్యాక వర్గాలు తమ అభీష్టం మేరకు విద్యాసంస్థలు నెలకొల్పి, తమ అభీష్టం మేరకు పాఠ్యాంశాలు రూపొందించుకుని పరీక్షలు నిర్వహించుకొని డిగ్రీలు, డిప్లొమాలు తదితర అర్హత ధ్రువపత్రాలు జారిచేసుకోవచ్చు. అయితే ఇలాంటి విద్యా సంస్థలు ఇతర విద్యా సంస్థల లాగానే ప్రతిభ ప్రామాణికంగా గుర్తింపు, నిధులు అడిగే హక్కు ఉంది. అలా అడిగినప్పుడు ఎటువంటి వివక్ష చూపకుండా ప్రభుత్వం తప్పని సరిగా సదరు గుర్తింపు, నిధులు ఇవ్వవలసి ఉంది. డిగ్రీలను ప్రామాణికత మరియు ప్రతిభ ఆధారంగా, నిధులను నిర్వహణ ప్రాతిపదికన కేటాయించవలసిన బాధ్యత ప్రభుత్వంపై ఉంది." (1974 1, SCC 717 at 762).

సీర్వాయ్ మరోసారి చెప్పారు: "జస్టిస్ రెడ్డి ఇచ్చిన జవాబును మరో అంశం సమర్థించింది. అనుబంధం ఇచ్చే విశ్వవిద్యాలయాలను బోధనా విశ్వవిద్యాలయాలుగా మార్చి అధికరణ 30(1) ను నిర్వీర్యం చేయవచ్చు. అయితే ఇది సమంజసం కాదని సెయింట్ జేవియర్ కాలేజీ కేసులో మొత్తం తొమ్మిది మందిలో ఎనిమిది మంది న్యాయమూర్తులు అభిప్రాయం వ్యక్తం చేశారు.

ఇంతకు ముందు వచ్చిన తీర్పులు అనుసరించి సెయింట్ జేవియర్ కాలేజీ వివాదంలో కొత్త చట్టంలోని 40 మరియు 41 సెక్షన్లు అధికరణ 30(1) నిర్వీర్యం చేసి అల్పసంఖ్యాక వర్గాల విద్యాసంస్థలకు గుర్తింపు నిబంధనను సరళీకృతం చేసింది. అలాగే కేరళ విశ్వవిద్యాలయ చట్టం 1969లోని సెక్షన్లు 48 మరియు 49 కూడా సెక్షన్ 33(1)(సి) లాంటివేనని, గురునానక్ విశ్వవిద్యాలయంలోని 2(1)(ఏ) నిబంధన రాజ్యాంగంలోని 30(1) అధికారణకు వ్యతిరేకమని కోర్టు తెలిపింది. తొమ్మిది మంది న్యాయమూర్తుల్లో ఎనిమిది మంది ఈ చట్టంలోని సెక్షన్ 33(1)(ఏ) రాజ్యాంగంలోని అధికరణ 30(1)కి వ్యతిరేకమని, అందువల్ల ఇవి చెల్లవని తీర్పు చెప్పారు. అలాగే (1) మదర్ ప్రొవిన్షియల్ కేసు, (2) పాత్రో కేసు, (3) ఫ్రూస్ట్ కేసు, డి ఏ వి కాలేజీ కేసులో ఏకీభవిస్తూ జస్టిస్ బేగ్ కొన్ని అంశాల్లో విభేదించారు. సెక్షన్ 51-ఏ (1)(ఏ) మరియు (2)(ఏ) అధికరణ 30(1)కి వ్యతిరేకమని తీర్పు చెప్పారు. సెక్షన్ 52 A ప్రకారం యాజమాన్యం, బోధనా సిబ్బంది మధ్య విబేధాలను ట్రిబ్యునల్ ద్వారా పరిష్కరించుకోవాలని చేసిన సూచనను అధికరణ 30(1)కి వ్యతిరేకమని వీటిని అల్పసంఖ్యాక వర్గాల విద్యాసంస్థలకు వర్తింపజేయలేమని ఏడుగురు న్యాయమూర్తులు అభిప్రాయపడ్డారు. "ఈ ఆర్బిట్రేషన్ ట్రిబ్యునల్ ప్రస్తావన విద్యాసంస్థల్లో వివాదాలు సృష్టిస్తుంది" అని ప్రధాన న్యాయమూర్తి జస్టిస్ రే అభిప్రాయపడ్డారు. "ఈ వివాదాల వల్ల విద్యాసంస్థల్లో వాతావరణం కలుషితం అవుతుంది. యాజమాన్యంలోని గవర్నింగ్ బాడీకి పరిమిత బాధ్యతలు ఉన్నాయి, ఈ పరిమితులు మారిపోతాయి. యాజమాన్యంలో కొత్త పరిమితులు సృష్టించబడతాయి," అని జస్టిస్ రే తన తీర్పులో వ్యాఖ్యానించారు. నేను, ఖన్నా మరియు జూనియర్ న్యాయమూర్తి మాథ్యూ ఇంచుమించు ఇదే అభిప్రాయం వ్యక్తం చేశాం.

ఈ తీర్పు వెలువడిన వెంటనే నేను, నా భార్య వేసవి సెలవులకు హైదరాబాద్ వెళ్ళిపోయాం. ఇక నేను పదవీవిరమణకు ఆరు నెలల సమయమే ఉన్నందువల్ల ఈలోగా ఒక నెలరోజులు సెలవు పెట్టి ఉత్తరప్రదేశ్, బీహార్, బెంగాల్, అస్సాం, నాగాలాండ్ రాష్ట్రాల్లో ముఖ్యమైన ప్రదేశాలు చూడాలని అనుకున్నాను. డీజిల్ ఇంజిన్ ఉన్న ఒక మెటాడోర్ వ్యాన్ తీసుకుంటే తక్కువ ఖర్చుతో సుఖమైన ప్రయాణం చేయవచ్చని భావించాను. ఇప్పుడు ఈ మెటాడోర్ వ్యాన్ కొంటే రేపు జనవరి 23, 1975న నేను పదవీవిరమణ చేసిన తర్వాత కూడా ఢిల్లీ నుండి హైదరాబాద్‌కు రోడ్డు మార్గంలో కొన్ని ముఖ్యమైన ప్రదేశాలు చూస్తూ రావచ్చు అని అనుకుని ఈ

మేరకు 19 వేల రూపాయలతో ఏడుగురు ప్రయాణించేందుకు వీలుగా ఉన్న ఒక డీజిల్ మెటాడోర్ వ్యాన్ కొన్నాను. ఈ వ్యాన్ ను నాకు చాలా కాలంగా తెలిసిన ఒక ట్రాన్స్పోర్ట్ కంపెనీలో పనిచేసే డ్రైవర్ హైదరాబాద్ నుండి ఢిల్లీకి తీసుకువచ్చారు. ఇందుకోసం అతను సెలవుకూడా పెట్టుకున్నాడు. ఈ వ్యాన్‌ను పూర్తిగా సర్వీస్ చేయించి నా డ్రైవర్ అప్పల స్వామికి అప్పగించాను. ఇంతకు ముందే చెప్పినట్టు ఆయా రాష్ట్రాల్లోని ముఖ్యమైన ప్రదేశాలకు వెళ్ళేందుకు అక్టోబర్ లో ప్రణాళిక సిద్ధం చేసుకున్నాను.

నేను హైదరాబాద్ లో వేసవి సెలవుల్లో ఉండగా ఆంధ్రప్రదేశ్ హై కోర్టు ప్రధాన న్యాయమూర్తి జస్టిస్ ఓబుల్ రెడ్డి నాకు ఫోన్ చేశారు. న్యాయమూర్తిగా నియామకానికి ప్రభుత్వ ప్లీడర్ ఏ రఘువీర్ సంసిద్ధంగా ఉన్నారో లేదో తెలుసుకుని చెప్పమని కోరారు. ఇంతకు ముందు జస్టిస్ నరసింహం ప్రధాన న్యాయమూర్తిగా ఉన్న సమయంలో హై కోర్టు న్యాయమూర్తులుగా నియమించేందుకు ఆయన ఒక నాలుగు పేర్లు ప్రతిపాదించారని, వారు తెలివైనవారే అయినప్పటికీ అంత ప్రాచుర్యం లేనివారని తెలిసింది. వీరిలో రఘువీర్ పేరు కూడా ప్రతిపాదించారు కానీ అందుకు ఆయన సమ్మతించలేదని తెలిసింది. అనువల్లనే ఈ సారి నేరుగా రఘువీర్ అభిప్రాయం తెలుసుకున్న తర్వాతనే ఆయన పేరు ప్రతిపాదించాలని ఓబుల్ రెడ్డి భావిస్తున్నారు. నేను రఘువీర్ కు ఫోన్ చేసి తన అభిప్రాయం అడిగాను. ప్రధాన న్యాయమూర్తి నరసింహం హయాంలో తనవల్ల కోర్టు ప్రతిష్టకు భంగం కలిగిందని అందువల్ల తన పేరు ప్రతిపాదించినపుడు తిరస్కరించానని చెప్పారు. ఇప్పుడు కూడా ఈ ప్రతిపాదనను తాను అంగీకరించలేను అని చెప్పారు. అయితే ఇప్పుడు ఓబుల్ రెడ్డి ప్రతిపాదనలకు విలువ ఉంటుందని కోర్టు ప్రతిష్ట కూడా పెరిగిందని చెప్పాను. అయితే అంగీకరించడమో తిరస్కరించడమో తన ఇష్టానికే వదిలేశాను. ఈ అవకాశం మళ్ళీ రాకపోవచ్చు. ఈ సారి తను సిద్ధంగా ఉన్నా అవకాశం కలగకపోవచ్చు. ఒకవేళ అవకాశాం వచ్చినా ఇప్పటికే నియమితులైన న్యాయమూర్తులకంటే తను జూనియర్‌గా ఉండవలసి వస్తుంది. ఇవన్నీ చెప్పిన తర్వాత కొంత తటపటాయిస్తూనే రఘువీర్ అంగీకరించారు. ఈ విషయం నేను ఓబుల్ రెడ్డికి చెప్పాను. రఘువీర్ పేరు తాను ప్రతిపాదిస్తున్న రెండు పేర్లలో రెండోది అని ఓబుల్ రెడ్డి చెప్పారు. మొదటి పేరు శాశ్వత న్యాయమూర్తిగా శివశంకర్ పేరు అదనపు న్యాయమూర్తిగా రఘువీర్ పేరు ప్రతిపాదించినట్టు ఓబుల్ రెడ్డి చెప్పారు. దీనికి కారణం ఏమంటే గతంలో కుర్మయ్య

ప్రధాన న్యాయమూర్తిగా ఉన్నప్పుడు శివశంకర్ పేరు ప్రతిపాదించగా ప్రధాన న్యాయమూర్తి సిక్రి అభ్యంతరం చెప్పారని, శివశంకర్ యువకుడు, తర్వాత అవకాశం ఇవ్వొచ్చు అన్నారని ఓబుల్ రెడ్డి గుర్తు చేశారు. ఈ విషయం మరోసారి రఘువీర్‌కు ఫోన్ ద్వారా తెలియజేశాను. ఒకసారి అంగీకారం తెలిపిన తర్వాత ఏ పోస్టు ఇచ్చినా ఆమోదమే అని రఘువీర్ చెప్పారు. ఆ తర్వాత ఓబుల్ రెడ్డి తాను అనుకున్నట్టుగానే ఈ రెండు పేర్లు ప్రతిపాదించారు.

శివశంకర్ ఒక న్యాయవాదిగా నాకు తెలుసు. ఆయన పరిస్థితి బాగానే ఉంది. చాలా ముఖ్యమైన కేసుల్లో విచారణకు హాజరవుతున్నారు. సలార్జంగ్ ఎస్టేట్ కేసుతో పాటు సిటీ సివిల్ కోర్ట్ నుండి హై కోర్టుకు బదిలీ అయిన కేసుల్లో, ప్రత్యేకించి ప్రధాన న్యాయమూర్తి కుర్మయ్య విచారణలో ఉన్న కేసుల్లో శివశంకర్ న్యాయవాదిగా హాజరయ్యారు. కొన్ని కేసుల్లో ఋణ ఎగవేత దారులపై బ్యాంకులు వేసిన దావాల్లో ఆయన వాదనలు చేశారు. ఎప్పుడైనా ఢిల్లీ వచ్చినప్పుడు శివశంకర్ నన్ను కలిసేవారు. ఒక రోజు సాయంత్రం నేను కోర్టునుండి ఇంటికి వచ్చిన తర్వాత శివశంకర్ వచ్చారు. ప్రధాన న్యాయమూర్తి ఓబుల్ రెడ్డి ఇచ్చిన ప్రతిపాదన ఆమోదం పొందయా అని అడిగాను. అవును" అన్నారు. "మీ ఆరోగ్య మరియు వయసుకు సంబంధించిన ధ్రువీకరణ పత్రాలు ఇచ్చారా" అని అడిగాను. తన పేరు అదనపు న్యాయమూర్తిగా ప్రతిపాదించినందువల్ల అలాంటి పత్రాలేమీ అవసరం లేదు అన్నారు. "అదేంటి, మీ పేరు శాశ్వత న్యాయమూర్తి పదవికి సిఫార్సు చేశాం కదా? అదనపు న్యాయమూర్తిగా ఎలా నియమించారు?" అని అడిగాను. "ఆ విషయం నాకు తెలియదు," అని బదులిచ్చారు. "రేపు ఉదయం నడకలో ప్రధాన న్యాయమూర్తి రే ని కలిసినప్పుడు అడుగుతా. శాశ్వత న్యాయమూర్తిగా సిఫార్సు చేస్తే అదనపు న్యాయమూర్తిగా ఎలా ఆమోదించారో అడుగుతా," అన్నాను. రేపు ఉదయం 8 గంటలనుండి 9 గంటల మధ్యలో నన్ను కలవండి అని కూడా చెప్పాను. ఆ మరునాడు ఉదయం నేను రే ను అడిగాను. ఆయన తాను ఏమీ మార్చలేదని, ప్రతిపాదన మొత్తం ప్రభుత్వం నుండి వచ్చిందని, రఘువీర్ ను శాశ్వత న్యాయమూర్తిగా, శివశంకర్ ను అదనపు న్యాయమూర్తిగా నియమిస్తూ ప్రభుత్వం నుండి వచ్చిన ఉత్తర్వులను తాను యధాతథంగా ఆమోదించానని చెప్పారు. రెండుపేర్లు ఒకేసారి పంపినందువల్ల వయసు, సీనియారిటీ ప్రాతిపదికగా తీసుకుని ఉంటారు అని కూడా రే బదులిచ్చారు. "అదనపు న్యాయమూర్తి పదవిని శాశ్వత న్యాయమూర్తి పదవిగా అనుమతి ఇచ్చిన వెంటనే ఆమోదం తెలుపుతా.

శివశంకర్ కు ఎలాంటి ఆందోళన అవసరం లేదని చెప్పండి," అని రే చెప్పారు. ఈ విషయం శివశంకర్‌తో ఎలా చెప్పాలో నాకు అర్థం కాలేదు. పైగా నేను అడిగినట్టు ఆ మరునాడు ఉదయం ఆయన నాదగ్గరకు రాలేదు. నియామకాలు పూర్తయ్యాయి. శివశంకర్ ఆంధ్రప్రదేశ్ హై కోర్టు అదనపు న్యాయమూర్తిగా ప్రమాణస్వీకారం చేశారు. ఆ తర్వాత నుండి జనవరి 1975లో నేను పదవీవిరమణ చేసే వరకు శివశంకర్ నన్ను కలవలేదు. ఆ తర్వాత ఏదో విందులో ఆయన కనిపించినా నాకు ఎదురుపడకుండా తప్పించుకున్నారు. అయితే నా జోక్యంతోనే రఘువీర్ శాశ్వత న్యాయమూర్తిగా తనను అదనపు న్యాయమూర్తిగా నియమించినట్టు శివశంకర్ భావిస్తున్నారని తర్వాత తెలిసింది. అయితే ఇందులో నా ప్రమేయం లేదు. ఆ విషయం నాకు తెలుసు. ప్రధాన న్యాయమూర్తి ఓబుల్ రెడ్డికి కూడా తెలుసు. ఈ విషయం ఏదో ఒకరోజు తెలుస్తుంది అన్న నమ్మకం నాకుంది. అయితే ఆ తర్వాత ఆ పదవికి రాజీనామా చేసి శ్రీమతి ఇందిరా గాంధీ ప్రభుత్వంలో న్యాయశాఖ మంత్రిగా బాధ్యతలు చేపట్టిన తర్వాత అసలు విషయం ఆయనకు తెలిసింది.

నా సోదరుడు, వదిన, సోదరి, కుమార్తె మరియు ఆమె భర్త మాతో కలిసి ఈశాన్య రాష్ట్రాల సందర్శనకు వచ్చేందుకు సిద్ధపడ్డారు. అందువల్ల అక్టోబర్‌లో ఒక నెలరోజుల సెలవుకు దరఖాస్తు చేసుకున్నాను. కేంద్ర ప్రభుత్వ విదేశీ వ్యవహారాల శాఖ కార్యదర్శి మెనూ సిక్కిం సందర్శించేందుకు కూడా ఏర్పాట్లు చేశారు. అయితే అప్పటికి సిక్కిం రాజుకు భారత ప్రభుత్వంతో సత్సంబంధాలు లేనందువల్ల నా పర్యటన వివాదాస్పదం అవుతుందేమోనని అధికారులు తిరస్కరించారు. "నేను యువరాజును కలవాలని అనుకోవడం లేదు," అని అధికారులకు చెప్పాను. "మీరు కలవాలనుకోకపోవచ్చు. మీ రాక గురించి తెలిసి ఆయనే మిమ్మలను కలిసేందుకు రావచ్చు. మీతో కలవడాన్ని ఆయన విస్తృతంగా ప్రచారం చేసుకుని దాన్ని ఒక అవకాశంగా వాడుకోవచ్చు," అని అధికారులు చెప్పారు. ఈ కారణాలతో సిక్కిం పర్యటన రద్దుచేసుకున్నాను.

మా పర్యటన ఏర్పాట్లు పూర్తి చేసిన తర్వాత వరంగల్‌లో ఉన్న మా అల్లుడి తండ్రి (మా వియ్యంకుడు)కి గుండె పోటు వచ్చిందని తెలియడంతో మా ఏర్పాట్లు రద్దు చేసుకున్నాం. ఆయన అప్పటికే ఆస్పత్రిలో చికిత్స పొందుతున్నారు. మా అమ్మాయి, అల్లుడు వెంటనే రైలెక్కి వరంగల్ వెళ్ళారు. ఆరోగ్యసమస్య కాస్త తీవ్రంగా ఉండడంతో ముందుగా పెట్టిన సెలవు రద్దు చేసి అక్టోబర్ 28 నుండి నవంబర్

28వరకూ సెలవులు పెట్టుకున్నాను. నేనూ, నా భార్య కలిసి వరంగల్ రైల్లో వెళ్ళాం. ఈలోగా మా సోదరుడు తమ పర్యటన ముందుగా అనుకున్నట్టు కొనసాగించ వచ్చునని మేము నవంబర్ 6న గౌహతిలో కలుస్తామని చెప్పాను. అక్కడి నుండి అస్సాం, నాగాలాండ్ పర్యటించి తిరిగి ముందుగా అనుకున్నట్టు కలకత్తా మీదుగా బీహార్, ఉత్తరప్రదేశ్ రాష్ట్రాల నుండి ఢిల్లీ చేరుకోవచ్చని అనుకున్నాం.

నా సెలవు మరియు ప్రయాణం గురించి సుప్రీం కోర్టు రిజిస్ట్రార్ మేము సందర్శించబోయే రాష్ట్రాల హై కోర్టులకు సమాచారం ఇచ్చారు. సదరు హై కోర్టు అధికారులు జిల్లా కోర్టులకు సమాచారం ఇచ్చారు. దారిపొడవునా జిల్లా న్యాయమూర్తులు, మేజిస్ట్రేట్‌లు మాకు సాదర స్వాగతం పలికి మంచి ఆతిథ్యం ఇచ్చారు. నేను వ్యక్తిగతంగా అలహాబాద్, కలకత్తా, గౌహతి, పాట్నా హై కోర్టు ప్రధాన న్యాయమూర్తులకు, అలాగే లక్నో బెంచ్ ఇంచార్జి న్యాయమూర్తికి వ్యక్తిగతంగా లేఖలు రాశాను. వాళ్ళు మాకు పూర్తి సహాయ సహకారాలు అందిస్తామని వాగ్దానం చేశారు. నాగాలాండ్‌లో గట్టి భద్రత మధ్య నిర్వహించే కజిరంగా పార్కు సందర్శనకు అస్సాం మరియు నాగాలాండ్ ప్రభుత్వం ప్రత్యేక వాహనాలు ఏర్పాటు చేసింది. ఈ పర్యటన మా మెటాడోర్ వ్యాన్‌లో అయితే సాధ్యమయ్యేది కాదు.

గౌహతిలో ప్రధాన న్యాయమూర్తి జస్టిస్ ఎం.సి.పాథక్ కలిశారు. హై కోర్టు రిజిస్ట్రార్ బి.గోస్వామి మా కోసం అద్భుతమైన ఏర్పాట్లు చేశారు. న్యాయశాఖ కార్యదర్శి ఎం.హెచ్ కప్నా , డిప్యూటీ సెక్రెటరీ ఎం.సి.పాథక్, మంత్రులు శ్రీ హుస్క సుమీ, శ్రీ వముజొ, శ్రీ టి.ఎన్.అగ్రమి తదితరులు గౌహతి, కోహిమా మరియు ఇంపాల్ ప్రాంతాల్లో కలిశి మా పర్యటనకు తగిన ఏర్పాట్లు చేసి సహకరించారు. కజిరంగ పార్కులో మేము తిరగడానికి వీలుగా అధికారులు ఒక ఏనుగు అంబారీ ఏర్పాటు చేశారు. దానిపై మేము ఐదుగురం కూర్చోగలిగాం. ఇక్కడ అంతా దట్టంగా గడ్డి ఉంటుంది. ఏనుగుపై ఎక్కి మాత్రమే ఆ పార్కు అంతా తిరిగి చూడగలుగుతాం. ఈ పార్కులో ప్రత్యేకంగా చూడదగినది, ఇతర పార్కుల్లో కనిపించని జంతువు ఖడ్గమృగం. దీనికి ఒక్క కొమ్మే ఉంటుంది. మేము ఈ ప్రయాణంలో చాలా అడవి గేదెలను చూశాం. అయితే ఈ ఒంటికొమ్ము ఖడ్గమృగం మాత్రం ఒక్కటే కనిపించింది. అయినా ఈ పర్యటన మొత్తం ఉత్సాహంగానే సాగింది.

మేము కోహిమాలో ఒక్కరోజే ఉండడంతో నాగాలాండ్ ముఖ్యమంత్రి కొంత నిరుత్సాహం చెందారు. సుప్రీం కోర్టునుండి కోహిమా సందర్శించిన మొదటి

న్యాయమూర్తిని నేనే కావడంతో నేను కనీసం రెండురోజులైనా కోహిమాలో ఉంటానని ఆయన ఆశించారు. అయితే ప్రస్తుత పరిస్థితుల్లో 24 గంటలకు మించి ఇక్కడ ఉండేందుకు భారత ప్రభుత్వం మాకు అనుమతి ఇవ్వలేదు అని చెప్పాను. అయితే మణిపూర్ నుండి తిరుగు ప్రయాణంలో మరోసారి కోహిమాలో ఆగుతామని ఆయనకు మాట ఇచ్చాను. ఆయన మాకు నాగాలాండ్ సాంప్రదాయ పద్ధతిలో స్వాగతం పలికి మంచి విందు ఇచ్చారు. మేము బయలుదేరుతున్న సమయంలో ముఖ్యమంత్రి మరియు ఆయన మంత్రివర్గంలోని న్యాయశాఖా మంత్రి "ఇక్కడి ప్రజలు హై కోర్టు ఏర్పాటు చేయాలని కోరుతున్నారు. ప్రస్తుతం గౌహతిలో ఉన్న హై కోర్టు చాలా దూరం. కోహిమాలో హై కోర్టు బెంచ్ ఏర్పాటు చేస్తే అందుకు అయ్యే ఖర్చులు నాగాలాండ్ ప్రభుత్వం భరిస్తుంది," అని చెప్పారు. ఈ విషయంలో నాగాలాండ్ ప్రభుత్వానికి సహాయం చేయవలసిందిగా ఆయన నను కోరారు. ఈ అంశంపై ప్రధాన న్యాయమూర్తితో నేను మాట్లాడతానని చెప్పాను . అయితే నిర్ణయం మాత్రం పూర్తిగా భారత ప్రభుత్వాన్నిదేనని స్పష్టం చేశాను. మేము చూసినంతవరకు నాగా ప్రజలు బలిష్టంగా, ఎత్తుగా యోధుల్లా కనిపించారు. కొందరు మిత్రుల మధ్యవర్తిత్వంతో అజ్ఞాతవాసంలో ఉన్న కొందరు నాగా పోరాట నేతలు నన్ను కలిసేందుకు ప్రయత్నం చేశారు. నేను కొంత తటపటాయించాను. అయితే మిత్రులు నాకు నచ్చజెప్పారు. వారు కేవలం హెూమ్ మంత్రి బ్రహ్మానందరెడ్డికి తెలియజేయాల్సిన సందేశం ఒకటి ఉందని అది నాద్వారా తెలియజేసేందుకు మాత్రమే నన్ను కలిసేందుకు ఆసక్తి చూపుతున్నారని చెప్పారు. బహుశా బ్రహ్మానంద రెడ్డితో పాటు నేను కూడా రెడ్డి అవడం వల్ల హెూం మంత్రితో మధ్యవర్తిత్వానికి నేను సరైన వ్యక్తినని వారు భావించి ఉండవచ్చు. అయితే వారిని కలిసినప్పుడు వారు అడిగిన మొదటి ప్రశ్న తమను భారత ప్రభుత్వం ఎందుకు నిర్లక్ష్యం చేస్తోందని. తమను కలిసేందుకు భారత ప్రభుత్వం చొరవ చూపడం లేదని ఫిర్యాదు చేశారు. ఉమ్మడి సమావేశం ఏర్పాటు చేస్తే నాగాల సమస్యలకు సానుకూల పరిష్కారం లభించే అవకాశం ఉందని వారు అభిప్రాయపడ్డారు. ఈ సందేశం హెూం మంత్రి బ్రహ్మానంద రెడ్డికి చేరవేస్తానని వారికి హామీ ఇచ్చాను. మణిపూర్ వెళ్ళే దారిలో కొండ ప్రాంతాలకు చేరుకున్నప్పుడు నాగా ప్రజలు మాకు మంచి ఆతిథ్యం ఇచ్చారు. వారి ప్రసంగాలకు ఒక అనువాదకుడు సహాయం తీసుకున్నాం. బియ్యంతో తయారు చేసిన ద్రావకం వారు సేవిస్తారు. అది మాకు కూడా అందించారు కానీ మేము తాగలేదు. తాగుతున్నట్టు నటించాం.

మణిపూర్ లోని ఇంపాల్ ప్రాంతాన్ని ఆజాద్ హింద్ ఫౌజు స్థాపకుడు సుభాష్ చంద్రబోస్ సందర్శించారు. ఇక్కడ మా గౌరవార్థం అక్కడి న్యాయశాఖా మంత్రి వారి సాంప్రదాయ పోలో ఆటను ఏర్పాటు చేశారు. ఈ ఆటలో బ్రిటిష్ వారి ప్రభావంతో కొన్ని మార్పులు చోటుచేసుకున్నాయి. ఈ సందర్భంగా న్యాయశాఖా మంత్రి మరోసారి హై కోర్టు సమస్యను నాతో ప్రస్తావించారు. కోహిమాలో ఏర్పాటుచేసినా తమకు కొంత సౌకర్యంగానే ఉంటుందని కూడా అన్నారు. ఇక్కడో విషయం చెప్పాలి. మణిపూర్ ప్రజలు శ్రీకృష్ణుని కొలుస్తారు. మా తిరుగు ప్రయాణంలో డార్జిలింగ్ మరియు కాలింపాంగ్ మీదుగా ప్రయాణం చేశాం. ఇక్కడ కొంతసేపు ఆగి మాజీ ప్రధాన న్యాయమూర్తి జస్టిస్ ఎస్.ఆర్.దాస్‌తో కొంత సమయం గడిపాను. డార్జిలింగ్‌లో సూర్యోదయం తొలి కిరణాలు కాంచెన్ జుంగా పర్వతశ్రేణిపై చూశాం. ఈ సుందర దృశ్యం చూసేందుకు మేము టైగర్ హిల్స్ చేరుకోడానికి ఉదయం 3 గంటలకే నిద్ర లేవాల్సి వచ్చింది. అయితే అక్కడికి చేరుకొని సూర్యోదయం తొలి కిరణాలు ప్రసరిస్తున్న తీరు అవి పర్వత శ్రేణిపై మార్చుతున్న రంగులను చూసినతర్వాత చాలా సంతోషం అనిపించింది. మాకంటే ముందే అక్కడికి వెళ్ళిన వారికి ఈ సుందర దృశ్యం కనిపించదు. సూర్యోదయం తొలికిరణాలు అద్భుతంగా కనిపిస్తాయి. గౌహతిలో శ్రీ ఎం.ఆర్.రెడ్డిని కలిశాం. ఆయనతోనే మధ్యాహ్నం, రాత్రి భోజనం చేశాం. ఆయన చాలా మంచి ఆతిథ్యం ఇచ్చారు. డార్జిలింగ్ వెళ్లేందుకు చాలా సహకరించారు. డార్జిలింగ్ లో రైల్వే అధికారులు మాకు ఆతిథ్యం ఇచ్చారు. మా తిరుగు ప్రయాణంలో సీత జన్మించిన సీతామర్హి అనే ప్రాంతాన్ని, గౌతమ బుద్ధుడు మహాపరినిర్వాణం పొందిన ఖుషినగర్ ప్రాంతంతో పాటు అయోధ్య కూడా సందర్శించాం. లక్నో చేరుకున్న తర్వాత గవర్నర్ ను కలిశాం. ఆయన ఆరోజు తీరికలేని పనుల్లో ఉన్నప్పటికీ మాకోసం కొంత వెసులుబాటు చేసుకుని ఆతిథ్యం ఇచ్చారు. ఆయన కొంత అలసటగా కనిపించారు. అయితే మాకోసం ఎక్కువ శ్రమ తీసుకోవద్దని నేనే ఆయనకు చెప్పాను. లక్నో లో హై కోర్టు ప్రాంగణంలో ప్రధాన న్యాయమూర్తి, ఇతర న్యాయమూర్తులకు ప్రత్యేకంగా నిర్మించిన అతిథి గృహంలో బసచేశాం. తరచుగా లక్నో వచ్చే న్యాయమూర్తుల కోసం ఈ గదులు నిర్మించారు. లక్నో హై కోర్టులో ఏడుగురు న్యాయమూర్తులు ఉన్నారు. వారంతా మాకోసం సమయం కేటాయించి సాయంత్రం అల్పాహారం ఇచ్చారు.

అలహాబాద్ హై కోర్టు ప్రధాన న్యాయమూర్తి జస్టిస్ కె.బి ఆస్థాన లక్నోకు నాకు స్వాగతం పలుకుతూ ఒక లేఖ రాశారు. ఆయన అంతకు ముందు దీపావళి

రోజునే బాధ్యతలు చేపట్టారు. మొదట నేను అలహాబాద్ కూడా వెళ్ళవలసింది. కానీ వరంగల్ ప్రయాణం కారణంగా అది కుదరలేదు. అందుకే అలహాబాద్ లో నన్ను కలవలేకపోయానని ఆ లేఖలో పేర్కొన్నారు. ఇక్కడ అన్ని ప్రముఖ ప్రదేశాలు సందర్శించిన తర్వాత నవంబర్ 22న ఢిల్లీకి చేరుకున్నాం. ఆ వెంటనే మాకు ఆతిథ్యం ఇచ్చిన, సహకరించిన అందరికీ ధన్యవాదాలు తెలియజేస్తూ ప్రత్యేకంగా లేఖలు రాశాను. అలాగే అలహాబాద్, పాట్నా, కలకత్తా మరియు గౌహతి హై కోర్టుల ప్రధాన న్యాయమూర్తులకు కూడా ప్రత్యేకంగా లేఖలు రాశాను. వారి ఆతిధ్యానికి ధన్యవాదాలు తెలియజేస్తూ మాకు సహాయం చేసేందుకు వారి న్యాయాధికారులను, రెజిస్ట్రార్లను పురమాయించినందుకు ప్రత్యేకంగా ధన్యవాదాలు తెలియజేశాను.

ఆ తర్వాత హోం మంత్రి శ్రీ బ్రహ్మానంద రెడ్డికి నాగాలాండ్‌లో పోరాటం చేస్తున్న అజ్ఞాతంలోని నేతలతో నా సమావేశం గురించి, భారత ప్రభుత్వంపై వారి ఫిర్యాదు గురించి ఒక సందేశం పంపించాను. భారత ప్రభుత్వ ప్రతినిధులు తమ ప్రాంతాన్ని సందర్శించకపోవడం పట్ల అక్కడి ప్రజల అసంతృప్తిని కూడా తెలియజేశాను. నాగా పోరాట నాయకులు ప్రభుత్వంతో చర్చలకు సిద్ధంగా ఉన్నారని కూడా తెలియజేశాను. ఆ తర్వాతనే బ్రహ్మానంద రెడ్డి నాగాలాండ్ సందర్శించి అక్కడి ప్రజల సమస్యలపట్ల సానుకూల ప్రకటనలు చేశారు. అప్పుడే అక్కడి సమస్యలకు ఒక పరిష్కారం లభించింది.

నేను ఢిల్లీ చేరుకున్న ఒక పక్షం రోజులకు జస్టిస్ ద్వివేది డిసెంబర్ 8న అకాల మరణం పొందారు. ద్వివేది నాకు మంచి స్నేహితుడు. ఆయన సహచర్యం లభించడం అదృష్టంగా భావిస్తున్నాను. కీలకమైన విషయాల్లో తన అభిప్రాయాలను నిర్మొహమాటంగా చెప్పడం మంచిదనే విశ్వాసంతో ఉండేవారు. ఆయనతో కలిసి కేసుల విచారణ నాకు ఎప్పుడూ సమస్యగా అనిపించలేదు. ద్వివేది మరణంతో కేశవానంద భారతి కేసు విచారణ చేసిన 13 మంది న్యాయమూర్తుల్లో ఇప్పటికి ఆరుగురు మరణించారు. ఈ కేసులో రాజ్యాంగ మౌలిక సూత్రాలపై పట్టుబట్టిన ఏడుగురు న్యాయమూర్తుల్లో నాతోకలిసి ఇద్దరమే మిగిలి ఉన్నాం. నేను జనవరి 23, 1975న పదవీవిరమణ చేసిన తర్వాత జస్టిస్ ఖన్నా మాత్రమే ఉంటారు.

పదవీవిరమణ సమయంలోనే ఖాళీగా కూర్చోవడం ఇష్టం లేక కాలక్షేపం కోసం అనేక మార్గాలు ఆలోచించాను. మానసిక పరివర్తన కేంద్రం ఒకటి స్థాపించాలని,

దాని ద్వారా కౌన్సెలింగ్ నిర్వహించి, మానసికంగా కృంగిపోయిన వారికి ధైర్యం చెప్పిన ప్రోత్సహించి ఆదుకోవాలని అనుకున్నాను. నా సర్వీసులో నా అనుభవాలతో కూడిన రచనలు చేయాలని రెండో ఆలోచన చేశాను. విద్యార్థి దశనుండి, ఉన్నత విద్యకు లండన్ వెళ్ళడం, ఆ తర్వాత న్యాయ వృత్తి వంటి విషయాలపై నా అనుభవాలతో రచనలు బాగానే ఉందనిపించింది. పదవీవిరణమకు ముందుగానే రోడ్డు మార్గంలో మా మెటాడోర్ వ్యాన్‌లోనా కుటుంబ సభ్యులు, కొందరు మిత్రులతో కలిసి హైదరాబాద్ వెళ్ళాలని అనుకున్నాను. జనవరి 25, 1975న ఢిల్లీ నుండి గ్వాలియర్, ఖజురహో, జబల్పూర్, నాగపూర్ మరియు ఆదిలాబాద్ మీదుగా ప్రయాణం చేస్తున్నాం. మధ్యప్రదేశ్ ప్రధాన న్యాయమూర్తి నా గౌరవార్థం జబల్పూర్ లో విందు ఏర్పాటు చేశారు. ఇలాంటి ఏర్పాట్లే నేను ప్రయాణం చేసే మార్గంలో జరిగాయి. పదవీవిరమణ తర్వాత నా కార్యకలాపాల గురించి నేను ఆలోచన న్సుస్తున్న సమయంలోనే కొందరు మిత్రులు ఉస్మానియా విశ్వవిద్యాలయం ఉపకులపతి (వైస్ ఛాన్సలర్) పదవి తీసుకోవలసిందిగా సూచన చేశారు. ఈ విశ్వవిద్యాలయంతో నాకు సుదీర్ఘ అనుభవం ఉంది. గతంలో న్యాయశాఖలో డీన్‌గా కూడా పనిచేశాను. అలాగే ఉపకులపతి శ్రీ డి.ఎస్.రెడ్డి సెలవులో వెళ్ళినపుడు తాత్కాలిక ఉపకులపతిగా కూడా పనిచేశాను. అయితే ఈ ప్రతిపాదనను నేను తిరస్కరించనప్పటికీ సుప్రీం కోర్టునుండి పదవీవిరమణ చేసే వరకు ఎలాంటి పదవి అంగీకరించబోనని తేల్చి చెప్పేశాను.

నేను జనవరి 22, 1975న పదవీవిరమణ చేసిన రోజు సాయంత్రం న్యాయవాదులు అల్పాహారం ఇచ్చారు. అలాగే ప్రధాన న్యాయమూర్తి మరియు ఇతర సహచర న్యాయమూర్తులు నాకు విందు ఇచ్చారు. సీనియర్ న్యాయవాది శ్రీ రామ రెడ్డి తన తరఫున నాకు నా భార్యకు ఇండియా ఇంటర్నేషనల్ సెంటర్ లో విందు ఇచ్చారు. భారత మాజీ అటార్నీ జనరల్ మరియు రాజ్యసభ సభ్యుడు శ్రీ డాఫ్టరీ కూడా ఈ విందుకు హాజరయ్యారు. ఆ సమయంలో ఆయన ఆరోగ్యంగా లేరు. అయినప్పటికీ నాకోసం ఈ విందుకు హాజరయ్యారు. ఆ సందర్భంగా ఆయన మాట్లాడుతూ వైద్యుల సలహాకు భిన్నంగా కేవలం నాకోసమే ఈ విందుకు హాజరయినట్టు చెప్పారు. ఆయన నాపట్ల చూపిన అభిమానం నన్ను కదిలించింది. విందు సందర్భంగా మాట్లాడిన వారు అందరు నా సహనం, నా స్నేహం, సీనియర్, జూనియర్ అనే వివక్ష లేకుండా న్యాయవాదుల పట్ల నేను చూపిన వాత్సల్యం గురించి ప్రస్తావించి నన్ను అభినందించి కృతజ్ఞతలు తెలియజేశారు.

ఒక రోజు సాయంత్రం నేను, నా భార్య కలిసి శ్రీ బ్రహ్మానంద రెడ్డిని కలిశాం. ఆయన మాకు సంతోషంగా ఆహ్వానం పలికారు. ఒక గంటసమయం వారితో గడిపాం. ఈ సమయంలోనే న్యాయమూర్తిగా, హై కోర్టు ప్రధాన న్యాయమూర్తిగా తర్వాత సుప్రీం కోర్టు న్యాయమూర్తిగా నా సేవలను శ్రీ బ్రహ్మానంద రెడ్డి ప్రస్తుతించారు. అయితే తాను వ్యతిరేకించిన ఒక వ్యక్తిని మాత్రం న్యాయమూర్తిగా నియమించడం పట్ల ఆయన అసంతృప్తి వ్యక్తం చేశారు. తాను వ్యతిరేకించినప్పటికీ నేను గట్టిగా పట్టుబట్టి ఆ నియామకం చేసినందుకు కొంత అసంతృప్తి వ్యక్తం చేశారు. అయితే నేను ప్రతిపాదించిన ఒక నియామకాన్ని ఆయన కూడా వ్యతిరేకించిన విషయం గుర్తు చేశాను. అయినప్పటికీ ఎలాంటి విమర్శలకు ఆస్కారం లేకుండా ఆ నియామకం జరిగిపోయింది. అందువల్ల ఇద్దరిది చెరో 50 శాతం అసంతృప్తి ఉందని నేను వ్యాఖ్యానించాను. ఈ వ్యాఖతో ఆయన గట్టిగా నవ్వి అభినందించారు. ఆ తర్వాత ఆ దంపతులు నా భార్యకు ఒక పట్టుచీర బహుమతిగా ఇచ్చారు. శ్రీ బ్రహ్మానంద రెడ్డి దంపతుల ఆతిథ్యాన్ని నేను, నా భార్య గుర్తుపెట్టుకున్నాం.

నేను పదవీవిరమణ చేసిన రోజు జనవరి 23, 1975న ఆంధ్రప్రదేశ్ ముఖ్యమంత్రి శ్రీ జలగం వెంగళరావు ఢిల్లీ వచ్చారు. ఆయన నన్ను కలవాలని అనుకున్నారు. ఆయన బసచేసిన ఆంధ్రప్రదేశ్ అతిథి గృహంలో ఆయనను కలిసినప్పుడు ఉస్మానియా విశ్వవిద్యాలయం ఉపకులపతి పదవి ప్రతిపాదించారు. ఈ ప్రతిపాదనకు నేను ఆమోదం తెలుపగానే తాను అహ్మదాబాద్ లో ఉన్న రాష్ట్ర గవర్నర్ శ్రీ ఖండూబాయ్ దేశాయ్ కు తగిన ఉత్తర్వులు ఇచ్చేందుకు సందేశం పంపిస్తానని చెప్పారు. విశ్వవిద్యాలయ ఉపకులపతిగా ఆ మరుసటిరోజే అంటే జనవరి 24న బాధ్యతలు చేపట్టవలసిందిగా ఆయన కోరారు. అయితే జనవరి 25 నుండి నా మెటాడోర్ వ్యాన్ లో రోడ్డు మార్గంలో ఢిల్లీ నుండి హైదరాబాద్‌కు వెళ్లేందుకు ఏర్పాట్లు చేసుకున్నానని, జనవరి నెలాఖారుకు హైదరాబాద్ చేరుకుని ఫిబ్రవరి 1వ తేదీన బాధ్యతలు చేపడతానని చెప్పాను. కానీ ఉపకులపతి బాధ్యతలు తక్షణమే తీసుకుని కావాలంటే ఆ మరుసటి రోజు తిరిగి ఢిల్లీ రావచ్చని సూచన చేశారు. ఎందుకంత తొందర అని అడిగాను. విశ్వవిద్యాలయంలో చాలా సమస్యలు ఉన్నాయని అవి మరింత తీవ్రతరం అయ్యే అవకాశం ఉందని కాబట్టి బాధ్యతలు వెంటనే చేపట్టాలని కోరారు. ఆయన వత్తిడి చేయడంతో వెంటనే అంగీకరించి ఒక షరతు విధించాను. విశ్వవిద్యాలయం ఉపకులపతిగా నెలకు ఒక రూపాయి జీతం మాత్రమే

తీసుకుంటానని షరతు విధించాను. విశ్వవిద్యాలయ చట్టం ఉపకులపతి జీతం నిర్ధారిస్తుంది కాబట్టి ఒక్కరూపాయి తీసుకున్నా ఆ చట్టం పరిధిలోకి వస్తుంది. ఈ షరతును శ్రీ వెంగళరావు అంగీకరించారు.

ముఖ్యమంత్రి నిర్దేశించిన మేరకు నేను పదవీవిరమణ చేసిన మరుసటిరోజే హైదరాబాద్‌కు ప్రయాణం అయ్యాను. అనివార్య కారణాల వల్ల విమానం ఆలస్యం అయింది. హైదరాబాద్ ఉదయం చేరవలసిన విమానం సాయంత్రం 4 గంటలకు చేరింది. విమానాశ్రయం నుండి నేరుగా విశ్వవిద్యాలయం చేరుకున్నాను. ఆ రోజు నన్ను కలిసిన స్థానిక పోలీస్ సూపరింటెండెంట్ విశ్వవిద్యాలయంలో రెండు వర్గాల మధ్య ఘర్షణలో లాఠీ ఛార్జి జరిగిందని చెప్పారు. ఒకవర్గం ప్రస్తుత ఉపకులపతి నరోత్తం రెడ్డి పదవీ కాలం పొడిగించాలని, మరోవర్గం వ్యతిరేకిస్తూ ఆందోళనజరిగింది. ముఖ్యమంత్రి శ్రీ వెంగళ రావు నను వెంటనే బాధ్యతలు చేపట్టమని ఎందుకు అడిగారో అప్పుడు నాకు అర్థం అయింది. ఈ పరిస్థితుల్లో ఈ పదవి స్వీకరించడం సముచితమా కాదా అనే మీమాంస నాలో అప్పుడు మొదలయ్యింది. అయితే అప్పటికే బాధ్యతలు చేపట్టాను కనుక ఇక చేయవలసిన పనిపై దృష్టి పెట్టాలని నిర్ణయించేసుకున్నాను.

నేను బాధ్యతలు చేపట్టేందుకు వస్తున్నాని శ్రీ నరోత్తమ రెడ్డికి తెలియజేయగానే ఆయన సాదరంగా ఆహ్వానించి నన్ను అభినందించారు. బాధ్యతలు స్వీకరించేందుకు ఉపకులపతి కార్యాలయానికి చేరుకోగానే అక్కడ పరిస్థితి ఉన్నత విద్యాసంస్థలో ఉండవలసిన స్థాయిలో లేదు. ఉపకులపతి కార్యాలయం ఒక పోలీస్ క్యాంపులా కనిపించింది. మొత్తం విశ్వవిద్యాలయ ప్రాంగణం అంతా పోలీసులతో నిండిపోయింది. నేను బాధ్యతలు స్వీకరిస్తున్న సమయంలో శ్రీ నరోత్తమ రెడ్డితో పాటు విశ్వవిద్యాలయ రిజిస్ట్రార్ మరియు ఎస్పీ ఉన్నారు. నేను బాధ్యతలు తీసుకుంటున్న సమయంలోనే రిజిస్ట్రార్ అసంబద్ధ ప్రశ్నలు లేవనెత్తారు. జీతాలు ఎలా చెల్లించాలి అంటూ సందేహం లేవనెత్తారు. అయితే శ్రీ నరోత్తమ రెడ్డి గట్టిగా స్పందించి నాకు బాధ్యతలు అప్పగించారు.

ఈ విధి నిర్వహణలో నాకు సహకరించవలసినదిగా శ్రీ నరోత్తమ రెడ్డిని నేను కోరాను. "నేను సమర్థుణ్ణి కాదు అని ప్రభుత్వం నిర్ణయించినప్పుడు నేను ఎలాంటి సలహా ఇవ్వగలను?" అని నరోత్తమ రెడ్డి ఎదురు ప్రశ్న వేశారు. అయితే నాకు ప్రభుత్వ అభిప్రాయంతో సంబంధం లేదని నాతో తనకు ఉన్న వ్యక్తిగత పరిచయం ఆధారంగా సహాయం కోరుతున్నానని చెప్పాను. విశ్వవిద్యాలయ పరిస్థితులపై ఒక

విశ్లేషణాత్మక వివరణ రాతపూర్వకంగా ఇచ్చేందుకు ఆయన అంగీకరించారు. ఉపకులపతి అధికార నివాసం ఇంకా తాను ఖాళీ చేయలేదని అందుకు కొంత సమయం పడుతుందని, అప్పటివరకూ అతిథి గృహంలో ఉండవలసిందిగా ఆయన కోరారు. అందుకు నేను అంగీకరించాను. ఇల్లు ఖాళీ చేసేవరకూ ఫోను, కారు కూడా ఉపయోగించుకోవచ్చని ఆయనకు చెప్పాను.

ప్రస్తుతం విశ్వవిద్యాలయంలో జీతాలు చెల్లించేందుకు నిధులు లేవని రిజిస్ట్రార్ చెప్పిన ప్రకారం నేను ముఖ్యమంత్రికి విషయం తెలియజేశాను. "ఈ విషయంపై ఆర్థిక శాఖ కార్యదర్శికి సూచనలు చేశాను. తగిన ఏర్పాట్లు జరుగుతాయి. మీరు ఆందోళలన చెందకుండా నిరభ్యంతరంగా ఢిల్లీ వెళ్ళి రావచ్చు," అని ఆయన బదులిచ్చారు. ఆయనకు ధన్యవాదాలు తెలియజేసి ఆర్థికశాఖ కార్యదర్శి శ్రీ బి.పి.ఆర్ విఠల్‌తో మాట్లాడాను. ఆయన నిధులు వెంటనే కేటాయిస్తానని, వివరాలు తర్వాత పొందుపర్చుకోవచ్చని చెప్పారు. ఆ హామీలతో నాకు కొంత సంతృప్తి కలిగింది. విశ్వవిద్యాలయ సిండికేట్ సభ్యుడు శ్రీ డి.రామానుజ రావుకు నేను తిరిగి వచ్చే వరకు రోజువారీ బాధ్యతలు చూసుకోమని చెప్పి ఒక లేఖ రాశాను. ఆ వెంటనే ఢిల్లీ వెళ్లేందుకు విమానాశ్రయం చేరుకున్నాను. విమానాశ్రయంలో రిజిస్ట్రార్‌ను గట్టిగా మందలించి పద్ధతి మార్చుకోకపోతే తీవ్ర పరిణామాలు ఎదుర్కోవలసి వస్తుందని హెచ్చరించాను. తన ప్రవర్తనకు విచారం వ్యక్తం చేసి మంచిగా ఉంటానని, పూర్తిగా సహకరిస్తానని చెప్పారు.

ఢిల్లీకి ఆ రాత్రి 1 గంటకు చేరుకున్నాను. నేను చేసిందేమిటి అని ప్రయాణం మొత్తం ఆలోచిస్తూనే ఉన్నాను. మిత్రులు చెప్పిన మేరకు విశ్వవిద్యాలయంలో బోధనా సిబ్బంది, ఇతర సిబ్బంది అభద్రతా భావంలో ఉన్నారు. విశ్వవిద్యాలయ ప్రాంగణంలో వారికి రక్షణ లేదనే భావనలో ఉన్నారు. ప్రతిరోజూ వారు క్షేమంగా ఇంటికి తిరిగి వస్తారో లేదో అని వారి కుటుంబ సభ్యులు ఆందోళన చెందుతున్నారు. ఒకరు చెప్పినట్టు వారు ప్రతిరోజూ నరకం చూస్తున్నారు. ఏది ఏమైనా నేను ఇప్పుడు ఆ పరిస్థితులకు భాగస్వామి అయ్యాను. ధైర్యంగా ఈ పరిస్థితులను ఎదుర్కోవడం మినహా వేరే మార్గం లేదు. నేను విమానాశ్రయం నుండి ఇంటికి చేరే సరికి సమయం రాత్రి 2 గంటలు అయింది. కొద్దిసేపు విశ్రాంతి తర్వాత ఉదయం 9 గంటలకే ముందుగా అనుకున్న మేరకు హైదరాబాద్ ప్రయాణానికి సిద్ధం అయ్యాం.

ఢిల్లీ నుండి హైదరాబాద్ ప్రయాణం విశేషాలతో చదువరులకు భారం పెంచదలచుకోలేదు. గ్వాలియర్, జబల్పూర్, నాగపూర్ ప్రాంతాల్లో, మార్గమధ్యలో మేము ఆగిన ప్రదేశాల్లో చాలా మంది న్యాయవాదులు నన్ను తమ ప్రదేశాలు సందర్శించవలసిందిగా ఆహ్వానించారు. జబల్పూర్‌లో ప్రధాన న్యాయమూర్తి, న్యాయమూర్తులు, ప్రభుత్వ అధికారులు నాకు ఘన స్వాగతం పలికారు. ఆరోజు సాయంత్రం ప్రధాన న్యాయమూర్తి మాకు విందు ఏర్పాటు చేశారు. నాగపూర్ లో జస్టిస్ వివియన్ బోస్‌ను సందర్శించాం. బొంబాయి హై కోర్టుకు చెందిన నాగపూర్ బెంచ్ హెడ్ జస్టిస్ తాంబేని కూడా కలిశాను. ఆయన ఇంతకు ముందే నాకు పరిచయం. ఆయన భార్య మరియు మాజీ ప్రధాన న్యాయమూర్తి జస్టిస్ ఆర్.ఎస్.నాయక్ భార్య అక్కచెల్లెళ్ళు.

జనవరి 30న మేము హైదరాబాద్ చేరుకున్నాం. ఆ మరుసటి రోజునుండే నేను విశ్వవిద్యాలయ ఉపకులపతిగా నా పనులు మొదలుపెట్టాను. "నేను పనిచేసిన విశ్వవిద్యాలయం" అనే పుస్తకంలో సవివరంగా నా బాధ్యతలు, చేసిన పనుల గురించి వివరించాను. ఈ పుస్తకాన్ని ఉస్మానియా విశ్వవిద్యాలయం ప్రచురించింది. నేను ఉపాధ్యాయులు, విద్యార్థుల్లో విశ్వాసం కల్పించి, విశ్వవిద్యాలయంలో ప్రశాంత వాతావరణం నెలకొల్పి పోస్ట్ గ్రాడ్యుయేట్ మరియు డిగ్రీ పరీక్షలు విజయవంతంగా నిర్వహించిన తర్వాత ప్రధాని శ్రీమతి ఇందిరా గాంధీ జూన్ 25, 1975న అత్యయిక పరిస్థితి (Emergency) విధించారు. ఆ తర్వాత 1977 ఎన్నికల్లో శ్రీమతి ఇందిరా గాంధీ ఓటమి తర్వాత అత్యయిక పరిస్థితి ఎత్తివేశారు. జనతా పార్టీ నేతృత్వంలో మొరార్జీ దేశాయ్ ప్రధానిగా కొత్త ప్రభుత్వం ఏర్పడింది. నూతన ప్రభుత్వం రెండు అంశాలపై విచారణకు నన్ను నియమించింది. అందులో ఒకటి శ్రీ బన్సీలాల్ హర్యానా ముఖ్యమంత్రిగా ఆ తర్వాత కేంద్ర రక్షణ మంత్రిగా చేసిన పనులపై విచారణ. ఇక రెండో విషయం ఢిల్లీలోని పార్లమెంటు వీధిలోని భారతీయ స్టేట్ బ్యాంకు నుండి దాని నగదు అధికారి (Cashier) వేద్ ప్రకాష్ మల్హోత్రా మే 24, 1971న తీసుకున్న రూ 60 లక్షల వ్యవహారం మరియు శ్రీ ఎస్.నగర్వాలా తదితరుల అవినీతికి సంబంధించి జూన్ 9, 1977న ఇచ్చిన నోటిఫికేషన్ ప్రకారం విచారణ చేయవలసి ఉంది. ఈ రెండు కమిషన్ల విచారణ నివేదికలను కేంద్ర ప్రభుత్వం ఆమోదించింది. మొదటి నివేదికను జూన్ 23, 1978న, రెండో నివేదికను అక్టోబర్ 23, 1978న ప్రభుత్వం ఆమోదించింది. ఈ విచారణ బాధ్యతలు అంగీకరించిన తర్వాత నన్ను

విశ్వవిద్యాలయ ఉపకులపతి బాధ్యతలు కూడా చూడమని ముఖ్యమంత్రి శ్రీ జలగం వెంగళరావు కోరారు. అయితే తెలంగాణాలో 9 జిల్లాలకు విస్తరించి 100 అనుబంధ మరియు ప్రైవేటు కళాశాలలతో, ఒక లక్షకు పైగా విద్యార్థులతో ఉన్న విశ్వవిద్యాలయానికి ఉపకులపతిగా కూడా బాధ్యతలు నిర్వహించడం సాధ్యం కాదు. అందుకే జులై 31, 1977న ఈ పదవికి రాజీనామా చేసి అదేరోజు హైదరాబాద్ నుండి ఢిల్లీ వెళ్ళాను. అక్కడ ఈ రెండు విచారణ కమిషన్ల బాధ్యత కూడా జీతం లేకుండా చేపట్టాను.

ఈ విచారణ నిర్వహిస్తున్న సందర్భంలో మద్రాస్‌లో నా సహచరుడు మద్రాస్ మాజీ అడ్వకేట్ జనరల్ శ్రీ గోవింద్ స్వామినాథన్ కమిషన్ న్యాయవాదిగా నియమితులయ్యారు. ఈ రెండు కమిషన్ల ముందు శ్రీమతి ఇందిరా గాంధీ మరియు ఆమె ఇద్దరు కుమారులు హాజరయి తమ వాంగ్మూలం ఇచ్చారు. ప్రధాని శ్రీ మొరార్జీ దేశాయ్, శ్రీ బన్సీలాల్, దేవీలాల్ తదితరులు కూడా తమ వాగ్మూలం ఇచ్చారు. బన్సీలాల్ స్వగ్రామం భీవాండి కూడా నేను సందర్శించాను. పూర్తి విచారణ తర్వాత బన్సీలాల్ తరపు న్యాయవాది శ్రీ భండారి మరియు కమిషన్ న్యాయవాది గోవింద్ స్వామినాథన్ వాదనలు వినిపించిన తర్వాత నివేదిక ప్రభుత్వానికి అందజేశాను. ఈ రెండు నివేదికలను ప్రభుత్వం ఆమోదించింది. షా మరియు గుప్తా నేతృత్వంలోని ఇతర కమిషన్ల ముందు శ్రీమతి ఇందిరా గాంధీ హాజరు కాలేదు. అయితే నా అధ్యక్షతన ఉన్న కమిషన్‌కు ఆమె ఎలాంటి అభ్యంతరం చెప్పలేదు. అయితే 1980 ఎన్నికలకు ముందు ఆంధ్రప్రదేశ్‌లోని బనగానపల్లిలో సెప్టెంబర్ 8, 1979న జరిగిన ఒక బహిరంగ సభలో మాట్లాడుతూ “తనకు, తన కుటుంబానికి వ్యతిరేకంగా అనేక కమిషన్‌లు వేసి వాటిపై వత్తిడి చేసి నివేదికలు ప్రభుత్వం తీసుకుందని” శ్రీమతి గాంధీ చెప్పినట్టు సెప్టెంబర్ 9, 1979న డెక్కన్ క్రానికల్ పత్రిక వార్త రాసింది. “జగన్మోహన్ రెడ్డి నేతృత్వంలోని కమిషన్ మాత్రమే నిష్పక్షపాతంగా పనిచేసింది. జగన్మోహన్ రెడ్డి ప్రభుత్వ వత్తిళ్ళకు తలొగ్గలేదు,” అని శ్రీమతి గాంధీ పేర్కొన్నట్టు ఆ పత్రిక రాసింది. శ్రీమతి ఇందిరా గాంధీ చేసిన ఈ వ్యాఖ్యలను ఆధారంగా తీసుకొని ఇండియా టుడే పత్రిక అక్టోబర్ 1-15, 1979 సంచికలో 5వ పేజీలో ఇలా ప్రచురించింది:

“ఒక జన్మదిన కానుక”

“సుప్రీం కోర్టు మాజీ న్యాయమూర్తి పింగిళి జగన్మోహన్‌రెడ్డి తన 71వ

జన్మదినాన్ని లోక్‌సభ సభ్యుడిగా జరుపుకోనున్నారు. ఆయనకు కాంగ్రెస్ (ఐ) టికెట్ ఆంధ్ర ప్రదేశ్ నుంచి కేటాయించనుంది. దేశంలో ఎమర్జెన్సీ తర్వాత ప్రభుత్వం నియమించిన అనేక విచారణ కమిషన్లలో మాజీ న్యాయమూర్తి జగన్మోహన్ రెడ్డి మాత్రమే అన్ని ఆరోపణలపై నిర్భయంగా, నిస్పహక్షపాతంగా విచారణ చేశారని కాంగ్రెస్ (ఐ) అధ్యక్షురాలు శ్రీమతి ఇందిరా గాంధీ భావిస్తున్నారు. న్యాయమూర్తిగా పనిచేస్తున్న రోజుల్లో కూడా ఆయన రెండు విచారణ కమీషన్లకు సారధ్యం వహించారు. అందులో ఒకటి హైదరాబాద్‌లో ముల్కి నిబంధనలపై అల్లర్లు . రెండోది అహ్మదాబాద్ మత ఘర్షణలు."

ఈ పక్ష పత్రికలో వచ్చిన ఈ వార్తా కథనం నా దృష్టికి వచ్చినప్పుడు నాకు కొంత బాధ అనిపించింది. ఒక పత్రిక విలేకరి ఇలాంటి కథనం ఒక నిష్పక్షపాత న్యాయమూర్తిపై ఎలా రాస్తారు? నేను ఎలాంటి వత్తిళ్ళకు, ప్రలోభాలకు లొంగలేదు. ఒక మాజీ ప్రధాన మంత్రిపై ఆమె కుమారులపై వచ్చిన ఆరోపణల్లో నిజం లేదని నా విచారణలో తేలింది. అంత మాత్రాన ఇలాంటి కథనం రాస్తారా ఆ విలేకరి అనుకున్నాను. ఆ మరుసటి రోజు అంటే అక్టోబర్ 5, 1979న పిటిఐ వార్తా సంస్థ, ది హిందూ మరియు డెక్కన్ క్రానికల్ పత్రికలకు ఇండియా టుడే పత్రిక కథనాన్ని ఖండిస్తూ ఒక ప్రకటన విడుదల చేశాను. ఇండియా టుడే పత్రిక అక్టోబర్ 1-15, 1979 సంచికలో ఈ ప్రకటన ప్రచురించింది.

ఈ వార్తా కథనంలో వచ్చిన విషయాలను పరిశీలించిన తర్వాత నేను ఇలా భావించాను. "సాధారణంగా ఇలాంటి వార్తలను నేను పరిగణలోకి తీసుకోను. అయితే ఈ వార్తకు సున్నితమైన అంశాలు ముడిపడి ఉన్నందున, ఈ విషయంలో ఎవరి భావనలు ఎలా ఉన్నా ఎలాంటి ఆరోపణలు నిందలు ఉన్నా, న్యాయమూర్తులుగా నిష్పక్షపాతంగా, నిర్భయంగా విధులు నిర్వర్తించే వారు జన్మదిన బహుమతులు ఆశించరు, అంగీకరించరు. ఈ విషయంలో ఏ రాజకీయ పార్టీ తరపున ఎవరూ నన్ను సంప్రదించలేదు. నేను కూడా ఇలాంటి బహుమతులకోసం ఎప్పుడూ ఆశించలేదు, ఎదురు చూడలేదు, అంగీకరించలేదు. రానున్న ఎన్నికల్లో పోటీచేసే ఉద్దేశం కూడా నాకు లేదు."

ఈ ప్రకటన ది హిందూ మరియు డెక్కన్ క్రానికల్ పత్రికలు అక్టోబర్ 7, 1979న ప్రచురించాయి. అక్టోబర్ 18, 1979న ఇండియా టుడే పత్రిక మేనేజింగ్ ఎడిటర్ చోటు కార్డియా నాకు ఒక లేఖ రాశారు. "అక్టోబర్ 1-15, 1979 సంచికలో

వచ్చిన వార్త పట్ల విచారం వ్యక్తం చేస్తున్నాను. వార్త రాసిన విలేకరి మీ స్పందన తీసుకోలేదు. మీరు ఇచ్చిన ఖండన ఈ నెలాఖరులో విడుదలయ్యే సంచికలో ప్రచురిస్తున్నాం," అని పేర్కొన్నారు. ఈ మేరకు ఓ కంటితుడుపు వార్త 1-15 నవంబర్ 1979 సంచికలో 3వ పేజీలో "నో ఆఫర్" శీర్షికన ప్రచురించారు. "జన్మదిన కానుక' పేరుతో ప్రచురించిన వార్తకు ఇది నా స్పందన. ఈ వార్త తర్వాత నేను ఇచ్చిన ప్రకటనను ఇలా ప్రచురించారు. "ఏ రాజకీయ పార్టీ ప్రతినిధీ నన్ను సంప్రదించలేదు. అలాగే రానున్న ఎన్నికల్లో అభ్యర్థిగా పోటీచేసేందుకు నేను ఏ రాజకీయ పార్టీకి అంగీకారం తెలుపలేదు." ఒక విలేకరి శ్రీమతి ఇందిరా గాంధీ ఆమె కుమారులపై ఆరోపణలు లేవని చెప్పినందుకు, నాకు ఒక బహుమతి వస్తోందని ఎలాంటి ఆధారం లేకుండా రాసిన పూర్తి అసత్య వార్తను ఎలా సమర్థించుకున్నారు! ఆ విలేఖరికి నా పుట్టినరోజు తెలుసు. అలాగే నేను రెండు విచారణ కమీషన్లకు నేతృత్వం వహించిన విషయం కూడా తెలుసు. ఆయనకు నేను విశ్వవిద్యాలయ ఉపకులపతిగా చేసిన విషయం కూడా తెలిసి ఉంటుంది. నిరాధారమైన ఇలాంటి ఆరోపణలతో వార్త రాయడం దురదృష్టకరం.

న్యాయమూర్తిగా, హై కోర్టు ప్రధాన న్యాయమూర్తిగా, సుప్రీం కోర్టు న్యాయమూర్తిగా నా పదవుల్లో పని నేను సంతోషంగా సంతృప్తికరంగా నిర్వర్తించాను అని చెపుతూ ఈ పుస్తకం ముగించదలుచుకున్నాను. న్యాయవాదులతోనూ, నాతోటి సహచర న్యాయమూర్తులతోనూ నాకు స్నేహపూరిత సంబంధాలు ఉండేవి. నాతో కలిసి విచారణ చేసిన సహచర న్యాయమూర్తులు, ప్రధాన న్యాయమూర్తులు నాతో స్నేహపూర్వకంగానే ఉండేవారు. చాలా విషయాల్లో నా సహచరులతో నేను విభేదించి ఉండవచ్చు. కానీ అవేవీ మా వ్యక్తిగత స్నేహ సంబంధాలకు అడ్డురాలేదు. అత్యంత వివాదాస్పదమైన కేశవానంద భారతి కేసులో కూడా నేను స్నేహపూరిత సంబంధాలే కొనసాగించాను. నేను పదవిలో ఉన్నప్పుడే కాదు ఆ తర్వాత కూడా నా సహచరులు నాతో స్నేహంగానే ఉండేవారు. నాతో స్నేహంగా ఉన్న, నాకు సహకరించిన అందరికి నేను సర్వదా కృతజ్ఞుణ్ణి. వారి స్నేహపూరిత వాతావరణం కారణంగానే నేను పనిచేయగలిగాను.

@@@

అనుబంధం

యార్క్ షైర్ యువతరం పైలట్

పి జె రెడ్డి – జన్మతః భారతీయుడైనా అభిలాష మేరకు ఆయన యూరోప్ వాసి. యార్క్ షైర్ యువతరం పైలట్. అంతే కాదు లీడ్స్ విశ్వవిద్యాలయంలో మంచి వినోదాత్మక విద్యార్థి.

అందరికీ ఆయన పరిచయమే. "రెడ్డి ఎక్కడ?" అని అడగండి. ఆయన జీవన సిద్ధాంతం బహు గొప్పది. "యవ్వనంలో ఉండగానే జీవిత మాధుర్యాన్ని చవిచూడాలి," అనేది ఆయన సిద్ధాంతం. అందుకే ఆయన విమానంలో విహరిస్తారు. విశ్వవిద్యాలయంలో అందరికీ తెలిసిన "పద్మిని" అనే విలాసవంతమైన కారును ఆయన నడుపుతారు. "పద్మిని" అంటే ఆడ కమలం పువ్వు! ఆయన ఒక తెలివైన క్రీడాకారుడు. అద్భుతమైన హాకీ క్రీడాకారుడు. ఒక గొప్ప వక్త. మంచి వాక్చాతుర్యం కలిగిన ప్రసంగీకుడు. మనం మర్చిపోకూడనిది – ఆయన న్యాయశాస్త్రం మరియు వాణిజ్యశాస్త్రం చదువుతున్నారు. లీడ్స్ విశ్వవిద్యాలయంలోని ఫ్లయింగ్ క్లబ్‌కు రెడ్డి ఒక కీలకమైన సభ్యుడు. ఈ క్లబ్ యువతలో ఫ్లయింగ్ ప్రోత్సహించేందుకు ఇటీవలే ఏర్పాటయింది.

ఇరవై రెండేళ్ళకే రెడ్డి ఫ్లయింగ్ లో ప్రావీణ్యత, అర్హత సాధించి గాలిలో ఎగురుతూ ఎన్నో మధురానుభూతులు పొందుతున్నారు. గాలిలో విహారం ఆయనకు గొప్ప అనుభూతి ఇస్తుంది. "విహంగ ప్రయాణం నాకు చాలా ఇష్టం. అంతే కాదు ప్రతి యువతకు ఇది వినోదం కంటే విజ్ఞానం కలిగిస్తుందని నా నమ్మకం. యువత ఎంత ఎక్కువగా ఈ విహంగ విద్య నేర్చుకుంటే అంత మంచిది. ఇది భావి తరాల ప్రయాణ వసతి. నా దేశ ప్రగతికి ఈ రంగం కీలకం కాబోతున్నదనటంలో నాకు ఎలాంటి సందేహం లేదు."

– యార్క్ షైర్ ఈవినింగ్ పోస్ట్,
ఏప్రిల్ 6, 1933

www.ingramcontent.com/pod-product-compliance
Ingram Content Group UK Ltd.
Pitfield, Milton Keynes, MK11 3LW, UK
UKHW042136021026
15589UKWH00003B/864

9 788197 167881